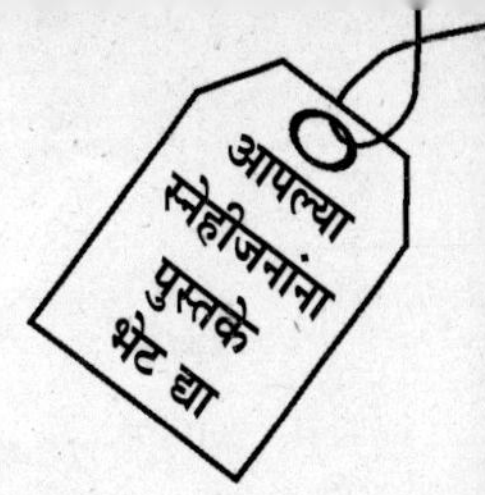

भक्तिचंद्र

नाचू कीर्तनाचे रंगी, ज्ञानदीप लावू जगी ।

मंजुश्री गोखले

मेहता पब्लिशिंग हाऊस

Please contact us at **Mehta Publishing House,** Pune 411030.
✆ +91 020-24476924 / 24460313 / Mob. No. 9545000513
Email : production@mehtapublishinghouse.com
Website : www.mehtapublishinghouse.com

◆ *या पुस्तकातील लेखकाची मते, घटना, वर्णने ही त्या लेखकाची असून त्याच्याशी प्रकाशक सहमत असतीलच असे नाही.*

BHAKTICHANDRA by MANJUSHREE GOKHALE

भक्तिचंद्र : मंजुश्री गोखले/ कादंबरी

Email : author@mehtapublishinghouse.com

संस्थापक : सुनील अनिल मेहता

प्रकाशक : अखिल सुनील मेहता, मेहता पब्लिशिंग हाऊस,
१९४१, सदाशिव पेठ, माडीवाले कॉलनी, पुणे ४११०३०.

मुद्रक : ट्रिनिटी ॲकॅडमी फॉर कॉर्पोरेट ट्रेनिंग लिमिटेड

मुखपृष्ठ : चंद्रमोहन कुलकर्णी

प्रथमावृत्ती : मे, २०२२

किंमत : ₹ ४८०

P Book ISBN 9789394258600

E Book ISBN 9789394258655

E Books available on : 

संत नामदेवांच्या जीवनातला कण न् कण शोधण्यासाठी
ज्यांनी आपल्या जीवनातला क्षण न् क्षण वेचला;
ते माझे गुरू, मार्गदर्शक आणि
तीर्थस्वरूप असलेले डॉ. अशोक कामत
यांना सादर अर्पण

प्रस्तावना

ही केवळ प्रस्तावना नव्हे, आजवरच्या माझ्या एका मोठ्या शोधकार्याला वाचनीय ललितकृतीने दिलेली एक पावती प्राप्त झाल्याचे समाधान व्यक्त करणारे हे विनम्र निवेदन आहे.

नाथसंप्रदायाभ्यास

१९६०च्या सुमाराला मराठी संतवाङ्मयाचा अभ्यास काही ठरावीक इतिहास ग्रंथांच्या आधारे, ठरावीक अभ्यासक सादर करीत. संत नामदेव हा फारसा महत्त्वाचा अध्ययन-विषयच नव्हता. बहुतेक अध्यापक ज्ञानेश्वर-रामदासांवरच बोलत. लिहीत. संत नामदेवांचा नाथपंथाशी असलेला अनुबंध अथवा त्यांचा वायव्य भारतातील प्रवास, संत कबीर-हिंदी निर्गुण काव्य-गुरू नानकदेव-सिक्ख परंपरा-श्रीगुरुग्रंथसाहिब इत्यादींशी असलेला संबंध हा ध्यानात घ्यावा असे फारसे कुणाला वाटतही नव्हते. अपवाद होता, उत्तरेतील काही संशोधक पंडितांचा आणि नामदेव शिंपी समाजातील जिज्ञासू लेखकांचा; पण प्रस्थापितांचे म्हणणे होते : महाराष्ट्रातील नामदेव श्रीविठ्ठलभक्त वारकरी व कीर्तनकार, ते वेगळे आणि उत्तरेकडील जर असतील तर ते निराळे!

अशा संकुचित दृष्टीच्या मंडळींशी सामना करून महाराष्ट्राबाहेरचे काही वास्तव सादर करणे सोपे नव्हते. नाथसंप्रदायाच्या विशेष संशोधनाच्या निमित्ताने मी उत्तर भारतामध्ये परिभ्रमण करू लागलो. सुदैवाने मला आचार्य हजारीप्रसाद द्विवेदी, नागेंद्रनाथ उपाध्याय, डॉ. गणपतिचंद्र गुप्त, डॉ. रांगेय राघव अशा अनेक मान्यवर पंडितांच्या गाठीभेटी घेता आल्या. त्यांचे शोधपर साहित्य अभ्यासता आले आणि

त्यामुळे देशव्यापी नाथपंथ, मत्स्येंद्र-गोरक्षनाथांचे काव्य-कार्य आणि त्याचा श्री गहिनी-निवृत्ति-ज्ञानदेव-चांगदेव-मुक्ताबाई-विसोबा-नामदेवांशी असणारा दृढ अनुबंध समजून घेण्याचा मार्ग मोकळा झाला.

नामदेव-कबीर-संतमत

उत्तर भारतीय संतसाहित्याच्या आदिकाळाचा अभ्यास करताना मला जाणवले, आद्य ज्येष्ठ कवी म्हणून कबीरदासांचा आणि श्रेष्ठ कवी म्हणून सूरदास, तुलसीदासांचे महत्त्व सांगून मीराबाईंबद्दलही विचार करावा लागतो आणि हे सर्व कवी आदिकाळानंतरचे आहेत.

आदिकालीन हिंदी भाषा एक आहे का? कबीरदास जी खडीबोली वापरतात तिचे पूर्वरूप कुठे आढळते? कबीरांचा नाथसंप्रदायाशी संबंध कसा स्पष्ट केला जातो?

असे अनेक प्रश्न. मला संत ज्ञानदेव-नामदेवांच्या अभ्यासातून त्यांची उकल होत गेली. यादवकालीन मराठी साहित्याच्या शिल्पकारांची तत्कालीन भारतीय वाङ्मयाच्या संदर्भात मांडणी करण्याचा प्रयत्न मी सुरू केला आणि संत नामदेवांना केंद्रस्थानी ठेवून मी उत्तर आणि वायव्य भारतात सुमारे सोळा वर्षे यथेच्छ भ्रमंती केली. गेल्या साठ वर्षांत त्यासंबंधी सतत लिहीतही राहिलो. मला ग्रंथप्रकाशक नाही मिळाले; पण पुण्या-मुंबईतील वृत्तपत्र संपादकांची साथ लाभली. पुढे पुणे विद्यापीठात संत नामदेव अध्यासन मिळाले. संतसाहित्य संशोधनाकरिता सर्वांसाठी एक व्यासपीठ म्हणून तिथे पंचवीस वर्षे पुष्कळ मोठे लेखन-संशोधन-प्रकाशन-प्रबोधनकार्य शक्य झाले.

यातून उच्च पदवीचे पन्नासांहून अधिक प्रबंध आणि पदव्युत्तर संशोधनाच्या जवळपास दोनशे प्रबंधिका तयार झाल्या. अनेक नव्या अभ्यासकांना बळही मिळाले.

नामदेव-सिक्खमत

माझे नाथसंप्रदायविषयक आणि गुरू नानकदेव-सिक्खमतविषयक हिंदी लेखन सर्वदूर मान्यता पावले. त्यातून माझे सिक्खेतिहासाचे तीन बृहद् खंड, महाराष्ट्र आणि नाथपंथ यांचा दृढ अनुबंध स्पष्ट करणारा हिंदी प्रबंध, नंतर संत नामदेवविषयक प्रबंध, अनेक पुस्तकेही झाली. निवृत्तीनंतर गेल्या वीस वर्षांत गुरुकुलाच्या माध्यमातून दोनशेहून अधिक प्रकाशनेही झाली.

हे सारे सांस्कृतिक संचित माझ्या काही विद्यार्थ्यांना पुढे जाण्यासाठी उपयोगी ठरले. काहींना आपली पदोन्नती करून घेता आली. पदाबरोबर प्रसिद्धी-प्रतिष्ठा आणि समृद्धीही सहज आली.

माझा मूळ उद्देश सिक्ख आणि मराठी भाषकांच्या सौहार्दाचा होता. महाराष्ट्र आणि पंजाब यांच्या प्रतिकार शक्तिसामर्थ्यावर प्रकाश टाकण्याचा होता. नाथसंप्रदाय आणि इतर संप्रदाय यांच्यातील घट्ट दुवे स्पष्ट करण्याचा होता.

विद्यार्थ्यांचे अध्यासन-कार्य

माझ्या अनेक विद्यार्थ्यांनी संशोधन-कार्य केले. त्यातून त्यांना पदव्या प्राप्त झाल्या. काहींना चांगले स्थान लाभले. आपले संशोधन सुलभपणे सर्वसामान्यांसाठीही सादर करावे, त्यासाठी जुन्या-नव्या प्रभावी लोकमाध्यमांचा उपयोग करावा असे फार कमी विद्यार्थ्यांना जमले.

सौ. मंजुश्री गोखले यांच्या रूपाने मला एक अभ्यासू मानसकन्या मिळाली. तिची वृत्ती संशोधनात्मक लेखनातून पदवी-प्रतिष्ठा-प्राध्यापकी मिळविण्याची नव्हती. संशोधनातून सिद्ध झालेली वस्तुस्थिती समाजासमोर वाचनीय ललित वृत्तीतून प्रभावी पद्धतीने उलगडण्याची होती.

सौ. गोखले यांची भूमिका

संतांनी जगाला जगायचे कसे आणि कशासाठी हे शिकविले. श्री ज्ञानदेव-त्यांची भावंडे यांच्या अलौकिकत्वाबरोबरच इतर सर्व संतांची विठ्ठलभक्ती, अभंगरचना आणि धर्म-जातिनिरपेक्ष जीवनशैली यामुळेच सारा संत परिवार आजही लोकांच्या मनात जागा राखून आहे. या सर्व संतपरिवारात संत नामदेव त्यांच्या सव्यसाची व्यक्तित्वाने अत्यंत प्रभावशाली ठरतात- ही सौ. मंजुश्री गोखले यांची भूमिका आहे. ती कथा, कहाण्या, सांप्रदायिक धारणांपेक्षा शोधबुद्धीने केलेल्या अध्ययनावर आधारित आहे.

नामदेवांचं शतावधानी व्यक्तिमत्त्व, त्यांच्या प्रत्येक अवधानाला स्पर्श करीत कादंबरीत रेखाटायचं हे फार कठीण काम होतं. त्यातून नामदेवांना दीर्घायुष्य लाभलेलं. त्यात त्यांनी केलेली कामगिरी ही तोंडात बोटे घालायला लावणारी आहे - हे सौ. गोखले यांना पुरेपूर ठाऊक आहे.किंबहुना, तीच त्यांची ठाम भूमिका आहे.

संत नामदेवांची नाथसंबद्धता, ज्ञानदेवादींशी आलेला त्यांचा उत्कट संबंध, त्यांची जन्मभूमी, त्यांचे यादवकालीन विविध ज्ञातिसमाजातील संतांशी असलेले उत्कट अनुबंध, त्यांच्या देशयात्रा, पंजाबातील निवास, शिष्यसमाज अशा अनेक विषयांवर मी संशोधनपर लेखन प्रकाशित केलं; त्यामुळे ज्ञानदेव-नामदेवांनी केलेले कार्य सुस्पष्ट व्हायला मदत झाली. ती सारी सामग्री सौ. गोखले यांनी चिकित्सापूर्वक ध्यानी घेतली, याची पावती द्यायला मला आनंद वाटतो.

कादंबरीविशेष

कादंबरीचे यशस्वी लेखन करण्यासाठी काव्यशास्त्रात सांगण्यात आलेले सहा प्रमुख निकष असे आहेत : प्रभावी कथावस्तु, मुख्य पात्रांचे यथायोग्य चरित्र-चित्रण, चांगले संवाद, देशकालवातावरणाचे योग्य अंकन, या सर्वांसाठी वैशिष्ट्यपूर्ण शैली आणि लेखकाचा सुनिश्चित उद्देश.

हे सारे सौ. मंजुश्री गोखले यांना इथे साधलेले आहे. तेराव्या शतकाचा उत्तरार्ध आणि चौदाव्याचा पूर्वार्ध हा श्री ज्ञानदेव-नामदेव आणि त्यांच्या अठरापगड अनुयायांच्या कथाकीर्तने-भजन-अभंग गायनामुळे मराठी वाङ्मयाचा सुवर्णकाळ. त्यामुळे वस्तू, चरित्रे, वातावरण हे सारेच विलक्षण आहे. सौ. गोखले यांच्या आजवरच्या कादंबऱ्या प्राधान्याने संतविषयकच आहेत. त्यांना वाचकांचा आणि त्यामुळे प्रकाशकांचाही चांगला प्रतिसाद लाभला आहे.

यशस्वी संतकादंबरीकार

मान्यताप्राप्त मराठी कादंबरीकार साहित्यिक संतविषयक कादंबरीलेखन फारसे करू शकले नाहीत. श्री. रवीन्द्र भट, लीला गोळे असे काही अपवाद सांगता येतील.

सौ. मंजुश्री गोखले या मुळात बालसाहित्य लेखन करणाऱ्या; पण मराठीत उच्च पदवी घेऊन त्यांनी वाङ्मयेतिहासाचे बारकाईने अध्ययन केले. मग संत जनाबाई, संत चोखामेळा, संत सोपान, संत तुकाराम, संत निवृत्तीनाथ अशा अनेक संतांवर कादंबरी-लेखन केले. ते वाचकांना आवडले. म्हणूनच त्या कादंबऱ्यांच्या अनेक आवृत्त्या निघाल्या. अलीकडे असे भाग्य मराठी साहित्यिकांच्या वाट्याला क्वचितच येते.

चपखल उद्धरणे आणि संवादशैली

संतांविषयी लिहिताना त्यांच्या अभंगांचा उपयोग करावा लागतो. त्यातून आपले लेखन अधिक प्रभावी आणि प्रेरक होते. सौ. गोखले यांनी नामदेवगाथेचा भरपूर धांडोळा घेऊन अतिशय समर्पक असे अभंगचरण दाखले दिले आहेत...

सहज संवादांतून बोलीसारखी भाषा हे सौ. मंजुश्री गोखले यांच्या ललितलेखन शैलीचे ठळक वैशिष्ट्य आहे. त्यातूनच त्यांनी तेराव्या शतकातील एकूण देशकाल परिस्थिती समूर्त केलेली आहे. विशेष म्हणजे नामदेवांच्या जन्मापासून ते त्यांच्या समाधिस्थ होण्यापर्यंतचे नामदेवांचे संपूर्ण आयुष्य अतिशय सुंदर प्रसंगांच्या आधारे लेखिकेने या कादंबरीत रेखाटले आहे. नामदेवांच्या व्यक्तित्वाला उठाव येण्यासाठी काही काल्पनिक प्रसंगांचीही निर्मिती केली आहे; पण हे प्रसंगही यामध्ये चपखल

बसले आहेत. संत नामदेवांवर अशी, त्यांचे संपूर्ण व्यक्तिमत्त्व रेखाटणारी सौ. गोखले यांची 'भक्तिचंद्र' ही कादंबरी मराठी साहित्यविश्वात मानाचे स्थान मिळवेल एवढे नक्की!

संत नामदेवरायांचे मोठेपण

निवृत्ति-ज्ञानदेवांचे ज्येष्ठ समकालीन, श्री क्षेत्र पंढरपूरचे निवासी, श्रेष्ठ भजनगायक कीर्तनकार ज्ञानदेवादी भावंडांवर कर्मठ मंडळींनी वेळोवेळी जी कुरघोडी केली, त्या प्रसंगी त्यांची पाठराखण करणारे आणि सुजन विठ्ठलभक्त वारकरी भक्तभागवतांचे कुशल संघटन, संत जनाबाई, संत चोखामेळा परिवाराचे गुरू, श्री ज्ञानदेवादींचे चरित्रकार, समाधिप्रसंगांचे साक्षीदार, अशा अनेक अंगांनी संत नामदेवांचे महाराष्ट्रातील संतसाहित्यातील मोठेपण सांगता येते; पण त्यांचे खरे आगळेवेगळेपण हे त्यांच्या देशाटनात दिसते. वायव्य भारतात, पंजाब-काश्मीर-उत्तर प्रदेशात त्यांचा जो प्रभाव आजही टिकून आहे, तो महत्त्वाचा आहे.

सौ. गोखले यांनी त्यावर चांगले अधोरेखन केले आहे.

आजची निकड

स्वातंत्र्यानंतर घाईघाईने केलेल्या भाषावार प्रांतरचनेने आज देशात प्रादेशिक अहंभाव फुलून गेले आहेत. त्याला पुढाऱ्यांनी जातीयवादी स्वार्थी राजकारणाची भरपूर जोड दिलेली दिसते. संतांचीही जातिनिहाय वाटणी केली जाते.

या साऱ्या विपरीत वास्तवात संत नामदेवांचे आंतरभारतीचे कार्य देशापुढे ठेवणे नितांत निकडीचे होते. ते काम या कादंबरीने केले आहे.

– डॉ. अशोक कामत

माझी भूमिका

महाराष्ट्र ही संतांची भूमी आहे, हे त्रिकालाबाधित सत्य अगदी दहाव्या शतकापासून काळाच्या कसोटीवर प्रत्येक वेळा सिद्ध होत आहे ते आजतागायत. संतांनी जगाला कसं जगायचं हे शिकवलं आणि कशासाठी जगायचं हेही शिकवलं. ज्ञानेश्वर आणि त्यांची भावंडे यांच्या अलौकिकत्वाबरोबरच इतर सर्व संतांची विठ्ठलभक्ती, अभंगरचना आणि धर्म-जातिनिरपेक्ष जीवनशैली यामुळेच सगळा संत परिवार आजही लोकांच्या मनात जागा राखून आहे. या सगळ्या संत परिवारात संत नामदेव त्यांच्या सव्यसाची व्यक्तित्वाने अत्यंत प्रभावशाली ठरतात. संतांच्या जीवनावरील कादंबऱ्यांच्या मालिकेतून संत नामदेव यांच्या जीवनावर कादंबरी लिहिण्याची प्रेमळ सूचना डॉ. अशोक कामत सर यांनी हक्काने केली. मलाही नामदेवांचे जीवन कादंबरीतून रेखाटायचे होतेच. संत नामदेव हा विषय आपल्याला पेलवेल की नाही असेही थोडे भय वाटत होते; पण कामत सरांनी सूचना केली आणि त्यांच्या सूचनेतील विश्वासार्हतेमुळे मनातली आशंका थोडी कमी झाली. भय थोडे कमी झाले आणि 'नामदेव' हा अभ्यास सुरू केला; पण झाले असे की, जसजसा अभ्यास होत गेला, तसतसे भय कमी होण्याऐवजी वाढतच गेले. याचे कारण नामदेवांचे अनंत कंगोरे असलेले व्यक्तिमत्त्व. किमान यातल्या प्रत्येक कंगोऱ्याला आपल्याकडून स्पर्श तरी झाला पाहिजे. कादंबरी लिहिताना हे अवधान ठेवले पाहिजे याचं दडपण मनावर आलं. कॅलिडोस्कोपमध्ये जसं प्रत्येक वेळी नळी फिरवल्यावर वेगळी नक्षी दिसते, तसं नामदेव अभ्यासताना मला प्रत्येक वेळी नामदेवांचे वेगळेच रूप दिसत होते. प्रत्येक वेळी एक वेगळाच नामदेव भेटत होता आणि प्रत्येक भेटीतला हा नामदेव कादंबरीत उमटणं हेही गरजेचं होतं आणि याचंच दडपण मनावर होतं. शिवाय मला नुसता संत नामदेव

किंवा भक्त नामदेव शब्दांकित करायचा नव्हता, तर संपूर्ण नामदेव रेखाटायचा होता. हे काम शिव-धनुष्य पेलण्यासारखं होतं. आपल्याला ते पेलेल की नाही, अशी भीती मनात ठेवूनच मी त्या शिव-धनुष्याला हात घालायचं ठरवलं. अर्थात काही अडचण आली तर कामत सर पाठीशी आहेत हा विश्वास होताच! नामदेव लिहायला सुरुवात केली.

काही माणसं अशी असतात, ना की थेट आपल्या हृदयात वस्ती करून असतात. लता मंगेशकर, सचिन तेंडुलकर, अमिताभ बच्चन ही त्यातली काही नावं. यांच्याबद्दल बोलताना आपल्या मनात त्यांच्याबद्दल विभूतिभाव असूनही आपण आदरार्थी संबोधन सहसा वापरत नाही. ती लतादीदी, तो सचिन, तो अमिताभ बच्चन अशीच संबोधनं तीही आपण एकेरी वापरतो. यात त्यांच्या अपमानाचा हेतू नसतो, तर त्यांच्याबद्दल वाटणारा जिव्हाळा, आपुलकी आणि त्यांचं आपल्या हृदयात असणं हे याचं कारण असतं.

संतांच्या मांदियाळीतसुद्धा ज्ञानेश्वरांना माउली असं एकेरी संबोधन हे जसं त्यांच्याबद्दलचं प्रेम आणि जिव्हाळा, आपुलकी दाखवतं, तसंच नामदेवांबद्दलही बोलताना, लिहिताना ते नामदेव असं संबोधण्याऐवजी तो नामदेव हे संबोधन नामदेवांबद्दलचा जिव्हाळा, आपुलकी दर्शवतं. नामदेवांवर कादंबरी लिहिताना माझ्या मनात त्यांच्याबद्दलचा विभूतिभाव तर होताच; पण त्याचबरोबर नामदेवांबद्दल आत्यंतिक जिव्हाळा, आपुलकी होती. म्हणूनच कादंबरी लिहिताना हृदयस्थ नामदेवांसाठी मी एकेरी संबोधन वापरलं. त्यामुळं एक झालं की, इतर विठ्ठलभक्त वारकऱ्यांप्रमाणे नामदेवांवर माझाही प्रेमाचा, भक्तीचा, श्रद्धेचा हक्क प्रस्थापित झाला आणि कादंबरी लेखनाला एक भावनिक नात्याचं बळ मिळालं.

नामदेवांचं शतावधानी व्यक्तिमत्त्व, त्यांच्या प्रत्येक अवधानाला स्पर्श करत कादंबरीत रेखाटायचं हे फार कठीण होतं. नामदेवाला दीर्घायुष्य लाभलेलं आणि त्या दीर्घायुष्यात त्यानं केलेली कामगिरी, प्रत्येक कामगिरी ही तोंडात बोट घालायला लावणारी आहे. पंढरपुरात, विठ्ठल मंदिरासमोर राहणारा, एका सामान्य शिंप्याच्या कुळात जन्मलेला नामदेव विठ्ठलाच्या गळ्यातला ताईत बनतो. महाराष्ट्रभूला ललामभूत होईल असे अलौकिक कार्य करतो, माउलींच्या भाषेतला लडिवाळपणा अंगीकारून भाषावैभवानं नटलेली विपुल अभंगरचना करतो. पुंडलिकानं स्थापित केलेला भागवत धर्म माउलीनं पुनरुज्जीवित केल्यानंतर धर्म-जातिनिरपेक्ष असलेला हा धर्म हजारो विठ्ठलभक्तांपर्यंत घेऊन जातो. यवनी आक्रमणामुळं आणि जुलमी राज्यसत्तेमुळं हिंदू धर्माचं आणि हिंदू संस्कृतीचं अस्तित्वच धोक्यात आलेलं असताना मानवतेचा ध्वज आणि भक्तीची पताका घेऊन भारतभर भ्रमण करतो. वेळप्रसंगी यवनी सत्ताधीशांपासून लपून तर प्रसंगी तोंड देऊन भाबडी भक्ती आणि डोळस श्रद्धा लोकांना शिकवून हिंदू

धर्म आणि संस्कृतीचं संरक्षण करतो. बहुजनांना जेव्हा भाषा हा शब्दही माहीत नव्हता, तेव्हा महाराष्ट्रात मराठी, गुजरातमध्ये गुजराती, कर्नाटकात कानडी, उत्तर हिंदुस्थानात हिंदी तर पंजाबात खडी पंजाबी बोली इतक्या भाषांत अभंगरचना करतो, पंढरपूरपासून शेकडो मैल दूर असलेल्या पंजाबातील घुमानमध्येही ईश्वरभक्तांची मांदियाळी आणि त्याबरोबरच आपलं अमीट स्थान निर्माण करतो, इतर कोणत्याही संतानं त्याच्या आधी आणि त्याच्या नंतरही न केलेला सामाजिक प्रतीकांचा उल्लेख आपल्या अभंगात करून आपले अभंग ऐतिहासिक दस्तऐवज बनवतो, महाराष्ट्रभूच्या ललाटरेषेवर ज्यांची नावं सुवर्ण अक्षरांनी कोरलेली आहेत, त्या निवृत्तिनाथ, ज्ञानेश्वर, सोपान, मुक्ता या चारही भावंडांचं अलौकिकत्व आपल्या अभंगांतून अधोरेखित करतो आणि ज्ञानेश्वर झाले की नाही अशी शंका घेणाऱ्यांच्या तोंडात सणसणीत चपराक बसेल अशी या चारही भावंडांची जीवनकथा प्रत्यक्षदर्शी भूमिकेतून अभंगात शब्दबद्ध करतो. नामदेवांचे महाराष्ट्रावर हे असे अलोट उपकार आहेत.

तो विठ्ठलभक्त तर आहेच; पण आद्य कीर्तनकार, आद्य चरित्रकार, आद्य आख्यानकर्ता, कुशल संघटक, कुशल नेता अशा अनेक रूपांत नामदेव आपल्याला भेटतो. त्याचं हे एका व्यक्तित्वात अनेकत्व असणं, त्याचं हे असं सव्यसाची असणं शब्दबद्ध करणं हेच तर शिव-धनुष्य होतं; पण इथंही ते पेलण्यासाठी नामदेवच मदतीला आला. त्याच्या अभंगाच्या गाथेतूनच त्याच्या कार्यकुशलतेचे सगळे संदर्भ मिळाले. फक्त गाथा अभ्यासताना ती between the line वाचावी लागली; पण नामदेवाशी एकदा भावबंध जुळल्यामुळं हे सहज शक्य झालं आणि एकेक प्रकरणातून नामदेव शब्दबद्ध होत गेला. एकेका प्रसंगातून तो जुळलेला भावबंध उलगडत गेला. त्या त्या प्रसंगाला अनुरूप असे अभंग शोधताना गाथाही अनेकदा हाताळावी लागली आणि प्रत्येक वेळी तिच्यातला अर्थ अधिकाधिक उलगडत गेला, समजत गेला आणि पर्यायानं नामदेवही अधिकाधिक समजत-उमजत गेला.

ज्ञानेश्वर-नामदेव भावबंध तर जगातल्या इतर कुठल्याही भावबंधापेक्षा गोड आहेत, खरंतर संजीवन समाधी घेतलेले ज्ञानेश्वर अल्पायुषी; पण जो काही आठ-दहा वर्षांचा काळ दोघांनी एकत्र घालवला, तो म्हणजे महाराष्ट्रभूच्या आध्यात्मिक आणि सांस्कृतिक इतिहासातला सुवर्णकाळ ठरावा. चंद्रभागेच्या वाळवंटात उभ्या राहिलेल्या आध्यात्मिक लोकशाहीच्या साम्राज्याचा राणा विठ्ठल होता, प्रेरणा ज्ञानेश्वर होते; पण धुरा नामदेवांच्या खांद्यावर होती. या आध्यात्मिक लोकशाहीच्या आंदोलनाचं नेतृत्व नामदेवांकडे होतं आणि सगुण विठ्ठलभक्तीची पताका घेऊन नामदेवानं हे आंदोलन महाराष्ट्रभर आणि भारतभर नेलं. याची प्रेरणा ज्ञानेश्वर असले तरी

नामदेवांच्या कुशल नेतृत्वामुळं आणि संघटन कौशल्यामुळं समाजाच्या प्रत्येक स्तरातून संत निर्माण झाले. अभंगरचनाकार निर्माण झाले. विठ्ठलभक्त निर्माण झाले. महाराष्ट्रभू कृतार्थ झाली. संतांची मांदियाळी समृद्ध झाली आणि हे केवळ नामदेवांमुळे झालं. हे सगळं सगळं कादंबरीत येणं गरजेचं होतं; कारण नामदेव विठ्ठलभक्त होता, अभंग रचत होता आणि पंजाबमध्ये तो बरीच वर्षे राहिला होता. एवढीच नामदेवांबद्दल प्रचलित माहिती आहे. अगदी सामान्यजनांना आणि कमी-अधिक वारकऱ्यांनासुद्धा! म्हणूनच नामदेवांचं संपूर्ण कार्य कादंबरी स्वरूपात यावं, ज्यायोगे ते जनसामान्यांनाही माहीत होईल, असाही विचार होता; कारण नामदेव असा सर्वार्थानं महान होता, याचं प्रत्यंतर त्याच्या अभंग गाथेनं पदोपदी दिलं आणि 'भक्तिचंद्र' हे नाव धारण करून नामदेवांच्या जीवनावरची कादंबरी पूर्ण झाली.

ही कादंबरी लिहिताना गुरुकुल प्रतिष्ठानची डॉ. अशोक कामत सरांनी संपादित केलेली नामदेव गाथा, महाराष्ट्र शासनाची गाथा, श्री. लाड यांनी संपादित केलेली नामदेव गाथा, श्री. गोंदकर महाराज संपादित नामदेव गाथा या सर्व गाथांचा मला खूपच उपयोग झाला. वेळोवेळी कामत सरांना फोन करून, शंका विचारत राहिले आणि त्यांनीही प्रत्येक शंकेचं तन्मयतेनं निरसन केलं. माझी ज्येष्ठ मैत्रीण कमलताई हर्डीकर हिला तर बहुधा रोज मी फोन करून त्रास दिला. या सर्वांमुळं 'भक्तिचंद्र' या कादंबरीला पूर्णत्व आलं. या सर्वांचे आभार मानून मी यांना परकं करू इच्छित नाही; पण तरीही या सर्वांचे अनंत उपकार आहेत, हे मान्य करणं माझं कर्तव्यच आहे. नामदेवांचं चरित्र कादंबरीस्वरूपात साकारण्याचं शिव-धनुष्य मी उचललं, माझ्या कुवतीनुसार ते पेलायचा प्रयत्न केला. आता त्यात मी कितपत यशस्वी झाले, याचा निर्णय वाचकांनी करायचा आहे. अत्यंत देखण्या स्वरूपात ही कादंबरी मेहता प्रकाशनातर्फे प्रकाशित होते आहे. राजश्री देशमुख व त्यांच्या सर्व टीमला धन्यवाद! या कादंबरीचं समर्पक मुखपृष्ठ चितारणारे चंद्रमोहन कुलकर्णी यांचेही मी आभार मानते. माझ्या प्रत्येक कादंबरीचं प्रेमानं स्वागत करणारे माझे वाचक 'भक्तिचंद्र'चंही प्रेमानं स्वागत करतील, असा विश्वास व्यक्त करते.

धन्यवाद !

मंजुश्री गोखले

१

संध्याकाळ होत आली होती. सूर्य मावळतीकडे झुकला होता. गावातले रस्ते हळूहळू रिकामे व्हायला लागले होते. गाई-गुरं घेऊन घराकडे परतणाऱ्यांची घराकडं परतण्याची लगबग चालली होती. त्यांच्या लगबगीनं ती मुकी जनावरंही भराभरा चालत होती. चालताना त्यांच्या गळ्यातल्या घंटा किणकिण करत होत्या. जणू सगळ्यांना सांगत होत्या- चला, दिस मावळला. घराघरांतून कंदील लावले जात होते. ठावकी, सुंद्र्या[१] यांच्या वातींची काजळी काढून त्या पेटवल्या जात होत्या, तर कुठे कंदिलाची काचपुसणी चालली होती. पक्षी मुकाट्यानं वळचणीला येऊन बसले होते. पोराटोरांनी आयांच्या मागं "भुका लागल्याती"चा धोसरा लावला होता, तर त्यांच्या आया "दम जरा, आत्ता वैल[२] घातलाय. घटकाभरात भाकर थापते. बाबा धार काढायला लागलेत. मग दुधासंगं भाकर खा!" म्हणून पोरांची समजूत घालत होत्या. अंगणातून, गोठ्यातून धारा काढल्या जात होत्या. कासंडीत पडणाऱ्या दुधाचा 'चर्रर्र, सर्रर्र' असा आवाज पोरांच्या पोटातल्या भुका वाढवत होता, तर आंबोणाच्या पाटीत तोंड घालून खाणाऱ्या गायी-म्हशींचा फुर्रर्र असा आवाज आणि त्या आवाजाला साथ देणारा त्यांच्या गळ्यातील घंटांचा किणकिण असा नाद मावळलेल्या सूर्यासाठी जणू निरोपाचं गाणं गात होता. मावळणाऱ्या सूर्याने हे सगळं दृश्य एकदा डोळे भरून बघितलं आणि अंधाराला 'येतो' म्हणून सांगून तो लुप्त झाला. सगळीकडे संध्याकाळचं म्हटलं तर आनंदी, म्हटलं तर सर्वसामान्य वाटणारं असं वातावरण होतं; पण माजघराच्या दारात बसलेली गोणाई मात्र अस्वस्थ होती. राहून राहून तिची नजर एकदा दाराकडे तर एकदा माजघरात वळत होती. दारातून अजून कोणीच येत नव्हतं, माजघरात मात्र वाकळावर नामदेव निपचित पडला होता. त्यानं अंगावरसुद्धा वाकळ घेतली होती, तरीही थंडीनं त्याचं अंग काकडत होतं.

---

१. ठावकी, सुंद्री : दिव्याचा एक प्रकार

२. वैल : चुलीतला निखारा

तो जास्तच काकडायला लागलेला बघून गोणाई दारातून उठून पुन्हा आत आली आणि तिनं आणखी एक वाकळ नामदेवाच्या अंगावर घातली. नामदेव निपचित पडला होता. त्याचे डोळे मिटले होते. गोणाईने अतीव मायेनं त्याच्या कपाळावर हात ठेवला. हाताला चटका बसला. नामदेवाला फणफणून ताप भरला होता. त्याचं सगळं अंग भाजत होतं. गेले चार-पाच दिवस झाले, त्याला ताप होता. गोणाईनं दुर्वा आणि तुळशीचा काढा करून त्याला पाजला होता. कपाळावर सुंठ उगाळून घातली होती. कांदा ठेचून पोटावर ठेवला होता. तिला माहीत असलेले सगळे उपाय करून झाले होते; पण नामदेवाचा ताप काही केल्या हटत नव्हता. तीन-चार वर्षांचं ते पोर चार दिवसांत अगदी सुकून गेलं होतं. पहिल्या दिवशी अंगात ताप असतानाही नामदेव काहीबाही खेळत तरी होता; पण दुसऱ्या दिवसापासून तो अगदी निपचित पडला होता. गेल्या चार दिवसांत ना त्यानं काही खाल्लं होतं, ना प्यायलं होतं. दूध घे, ताक घे, आंबिल घे, भाताची थोडी पेज तरी घे, अशा विनवण्या गोणाईनं करून पाहिल्या; पण छे! नामदेव काही घ्यायला तयारच नव्हता. तोंडाला चव नसेल म्हणून गोणाईनं दूध-साखर-भाकरी कुस्करून आणली. त्याला बळेबळे भरवली; पण दोन घास कसेबसे खाल्ल्यावर नामदेवाला उलटी झाली. मग मात्र गोणाईनंही त्याला काही खाण्याचा आग्रह केला नाही आणि दामाशेटींनी तो करूही दिला नाही; पण चार दिवस झाले लेकराच्या पोटात अन्नाचा एक कण नाही, यामुळे गोणाई अस्वस्थ होती. नामदेव तिचा अतिशय लाडका होता. स्वभावानं हूड, धाडसी असलेला नामदेव गोणाईच्या लाडानं बिघडला आहे, हट्टी झालाय असं दामाशेटी म्हणायचे; पण गोणाई तिकडे लक्षच द्यायची नाही. आऊबाईच्या पाठीवर जन्मलेला नामदेव. गोणाईचं एकच एक लेकरू. त्यातच तो जन्मला तेव्हा थोडासा अशक्तच होता, म्हणूनच गोणाईनं त्याला तळहाताच्या फोडाप्रमाणे जपला. त्यामुळेही असेल कदाचित; पण नामदेव हट्टी झालाय तो गोणाईच्या लाडामुळे हे दामाशेटींचं म्हणणं काही अंशी खरं होतं; पण हट्टी असला तरी नामदेव प्रेमळ होता. तो घरात वावरत असला की, घर कसं नांदतं वाटायचं. जिवंत वाटायचं. त्याची सतत काही ना काही भुणभुण चालू असायची. कधी गोणाईच्या मागे तर कधी आऊबाईच्या मागे. दामाशेटींच्या वाट्याला तो फारसा जायचा नाही आणि तशी त्याची भुणभुण ऐकायला दामाशेटींना तरी कुठे सवड असायची? ते सतत आपल्या कामात व्यग्र असायचे. त्यातच लगीनसराई असली की, एकदा सकाळी न्याहरी करून दामाशेटी कपडे शिवायला बसले की, ते एकदम दुपारीच उठायचे. मग त्यांना जेवणाची वेळ झालीय याचंही भान नसायचं. मग गोणाईच्या आत-बाहेर, आत-बाहेर खेपा व्हायच्या. तिच्या अशा स्वयंपाकघरातून सोप्यात आणि सोप्यातून स्वयंपाकघरात अशा पंधरा-वीस खेपा झाल्या की, मग दामाशेटींच्या ते लक्षात यायचं. मग "झालं, आलोच;

हातातला एवढा कपडा पूर्ण करून येतो. तुम्ही ताट लावा!'' असं ते म्हणायचे आणि त्यानंतरसुद्धा तासभर जायचा. मग कंटाळून वाट बघून गोणाई माजघरात अंग टाकायची आणि मग कधीतरी दामाशेटींना भान यायचं. गोणाई आपल्याला जेवणासाठी हाका मारून कंटाळली असणार हे त्यांच्या लक्षात यायचं. मग ते उठायचे आणि गोणाईला हाका मारत सुटायचे; पण नंतरसुद्धा ताटात वाढलेलं कसंबसं भराभरा संपवायचे आणि पुन्हा शिवणकाम सुरू. सुई-धाग्यानं बारीक टाका घालण्यात दामाशेटी प्रसिद्ध होते. बारीक टाक्यांमुळे त्यांची शिलाईही पक्की व्हायची आणि सुबक दिसायची; त्यामुळे दामाशेटींकडे कपडे शिवायला देणाऱ्यांची गर्दी असायची. अशातच लग्नसराई आली की, अक्षरशः दामाशेटींना जेवायला सवड नसायची. अशा वेळी तर नामदेव दामाशेटींच्या वाऱ्यालाही उभा राहायचा नाही; पण दामाशेटी शिवणकामात व्यग्र झाले की, मात्र नामदेव सारखा इकडून तिकडे पळापळ करत राहायचा. त्याच्या या पळापळीनं घर मात्र जागतं राहायचं. चैतन्यानं, उत्साहानं भरलेलं राहायचं. आज तोच नामदेव निस्त्राण होऊन निजला होता. गेले चार दिवस तो निदान डोळे तरी उघडायचा, या कुशीवरून त्या कुशीवर व्हायचा. कधीमधी उठून बसायचा; पण आज सकाळपासून त्यानं डोळेही उघडले नव्हते. म्हणून गोणाईचा जीव उडून गेला होता. त्यातच वैदूकडे जाऊन येतो म्हणून दामाशेटी औषध आणायला गेले, त्याला तासभर तरी उलटून गेला होता. अजून त्यांचा पत्ता नव्हता. न राहवून गोणाईनं भागाबाईला हाक मारली. भागाबाई झुणक्याची तयारी करत होती. ही भागाबाई म्हणजे दामाशेटींच्या लांबच्या नात्यातली बहीण होती. बालविधवा असलेली भागाबाई दामाशेटींच्या घरी आली आणि त्यांच्याच आश्रयाला राहिली. ही भागाबाई तशी बरी होती. प्रेमळ होती. गोणाईला घरच्या कामकाजात तिची मदतच होत असे; पण भागाबाई तोंडाळ होती. सतत काही ना काही खुसपट काढण्याचा तिचा स्वभाव होता; पण दामाशेटींचं तिच्या बाबतीतलं धोरण मात्र कडक होतं, हे भागाबाई जाणून होती; त्यामुळे ती दामाशेटींना वचकून असे. आताही गोणाईनं हाक मारल्यावर पिठाचा हात धुऊन ती बाहेर आली. तिच्या चेहऱ्यावर 'काय' असे प्रश्नचिन्ह होते. ते बघून गोणाई म्हणाली, ''भागाबाई, तुम्ही जरा कोपऱ्यापतुर जाऊन बघून येतासा काय? नाम्याचे वडील वैदूकडनं मात्रा आणतो म्हणून गेलेत, अजून आले न्हाईत. जरा वाईच बघून तरी या!'' गोणाईच्या विनवणीच्या स्वरानं काम केलं. डोईवरचा पदर सावरत भागाबाई दाराकडे निघाली. तरी जाता जाता पुटपुटलीच, ''लेकराला एवढं बरं न्हाई तर येळेवर दवा घेऊन यायला काय हुतंय म्हणते मी?'' ते पुटपुटणं ऐकून गोणाईनं काहीच उत्तर दिलं नाही. भागाबाई सोप्याच्या पायऱ्या उतरून पडवीत आली. तिनं पडवीचा दरवाजा उघडला, तोच समोरून दामाशेटी येताना दिसले. ''हा आला बघ दादा!'' असं

म्हणत भागाबाई माघारी वळली. दामाशेटी गडबडीनं आत आले. सोप्यावर उभं राहून माजघराकडे वळून म्हणाले. "रामभट नव्हते घरात. लेकीकडे गेलेत. आज दिवेलागणीपर्यंत येणार असं कळलं, म्हणून वाट बघत तिथंच थांबलो होतो म्हणून उशीर झाला; पण एवढी वाट बघूनसुद्धा रामभट आलेच नाहीत. काय म्हणतोय पोराचा ताप?" दामाशेटींनी उशीर होण्याचं कारण सांगून नामदेवाच्या तापाची चौकशी केली. त्यांचं बोलणं ऐकून गोणाईनं डोळ्याला पदर लावला. नाक पुसत म्हणाली, "पोराला लयी म्हणजे लयीच ताप हाय! निसतं फणफणतंय तापानं. चार दिस झाले, त्यानं काही खाल्ल्यालं न्हाई. पोटात अन्नाचा कण न्हाई की पाण्याचा थेंब न्हाई. त्यानं आज सकाळधरनं डोळा बी उघडलेला न्हाई. रामभटानं मात्रा दिली तर कायतरी फरक पडंल म्हटलं तर रामभटबी न्हाई. विठ्ठला, आता मी काय करू? माझ्या लेकराला बरं वाटू दे. तुला शेला पांघरायला दीन. माझ्या लेकराचा ताप एवढा बरा कर." गोणाईच्या आवाजात जसा विठ्ठलाचा धावा होता, तशीच त्याची विनवणीही! आणि त्याला साकडं होतं तसंच शेला देण्याचं वचनही! दामाशेटींना तिचा रडवेला आवाज ऐकवेना. काही न बोलता ते उठले. परसदारी गेले. डोणी[३]वर जाऊन त्यांनी हात-पाय धुतले. सोग्यानं तोंड पुसतच ते माजघरातून देवघरात गेले. छोट्या दगडी चौथऱ्यावर विठ्ठलाची काळी मूर्ती कमरेवर हात ठेवून उभी होती. उजव्या कोपऱ्यात एक समई मंदपणे तेवत होती. समईच्या ज्योतीचा मंद प्रकाश विठ्ठलाच्या चेहऱ्यावर पडला होता. त्या सोनेरी मंद प्रकाशानं विठ्ठलमूर्तीचा चेहरा उजळला होता. मध्येच वाऱ्याची बारीकशी झुळूक कौलाच्या फटीतून आत शिरत होती. त्या झुळकेचा स्पर्श होताच समईची ज्योत थरथरत होती. ज्योत थरथरली की, प्रकाशकिरण हलत होते आणि विठ्ठलाच्या चेहऱ्यावर छाया-प्रकाशाचा खेळ सुरू होता. किरणे हलली की, विठ्ठलाच्या चेहऱ्यावर भाव उमटल्यासारखे दिसत होते. दामाशेटी क्षणभर विठ्ठलाच्या चेहऱ्यावरचा तो छाया-प्रकाशाचा खेळ बघत उभे राहिले. 'अशाच त्याच्या खेळामुळे दिवस-रात्र होत असतील, सूर्य-चंद्र उगवत-मावळत असतील.' दामाशेटींच्या मनात आलं. विठ्ठलमूर्तीच्या डाव्या हाताला एका दगडी ठावक्यात[४] बुक्का ठेवलेला होता. दामाशेटी पुढे झाले, त्यांनी वाकून त्यातला बुक्का घेतला, तो मूर्तीच्या पायांवर ठेवला. ती काळी भुकटी मूर्तीच्या पावलांवर क्षणभर स्थिर झाली आणि नंतर खाली ओघळली. दामाशेटींनी पावलांवरून खाली ओघळलेली ती भुकटी चिमटीनं गोळा केली. डाव्या हाताच्या तळव्यात भरली. तो हात तसाच धरून त्यांनी मूर्तीच्या पावलांवर डोकं टेकवलं. "आता

---

३. डोणी : दगडी गोल

४. ठावक्यात : दगडी किंवा लाकडी गोल

तुझाच आधार आहे विठुराया!'' असं त्याला विनवत ते देवघरातून बाहेर आले, माजघरात वाकळ पांघरून निजलेल्या नामदेवाजवळ गेले. त्यांना तसं आलेलं बघून गोणाई पुढे झाली. एका हातात ती तळवाभर काळी भुकटी, तो बुक्का तसाच धरून दामाशेटींनी दुसऱ्या हातानं नामदेवाच्या अंगावरची वाकळ काढली. दुसरीही वाकळ काढली. नामदेव तापाच्या ग्लानीत होता, तरीही वाकळ काढल्यावर तो कुडकुडायला लागला. "अवं! ते कशाला काढताय? त्याला थंडी वाजतीया!'' असं म्हणत गोणाई पुन्हा वाकळ त्याच्या अंगावर घालायला लागली. तोच तिला हातानं थांबवत दामाशेटी म्हणाले, "नामदेवाच्या आई, जरा थांबा! रामभटाची दवा काय मिळाली नाही. हा विठ्ठलाचा बुक्का लावतो त्याला. आता तोच त्याचा आणि आपला पाठीराखा!'' असं म्हणत दामाशेटींनी डाव्या तळहातावरून उजव्या हाताच्या चिमटीनं बुक्का उचलला. नामदेवाच्या कपाळावर लावला आणि म्हणाले, "विठुराया, लेकराला वाचव. त्याला बरं कर! तुझं नाव या बुक्क्यासारखं आयुष्यभर कपाळावर मिरवेल तो!'' नंतर त्यांनी पुन्हा उजव्या हाताच्या चिमटीतला बुक्का नामदेवाच्या दोन्ही तळहातांवर चोळला आणि म्हणाले, "पांडुरंगा, लेकराला बरं कर. आयुष्यभर तुझ्या नावाची अक्षरं कागदावर लिहील तो!'' आता त्यांनी तो बुक्का नामदेवाच्या गळ्यावर चोळला आणि म्हणाले, "विठ्ठला, लेकराला आराम पडू दे. आयुष्यभर तुझे, तुझ्या नावाचे गोडवे गाईल तो!'' त्यानंतर दामाशेटींनी तो बुक्का नामदेवाच्या तळपायांना चोळला आणि म्हणाले, "विठुमाउली, हे लेकरू तुझंच आहे. त्याला बरं वाटू दे रे. आयुष्यभर तुझ्या नावाचा डंका जगभर सांगत फिरेल तो! त्यासाठी तरी त्याला बरं कर!'' त्यानंतर त्यांनी उरलेला सगळा बुक्का नामदेवाच्या सर्वांगाला चोळला. गहूवर्णाचा नामदेव काळा दिसायला लागला. "आता माझ्या लेकराला नजरदेखील लागायची न्हाई कुणाची!'' गोणाईच्या मनात आलं. हातातला बुक्का नामदेवाच्या सर्वांगाला चोळून झाल्यावर दामाशेटींनी बुक्क्यानं माखलेले आपले तळहात नामदेवाच्या डोळ्यांवर ठेवले आणि म्हणाले, "विठुराया, हे लेकरू तुझंच आहे. त्याला बरं कर. त्याला आराम पडू दे. आयुष्यभर तुझ्या रूपाशिवाय दुसरं काही बघावं असं त्याला वाटणार नाही. तुझीच सावळी मूर्ती त्याच्या डोळ्यांत राहील.'' दामाशेटींचं बोलणं गोणाई लक्ष देऊन ऐकत होती. तिनंही हात जोडले आणि म्हणाली, "पांडुरंगा, लेकरू तुझ्या ओटीत घातलंया. आता त्याला तारलंस तरी तूच आणि मारलंस तरी तूच!'' गोणाईने एवढं सांगून डोळे मिटले. तिच्या मिटल्या डोळ्यांतून मात्र घळाघळा आसवं वाहत होती. तापानं फणफणलेला नामदेव शुद्धी-बेशुद्धीच्या सीमारेषेवर होता. दामाशेटीनं उच्चारलेला शब्द न् शब्द त्याच्या जागृत मनानं अलगद टिपला. त्या शब्दांचे उच्चार अंतर्मनातून जणू त्याच्या हृदयात उतरले. हृदयातून वाहणाऱ्या शुद्ध रक्तातून ते सगळ्या शरीरभर पसरले.

त्या उच्चारांचे ध्वनी, कंपनातून शरीराच्या रंध्रारंध्रांत भरून गेले आणि रंध्रात भरलेल्या त्या स्पंदनातून ते उच्चार पुन्हा अंतर्मनात पोहोचले. मात्र, इतका सगळा प्रवास करून आल्यामुळे त्या ध्वनीकंपनांमध्ये थोडासा बदल झाला आणि तो ध्वनी धमन्यांवर धडकून जेव्हा अंतर्मनात परत फिरला, तेव्हा तो उच्चार 'विठ्ठल-विठ्ठल' असा झाला आणि तोच विठ्ठल-विठ्ठल नाद नामदेवाच्या अंतर्मनात घुमत राहिला. तो जरी अर्धभानावस्थेत असला तरी! त्या नादाचा प्रतिध्वनी मात्र त्याच्या हृदयाच्या गाभाऱ्यात भरून राहिला. गोणाईचे डोळे तर वाहत होतेच; पण आपल्या डोळ्यांत भरलेलं पाणी दिसू नये म्हणून दामाशेटीही तिथून उठले. नामदेवाच्या अंगावर पुन्हा वाकळ घालून ते माजघरातून बाहेर पडले. गोणाई मात्र नंतर कितीतरी वेळ नामदेवाला थोपटत राहिली होती.

तो दिवस तसाच गेला. तिन्हीसांजेला गोणाईनं देवापुढे सांजवात लावली. त्या समईच्या प्रकाशात त्या सावळ्या विठ्ठलमूर्तीचा चेहरा सुवर्णकणांनी उजळला. गोणाईनं त्याच्या चेहऱ्याकडे नजर टाकली. त्या मूर्तीच्या चेहऱ्यावर प्रसन्न हास्य होतं. त्या हास्याचा गोणाईला अर्थ लागेना. "विठुराया, का बाबा असा हसतोयस?" तिनं त्या सावळ्या मूर्तीला प्रश्न केला. त्या मूर्तीनं त्याचं काहीच उत्तर दिलं नाही; पण गोणाईला मात्र त्या प्रश्नाचं उत्तर लगेचच मिळालं. तिनं हात जोडून डोळे मिटले होते. तिच्या कानावर हाक आली, "आऽऽई!" तिनं क्षणभर डोळे उघडले. तिला वाटलं, विठ्ठलानंच हाक मारली. पण छे! ती दगडी मूर्ती कशी हाक मारेल? मग कुणी हाक मारली? ती विचारच करत होती. तेवढ्यात पुन्हा हाक ऐकू आली "आऽऽऽई! मला भूक लागलीया! खायला दे गं!" पुन्हा हाक ऐकायला आली आणि गोणाईचे डोळे चमकले. "नामदेव? व्हय, व्हय! हा नामदेवाचाच आवाज! माझं लेकरूच हाका मारतंय मला!" गडबडीनं विठ्ठलाला पुन्हा नमस्कार करून गोणाई लगबगीनं उठली. देवघराबाहेर जाण्यासाठी वळली. समोर देवघराच्या दारात नामदेव उभा होता. नामदेव! होय नामदेवच! देवघराच्या चौकटीचा आधार घेऊन नामदेव उभा होता. तापानं पोराची पार दशा केली होती. अगदी पिळवटून टाकलं होतं त्याला. ढगळ सदरा घालून, लंगोटी लावून देवघराच्या दरवाजाच्या चौकटीचा आधार घेऊन उभा असलेला नामदेव अगदी केविलवाणा दिसत होता. त्याला तसा उभा राहिलेला बघून गोणाई दाराकडे धावली. नामदेवाला पोटाशी धरलं. डोळ्यांतून वाहणारं पाणी न पुसता भरल्या गळ्यानं ती म्हणाली, "माझं पाडस ते! पोरा, तू उठलास? तुला बरं वाटतंय का? माझं लेकरू ते!" तिच्या कमरेला मिठी मारत नामदेव म्हणाला, "आई, मला भूक लागलीया गं! मला कायतरी खायला दे!" नामदेवाच्या तोंडून उमटलेले ते शब्द ऐकून गोणाईचा जीव सुपाएवढा झाला. चार दिवस, गेले चार दिवस त्याच्या तोंडून 'आई' ही हाक ऐकण्यासाठी तिचा जीव

आसुसला होता. कानात प्राण गोळा झाले होते. गोणाईनं नामदेवाला उचलून घेतलं. त्याला स्वयंपाकघरात घेऊन गेली. स्वयंपाकघरात भागाबाई भाकरी थापत होती. गोणाईनं नामदेवाला पाटावर बसवलं आणि म्हणाली, "दूध-भाकरी खातोस का बाळा? गूळपण घालते, म्हंजी वाईच चव यील तोंडाला!" नामदेवानं मान डोलवली. गोणाईनं बुट्टीतली गरम गरम भाकरी घेतली. एका वाडग्यात दूध घेतलं. त्यात ती भाकरी कुस्करली. त्यात थोडा गूळ घातला. नामदेव म्हणाला, "आई, तू चार." डोळ्यांतलं पाणी टिपत गोणाई पुढे झाली आणि तिनं नामदेवाला घास भरवायला सुरुवात केली. चार दिवसांचं उपाशी पोर ते! दूध-गूळ-भाकरीची चव जिभेला बरी वाटली आणि गोणाई भरवत होती ते घास त्यानं मटामटा खायला सुरुवात केली. गोणाईचा जीव भरून आला. अर्धी भाकरी खाऊन झाली. नामदेव पुरे म्हणाला. 'निदान चार घास तरी खाल्लेन लेकरानं,' असं म्हणत गोणाईनं स्वतःच्या मनाचं समाधान केलं. नामदेवाचं तोंड आपल्या पदरानं पुसलं आणि म्हणाली, "बरं वाटतंय ना बाळाला? आता जरा येळ पडूनच ऱ्हा बरं का! उगीच हुंदडू नगं लगेच इकडं-तिकडं!" तिच्या सांगण्यावर मान डोलवत नामदेव उठला. माजघरात जाऊन आपल्या अंथरुणावर बसला. आता त्याला बरं वाटत होतं. ताप पूर्ण उतरला होता; पण नामदेवाला अजून घेरी आल्यासारखं होत होतं. तो अंथरुणावर बसून राहिला. त्याचं लक्ष आपल्या हातापायांकडे गेलं. हातापायाला सगळीकडे बुक्का लागला होता. बुक्क्यातल्या कापराचा गंद गंध सगळ्या माजघरात पसरला होता. काळ्या झालेल्या हातापायांकडे लक्ष जाताच नामदेवाला अंधूकसं काहीसं आठवलं आणि बाकी काही नाहीतरी त्याला आठवला त्याच्या अंतर्मनात चाललेला विठ्ठलाचा नामघोष! आबांनी त्याच्या सर्वांगाला बुक्का लावताना विठ्ठलाला घातलेलं साकडं. त्यानं त्यातला शब्द न् शब्द ऐकला होता आणि त्यानंतरच त्याच्या मनात 'विठ्ठल विठ्ठल' असा नामघोष घुमायला लागला होता. त्या नामघोषानं जसं हृदय भरलं, तसा तो नामघोष अनवधानानं त्याच्या मुखातून उमटायला लागला होता. त्या नामघोषाचा उच्चार त्याच्या श्वासा-उच्छ्वासागणिक व्हायला लागला होता आणि तो नामघोष उच्चारत असतानाच त्याला झोपही लागली होती; अगदी गाढ! त्या गाढ झोपेत कुणीतरी वात्सल्यानं भरलेला हात आपल्या अंगावरून फिरवतंय, असा भास त्याला होत होता. कदाचित आईच असेल. त्याच्या जागृत मनानं ग्वाही दिली होती; पण तो वात्सल्यमयी हात अंगावरून फिरत असताना आपल्या अंगातली वेदना कुणीतरी अंगाबाहेर टाकतंय, कमी करतंय, एवढंच नव्हे तर त्या हाताच्या स्पर्शात एवढी शीतलता होती की, आपल्या शरीराचा दाह हळूहळू कमी होतोय असंही त्याला जाणवत होतं. कालांतराने त्याच्या अंगातल्या वेदनाही कमी झाल्या आणि शरीराचा दाहही! आणि जाग येऊन नामदेव उठून बसला. त्यानं आसपास

पाहिलं; पण तिथे कुणीच नव्हतं.'आई' अशी हाक मारत तो माजघराच्या बाहेर आला आणि देवघरातून घंटेचा आवाज ऐकून तिथं गेला. तिथं आईला बघून त्यानं तिला हाक मारली. आई विठ्ठलाच्या मूर्तीसमोर हात जोडून बसली होती. नामदेवाचं लक्ष विठ्ठलमूर्तीकडे गेलं. आपले दोन्ही हात कमरेवर ठेवून ती मूर्ती उभी होती. मूर्तीच्या कमरेवर ठेवलेल्या हाताकडे नामदेवाचं लक्ष गेलं. त्या हातात तोडे होते. आपण हे तोडे घातलेले हात अगदी जवळून पाहिलेत, असं त्याला वाटून गेलं; पण कुठे ते त्याला आठवेना. तसंच त्याला जास्त वेळ तिथे उभंही राहवेना. न राहवून त्यानं आईला हाक मारली. आता दूध-भाकरी पोटात गेल्यावर तो परत अंथरुणावर येऊन बसला आणि आपल्या हातापायाला लागलेला बुक्का बघून त्याला हे सगळं आठवलं आणि अचानक त्याला आठवला, तो आपल्याला झालेला भास. हो भासच! कारण आपल्या अंगावरून प्रेमानं फिरणाऱ्या त्या हातातही असलेच तोडे होते. 'आपली आई तर तोडे घालत नाही. मग ते हात...?' आपल्याला झालेला तो भास होता हे जाणूनही नामदेव नखशिखान्त शहारला. आपसूकच त्यानं आपला हात आपल्याच हातावरून फिरवला. हातावर हात फिरवला गेल्यामुळे बुक्क्याचा मंद गंध पुन्हा त्याच्याभोवती दरवळला. बसवेना तसा नामदेव अंथरुणावर आडवा झाला; पण आबांनी विठ्ठलाला घातलेलं साकडं, आपल्या अंगावर सगळीकडे लावलेला बुक्का, त्याचा दरवळणारा गंध, त्या अर्धबेहोशीत आपल्या अंगावरून फिरणाऱ्या हाताचा तो प्रेमळ स्पर्श, त्यानंतर अंगाची होणारी लाही थांबणं, हातात असलेले तोडे आणि मनात घुमणारा विठ्ठलाचा नामघोष. तीन-चार वर्षांचा नामदेव या सगळ्याची सुसंगती लावू पाहत होता; पण ती लागत नव्हती. त्याच्या बालबुद्धीला हे कोडं उलगडत नव्हतं. या विचारांच्या आवर्तातच नामदेवाला झोप आली आणि तो गाढ निजला. इतका गाढ की, गोणाई येऊन त्याच्या कपाळावरून मायेनं हात फिरवून गेली, हेही त्याला कळलं नाही. गोणाईनं त्याच्या कपाळावरून हात फिरवला. नामदेवाचा ताप पूर्ण उतरला होता. तिनं तिथे बसूनच देवघराकडे बघत विठ्ठलाला हात जोडले. नामदेवाचा ताप उतरल्याबद्दल त्याला धन्यवाद द्यायला ती विसरली नाही. त्याची आपल्यावर असलेली कृपादृष्टी अशीच राहू दे, असं मागणं त्याच्याकडे तिनं पुनःपुन्हा मागितलं. नामदेवाच्या अंगावर हलक्या हातानं वाकळ घालून ती तिथून उठली.

त्या दिवशी दूध-भाकरी खाऊन नामदेव जो निजला तो इतका गाढ की, त्याला दुसऱ्या दिवशी सकाळीच जाग आली. जाग आली, तेव्हा मात्र नामदेव अगदी पूर्ण बरा झाला होता. अगदी उत्साही, आनंदी. त्याच्या उठून बसण्याची चाहूल ऐकून गोणाई धावतच आत आली. ती जणू नामदेव जागा होण्याचीच वाट बघत होती. "कसं वाटतंय माझ्या लेकराला आता?" तिनं नामदेवाच्या गालावरून हात फिरवत

विचारलं. “आई, मला आता चांगलं बरं वाटतंय! आता माझा ताप गेलाय.” असं म्हणत आपल्या गालावरून फिरणारा आईचा हात हातात घेऊन नामदेवानं पुन्हा विचारलं, “आई, तू काल हातात तोडे घातले होतेस काय?” नामदेवाच्या या प्रश्नाचं गोणाईला नवल वाटलं. “तोडे? न्हाई रं बाळा! मी कशाला आत्ता हातात तोडे घालू? आता काय सणवार न्हाई, काई न्हाई!” तिनं उत्तर दिलं. काही क्षण नामदेव गप्प बसला. मग थोडं स्वतःशी, थोडं मनातल्या मनात बोलल्यासारखं म्हणाला, “मग काल ते तोडे घातलेले हात कुणाचे होते, जे माझ्या अंगावरून मायेनं फिरत होते?” नामदेव काय म्हणाला ते गोणाईनं नीटसं ऐकलं नाही. तिला फक्त त्यातला 'तोडे घातलेले' हा शब्द नीट ऐकू आला. तिनं नामदेवाचा गालगुच्चा घेतला आणि म्हणाली, “अरं पोरा, तुला एवढं आवडत असलं तर मी घालीन हातात तोडे! मग तर झालं? चल आता ऊठ, तोंड धुऊन घे! तुला गरम गरम दूध देते, म्हणजे अजून जरा बरं वाटेल. मग जरा ऊन चढलं की, आंघूळ करून घे! न्हाईतर मीच घालते कढत कढत पाण्यानं! म्हंजी बरं वाटंल तुला! चल ऊठ!” असं त्याला सांगत गोणाई तिथनं उठली. तिच्या पाठोपाठ नामदेवही उठला. परसदारी जाऊन त्यानं हात-तोंड धुतलं. स्वयंपाकघरात येऊन चुलीजवळ बसला. गोणाईनं त्याला चांगलं कढत दूध प्यायला दिलं. थोडं थोडं करत तो ते दूध प्यायला. दूध पोटात गेल्यावर त्याला बरं वाटलं. दुधाचा पेला बाजूला ठेवून तो स्वयंपाकघरातून बाहेर गेला. सोप्यावर जाऊन बसला. दामाशेटी बाहेरून आत आले. ते मंदिरात गेले होते. सोप्यावर बसलेल्या नामदेवाला बघून त्यांना बरं वाटलं. “कसं वाटतंय आता नामदेवा?” त्यांनी विचारलं. “बरं वाटतंय आबा आता!” नामदेवानं हसऱ्या चेहऱ्यानं उत्तर दिलं. “हं! ही सगळी त्या विठुरायाची कृपा! त्यानंच तुला बरं केलं बघ! काल रामभट गावात नव्हता. दवा मिळालीच नाही. मग काय, विठुरायाचा बुक्काच लावला तुझ्या अंगाला. त्यानं बरं वाटलं बघ तुला! हे काय, अजून बुक्का तसाच आहे की! जा, आईला सांग अंघोळ घालायला!” असं म्हणत दामाशेटी झोपाळ्यावर बसले. मान हलवत नामदेव आत गेला. दामाशेटींचा आवाज ऐकून गोणाई बाहेर आली. तिला बघून दामाशेटी म्हणाले, “नामदेवाच्या आई, अहो नामदेवाला अंघोळ घाला की. कालपासनं तसाच हिंडतोय तो, बुक्का अंगावर लेऊन.” गोणाईच्या चेहऱ्यावर हसू उमटलं. नामदेवाच्या प्रकृतीविषयीच्या चिंतेतून मुक्त झाल्याचंच ते लक्षण होतं. तोंडाला पदर लावून आपलं हसणं लपवत गोणाई म्हणाली, “व्हय काय? त्याला घालायची हाय व्हय आंघूळ. मला वाटलं, तो बुक्का तसाच ठेवायचा हाय त्याच्या अंगावर. तुम्हीच विठुरायाला म्हणला होता ना, की तुझी भक्ती सर्वांगानं मिरवेल तो म्हणून. मला वाटलं, तो बुक्का तसाच ठेवायचा हाय!” गोणाईचं बोलणं ऐकून दामाशेटींना काल त्यांनी विठ्ठलाला

घातलेलं साकडं आठवलं. ते म्हणाले, "नामदेवाच्या आई, अहो तो विठुराया म्हणजे आपली सगळ्यांची माउली. रामभट भेटला नाही म्हटल्यावर कुणाचा धावा करणार आणि कुणाचा दवा आणणार? मग घातलं देवाला साकडं; पण त्यानं दिला का नाही लगेचच दाखला? बरं वाटलं का नाही नामदेवाला? अहो, तो भावाचा भुकेला आहे. अनन्यभावानं त्याला शरण गेलं की, तो पावतोच. आता माझ्या भक्तीच्या भावामुळे हा दाखला मिळाला की त्या बुक्क्यात असलेल्या कापूर, आवळ्याची भुकटी, निलगिरी, ऊद आणि कोळशाची भुकटी यांच्या एकत्रीकरणातून तयार झालेल्या औषधी गुणाचा तो परिणाम होता, हे मला माहीत नाही; पण देवाला साकडं घातलं आणि नामदेवाचा ताप उतरला हे खरं! नामदेवाच्या आई, नक्की काय झालं माहीत नाही. त्याचा खेळ तोच जाणे! काही असू दे, आपला नामा बरा झाला हे खरं! तेव्हा आता त्याला अंघोळ घाला आणि स्वच्छ करा!" दामाशेटींचं बोलणं ऐकून गोणाईनं संमतीदर्शक मान हलवली आणि नामदेवाला हाक मारत ती आत गेली. कढत पाण्यानं तिनं नामदेवाला अंघोळ घातली. त्याच्या अंगाला भाकरीचं पीठ दुधात कालवून घासलं. सगळ्या अंगाला भाकरीच्या पिठानं घासल्यावर गोणाईनं ते दुधात कालवलेलं भाकरीचं पीठ त्याचा चेहऱ्याला लावलं. गालावर घासलं. कपाळावर तर खसाखसा घासलं, त्याच्या डोक्यावरून पाणी घातलं. गोष्ट अशी झाली की, अंघोळ घातल्यावर नामदेवाच्या सगळ्या अंगावरचा बुक्का, त्याचा काळसर रंग वाहून गेला; पण नामदेवाच्या कपाळावर लावलेला बुक्का, त्याचा काळा रंग काही केल्या जाईना. गोणाईनं पुनःपुन्हा त्याच्या कपाळावर भाकरीचं पीठ घासलं; पण बुक्क्याचा काळसर रंग तसाच! शेवटी नामदेवाच्या कपाळाची त्वचा दुखायला लागली, तशी गोणाई थांबली. तिनं त्याचं अंग पुसून त्याला कपडे घातले आणि गरम दूध प्यायला स्वयंपाकघरात पिटाळलं. त्याला गरम दूध देण्याबद्दल भागाईला सांगून ती पुन्हा सोप्यावर आली. दामाशेटी अजून झोपाळ्यावरच बसले होते. गोणाई त्यांच्या समोर येऊन उभी राहिली. सुपारी कातरता, कातरता दामाशेटींना तिची चाहूल लागली. त्यांनी मान उचलून वर पाहिलं. गोणाईचा चेहराच सांगत होता की, तिला काहीतरी बोलायचं आहे. त्यांनी प्रश्नार्थक चेहऱ्यानं तिच्याकडे बघितलं, तशी गोणाई म्हणाली, "नामाला चांगला स्वच्छ केला, पन धनी त्याच्या कपाळावरचा तो बुक्का काई गेलाच नाही. त्याच्या कपाळावर तो बुक्क्याचा काळा डाग तसाच राहिलाय." तिचं बोलणं ऐकून दामाशेटींना नवल वाटलं. "अहो, तुम्ही नीट धुतला नसेल त्याचा चेहरा! आणि अंघोळ घालायच्या आधी त्याला तेल लावलं होतंत का? तसं असेल तर तेलामुळे बुक्क्याचा डाग अजून पक्का होतो; त्यामुळेही तो गेला नसेल." दामाशेटींनी विचारलं; पण गोणाईला हे माहीत होतं की, बुक्क्यावर तेल लावलं तर त्याचा डाग राहतो; त्यामुळे तिनं तेल लावलं

नव्हतंच त्याला. तसं तिने दामाशेटींना सांगितलंही. मग मात्र दामाशेटी विचारात पडले. "असू दे! जाईल तो डाग चार दिवसांनी!" असं सांगत त्यांनी गोणाईचं समाधान केलं खरं; पण विठ्ठलाला साकडं घालताना नामदेवाच्या कपाळावर बुक्का लावून 'विठुराया, तुझं नाव आयुष्यभर या बुक्क्यासारखं कपाळावर मिरवेल तो!' असं त्याला सांगितलं होतं. आपण घातलेलं हे साकडं, आपण त्या वेळी दिलेली ती ग्वाही म्हणजे विठ्ठलानं आपण दिलेलं अभिवचन तर मानलं नसेल ना? ते अभिवचन स्वीकारूनच त्यानं नामदेवाचा ताप उतरवून लगेचच दाखला दिला, असं तर नसेल ना? की आपण घातलेलं साकडं, त्या वेळी आपण उच्चारलेला प्रत्येक शब्द हे नामदेवाचं विधिलिखितच आहे? वास्तू 'तथास्तु' म्हणते असं म्हणतात. इथे प्रत्यक्ष विठ्ठलच 'तथास्तु' म्हणाला असेल, तर तो नामदेवाचा ललाटलेखच ठरेल! आपण वारकरी आहोत. विठ्ठलभक्ती आपल्या घराण्यात आहे; पण आपण घातलेलं साकडं जर नामदेवाचं विधिलिखित ठरणार असेल, तर ही विठ्ठलभक्ती आपल्या घराण्याची मिरास ठरेल. दिगूभटाला आपण नामदेवाची कुंडली दाखवली होती. वृषभ राशीची त्याची कुंडली बघून हे पोर दिगंत कीर्ती मिळवेल असं त्यानं सांगितलं होतं. नामदेवाच्या जन्माच्या वेळी रोहिणी नक्षत्र पूर्व क्षितिजावर होते. रोहिणी नक्षत्राच्या पंचमात शुक्र हा कन्या राशीत असून बुध आणि शुक्र यांचा अनोन्य संगम त्याच्या कुंडलीत आहे; त्यामुळे कला आणि बुद्धीचा संगम होऊन त्याला जन्मजात दैवी देणगी आणि कवित्वाचे सामर्थ्य लाभले आहे, असेही दिगूभटाने सांगितले होते. हे सगळे दामाशेटींना आठवले आणि विठ्ठलभक्ती ही मिरास ठरवत असतानाच त्याच माध्यमातून दिगंत कीर्ती मिळवण्याचे कार्य आपल्या या लेकराच्या हातून होणार आहे, याची ग्वाहीच जणू त्या न पुसल्या गेलेल्या बुक्क्याच्या डागाने दामाशेटींना दिली. त्यांचं एक मन असा विचार करत होतं, तर दुसरं सावध मन वस्तुस्थितीचा विचार करून असं म्हणत होतं की, 'तसं काहीच नसणार. नामदेवाला खूप ताप होता. तापानं त्याचं कपाळ नुसतं रसरसत होतं. अशा गरम कपाळावर बुक्का लावला गेला आणि त्यानंतर घाम येऊन तो बुक्का तिथे ओलसर झाला आणि त्याचा डाग कपाळावर पडला.' दामाशेटींच्या दुसऱ्या मनानं ही अशी सावध प्रतिक्रिया सांगितली खरी; पण विठ्ठलावर श्रद्धा असणारे, तो भक्तांचा तारणहार आहे यावर विश्वास असणारे, धार्मिक वृत्तीचे, विठ्ठलाची निस्सीम भक्ती करणारे दामाशेटी मात्र या सावध प्रतिक्रियेपेक्षाही त्यांच्या मनाला मिळालेल्या ग्वाहीचाच अधिक विचार करत होते आणि ते जसजसा विचार करत होते, तसतसं त्यांचं मन त्या अभिवचनाकडेच कौल देत होतं. शेवटी शेवटी तर आपले साकडे घातलेले शब्द म्हणजे विठ्ठलाला दिलेलं वचन आहे आणि म्हणूनच ते ग्राह्य मानून विठ्ठलानं नामदेवाला बरं केलं आहे, या निष्कर्षाप्रत ते येऊन

पोहोचले. हा निष्कर्ष जसा त्यांच्या मनानं स्वीकारला, तसाच तो त्यांच्या बुद्धीनंही स्वीकारला आणि या सगळ्या स्वीकाराची प्रतिक्षिप्त स्वाभाविक क्रिया म्हणून दामाशेटींनी अत्यंत भक्तिभावानं विठ्ठलाला हात जोडले. आपण नेहमीच विठ्ठलाला हात जोडतो. अगदी नित्यनेमाने आणि दिवसभरात कितीतरी वेळा. आपण आजही तसेच हात जोडले; पण आज मात्र हात जोडल्यावर आपल्या डोळ्यांतून अश्रू का ओघळले, असा त्यांना प्रश्न पडला. हात जोडलेल्याच अवस्थेत, डोळ्यांतून वाहणारे अश्रू न पुसता कितीतरी वेळ दामाशेटी या प्रश्नाचं उत्तर शोधत होते. नंतर कितीतरी वेळ...!

गाभाऱ्यात कर कटीवर ठेवून विटेवर उभ्या असलेल्या त्या सावळ्या विठ्ठलानं दामाशेटींचा शब्द न् शब्द ऐकला होता. तो प्रत्येक शब्द त्याच्या आनंदात भर घालत होता. दामाशेटी नामदेवाच्या अंग-प्रत्यंगाला बुक्का लावत होते आणि एकेक वाक्य उच्चारत होते. ते प्रत्येक वाक्य म्हणजे त्यांनी विठ्ठलाला दिलेलं वचनच होतं जणू! दामाशेटीही विठ्ठलाचे निस्सीम भक्त होते. एका भक्तानं आपल्या देवाला दिलेली ती वचनं होती आणि तापामुळे शुद्धी-बेशुद्धीच्या सीमेवर असलेल्या नामदेवाच्या अंतर्मनात ते प्रत्येक वाक्य कोरलं जात होतं. एखाद्या शिल्पकारानं एखाद्या दगडात मूर्ती कोरावी तसं! आणि म्हणूनच विठ्ठलाचा चेहरा अतिप्रसन्न दिसत होता. त्याच्या लाडक्या भक्तानं पुंडलिकानं सुस्थापित केलेला भागवत धर्म जो महाराष्ट्र भूमध्येच मर्यादित होता, तो आता महाराष्ट्र भूची मर्यादा ओलांडून अवघ्या भारत भूपर्यंत पसरणार होता. विठ्ठल अति म्हणजे अति प्रसन्न होता.

२

नामदेव बरा झाला. हिंडू-फिरू लागला; पण त्याच्या अंगात अजून अशक्तपणा होताच. त्यातच त्या तापानं त्याच्या तोंडाचीही चव पार गेली होती. घरात जरा जरी फिरला तरी त्याच्या पायात पेटके येत होते. काहीतरी खेळावं म्हटलं तरी त्याला थकवा जाणवत होता. थोडा वेळ खेळला तरी तो मरगळून पडत असे. पार पेकाळून जात असे. अशामुळे एक होऊ लागलं. मुळातच हट्टी असलेला नामदेव आता जास्तच हट्टी बनला. चिडचिडा झाला. जरा काही मनाविरुद्ध झालं की, संतापायला लागला. चिडायला लागला. रुसायला लागला. रुसला, चिडला की, चार-चार तास तो काहीच खायचा नाही. मग गोणाईला घोर लागायचा. यानं काही खाल्लं नाही तर याची ताकद कशी भरून येणार? गेलेली शक्ती कशी परत येणार? याचा अशक्तपणा कसा कमी होणार? असा तिला प्रश्न पडायचा. मग घरभर त्याच्या मागं हिंडून, बाबापुता करून, त्याच्याशी गोड गोड बोलून ती त्याला खायला लावायची. त्याच्यासाठी नाना पदार्थ बनवायची. कधी मांडे कर, कधी पुरणपोळी, कधी सांजा, कधी लाह्यांचं पीठ, कधी जोंधळ्याच्या कण्या तर कधी लाडू! पण, व्हायचं असं की, बरेचदा यातलं नामदेवाला काहीच पसंत पडायचं नाही. एकतर त्याच्या तोंडाला चव नव्हती आणि दुसरं म्हणजे त्याला आतूनच खायची इच्छा होत नव्हती. मग व्हायचं असं की, त्यानं खावं म्हणून गोणाई त्याच्या विनवण्या करायची, लटकेच रागे भरायची. त्यानं खावं म्हणून थोडा जोरा करायची. मग नामदेव चिडायचा, संतापायचा. संतापला की, मग हातात असेल ते फेकून द्यायचा. मग त्याला खायला घालायचं राहिलंच बाजूला, गोणाईला त्याची समजूत घालायचं कामच करत बसायला लागायचं. त्यानं चार घास खावेत म्हणून गोणाई धडपडायची; पण नामदेव ऐकायचा नाही. आजारपणामुळे तो चिडका आणि एककल्ली झाला होता. दिवसभर त्याचा नुसता चिडकेपणा चालायचा. रात्री मात्र तो गोणाईच्या मांडीवर डोकं ठेवून निजायचा. गोणाई त्याला थोपटत राहायची. थोपटताना विठ्ठलाचं

नाव घ्यायची. दिवसभर दमलेला, तापामुळे शक्तिहीन झालेला, थकवा आलेला, दिवसभरातील चिडचिडीमुळे शिणलेला नामदेव विठ्ठलाचं नाव ऐकता ऐकता गुंगायचा आणि गोणाईच्या मांडीवरच झोपी जायचा. गोणाई त्याच्या केसांतून हात फिरवत राहायची. तिच्या तोंडात विठ्ठलाचं नाव असलं तरी तिच्या डोळ्यांत त्याची काळजी भरलेली असायची. दिवसभर घरातलं कामकाज, आल्या-गेल्यांची उस्तवार करून, नामदेवाच्या मागेमागे फिरून दमलेली गोणाई मग नामदेवाला थोपटत तिथंच पेंगत राहायची. डोळ्यांतल्या झोपेबरोबर नामदेवाची काळजी घेऊन.

त्या दिवशी गोणाईनं नामदेवाला बळेबळेच दूध-भात खायला लावला आणि ती जोंधळे घेऊन दळायला बसली. भागाबाई परसदारी विहिरीचं पाणी शेंदत होती, तर नामदेव लगोरीचे खापरीचे तुकडे गोळा करून अंगणात खेळत होता. ते खापरीचे तुकडे एकावर एक असे ठेवून दुसऱ्या तुकड्याने तो ढीग, थोड्या लांब उभा राहून उडवण्याचा त्याचा खेळ चालला होता. त्यानं लगोरी जमा केली. एकावर एक रचली आणि थोडं लांब उभा राहून त्यानं हातातली खापरी त्यावर फेकून मारली. खळ्ळ्कन आवाज आला. ढिगातल्या खापऱ्या दूरवर उडाल्या आणि पाठोपाठ 'आईऽगं' अशी किंकाळी ऐकू आली. त्या आवाजासरशी नामदेवानं बघितलं. पाच-सहा वर्षांची एक पोर, फाटके कपडे घातलेली, केसांचं भुरकुल[५] झालेली, काळीसावळी मुलगी तिथे एका बाजूला उभी होती. तिनं एक हात कपाळावर दाबून धरला होता आणि तरीही तिच्या बोटाच्या फटीतून रक्त ओघळत होतं. रक्त बघून नामदेव घाबरला. त्यानं खेळ तिथंच थांबवला. पसरलेल्या खापऱ्या गोळा करायचं भानही त्याला राहिलं नाही. तो धावतच त्या मुलीकडे गेला. तिच्या दुसऱ्या हाताला धरून तिला घेऊन तो आत आला. आत आला तो "आईऽ आईऽऽ!" अशा हाका मारतच. त्याच्या आवाजातल्या अधीरतेमुळे गोणाई घाबरली. जातं तसंच ठेवून ती उठली. धावतच पडवीत गेली. समोर नामदेव उभा होता. त्याला समोर सुखरूप बघून तिनं सुटकेचा निःश्वास टाकला; पण बाजूला नजर जाताच ती चरकली. नामदेवासोबत एक मुलगी उभी होती. काळीसावळी, पाच-सहा वर्षांची. तिच्या डोळ्यांतून पाणी वाहत होतं आणि कपाळावर दाबून धरलेल्या हातावरून रक्ताचे ओघळ! "आईऽ आई, हिला खापरी लागली. मी... मी मुद्दाम नाही मारली. मी खेळत होतो, तेव्हा उडून लागली." नामदेवानं काय झालं ते सांगितलं. "न्हाई जी! त्यो मुद्दाम नाही मारून राहिला. चुकून लागून राहिलं जी!" त्या चिमुरडीनंही नामदेवाच्या समर्थनाला दुजोरा दिला. गोणाई काहीच बोलली नाही. तिनं आत जाऊन धडोत्याची चिंधी फाडून आणली आणि कोनाड्यात असलेल्या पंचपाळातली

५. भुरकुल : उभे राहिलेले केस

हळद घेऊन त्या पोरीच्या जखमेवर दाबली. खापरी उडून तिच्या कपाळावर लागली होती. चांगली पैशाएवढी जखम झाली होती. हळद चरचरली असणार; पण तिनं हूं की चूं केलं नाही. ती पोर मोठी सोशीक दिसत होती. हळद लावून गोणाईनं त्यावर चिंधी बांधली. 'पोर कोणाची आहे कोण जाणे? भिकाऱ्याची असावी. तिचा एकंदरीत अवतार तर तसाच दिसतो आहे. हिला आपल्या पोरामुळे लागलंय, आता हिचा बाप नाही तर आई भांडायला आली तर पंचाईत! तिला काय उत्तर द्यायचं? आणि ती भांडायला लागली म्हणजे?' गोणाईच्या डोक्यात शंकांनी घर केलं. त्या मुलीकडे एक नजर टाकून गोणाईनं तिला विचारलं, "तुझं नाव काय गं पोरी? कुणाची तू? कुठली?" त्या मुलीच्या डोक्याचा ठणका कमी झाला असावा. "मी जना! जना माझं नाव जी! मी तिकडची गंगाखेडची. माझ्या बा संग हितं येऊन राहिले जी! मी तिथे बाजूला उभी व्हते आणि हा तुमचा मुलगा तिथे खापरीनं खेळून राहिला. त्यातली खापरी उडून मले लागली." तिनं, त्या जनानं अगदी सविस्तर उत्तर दिलं. तिच्या बोलक्या स्वभावाचं गोणाईला कौतुक वाटलं. तिनं त्या मुलीच्या, जनाच्या हातात एक लाडू ठेवला. "खा पोरी!" असं मायेनं म्हणाली. "मी एकलीच खाऊ? या पोराला पन द्यानं जी!" जनानं गोणाईला सांगितलं. गोणाईनं नामदेवाकडे पाहिलं. तो त्या जनाकडे कुतूहलानं बघत होता. तिच्या कपाळातल्या जखमेतून रक्त वाहत होतं; पण ना ती रडत होती, ना अकांडतांडव करत होती. गोणाईनं त्या जखमेत हळद भरली. तिला नक्कीच चरचरलं असणार; पण तिनं हूं की चूं केलं नाही. नामदेव हे सगळं कौतुकानं बघत होता. त्याला आठवलं, तो पडवीत ठेवलेल्या ज्वारीच्या पोत्याला धडकून पडला होता. गुडघ्याला जरासं खरचटलं होतं, तर आपण घर डोक्यावर घेतलं होतं. आईनं हळद लावली तर आपण ती नीट लावूही दिली नाही आणि तिनं बळजोरीनं लावली, तर आपण केवढ्यांदा ओरडलो होतो, हातपाय झाडले होते! त्याला हे आठवलं आणि त्यानं समोर पाहिलं. ती मुलगी शांतपणे उभी होती. तिच्या हातात लाडू तसाच होता. ती, गोणाई नामदेवाला कधी लाडू देते याची वाट बघत उभी होती. गोणाईनं नामदेवापुढे लाडू धरला. काही न बोलता त्यानं मुकाट्यानं तो लाडू हातात घेतला आणि तो जनाला म्हणाला, "खा की आता!" जणू त्यानं आज्ञा करायचीच ती वाट बघत होती. त्यानं लाडू खायला सुरुवात केल्यावर तिनंही लाडू खाल्ला. नामदेवाला आठवलं. थोड्या वेळापूर्वी आईनं आपल्यालाही लाडू खाणार का असं विचारलं होतं, तेव्हा आपण नाही म्हटलं होतं; पण आता का कुणास ठाऊक त्या मुलीच्या– जनाच्या डोळ्यांतलं आर्जव आपल्याला नाकारता आलं नाही. नामदेवानं लाडू खाऊन संपवला. तिचा तर कधीच खाऊन झाला होता. आपल्या फाटक्या झग्याला हात पुसत तिनं गोणाईला विचारलं, "काई काम करून देयाचं का?" गोणाईला तिचं, तिच्या धीटपणाचं कौतुक वाटलं.

तिनं मानेनंच नाही म्हणून सांगितलं. तशी ती जायला वळली. तेवढ्यात नामदेवाच्या कानावर ललकारी आली, "घोडा घ्या, गाय घ्याऽऽ, बैल घ्या, कुत्रा घ्या होऽऽ! घ्या मातीची छान खेळणी घ्याऽऽ!" त्या आवाजासरशी नामदेवाचे डोळे चमकले. आपल्या सदऱ्याला लाडूचा हात पुसत, तो वेगानं दाराकडे धावला. वाटेत उभ्या असलेल्या जनाला धक्का मारून तो दाराबाहेर पडला. तो खेळणीवाला पुढे गेला होता. "मला घोडा पायजेल, मला घोडा पायजेलऽऽ!" असं म्हणत नामदेव तीरासारखा दाराबाहेर धावला. आपल्या हाताच्या अंतरावरून तीन-चार घोडेस्वारांचं एक पथक वेगानं दौडत येतंय, याकडे त्या लहानग्या नामदेवाचं लक्षच नव्हतं. चार घोडेस्वार दौडत येत आहेत आणि एक तीन-चार वर्षांचं पोरगं नेमकं त्यांना आडवं, त्यांच्या वाटेत आलंय आणि आता कोणत्याही क्षणी ते घोड्याच्या पायाखाली येणार ही गोष्ट तिथून, रस्त्यावरून ये-जा करणाऱ्यांच्या लक्षात आली आणि त्यांनी एकच गलका केला. "अरे मेलं, मेलं पोरगं आता!" असा कालवा झाला. नामदेव घरातून तीरासारखा बाहेर कुठे आणि कशासाठी धावला हे बघायला दाराजवळ आलेल्या गोणाईनं हा गलका ऐकला. नामदेवाला घोड्याच्या पायाजवळ बघितलं आणि तिचा जीव उडून गेला. तर देवाला नैवेद्य दाखवून दामाशेटी मंदिराच्या पायऱ्या उतरत होते. आपल्या वाड्यातून धावत आलेला नामदेव त्यांनी बघितला. वेगानं आलेले घोडेस्वार बघितले आणि पुढे होणाऱ्या घटनेचा अंदाज येऊन त्यांनी डोळे मिटून घेतले. 'आता काही आपलं पोरगं वाचत नाही' या जाणिवेनं त्यांच्या हृदयाचा थरकाप झाला. आपल्याला धक्का मारून बाहेर पळालेला हा मुलगा आता घोड्याच्या पायांखाली येतोय असं कळल्यावर जना धावली. तिनं नामदेवाचा दंड धरून त्याला मागे ओढलं. जनाची गती, नामदेवाच्या धावण्याची गती यामुळे झालं असं की, दंडाला धरून मागे ओढलेला नामदेव मागे पडला तो जनाच्या अंगावर आणि त्याला अंगावर घेऊन जना कोलमडली ती दगडाच्या गराड्यावर. "वाचलं, पोरगं वाचलं, त्या पोरीनं वाचवलं, हाय खरी बहाद्दरीण!" असे शब्द कानांवर पडले. दामाशेटींनी डोळे उघडले. नामदेव आणि एक लहान मुलगी दोघे दाराजवळच्या दगडी गराड्यावर पडलेत, हे त्यांनी तिथून पाहिलं आणि तिकडे धाव घेतली. तोच भयभीत होऊन दाराजवळ आलेली गोणाईही तिकडे धावली. तिनं नामदेवाला उचललं, तोच दामाशेटीही तिथे पोहोचले. त्यांनी गोणाईच्या हातातून नामदेवाला घेतलं आणि तिला त्या मुलीकडे बघायला सांगून ते आत आले. नामदेवाला समोर उभं करून त्याला कुठे लागलंय का ते त्यांनी तपासलं. सुदैवानं नामदेवाला कुठे लागलं नव्हतं. गोणाई त्या पोरीला हाताला धरून आत घेऊन आली. तिला मात्र गराड्यातला दगड लागून डोक्याच्या मागच्या भागाला खोक पडली होती आणि त्यातून रक्त येत होतं. आधीच त्या मुलीच्या कपाळावर एक चिंधी बांधलेली दिसत होती आणि ती चिंधी

चक्क गोणाईच्या लुगड्याची होती. दामाशेटींना नवल वाटलं. ते काही बोलणार तोच गोणाई पुढे झाली आणि म्हणाली, "आता काय म्हनावं या कर्माला? मघाशी नामदेवाची लगोरी लागून हिला खोक पडली आणि आता नामदेवाला वाचवताना! पोरी, आज तू होतीस म्हणून माझा नामा वाचला; न्हाईतर काय झालं असतं कोण जाणे? त्या विठुरायानंच तुला इथे धाडली बघ." जनाच्या गालावरून मायेनं हात फिरवत गोणाई म्हणाली. "आता आधी त्या पोरीला कुठे आणि किती लागलंय बघा. त्यावर काहीतरी लावा. हे पोर आजकाल फार अवखळ झालंय. त्याला आवरा जरा. आज काहीतरी विपरीत घडलं असतं तर? कुठे होतात तुम्ही? कुठे लक्ष असतंय तुमचं?" दामाशेटी गोणाईला रागावत बोलले. "काय करू बाई आता? जरा इकडं-तिकडं काही करावं म्हटलं, तर हे पोरगं तेवढ्यात काईतरी कारभार करून ठेवतंय. आता त्याच्याकडंच बघत बसले तर घरातली कामं कशी व्हायची? आणि कामं करायची म्हनलं तर याच्याकडे कोण बघणार?" गोणाई लटक्या वैतागानं म्हणाली. "मी सांभाळीन याला! चालंल का तुम्हाला?" मध्येच तोंड घालत जना म्हणाली आणि गोणाईचे डोळे चमकले. ही कल्पना छान होती. तिनं अपेक्षेनं दामाशेटींकडे पाहिलं. "कोणाची पोर आहे चौकशी करा आणि घ्या ठेवून आपल्याकडं! एवढं एक ताट काय आपल्याला जड नाही. तुम्हाला तेवढीच मदत होईल तिची!" दामाशेटींनी अशी संमती दिली आणि गोणाईला बरं वाटलं. तिनं जनाच्या नव्या जखमेवर पुन्हा हळद लावली. तिचा झगा रक्तानं माखला होता. आऊबाईचा एक जुना झगा आणून तिला घालायला दिला. नामदेव हे सगळं एका बाजूला उभा राहून ऐकत होता. जना इथंच राहणार याचा त्याला आनंद झाला. "आई, ही आता इथंच राहणार? मग माझ्याशी खेळेल ना?" नामदेवानं विचारलं. "व्हय तर! मी खेळंन तुझ्याशी!" जनानं परस्पर उत्तर दिलं. "नामा, आता परत असला कारभार करायचा नाही हं!" दामाशेटींनी दटावलं. "नाही करणार! पण मला तो मातीचा घोडा पाहिजे होता, म्हणून मी पळालो; तर तिकडून खरे घोडे आले. आम्ही दोघं पडलो; पण तेवढ्यात तो खेळणी विकणारा गेलाच!" नामदेव फुरंगटून म्हणाला. "असू दे! तो येईल पुन्हा, तेव्हा घेऊ या हं तुला घोडा!" अशी त्याची समजूत घालून दामाशेटी पुन्हा बाहेर गेले. गोणाई नामदेवाला हाताला धरून स्वयंपाकघरात घेऊन गेली. तिनं नामदेवाचं ताट वाढलं. नामदेव जेवायला बसला. भाकरीचा तुकडा मोडून त्यानं वाटीतल्या दुधात बुडवला. तो उचलून तोंडात घालणार तोच त्यानं विचारलं, "आई, ती जना जेवणार नाही का? तिला पण वाढ ना माझ्याबरोबर!" "तू जेव हं बाळा. तिला वाढते नंतर!" गोणाईनं समजूत काढली. "नाही आई! तिला आत्ताच वाढ! माझ्यासोबत!" नामदेवानं हट्ट केला. "भागाबाई, त्या पोरीचं ताट करा आणि तिला बाहेर नेऊन द्या!" गोणाईनं भागाबाईला

सांगितलं. भागाबाईला राग आला. काही न बोलता तिनं रागारागानं एका ताटात भाकरी व कालवण घातलं आणि ते ताट घेऊन, ती पाय आपटत बाहेर निघाली. "थांबा भागा आजी!" असं म्हणत नामदेव उठला. वाकून त्यानं एका हातानं आपलं ताट उचललं. ते घेऊन तो भागाबाईजवळ आला. दुसऱ्या हातानं तिच्या हातातलं ताट घेऊन तो सोप्यावर आला. काय करायचं हे न कळून जना पडवीत एका बाजूला बसली होती. नामदेव दोन्ही ताटं घेऊन ती बसली होती तिथे आला. त्याला असं येताना बघून गोणाई त्याच्या पाठोपाठ आली. नामदेव जनाला म्हणाला, "ए जना, चल, आपण दोघं जेवण करू या! हे घे, तुझी भाकरी वाढून आणलीय!" असं म्हणत त्यानं जनाचं ताट तिच्या हातात दिलं आणि गोणाईला म्हणाला, "आई, मी आणि जना इथे बसून जेवणार!" आणि हातातलं आपलं ताट खाली ठेवत त्यानं जनाशेजारी बैठक मारली. गोणाईला ते फारसं आवडलं नाही; पण ती काहीच बोलली नाही. नामदेवाचा हट्टी स्वभाव तिला माहीत होता. त्यातच तो नुकताच आजारपणातून उठला होता. पाण्याचा गडू आणण्यासाठी गोणाई आत गेली आणि नामदेवानं जनाला सोबत घेऊन जेवायला सुरुवात केली. दोघंही अगदी मन लावून जेवत होती. सुख-दुःखाचे घासही आपण असेच वाटून घेणार आहोत, याची त्या क्षणी ना नामदेवाला कल्पना होती; ना जनाला. पाण्याची लोटी घेऊन बाहेर आलेल्या गोणाईला मात्र आज कितीतरी दिसांनी नामदेव आपल्या हातानं, कोणतीही तक्रार न करता, मागे न लागता, आपला आपला जेवतो आहे आणि मनापासून जेवतो आहे, हे बघून खूप बरं वाटत होतं. आपलं पोर चार घास आवडीनं, आपल्या हातानं खातंय हे बघून तिचं काळीज आनंदानं भरून गेलं. जनाचं त्या घरात येणं आणि नामदेवाचं बरं होणं समांतर रेषेप्रमाणे घडत गेलं. कदाचित त्यांची आयुष्यंही अशीच समांतर रेषेप्रमाणे जाणार आहेत, हे त्या भविष्याला सांगायचे असेल; पण नामा बरा झाला आणि गोणाईनं आनंदाचा निःश्वास टाकला. नामा बरा झाला आणि गोणाईचा दैनंदिन कामकाजाचा दिनक्रम सुरू झाला. आता त्यात तिला जनाचीही मदत व्हायला लागली. तर बरं झाल्यावर नामदेवाचाही खेळ आणि दंगा; मित्रांना जमवून कधी लगोरी, कधी लपंडाव, कधी हमामा तर कधी पाठशिवणी असे खेळ सुरू झाले. नामदेवाचे रामा, बबन, लक्ष्या, शंकर हे सगळे मित्र पुन्हा खेळायला जमायला लागले. मग दिवसभर त्यांचा दंगा आणि खेळ सुरू झाला. पावसाळा आला. पावसानं झिम्मड धरली आणि या पोरांना अंगणात आणि घरासमोरच्या पटांगणात खेळता येईना. गोणाई तर नामदेवाला एक क्षणभरसुद्धा पावसात भिजू देईना. न जाणो तो भिजल्यावर पुन्हा त्याला ताप आला तर? अशी भीती तिला वाटत राहिली. पावसात खेळणं शक्य नाही, मग मुलांनी पाठीमागच्या पडवीत बसून खेळायची कल्पना लढवली. तिथेच बसून ते निरनिराळे खेळ खेळू लागले.

आणि बघता बघता गणपती आले. शंकरच्या डोक्यातून एक कल्पना निघाली. एवीतेवी पावसात जाता येत नव्हतेच, मग पाठीमागच्या पडवीत बसून, आपण मातीची खेळणी करू या. सगळ्यांनी ही कल्पना उचलून धरली. नाहीतरी पाठीमागची पडवी तशीही अशीतशीच होती. तिथे कधीतरी लागणारं असं अडगळीचं सामानच ठेवलेलं होतं. तिथे एका बाजूला गुरांना लागणारा चारा रचून ठेवलेला होता. एका बाजूला भुश्शाची पोती होती. एकीकडे चिंध्यांची गाठोडी रचून ठेवलेली होती; त्यामुळे या सगळ्या पसाऱ्यात मुलांना खेळण्यासाठी एक ऐसपैस कोपरा उरला होता. पावसात जाऊन भिजण्यापेक्षा त्या कोपऱ्यात बसून मुलांनी काहीही खेळावं, त्या गोष्टीला गोणाईची ना नव्हती. म्हणूनच जेव्हा त्या कोपऱ्यात बसून मुलांनी मातीची खेळणी करायचं ठरवलं, तेव्हा गोणाईनं त्या गोष्टीला आनंदानं संमती दिली. एवढंच नव्हे तर त्यांचं खेळून झालं की, तो कोपरा जनाकरवी स्वच्छ करून घेण्याचं आश्वासनही दिलं आणि पोरांना जणू रानच मोकळं झालं आणि पोरं कामाला लागली.

बबन आणि लक्ष्यानं कुदळ आणि फावडं घेऊन परसदारातल्या बागेतल्या एका कोपऱ्यातली माती उकरली. ती पोत्यात भरून मागच्या पडवीत आणली. शंकऱ्यानं ती माती पडवीत पसरली. रामानं आणि नामदेवानं त्या मातीतले खडे काढून टाकले. ढेकळं मोडली. तशी माती ओलसरच होती. डोणीतलं पाणी आणून, शिंपडून त्यांनी ती माती आणखी ओलसर बनवली. त्यात थोडा बाजूच्या पोत्यातला भुसा मिसळला आणि त्या मातीचे छान गोळे बनवले. आता सगळे गोल करून बसले. प्रत्येकानं एकेक गोळा घेतला आणि त्यांच्यात चर्चा सुरू झाली, कोणी काय बनवायचं ते ठरवण्याची. रामा म्हणाला, "माझं नाव राम हाय, मी राम बनवणार." तर शंकर म्हणाला, "माझं नाव शंकर हाय. मी शंकरुबा बनवणार." लक्ष्या म्हणाला, "मी शंकराची पिंडी बनवतो. मला लयी आवडतीया!" तर बबन म्हणाला, "मी आता सोंडवाला गणपती बनवतो. गणपती न्हाई जमला, तर त्यो हत्तीतरी व्हईल." राहता राहिला नामदेव. तो काहीच बोलत नव्हता. शंकऱ्यानं विचारलंच, "नामा, तू काय बनवणार?" यावर बबन म्हणाला, "नामा, तू पण गणपती बनव." नामदेवाला काय बनवावं काहीच सुचत नव्हतं. राम म्हणाला, "नामा, तुला सोप्पं सांगतो. मी राम बनवतोय. तू मारुती बनव. मारुती बनवायला लयी सोपा हाय. धड आणि तोंड करायचं आनी एक हात वर, आनी एक हात खाली असं निस्तं बनवलं की झालं." नामदेवालाही ते पटलं. खरंच, मारुती बनवणं सोपंच होतं. एकदा सगळ्यांचं ठरलं आणि सगळी कामाला लागली. प्रत्येकानं आपापला गोळा पुन्हा मळून घेतला आणि ठरवलेल्या मूर्तीप्रमाणे आकार द्यायला सुरुवात केली. बघता बघता त्या मातीच्या गोळ्यांना हात-पाय आले, तोंड आलं आणि

प्रत्येकाच्या मनातली मूर्ती त्या मातीच्या गोळ्यात साकारू लागली. लहान मुलंच होती ती. भले, ते आकार सुबक नसतील, भले ते हातपाय हुबेहूब नसतील; पण प्रत्येकाच्या मनात त्या त्या मूर्तीचा आकार निश्चित होता, सुनिश्चित होता. प्रत्येकाच्या नजरेसमोर होता आणि मनातला अन् नजरेतला तो आकार त्या मातीच्या गोळ्यात उतरवण्यासाठी प्रत्येकाची धडपड चालू होती. हळूहळू त्या मातीच्या गोळ्याला आकार येऊ लागले. मूर्ती तयार होऊ लागल्या.

नामदेवानं माती चांगली मळून घेतली. सुरुवातीला त्याचे हात सगळे त्या चिखलानं बरबटले. त्याला कसंतरी वाटलं. हे सगळं टाकून, उठून जाऊन हात स्वच्छ धुऊन यावेत असंही त्याला वाटलं. तोंड वेडंवाकडं करत त्यानं उठण्याचा पवित्राही घेतला; तेवढ्यात बबन म्हणाला, ''नामा, भरभर हात चालव. न्हाईतर परत माती सुकंल आणि परत पाणी घालून मळावी लागंल.'' मग मात्र नामानं आपला विचार बदलला आणि तो मन लावून त्या मातीच्या गोळ्याला आकार द्यायला लागला. बघता बघता मारुतीचं धड तयार झालं. धडावर डोकंही बसवून झालं. हातावर माती घेऊन त्याच्या लांबट नळ्या बनवून त्यानं त्या धडाला पायही चिकटवले. दोन्ही पाय जवळजवळ ठेवून उभं असलेलं ते अर्धवट मारुतीचं शरीर बघून राम म्हणाला, ''अरे नामा, हे दोन पाय असे जवळजवळ कसे लावलेस? अरं, मारुतीचा एक पाय मागं आणि एक पाय म्होरं असतुया.'' त्यावर सगळेच हसले. बबन म्हणाला, ''असू दे! असू दे! नामदेवाचा मारुती आकाशात उडणारा न्हायी तर जिमनीवरच उभा हाय! असू दे नामा, तू कर!'' बबननं आपली बाजू अशी सावरलेली बघून नामदेवाला बरं वाटलं आणि त्याचा उत्साह थोडा वाढला. आता त्या डोक्याला मारुतीसारखं निमुळतं तोंड व दोन हात आणि ते दोन्ही हात वर आणि त्या हातांत द्रोणागिरी असं जोडलं की, झाला मारुती तयार! असा विचार त्याच्या मनात आला आणि नामदेवाला हुरूप आला. त्यानं पटकन एक निमुळता आकार बनवला आणि त्या डोक्याला पुढच्या बाजूला चिकटवला. वा! छान! आता फक्त हात लावायचे बाकी होते. नामाचा उत्साह वाढला. त्यानं छानसे दोन हात बनवले. त्या मूर्तीचं जे धड होतं, त्याच्या खांद्याच्या जागी चिकटवले. सुरुवातीला त्यानं एक हात असा चिकटवला की, जो वर उचललेला राहील. तो मनासारखा लावून झाल्यावर त्यानं दुसरा हात तयार केला आणि दुसऱ्या बाजूच्या खांद्याला दुसरा हात चिकटवला. तो चिकटवून झाला. आता त्यावरून पाण्याचा हात फिरवून ते सगळं जरा गुळगुळीत करायचं होतं, म्हणून नामदेवानं पाण्यात बोटं बुडवली आणि ती ओली बोटं मूर्तीवरून फिरवणार तोच त्याच्या लक्षात आलं की, मूर्तीला लावलेला एक हात जो वर उचललेला होता तो खाली आला आहे आणि खाली येऊन मूर्तीच्या कमरेवर स्थिरावला आहे. कमरेवर स्थिरावलेला तो हात तिथून काढून त्यानं

पुन्हा वर उंचावला. तोवर दुसऱ्या बाजूचा वर उचललेला हातही खाली आला आणि कमरेवर स्थिरावला. नामदेवानं पुन्हा दोन्ही हात कमरेवरून उचलून वरच्या बाजूला उंचावले; पण पुन्हा दुसऱ्या क्षणाला ते दोन्ही हात खाली आले आणि कमरेवर स्थिरावले. नामाला कळेना, असं काय होतंय? तो पुनःपुन्हा ते दोन्ही हात त्या धडाच्या खांद्याला लावत होता, प्रत्येक वेळी ते हात त्या धडाच्या डोक्यावर उंचावत होता आणि प्रत्येक वेळी ते दोन्ही हात जे वर उचललेले असायचे, ते खाली येऊन त्या धडाच्या कमरेवर टेकायचे आणि तिथंच विसावायचे. त्याची ही धडपड बबनच्या लक्षात आली. तो म्हणाला, "नामा, काय करतोयस ह्ये? अरं, हात जरा त्या खांद्यावर दाबून बशीव की! आणि घटकाभर धरून ठेव ततंच! लगोलग सोडू नगं. म्हंजी बसतील ते नीट." नामानं काही न बोलता मान डोलवली. पुन्हा हात वरच्या बाजूला ठेवून खांद्यावर दाबून धरले. घटकाभरानं त्यानं त्यावरचा दाब काढला. आपला हात बाजूला घेतला. दुसऱ्या क्षणाला त्या मूर्तीचे ते उंचावलेले हात खाली आले आणि कमरेवर स्थिरावले. मग मात्र नामा रडकुंडीला आला. "नाही जमत हे मला. मला नाही करायचं!" असं म्हणत तो मूर्तीकडे पाठ करून बसला. हाताला चिकटलेला चिखल काढायला लागला. आता मात्र रामला राहवेना. तो नामाच्या मदतीला धावला. "थांब नामा, मी करतो तुला मदत. मीच लावतो ते हात!" असं म्हणून तो पुढे सरकला. त्या धडावरचे ते हात काढून त्यानं ती माती पुन्हा मळली. त्याला हाताचा आकार दिला आणि वरच्या दिशेकडे उंचावलेले ते दोन हात त्यानं त्या मूर्तीच्या खांद्यावर चिकटवले. तिथे दाबून धरले. काही काळ तसेच धरून ठेवले. थोड्या वेळानं त्यानं आपले हात बाजूला केले, तर त्या मूर्तीचे ते वर उंचावलेले हात तसेच, वर उंचावलेल्या स्थितीतच राहिले. "बघ नामा, म्या म्हनलं नव्हतं तुला, चांगलं दाबून धर म्हनून. आता ऱ्हायले का न्हाई हात वर? आता त्याला पाणी लावून चांगलं गुळगुळीत कर, म्हंजी त्यावर गेरूचा रंग चांगला बसंल!" रामानं सूचना दिली. मूर्तीचे हात उंचावलेले राहिलेले बघून नामदेवाला आनंद झाला. तो त्याच्या डोळ्यांत उमटला आणि डोळ्यांतून चेहऱ्यावर उतरला. त्यानं पाण्यात बोटं बुडवली आणि त्या मूर्तीवरून हळूहळू फिरवू लागला. पहिल्यांदा त्यानं त्या मूर्तीचे पाय गुळगुळीत केले. ते छान गुळगुळीत झाले. मग सगळं धड खांद्यापर्यंत पाणी लावून त्यानं गुळगुळीत केलं. आता उंचावलेले हात गुळगुळीत करायचे होते. त्यानं पाण्यात बोटं बुडूवन त्या हातावर आपलं बोट टेकवलं न टेकवलं तोच ते उंचावलेले हात पुन्हा खाली आले आणि त्या मूर्तीच्या कमरेवर स्थिरावले. हा काय प्रकार चाललाय ते नामदेवाला कळेना. त्यानं पुन्हा मदतीसाठी रामकडे पाहिलं. तो त्यानं बनवलेल्या मूर्तीला गेरूनं रंगवण्यात दंग होता. बबन, लक्ष्या, शंकर सगळ्यांच्याच मूर्ती करून झाल्या होत्या आणि ते त्या मूर्तीला गेरू

लावत होते. नामा स्फुंदायला लागला म्हटल्यावर त्याच्याकडे सगळ्यांचं लक्ष गेलं. नामा डोळे पुसत होता. "काय रे नामा? काय झालं?" रामनं विचारलं. काही न बोलता नामदेवानं मूर्तीकडे बोट केलं. सगळ्यांचं लक्ष तिकडे गेलं. "हे रे काय? परत आनी मूर्तीचे हात कमरंवर कसे रे?" बबननं सगळ्यांच्या मनातली शंका बोलून दाखवली. सगळ्यांचे डोळे विस्फारले होते. सगळेजण त्या मूर्तीकडे टक लावून बघत होते. अचानक लक्ष्या म्हणाला, "अरं, ह्यो मारुती बनलाच न्हायी. ह्यो तर विठोबा बनलाय. आपल्या पंढरपुरातला विठोबा!" लक्ष्याचं बोलणं ऐकून सगळ्यांनी टाळ्या वाजवल्या. राम म्हणाला, "नामा, तू मारुती बनवूच नगं! अरं, हा अर्धा विठ्ठल तर बनलेला हायच. आता त्यालाच पुरा कर म्हंजी झालं." रामची ही युगत सगळ्यांनाच आवडली. अगदी नामदेवालासुद्धा! त्याचे डोळे चमकले. त्यानं आनंदानं टाळ्या वाजवल्या. आपल्या चिखलाच्या हातानं डोळ्यांतून वाहणारं पाणी पुसून तो उत्साहानं म्हणाला, "चालेल! चालेल! चालेल नव्हे, मी तसंच करतो. मी आता विठ्ठलाची मूर्तीच बनवतो. नाहीतरी आमच्या देवघरात आहेच मोठीच्या मोठी मूर्ती. मी रोज बघतो. मला चांगली बनवता येईल," असं म्हणत नामदेवानं त्या मातीच्या गोळ्याला धडावर लावलेलं लांबुडकं डोकं काढलं आणि पुन्हा ती माती मळून त्यानं छान गोलसर आकाराचं मस्तक तयार करून त्या धडावर लावलं. आता ती मूर्ती खरंच विठ्ठलमूर्तीसारखी दिसू लागली. सगळ्यांनी टाळ्या वाजवल्या. शंकर म्हणाला, "नामा, अरे विठोबा विटेवर उभा हाय. त्याच्या पायाखाली वीट लाव की!" नामदेवाला ते पटलं. त्यानं मळलेल्या मातीला विटेसारखा आकार दिला. मूर्ती अलगद उचलली आणि ती वीट त्या मूर्तीच्या पायाखाली ठेवली. ती मूर्ती उचलताना किंवा पुन्हा त्या विटेवर ठेवताना जराही लडबडली नाही की कललीही नाही. दिमाखदारपणे, अगदी डौलात ती विठ्ठलासारखी दिसणारी मूर्ती त्या विटेवर उभी राहिली. पुन्हा सगळ्यांनी टाळ्या वाजवल्या. नामदेवाचा आनंद तर त्याच्या मनात मावेना. तो उभा राहून टाळ्या वाजवत नाचू लागला. त्याच्या आनंदाची लागण सगळ्यांनाच झाली. सगळीच उभी राहिली आणि टाळ्या वाजवत नाचायला लागली. नाचतानाचताच त्यांनी फेर धरला. विठ्ठलाची ती मूर्ती मध्ये आणि भोवताली ही पोरं नाचताहेत. कसला आवाज येतोय म्हणून डोकावून पाहणाऱ्या आऊबाईला, नामदेवाच्या बहिणीला ही पोरं विठ्ठलाला मध्ये घेऊन भोवती का नाचताहेत, याचं कारण कळलं नाही; पण विठ्ठलाभोवती या मुलांनी धरलेला फेर हे दृश्य नंतर कितीतरी वेळ तिच्या डोळ्यांसमोर नाचत होतं.

जेवणाची वेळ झाली म्हणून गोणाईनं नामदेवाला हाक मारली आणि मातीची खेळणी बनवण्याचा मुलांचा तो खेळ तिथंच संपला. गोणाईनं नामदेवाला जेवणासाठी बोलावलं. त्याचं ताट स्वयंपाकघरात तयार करून ठेवलं; पण मित्र गेले तरी

नामदेव तिथून उठायचं नाव घेईना. तो त्या विठ्ठल मूर्तीजवळ बसून राहिला. त्याला हाक मारून मारून गोणाई थकली. शेवटी वैतागून तिनं नामदेवाचं ताट तिथेच नेऊन दिलं. ताट तिथे दिलेलं बघून आणि ताटात वाढलेल्या भाजी-भाकरीचा दरवळलेला गंध आल्याबरोबर 'आपल्याला खूप भूक लागलीये' याची नामदेवाला जाणीव झाली. भाकरीचा तुकडा मोडणार एवढ्यात त्याचं लक्ष आपल्या हाताकडे गेलं. त्याचे हात मातीनं माखलेले होते. तो उठला. डोणीवर जाऊन हात धुवायला लागला. हाताला चिकटलेली माती घासून काढण्यात तो गुंग होता. त्याचं वाढलेल्या ताटाकडे लक्षच नव्हतं. एक कुत्रं कुठूनसं आलं आणि नामदेवासाठी वाढलेल्या ताटातली भाकरी तोंडात धरून उचलून न्यायला लागलं. नामदेवाच्या ताटातल्या भाकरीवर तूप घालण्यासाठी तुपाचं लोटकं घेऊन गोणाई पडवीत आली. तिनं बघितलं, कुत्रं भाकरी उचलतंय. "अरे देवाऽऽऽ! हाऽ ऽऽहाड!" ती ओरडली. त्यासरशी नामदेवाचं तिकडे लक्ष गेलं. धुतलेले हात तसेच झटकत तो गोणाईकडे धावला. तिच्या हातातलं तुपाचं लोटकं त्यानं जवळजवळ हिसकावून घेतलं आणि तो त्या कुत्र्यामागे धावला. गोणाईला वाटलं, तो त्या कुत्र्याला हाकलतोय; पण नामदेव त्याला हाडऽऽ हाड करण्याऐवजी तिसरंच काहीतरी बोलत होता. तो त्या कुत्र्याला ओरडून सांगत होता, "अरे थांब! अरे, जरा थांबऽऽ! ती कोरडी भाकरी खाऊ नकोस. थांब जरा! हे तूप घे भाकरीवर! तुपाला लावून खा! थांब जरा!" असं ओरडत ते तुपाचं लोटकं घेऊन नामदेव त्या कुत्र्यामागे धावला. त्याचं ते ओरडणं ऐकून गोणाईनं कपाळावर हात मारून घेतला. "आता काय म्हणू या कर्माला? कुत्र्यानं भाकरी पळवली ती आणायची सोडून हे पोरगं त्याला भाकरीवर तूप घे म्हणत मागं पळालं! काय करावं आता?" असं बडबडत गोणाई स्वयंपाकघरात आली. तोच नामदेव तिच्या पाठोपाठ धापा टाकत आला. आपल्या हातातलं तुपाचं लोटकं गोणाईच्या हातात देत म्हणाला, "नाही आई! ते थांबलंच नाही. मी कितीतरी हाका मारल्या त्याला, किती विनवण्या केल्या; पण ते थांबलंही नाही आणि त्यानं मागं वळून बघितलंही नाही. शेवटी तशीच कोरडी भाकरी खाल्ली असणार त्या बिचाऱ्यानं. तूप घालायचं राहूनच गेलं!" आपण कुत्र्यापर्यंत पोहोचू शकलो नाही; त्यामुळे त्याच्या भाकरीवर तूप घालायचं राहिलं आणि त्याला कोरडीच भाकरी खावी लागली, याची खंत त्याच्या चेहऱ्यावर उमटली होती. बोलण्यातही उतरली होती. नामदेवाचं हे बोलणं ऐकून गोणाईनं रागानं मान हलवली. नामदेवाचं हे बोलणं भागाबाई, जना दोघीजणी आश्चर्यचकित चेहऱ्यानं ऐकत होत्या. नामदेवाचा आणि गोणाईचा हा कुत्र्याबद्दलचा संवाद जेवणासाठी स्वयंपाकघरात आलेल्या दामाशेटींनीही ऐकला होता. त्यांना समोर बघून गोणाई नामदेवाबद्दल रागानं काहीतरी बोलणार तोच दामाशेटी म्हणाले, "नामा, त्या कुत्र्याच्या कोरड्या भाकरीवर तूप घालून

त्याला ओलावा द्यायला निघाला होतास! समाजातल्या गोरगरिबांना, अडल्यानडलेल्यांना असाच प्रेमाचा ओलावा दे. त्यांचं कोरडं, नीरस आयुष्य तुझ्या प्रेमाच्या ओलाव्यानं भरून जाऊ दे.'' नामदेवाच्या पाठीवरून हात फिरवत दामाशेटी म्हणाले. 'नामदेवाला थोडं रागवा' अशा आविर्भावात पुढे आलेल्या गोणाईनं दामाशेटींचं हे बोलणं ऐकलं आणि कपाळावर हात मारून घेतला. तिच्याकडे हसून बघत दामाशेटी म्हणाले, ''नामाच्या आई, चला, ताटं लावा. त्यानं तुपाचं लोटकं परत आणलं यातच गोड मानून घ्या.'' गोणाईनं मुक्तपणे मान हलवली. दामाशेटी बोलले तेही खरंच होतं! निदान तुपाचं लोटकं तरी परत आलं होतं. एकीकडे गोणाईला नामदेवाचा राग येत होता, तर एकीकडे त्याच्या या कारभाराचं दामाशेटींनी केलेलं स्पष्टीकरण ऐकून त्याचं कौतुकही वाटत होतं. आपण नक्की काय करावं, नामदेवाला रागवावं की त्याचं कौतुक करावं, या संभ्रमात पडलेल्या गोणाईनं तिच्याही नकळत नामदेवाच्या ताटातल्या भातावर तुपाची धार धरली.

नामदेव मूर्ती बनवत होता आणि मारुती बनवता बनवता विठ्ठल बनला. कर कटीवर ठेवून विटेवर उभा असलेला तो सावळा विठ्ठल हे सगळं बघून मनातल्या मनात हसत होता. नामदेवाच्या अंतर्मनात विठ्ठलाच्या मूर्तीची चिरंतन मुद्रा उमटण्याची ती सुरुवात होती आणि त्यातच या चिरंतन मुद्रेची भक्ती चिरंतन ठरण्यासाठी जनाच्या रूपानं त्याला एक सखी मिळाली होती. त्याच्या असीम भक्तीची, अमर्याद प्रतिभेची साक्षीदार. समाजाला भक्तिसंप्रदायाच्या मार्गावरून घेऊन जाण्यासाठी दोन खंदे वीर निर्माण होत होते. विठ्ठलभक्तीचा गवगवा आता भारतभर होणार होता. विठ्ठलभक्तांचा डांगोराही भारतभर पसरणार होता. भागवत धर्माचा ध्वज दशदिशा व्यापणार होता. विठ्ठलनामाचा गजर आकाशभर घुमणार होता. तरीही विठ्ठलाला नामदेवाच्या मनाच्या कोमलतेची, संवेदनशीलतेची परीक्षा घ्यायची होती. म्हणूनच त्या श्वानानं नामदेवाची भाकरी पळवली आणि त्याच्या भाकरीवर तूप घालण्यासाठी त्या श्वानामागे तुपाचं लोटकं घेऊन धावणाऱ्या नामदेवाची संवेदनशीलता विठ्ठलाच्या मनाप्रमाणे सिद्ध झाली. विठ्ठलाला परमावधीचा आनंद झाला.

३

होळी पौर्णिमा जवळ आली होती. पौर्णिमेला करायची पूजा आणि पुरणपोळी यांच्या तजविजीत गोणाई आणि भागाबाई होत्या; तर जना त्यांच्या हाताखाली आत-बाहेर करत होती. नामदेव मात्र मित्रमंडळी जमवून होळीच्या तयारीत होता. या वर्षी त्यानं आणि त्याच्या मित्रांनी मिळून स्वतंत्र होळी करायची असं ठरवलं होतं. गेल्या वर्षी मोठ्या माणसांनी या पोराटोरांना होळीच्या आसपासही फिरकू दिलं नव्हतं. 'मागं सरा रं! भाजंल, हात घालू नगा!' अशा प्रकारच्या सूचना देऊन या पोराटोरांना होळीपासून दूरच ठेवलं होतं. या गोष्टीचा त्या वेळी नामदेव आणि त्याच्या मित्रांना राग आला होता. म्हणूनच या वर्षी त्यांनी ठरवलं की, आपण आपापली वेगळी होळी करायची. अर्थात, या निर्णयाचा म्होरक्या नामदेवच होता. आणि या वर्षी आपली वेगळी होळी करायची असं ठरवल्यापासून नामदेव आणि त्याच्या मित्रांच्या पायाला फुरसत नव्हती. इकडे - तिकडे धावाधाव करून कुणाच्याही नकळत होळीसाठी लागणारी लाकडं, गोवऱ्या, शेणगोळे गुपचूप जमा करण्याचं त्यांचं काम सतत चालू होतं. गुपचूप अशासाठी की, हे कुणा मोठ्या माणसांच्या लक्षात आलं असतं, तर त्यांनी या पोरांना त्यांची त्यांची होळी करूच दिली नसती. म्हणून कुणाच्याही नकळत या पोरांची होळीची तयारी चालू होती. लाकडं, गोवऱ्या, शेणगोळे यांचा जमा केलेला ढीग त्यांनी नामदेवाच्या परसदारी असलेल्या विहिरीच्या पलीकडे रचून ठेवला होता. नामदेवाच्या परसदारी असलेल्या त्या विहिरीच्या पलीकडे सहसा कोणी जायचं नाही; त्यामुळेच या पोरांनी तिथेच सगळं साठवून ठेवलं होतं. होळी पौर्णिमेच्या आधी तीन-चार दिवस अशी पळापळ करून चांगली मोठी होळी करण्याएवढी सामग्री जमा झाली, हे बघून पोरांना बरं वाटलं. आता उद्या होळी पौर्णिमा होती. पोरांचा बेत ठरला होता. गोणाई जेवणाचा बेत करण्याच्या गडबडीत होती. बघता बघता तिचा पुरणा-वरणाचा स्वयंपाक तयार झाला. संध्याकाळही झाली. गल्लीगल्लीतून होळीची तयारी सुरू झाली. ठिकठिकाणी होळी रचली जाऊ

लागली. हळूहळू लोक जमा होऊ लागले. दुपारभर जेव्हा गोणाई स्वयंपाकघरात दंग होती, तेव्हा मुलांनी परसदारी ठेवलेली होळीची सामग्री एकेक करून, तिची नजर चुकवून बाहेर आणून नामदेवाच्या आणि बबनच्या घराच्या मध्ये एक रिकामी जागा होती तिथे रचली. बघता बघता एक खणाच्या त्या रिकाम्या जागेत लाकडं, गोवऱ्या आणि शेणगोळे यांचा ढीग तयार झाला. अंधार पडला. सगळे लोक आपापल्या घरासमोर, अंगणात होळी पेटवण्यात दंग होते. नामदेवाने सगळ्यांचा डोळा चुकवून देवघरात लावून ठेवलेली सुंद्री घेतली, देव्हाऱ्याखाली असलेला मूठभर कापूर घेतला आणि चोरपावलानं तो बाहेर पडला. तो हे सगळं घेऊन त्या सर्वांनी रचलेल्या होळीजवळ आला. लक्ष्या, बबन, राम, शंकर आणि गल्लीतली आणखी तीन-चार पोरं तिथे थांबली होतीच. नामदेव आलेला बघताच सगळ्यांनी होळीभोवती कडे केले. नामदेवानं मुठीतून आणलेला कापूर रचलेल्या होळीच्या तळाशी ठेवला. एकदा सगळ्यांकडे नजर टाकली आणि सुंद्रीनं तो कापूर पेटवला. तो कापूर धडाधडा पेटला आणि त्याबरोबर वाळलेल्या त्या गोवऱ्यासुद्धा! बघता बघता त्या गोवऱ्या, ते शेणगोळे पेटले आणि त्यांच्यामुळे ती लाकडंही पेटली. लाकडांनी जसा पेट घेतला, तशी पोरं आनंदानं नाचू लागली आणि नाचत नाचत त्या पेटलेल्या होळीभोवती फिरायला लागली. होळी पेटलेली बघून बबन धावतच घरात गेला आणि पुन्हा पळत बाहेर आला, तेव्हा त्याच्या हातात पुरणाची पोळी होती. ती पोळी होळीवरून तीनदा फिरवून त्यानं होळीत टाकली. पुरणाचा आणि तुपाचा खमंग वास सगळीकडे पसरला. पुढच्याच क्षणी नामदेवही घरात पळत गेला. शिंकाळ्यातली पोळी घेऊन तो बाहेर धावत आला. त्यानंही ती पोळी तीन वेळा फिरवून होळीत टाकली. नामदेव घरातून पोळी घेऊन येईपर्यंत बबननं आणलेली पोळी जळून गेली होती. त्याचबरोबर दरवळणारा पुरणाचा आणि तुपाचा गंधही संपून गेला होता. नामदेवानं पोळी आणून होळीत टाकली आणि आता पोरं वाट बघत होती, पुन्हा एकदा तुपाचा आणि पुरणाचा गंध दरवळण्याची; पण तुपाचा गंध आलाच नाही. पुरणाचा गंध जाणवलाच नाही. त्याऐवजी पोरांच्या नाकाला जाणवला बुक्क्याचा गंध. बुक्क्याचा तो मंद गंध सगळ्यांच्या नाकाला जाणवला आणि आपोआप सगळ्यांचे हात जोडले गेले. क्षणभर डोळे मिटून, हात जोडून झाल्यावर पहिल्यांदा सावध झाला तो लक्ष्या. तो पटकन म्हणाला, "अरे नामा, तू होळीत पोळीच टाकलीस न्हवं? अरं, मग पुरणाचा वास यायचा सोडून ह्यो बुक्क्याचा वास कसा यायला लागलाय? पोळीवर काय तुपाऐवजी बुक्का घालून आणला व्हतास काय?" लक्ष्याच्या या प्रश्नाला बबननंही दुजोरा दिला. "व्हय रे व्हय! वास बुक्क्याचाच येतोय खरा! पर म्यां बघितलं व्हतं, नामाच्या पोळीवर तुपच हुतं!" बबनच्या बोलण्यावर सगळ्यांनीच मान डोलवली. नामदेवसुद्धा म्हणाला, "अरे, मी

तूपच आणलं होतं! हा बुक्का कुठून आला?'' पुन्हा एकदा शंका येऊन त्यानं होळीत हात घालून पोळी बाहेर काढली. अर्धवट जळलेली ती पोळी त्यानं नीट बघितली. पोळीवरचं तूप विरघळून गेलं होतं; पण तुपाचा किंचित ओलसर डाग पोळीवर अजूनही दिसत होता आणि विशेष म्हणजे बुक्का तर कुठेच दिसत नव्हता. नामदेवानं पोळी पुन्हा होळीत टाकली; पण विचित्रच घडलं. त्याच्या हाताच्या धक्क्यानं होळीची रचलेली लाकडं विस्कटली आणि ती जळती लाकडं इतस्ततः पसरली. मग मात्र मुलं घाबरली. सगळ्यांनी धूम ठोकली. नामदेव एकटा ती इतस्ततः पडलेली लाकडं बघत तिथेच उभा राहिला. मग अचानक त्याला भान आलं. तो पुढे झाला आणि हात पोळत होते तरी त्यानं ती पसरलेली जळकी लाकडं एकेक करून गोळा केली आणि पुन्हा होळीत टाकली. त्यानं अजाणतेपणी हे केलं खरं; पण त्याच्या या करण्यामुळे केवढा मोठा धोका टळला, याची त्याला कल्पना नव्हती. इतस्ततः पडलेल्या लाकडातलं एक जळकं लाकूड बबनच्या घराच्या अंगणातल्या काटक्यांच्या ढिगाजवळ जाऊन पडलं होतं. नामदेवानं ते वेळीच उचललं, नाहीतर त्या वाळलेल्या काटक्यांनी पेट घेतला असता. रस्त्यावरची होळी बघत पडवीत उभे राहिलेले बबनचे वृद्ध आजोबा ते जळकं लाकूड आत आलेलं बघून इतके घाबरले की, त्यांच्या तोंडून शब्द फुटेना. तेवढ्यात नामदेवाने पळत येऊन लाकूड उचललेलं बघून ते सावरले. नामदेवाच्या धाडसाचं त्यांना कौतुक वाटलं. त्याच्या धाडसानं आणि समयसूचकतेनं, प्रसंगावधानानं एक मोठा भयंकर प्रसंग टळला होता. त्यातही वाईट असं होतं की, बबनच्या घराला तर आग लागलीच असती आणि त्यात आजोबांचाही बळी गेला असता; पण माजघरात निजलेली बबनची धाकटी दोन भावंडंही यात मृत्युमुखी पडली असती. नामदेवानं दाखवलेल्या प्रसंगावधानामुळे एक भयानक प्रसंग घडण्याआधीच थांबवला गेला होता. नामदेवानं वेळीच ते लाकूड उचलून बाहेर टाकलं नसतं तर... या विचारानं बबनच्या आजोबांचा थरकाप उडाला.

होळीचे दर्शन घेऊन सूर्य क्षितिजापार गेला. अंधार दाटून आला. पौर्णिमा असली तरी ढगाळ वातावरणामुळे अंधारून आलं होतं. पावसाचे चार शिंतोडे पाडून, होळी विझवायला आपला हातभार लावून निसर्गानेही आपलं काम चोखपणे बजावलं. होळी शांत झाल्यावर सगळे लोक आपापल्या घरी गेले. दामाशेटी अंगणातून आत आले, तोच त्यांना नामदेव आत पळत येताना दिसला. येता येता तो हात झटकत होता. ''नामा, काय झालं रे? हाताला काय चावलं की काय?'' दामाशेटींनी विचारलं. ''नाही! काही चावलं नाही; पण हात भाजला जरासा!'' आपल्याला प्रश्न आपल्या वडिलांनी विचारलाय आणि त्यांना हे काही सांगायचं नाहीये याचं भान येईपर्यंत नामदेव उत्तर देऊन मोकळा झाला होता. ''भाजलं? कुठे

भाजलं? आणि कसं? काय करत होतास?'' दामाशेटींनी एकापाठोपाठ एक प्रश्न विचारले आणि नामा गांगरला. ''नाही! इतकं भाजलेलं नाही! उगीच जरासं!'' त्यानं चाचपडत सांगायचा प्रयत्न केला. ''इतकं भाजलेलं नाही. बरोबर आहे; पण भाजलंच कसं? आणि कुठे?'' दामाशेटींनी पुन्हा उलट प्रश्न विचारले. आता मात्र नामदेवाला काहीतरी उत्तर देणं भाग होतं. ''काही नाही! ते होळीतली पोळी काढायला गेलो तेव्हा जरासं भाजलं!'' नामदेवानं चाचरत उत्तर दिलं. ''होळीतली पोळी काढताना भाजलं? अरे, पण तू होळीजवळ होतासच कुठे? मी अगदी सुरुवातीपासून ते होळी शांत होईपर्यंत तिथेच होतो. तू मला कुठे दिसला नाहीस. तूही दिसला नाहीस आणि तुझं मित्रमंडळही दिसलं नाही! मग कुठल्या होळीतली पोळी काढत होतास तू?'' दामाशेटींनी आता नामदेवाला चांगलंच धारेवर धरलं. आता नामदेवाला सगळं सांगणं भाग होतं. दामाशेटींचा चढलेला स्वर आणि त्यांनी विचारलेले प्रश्न गोणाईला आत स्वयंपाकघरात ऐकू आले. जेवणाची ताटं लावण्याचं काम अर्धवट टाकून ती बाहेर आली. आई सोप्याच्या दाराशी येऊन उभी राहिलेली बघून नामदेवाला जरा आधार वाटला आणि त्यानं घडाघडा बोलायला सुरुवात केली. गतवर्षी आपल्याला होळीत सामील होऊ दिलं नाही, म्हणून यंदा मुलांनी स्वतंत्र होळी करायचं ठरवलं इथंपासून ते होळीच्या सामग्रीची जमवाजमव कशी केली, होळी कुठे पेटवली, ती धक्का लागून कशी विस्कटली, लाकडं कशी इतस्ततः पसरली, एक जळतं लाकूड बबनच्या पडवीत कसं गेलं आणि ते उचलून आणताना आपला हात कसा भाजला, हे सगळं त्यानं सविस्तर सांगितलं. त्याच्या प्रत्येक वाक्यासरशी दामाशेटींच्या कपाळावरची आठी अधिकच गडद होत होती. नामदेव बोलायचा थांबला आणि मान खाली घालून उभा राहिला. त्याचा हात भाजला हे ऐकल्यावर गोणाईला धस्स झालं. ती धावत नामदेवाजवळ गेली. त्याचा हात बघितला. त्याच्या हाताला टरारून फोड आले होते. ती संतापून काही बोलणार तोच बबनचे आजोबा दारात येऊन उभे राहिले आणि त्यांनी ''दामाजीऽऽ'' म्हणून हाक मारली. त्यांना बघून दामाशेटी झोपाळ्यावरून उठले. दाराशी गेले. त्यांना समोर आलेलं बघून बबनचे आजोबा म्हणाले, ''दामाजी, नामाचा हात कसा हाय रे? तो नसता, तर आज भयानक प्रसंग गुदरला असता बघ. त्यानं त्ये पडवीत पडलेलं जळतं लाकूड उचलून भाईर फेकलं म्हणून ठीक झालं, न्हाईतर समदं घर पेटलं असतं बघ. लयी गुणाचं पोर हाय बघ. लयी शाणं! त्याच्या हाताला कांदा किसून लावा. त्याचा ह्यो गुण तुला सांगावा म्हणून आलो हुतो. जातो आता!'' असं म्हणत बबनचे आजोबा परत गेले. नामदेवाच्या उपद्व्यापाने संतापलेल्या दामाशेटींना काय बोलावं ते सुचेना. नामदेवाच्या कारभाराबद्दल त्याला रागवावं की त्याच्या प्रसंगावधानाचं कौतुक करावं हे त्यांना समजेना. काहीच न बोलता ते आत आले.

त्यांनी नामदेवाकडे एक नजर टाकली. तो गोणाईसमोर हात धरून उभा होता आणि गोणाई त्याच्या हातावर किसलेला कांदा लावत होती. विशेष म्हणजे हूं की चूं न करता नामदेव त्या भाजलेल्या जखमेवर कांदा लावून घेत होता. गोणाईनं नामदेवाला जेवायला वाढलं. दूध, तूप घालून पुरणपोळी खाऊन नामदेव निजला. दिवसभर पळापळ करून दमलेल्या नामदेवाला लगेचच झोप लागली. दामाशेटींचंही जेवण झालं. गोणाई, भागाबाई आणि एका बाजूला लांब बसून जना अशी तिघींची जेवणं झाली. मागचं सगळं आवरून गोणाई बाहेर आली. दामाशेटी झोपाळ्यावर सुपारी कातरत बसले होते. गोणाई बाहेर आलेली बघून दामाशेटी म्हणाले, "नामदेवाच्या आई, माळी तात्यानं म्हणजे बबनच्या आज्यानं जरी नामदेवाला नावाजलं असलं, तरी आधी असला हूडपणा करावाच का म्हणतो मी? त्याचा हूडपणा वाढत चाललाय. त्याला कुठेतरी लगाम घातला पाहिजे. त्याचं लक्ष कुठेतरी दुसरीकडे वळवलं पाहिजे. आता फाल्गुन संपेल. चैत्र लागेल. चैत्री पाडवा येईल. त्या दिवसापासून मी त्याला अक्षरओळख करून देईन. म्हणजे त्यात त्याचं लक्ष लागून, हूडपणा जरा कमी होईल त्याचा."

दामाशेटींनी गोणाईला उपाय सांगितला. ते ऐकून गोणाईला बरं वाटलं. नामा तसा हुशार होता. त्याला अक्षरओळख झाली म्हणजे त्याला चांगलं लिहितावाचता आलं असतं. दामाशेटींनी सांगितलेलं ऐकून गोणाई निश्चिंत झाली.

बघता बघता फाल्गुन संपला. चैत्राची पहिली पहाट झाली. नववर्षारंभ झाला. जनीनं अंगण लोटून, सारवून घेतलं. आऊबाईनं त्यावर छानशी रांगोळी काढली. सगळीकडे पानांचं तोरण बांधलं. दामाशेटींनी भल्या पहाटे स्नान केलं. गोणाईला सांगून नामदेवालाही अंघोळ घालायला सांगितली. नवीन कपडे घालून नामदेव तयार झाला. नामदेवाला घेऊन दामाशेटी मंदिरात गेले. सभामंडपातून त्यांनी विठ्ठलाला नमस्कार केला. नामदेवालाही करायला लावला. गर्भागारात अजून काहीसा अंधार होता. समईच्या प्रकाशात विठ्ठलाची सावळी मूर्ती कमरेवर हात ठेवून उभी होती. 'तुमच्या सर्वांच्या उद्धाराला मी कटिबद्ध आहे' असंच जणू ती मूर्ती सांगत होती. सभामंडपातून ती विठ्ठलमूर्ती नामदेवाला नीटशी दिसेना. दामाशेटींचा हात सोडून तो पुढे झाला. मंदिरामध्ये अजून कुणीच नव्हतं. अजून काकड्यालाही उशीर होता. नामदेव पुढे झाला. गर्भागाराच्या दाराजवळ उभा राहून मंद प्रकाशात दिसणाऱ्या विठ्ठलमूर्तीकडे तो बघत राहिला. विठ्ठलमूर्तीच्या चेहऱ्यावरचे भाव निरखत राहिला. त्याला असं वाटलं की, आपल्याला समोर बघून तो विठ्ठल आनंदित झाला; कारण त्या दगडी मूर्तीच्या चेहऱ्यावर एक हलकीशी स्मितरेषा उमटली आहे, असं त्याला वाटलं. नामदेव एकटक मूर्तीकडे बघत होता. त्याचे डोळे त्या मूर्तीच्या डोळ्यांत ओळख शोधत होते. ज्या अर्थी विठ्ठल आपल्याला बघून हसला, त्या अर्थी तो

आपल्याला ओळखत असावा असं त्याला वाटत होतं. म्हणून तो मूर्तीच्या डोळ्यांत रोखून बघत होता आणि विठ्ठलमूर्तीच्या डोळ्यांत ओळख उमटलेली त्याला दिसली. तो काही बोलणार तोच पाठीमागून त्याला दामाशेटींची हाक ऐकू आली. ते म्हणत होते, ''नामा, देवापुढे डोकं टेकवून नमस्कार कर. आज तुझ्या अक्षर गिरवण्याची सुरुवात आहे. त्याच्याकडे विद्या माग!'' नामदेवाच्या कानांवर ते शब्द पडले आणि तो सावरला. गर्भागाराच्या उंच उंबरठ्याजवळ बसून त्यानं त्या उंबऱ्यावर आपला माथा टेकवला. काही क्षण तो तसाच डोकं टेकवून बसून राहिला. आणि त्याला पुन्हा तोच भास झाला. तोडे घातलेले कुणाचे तरी हात आपल्या पाठीवरून, डोक्यावरून फिरताहेत असं त्याला वाटलं. तो भास होताच त्यानं उंबरठ्यावर टेकवलेलं डोकं उचललं. समोर बघितलं; पण विठ्ठलाचे हात कमरेवरच होते. नामदेव उठून उभा राहिला. पुन्हा एकदा हात जोडून त्यानं विठ्ठलाला नमस्कार केला. दामाशेटी त्याच्या शेजारी येऊन उभे राहिले. मूर्तीसमोर हात जोडून म्हणाले, ''देवा, माझ्या लेकराला ज्ञान घेण्याची बुद्धी दे! त्याला मिळालेल्या ज्ञानाचा उपयोग तो तुझ्या भक्तांसाठी करेल. तसा त्याला आशीर्वाद दे!'' असं मागणं मागून दामाशेटींनी डोळे मिटले. नामदेवाचं लक्ष विठ्ठलमूर्तीकडे होतं. क्षणभर त्याला वाटलं की, विठ्ठलानं कमरेवरचे हात काढले आहेत आणि त्यानं टाळी वाजवली. तोच दामाशेटींनी डोळे उघडले. ते किंचित रागानं नामदेवाला म्हणाले, ''नामा नमस्कार कर. टाळी कशाला वाजवतोयस?'' नामदेव त्यांच्याकडे बघतच राहिला. 'म्हणजे विठ्ठलानं खरंच टाळी वाजवली की काय?' त्याच्या चेहऱ्यावर हसू उमटले. दामाशेटी त्याला पुन्हा रागावले आणि त्याचा हात धरून, पायऱ्या उतरून ते मंदिराबाहेर आले. घरी आल्यावर त्यांनी गोणाईला हाक मारली. तिनं देवघरात जाऊन समई लावली. दामाशेटी नामदेवाला घेऊन देवघरात गेले. काळ्या दगडी फरशीचा एक चौकोनी तुकडा देव्हाऱ्यासमोर ठेवला होता. तो त्यांनी उचलला. नामदेवाच्या हातात दिला. त्याला तो पाण्यानं नीट धुवायला लावला. मग पंचानं पुसायला लावला. नंतर त्या पाटीवर त्यांनी चुन्याच्या काडीनं 'श्री' काढला. मग ती पाटी परत त्यांनी देव्हाऱ्यासमोर ठेवली. नामदेवाला त्या 'श्री' अक्षरावर फुलं घालून पूजा करायला लावली. पूजा झाल्यावर ती पाटी एका हातात घेऊन, दुसऱ्या हातानं नामदेवाचा हात धरून ते देवघराबाहेर आले. झोपाळ्यावर बसून त्यांनी नामदेवाला शेजारी बसवून घेतलं. त्याच्या मांडीवर पाटी देऊन, त्याच्या हातात चुन्याची काडी देऊन त्याचा हात धरून त्याला त्या 'श्री' अक्षरावरून गिरवायला शिकवलं. हूड नामदेव एकपाठी होता. एकदा गिरवून झाल्यावर त्यानं लगेचच बाजूला तसाच दुसरा 'श्री' काढला. दामाशेटींना आनंद झाला. त्यांनी पाटीवर पुढची अक्षरं काढून त्याला गिरवायला सांगितलं. नामदेवानं तीही अक्षरं एकदा गिरवून पुन्हा लगेच

काढून दाखवली. ठावक्याच्या उजेडात, पहाटेच्या मंद प्रकाशात ही अक्षरओळख सुरू होती. नामदेवाची हुशारी बघून दामाशेटींना विश्वास वाटला की, हे पोर लवकरच सगळी धुळाक्षरं शिकेल. खाली वाकून मन लावून अक्षरं काढणाऱ्या नामदेवाकडे त्यांनी पाहिलं. अक्षरं शिकण्यात तो चांगलाच गुंग झाला होता. आता पुरतं उजाडलं. गोणाईनं दुधासाठी नामदेवाला जेव्हा हाक मारली, तेव्हा कुठे नामदेवानं मान वर केली. दामाशेटींचं लक्ष नामदेवाकडे गेलं आणि त्यांना नवल वाटलं. नामदेवाच्या कपाळावर कुंकवाचं स्वस्तिक चिन्ह उमटलं होतं. ''अरे नामा, तुझ्या कपाळावर हे स्वस्तिक चिन्ह कुठलं उमटलं रे? नामदेवाच्या आई, बघितलंत का? नामदेवाच्या शिक्षणासाठी जणू देवाचा कौलच मिळालाय. हे स्वस्तिक चिन्ह त्याच्या कपाळावर उमटलंय!'' दामाशेटींच्या हाकेनं गोणाई धावतच बाहेर आली. तिनं पाहिलं, खरंच! नामदेवाच्या कपाळावर कुंकवाचं स्वस्तिक चिन्ह उमटलं होतं. क्षणभर विचार करून दामाशेटी म्हणाले, ''नामा, तू मघाशी मंदिरात गाभाऱ्याच्या उंबरठ्यावर डोकं टेकलं होतंस काय?'' नामदेवाने होकार भरला. ''मग बरोबर आहे. त्या उंबरठ्यावर कुंकवानं काढलेलं स्वस्तिक चिन्हच तुझ्या कपाळावर उमटलंय.'' दामाशेटींनी खुलासा केला. ''पण मोठे आबा, त्या उंबऱ्यावर तर रोज कितीतरी लोक डोकं टेकतात; पण त्यांच्या कुणाच्या कपाळावर असं स्वस्तिक नाही उमटून राहत!'' दुधाची रिकामी लोटी घ्यायला आलेल्या जनीनं शंका काढली. दामाशेटींनी तिला उत्तर दिलं नाही; पण तिनं विचारलेली शंका रास्त होती, असं त्यांना कुठेतरी वाटून गेलं आणि नंतर कितीतरी वेळ ते या शंकेचं उत्तर शोधत राहिले. ते मिळालं नाहीच; पण नामदेवाच्या कपाळावर उमटलेल्या त्या स्वस्तिक चिन्हानं त्यांना नामदेवाच्या विद्यासंपन्नतेची आणि बुद्धिवैभवाची ग्वाही दिली हे मात्र खरं.

आणि खरोखरच देवानं दिलेला तो कौल खरा ठरत गेला. अगदी थोड्याच दिवसांत नामदेव सगळी धुळाक्षरं शिकला. सगळी मुळाक्षरं शिकला. बाराखडी शिकला. त्याचं अक्षरही मोत्यासारखं होतं. त्याची एकाग्रताही अतिशय चांगली होती आणि विशेष म्हणजे ती अगदी सहजसाध्य होती. हातात पाटी घेतली की, नामदेव एकचित्त व्हायचा आणि लगेचच लिहायला सुरुवात करायचा. एकदा लिहायला सुरुवात केली की, तो एकदाही मान वर करायचा नाही. विशेष म्हणजे 'व' अक्षराची बाराखडी शिकल्या शिकल्या त्यानं पाटीवर 'विठ्ठल विठ्ठल' असं लिहिलं आणि ते दामाशेटींना दाखवलं. आपल्या या बुद्धिमान पोराचं किती कौतुक करू आणि किती नको असं दामाशेटींना झालं. त्यांनी गोणाईला त्याची दृष्ट काढायला सांगितली. पहाटे लवकर उठून मुळाक्षरं काढायची, बाराखडी काढायची आणि रात्री जेवणं झाली की, आपण आज काय काय शिकलो हे सगळं जनीला दाखवायचं, असा नामदेवाचा परिपाठ होता. जनीसुद्धा त्यानं काढलेलं बघून त्याचं

खूप कौतुक करायची. त्या दिवशी त्यानं 'विठ्ठल विठ्ठल' लिहिलेलं बघून, ते न कळूनही जनी म्हणाली, "नामया, तू इतकं लिही, इतकं लिही की, ते सगळ्या जगानं वाचावं आणि तरीही संपू नये." ते ऐकून नामदेव प्रसन्नपणे हसला. असा सर्वांगानं, सर्वार्थानं बुद्धिवैभव सोबत घेऊन नामदेव मोठा होत होता. नामदेव जसजसा मोठा होत होता, तसंतसं गोणाईला त्याच्या वागण्याचं अधिकच कोडं वाटायला लागलं होतं. कधी कधी तो इतका शहाण्यासारखा, शांत वागायचा की, त्या दिवशी गोणाईला वाटायचं की, माझं पोर किती गुणाचं आहे! तर कधी कधी तो इतका हूडपणा करत असे की, गोणाईला अगदी जीव नकोसा होऊन जाई. कधी कधी तो दिवसभर सतत काहीतरी शोधत असायचा. 'काय शोधतोस?' विचारलं तर 'काही नाही' म्हणायचा. दामाशेटींशी तो फार बोलायचा नाही. आऊबाई तर स्वतःच अबोल होती. भागाबाईची बडबड त्याला आवडायची नाही, तर गोणाई सतत कामात असायची. धिटुकल्या जनाशी मात्र त्याचं चांगलं गूळपीठ जमायचं. एरवी दिवसभर तो आणि त्याचे मित्र दंगा करायचे, खेळ खेळायचे, सतत काही ना काही उद्योग करत असायचे; पण संध्याकाळ झाली की, ते सगळे मित्र आपापल्या घरी पळायचे. मग मात्र नामदेव जनाशीच बोलत राहायचा. तोवर जनाचीही काही कामं आवरलेली असायची. तिलाही वेळ असायचा. मग दोघंजण काहीबाही बोलत बसायची. तोवर जेवणाची वेळ व्हायची आणि दिवस संपायचा. तरी नामदेव आता पाच वर्षांचा झाला होता. एक मात्र खरं की, त्याचा हूडपणा जरी वाढला होता, तरी त्याची कल्पनाशक्ती मात्र गोणाईच्या समजण्यापलीकडची होती. आपल्याला आपल्या पोटचा हा पोर कधी कळेल की नाही, अशी तिला शंका यायची. तिच्या या शंकेला बळकटी देणारा प्रसंग घडला आणि गोणाईला आपली शंका रास्तच असल्याची खात्री पटली. झालं होतं असं– आषाढ महिना होता. पावसाची झिम्मड चालू होती. चंद्रभागेला भरपूर पाणी आलं होतं. चंद्रभागेचं वाळवंट हे नामदेव आणि त्याचे मित्र यांचं रोजचं खेळण्याचं ठिकाण होतं; पण गेले चार दिवस पावसानं झिम्मड लावली होती; त्यामुळे त्या पोरांना चंद्रभागेच्या वाळवंटात खेळायला जाता आलं नाही. त्यातच चंद्रभागेचं पात्र ओसंडून वाहत होतं; पण आज पावसानं थोडी विश्रांती घेतली होती. हवा पावसाळी होतीच; पण सूर्याचे चुकार किरण ढगांच्या फटीतून डोकावतही होते. ते बघितल्यावर शंकर नामदेवाला बोलवायला आला. त्याची हाक ऐकून वाटीत दाणे घेऊन खात बसलेला नामदेव लगेच उठला आणि बाहेर पळाला. "अरे, कुठे चाललास पावसा-पाण्याचं?" असं गोणाईनं विचारेपर्यंत तो बाहेर गेलासुद्धा! सगळ्यांना जमा करत मग सगळ्यांनी शक्कल काढली, 'आज वाळवंटात जाऊ या.' आणि सगळी पोरं निघाली. नामदेव सगळ्यांच्या पुढे होता; कारण तोच सगळ्यांचा म्होरक्या होता. बघता बघता

सगळेजण चंद्रभागेच्या वाळवंटात पोहोचले. चंद्रभागेचं पाणी दुथडी भरून वाहत होतं, तरीही आषाढी स्नानाला वाळवंटात गर्दी होती. वाळवंटात पोहोचल्यावर या पोरांनी आधी मनसोक्त उड्या मारल्या. नंतर वाळवंटात मनःपूत लोळून झालं. एकमेकांच्या अंगावर वाळू उडवून झाली. मग सगळ्यांनी चंद्रभागेच्या काठावरच्या पाण्यात प्रवेश केला. गुडघाभर पाण्यात नाचून झालं. एकमेकांच्या अंगावर पाणी उडवून एकमेकांना भिजवून झालं. अशी मज्जा चालली होती. मध्ये चार-पाच दिवस पावसाने सूर धरला होता; त्यामुळे मुलांना घरात कोंडून ठेवल्यासारखं झालं होतं; पण आज जराशी उघडीप पडताच मुलांनी तडक वाळवंट गाठलं होतं आणि दंगा सुरू केला होता. चंद्रभागेच्या काठावर गुडघाभर पाणी होतंच. त्यात मुलांनी नाचायला सुरुवात केली. नाचता नाचता कुणाला कसलंच भान राहिलं नाही आणि या पाचजणांतला बारकुडा असलेला लक्ष्या नाचता नाचता पाण्यात पुढे गेला आणि गटांगळ्या खायला लागला. बघता बघता त्या गढूळ पाण्यात तो आडवा झाला व नाका-तोंडात पाणी जाऊन गटांगळ्या खायला लागला. चंद्रभागेच्या पाण्याला ओढ असल्यानं तो पाण्यात ओढला जाऊ लागला. आडव्या पडलेल्या स्थितीत हात-पाय झाडायला लागला. सुरुवातीला कुणाचंच लक्ष नव्हतं; पण मध्येच लक्ष्याची 'मेलोऽऽ मेलोऽऽ' अशी किंकाळी कानावर पडली आणि सगळ्यांचं लक्ष गेलं. बघतात तर लक्ष्या बुडत होता. 'पोरगं पडलं, पोरगं बुडालं' असा गलका झाला. लक्ष्या झपाट्यानं चंद्रभागेच्या डोहाकडे ओढला जात होता. त्या डोहापर्यंत जायचं धाडस कुणीच करेना. नामदेवानं बघितलं, त्याचा जिवलग मित्र लक्ष्या बुडत होता. मागचा-पुढचा विचार न करता नामदेवानं तिकडे धाव घेतली. बघता बघता तोही खांद्याएवढ्या पाण्यापर्यंत गेला. लक्ष्या पुढेच वाहत जात होता. क्षणभर श्वास रोखून नामदेवानं आपलं डोकं पाण्यात बुडवलं. पाण्यात वाकून त्यानं डोळे किलकिले करून बघितलं. त्याला त्याच्या हाताजवळ लक्ष्याचा पाय दिसला. झटकन त्यानं तो पाय पकडला आणि पाण्याच्या बाहेर डोकं काढून, एक खोल श्वास घेऊन तो झपाट्यानं मागं वळला. त्याच्या पायाखाली वाळू घसरत होती. चंद्रभागेचा डोहाकडे जाणाऱ्या प्रवाहाचा ओघ त्याला पाण्याबाहेर पडायला विरोध करत होता. काठावर उभ्या असलेल्या लोकांचा कल्ला त्याला ऐकायला येत होता. डोळ्यांत गढूळ पाणी गेल्यामुळे त्याला डोळे नीटसे उघडायला येत नव्हते; पण कानावर पडणाऱ्या लोकांच्या आवाजाच्या रोखाने तो त्या पाण्यातून झपझप पावलं टाकत बाहेर येत होता. पाठीमागे त्याने लक्ष्याचा पाय हातात घट्ट पकडला होता. आपण लक्ष्याला ओढत आणत आहोत आणि आपण पाय धरून ओढत असल्यामुळे तो पाण्यात फरपटला जातोय, याकडेही त्याचं लक्ष नव्हतं. लक्ष्याला पाण्याच्या बाहेर आणायचंय, एवढंच त्याच्या मनानं घेतलं होतं आणि पन्नास पावलं असंच

झपझप चालल्यावर मात्र आता तो घोट्याएवढ्या पाण्यात काठावर आला. नामदेव काठावर आलाय आणि त्याच्या हातात लक्ष्याचा पाय आहे, त्यानं त्यालाही पाण्याबाहेर आणलंय, हे बघून लोकांनी एकच गलका केला. बबन, शंकर, राम सगळे लक्ष्याकडे धावले. तोच चंद्रभागेवर स्नानाला आलेला भेसकरांचा सूर्या तिथे धावत आला. लक्ष्याला त्या ठिकाणी पोटावर पालथं झोपवून त्यानं त्याच्या पाठीवर दाब द्यायला सुरुवात केली. लक्ष्याच्या नाका-तोंडातून भडाभडा पाणी बाहेर पडलं. त्याचा श्वास कोंडला होता तो मोकळा झाला आणि खोकत-खोकत लक्ष्यानं डोळे उघडले. नामदेव बाजूलाच उभा होता. लक्ष्या उठून बसला म्हटल्यावर जमलेल्या लोकांनी नामदेवाला उचलून खांद्यावर घेतलं. चिंब भिजलेल्या नामदेवाला लोकांनी तसंच उचलून घेतलं आणि त्याला त्याच्या घरी नेलं. आपलं पोरगं लोकांच्या खांद्यावरून येतंय म्हटल्यावर गोणाईच्या काळजात धस्स झालं. ती पदर सावरत धावतच दाराबाहेर आली; पण नामदेवाला लोकांच्या खांद्यावर सुखरूप बघून तिला हायसं वाटलं. नामदेव खाली उतरला. पळत जाऊन आईला बिलगला. त्या ओल्याचिंब नामदेवाला बघून गोणाईनं विचारलं, "काय पावसात भिजला का रे बाबा?" नामदेव काही बोलणार तोच बबन पुढे आला आणि म्हणाला, "नामाच्या आई, अहो नामानं आज मोठा पराक्रम केलाय. हा लक्ष्या बुडत व्हता नदीत. लागला व्हता धारंला. गटांगळ्या खात हुता. नामानं नदीत उडी मारून त्याचा जीव वाचवला." बबन काय सांगतोय हे गोणाईला खरंच वाटेना! 'हा एवढासा पाच-सहा वर्षांचा आपला नामा, हा काय दुसऱ्या पोराचा जीव वाचवणार?' तिच्या चेहऱ्यावर अविश्वास उमटला. ते बघून बंडा माळी म्हणाला, "व्हय नामाच्या आई, या तुमच्या पोरानंच लक्ष्याचा जीव वाचवला. एका बुडत्या पोराला त्यानं वाचवलं!" बंडा माळी तात्यानंच असं सांगितलं म्हटल्यावर मग कुठे गोणाईला ते खरं वाटलं. नामाला जवळ ओढून त्याची अलाबला घेत ती म्हणाली, "माझा शूर लेक तो!" नामाचं कौतुक करत सगळी मंडळी घरी परतली. गोणाईनं आपल्या लुगड्याच्या ओच्यानं त्याचं डोकं पुसलं. अंग पुसलं. भागाबाईला हाक मारून, तिला दूध गरम करायला सांगितलं. जनाला हाक मारून, तिला नामदेवाची गरम बंडी आणायला सांगितली. हे सगळे सोपस्कार झाल्यावर तिनं भागाबाईला नामदेवाची दृष्ट काढायला लावली. मग नामदेवाच्या हाताला धरून आपल्याजवळ बसवून घेऊन, तिनं त्याला दटावलं, "हे बघ नामा, आज तू जे केलंस ते जरी चांगलं काम असलं, तरी या म्होरं पावसाळा असूतोवर आणि नदीला बक्कळ पाणी असूतोवर वाळवंटात जायाचं न्हाई आणि चुकूनमाकून वाळवंटात गेलास तरीबी पाण्यात, नदीत उतरायचं न्हाई, समजलं?" आत्तापर्यंत आपलं कौतुक करणारी आई एकदम अशी का रागावते आहे, याचं कारण नामदेवाला समजेनाच. आईकडे बघत तो म्हणाला, "अगं आई,

तू कशाला घाबरतेस? अगं, मला पोहायला येतंय. मला आबांनी कधीचंच शिकवलंय नदीत पोहायला. त्या लक्ष्यालाच येत नव्हतं; म्हणून तो गटांगळ्या खात होता पाण्यात. आणि आई, अगं चंद्रभागा आपल्या सगळ्यांचीच आई आहे ना? मग ती आपल्याला त्रास कसा देईल? अगं, तुझ्या मांडीवर मी जितका सहज वावरतो, तितकाच सहज मी चंद्रभागेत वावरतो. म्हणून म्हणतो, तू घाबरू नकोस. मला चांगलं पोहायला येतं. पाहिजे तर या जनीला विचार. हो किनई गं जने? मला चांगलं येतंय की नाही पोहायला?'' आईची समजूत काढता काढता तिथे आलेल्या जनीची साक्ष नामदेवानं काढली. जनीनंही होकारार्थी मान डोलवून त्याच्या म्हणण्याला दुजोरा दिला. त्याचाही गोणाईला राग आला. ''पुरे झालं तुमचं एकमेकांना साक्ष देण्याचं कौतिक! नामा, ते काय बी असू दे! तू नदीकडे आणि वाळवंटात जायाचं न्हाई म्हंजी न्हाई! सांगून ठेवते!'' असं रागानं नामदेवाला दटावून गोणाई आत गेली.

शिवलेले कपडे देण्यासाठी दामाशेटी शेजारच्या गावात गेले होते. ते परतल्यावर त्यांच्या कानावर ही गोष्ट पडली. त्यांना क्षणभर नामदेवाचं कौतुक वाटलं; पण लगेच त्यांना रागही आला आणि काळजीही वाटली; पण त्याचबरोबर त्यांच्या मनात आलं, 'हे आपलं पोर! पण प्रत्येक वेळी असं होतंय, तो जे काही करतोय त्यातून कुणालातरी मदतच होतेय. कुणाचा तरी जीवच वाचतोय. होळी पौर्णिमेला ते तसं झालं, तर आता असं! अजून हा पाच-सहा वर्षांचा झाला नाही तोवर कुणाचा ना कुणाचा तरी जीव बाचवतोय. पुढे नक्की काय करणार आहे हा? की असा लोकांचा जीव वाचवणं हेच याच्या आयुष्याचं इंगित राहणार आहे? काही कळत नाही! पांडुरंगा, काय तुझ्या मनात आहे ते तूच जाणे!' दामाशेटींच्या मनाची काळजी आणखी वाढली. 'आता हे दोघं वाचले म्हणून ठीक झालं; पण दोघेही बुडाले असते तर?' या विचारानं दामाशेटींच्या मनाचा थरकाप झाला. मनाच्या तशा अस्वस्थ अवस्थेतच दामाशेटी घरी पोहोचले. घरी आल्यावर गोणाईने त्यांना सगळा वृत्तान्त सविस्तरपणे सांगितला. गावकऱ्यांनी केलेलं कौतुकही सांगितलं आणि आपल्याला वाटणारी काळजीही बोलून दाखवली. दामाशेटी विचारात पडले. 'आपलं हे पोर बुद्धिमान आहे, एकपाठी आहे; पण तेवढंच हूड आहे. दिवसेंदिवस त्याचा हा हूडपणा वाढतच चाललाय. आपण त्याला अक्षरं शिकवली. ती तो अल्पावधीतच शिकला. आता तर त्याला चांगलं लिहायला, वाचायला येतंय. आता त्याच्या बुद्धीला आणखी काहीतरी खाद्य दिलं पाहिजे. त्याला आता आणखी काहीतरी शिकवलं पाहिजे.' दामाशेटींच्या मनानं घेतलं आणि त्यांनी ठरवलं की, नामदेवाला ज्ञानसंपन्न करायचं असेल, तर त्याला संस्कृत शिकवलं पाहिजे. नामदेवाची बुद्धी आणि संस्कृत भाषेतलं ज्ञान यांची सांगड घातली, तर आपला नामदेव खरोखरच ज्ञानसंपन्न होईल, असं त्यांच्या मनानं घेतलं. ते जसजसा विचार करत गेले,

तसतसा त्यांना हा विचार जास्तच पटायला लागला आणि त्यांनी ठरवलं, उद्याच रामभटाच्या वडिलांना चिंतूभटांना जाऊन भेटायचं. त्यांच्या हातापाया पडून, त्यांना नामदेवाला संस्कृतचे धडे शिकवायला सांगायचे. ते म्हणाले तर आयुष्यभर त्यांची कापडं फुकट शिवून द्यायची; पण नामदेवाला संस्कृतची ओळख करून द्यायचीच. मनाशी असं ठरवल्यावर दामाशेटींना बरं वाटलं. ते नुसता असा विचार करूनच थांबले नाहीत, तर त्यांनी खरोखरच दुसऱ्या दिवशी चिंतूभटांना गाठलं. आपल्या पोराच्या बुद्धिमत्तेबद्दल विश्वास दिला. तो अंगणात उभा राहून शिकेल असा शब्द दिला. आयुष्यभर कपडे फुकट शिवून देईन अशी ग्वाही दिली. शिवाय, हे कुणाला कळू देणार नाही. नामा परसदारी येईल. परसात उभा राहील आणि तिथूनच शिकेल. त्याला फक्त संस्कृतची प्राथमिक ओळख करून द्या, अशी विनवणी केली. चिंतूभटांचा मुलगा रामभट वैद्यकी करत असे; त्यामुळे सर्व स्तरांतल्या लोकांशी त्याचा संबंध येत असे. या व्यवसायामुळे का होईना; पण तो तसा उदारमतवादी झाला होता. त्याने यासाठी काहीच हरकत घेतली नाही आणि चिंतूभटांकडे परसदारी उभा राहून नामदेवाची संस्कृत भाषेशी ओळख व्हायला लागली. दामाशेटी समाधान पावले. आपल्या बुद्धिमान मुलाच्या तेज बुद्धीला मिळालेली दिशा मराठी सारस्वताला दिशा दाखवेल, हे मात्र त्यांना माहीत नव्हतं.

होळी पौर्णिमेच्या वेळी केलेल्या धाडसामुळे का होईना पण नामाला कुठेतरी गुंतवायचा, या उद्देशानं दामाशेटींनी नामाला अक्षरओळख शिकवली. कुशाग्र बुद्धिमत्तेचा नामदेव भराभर शिकला आणि कर कटीवर ठेवून विटेवर उभ्या असलेल्या त्या सावळ्या विठ्ठलाला परमावधीचा आनंद झाला. नामदेवाला झालेली अक्षरओळख ही जशी त्याच्या उज्ज्वल भविष्याची नांदी होती, तशीच विठ्ठलभक्तीची आणि भक्ताच्या मिरासदारीचीही ती ग्वाही होती. त्यातच नामदेवाचा मुळातच असलेला धाडसी स्वभाव भविष्यात त्याला मिळणाऱ्या दिगंत कीर्तीचा पायाही ठरत होता. त्यातच दामाशेटींनी आता नामदेवाला संस्कृत भाषेची शिकवणी लावली आणि विठ्ठलाला खात्री पटली की, आता त्याच्या लाडक्या ठरणाऱ्या भक्ताच्या ज्ञानसंपन्नतेला केवळ आकाशाचीच मर्यादा आहे आणि क्षितिजाची सीमारेषा! विठ्ठलाचा चेहरा आनंदानं ओसंडत होता. रुक्मिणीला आधी वाटलं, आषाढी आहे म्हणून भक्तांच्या मेळ्यात रमणारा विठ्ठल आनंदात आहे; पण नंतर तिच्या लक्षात आलं की, हा आनंद काही वेगळाच आहे. तिनं कारण विचारलं तर तो सावळा नेहमीप्रमाणेच गूढ हसला. उत्तर तर काहीच दिलं नाही. ‘‘याचं असंच असतं नेहमी!’’ असा मनाशी विचार करत रुक्मिणी गप्प बसली आणि ती गप्प बसलेली बघून विठ्ठल पुन्हा हसला; पण आपण कमरेवरचे हात काढून टाळी वाजवली हे रुक्मिणीला समजलं नाही हे बरं झालं, असा विचार करून त्यानं आपलं हसू आवरतं घेतलं.

४

नामदेवाची संस्कृतची शिकवणी सुरू झाली आणि त्याच्या तेजबुद्धीला नवीन खाद्य मिळालं. चिंतूभट स्वभावानं फार कडक होते आणि ते कसून अभ्यास करून घेत असत. नामदेवाच्या कुशाग्र बुद्धीची कल्पना त्यांना पहिल्या चार दिवसांतच आली. पाच-सहा वर्षांचं हे शिंप्याचं पोर अचाट बुद्धिमान होतं. मग चिंतूभटांनी त्याला भरपूर पाठांतर द्यायला सुरुवात केली. ते जितकं पाठांतर देत, तितकं नामदेव एका दिवसात पाठ करून येई. चिंतूभटांनी अभ्यास द्यायचा आणि नामदेवानं तो पुरा करायचा, अशी दोघांची जणू स्पर्धाच लागायची. यातून एक मात्र झालं की, नामदेवाच्या कुशाग्र बुद्धिमत्तेबद्दल चिंतूभटांना विश्वास वाटायला लागला; त्यामुळे त्यांचा शिकवण्यातला उत्साहसुद्धा वाढला आणि नामदेव संस्कृत शिकण्यात अधिकाधिक तरबेज होऊ लागला, तसेच त्याला ज्ञानार्जनाचीही गोडी लागली. त्याची ज्ञानलालसा वाढत गेली. संस्कृतच्या अभ्यासानं त्याला ज्ञानाचा अर्थ कळायला लागला. देवाची भक्ती करण्याचा ज्ञान हा राजमार्ग आहे आणि या मार्गानं गेलं तरच भक्तीला जाज्वल्यता आणि डोळसता येते, हे त्याला हळूहळू उमगायला लागलं. देव भक्तीचा भुकेला आहे, हे त्याला उमगलं आणि समजलंसुद्धा! आणि आपल्याला हे समजलेलं अजमावण्याची संधी त्याला लगेचच मिळाली. झालं असं की, पंढरपुरात आल्यापासून दामाशेटींचं वास्तव्य मंदिरासमोरच्या वाड्यातच होतं. आपलं आराध्यदैवत समोरच असल्यामुळे साहजिकच घरात शिजलेल्या अन्नब्रह्माचा देवाला नैवेद्य दाखवूनच जेवण्याचा रिवाज, गेली कित्येक वर्षे दामाशेटींच्या घरात पाळला जात होता. रोज दुपारी नैवेद्याचं पान घेऊन दामाशेटी स्वतः मंदिरात जात असत. तिथे ते पान सदा गुरवाकडे देत असत. सदा देवाला नैवेद्य दाखवत असे. काही वेळ ते पान देवापुढे ठेवून त्याला 'गोड मानून घे' अशी हात जोडून विनवणी करत असे. नंतर गुरव त्या पानातलं अन्न काढून घेई व रिकामं पान दामाशेटींकडे देई. ते पान घेऊन दामाशेटी घरी येत व त्याच पानात जेवण घेत असत. गेली दहा-बारा वर्षे

हा रिवाज पाळला जात होता. आजही गोणाईनं नैवेद्याचं पान तयार केलं आणि जनीकरवी दामाशेटींना निरोप धाडला. जनी परत आली नाही, उलट तिनं गोणाईलाच 'मोठी आई' म्हणून हाक मारली. हातातलं देवाचं पान तसंच झाकून ठेवून गोणाई दामाशेटींच्या खोलीत गेली. दामाशेटी पलंगावर निजले होते. त्यांनी अंगावर दोन वाकळी घेतल्या होत्या, तरीही ते कण्हत होते. ते बघून गोणाई घाबरली. चट्कन पुढे होऊन तिनं दामाशेटींच्या कपाळावर हात ठेवला. तिला चटका बसला. त्यांचं अंग तापानं रसरसत होतं. "या बयाऽ! तुमास्नी तर लयीच ताप आलाय की हो? मी नामदेवाला दवा आणायला पाठवते आणि जनीहाती तुम्हाला गरम दूध पाठवते हळद घालून. ते प्या आणि निजून ऱ्हावा." गडबडून गेलेल्या गोणाईनं लगेचच सांगितलं. तिला हातानं खूण करून थांबवत दामाशेटी म्हणाले, "नामाच्या आई, जरा थांबा. अशा बावचळून जाऊ नका. मला फार काही झालेलं नाही. अंग जरा कचकचतंय. दूध-हळदीनं बरं वाटेल; पण आज माझं अजून स्नान झालेलं नाही, तेव्हा नामदेवाला स्नान करायला सांगा आणि त्याच्या हाती देवाचं जेवणाचं ताट पाठवून द्या. ते आधी करा आणि मग मला दूध-हळद द्या. देवाला भूक लागली असेल. त्याला उशीर नको व्हायला." दामाशेटींनी गोणाईला सांगितलं. जनीनं हाका मारल्या म्हणून आपली आई गडबडीनं आबांच्या खोलीत गेली, हे बघून ओसरीवर असलेला नामदेवही गोणाईच्या पाठोपाठ आत गेला. तो आबांच्या खोलीत प्रवेश करणार, तोच त्याच्या कानांवर आबांचं बोलणं पडलं. आपल्यावर आबांनी आज देवाला वेळेवर जेवण देण्याची जबाबदारी टाकली आहे, हे लक्षात आल्यावर उलट पावली नामदेव परसदारी गेला. भराभरा विहिरीतलं पाणी शेंदून त्यानं अंघोळ केली आणि लंगोटी लावून तो आत आला. गोणाई स्वयंपाकघरात आली. तिनं दामाशेटींसाठी वैलावर दूध तापवायला ठेवलं आणि नामदेवाला हाक मारून सांगितलं, "नामदेवा, झाली का तुझी अंघोळ? हे नैवेद्याचं ताट घे आणि लवकर देवळात जा. हे ताट सदाकाकाकडे दे आणि त्याला सांग, आज आबांना ताप आलाय म्हणून मी नैवेद्य घेऊन आलोय. जा बाबा, लवकर जा, न्हाईतर देवाला जेवायला उशीर व्हईल. जा लवकर." असं म्हणत तिनं नामदेवाच्या हातात नैवेद्याचं ताट दिलं. त्यावर एक पंचा झाकला आणि नामदेवाला म्हणाली, "जा बाळा! हे ताट घेऊन जा. नैवेद्य दाखवल्यावर तो देवाला मिळेपर्यंत तिथंच थांब आणि जरा वेळानं रिकामं ताट परत घेऊन ये." नामदेवानं मान डोलवली. तो खूपच उत्साहित झाला होता. 'आज आपण स्वतः देवासाठी जेवण घेऊन जातो आहोत,' या विचारानंच त्याला भारावल्यासारखं झालं होतं. आपण खूप मोठे झालो आहोत, असंही त्याला वाटत होतं. देवाला जेवण देण्याचं काम फार मोठं आणि जबाबदारीचं आहे, असं त्याच्या मनानं घेतलं. तो पान घेऊन जायला वळला, तोच जनीनं पाण्यानं भरलेलं भांडं

त्याच्या दुसऱ्या हातात दिलं आणि म्हणाली, "नामया, हे पाणीसुद्धा घेऊन जा. देवाला पाणी नको का? आणि देव जेवला की, तू लगेच घरी ये. तुलाही भूक लागली असंल ना? जा आता!" एका हातात पान आणि दुसऱ्या हातात पाण्याचं भांडं घेऊन नामदेव मंदिरात आला. माध्यान्हीची वेळ होती. मंदिरात कुणीच नव्हतं. नामदेव मंदिरात येऊन सभामंडपात उभा राहिला. त्यानं इकडे-तिकडे नजर टाकली. गुरवकाका कुठेच दिसत नव्हते. नामदेवाने हाक मारली, "गुरवकाका, गुरवकाका, कुठे आहेत तुम्ही? देवाचं जेवण घेऊन आलोय." नामदेवाचा आवाज जसा सभामंडपात भरला, तसाच तो गाभाऱ्यातही शिरला आणि आपलं जेवण आलं आहे हे विठ्ठलालाही समजलं. नामदेवाचा आवाज ऐकून मंदिराच्या मागे झाडलोट करत असलेला सदा गुरव पुढे आला. नामदेवाला बघून म्हणाला, "काय रं पोरा, तू का आलास? काय काम हुतं काय?" एवढ्यात सदाचं लक्ष त्याच्या हाताकडे गेलं. त्याच्या एका हातात नैवेद्याचं पान होतं, तर दुसऱ्या हातात पाण्याचं भांडं. ते बघून सदानं पुन्हा विचारलं, "काय रे नामा, आज तू नैवेद्य घेऊन आलास? दामाशेटी कुठे हाईत?" सदाच्या प्रश्नाला उत्तर देत नामदेव म्हणाला, "सदाकाका, आबांना ताप आलाय. ते निजलेत. म्हणून आज मी आलोय नैवेद्य घेऊन. हे घ्या ताट!" असं म्हणत नामदेवानं हातातलं नैवेद्याचं पान सदाच्या हातात दिलं; परत काढून घेतलं. ते बघून कपाळाला आठी घालून सदा म्हणाला, "काय रे? काय झालं? पान गाघारी का घेतलंस?" तो प्रश्न ऐकून नामदेव म्हणाला, "सदाकाका, तुम्ही मंदिराच्या मागं झाडलोट करत होतात ना? मग हात धुवा की! देवाला काय मळलेल्या हातानं जेवायला वाढणार?" नामदेवाचा प्रश्न ऐकून सदाला राग आला. "आता काय माझ्या हाताची घाण देवाच्या अन्नात पडतीया व्हय? आण ते पान इकडं!" म्हणत सदानं हात पुढे केला. नामदेवानं त्याच्या हाताकडे बघितलं. त्याच्या हाताला गवताच्या काड्या चिकटल्या होत्या. त्याकडे बघत नामदेव म्हणाला, "हे बघा सदाकाका, तुमच्या हाताला गवताच्या काड्या चिकटल्यात. त्या पडतील की देवाच्या पानात. तुम्ही आधी हात धुऊन या, मगच मी तुमच्याकडे पान देतो!" नामदेवाचा स्वर आग्रही होता. सदानं बघितलं, खरंच त्याच्या हाताला गवताच्या काड्या चिकटल्या होत्या. त्यानं एकदा नामदेवाकडे रागानं बघितलं. पुन्हा मंदिराच्या दाराबाहेर गेला. तिथल्या डोणीवर त्यानं हात धुतले. खांद्यावरच्या पंचाला खसाखसा पुसले आणि नामदेवासमोर येऊन उभा राहिला. त्याच्या समोर दोन्ही हात नाचवत म्हणाला, "घे बाबा! बघ आता! झालेत न्हवं स्वच्छ? आता तरी देतोस का पान? देवाला उशीर होतोय जेवायला!" नामदेवानं मान डोलवली. सदाच्या हातात पान देत म्हणाला, "हं! आता कसं? हे घ्या पान! देवाला जसा स्वच्छ मनानं नमस्कार करावा, तसंच स्वच्छ हातानं त्याला नैवेद्य दाखवावा!" सदा काहीच

बोलला नाही. नामदेवाच्या हातातून पान घेत तो गाभाऱ्याकडे गेला. जाता जाता मागं वळून म्हणाला, ''नामा, थांब हितंच. देवाचं जेवण झालं की, ताट रिकामं करून तुला परत देतो. हितं थांबून जाताना रिकामं पान घेऊनच जा!'' नामदेवानं मान डोलवली आणि सभामंडपात एका बाजूला तो बसून राहिला. सदा पान घेऊन आत निघाला, तोच नामदेवानं त्याला पुन्हा हाक मारली. ''सदाकाका, हे काय? नुसतंच पान घेऊन निघालात? देवाला पाणी नको का प्यायला? हे पाणी पण घेऊन जा.'' नामदेवाचं बोलणं ऐकून सदानं चमत्कारिक नजरेनं त्याच्याकडे पाहिलं. या पोराचं डोकं फिरलं असावं असं वाटून मान हलवत तो तसाच पुढे निघाला. तोच नामदेव पुन्हा म्हणाला, ''काका, अहो देवाला ठसका लागला तर? हे पाणी असू दे सोबत!'' नामदेवाच्या स्वरात आग्रह होता. कपाळाला आठ्या घालत सदानं नामदेवाच्या हातातून पाण्याचं भांडं घेतलं आणि तो गाभाऱ्यात निघाला. तोच नामदेव पुन्हा म्हणाला, ''काका, देवाला सांगा सावकाशीनं जेव म्हणावं. काही घाई नाही आणि त्याला हेही सांगा की, आज आबा आजारी असल्यामुळे मी आलोय जेवण घेऊन!'' आता मात्र सदाचा संयम संपला. गाभाऱ्याच्या दारातूनच मागं वळून तो म्हणाला, ''हे बघ नामा, मी देवाला निस्तं जेवणाचं पान देऊन येतो. त्याला काय सांगायचंय ते तूच सांग आणि हो! थांबून ऱ्हा जरा. देवाचं जेवण झालं की, तुला पान रिकामं करून देतो. ते लगीच घेऊन जा. तंवर बस तिथंच.'' असं सांगून सदा गर्भागारात गेला. सदाच्या बोलण्यावर नामदेवानं मान डोलवली आणि तो तिथंच सभामंडपात खांबाला टेकून बसून राहिला.

सदा गुरव नैवेद्याचं पान घेऊन आत गेला. त्यानं ते पान देवापुढे ठेवलं. पाणी फिरवून नैवेद्य दाखवला. हात जोडले. क्षणभर तसाच उभा राहिला आणि बाहेर आला. आता देवापुढे काही वेळ ते पान तसंच ठेवायचं आणि थोड्या वेळाने तिथून ते पान उचलून गुरव देवळाच्या मागच्या बाजूला असलेल्या आपल्या घरी नेत असे, तिथे त्या पानातले पदार्थ काढून ठेवून रिकामं पान दामाशेटींना देत असे, असा रिवाज होता. नैवेद्य दाखवून सदा बाहेर आला. नामदेवानं त्याला पाहिलं. त्यानं लगेच विचारलं, ''काका, देव जेवायला लागला का?'' सदानं काही न बोलता मान डोलवली. नामदेवानं तिथे बसून देवाच्या गाभाऱ्याकडे तोंड करून हात जोडले. ''देवा, शिस्तीनं जेवा. सावकाशीनं जेवा. काही घाई नाही. तुमचं जेवण होईपर्यंत मी इथंच थांबतो. ठसका लागला तर पाणी प्या. अजून काही लागलं तर सांगा. मी इथंच आहे आणि आबांना आज बरं नाही, म्हणून मी आलोय तुमचा नैवेद्य घेऊन. तेव्हा राग न मानता जेवून घ्या!'' हात जोडून डोळे मिटून नामदेवानं देवाला सांगितलं, तेव्हा कुठे त्याचं समाधान झालं. आता तो निश्चिंतपणे तिथे बसून राहिला. काही वेळ तसाच गेला. सदा गुरव सभामंडपात एका बाजूला रचून

ठेवलेली बसकुरं नीट करत होता, तोच त्याचा मुलगा म्हादा पळत पळत आला आणि सदाला म्हणाला, ‘‘बाबा, लवकर घरी चला. घरात साप शिरलाय. आई लयीच घाबरलीया. चला लवकर!’’ म्हादाचं बोलणं ऐकून सदानं हातातलं बसकूर गडबडीनं तिथंच टाकलं. मंदिराच्या दक्षिणद्वारातून तो बाहेर पडणार, तोच त्याचं लक्ष सभामंडपात बसलेल्या नामदेवाकडे गेलं आणि त्याला नैवेद्याच्या पानाची आठवण झाली. तो गडबडीनं गर्भागारात गेला. देवाला नमस्कार करून त्यानं देवापुढचं पान उचललं. गर्भागाराच्या उंबऱ्याजवळ आणून ठेवलं आणि दाराकडे जाता जाता तो नामदेवाला म्हणाला, ‘‘नामा, पान उंबऱ्याजवळ आणून ठेवलंय. घरी घेऊन जा. मी गडबडीनं घरी गेलो असं दामाशेटींना सांग!’’ असं नामदेवाला सांगून आपल्या पोराचा, म्हादाचा हात धरून सदा गेलासुद्धा! तो गेला त्या बाजूला नजर टाकून नामदेव बसल्या जागेवरून उठला. ‘पान घेऊन जा’ असं सदानं सांगितलं असलं, तरी ‘आज देवाला जेवणासाठी पुरेसा वेळ मिळाला नसणार’ याची हुरहूर त्याला लागून राहिली. ही रुखरुख मनात घेऊनच तो गाभाऱ्याजवळ आला. तिथून देवाला नमस्कार करून, त्यानं गाभाऱ्याच्या उंबरठ्यालगत आतल्या बाजूला ठेवलेल्या नैवेद्याच्या पानाकडे नजर टाकली. त्या पानाकडे नजर जाताच तो चमकला. प्रचंड चमकला. त्याचा स्वतःच्या डोळ्यांवर विश्वासच बसेना. आपण समोर बघतो आहोत ते तसंच आहे की आपल्याला भास होतोय हेही त्याला कळेना. त्यानं इकडे-तिकडे पाहिलं. आजूबाजूला कुणीच नव्हतं. आता विचारणार तरी कुणाला? छोटा नामदेव अगदी गोंधळून गेला. त्यानं पुन्हा एकदा गर्भागाराच्या उंबरठ्याजवळ ठेवलेल्या पानाकडे पाहिलं. आपले डोळे पुन्हा चोळले. पुन्हा पाहिलं तरी तेच दृश्य. त्यानं पुन्हा इकडे-तिकडे पाहिलं. देवळाच्या वरच्या पायरीलगतच्या अंगाऱ्याच्या कुंडाला टेकून गणू बसला होता. गणू भिकारी होता. थोडासा वेडा होता. त्याला कुणीच नव्हतं. चार घरी भीक मागून खायचा किंवा देवळाच्या पायरीवर बसून भीक मागायचा. नामदेवानं पाहिलं, गणू त्याच्या बसकुराचे धागे काढत बसला होता. त्याला बोलावून विचारण्यात काहीच अर्थ नव्हता. नामदेवाने तो विचार सोडून दिला आणि पुन्हा त्या गर्भागाराच्या उंबरठ्याकडे नजर टाकली. उंबरठ्यानजीक, उंबरठ्याला लागूनच; पण गर्भागाराच्या आत नैवेद्याचं पान ठेवलेलं होतं. आणि... आणि ते पान चक्क भरलेलं होतं. नामदेवानं जसं घरातून आणलं होतं, गोणाईनं जसं वाढून दिलं होतं आणि नामदेवानं सदाकाकाच्या हातात देताना ते जसं भरलेलं होतं, तसंच्या तसं ते पान होतं. त्यातला एक घासही कमी झाला नव्हता. भाताची मूद वर घातलेल्या वरणासह तशीच होती. ती जराही विस्कटली नव्हती. चपातीची मऊशार, त्रिकोणी घडी आणि तिच्यावर असलेला तुपाचा गोळा तोही तसाच होता. वाटीत, वाटी भरून घातलेली खीर तीसुद्धा तेवढीच भरलेली

होती. ती जराही कमी झालेली नव्हती. बटाट्याच्या भाजीतली एखादी फोडसुद्धा जराही सरकली नव्हती आणि महत्त्वाचं म्हणजे वरण-भाताच्या मुदीवर ठेवलेलं तुळशीदलही तसंच होतं. जराही हललेलं नव्हतं. एकंदरीत गोणाईनं जे जे जसं जसं वाढून दिलं होतं, ते ते सगळं तसंच्या तसं, तिथल्या तिथे होतं. जागच्या जागी होतं. नामदेव विस्फारल्या डोळ्यांनी त्या भरलेल्या पानाकडे बघत होता. अगदी एकटक बघत होता. त्या भरलेल्या पानाकडे विस्फारल्या नजरेनं एकटक बघता बघता नामदेवाच्या जे लक्षात आलं, त्यानं तो पुरता घाबरला. पोरवयाचा नामदेव बावचळून गेला. त्याला कळेना आपण आता काय करावं? ज्या अर्थी हे पान जसंच्या तसं भरलेलं आहे, त्या अर्थी देव जेवलाच नव्हता. जेवायचं राहू दे, त्यानं त्यातला एकही घास खाल्ला नव्हता. नव्हे, त्यातल्या अन्नाला त्यानं हातही लावला नव्हता. हे उमगलं, लक्षात आलं आणि नामदेव पुरता घाबरला. 'आता देव जेवला नाही, त्याला आपण काय करणार? बरं, तो का जेवला नाही हे विचारायचं कोणाला? देवळात तर कुणीच नव्हतं. आता काय करायचं? देव का बरं जेवला नसेल? आपल्या आईसारखा आज त्याचा उपास असेल का? पण मग तसं असतं, तर त्यानं कालच आबांना सांगितलं असतं! असं तर झालं नसेल की, देवानं सांगितलं; पण प्रकृती बरी नसल्यामुळे आबा आईला सांगायचं विसरले? पण छे! देवाचे उपास आईला माहीत असणार! तिच्या सगळं लक्षात असतं. देवाचा उपास तर तिच्या नक्कीच लक्षात असणार! आज त्याचा उपास नसणारच. म्हणूनच तिनं वरण-भात, खीर-चपाती दिली आहे. बरोबर आहे, आज नसणारच देवाचा उपास! पण मग तो का जेवला नाही? की आजचं जेवण त्याच्या आवडीचं नव्हतं! पण तसंही असणार नाही. देवाला काय आवडतं, काय नाही, हे आईला चांगलं माहीत आहे. म्हणून तर आपल्याला ती सारखं सारखं सांगत असते असं करू नको, हे देवाला आवडत नाही. तसं कर, ते देवाला आवडतं. म्हणजे तेही कारण असणं शक्य नाही. मग आज काय कारण घडलं असावं? असं काय वेगळं घडलं असावं, ज्यामुळे आज देव जेवला नाही?' विचार करून करून नामदेवाचं डोकं दुखायला लागलं; पण त्याच्या बालबुद्धीला कारण सापडेना. अचानक त्याच्या लक्षात आलं, 'अरे, आज देवाचं जेवण घेऊन आपण आलो आहोत. एरवी रोज आबा येतात. ते आजारी आहेत म्हणून आज आपण आलो आहोत. एवढं आणि एवढंच आज वेगळं घडलंय. मग आपण त्याचं जेवण घेऊन आलो, हेच त्याला आवडलं नसावं. बरोबर आहे, आपण लहान आहोत. लहान मुलानं जेवण आणलंय म्हणजे ते सांडत, डचमळत आणलं असणार असं त्याला वाटलं असेल. म्हणूनच तो जेवत नाहीये; पण आपण तर ते पान अगदी जिवापलीकडे जपत, अलगद घेऊन आलो. अगदी त्यातलं काही सांडणार नाही, लवंडणार नाही याची काळजी घेतच आपण पान

आणलं; पण ते बहुतेक त्याच्या लक्षात आलं नसणार. मग त्याला ते सांगायला पाहिजे.' नामदेवानं स्वतःच्या मनाशी विचार केला आणि आता देवाला सगळं सविस्तर सांगावं, असा विचार करून त्यानं देवाशी बोलायला सुरुवात केली. "देवा, काय झालं? आज तू जेवत का नाहीयेस? अरे, मी लहान असलो तरी कुठेही न सांडता, न लवंडता तुझं जेवण नीट घेऊन आलो. अरे, बघ तरी एकदा पानाकडे. त्यात काहीही इकडचं तिकडे झालेलं नाही. सगळे पदार्थ जिथल्या तिथे आहेत, तेव्हा मी काही सांडत आणलं असेल असं तुला वाटत असेल, तर ते तू मनातून काढून टाक आणि जेवण कर." नामदेवानं खुलासा केला; पण देव गप्पच उभा होता. ते बघून पुन्हा नामदेवानं आपली बाजू मांडली. "हे बघ देवा, आज आबा आले नाहीत आणि त्यांच्या जागी मी नैवेद्य घेऊन आलोय, याचा तुला राग आलाय का? पण काय करणार देवा? अरे, आबांना खूप खूप ताप आलाय. त्यांना उठता येत नाही, म्हणून मग मी आलो. देवा, आई तर सांगते की, देवाला लहान मुलं आवडतात. मग मी पण लहानच आहे ना? मी पण तुला आवडत असणारच की. मग एवढं माझं ऐक. हे जेवण आणलंय, ते जेवून घे; म्हणजे मला बरं वाटेल. तुझंही पोट भरेल आणि मग आबापण मला रागावणार नाहीत. जेवून घे देवा!" नामदेवानं आबा न येण्याचं आणि आपल्या येण्याचं समर्थन केलं आणि देवाला जेवून घेण्याबद्दल विनवलं; पण देव तसाच उभा! नामदेवानं पुन्हा देवाची विनवणी करायला सुरुवात केली. "देवा, जेव ना रे! बघ किती उशीर झालाय! मला पण भूक लागलीये. तुझं जेवण झालं की, मी रिकामं पान घरी घेऊन जाईन. मगच मी जेवेन. तू लवकर जेव, म्हणजे मला पण लवकर जेवायला मिळेल. जेव की रे लवकर. मी भरवू का तुला? भरवलं असतं; पण आबांनी सांगितलंय, 'आपण आत, गाभाऱ्यात जायचं नाही. आपल्याला परवानगी नाही.' म्हणून मी आत येत नाही. नाहीतर आत येऊन मीच तुला भरवलं असतं आणि मी आत येऊन उपयोग काय? माझा हात तुझ्या तोंडापर्यंत पोहोचतच नाही, तेव्हा आता मला जास्त बोलायला लावू नकोस. जेव बरं पटकन. आता तू जेवला नाहीस तर मी रागावेन आणि बोलणार नाही तुझ्याशी! जेव लवकर!" नामदेव हरप्रकारे देवाला सांगत होता; पण देवावर त्याचा काहीच परिणाम होत नव्हता. तो आपला कर कटीवर ठेवून उभाच! मग मात्र नामदेवाला त्याचा फारच राग आला. 'मी एक लहान मुलगा, इतकं विनवूनही हा माझं ऐकत नाही? यानं माझी समजूत काढायची की मी याची? मी हट्ट करायचा की यानं? मी रुसून बसायचं की यानं? बरं, मी आता इतक्या प्रकारानं समजूत काढतोय ना याची? तरीही हा हटून बसलाय म्हणजे काय? मी असा हटून बसलो असतो आणि इतकी समजूत काढल्यावर मी ऐकलं नसतं तर आईनं चांगली शिक्षा केली असती. आता हा तर देव आहे, याला कशी शिक्षा

करायची? ते काही नाही. आता असं काहीतरी केलं पाहिजे की, ज्यामुळे याला ऐकावंच लागेल. जेवावंच लागेल.' नामदेवाच्या मनानं घेतलं. तो आता रडायला लागला होता. त्याला आता विठ्ठलाचा राग यायला लागला होता. तो गर्भागाराच्या उंबरठ्याजवळ बसला होता. उंबरठ्याकडे लक्ष गेल्यावर त्याला एक विचार सुचला. त्यानं एकदा देवाकडे बघितलं. हुंदके देत म्हणाला, "ठीक आहे देवा. तू माझं ऐकणार नाहीस ना? तुझ्या हे कसं लक्षात येत नाहीये की, मी हे असं भरलेलं ताट घरी घेऊन गेलो आणि आई-आबांना कळलं की, तू जेवला नाहीस, तर मला मार बसेल रे. दोघंजण मला रागावतील. कदाचित मारतीलसुद्धा! मला मार बसावा असं तुला वाटतंय का? नसेल वाटत तर मग लवकर जेव आणि एवढं सांगूनही तू जेवणार नसशील तर मग मात्र मी आता मलाच शिक्षा करून घेतो. मी... मी या तुझ्या उंबरठ्यावर माझं डोकं आपटून घेतो. काय होईल फार तर? मला लागेल. रक्त येईल. लागू दे, येऊ दे रक्त. मला दुखेल; पण तू जेवला नाहीस, तर ते मला जास्त दुखेल. ऐकतोयस ना विठ्ठला?" असं म्हणत नामदेवानं डोळे पुसले आणि त्यानं उंबरठ्यावर आपलं डोकं बडवायला सुरुवात केली. 'धप्प, धप्प' आवाज यायला लागला. तसा गणू धावत सभामंडपात आला. त्यानं बघितलं. उंबरठ्याबाहेर बसून नामदेव उंबरठ्यावर डोकं आपटत होता. कपाळाला जखम झाली होती. त्या जखमेतून रक्त ओघळत होतं. ते रक्त बघून गणू घाबरला. पुन्हा पळत जाऊन आपल्या जागेवर डोळे मिटून बसला. नामदेवाच्या कपाळातून रक्ताची धार लागली आणि नामदेवाला हाक ऐकू आली– "नामदेवा थांब! तुझ्या बालहट्टापुढे माझं काही चाललं नाही. थांब नामदेवा, मी जेवतो. थांब आता." नामदेवानं डोळे उघडले. कपाळातून वाहणारी रक्ताची धार आणि डोळ्यांतून वाहणारं पाणी दोन्ही एक होऊन त्याच्या गालांवरून ओघळू लागलं. डोळे किलकिले करून त्यानं बघितलं. देवानं आपला कमरेवरचा एक हात काढून उंबरठ्याजवळचं पान उचलून घेतलं. दुसऱ्या हातात ते पान धरून उजव्या हातानं देवानं जेवायला सुरुवात केली. कपाळातून वाहणारं रक्त, डोळ्यांतून वाहणारं पाणी, नजरेत भरलेलं समाधान, ओठांवर उमटलेलं हसू अशा भावनांचं जणू इंद्रधनुष्यच नामदेवाच्या चेहऱ्यावर उमटलं होतं. एकाग्रचित्तानं विठ्ठल जेवत होता आणि एकाग्रचित्तानं उंबरठ्याबाहेर बसून नामदेव ते बघत होता. बघता बघता विठ्ठलाचं जेवण झालं. त्यानं ते पान चाटून-पुसून स्वच्छ केलं आणि हात लांब करून पुन्हा ते पान उंबरठ्याजवळ ठेवलं. डोळे विस्फारून नामदेव हे सगळं पाहत होता. विठ्ठल जेवला याहीपेक्षा आता घरी गेल्यावर आपल्याला रागावून घ्यावं लागणार नाही, याचा त्याला जास्त आनंद झाला होता. त्या आनंदात आणि विठ्ठलानं आपलं ऐकलं या आनंदात, जखमेतून वाहणारं रक्त आणि डोळ्यांतून वाहणारं पाणी पुसायचं भानही त्याला राहिलं नाही. विठ्ठलानं

आपला हट्ट पुरवला आणि विठ्ठल जेवला, आता आपल्याला आबा आणि आई रागावणार नाहीत या विचारातच नामदेवानं उंबरठ्यालगतचं रिकामं पान उचललं आणि तो जायला वळणार इतक्यात 'घरात साप शिरलाय' म्हणून गडबडीनं घरी गेलेला सदा गुरव मंदिरात परत आला आणि नामदेवाच्या हातातलं नैवेद्याचं रिकामं पान बघून त्याच्या तळपायाची आग मस्तकाला गेली. "काय रे पोरट्या? अरे, पानातला नैवेद्य काय केलास? तू खाल्लास काय?" असं त्यानं नामदेवाला दरडावून विचारलं. "मी? मी नाही सदाकाका, देवानं खाल्ला!" नामदेवानं निरागसपणे सांगितलं. ते ऐकून सदा आणखी चिडला. "काय रे? खोटं बोलतोस काय? असा स्वतः नैवेद्य खाऊनच्या खाऊन वर देवानं खाल्ला म्हणून सांगतोस? खोटं बोलतोस ते बोलतोस आणि देवावर खोटा आळ घेतोस? हेच शिकवलं का तुला तुझ्या आई-बापानं? अरे, दगडाचा देव तो, तो कसा खाईल नैवेद्य? या या सदा गुरवाला फसवतोस व्हय?" सदानं पुन्हा दरडावून विचारलं. सदाच्या संतापण्याचा नामदेवावर काहीच परिणाम झाला नाही. "खरं सांगतोय सदाकाका, मी नाही खाल्ला नैवेद्य! देवानंच खाल्ला! माझ्यासमोर खाल्ला. आधी खातच नव्हता; पण मग मी हट्ट केला म्हणून खाल्ला!" नामदेवानं पुन्हा निरागसपणे सांगितलं. 'एकतर हा पोरगा खोटं बोलतोय, स्वतः नैवेद्य खाऊन बसलाय ते बसलाय, वर देवावर आळ घालतोय आणि आपल्याला खोटं पाडतोय?' सदाच्या रागाचा पारा आणखी चढला. "कार्ट्या, इतका वेळ तू दामाशेटींचा मुलगा आहेस म्हणून जरा प्रेमानं घेत होतो; पण आता मात्र हद्द झाली. ब-या बोलानं तू कबूल कर, नैवेद्य खाल्ला म्हणून. भूक लागली असेल म्हणून खाल्ला असशील तर तसं सांग. म्या तुला काय करणार न्हायी!" सदानं तोंड सोडलं. "भूक तर मला लागलीच होती आणि अजूनही लागलेलीच आहे; कारण तो नैवेद्य मी खाल्लाच नाहीये. तो देवानं, या विठ्ठलानंच खाल्लाय. विचारा त्याला!" नामदेवानं उत्तर दिलं आणि देवाचीच साक्ष काढली म्हटल्यावर सदाच्या संतापात भर पडली. "थांब तू! हितंच थांब! तू असा ऐकायचा न्हाईस. रघुनाथभटांना बोलावून घेतो. तुझ्या बापाला बोलावतो आणि केसोपंतांना पण बोलावतो. तू हितंच थांब!" असा आरडाओरड करत, आक्रस्ताळेपणा करत सदा बाहेर पडला. काहीच न उमगून नामदेव तिथेच उभा राहिला. आता देव जेवला यात खोटं ते काय? आणि देव जेवला असं सांगितल्यावर सदाकाका इतका का चिडला, हे नामदेवाला कळेना. एकतर त्याला स्वतःलाही खूप भूक लागली होती आणि कपाळाची जखम चांगलीच ठणकत होती. काही वेळ तसाच गेला आणि नामदेवाला सदा येताना दिसला. त्याच्या सोबत रघुनाथभट आणि केसोपंतही होते. तिघेही पायऱ्या चढून आत आले. "कुठाय तो नाम्या? कुठाय तो? समोर बोलाव त्या शिंच्याला!" म्हणत केसोपंत पुढे झाले. "हा बघा! हा बघा इथे निलाजऱ्यावाणी

उभा राह्यलाय! इचारा त्याला! त्यानं खाल्ला का न्हाई देवाचा नैवेद्य?'' सदाच्या स्वरात संताप संताप होता. ''काय रे नाम्या? देवाचा नैवेद्य खाल्लास? अरे, कुठे फेडशील हे पाप? बाप मोठा धर्मभीरू म्हणून मिरवतोय आणि हे कार्ट असं!'' केसोपंतांनी संतापानं थयथयाट करत विचारलं. नामदेव निर्भयपणे उभा होता. केसोपंतांच्या थयथयाटाला जराही न घाबरता नामदेव धीटपणे म्हणाला, ''नाही! नाही काका, मी देवाचा नैवेद्य नाही खाल्ला! तो स्वतः देवानंच खाल्ला. आधी खायला तयारच नव्हता; पण मी हट्ट केला. कपाळ बडवून घेतलं. रक्त आलं कपाळातनं. उंबरठ्यावर पण पडलं. खूप लागवून घेतलं कपाळावर, तेव्हा कुठे तो जेवला.'' नामदेवाच्या बोलण्यात निरागसता होती, तसाच प्रांजलपणाही होता. ''बघा, बघा! केसोपंत बघा! किती निगरगट्ट हाय बघा हे पोरगं! तुमचा सगळ्यांच्या समोरसुद्धा खोटं बोलतोय. लबाड बोलतोय! थांब, तुझ्या बापाला निरोप धाडलाय. तो येऊ दे! मग काय ते खरं-खोटं हुईल!'' सदा हातवारे करत म्हणाला. 'आपण पुनःपुन्हा खरं सांगतोय आणि हे या सगळ्यांना खोटं का वाटतंय हेच नामदेवाला कळेना आणि रोज तर देव जेवतो, मग आजच आपण 'देव जेवला' असं सांगतोय, तर त्याबद्दल हे एवढा कल्ला का करताहेत?' हेही त्याला उमगेना. तो तसाच आश्चर्य करत उभा राहिला. तोच रघुनाथभट पुढे झाले. त्याला म्हणाले, ''नामदेव ना रे तू? दामाशेटींचा मुलगा. मग असं खोटं बोलणं तुला शोभत नाही बाळ! खरं सांग बघू, देवाचं नैवेद्याचं पान कुणी खाल्लं? तू की आणखी कुणी?'' रघुनाथभट वृद्ध होते. ते आपल्यासमोर आलेले बघून नामदेवानं त्यांना वाकून नमस्कार केला. त्यांच्यासमोर तसंच हात जोडून उभं राहून तो म्हणाला, ''मी खरंच सांगतोय आजोबा! मी देवाचा नैवेद्य कसा खाईन? मला पाप नाही का लागणार? देवाची शपथ आजोबा, नैवेद्य देवानंच खाल्ला.'' नामदेवाचं उत्तर ऐकून रघुनाथभटांनी नामदेवाकडे निरखून पाहिलं. त्याच्या स्वरात जसा सच्चेपणा होता, तसाच चेहऱ्यावरही प्रांजलपणा होता आणि तशीच डोळ्यांतही निर्भयपणाची झाक होती. हे पोर खोटं बोलत नाहीये असं त्यांना क्षणभर वाटून गेलंही; पण बुद्धीला ते मान्य होत नव्हतं. एकेक करता तिथे बरीच माणसं जमली. जो तो नामदेवाला खोटं पाडू लागला. 'देव, तोही दगडाचा देव जेवेलच कसा?' हा प्रत्येकालाच पडलेला प्रश्न होता आणि प्रत्येकाकडे त्या प्रश्नाचं उत्तर 'शक्य नाही' असंच होतं. तेवढ्यात गर्दीतलं कुणीतरी म्हणालं, ''दामाशेटी आले, दामाशेटी आले!'' नामदेवानं बघितलं. वाकळ गुंडाळून, डोक्याला टापशी बांधून दामाशेटी येत होते. ते कसेतरी पायऱ्या चढून वर आले. समोर केसोपंत आणि रघुनाथभटांना बघून त्यांनी दोघांना नमस्कार केला. तोच केसोपंत कडाडले, ''दामाशेटी, ते नमस्कार राहू दे. या तुमच्या कार्ट्यानं काय गहजब केलाय तो बघा आधी!'' केसोपंतांच्या बोलण्यावर सगळ्यांनी माना डोलवल्या.

केसोपंतांच्या बोलण्याची री ओढत सदा म्हणाला, "दामाशेटी, तुमच्या लेकानं देवाचा नैवेद्य खाल्लाय. खाल्ला तो खाल्ला आणि वर लबाड बोलतोय की, मी न्हाई खाल्ला, देवानंच खाल्ला म्हणून! हेच शिकवलंत का घरी पोराला?" सदाच्या बोलण्यानं दामाशेटींना संताप आला. पुढे होऊन नामदेवाचं बखोटं धरून, ते म्हणाले, "नामा, काय सांगताहेत हे सगळे? एक दिवस मी आजारी आहे म्हणून नैवेद्य घेऊन तुला पाठवलं, तर तू हे पाप करून ठेवलंस? घरात खायला मिळणार नव्हतं का तुला?" असं दरडावून विचारत दामाशेटींनी हात उगारला. तोच नामा केविलवाणेपणानं म्हणाला, "नाही आबा! मी खरंच नैवेद्य खाल्ला नाही. देवाची शपथ! आईची शपथ!" नामदेवानं आईची शपथ घेतली आणि दामाशेटींचा हात वरच्यावर थांबला. नामा आईची खोटी शपथ घेणार नाही हे त्यांना माहीत होतं. तोच रघुनाथभटही म्हणाले, "दामाशेटी, बुद्धीला पटत नसलं, तरी नामदेव खोटं बोलतोय असं वाटत नाही. आपण गाभाऱ्यात जाऊन खात्री करून घेऊ!" असं म्हणत रघुनाथभट वळले. त्यांच्या पाठोपाठ केसोपंत, सदा गुरव सगळेच गाभाऱ्यात आले. नामदेवाचं बखोटं धरून दामाशेटीही गाभाऱ्याच्या दाराजवळ आले. मंडळी आत गेली. आत पाऊल टाकताना रघुनाथभटांचं लक्ष उंबरठ्याकडे गेलं. उंबरठ्याला रक्त लागलं होतं. 'हं! म्हणजे नामदेवानं सांगितलेली एक गोष्ट खरी होती!' त्यांच्या मनात आलं. सगळे विठ्ठलाच्या मूर्तीसमोर जाऊन उभे राहिले. सदानं समईतली वात गोठी केली. रागईत आणखी एक गोठी वात घालून तीही पेटवली. गाभाऱ्यात लख्ख उजेड पडला आणि त्या लख्ख उजेडात त्या तिघांना, त्या तिघांनाच नव्हे; तर दामाशेटींना आणि सभामंडपात जमलेल्या सगळ्यांना जे दिसलं ते 'न भूतो न भविष्यती' असंच होतं. विठ्ठलमूर्तीच्या, त्या काळ्या दगडाच्या बनलेल्या विठ्ठलमूर्तीच्या काळ्या चेहऱ्याच्या ओठांवर वरण-भाताचं शीत चिकटलं होतं. विठ्ठलाच्या जरतारी अंगरख्यावर वरणभाताचे किंचित ओघळ होते. हनुवटीवर खिरीतल्या शेवईचा कण लागला होता आणि कमरेवर ठेवलेल्या उजव्या हाताच्या बोटाला खरकटं लागलेलं होतं. ते बघितलं आणि तिघेजण डोळे विस्फारून बघतच राहिले. आपल्या नजरेला जे दिसतंय त्याचा अर्थ त्यांच्या मेंदूपर्यंत उतरतच नव्हता. तरीही बघता बघता सदा गुरवाच्या नजरेत पुन्हा शंका उभी राहिली. "रघुनाथभट, या नाम्यानंच आत येऊन देवाला हे अन्न लावून, देव जेवल्याचा आभास तर निर्माण केला नसेल ना? आपली लबाडी लपवण्यासाठी?" पण, रघुनाथभटांनी निश्चयानं नकारार्थी मान हलवली आणि ते म्हणाले, "सदा, तू म्हणतोस ते एक वेळ मान्य केलं, तरी विठ्ठलमूर्तीच्या ओठांपर्यंत त्याचा हात पोहोचणार नाही. मला नाही वाटत, तो आत आला असेल." रघुनाथभटांचं बोलणं संपतंय न संपतंय तोच वेडा गणू धावत आला आणि म्हणाला, "व्हय व्हय! नामा आत गेला न्हायी. मी सोताच्या डोळ्यानं त्याला

हुंबऱ्यावर कपाळ बडवत भाईर बसलेला बगटलाय. त्याच्या कपाळातून रगत येत हुतं. ते बघून मी घाबरून परत भाईर गेलो.'' वेड्या गणूनं सांगितलं. तो वेडा असला, तरी त्याचं सांगणं सुसंगत होतं. मग मात्र एकदम सगळं चित्र पालटलं. सदा गुरवानं फडाफडा आपल्या तोंडात मारून घेतलं आणि म्हणाला, ''चुकी झाली, माजी चुकी झाली. या पोराचा मोठेपणा मीच पापी ओळखू शकलो न्हाई! मीच त्याच्यावर संशय घेतला. त्याला न्हाई न्हाई ते बोललो. मला माफी करा. देवा मला माफी करा. नामदेवा, पोरा, तू बी मला माफी कर. मी तुझ्यावर अदावत[६] घेतली!'' सदाच्या या बोलण्याला रघुनाथभटांनी दुजोरा दिला. ''दामाशेटी, तुमचा लेक फार मोठा आहे. त्याच्या हट्टासाठी प्रत्यक्ष देव जेवला. या युगातला हा सर्वांत मोठा चमत्कार आहे. आम्ही पामर, आम्ही त्याची भक्ती ओळखू शकलो नाही. नामदेवा, आमचं चुकलंच. तुझा देवावरच अधिकार आहे. तू खूप खूप मोठा होशील. आमचे आशीर्वाद आहेत तुला.'' रघुनाथभटांनीही आपली चूक कबूल केली, तर केसोपंत म्हणाले, ''नामदेवा, तू पुनःपुन्हा सांगत होतास; पण आम्हा करंट्यांना ते पटलं नाही. देव खरंच तुझ्या हातून जेवला आहे; पण ही भक्ती आणि भक्तीचा हा अधिकार तुझ्यापुरताच मर्यादित ठेव. रोज रोज असा हट्ट करून देवाला त्रास देऊ नकोस. दामाशेटी, तुमचा मुलगा या पंढरपूरचं भूषण आहे. माझा त्याला आशीर्वाद आहे!'' असं म्हणत केसोपंत गाभाऱ्याबाहेर आले आणि जमलेल्या लोकांना म्हणाले, ''लोक हो, या नामदेवानं साक्षात देवाला जेवायला लावून एवढ्या लहान वयातच आपल्या भक्तीची चुणूक दाखवली आहे. हा चमत्कार बघून आम्ही धन्य झालो आहोत. दामाशेटी, तुमच्या पोटी असं रत्न जन्माला आलंय, ही तुमची मोठीच पुण्याई आहे!'' असं म्हणत केसोपंतांनी दामाशेटींना नमस्कार केला. रघुनाथभटांनीही त्यांचंच अनुकरण केलं.

नामदेवाचं बखोटं धरून त्याला गर्भागाराच्या दाराजवळ धरून उभे असलेले दामाशेटी भारावून गेले होते. आपला हा पाच-सहा वर्षांचा पोर आपण आजारी आहोत म्हणून विठ्ठलाचा नैवेद्य घेऊन येतो काय आणि आपल्या बालहट्टापायी विठ्ठलाला, त्या दगडी मूर्तीला तो नैवेद्य खायला लावतो काय! सगळंच अगम्य आणि आक्रित होतं. विश्वास न बसावा असंच होतं; पण विठ्ठलानं मागं ठेवलेल्या खुणा बघून तरी विश्वास ठेवावाच लागत होता. दामाशेटींच्या डोळ्यांतून घळाघळा अश्रू वाहत होते. नामदेवाचं बखोटं आपण जरा कठोरपणेच धरलंय, याचंही त्यांना भान नव्हतं. केसोपंतांच्या नमस्कारानं ते भानावर आले. नामदेवाचं बखोटं सोडून त्यांनी केसोपंतांना आणि रघुनाथभटांना प्रतिनमस्कार केला. नामदेवाचं गुणगान गात

---

६. अदावत : आरोप

मंदिरात जमलेले लोक पांगले. मंदिरात राहिले ते दामाशेटी आणि नामदेव आणि या सगळ्याला निमित्तमात्र झालेला तो विठ्ठल, तो सावळा; कर कटीवर ठेवून विटेवर उभा असलेला. दामाशेटींनी नामदेवाला जवळ ओढलं. त्याला घेऊन ते विठ्ठलाला सामोरे झाले. विठ्ठलाकडे एक गहिरी, अश्रूभरली नजर टाकून त्यांनी हात जोडले. त्यांचं सगळं अंग गदगदत होतं. नामदेव एकदा विठ्ठलाकडे आणि एकदा आबांकडे बघत होता. हे काय चाललंय हेच त्याच्या बालबुद्धीला कळत नव्हतं. 'रोज तर देव जेवतो. मग आज जेवला त्यात नवल कसलं? हे लोक असे का वागताहेत?' हेच त्याला उमगत नव्हतं. या सगळ्या प्रकारात बराच वेळ गेला होता. नामदेवाला कडकडून भूक लागली होती. डोळे मिटून, आसवं ढाळत, हात जोडून उभ्या असलेल्या दामाशेटींना त्यानं हाक मारली. "आबा, आबा, चला की घरी जाऊ या. मला खूप भूक लागलीये." नामदेवाच्या हाकेने दामाशेटी भानावर आले. 'खरंच की! विठ्ठल जेवल्याच्या आनंदात आपण आपल्या पोराची भूकच विसरलो.' त्यांनी नामदेवाला उचलून खांद्यावर घेतलं. त्याला घेऊन ते मंदिरातून बाहेर पडले, तोच मंदिराबाहेर उभे असलेले पाच-पन्नासजण त्यांना सामील झाले आणि मग या खांद्यावरून त्या खांद्यावर असं करत नामदेव घरी पोहोचला.

रात्रीची वेळ. गर्भागारात शांत समई जळत होती आणि त्या समईच्या मंद प्रकाशात कर कटीवर ठेवून विटेवर उभा असलेला तो सावळा विठ्ठल आज मोठा प्रसन्न दिसत होता आणि थोडासा नाराजही! एकाच वेळी त्याच्या चेहऱ्यावर हे परस्परविरोधी भाव बघून रखुमाई संभ्रमात पडली. याच्या मनात नक्की काय चाललंय? हा कशामुळे एवढा प्रसन्न आहे आणि कशामुळे नाराज आहे, हेच तिला कळेना. दुपारी त्या छोट्या पोराच्या हट्टापायी त्याला जेवताना तिनं पाहिलं होतं. एरवी अमृताचेच सेवन करणारा हा आपला नवरा, एकदा द्वापारयुगात सुदाम्याचे पोहे खाताना तिनं त्याला बघितलं होतं, त्यानंतर आज वरण-भात. तिला कशाचाच उलगडा होत नव्हता. शेवटी न राहवून तिने कारण विचारलं, तर त्यानं उत्तरही दिलं ते संदिग्धच! तो सावळा म्हणाला, "मी प्रसन्न आहे ते एवढ्याचसाठी की, आज मला प्रिय असणाऱ्या भक्ताचा हट्ट मी पुरवला; पण नाराज एवढ्यासाठी आहे की, मी त्याचा हट्ट पुरवला याचा विचित्र परिणाम त्याच्या भक्तीवर, त्याच्या मनावर होईल की काय, अशी मला भीती वाटते." रखुमाईला काहीच समजलं नाही. याचं नेहमी असंच काहीतरी अगम्य असतं, असा विचार करून ती गप्प बसली. विठ्ठल मात्र तसाच सचिंत मुद्रेनं उभा होता.

५

दामाशेटी वाकळ पांघरून निजलेले बघून गोणाई स्वयंपाकघरात गेली. नामदेवाहाती विठ्ठलाचा नैवेद्य पाठवून झाला होता. मागचं आवरायचं राहिलं होतं, ते ती आवरत होती. बराच वेळ झाला. नामदेवाला नैवेद्य घेऊन जाऊनही बराच वेळ झाला होता. हे पोरगं अजून कसं आलं नाही, या चिंतेत ती होती. कदाचित तिथे खेळत बसला असेल कुठेतरी, असं मनाशी म्हणत तिनं जोंधळे दळायला घेतले. तिचं निम्मं दळण दळून झालं असेल नसेल, तोच सदा गुरव आरडाओरडा करत दाराशी आला. तो जोरजोरात ओरडत होता, हातवारे करत होता. त्याला आपल्याच दाराशी आलेला बघून गोणाई बाहेर गेली. तिला बघून सदा जास्तच ओरडून बोलायला लागला, "हे असलं पोरगं जन्माला घातलंय, पाप लागंल तुमास्नी, पाप लागंल!" असं काहीतरी तो बोलत होता. मध्येच "दामाशेटी, भाईर या! बघा तुमच्या दिवट्या पोरानं काय गोंधळ घातलाय ते! दामाशेटी, बाहेर या!" असं ओरडत दामाशेटींना हाका मारत होता. त्याचा आरडाओरडा पार आत अगदी दामाशेटी निजले होते, तिथे त्यांच्या कानावर पडला. आपल्याला कुणीतरी हाका मारतंय एवढंच त्यांना कळलं. वाकळ तशीच अंगावर टाकून धडपडत ते बाहेर आले. त्यांनी बाहेर बघितलं. बाहेर त्यांच्या घरासमोर दहा-पंधरा माणसं जमा झाली होती आणि सदा गुरव हातवारे करून, जोरजोरात ओरडून काहीतरी बोलत होता. दामाशेटींना समोर बघून सदाला आणखी चेव आला. "या दामाशेटी, चला मंदिरात. बघा, तुमच्या लबाड पोरानं काय पाप केलंय ते! चला, माझ्या संगट!" असं म्हणत त्यानं दामाशेटींना सोबत चलण्याचा आग्रह केला. एक नजर मागे उभ्या असलेल्या गोणाईकडे टाकून वाकळ अंगाभोवती नीट गुंडाळून घेत दामाशेटी सदापाठोपाठ बाहेर पडले. ते बाहेर पडले तशी जमलेली गर्दी त्यांच्यापाठोपाठ निघाली. खरंतर मंदिर समोरच होतं; पण तेवढं अंतर चालायलाही दामाशेटींना त्रास होत होता आणि मंदिर समोरच असूनही तेवढं अंतर कापतानाही सदा गुरव आरडाओरडा करून आणखी माणसं गोळा करत होता.

गोणाईनं दारात उभं राहून हे सगळं बघितलं आणि तिचा जीव घाबरा झाला. एकतर दामाशेटी आजारी होते. त्यांच्या अंगात चांगलाच ताप होता. त्यांना अजूनही खूप थंडी वाजत होती. म्हणजे अजूनही ताप चढण्याची लक्षणं होती. चालतानाही त्यांचा तोल जात होता आणि दुसरं म्हणजे तो सदा नामदेवानं काहीतरी पाप केलंय असं बडबडत होता. गोणाईला त्याचीच जास्त धास्ती वाटत होती. हे आपलं द्वाड पोर कुठे, कधी, कसं आणि काय करेल हे तिला सांगता येत नव्हतं आणि ज्या अर्थी तो सदा गुरव एवढा आरडाओरडा करून माणसं जमा करत होता, एवढी आगपाखड करत होता, त्या अर्थी नामदेवानं तसंच काहीतरी केलेलं असणार, या विचारानं गोणाईचा जीव उडून गेला. काय झालं असावं काहीच कळत नव्हतं. कुणाला विचारावं, कुणाशी बोलावं, हेही कळत नव्हतं. बाहेर जाऊन कोणाला विचारावं, तर ते शक्य नव्हतं आणि घरात भागाबाईशी बोलावं तर तेही अशक्य होतं. विचार करून करून गोणाईची नुसती घुसमट होत होती; पण आता कोणीतरी घरी येऊन सांगेपर्यंत वाट बघत राहणं एवढंच तिच्या हातात होतं. डोक्यात हजार प्रश्नांचा गुंता आणि मनाची अस्वस्थता घेऊन ती पुन्हा दळायला बसली. निदान त्यात तरी लक्ष घालता येईल या विचारानं. बराच वेळ झाला. कुणी आलंही नाही आणि कुणाचा काही निरोपही नाही. गोणाईची अस्वस्थता वाढली. देवळात काय घडलं असेल? नामानं काय उपद्व्याप करून ठेवला असेल? दामाशेटींना बरं नाही, ते तसेच गेलेत; तिथे जाऊन तिथल्या प्रकारानं त्यांना आणखी मनःस्ताप झाला असेल तर? तर त्यांची प्रकृती आणखी बिघडेल, एक ना दोन. गोणाईची अस्वस्थता वाढली. तिचं दळणातही लक्ष लागेना. तिनं जोंधळे परत पोत्यात भरले. दळलेलं पीठ डब्यात भरलं. तिला जातं झाडायचं भानही राहिलं नाही. तिनं आत-बाहेर फेऱ्या मारायला सुरुवात केली. घटकेत ती दाराजवळ जायची, बाहेर वाकून बघायची; तर घटकेत पुन्हा आत येऊन बसायची. शेंगा फोडत बसलेल्या जनीचं तिच्याकडे लक्ष होतं. न राहवून तिनं विचारलं, "मोठी आई, काय झालं? एवढा कसला विचार करून राहिलीस?" पहिल्यांदा गोणाईला जनीचा प्रश्न ऐकूच आला नाही. जनीनं पुन्हा विचारलं, तेव्हा गोणाईचं तिच्याकडे लक्ष गेलं. "काय करावं बाई तरी आता? जने, अगं या नाम्यानं काय घोळ घालून ठेवलाय कायबी कळंना झालंय बघ! धनी गेलेत ते बी तिकडंच! आता या पोरानं काय केलंय देव जाणं!" गोणाईनं जनीला उत्तर दिलं तेही बाहेर बघतच. "नाही, मोठी आई! नामयानं काहीच केलेलं नसणार. नामया वाईट काहीच करत नाही. तो करतो ते चांगलंच करतो." जनीनं दिलेल्या उत्तरानं गोणाईच्या मनाला जरा बरं वाटलं. जनीच्या बोलण्यात आत्मविश्वासही होता आणि विश्वासही! पण, तरी अजून कुणीच कसं घराकडे आलं नाही, या विचारानं गोणाईचा जीव घाबरा होत होता. ती झटकन उठली. देवघराकडे गेली.

देवापुढल्या समईत तेल-वात करून तिनं ती समई लावली. देवापुढे हात जोडले. "देवा, माझ्या नामदेवाकडनं काही आगळीक झाली असंल, तर पदरात घे. त्याला माफी कर." असं देवाला साकडं घातलं आणि ती देवघराच्या बाहेर आली. तिचा अस्वस्थ चेहरा किंचित निवळला होता, ते बघून जनीला बरं वाटलं. काही न बोलता गोणाई जनीजवळ बसली आणि शेंगा फोडू लागली. तिच्या मनाची अस्वस्थता इतकी होती की, शेंग फोडण्यासाठी ती जमिनीवर आपटताना ती इतकी जोरात आपटायची की, आतले दाणेच फुटायचे. मनातली अस्वस्थता जणू ती त्या शेंगेवर काढायची. तिनं अशा ओंजळभर शेंगा फोडल्या असतील; पण आता त्यातही तिचं लक्ष लागेना. पदर सावरत ती तिथून उठली. परसदारी जावं आणि चार घागरी पाणी तरी शेंदावं म्हणून ती माजघराकडे जायला वळली, तोच बाहेरून गलका ऐकू आला. तो नुसताच गलका नव्हता. त्यातून ऐकू येत होतं नामदेवाचं नाव. गोणाईला ते ऐकायला आलं आणि परसदारी निघालेली तिची पावलं थांबली. झटकन ती वळली आणि तिनं वाड्याचा दरवाजा गाठला. पदर सावरत ती तिथे उभी राहिली. कानोसा घेतला. मघाशी आपल्याला भास झाला असेल या शंकेनं तिनं पुनःपुन्हा कानोसा घेतला आणि आता तिला नीट ऐकू आलं. होय, दंगा तर ऐकायला येत होताच; पण त्या दंग्यातून नामदेवाचं नावही अधूनमधून ऐकायला येत होतं. तिचा ताणलेला, अस्वस्थ झालेला चेहरा जरा सैलावला. दुपारची वेळ होती. ढग होते, पण किंचित उन्हाची तिरीपही होती. तिनं डोळ्यांवर हात धरून आडोसा केला आणि समोर बघितलं आणि तिला ते दिसलं. पंचवीस-तीस माणसं घोळक्यानं येत होती. त्यातच वाकळ पांघरलेले दामाशेटी तिला दिसले आणि तिला दिसला नामदेव. तिचा नामदेव! तिचा लाडका लेक नामदेव. तो त्या लोकांपैकी कुणातरी एकाच्या खांद्यावर होता. सगळेजण नाचत, टाळ्या वाजवत येत होते. मधूनच 'विठ्ठल विठ्ठल'चा गजर करत होते. तो घोळका घराजवळ आला, तशी लोकांनी नामदेवाला खांद्यावरून खाली उतरवलं. दामाशेटींनी त्याला उचलून घेतला. लोकांनी पुन्हा 'विठ्ठल विठ्ठल'चा गजर केला आणि दामाशेटींना नमस्कार करून सगळेजण परत गेले. जाताना प्रत्येकजण नामदेवाच्या गालाला हात लावत होता. त्याच्या डोक्यावरून हात फिरवत होता. त्या लोकांमध्ये असलेल्या दोन-चार म्हाताऱ्या आयाबाया नामदेवाची अलाबला घेत होत्या. एकेक करत सगळी मंडळी पांगली. वाड्याच्या दारात दामाशेटी आणि नामदेव दोघंच राहिले. ते बघून गोणाई बाहेर धावली. तिला बघून दामाशेटींच्या कडेवरून धडपडत खाली उतरून नामदेव तिला बिलगला. गोणाई त्याच्या डोक्यावरून, कपाळावरून हात फिरवू लागली आणि तिच्या हाताला काहीतरी ओलसर लागलं. तिनं आपला हात बघितला, तर त्या हाताला रक्त लागलेलं दिसलं. ते रक्त बघितल्यावर ती घाबरली. आपल्या ओच्यात तोंड

घुसळणाऱ्या नामदेवाला तिनं समोर केला आणि तिला त्याच्या कपाळावरची जखम दिसली. "अगं बया! अवं, किती लागलंय पोराला? रगत पण आलंया! लेकरा, काय लागलं रे तुला? अवं चांगलीच खोक पडलीया. कुटं पडलासबिडलास की काय? की कुनी मारलं? धनी, अवं तुम्हाला ठावं असंल ना, माझ्या पोराला काय लागलं ते? काय झालं देवळात? काई मारामारी झाली का?" गोणाईनं घाबरलेल्या मनानं एकापाठोपाठ एक प्रश्न विचारायला सुरुवात केली. तिची ती प्रश्नावली ऐकून नामदेव तर भांबावून गेलाच; पण दामाशेटींच्या चेहऱ्यावरही हसू उमटलं. ते बघून गोणाईच्या घाबरण्यात रागाची भर पडली. चिडून ती काहीतरी बोलणार, तोच दामाशेटींनी तिला हातानं थांबवलं आणि म्हणाले, "नामदेवाच्या आई, जरा थांबा. तुम्हीही उसंत घ्या आणि आम्हालाही घेऊ द्या. आता आधी तुमच्या लेकाची दृष्ट काढा आणि त्याच्या जखमेवर तेल-हळद लावा. त्यानं आज फार मोठी कामगिरी केली आहे." अशी सुरुवात करून दामाशेटींनी देवळात घडलेली सगळी हकिकत सांगितली. त्यांनी हकिकत सांगायला सुरुवात केली, तोच जनी वाडग्यातून तेल-हळद कालवून घेऊन आली आणि तिनं तो वाडगा गोणाईच्या हातात दिला. दामाशेटी सांगत असलेली हकिकत ऐकता ऐकता गोणाई नामदेवाच्या जखमेवर लेप लावत होती; पण दामाशेटींनी सांगितलेली हकिकत ऐकून तिचा आपल्या कानांवर विश्वास बसेना. आपल्या या पाच वर्षांच्या लेकरानं प्रत्यक्ष विठ्ठलाला, त्या दगडी मूर्तीत वसलेल्या देवाला जेवायला लावलं? तिला खरंच वाटेना, पण दामाशेटी स्वतः सांगत होते आणि ते स्वतःच्या डोळ्यानं बघितलं असं सदा गुरव सांगत होता, तर त्या गोष्टीची खात्री रघुनाथभट आणि केसोपंत दोघांनीही केली, हे सगळं ऐकल्यावर गोणाईला त्या हकिकतीवर विश्वास ठेवावाच लागला आणि तिचा विश्वास बसलाही. नामदेवाला तिनं पुन्हा जवळ ओढलं. त्याला कडेवर उचलून घेऊन त्याचे कितीतरी मुके घेतले. तोवर जनीनं एक चिंधी आणून नामदेवाच्या कपाळावरच्या जखमेवर बांधली. आईला बिलगून नामदेव म्हणाला, "आई, मला लवकर जेवायला वाढ गं! मला खूप भूक लागलीये!" नामदेवानं असं सांगितलं आणि गोणाई भानावर आली. खरंच! तिच्या लेकराला भूक लागली असणार. तिनं तिथे उभ्या असलेल्या जनीला भागाबाईला निरोप सांगण्यासाठी आत पिटाळलं आणि नामदेवाला तसंच कडेवर घेऊन ती स्वयंपाकघरात गेली. त्याला पाटावर बसवलं. आधी मीठ-मोहरी घेऊन त्याची दृष्ट काढली आणि छानसा दूध-भात कालवून त्याला भरवला. दूध-भात त्याला आवडायचाच, त्यात खूप भूक लागलेली आणि आईनं भरवलंन म्हटल्यावर तर नामदेवानं मटामटा भात खाल्ला. पदरानं त्याचं तोंड पुसून गोणाईनं त्याला विचारलं, "नामा, अरे तू विठ्ठलाजवळ हट्ट केलास त्यानं जेवावं म्हणून. त्याच्या उंबरठ्यावर कपाळ बडवून घेतलंस. अरे,

पण तो देव म्हणजे दगडी मूर्ती आहे. ती दगडाची मूर्ती कशी जेवेल, हे तुझ्या ध्यानात कसं आलं न्हाई? या भलत्या हट्टापायी केवढं लागून घेतलंस कपाळाला?'' गोणाईच्या या प्रश्नावर नामदेव क्षणभर गप्प बसला. मग म्हणाला, ''आई, तूच सांगितलं होतंस ना, देव लहान मुलांचं ऐकतो म्हणून! तूच म्हणाली होतीस की, देवाला सांग, आबा आजारी आहेत, म्हणून मी नैवेद्य घेऊन आलोय तरी रागावू नकोस म्हणून? आणि आई, बाबा रोज नैवेद्याचं पान देवळात घेऊन जायचे आणि परत येताना रिकामं पान आणायचे. मला वाटलं, त्यातलं देवच खात असेल आणि आज मी आलो म्हणून खात नाहीये, म्हणून मी हट्ट केला आणि देवानं माझं ऐकलं. देव जेवला. आई सदाकाकानं खूप दंगा केला. मला म्हणाला, तूच खाल्लंस! पण आई, मी तुझी शपथ घेतली. मी खरंच नव्हतं गं खाल्लं! देवानंच खाल्लं; पण ते कुणालाच खरं वाटेना. मग सगळी आत गेली, तर देवाच्या हाताला भात लागलेला होता आणि तोंडाला वरण-भाताचं शीत, तेव्हा कुठे सगळ्यांची खात्री पटली की, देव जेवला. आपण मनापासून सांगितलं, तर दगडाचा देवसुद्धा ऐकतो. आई, देवानं माझं ऐकलं. त्यानं माझा हट्ट पुरवला. आता यापुढे पण तो माझं ऐकेल. मी आता त्याचा लाडका झालो ना? मग तो माझंच ऐकेल. होय ना गं आई?'' नामदेवानं गोणाईच्या गळ्यात हात टाकत लाडिकपणे विचारलं. ''होय रे बाळा! माझा साजरा लेक तो! आता देव तुझं ऐकलं हं! चल, आता ऊठ. जा खेळायला!'' असं म्हणत गोणाईनं त्याची अलाबला घेतली आणि ती उठली. ''लेकाचे लाड करून झाले असतील तर आम्हाला घासभर भात मिळेल काय?'' स्वयंपाकघराच्या दाराशी येऊन दामाशेटींनी विचारलं. माय-लेकरांचा संवाद त्यांनी ऐकला होता. लेकाचं झालेलं कौतुक बघून त्यांचा ताप कुठल्याकुठे पळाला. त्यांनाही भूक लागली होती, म्हणून तेही खाली आले. त्यांना स्वयंपाकघराच्या दाराशी बघितल्यावर गोणाई चटकन उठली. त्यांना बसायला पाट घातला आणि खोट्या रागानं म्हणाली, ''ताप पळाला जणू! आता पोटभर जेवा. अर्थात, लेकाचं कौतुक बघून पोट भरलं नसेल तर!'' तिच्या या बोलण्यावर दामाशेटी प्रसन्नपणे हसले आणि त्यांनी भात खायला सुरुवात केली.

नामदेवाच्या हट्टापायी देव जेवला, ही गोष्ट त्यानंतर पंढरपुरामध्ये कितीतरी दिवस चर्चेत होती. एवढंच नव्हे, तर दामाशेटींचा मुलगा नामदेव हट्टी आहे, म्हणूनच देवाकडे त्याने हट्ट केला आणि देवानेही त्याचा हट्ट पुरवला, असा बोलबाला सगळीकडे व्हायला लागला आणि हा नामा मोठेपणी कुणीतरी फार मोठा होणार, अशी भविष्यवाणी गावातला प्रत्येकजण करू लागला. नामदेवाच्या या कौतुकाबरोबरच दामाशेटींचं आणि गोणाईचंही कौतुक होऊ लागलं. त्यांची पुण्याई मोठी म्हणून नामदेवासारखा मुलगा त्यांच्या पोटी जन्माला आला, असं लोक

बोलायला लागले आणि आपल्या लेकाच्या कामगिरीमुळे आपलं कौतुक होतंय या विचारानं दोघांच्या अंगावर जणू मूठभर मांस चढलं. या सगळ्यापासून अनभिज्ञ असलेला नामदेव मात्र आपल्या दैनंदिन कामकाजात व्यग्र होता. सकाळी लवकर उठून संस्कृतचा अभ्यास करणं, त्यानंतर घरी येऊन रोजचा लिहिण्या-वाचण्याचा सराव करणं, त्यानंतर गोणाईकडून लाड करून घेत जेवण करणं आणि दुपारनंतर मित्र जमवून खेळ खेळणं ते पार दिवेलागणीपर्यंत. संध्याकाळी दामाशेटी घरी आले की, त्यांना सकाळी शिकलेलं संस्कृत म्हणून दाखवणं, उनउनीत जेवणं, त्यानंतर झोपाळ्यावर बसून जनीशी गप्पा मारणं, दिवसभरात काय काय केलं ते तिला सांगणं आणि नंतर झोपी जाणं. नामदेवाचा दिवस असा उगवत असे आणि असा मावळत असे. आपल्या हट्टापायी देव जेवला यात काहीतरी विशेष घडलंय, असं त्याला मुळी वाटतच नव्हतं. रोज देव आबांकडून जेवण घ्यायचा, आबा उंच असल्यामुळे विठ्ठलाच्या मूर्तीच्या तोंडापर्यंत त्यांचा हात पोहोचत असेल. आपण लहान आहोत; त्यामुळे आपला हात त्याच्या तोंडापर्यंत पोहोचला नाही, म्हणून कमरेवरचा हात काढून त्याचं त्याला जेवावं लागलं, यात विशेष ते काय? अशीच त्याची धारणा होती. या एवढ्याशा गोष्टीचा लोक एवढा मोठा गहजब कशासाठी करताहेत, हेच त्याला उलगडत नव्हतं. एवढंच नव्हे, तर देव जेवला म्हणून सदाकाकानं आपली क्षमा का मागावी? आणि रघुनाथ आजोबा व केसोपंत आजोबांनी आपल्याला आशीर्वाद का द्यावा, हेही त्याला कळत नव्हतं. देव जेवला, यात आपण विशेष काहीच केलं नाही. उलट कमरेवरचा हात काढून देव स्वतःच्या हातानं जेवला, यात देवानंच काहीतरी विशेष केलं होतं. खरं म्हणजे त्यालाच सगळ्यांनी शाबासकी द्यायला हवी होती. आता सुरुवातीला आबा आले नाहीत म्हणून जेवण टाळणारा तो विठ्ठल, आपण हट्ट केला म्हणूनच जेवला हेही तितकंच खरं होतं. त्या प्रसंगाबद्दल नामदेवाचं एवढं आणि एवढंच म्हणणं होतं. त्या दिवशी रात्रीची जेवणं झाल्यावर जनीशी गप्पा मारताना नामदेवानं जनीला हेच सांगितलं. जनीनं जेव्हा त्याला विचारलं, "नामया, कमरेवरचा हात काढून देव आपल्या हातानं जेवला, हे तू स्वतः बघितलंस?" तिच्या स्वरात उत्सुकता होती, तसंच नामदेवाचं कौतुकही होतं. नामदेवाच्या चेहऱ्यावरही आतुरता होती. झालेली घटना जनीला कधी सांगतो असं त्याला झालं होतं आणि जणू काही त्याच्या मनातले हे भाव ओळखूनच जनीनं त्याला हा प्रश्न केला होता. जनीनं विचारलं आणि तिला हे सगळं सांगायला उत्सुक असलेला नामदेव सरसावून बसला. "अगं, हो जने! मी बघितलं ना! या या डोळ्यांनी बघितलं. अगं, जने मला सांग, माझा हात देवाच्या तोंडापर्यंत पोहोचतच नव्हता. नाहीतर आबांसारखं म्हणजे आबा जसं त्याला रोज भरवतात, तसं मी पण त्याला भरवलं असतं की! पण मी एवढा छोटा. माझा हात कसा

पोहोचणार देवाच्या तोंडापर्यंत? त्यामुळे मग त्याला आपलंआपलंच जेवावं लागलं. मी तरी काय करणार? आणि जने, तुला सांगतो, जेव्हा सगळी म्हणू लागली की, देव कसा जेवेल, तूच नैवेद्य खाल्ला असशील, तेव्हा मला खूप भीती वाटली.'' आताही तो प्रसंग सांगताना नामदेवाच्या स्वरातून ती भीती डोकावत होती. विस्फारल्या डोळ्यानं, कानात प्राण आणून जनी तो काय सांगतोय ते ऐकत होती. ''का रे नामया, तुला का भीती वाटली? तू तर कधीच खोटं बोलत नाहीस. नेहमी खरंच बोलतोस! मोठ्या आईची तशी सक्त ताकीदच आहे तुला आणि मलापण. आणि तसं तेव्हाही तू खोटं बोलत नव्हतासच. मग तुला का भीती वाटली?'' धिटुकल्या जनानं प्रश्न केला. ''अगं जने, मी खोटं बोलत नाही हे मला माहीत आहे, तुला माहीत आहे; पण सदाकाका ते ऐकायला तयारच नव्हता. तो आपलं सारखं सारखं तेच म्हणत होता. नैवेद्य तूच खाल्लास, देव नैवेद्य कसा खाईल? तूच खाल्ला असशील आणि रघुनाथ आजोबांना पण त्यानं हेच सांगितलं. शेवटी तर सदाकाका मला मारायला उठला. आबांना बोलावून घेऊन आला. आबा आजारी होते तरी तेसुद्धा आले. त्यांनाही खरं वाटेना. बरं! मी म्हटलं, देवाला विचारा; तर त्यालाही कुणी विचारेना आणि तो देवही असा की, तोही सांगेना की, हा खरं बोलतोय म्हणून! जने, तुला सांगतो, मी फार घाबरलो गं! एक तर मला खूप भूक लागली होती. त्यात कपाळाला लागलेलं दुखत होतं आणि तो विठ्ठलही माझ्या बाजूनं बोलायला तयार होईल म्हटलं, तर तोही काही बोलेना. आता जर विठ्ठलच जेवला हे या लोकांना पटलं नाही, तर मला मार बसणार होताच आणि घरी आल्यावर आबांनी आणि आईनं शिक्षा केली असती ती वेगळीच! कसं काय कोण जाणे; पण रघुनाथ आजोबा म्हणाले की, आपण गाभाऱ्यात जाऊन बघू या. मग सगळे गाभाऱ्यात गेले आणि विठ्ठलाच्या ओठाला वरण-भाताचं शीत लागलेलं बघून मग सगळ्यांना पटलं की, तोच जेवला आणि मग सांगतो जने, सगळेच नवल करायला लागले आणि माझं कौतुक करायला लागले; पण मला कळलंच नाही की, देव जेवला यात एवढं विशेष ते काय? आता लहान मुलाचा हट्ट सगळेजणच पुरवतात, तसाच देवानं माझाही पुरवला. फक्त तो या वेळी स्वतःच्या हातानं जेवला एवढंच! त्यालाही भूक लागली असणार गं! पण काही म्हण जने, देव जेवला हे सगळ्यांनी मानलं आणि माझा मार आणि शिक्षा चुकली बघ.'' नामदेवाच्या मनात जी खळबळ होती, ती त्यानं बोलून दाखवली. ''नामया, तुला कसा दिसला रे देव जेवताना? कसा वाटला?'' जनीनं उत्सुकतेनं विचारलं. ''अगदी लहान मुलासारखा. वरण-भाताचा घास उचलून खाताना अंगरख्यावर पण सांडलं त्यानं! पण खरं सांगू जने, छान दिसत होता गं देव जेवत असताना! असं वाटत होतं की, आपण रोजच देवाला जेवायला लावावं; पण आता आबाही बरे झाले. त्यामुळे देवाचं जेवणही तेच

नेतात आणि केसोपंत काकांनीही सांगितलंय की, असा हट्ट करून देवाला सारखा सारखा त्रास देऊ नकोस. म्हणून मग मी जात नाही!'' नामदेवानं आपल्या मनातील इच्छा बोलून दाखवली. त्याचा शब्द न् शब्द जनी कानात प्राण आणून ऐकत होती. हृदयात साठवत होती. मनात उमटवत होती. नामदेव बोलायचा थांबला, तशी जनी म्हणाली, ''नामया, तू वाईट वाटून घेऊ नकोस. तू त्या विठ्ठलाची एवढी भक्ती कर, एवढी भक्ती कर की, तुझ्या भक्तीनंच विठ्ठलाचं पोट भरलं पाहिजे आणि ते तू नक्की करशील. मला विश्वास आहे!'' जनीचे डोळे चमकत होते. तिच्या स्वरात नामदेवाबद्दलचा, त्याच्या कर्तृत्वाबद्दलचा विश्वास ओसंडून भरला होता आणि तिचा प्रत्येक शब्द नामदेवाच्या कौतुकात भिजून उमटत होता. आपल्या बालसखीकडून होणारं कौतुक ऐकून नामदेवालाही बरं वाटलं. जनी हुशार आहे हे घरात सगळ्यांना माहीत होतं. ती कामाला चटपटीत आहे हेही घरात सगळे जाणून होते; पण तिला खूप काही समजतं हे फक्त एकटा नामदेवच जाणून होता.

नामदेवामुळे विठ्ठल जेवला या गोष्टीचं अप्रूप जसं गावाला होतं, तसंच ते नामदेवाच्या मित्रमंडळींनासुद्धा होतं. नामदेवाचे मित्र तसे नामदेवापेक्षा वयानं थोडे मोठे होते. विठ्ठलाची मूर्ती दगडाची आहे आणि ती जेवणार नाही, हे ते जाणून होते. नामदेवाच्या हट्टापायी देव जेवला हे जेव्हा त्यांना समजलं, तेव्हा ही घटना असामान्य आहे, हा एकापरीनं चमत्कारच आहे, हे त्यांच्या लक्षात आलं. नामदेवाकडे बघायची त्यांची दृष्टी बदलली. त्यांच्या दृष्टीनं नामदेव फार मोठा झाला. फार फार मोठा झाला. साक्षात देवाला जेवायला लावणारा नामदेव फार थोर झाला आणि ते त्यांच्या वागण्या-बोलण्यातून दिसायला लागलं. ''नामा, तू काय बाबा, लयी मोठा! इठ्ठलाचा लाडका तू! तुझ्या हट्टापायीच देव जेवला. तुझा हट्ट त्यानं पुरवला. तुला लागल्यालं बघून देवबी घाबरला असणार. भ्याला असणार. म्हणून तर तो जेवला. नामा, तू लयी म्हंजी लयीच मोठा झालास बाबा!'' अशा पद्धतीचे भाव मित्रांच्या बोलण्यातून व्यक्त होऊ लागले. नामदेवाशी असलेलं त्यांचं वागणंही बदललं आणि कळत-नकळत का होईना; पण मित्रांच्या या अशा सततच्या बोलण्याचा नामदेवावर परिणाम व्हायला लागला. अबोध वयाचा नामदेव, मित्रांच्या अशा बोलण्यानं खरोखरच स्वतःला मोठा समजायला लागला. त्याचं वागणं बदललं. त्याचं बोलणं बदललं. इतके दिवस आपल्याला लहानच समजणारा, खरोखरच लहान असणारा, सगळ्यांशी प्रेमानं वागणारा, बोलणारा नामदेव आपण कुणीतरी खरोखर मोठे आहोत, असं बोलायला लागला. आपण देवाचे लाडके आहोत, म्हणूनच देव आपलं ऐकतो आणि ऐकेल, असं त्याला वाटायला लागलं. या भावनेतूनच त्यानं एक वेडं धाडस केलं. देव आपलं ऐकतो; त्यामुळे आपण देवाला भेटायचं असा विचार करून, एक दिवस दुपारच्या वेळी देवळामध्ये कोणी नाही

असं बघून नामदेव एकटाच देवळात गेला आणि चक्क गाभाऱ्यात शिरला. तडक जाऊन विठ्ठलाच्या मूर्तीसमोर उभा राहिला. त्या दिवशी समईच्या त्या मिणमिणत्या उजेडात देव आपल्याला नीट दिसला नाही, तेव्हा आपण आत जाऊन देवाला नीट बघावं आणि आपण त्याचे लाडके भक्त असल्याचं सांगून त्याची भेट घेऊन यावी, या उद्देशानं नामदेव तडक गाभाऱ्यात शिरला. गाभाऱ्यात सदा गुरव देवाची उपकरणी पुसून ठेवत होता. आधी नामदेव आत आल्याचं त्याला कळलंच नाही आणि जेव्हा कळलं, तेव्हा त्यानं त्याला हटकलं. एरवी असं झालं असतं, तर गुरवानं आकाश-पाताळ एक केलं असतं; पण परवाच्या देव जेवल्याच्या प्रसंगापासून तो जरासा नरमला होता. तरीही त्यानं कडक शब्दांत नामदेवाला हटकलंच. "ए बाळ! अरे, आत कसा आलास? तू आत यायचं नाहीस. चल भाईर हो! कुनी बघितलं, तर गदारोळ हुईल. चल, अदुगर भाईर!" असं म्हणत त्यानं नामदेवाला बाहेर तर काढलंच; पण तो तेवढ्यावरच थांबला नाही. नामदेवाला देवळातून बाहेर हाकलल्यावर त्यानं तडक दामाशेटींचं घर गाठलं. दामाशेटी नुकतेच जेवणासाठी घरी आले होते. सदा गुरवाला दारात बघितल्यावर ते त्याला सामोरे गेले. "काय सदाभाऊ, आज इकडे कसं काय येणं केलंत? काही काम होतं का?" दामाशेटींनी आस्थेनं विचारलं. सदा काही क्षण घुटमळला. काय बोलावं, कसं बोलावं त्याला समजेना. नामदेवाची ही कागाळी कशी सांगावी हेही त्याला कळेना. तो असा गप्प उभा राहिलेला बघून दामाशेटींनी पुन्हा विचारलं, "सदाभाऊ, काय झालं? काही विशेष काम आहे काय? काही अडचण आहे काय? बोला, मोकळेपणानं बोला." दामाशेटींनी असं सांगितल्यावर सदाला जरा धीर आला. त्यानं धीर एकवटला आणि तो म्हणाला, "दामाशेटी, कसं सांगावं मला कळंना झालंय. पर सांगावं तर लागनारच. दामाशेटी, परवा तुमच्या पोराच्या हातनं देव जेवला हा चिमत्कार झाला खरा! पर दामाशेटी मला माहीत हाय नामदेवाचा हट्ट देवानं पुरवला. पर... पर... पर दामाशेटी..." सदा पुन्हा अडखळला. "बोला सदाभाऊ, काय असेल ते स्पष्टपणे बोला!" दामाशेटींनी दिलासा दिला म्हटल्यावर मग मात्र सदानं धाडस एकवटलं आणि तो म्हणाला, "दामाशेटी, मघाशी तुमचा नामदेव गाभाऱ्यात आत शिरला होता. बरं झालं, देवळात मी एकटाच होतो. आणखी कुनी असतं तर गहजब झाला असता. तवा पोराला जरा आवरा." सदानं भरभर बोलून आपली तक्रार सांगितली आणि तो मोकळा झाला. सदाचं बोलणं ऐकून दामाशेटींना धक्का बसला. "काय? नामदेव गाभाऱ्यात शिरला होता? राम कृष्ण हरी! काय हे? हे असलं धाडस त्यानं केलंच कसं? सदाभाऊ, मी तुमचे आभार मानतो. ही गोष्ट कुठे बोलू नका. मी नामदेवाला सांगतो. नव्हे, त्याला चांगली ताकीद देतो. तो पुन्हा असं करणार नाही असा मी तुम्हाला शब्द देतो." असं म्हणत दामाशेटींनी सदापुढे हात

जोडले. त्यांना उलट नमस्कार करून सदा निघून गेला. दामाशेटींच्या चेहऱ्यावर चिंता पसरली. माजघराआडून हे सगळं ऐकणारी गोणाई बाहेर आली. तिच्याही चेहऱ्यावर चिंता होतीच. "नामाचे आबा, काय करायचं आता या पोराला? दिवसेंदिवस तो जास्तच हूड बनत चाललाय. त्याला कुठेतरी अडवला पायजेल. त्याला चांगलं समजावून सांगाय पायजेल. हा असाच वागाय लागला, तर अवघड हून बसेल समदं. त्याचा हूडपणा कमी हुईल असा काय इलाज करता यील का?" तिनं प्रश्न विचारला. दामाशेटींना तिची काळजी समजत होती. "नामाच्या आई, तुमची काळजी रास्त आहे. आपला नामदेव हुशार आहे. म्हणून तर तो एवढ्या लगेच लिहायला-वाचायला शिकला. आता त्याला दुसऱ्या कशात तरी गुंतवला पाहिजे, म्हणजे त्याचा हूडपणा कमी होईल. तुम्ही चिंता करू नका. मी करतो काहीतरी!" दामाशेटींनी आश्वासन दिलं आणि ते ऐकून गोणाईला बरं वाटलं. त्यानंतर दिवसभर दामाशेटी याच गोष्टीचा विचार करत होते. शेवटी संध्याकाळी ते एका निर्णयाप्रत येऊन पोहोचले.

दिवेलागण झाली. गोणाईने देवघरात सांजवात लावली. नामदेव पाटीवर काहीतरी काढत बसला होता. सुंद्रीच्या प्रकाशात त्याचं हे काम चाललं होतं. दामाशेटींनी त्याच्या खांद्यावरून डोकावून पाहिले. नामदेव पाटीवर कसलंसं चित्र काढत होता. दामाशेटींनी विचारलं, "नामा, आजचा अभ्यास झाला का? जोडाक्षराचे आणि समान अर्थाचे शब्द काढलेस का?" नामदेयानं होकार भरला. दामाशेटींनी पुन्हा विचारलं, "नामा, हे काय काढतो आहेस?" आता नामदेवाला उत्तर देणं भाग होतं. त्यानं पाटी दामाशेटींसमोर धरली आणि म्हणाला, "आबा, मी आपलं पंढरपूर काढतो आहे. पंढरपूर, विठ्ठल मंदिर आणि चंद्रभागा. मला हे चित्र काढायला फार आवडतं." आपण काढलेलं चित्र दाखवत नामा म्हणाला. दामाशेटींना त्याचं कौतुक वाटलं; पण चेहऱ्यावर तसं न दाखवता ते म्हणाले, "नामदेवा, आता तू अक्षरओळख शिकलायस. आता तुला चांगलं लिहायला-वाचायला येतंय, तेव्हा मला असं वाटतंय की, तू आता वेगळं काहीतरी वाचावंस. त्यासाठी मी हे भागवत घेऊन आलो आहे. ग्रंथ मोठा आहे. संस्कृत भाषेत आहे. आता तू थोडं थोडं संस्कृतही शिकलायस. संस्कृत ही सर्व भाषांची जननी आहे. आई आहे. मात्र, त्याची लिपी आपलीच देवनागरी आहे. तू हळूहळू वाचायला सुरुवात तरी कर. त्याचा भावार्थ तिथंच लिहिलेला आहे. तू एकेक श्लोक वाचत गेलास तर त्या त्या वेळी, त्या त्या शब्दाचा अर्थ तुझ्या लक्षात येत जाईल आणि पुढे पुढे तुला लगेचच अर्थ कळत जाईल आणि भावार्थ उलगडत जाईल, तेव्हा उद्यापासून हे भागवत वाचायला सुरुवात कर. काही अडलं तर मला विचार. मी हे भागवत आत्तापर्यंत तीन वेळा वाचलं आहे. भागवत म्हणजे भगवत कथा. यामध्ये विष्णूच्या सर्व अवतारांच्या

कथा आहेत. हे वाचल्यावर तुझ्या लक्षात येईल की, विष्णूनं घेतलेले हे विविध अवतार जसे राक्षसांच्या निर्दालनासाठी होते, तसेच ते त्या त्या वेळच्या समाज-उद्धरणासाठी पण घेतले होते. म्हणूनच तू हे सर्व डोळसपणे वाच, म्हणजे तुला डोळस भक्ती समजेल. नामया, देवावरसुद्धा आंधळेपणानं विश्वास ठेवू नये. देव जरी भक्तीला भुलत असला, तरीही तो प्रयत्नांच्या पाठीशीच उभा राहतो, हे नेहमी लक्षात ठेव. हे भागवत तुला हेच शिकवेल आणि एकदा का तुला त्याची गोडी लागली की, मग विठ्ठलाकडे बघण्याची एक वेगळीच दृष्टी तुला मिळेल.'' दामाशेटी बोलत होते आणि नामदेव एकटक त्यांच्याकडे बघत होता. हे बोलत असताना त्यांच्या डोळ्यांत एक वेगळीच चमक होती. त्यांचा आवाजही वेगळाच वाटत होता. हे दामाशेटी नामदेवाला एकदम वेगळेच दिसले. 'भागवत वाचून, त्याबद्दल बोलताना त्यांचं हे रूप जर असं बदलत असेल, तर त्या भागवताचा महिमा अगाधच असला पाहिजे.' नामदेवाच्या मनात आलं आणि त्यानं मनोमन निश्चय केला की, हे जे काही भागवत आहे, ते आपण वाचायचंच. तो निश्चय त्याच्या चेहऱ्यावर उमटला. दामाशेटींनी तो वाचलासुद्धा आणि आपण काढलेला उपाय अगदी अचूक ठरतो आहे, याचं त्यांना समाधान वाटलं. मात्र, आपण काढलेला, सुचवलेला हा उपाय नामदेवाच्या जीवनामध्ये आमूलाग्र बदल करणार आहे, हे मात्र त्यांना माहीत नव्हतं. काही असो, पण या क्षणी दामाशेटींना खूप समाधान वाटलं हे खरं!

गाभाऱ्यात कर कटीवर ठेवून विटेवर उभ्या असलेल्या विठ्ठलाच्या चेहऱ्यावर मात्र थोडी चिंता होती. छोट्या नामदेवासाठी तो जेवला होता हे खरं; पण याचा काही दुसराच अर्थ निघेल आणि तो नामदेवासाठी घातक ठरेल, असा विचार त्यानं केलाच नव्हता; पण नामदेवाला आत गाभाऱ्यात बेधडक येताना बघून तोही चमकला. हे सगळं करण्यासाठी नामदेव अजून खूप लहान होता. ना त्याला याचा अर्थ कळत होता ना अन्वयार्थ; पण समाज? त्याला याचा अर्थ आणि अन्वयार्थ चांगलाच कळत होता आणि याचीच भीती, चिंता विठ्ठलाला वाटत होती. रखुमाईला हे सांगावं तर तिनं 'मग जेवलासच कशाला त्याच्या हट्टापायी?' असा प्रश्न विचारून त्याला निरुत्तर केलं असतं. विठ्ठलानं गप्प राहणंच पसंत केलं. रखुमाई मात्र तो काहीतरी विचारेल, याची वाट बघत बसली; कारण नामदेव गाभाऱ्यात आलेला तिनंही पाहिला होता आणि सदा गुरवानं त्याला बाहेर काढलेलाही तिनं पाहिला होता. याचे परिणाम काय होतील, हेही ती जाणून होती. परवाच नामदेवाचा हट्ट पुरवण्यासाठी विठ्ठल प्रत्यक्ष जेवला, हेच तिला आवडलं नव्हतं आणि पटलंही नव्हतं; पण विठ्ठलाच्या दृष्टीनं ती त्याच्या नव्या युगाची नांदी होती. म्हणूनच ती काही बोलली नव्हती; पण विठ्ठलाच्या चेहऱ्यावर पसरलेलं चिंतेचं सावट आणि

आपल्याला काहीच न विचारता तो गप्प उभा आहे हे बघितल्यावर मात्र त्यालाही त्या गोष्टीची चिंता लागून राहिली आहे आणि चेहऱ्यावर जरी तो फारसं दाखवत नसला, तरी तो या गोष्टीची आणि नामदेवाची आतल्या आत काळजीच करतोय, हे तिच्या लक्षात आलं आणि म्हणूनच त्याला अधिक न छेडता तीही गप्प राहिली. दोघंही गप्पगप्पच होते; म्हणूनच गाभाराही शांत शांत होता.

६

दामाशेटींनी नामदेवाला भागवत वाचायला सांगितलेलं नामदेवानं फारच मनावर घेतलं आणि दुसरे दिवशी सकाळी अंघोळ करून, शुचिर्भूत होऊन, आपला रोजचा अभ्यास करून त्यानं तो मोठा ग्रंथ हातात घेतला. एवढा मोठा ग्रंथ आपण वाचणार या कल्पनेनंच त्याच्या अंगावर शहारा आला. न राहवून त्यानं तो ग्रंथ उचलून त्यावर आपलं मस्तक टेकवलं. आणि त्याला पुन्हा तसंच वाटलं की, तोडे घातलेले दोन हात आपल्या मस्तकावरून फिरताहेत. त्याला खूप बरं वाटलं. पुन्हा एकदा त्या ग्रंथाला नमस्कार करून, त्यानं पहिलं पान उघडलं. आत एक श्लोक होता संस्कृतमध्ये; पण लिपी देवनागरी होती. त्यानं एकेक अक्षर लावून तो श्लोक वाचला. सुरुवातीला अडखळत, नंतर हळूहळू स्पष्ट उच्चार करत आणि नंतर सरावल्याप्रमाणे स्पष्ट आणि शुद्ध शब्दोच्चार करत, त्यानं तो श्लोक पूर्ण केला. क्षणभर त्यानं डोळे मिटले आणि तो श्लोक तसाच्या तसा त्याच्या नजरेसमोरच्या अवकाशात उमटला. त्यानं मिटल्या डोळ्यांनी तो पुन्हा वाचला, उच्चारला. जोत्याजवळ खांबाला टेकून बसलेल्या नामदेवाकडे देवघराच्या दारात उभे राहिलेले दामाशेटी बारीक नजरेनं बघत होते. अगदी काही घटकांतच नामदेवाला तो श्लोक पाठ झालेला त्यांनी बघितला आणि आपल्या पोराच्या बुद्धिमत्तेची त्यांना पुन्हा एकदा ग्वाही मिळाली. नामदेवाचं त्यांच्याकडे लक्षच नव्हतं. डोळे मिटून श्लोक म्हणून झाल्यावर त्यानं खालची तळटीप वाचली आणि तिथे त्या श्लोकाचा अर्थ लिहिलेला बघून त्याला खूप आनंद झाला. आता त्याला हे भागवत, ही भगवत्कथा नीट समजणार होती. शब्द, उच्चार, त्यांची लय व अर्थ आणि अन्वयार्थ अशी एक मालिका त्याला आता गवसली होती. नामदेव त्यात रमून गेला. इतका की, शंकर बोलवायला आला तर त्यानं त्याला चक्क येत नाही म्हणून सांगितलं. ते ऐकलं आणि दामाशेटी समाधान पावले. त्यांना जे हवं होतं, ते साध्य झालं होतं. नामदेव जसजसा पुढेपुढे वाचत जाईल, तसतशी त्याची या ग्रंथातली गोडी वाढणार होती.

आणि या सगळ्या मित्रांच्या सोबतचा हूडपणा, दंगा कमीच होणार होता. नामदेवाच्या उत्तम भविष्याची जणू ही नांदीच होती. फक्त नामदेवाच्याच नव्हे तर अवघ्या महाराष्ट्राच्या उत्तम भविष्याची ही नांदी होती. अर्थात, या भाकितापासून अनभिज्ञ असलेले दामाशेटी सध्यातरी नामदेव भागवतात रमलेला बघून आनंदित झाले होते. त्यांना वाटणारी नामदेवाची काळजी दूर झाली होती. दामाशेटी निश्चिंत झाले होते आणि त्यांच्यासोबत गोणाईसुद्धा!

असेच काही दिवस गेले. नामदेव अभ्यासात आणि भागवतात चांगलाच रमला होता. रमलाही होता आणि गुंतलाही होता. मध्यंतरी आषाढीवारी आली आणि देवाला निजवून वारकरी परत गेले. आता चातुर्मास सुरू झाला होता. व्रतवैकल्ये सुरू झाली होती. एका छान आणि भक्तिभावानं भरलेल्या आणि भारलेल्या पर्वाला सुरुवात झाली होती. आता चार महिने देव निजणार होते आणि म्हणून आता या पृथ्वीची काळजी, इथे राहणाऱ्या माणसांनी घ्यायची होती. म्हणूनच प्रत्येकानं नाना तऱ्हेची व्रतवैकल्ये करण्याचा संकल्प केला होता. त्यांच्या या पुण्यकर्मानं पृथ्वी आता चार महिने तरणार होती. कार्तिकी एकादशीला देव उठणार होते आणि त्यानंतर पुन्हा पृथ्वीचा भार उचलणार होते. चातुर्मासाचा हा भक्तिपूर्ण संकेत सगळे भाविक भक्तिभावानं पाळत होते. दामाशेटींचं घरही त्याला अपवाद नव्हतं. दामाशेटी, गोणाई, अगदी भागाबाईसुद्धा तऱ्हतऱ्हेची व्रतवैकल्यं करण्यात गुंग होते. जनासुद्धा आपल्या परीनं, तिला करता येईल असं काहीतरी करीत होती. बघता बघता चातुर्मास संपला. कार्तिकी एकादशी आली. देव उठायची वेळ झाली. कार्तिकी एकादशीनिमित्त भागवत कथा ठेवण्यात आली होती. कथेकरी बुवा दाजीशास्त्री वाईकर चांगले नावाजलेले कीर्तनकार होते. त्यांची वाणी रसाळ, सांगण्याची हातोटी आकर्षक आणि रोजच्या जीवनातले दाखले देत ते भागवत कथा सांगत असत. संध्याकाळ झाली. घराघरांतून सांजवाती लागल्या. आयाबायांनी स्वयंपाक लवकर आवरला, मुला-पुरुषांची जेवणंही लवकर उरकली आणि आपली जेवणं आणि मागचं आवरून चूल-पोतेरं करून सगळी झाकपाक केली आणि त्याही भागवत कथा ऐकायला येऊन बसल्या. देवळाच्या सभामंडपाला जोडून मोठा खापाचा मांडव घातला होता. सगळेजण आपापली बसकुरं घेऊन आले होते. म्हाताऱ्याकोताऱ्या बाया अगदी पुढे बसल्या होत्या. मुलंसुद्धा अगदी पुढे जाऊन बसली होती. मंडपाचं आवार अगदी गच्च भरलेलं होतं. एकच गलका चालू होता. सगळेजण बुवा येण्याची वाट बघत होते. बुवांना बसण्यासाठी देवळाच्या पायऱ्यांचा आधार घेऊन एक आसन तयार केलं होतं. त्या व्यासपीठावर बसून बुवा कथा सांगणार होते. सगळ्यांची उत्सुकता अनावर झाली होती आणि बुवा आले, तेव्हा 'बुवा आले, बुवा आले' असं कोणीतरी ओरडून म्हणालं आणि त्या जागेत भरून

राहिलेला गलका एकदम शांत झाला. कलकलणाऱ्या आयाबाया शांत झाल्या. दंगा करणारी पोरंटोरं गपचिप होऊन आपापल्या जागेवर बसली. चकाट्या पिटणारा पुरुषवर्गही शांत झाला. खरंच बुवा आले. एकशिवडी अंगाचे, उंचेपुरे बुवा, सावळ्या रंगाचे, तेजस्वी चेहऱ्याचे होते. त्यांनी डोक्यावर भला मोठा फेटा बांधला होता. कपाळावर रेखलेलं उभं विष्णुगंध त्यांच्या चेहऱ्याची शोभा वाढवत होतं. बुवा व्यासपीठासमोर आले. खांद्यावर घेतलेलं जरीकाठी उपरणं त्यांनी नीट केलं आणि 'श्रीकृष्णाय नमः ।' असं म्हणत हात जोडले. आता जमलेले सगळेजण शांत झाले. बुवांनी चिपळ्या काढल्या. व्यासपीठाशेजारी उभं राहून त्यांनी एकवार सभोवती नजर टाकली आणि गजर सुरू केला. 'राम कृष्ण हरी, राम कृष्ण हरी!' पहिल्या दोन-चार आवर्तनांनंतर जमलेल्या लोकांनीही त्या ठेक्यात टाळ्या वाजवत, बुवांच्या स्वरात आपला स्वर मिसळत त्यांना साथ द्यायला सुरुवात केली आणि 'राम कृष्ण हरी'चा तो गजर आकाशगामी झाला. काही वेळ असा गजर करून लोकांची इतस्ततः भटकणारी मनं, इतरत्र धावणारे विचार या गजराशी एकरूप करण्यात बुवा यशस्वी झाले. लोकांची मनं, बुद्धी आणि विचार भक्तिमार्गावर आणून बुवांनी भागवत कथेला सुरुवात केली. "मंडळी, आज आपण सगळेजण इथे भागवत कथा ऐकायला जमला आहात. आज मी विष्णूच्या दहा अवतारांतील तिसरा अवतार - जो वराह अवतार आहे, त्याची कथा तुम्हाला सांगणार आहे. विष्णूनं आपल्या भक्तांच्या उद्धाराकरता जे दहा अवतार घेतले, त्यातला पहिला अवतार मत्स्य अवतार. मत्स्य म्हणजे मासा. म्हणजे, विष्णूने माशाचे रूप धारण केले. दुसरा अवतार कूर्म अवतार. कूर्म म्हणजे कासव. म्हणजे विष्णूने कासवाचे रूप धारण केले. तर तिसरा अवतार म्हणजे वराह अवतार. वराह म्हणजे डुक्कर. म्हणजे विष्णूने डुकराचे रूप धारण केले. याच अवताराबद्दल मी आज तुम्हाला सांगणार आहे. मंडळी, विष्णूने पृथ्वीला तारण्यासाठी हा वराह अवतार धारण केला, त्याचीच कथा मी तुम्हाला आता सांगणार आहे." कथेकरी बुवांनी पूर्वपीठिका सांगितली. पुन्हा एकदा 'राम कृष्ण हरी'चा गजर केला आणि ते व्यासपीठावर विराजमान झाले. काही क्षण सगळीकडे शांतता पसरली आणि या शांततेचा भंग करीत एक आवाज उमटला. "मला काहीतरी विचारायचं आहे, विचारू?" त्या आवाजाच्या रोखाने सगळ्यांच्या माना वळल्या. तिथे नामदेव हात जोडून उभा होता आणि बुवांकडे अपेक्षेने बघत होता. बुवांचंही तिकडे लक्ष गेलं. अंधारात त्यांना कोण बोलतंय ते नीटसं दिसलं नाही; पण पाच-सहा वर्षांचा कुणीतरी बारीक अंगकाठीचा मुलगा उभा आहे, एवढंच त्यांना दिसलं. तोच तो मुलगा पुन्हा म्हणाला, "मला काहीतरी विचारायचं आहे, विचारू का?" बुवांना त्याचा चेहरा दिसत नव्हता. ते म्हणाले, "बाळ, तू जरा इकडे उजेडात ये आणि इथे येऊन बोल!" बुवांची आज्ञा

होताच नामदेव पुढे गेला आणि देवळाच्या भिंतीला जिथे पलिता खोचला होता, त्या उजेडात जाऊन उभा राहिला. आता तो बुवांना दिसला. "बोल बाळ, तुला काय विचारायचे आहे?" नामदेवाने तिथूनच बुवांना नमस्कार केला आणि म्हणाला, "आपण अनुमती देत असाल, तर मला काही शंका आहे, ती विचारायची आहे. विचारू का?" बुवांना त्या मुलाचं कौतुक वाटलं. पाच-सहा वर्षांचा तो मुलगा; पण विलक्षण आत्मविश्वासानं इतक्या लोकांत उभा होता. त्याच आत्मविश्वासानं इतक्या लोकांमध्ये उभं राहून आपली शंका विचारण्याचं धाडस तो करत होता. बुवांची अनुमती घेतानाही त्याच्या स्वरात अत्यंत अदब होती, नम्रता होती; आदर होता. त्यांच्या अनुमतीची अपेक्षा होती आणि तरीही आपली शंका विचारण्याबाबत आग्रह होता. बुवांना बघताक्षणीच तो मुलगा आवडला. त्याचं प्रश्न विचारणं आवडलं. त्याची प्रश्न विचारण्याची पद्धत आवडली आणि त्याची उत्सुकताही आवडली. ते म्हणाले, "विचार बाळ! काय शंका आहे तुला? विचार!" बुवांनी असे म्हणताच नामदेवाच्या चेहऱ्यावर आनंद पसरला. तो चार पावलं पुढे झाला आणि म्हणाला, "बुवा, मी नामदेव. दामाशेटींचा मुलगा. आबांच्या आज्ञेवरून मीही भागवत वाचतो आहे. मला त्याबद्दल काही शंका आहे. मी विचारू का?" नामदेवानं पुन्हा अदबीनं परवानगी मागितली. जमलेल्या सगळ्या लोकांचं लक्ष आता नामदेवाकडे गेलं. एवढ्या मोठ्या विद्वान कथेकरी बुवांशी आपल्या गावातला हा नामदेव एवढ्या धीटपणानं बोलतोय आणि त्यांना शंका विचारण्याचं धाडस करतोय या गोष्टीचं गावकऱ्यांना अप्रूप वाटत होतं. सगळेजण उत्सुकतेनं नामदेवाकडे बघायला लागले. बुवांनी नामदेवाला "बोल नामदेवा, विचार तुझी शंका" अशी अनुमती दिली. बुवांना पुन्हा एकवार वंदन करून नामदेव म्हणाला, "बुवा, विष्णूदेवांनी दहा अवतार घेतले; पण त्यांचा तिसरा अवतार म्हणजे वराह अवतार. वराह म्हणजे डुक्कर. इतके सगळे इतर चांगले प्राणी, पशू, पक्षी असताना विष्णूदेवांनी या अशा गलिच्छ प्राण्याचं रूप कशासाठी धारण केलं, ही माझी शंका आहे!" नामदेवानं आपली शंका विचारली आणि जमलेल्या लोकांनी कौतुकानं माना डोलवल्या. बुवांनाही त्याच्या शंकेचं कौतुक वाटलं. ते म्हणाले, "बाळ, मला आवडली तुझी शंका; पण त्याचं उत्तर असं आहे की, या पृथ्वीच्या उद्धारासाठी त्यांनी दहा अवतार घेतले. जेव्हा जेव्हा पृथ्वी संकटात सापडली, तेव्हा तेव्हा भगवंतानी अवतार धारण करून पृथ्वीचं रक्षण केलं आहे. या दहा अवतारांतलाच एक वराह अवतार." बुवांनी उत्तर दिलं. सगळ्यांनी माना डोलवल्या; पण नामदेवाचे समाधान झालेले दिसले नाही. तो पुन्हा बुवांना म्हणाला, "बुवा, क्षमा करा; पण माझी शंका अजून निरसन झाली नाही. या पृथ्वीतलावर इतरही अनेक प्राणी होते– जसे वाघ-सिंह. इतर अनेक पक्षी होते– जसे मोर, हंस, गरुड; पण मग भगवंतांनी

हा घाणीत तोंड घालणारा गलिच्छ प्राणीच का निवडला अवतार घेण्यासाठी? ते स्वतः भगवंत आहेत. शुचिर्भूततेची त्यांना आवड आहे. त्यांचं अस्तित्व पवित्रतेवर आधारलेले आहे. मग त्यांनी असा गलिच्छ आणि अपवित्र प्राणी का निवडला, अशी माझी शंका आहे!'' नामदेवानं आपली शंका पुन्हा एकदा उलगडून, विस्तारानं सांगितली. त्याच्या या विचारसरणीचं बुवांनाही नवल वाटलं. ते नामदेवाला म्हणाले, ''नामदेवा, तू ज्या अर्थी तुझ्या शंकेचं इतक्या विस्तारानं विश्लेषण केलंस, त्या अर्थी तू त्या शंकेबाबत विचारही केला असशील. मग मला सांग, तू तुझ्या शंकेबाबत काय विचार केला आहेस?'' बुवांनी असं विचारल्यावर नामदेव काहीसा संकोचला. बुवांनी त्याच्या मनातला विचार बरोबर ओळखला होता. या प्रश्नाचं उत्तर काय असेल याचा नामदेवानं खरोखरच स्वतःच्या मनाशी विचार केला होता. बुवांनी असं विचारल्यावर एकवार त्यानं सभोवताली नजर फिरवली. जमलेले सगळे लोक त्याच्याकडेच बघत होते. बुवाही त्याच्याकडेच बघत होते आणि बुवांसह सगळ्यांच्याच नजरेत उत्सुकता होती आणि अपेक्षासुद्धा! नामदेवानं एक आवंढा गिळला, धाडस एकवटलं आणि बुवांना नमस्कार करून तो म्हणाला, ''बुवा, माझी बुद्धी ती बालबुद्धी. माझ्या बालबुद्धीला ही शंका आली, जेव्हा मी भागवत वाचत होतो. मग मी याच प्रश्नाचा विचार करत राहिलो आणि माझ्या बुद्धीप्रमाणे मी या प्रश्नाचं उत्तर शोधून काढलं. अर्थात, ते बरोबर आहे की चूक, ते मला माहीत नाही; पण माझ्या बालबुद्धीला ते बरोबर वाटतंय. मी ते आपल्यासमोर मांडतो. आपण थोर आहात, विद्वान आहात, अनुभवसंपन्न आहात. आपण माझे विचार योग्य आहेत की नाहीत, याचा न्यायनिवाडा करावा.'' नामदेवाने असे सांगितल्यावर बुवांच्या चेहऱ्यावर उत्सुकता दाटून आली. त्यांनी नामदेवाला व्यासपीठाशेजारी बोलावले. संकोचत, लाजत, बिचकत नामदेव व्यासपीठावर आला. त्याच्या पाठीवर हात ठेवून बुवा म्हणाले, ''आम्ही कथेकरी बुवा. देवाच्या कथा सांगत सगळीकडे हिंडतो. आम्ही सांगितलेल्या कथा सगळेजण भक्तिभावानं ऐकतात. आम्ही भगवंताच्या कथा सांगतो, म्हणून आमची योग्यता नसतानाही लोक आमच्या पाया पडतात. आमच्या पायावर डोकं टेकवतात. त्यात आम्ही भगवंताचे दूत आहोत ही त्यांची श्रद्धा असते; पण ती त्या भक्तांची श्रद्धा अंधश्रद्धेकडे झुकणारी असते. आम्ही सांगत असतो की, अंधश्रद्धा बाळगू नका; पण लोक ते मनावर घेत नाहीत आणि अशा श्रद्धांवरही आंधळा विश्वास ठेवून राहतात; पण आज मला एक वेगळाच अनुभव आला. आज या मुलाच्या मनात उद्भवलेली शंका म्हणजे त्याच्या अभ्यासाची झलक दाखवणारी असली, तरी त्याहीपेक्षा त्याची श्रद्धा डोळस आहे याचीच ती साक्ष आहे आणि याचा आम्हाला अतिशय आनंद झाला आहे. दामाशेटींचा हा मुलगा भागवत वाचतो आहे. हा ग्रंथ तो नुसताच वाचत नाही,

तर त्याचा अभ्यास करत वाचतो आहे, याचाच प्रत्यय आता आपल्याला येतो आहे. त्यानं विचारलेली ही शंका म्हणजे तो करत असलेल्या अभ्यासाचीच एक झलक आहे. त्या शंकेचं उत्तरही त्यानं आपल्या बुद्धीला आणि अभ्यासाला अनुसरून काढलं आहे. आपण आत्ता त्यानं शोधलेलं उत्तर ऐकू या.'' असं म्हणून बुवांनी नामदेवाला सांगितलं, ''नामदेव बाळा, सांग, तुला काय वाटतंय ते!'' नामदेव क्षणभर गांगरला. बिचकला. थोडासा लाजला आणि घाबरलादेखील! त्यानं समोर बघितलं. शंभर एक डोळे त्याच्यावर खिळले होते. त्या डोळ्यांत अपार उत्सुकता होती. त्यातच काहींच्या डोळ्यांत कौतुक होतं, तर काहींच्या डोळ्यांत हेटाळणी. काहीजण नामदेव काय सांगणार या उत्सुकतेनं बघत होते, काहीजण 'हा काय सांगणार कपाळ!' या कुचेष्टेनं बघत होते, तर काहीजण 'याच्या हट्टापायी देव जेवला म्हटल्यावर हा लयीच शाणा झाला काय?' असा भाव ठेवून होते. नामदेवानं सगळ्यांच्या डोळ्यांतले भाव वाचले. क्षणभर तो घाबरला; पण काही डोळ्यांतून दिसणारी कुचेष्टा त्याच्या मनात राग भरून गेली. 'आता माघार नाही!' त्यानं ठरवलं. मागे वळून, जमिनीवर डोकं टेकवून बुवांना नमस्कार केला आणि तो लोकांना सामोरा झाला. एकदा समोरच्या लोकांनाही त्यानं नमस्कार केला आणि एक मोठा श्वास घेऊन बोलायला सुरुवात केली. ''बुवांनी मला माझ्या शंकेचं उत्तर सांगायचा आदेश दिला, म्हणून मी मोठं धाडस करून इथे उभा राहिलो आहे. खरंतर हे व्यासपीठ आहे. इथे उभं राहायची माझी योग्यता नाही. माझ्या आबांच्या सांगण्यावरून मी काही महिन्यांपूर्वी भागवत वाचायला सुरुवात केली. संस्कृतमधल्या त्या शब्दांचा अर्थ लावत लावत मी भागवत वाचतो आहे. भगवंतांच्या अनेक कथा यात आहेत. त्यातच दशावतारांच्या कथा आहेत. यातलाच एक अवतार म्हणजे वराह अवतार. याबद्दल वाचताना पुनःपुन्हा माझ्या मनात प्रश्न येत होता की, भगवंतांनी अवतार घेण्यासाठी हा गलिच्छ प्राणी का निवडला असेल? हा प्रश्न सतत मला त्रास देत होता आणि माझ्या डोक्यात सतत या प्रश्नाचे उत्तर शोधण्याची धडपड सुरू होती. जेव्हा भगवंतांच्या अवतारकार्याचा मी अधिक अभ्यास केला, तेव्हा माझ्या बालबुद्धीला काही उत्तरे मिळाली ती अशी आहेत. वराह म्हणजे डुक्कर. हा प्राणी अवतारकार्यासाठी निवडताना भगवंतांच्या मनात पृथ्वीच्या उद्धारासोबतच इतर अनेकांच्या उद्धाराचा विचार असावा. म्हणजेच गलिच्छ राहणारा, घाणीत तोंड घालणारा वराह हा प्राणी म्हणजे अस्वच्छ राहणाऱ्या, अंधश्रद्धेच्या कर्दमात लोळणाऱ्या शूद्र समाजाचे प्रतीक असावे आणि या शूद्र समाजाला देवत्व राहू दे, किमान मनुष्यत्व देऊन, माणूस मानून त्याला समाजाच्या प्रवाहात सामील करून घ्यावं, यासाठी भगवंतांनी हा गलिच्छ प्राणी आपला अवतार म्हणून निवडला असावा. दुसरं असं की, या गलिच्छ प्राण्याला निव्वळ गलिच्छ न मानता, तो परिसरातील

आणि पर्यायानं समाजातील घाण साफ करतो. शूद्र, अतिशूद्र समाजही हेच करतो. समाजानं अस्वच्छ मानलेली कामं करून, तो परिसराची स्वच्छता करतो. म्हणजेच तो समाजोपयोगी आहे. वराह जरी गलिच्छ असला, तरी घाण साफ करून तो परिसर स्वच्छ करण्याचे काम करतो. म्हणजेच जो गलिच्छ आहे म्हणून हाडहूड न करता, त्यालाही महत्त्व द्यावं हा विचार रुजविण्यासाठी, हा उपदेश लोकांच्या मनात उतरवण्यासाठी भगवंतांनी वराह अवतार घेतला असावा, अशी माझी धारणा आहे; कारण लोकांच्या मनात पूज्यभाव येण्यासाठी भगवंत इतर कोणताही देखणा प्राणी निवडू शकले असते; पण त्यांनी जाणूनबुजून वराह हाच प्राणी निवडला. त्या मागे हेच कारण असावे, असे माझ्या बालबुद्धीला वाटते. आता बुवांनीच सांगावे की, मला वाटते, ते बरोबर आहे की चूक? कारण या अभ्यासात मी नुकताच चाचपडतो आहे. अडखळत चालतो आहे. बुवांसारख्या थोर विद्वानांनी मला मार्गदर्शन करावे. मला माझी योग्यता आणि माझी पोरबुद्धी यांची जाणीव आहे. मी मांडलेला विचार कदाचित चुकीचाही असेल, नव्हे तशीच जास्त शक्यता आहे. माझं काही चुकलं असेल तर, नव्हे चुकलं असेलच तर मी तुम्हा सर्वांची क्षमा मागतो. तुम्ही सर्वांनी मोठ्या मनानं मला माफ करा.'' हात जोडून, डोळे मिटून नामदेवानं सगळ्यांची क्षमा मागितली, विनवणी केली. त्याच्या मिटल्या डोळ्यांतून घळाघळा अश्रू वाहत होते. ते पुसण्याचंही भान त्याला नव्हतं. ऐकणारे सगळेजण, अगदी बुवांसह सगळे स्तब्ध झाले होते. निःशब्द झाले होते. या पाच-सहा वर्षांच्या पोरात बुद्धीची आणि विचारांची एवढी प्रगल्भता कुठून आली, असा विचार येऊन बुवा निःशब्द झाले होते. तर हा काल-परवापर्यंत उघडानागडा हिंडणारा दामाशेटी शिंप्याचा पोर - नामा, नाम्या, नामया, नामदेव म्हणून सगळ्या गल्लीला माहीत असणारा हा गोणाईचा पोरगा, आज इतक्या लोकांसमोर आणि कथेकरी बुवांसमोर धाडसानं उभा राहून आपले काही विचार मांडतोय आणि तेही संस्कृत भागवताचा अभ्यास करून, इतक्या सुसूत्रपणे, इतके सुसंगतवार, हे लोकांच्या पचनी पडायलाच मुळी काही क्षण जावे लागले. आणि जेव्हा ते पचनी पडले, पटले, तेव्हा बुवांनी बोलायला सुरुवात केली होती. ''मंडळी, मी मघाशी तुम्हाला म्हणालो ना की, मला इथे एक वेगळाच अनुभव आला. त्याचीच पुनरावृत्ती आता पुन्हा झाली. या पोरानं, नामदेवानं आता जे काही सांगितलं तेच त्याच्या प्रश्नाचं उत्तर आहे. त्यानं ते इतकं सुसंगतवार सांगितलं, इतकं अभ्यासपूर्वक सांगितलं की, या प्रश्नाचं दुसरं उत्तर असूच शकत नाही. मंडळी, या पोरवयात याचा हा अभ्यास, हे सुसंगतवार बोलणं, ही सगळी या वैकुंठपुराची पुण्याई आहे. विठुरायाच्या अस्तित्वानं पवित्र झालेल्या इथल्या मातीचा हा महिमा आहे. या मातीतलं हे पोर उद्या या मातीची महती त्रिखंडात गाजवेल यात शंका नाही. भगवंताच्या कृतीचा अर्थ लावणारा हा तुमच्या

गावचा नामदेव या गावाचं, या वैकुंठपुराचं भूषण ठरणार आहे. उद्या भविष्यात या तुमच्या नामदेवाच्या कृतीचा, त्याच्या प्रत्येक कार्याचा अर्थ त्रिखंडात लावला जाईल. मी काही फार मोठा भविष्यवेत्ता नाही; पण बाळाचे पाय पाळण्यात दिसतात तसे हे आहे. नामदेवाचा या पोरवयातला अभ्यास बघून त्याचं हे भविष्य सांगायला कुणा भविष्यवेत्त्याची गरज नाही.'' असं बोलून बुवा व्यासपीठावर उठून उभे राहिले. आपल्या गळ्यात असलेली फुलांची माळ काढून, त्यांनी नामदेवाच्या गळ्यात घातली. बुवांच्या या कृतीने नामदेव भारावून गेला. त्याच्या डोळ्यांतून वाहणाऱ्या अश्रूंचं भानही त्याला राहिलं नाही. ''नामदेव'' बुवांनी हाक मारली आणि नामदेव भानावर आला. पुढच्याच क्षणी नामदेवानं बुवांच्या पायावर लोळण घेतली. डोळ्यांतल्या आसवांनी तो बुवांचे पाय भिजवू लागला. बुवांनी अतीव मायेनं त्याला खांद्याला धरून उठवलं. उभं केलं. त्याच्या मस्तकावर हात ठेवत बुवा म्हणाले, ''नामदेवा, तुझी ही तल्लख बुद्धी भगवंताच्या सेवेसाठी वापर. आज आपल्याच शंकेचं उत्तर देताना तू बहुजन समाजाचा विचार केलास. एवढ्या लहान वयातही तू असा समाजरचनेचा विचार करतोस हेच मोठं नवल आहे. तुझी हीच विचारधारा तुझं नाव त्रिखंडात मोठं करेल. भक्ती, बुद्धी आणि ज्ञान यांचा त्रिवेणी संगम तुझ्या व्यक्तिमत्त्वात आणि चारित्र्यात असेल. हे वैकुंठपूर ही तुझी कर्मभूमी ठरेल आणि या वैकुंठपुराची कीर्ती तू अवघ्या त्रिखंडात नेऊन ठेवशील, असा माझा विश्वास आहे आणि तसा मी तुला मनापासून आशीर्वाद देतो.'' बुवा नामदेवाच्या मस्तकावर हात ठेवून, अगदी मनापासून बोलत होते आणि बुवांच्या स्पर्शानं आणि त्यांच्या प्रत्येक शब्दानं नामदेव अंतर्बाह्य थरथरत होता. त्याच्या अंगाला कंप सुटला होता. डोळ्यांतून अविरत पाणी वाहत होतं. ओठ, नाकपुड्या सगळं थरथरत होतं. बुवांचा प्रत्येक शब्द ऐकायला कान अधीर झाले होते. बुवा आशीर्वाद तर देत होतेच; पण जणू नामदेवाचं भविष्यही सांगत होते आणि नामदेवाचं भविष्य सांगता सांगता वैकुंठपुराचं भविष्यही त्यांच्या मुखातून उमटत होतं. नामदेवाची ललाटरेषा आणि पंढरपुराचं भवितव्य यांची सांगड घालून नियतीच जणू बुवांच्या तोंडून बोलत होती. ते ऐकलं आणि तिथे जमलेल्या प्रत्येकाच्या अंगावर सर्रकन काटा आला. जमलेल्या माणसांच्याच नव्हे, तर विठ्ठल मंदिराच्या भिंतीदेखील शहारल्या. बुवांचं बोलून झालं आणि मंदिरात घंटानाद सुरू झाला. जणू बुवांच्या बोलण्याला तो नाद अनुमोदनच देत होता. त्या नादाची कंपनं अवकाशात पोहोचली. तिथून चंद्रभागेच्या पाण्यावर उतरली. पाण्यात खळबळ माजली, चंद्रभागेवर मोठमोठे तरंग पसरले. त्या तरंगांनी ती कंपनं काठापर्यंत नेली. वाळवंटात पोहोचवली. वाळवंटात शिरलेल्या त्या कंपनांनी वाळूच्या प्रत्येक कणाला स्पर्श केला आणि ती कंपनं अंगभर लेवून अवघं वाळवंट थरारलं. अवकाशात पोहोचलेला तो घंटानाद विठ्ठलाच्या कानांपर्यंत

पोहोचला आणि विठ्ठलमूर्तीच्या चेहऱ्यावर अपेक्षापूर्तीचं समाधान उमटलं. आता त्याला फार काळ प्रतीक्षा करावी लागणार नव्हती. त्याचा भक्त, त्याचा सखा, त्याचा प्राणप्रिय शिष्य लवकरच त्याच्याजवळ येणार होता. विठ्ठल त्या क्षणाचीच वाट बघत होता. बुवांचं बोलून झालं आणि जमलेली मंडळी अनवधानानं उभीच राहिली. बुवांनी उच्चारलेला प्रत्येक शब्द त्यांच्या गावाचा लौकिक वाढवण्याची भविष्यवाणी करणारा होता. नामदेवाच्या विस्तृत उत्तरानंच याची ग्वाही दिली होती. जमलेल्या लोकांच्या नजरेत नामदेवाचं कौतुक ओसंडून वाहत होतं.

आपल्या डोळ्यांतून आपल्या लेकाचं कौतुक ओसंडून वाहतंय की पाणी वाहतंय असा संभ्रम गोणाईला पडला होता. भागवत कथा ऐकायला गोणाई आळीतल्या आयाबायांना सोबत घेऊन वाड्यापुढच्या अंगणात कामट्यांच्या कुंपणाजवळ बसली होती. बुवा बोलत असताना मध्येच नामदेवाने उठून, बुवांना 'मला काहीतरी विचारायचं आहे,' असं सांगितलं आणि गोणाईचा जीव घाबरा झाला. आपलं हे हूड पोर आता काही भलतंसलतं बोलेल, याची तिला भीती वाटली. काहीतरी भलतंसलतं बोलून त्यानं बुवांचा अपमान केला तर भागवत कथा राहिलीच; पण गावाच्या रोषास आपण बळी पडू, एवढंच नव्हे तर असं काही झालं तर गावकरी आपल्याला कधीच माफ करणार नाहीत, अशी धास्ती तिला वाटू लागली. बरं ती एवढ्या दूर बसली होती की, तिथून अगदी पुढे बसलेल्या नामदेवाला हाक मारून थांबवणंही तिला शक्य नव्हतं. हातवारे करून त्याला बोलावण्याचा, थांबवण्याचा तसा दोन-चार वेळा तिनं प्रयत्न करून बघितला; पण नामदेवाचं लक्षच गेलं नाही. शिवाय अंधारात तिनं केलेले हातवारे नामदेवाला दिसणं शक्यच नव्हतं. दामाशेटीही पुढेच बसले होते. त्यांनाही हाक मारून सांगणं शक्य नव्हतं. आता जे काही घडेल ते बघत बसण्यावाचून गोणाईला गत्यंतर नव्हतं. तिनं बापडीनं तेच केलं; पण पुढे जे काही घडलं, ते मात्र तिच्या कल्पनेपलीकडचं होतं. नामदेवानं विचारलेला प्रश्न, बुवांनी दिलेलं उत्तर, नामदेवालाच उत्तर विचारणं, नामदेवानं सविस्तर उत्तर सांगणं, बुवांनी नामदेवाचं कौतुक करणं, आपल्या गळ्यातली फुलांची माळ त्याच्या गळ्यात घालणं आणि त्यांनी सांगितलेली नामदेवाची भविष्यवाणी. गोणाईचा ना आपल्या डोळ्यांवर विश्वास बसत होता ना कानांवर! भारावल्यासारखी डोळे विस्फारून ती समोर काय चाललंय ते बघतच राहिली. शेवटी जनीनं गदागदा हलवून तिला भानावर आणलं, तेव्हा कुठे गोणाईनं डोळ्यांतून वाहणारं पाणी पुसलं आणि आता तिला तिचा नामा आणि कथेकरी बुवा स्पष्ट दिसू लागले. बुवांनी केलेली भविष्यवाणी जशी सगळ्यांनी ऐकली, तशीच ती दामाशेटींनीही ऐकली. त्या भविष्यवाणीला कितपत अर्थ होता कुणास ठाऊक? कीर्तनकार, कथेकरी बुवांना असली भविष्यवाणी करण्याची सवय असते. नव्हे तो त्यांच्या व्यवसायाचा

एक प्रघात असतो, हे दामाशेटी जाणून होते; पण बुवांनी नामदेवाला त्याच्या स्वतःच्याच शंकेचं उत्तर द्यायला लावलं आणि नामदेवानं ते विस्तारानं आणि सुसंगतवार दिलं, हे जेव्हा दामाशेटींनी ऐकलं आणि पाहिलं, तेव्हा मात्र नामदेवाचा हूडपणा कमी व्हावा म्हणून आपण योजलेला उपाय इतका परिणामकारक ठरला, याचं त्यांना फार समाधान वाटलं. नामदेवाला भागवत वाचायला सांगताना त्यांच्या मनात धाकधूक होती. नामदेव पहिलं पान उलटेल आणि नंतर ग्रंथ बाजूला ठेवून पुन्हा हूडपणा करू लागेल, अशी भीती त्यांना वाटत होती. सातत्यानं भागवत वाचत राहून, भागवताचा अभ्यास करत राहून नामदेवानं त्यांची ही भीती तर खोटी ठरवली होतीच; पण आत्ता इथे त्यांच्यासमोर जे घडलं होतं, त्यामुळे आपण घेतलेला हा निर्णय किती योग्य होता याचीच ग्वाही जणू त्यांना मिळाली होती. हूड असला तरी आपला मुलगा कुशाग्रबुद्धीचा आहे, हे दामाशेटी जाणून होते; कारण त्याच्या हूडपणातही एक प्रकारची बुद्धिमानता लपलेली असायची. त्याचा हूडपणा कमी करायचा असेल तर त्याच्या या कुशाग्रबुद्धीला योग्य ते खाद्य दिलं पाहिजे, हे चाणाक्ष दामाशेटींनी ओळखलं होतं. म्हणूनच अवघड असूनही, संस्कृतमध्ये असूनही त्यांनी नामदेवाला भागवत वाचायला दिलं होतं. नामदेवाच्या कुशाग्रबुद्धीला हेच खाद्य योग्य आहे हे त्यांनी जाणलं होतं. रेशमी वस्त्राला रेशमी धाग्यांनीच टाके घातले पाहिजेत, हा दामाशेटींचा अनुभव इथे कामी आला होता आणि त्याचा परिणाम समोर दिसत होता. नामदेवाच्या कुशाग्रबुद्धीला आणि चतुरपणाला ज्ञानाची एक दिशा मिळाली होती आणि ज्ञानसाधनेच्या राजमार्गावर चालण्याची प्रेरणा त्या दिशेनं त्याला दिली होती. आता गावातल्या शंभर लोकांसमोर, विद्वान म्हणून ओळखल्या जाणाऱ्या कथेकरी बुवांकडून केलं जाणारं कौतुक हा त्या ज्ञानसाधनेच्या मार्गावरचा पहिला, अगदी अलीकडचा, अगदी बाळबोध असा टप्पा होता. पहिली छोटीशी पायरी होती. अशा अनेक पायऱ्या त्याला अजून चढायच्या होत्या. आपल्या लेकाचं होणारं कौतुक बघून दामाशेटींच्या डोळ्यांत पाणी उभं राहिलं. बुवांनी आपल्या गळ्यातला हार काढून नामदेवाच्या गळ्यात घातलेला बघून तर त्यांच्या डोळ्यांतून अश्रूंच्या धारा वाहू लागल्या. बुवा, नामदेव, जमलेले सर्व लोक अस्पष्ट दिसू लागले, तरीही डोळे पुसण्याचं भान त्यांना राहिलं नाही.

नामदेवाचं शंका विचारणं, बुवांच्या सांगण्यावरून त्या शंकेचं उत्तर नामदेवानं स्वतःच देणं, त्या उत्तरानं भारावून जाऊन बुवांनी आपल्या गळ्यातला हार नामदेवाच्या गळ्यात घालणं, त्याची भविष्यवाणी ऐकवणं, हे सगळं नामदेवाच्या बाबतीत अप्रूपाचं अप्रूप होतं, कौतुकाचं कौतुक होतं. असं सगळं अप्रूपाचं अप्रूप झालं आणि नंतर बुवांनी कथा-कीर्तनाला सुरुवात केली. बुवांची कथा सांगण्याची नाट्यमय हातोटी, रसाळ वाणी, विष्णूच्या वराह अवताराची कथा आणि या सगळ्याला

मिळालेलं नामदेवाच्या शंकेचं आणि त्यानंच दिलेल्या विस्तृत उत्तराचं कोंदण. त्या दिवशीचं कथा-कीर्तन उत्तरोत्तर रंगतच गेलं, यात नवल ते काय? बुवांनी कथा संपवली. हरिनामाचा गजर केला. जमलेल्या मंडळींतून दानाचं ताट फिरवलं. लोकांनी आपापल्या वकुबाप्रमाणे त्यात पैसे टाकले. व्यासपीठावर बुवा प्रसन्न मुद्रेने बसले होते. आजचं कथा-कीर्तन तर विलक्षण रंगलं होतंच; पण त्या पाच-सहा वर्षांच्या चुणचुणीत पोरानं विचारलेला प्रश्न, त्याचं त्यानं स्वतःच दिलेलं उत्तर आणि त्यातून दिसलेली त्याच्या बुद्धीची चुणूक, या सगळ्यामुळे बुवांच्या मनालाही एक वेगळंच समाधान वाटत होतं. आधीच पंढरपूर हे वैकुंठपूर म्हणून प्रसिद्ध होतं. विठ्ठलाच्या रूपात इथे साक्षात भगवंत राहतात, अशी लोकांची श्रद्धा होती. पंढरपूर ही भक्तीची पेठ होती. म्हणूनच बुवांना नेहमीच पंढरपुरामध्ये यायला आवडत असे आणि आजतर या प्रसंगानं बुवांच्या मनाला अतीव समाधान लाभलं होतं. कथा-कीर्तन संपलं. लोक आपापल्या घरी गेले. घरी जाताना त्यांच्या कानामध्ये अजूनही बुवांची रसाळ वाणी निनादत होती; तर मस्तकात नामदेवाचे, त्याच्या बुद्धिवैभवाचे विचार पिंगा घालत होते.

नामदेव घरी आला. रात्रीचा पहिला प्रहर उलटून गेला होता; पण नामदेवाच्या घरात सगळीच मंडळी जागी होती. गोणाई तर डोळ्यांत प्राण आणून नामदेवाची वाट बघत होती. कधी एकदा नामदेव घरी येतो आणि कधी एकदा आपण त्याची दृष्ट काढतो असं तिला झालं होतं. तेवढ्या रात्री तिनं जनीला परसदारातली चूल पेटवायला सांगितली होती. वैल चांगला रसरसला होता. गोणाई मीठ, मोहरी, लाल मिरच्या असं घेऊनच बसली होती. नामदेव आला. त्याला दारातच उभं राहायला सांगून गोणाईनं भागाबाईला हाक मारली. तिला नामदेवाची दृष्ट काढायला सांगितली. दृष्ट काढल्यावर तिनं मीठ-मोहरी-लाल मिरच्या परसदारी पेटवलेल्या निखाऱ्यावर टाकायला सांगितल्या. मिरच्या निखाऱ्यावर टाकताच एकच खाट उसळला. ते बघून गोणाई म्हणाली, ''मला वाटलंच हुतं माझ्या नामाला नजर लागणार म्हणून. आता कुणा पाप्याची नजर लागली असेल, तर ती जळून जाईल,'' असं म्हणत तिनं नामदेवाच्या डोक्यावरून हात फिरवला. त्याची अलाबला घेऊन आपल्या कानशिलांवर बोटं मोडली आणि त्याला हाताला धरून ती आत घेऊन आली. नामदेवाचा चेहराही खुलला होता. आपलं झालेलं कौतुक त्यालाही आवडलं होतं. नामदेवाची चाहूल लागून दामाशेटी बाहेर आले. त्याला बघताच म्हणाले, ''शाबास नामदेवा! भागवताचा चांगला अभ्यास केलास तू. आनंद वाटला मला!'' आबांकडून शाबासकी मिळताच नामदेवाचा चेहरा खुलला. त्यांच्याजवळ जाऊन तो म्हणाला, ''आबा, तुम्हीच मला हे करायला लावलंत. आता मलाही ते आवडायला लागलंय. मी ते आणखी वाचेन!'' नामदेवाचं उत्तर ऐकून दामाशेटींनाही समाधान

वाटलं. नामदेवाच्या या बुद्धिवैभवानं दामाशेटींच्या घरात आनंद पसरला होता. दामाशेटी, गोणाई, भागाबाई सगळे निजायला गेले. नामदेवही निघाला. मागं थांबलेली जनी हळूच नामदेवाला म्हणाली, "नामया, मला सांगशील त्यातल्या गोष्टी? मलाही ते ऐकायला आवडेल!" जनीच्या या प्रश्नावर नामदेवानं मोठ्ठा होकार भरला आणि तोही निजायला गेला.

मध्यरात्र झाली होती. गर्भागारातली समई हळूहळू शांत व्हायला लागली होती. काळ्या पत्थराचं ते गर्भागार शांत होतं. शांततेचाही आवाज ऐकू येईल इतकं शांत होतं. समई शांत होत होत एक क्षणभर मोठी झाली आणि विझली. आता तर गर्भागारात गर्द अंधार पसरला. अवघं वैकुंठपूर शांत झोपलं होतं; पण गर्भागारात मात्र चैतन्याचा पायरव जाणवत होता. कर कटीवर ठेवून उभ्या असलेल्या विठ्ठलाकडे रखुमाई एकटक नजरेनं बघत होती. विठ्ठलाचा सावळा चेहरा उजळला होता. डोळ्यांत आनंदाची चमक दिसत होती. ओठांवर हास्य विलसत होतं. विठ्ठलाच्या चेहऱ्यावर अपेक्षापूर्तीचं समाधान विलसत होतं. कितीतरी वर्षांनी, कितीतरी म्हणजे जवळजवळ चार-पाच शतकांनंतर विठ्ठलाचा एवढा प्रसन्न चेहरा रखुमाई बघत होती. तिलाही कळेना विठ्ठलाला एवढा आनंद का झालाय? आणि कशाचा? आणि कशासाठी? क्षणभर तिनं विचारायचं ठरवलं, मग पुन्हा गप्प बसली. 'आपण विचारलं, तर त्याचं कारण तो सांगेलच असं नाही. सांगितलं तर पूर्ण सांगेल आणि तेही पूर्ण खरं सांगेल, असं नाही. शिवाय त्याला इतक्या शतकांनंतर झालेला आनंद त्याच्या चेहऱ्यावर दृग्गोचर होतोय, तो तसाच काही काळ राहू दे; त्यामुळे प्रसन्नतेने झळाळणारा त्याचा चेहरा विलक्षण देखणा दिसत होता. तोही काही काळ तसाच राहू दे. त्याला त्या आनंदात काही काळ रममाण होऊ दे. त्या आनंदाचा त्याचा आवेग संपला की, तो आपणहूनच सगळं सांगेल.' असा विचार रखुमाईनं केला आणि विठ्ठलाच्या चेहऱ्याकडे एकटक बघत तीही तशीच त्या गर्द अंधाऱ्या शांततेत उभी राहिली. काही क्षण गेले आणि रखुमाईला वाटलं तसंच झालं. "रखुमाई! संपली, चार-पाच शतकांची प्रतीक्षा संपली. आता माझा सखा माझ्याजवळ येईल. इतक्या वर्षांचं साचलेलं हितगुज मला त्याच्याशी बोलता येईल. रखुमाई, आज मला किती आनंद झालाय म्हणून सांगू? भक्तीच्या साम्राज्यातला माझा शिलेदार आता भक्तीच्या राजपथाकडे वाटचाल करायला लागला आहे. माझ्यावर निस्सीम प्रेम करणारा, माझं गुणगान करणारा, माझा लाडका ठरणारा माझा जिवलग, माझा नामया, माझा नामदेव ज्ञानसाधनेच्या आसक्तीतून भक्तीकडे वळणार आहे. देवी, आजचा दिवस म्हणजे पुंडलिकानंतर माझ्या इतक्या शतकांच्या प्रतीक्षेचा अंतिम क्षण आल्याचे सांगणारा दिवस आहे. ज्ञान आणि भक्ती यांच्या सुरेख आणि प्रतिभाशाली संगमातून निर्माण होणारा माझा सखा नामदेव. आज मला त्याच्या

बुद्धिवैभवाची झलक दिसली आणि मी त्याच्यासाठी भक्तीचं महाद्वार उघडलं. आता तो येईल आणि माझ्यासाठी, अनेक स्तरांतून माझे भक्त तयार करेल. देवी, आता हा विठू त्या क्षणाची वाट पाहतो आहे आणि तो क्षण आता केव्हाही येईल. त्याच्या स्वागताला, त्याला सामोरं जायला आता मी सिद्ध आहे!'' कर कटीवर ठेवून उभ्या असलेल्या विठ्ठलानं आपल्या आनंदाचं कारण तर सांगितलंच; पण रखुमाईनं अंदाज वर्तवल्याप्रमाणे अर्धंच सांगितलं; पण ती आदिमाया तेवढ्यावरही संतोष पावली आणि त्याच्या आनंदात सहभागी आहोत, हे दर्शविण्यासाठी तिनं आपलाही चेहरा प्रसन्न केला. काकडआरतीला आलेल्या सदा गुरवाला मात्र गाभाऱ्यात कसलातरी वेगळाच गंध पसरलाय असं वाटलं. त्यानं त्या गंधाचं कुठलं फूल आहे का, याचा शोध घेतला; पण तो गंध आनंदाचा होता हे काही त्याला कळलं नाही.

७

भागवताच्या अभ्यासानं एक मात्र झालं. नामदेवाची दृष्टी बदलली, आवड बदलली, निवड बदलली आणि सवडही बदलली. झपाटल्यासारखा त्यानं भागवत ग्रंथ वाचून संपवला आणि त्याच्या दहाव्या, बाराव्या स्कंधांत असलेलं श्रीकृष्णाचं वर्णन आणि त्यानं सांगितलेली भगवद्‌गीता यांचा उल्लेख वाचून आता आपणही गीतेचा अभ्यास करावा असं त्याला वाटायला लागलं. आपला हा विचार त्यानं दामाशेटींना बोलून दाखवला. साहजिकच दामाशेटींना आनंद झाला. भागवताचा अभ्यास केल्यावर विष्णूच्या तिसऱ्या अवताराबद्दल म्हणजे वराह अवताराबद्दल त्यानं कथेकरी बुवांसमोर केलेलं अभ्यासपूर्ण विश्लेषण त्यांनी ऐकलं होतं आणि आता तो भगवद्‌गीता वाचणार, अभ्यासणार असं म्हणत होता. ज्ञानाच्या लालसेनं तो पछाडलाय याचंच हे चिन्ह होतं. दामाशेटींनी मोठ्या आनंदाने देवघरात फडताळात पूजा करून ठेवलेली भगवद्‌गीता काढून त्याच्या हातात दिली. त्याच्या हातात देण्यापूर्वी त्यांनी गीतेवर आपलं मस्तक टेकवून तिला वंदन केलं आणि मगच ती त्याच्या हातात दिली. ती नामदेवाच्या हातात देताना दामाशेटींचे डोळे चमकत होते. नामदेवाच्या चेहऱ्याकडे त्यांचे लक्ष होते. नामदेवाच्या चेहऱ्यावरही उत्सुकता होती. दामाशेटी बघत होते. नामदेव आता मोठा होत होता. देवाला जेवायला लावण्याच्या प्रसंगातून त्यानं सिद्ध केलेला आपला देवावरचा अधिकार, कथेकरी बुवांसोबतच्या चर्चेतून आणि वराह अवताराच्या विश्लेषणातून त्यानं सिद्ध केलेली आपली ज्ञानसंपन्नतेची ग्वाही आणि आता भागवत वाचून संपवून केलेल्या भगवद्‌गीतेच्या मागणीतून त्यानं दर्शवलेली ज्ञानलालसा या सगळ्यांतून दामाशेटींना कौल मिळत होता. त्याला लागलेल्या ज्ञानाच्या भुकेची, त्याच्या विचारसंपन्नतेची त्यांना ग्वाही मिळत होती आणि हाच कौल, हीच ग्वाही त्यांना सुखावत होती. ही ज्ञानाची लालसा त्याला विचाराने अधिक संपन्न, ज्ञानाने परिपूर्ण आणि बुद्धीने संयत व प्रौढ बनवणार होती. असा विचारानं संपन्न झालेला नामदेव घराची जबाबदारी उचलणार

होता. दामाशेटींचे खांदे रिकामे करणार होता. नामदेवाकडे भगवद्‌गीता देताना दामाशेटींच्या मनात हे सगळे विचार तरळत होते. त्याच्या उज्ज्वल भवितव्याच्या विचारानं त्यांचं मन उल्हसित होत होतं. तो उल्हास त्यांच्या डोळ्यांतही उमटला. भगवद्‌गीता हातात घेताना नामदेवाचं लक्ष त्यांच्या डोळ्यांकडे गेलं आणि त्यांच्या डोळ्यांतले ते सगळे भाव नामदेवानं वाचले. ते त्याला कळले आणि त्याला काहीसं लाजल्यासारखं झालं. मान खाली घालून चेहऱ्यावर उमटलेला संकोच लपवण्याचा प्रयत्न करत, त्यानं भगवद्‌गीता हातात घेतली. दामाशेटींनी केलं त्याप्रमाणेच तिच्यावर मस्तक टेकवलं आणि का कोण जाणे त्याच्या डोळ्यांत पाणी उभं राहिलं. मानवी जीवनाचं संपूर्ण तत्त्वज्ञान सांगणारा, ज्ञानानं परिपूर्ण असा हा ग्रंथ आपल्याला अभ्यासायला मिळतो आहे, याची एक विलक्षण कृतज्ञता त्याच्या त्या अश्रूंतून व्यक्त होत होती. दामाशेटींनी ती ओळखली आणि ते म्हणाले, "नामा, ही भगवद्‌गीता म्हणजे नुसती पूजा करायचा ग्रंथ नाही. मानवी जीवन अनेक संघर्षांनी भरलेलं आहे. अनेक संकटांनी भरलेलं आहे. गीता नुसतं जीवनाचं तत्त्वज्ञान सांगत नाही तर त्या संकटांवर, त्या संघर्षांवर मातही करायला शिकवते; कारण भगवद्‌गीता कुठल्या मंदिरात किंवा मठात सांगितलेली नाही, तर ती सांगितली आहे रणांगणात आणि तिथेच या गीतेचं रहस्य दडलेलं आहे. नामदेवा, भगवद्‌गीता ही सुखासीन आयुष्याचं इंगित सांगत नाही; तर संकटांना तोंड द्यायला, अडचणींवर मात करायला शिकवते. म्हणूनच ज्यानं भगवद्‌गीतेचा अभ्यास केलाय, तो कोणत्याच संकटाला घाबरत नाही आणि हेच या ग्रंथाचं मोठं यश आहे!" दामाशेटींचा शब्द न् शब्द नामदेव लक्षपूर्वक ऐकत होता आणि त्यांच्या प्रत्येक शब्दासरशी त्याच्या अंगावर शहारा येत होता. भगवद्‌गीतेचा अभ्यास करण्यासाठी मनाची एकाग्रता, चित्ताची शुद्धता आणि बुद्धीची कुशाग्रता यांची जरुरी आहे आणि दामाशेटी हे पूर्णपणे जाणून होते. भगवद्‌गीतेसारख्या ग्रंथाचं ज्ञान आत्मसात करण्यासाठी मनाची मशागत, मेंदूला कल्हई आणि बुद्धीला कोळपणी करणं गरजेचं होतं आणि दामाशेटी आत्ता नामदेवाशी बोलत असताना तेच करत होते. भगवद्‌गीता हा असा उडतउडत वाचायचा ग्रंथ नाही, हे त्याला सांगत होते. भगवद्‌गीतेतलं तत्त्वज्ञान त्याच्या बुद्धीवर उमटावं, म्हणून त्याची बुद्धी तयार करत होते. दामाशेटींनी नामदेवाच्या हातात गीता ग्रंथ सोपवला आणि ते म्हणाले, "भगवद्‌गीतेतलं ज्ञान संपादन करण्यायोग्य हो!" नामदेवानं पुन्हा एकदा गीतेवर मस्तक टेकवून वंदन केलं आणि तो ग्रंथ घेऊन तो आपल्या खोलीत गेला. ज्ञानाचं एक नवं दालन त्याची वाट बघत होतं. भागवतानं त्याला विष्णुरूपाची, भगवंताच्या कथांची, कृपेची, भक्तांच्या उद्धाराची ओळख करून दिली होती. आता भगवद्‌गीता त्याला ज्ञानाची, परमार्थाची, तत्त्वज्ञानाची आणि आयुष्याचीसुद्धा ओळख करून देणार होती आणि

त्याचबरोबर शब्दसाधनेचं एक नवं भांडार त्याच्यासाठी उघडणार होती; पण या सगळ्यापासून अनभिज्ञ असलेला नामा स्वतः मात्र भगवद्‌गीता वाचायला अतिशय उत्सुक होता. तशी बाराव्या अध्यायातल्या

एवं सततयुक्ता ये भक्तास्त्वां पर्युपासते ।
ये चाप्यक्षरमव्यक्तं तेषां के योगवित्तमाः ।।

या श्लोकापासून सुरुवात करून देऊन दामाशेटींनी नामदेवाला संथा दिलीच होती. सुरुवात करून दिली होती. आता नामदेव गीता वाचणार होता, अभ्यासणार होता, अर्थ आणि अन्वयार्थ लावणार होता, या विचारानेच तो उत्तेजित झाला होता. इतका की, त्या दिवशी गोणाईनं त्याच्या आवडीचे पुरणाचे उंडे केले होते, तर तेही त्यानं भरपूर खाल्ले नाहीत. दामाशेटी आणि गोणाईचा लाडका लेक नामदेव ज्ञानाच्या लालसेनं जणू असा झपाटला होता. दामाशेटींनी त्याला महाभारताची कथा तो लहान असतानाच सांगितली होती. कुरुक्षेत्रावर कौरव-पांडव एकमेकांसमोर युद्धाला उभे राहिले असताना समोर शत्रूसैन्यात आपले काका, मामा, गुरू, चुलतभाऊ यांना बघून आणि यांना मारून टाकायचे या विचाराने अर्जुनाचे हात-पाय गळाले. त्याचं धनुष्य त्याच्या हातातून गळून पडलं. त्या वेळी त्याची संभ्रमावस्था घालवण्यासाठी, त्याचं वीरत्व जागं करण्यासाठी, संघर्षाला तोंड देण्यासाठी त्यानं तयार व्हावं म्हणून भगवान कृष्णांनी ही गीता, हा उपदेश अर्जुनाला केला, असं दामाशेटींनी त्या कथेत नामदेवाला सांगितलं होतं. दामाशेटींच्या हातून भगवद्‌गीता हा ग्रंथ आपल्या हातात घेतल्यापासून त्याला हे सगळं आठवत होतं. त्यातच दामाशेटींनी सांगितलं होतं की, 'यात अर्जुन आपल्या मनातल्या शंका श्रीकृष्णाला विचारतो आणि त्यानं विचारलेल्या प्रश्नांची श्रीकृष्णानं दिलेली उत्तरं म्हणजे ही गीता होय. गीता म्हणजे सतत गायले जावे, उच्चारले जावे असे ज्ञान.' नामदेवाला हे सगळंच कौतुकाचं वाटत होतं. मुळात श्रीकृष्ण-अर्जुन संवाद हा गुरू-शिष्याचा, देव आणि भक्ताचा, तत्त्ववेत्ता आणि योद्ध्याचा संवाद होता आणि याचंच नवल त्याला वाटत होतं. आत्तापर्यंत त्यानं ऐकलं होतं की, भक्त देवाला हाक मारतो, त्याचा धावा करतो. मग देव त्याच्या हाकेला धावून जातो. त्याला संकटातून सोडवतो; पण गीता यापेक्षा वेगळी होती. इथे भक्त देवाला शंका विचारतोय, प्रश्न विचारतोय, त्याच्याशी वाद-संवाद करतोय; त्याला धाव म्हणून न सांगता, त्याचा धावा न करता त्याला मी असं का करावं असं विचारतोय आणि देवसुद्धा भक्ताच्या हाकेला धावून न जाता, त्याला स्वतःच लढण्यासाठी उद्युक्त करतोय. ही लढाई कशी योग्य आहे आणि ती तूच लढणं किती योग्य आहे हे पटवून देतोय, भक्ताच्या शंकांचं निरसन करतोय, त्याचं समाधान होईपर्यंत त्याच्या प्रश्नांची उत्तरं देतोय.

भगवद्‌गीतेची पार्श्वभूमी सांगत असताना आणि महाभारतातील हे युद्धपर्व सांगताना दामाशेटींनी हे सगळं नामदेवाला सांगितलं होतं आणि तेव्हापासूनच नामदेवाच्या मनात भगवद्‌गीतेबद्दल कुतूहल निर्माण झालं होतं; पण त्याचबरोबर दामाशेटींनी हेही सांगितलं होतं की, जोपर्यंत आपण हे ज्ञान घेण्यायोग्य होत नाही, तोवर हा अभ्यास करणं म्हणजे व्यर्थ आहे. आता ज्या अर्थी दामाशेटींनी ही गीता आपल्या हातात दिली, त्या अर्थी यातलं ज्ञान संपादन करण्यासाठी आपण योग्य झालो आहोत, असं नामाला वाटलं. भगवद्‌गीतेतलं हे ज्ञान अभ्यासण्यासाठी तो अगदी आतुर झाला.

नामदेवानं गीतेचा अभ्यास सुरू केला, तसतसं त्याचं ज्ञान आणि शब्दभांडार वाढत गेलं. त्याला छंद, मात्रा, वृत्त यांची गोडी लागली. त्यालाही असं वाटू लागलं की, आपण संस्कृतमध्ये नाही; पण आपल्या मातृभाषेत काही उत्स्फूर्तपणे बोलू शकतो, लिहू शकतो; काही सांगू शकतो. हा विचार सतत त्याच्या मनात घोळायला लागला; पण अजूनही त्याचं धाडस होत नव्हतं. अजूनही त्याचा गीतेचा अभ्यास चालूच होता. देवाच्या भक्तीकडे, भक्ताच्या भूमिकेकडे बघण्याची एक वेगळी दृष्टी त्याला लाभत होती. मोठा होत असलेला, तारुण्यात प्रवेश करणारा, ज्ञानाची आस लागलेला, त्यासाठी धडपडणारा, डोळसपणे देवाची भक्ती करायला शिकणारा दामाशेटींचा नामदेव आता बदलला होता. शहाणा होत होता. त्याचा हूडपणा कमी झाला होता. मित्रमंडळींसोबत हिंडणं, फिरणं, काहीतरी उपद्व्याप करत हिंडणं कमी झालं होतं. कमी म्हणण्यापेक्षा जवळपास बंदच झालं होतं आणि आपण नामदेवाला ज्या ज्ञानामार्गाकडे वळवलं, तो मार्ग त्याला त्याच्या उज्ज्वल भवितव्याकडे घेऊन जाणारा ठरला, या विचारानं दामाशेटी अत्यंत समाधान पावले होते. आपला हूडपणा कमी करण्यासाठी आबांनी आपल्याला हा मार्ग दाखवला, हे न कळलेला नामदेव मात्र आबांनी आपल्याला ज्ञानसाधनेचं एक नवीन दालन खुलं करून दिलं, या आनंदात होता आणि दामाशेटींबद्दल मनात कृतज्ञता बाळगून होता. ज्ञानसाधनेच्या या मार्गानं चालत असताना नामदेवाच्या जणू सगळ्या जाणिवा जागृत होत होत्या, सावध होत होत्या आणि नवनवीन ज्ञान संपादन करण्यासाठी आतुर होत होत्या. एवढंच नव्हे, तर या सगळ्यातलं ज्ञान गोष्टीरूपानं आपल्या मित्रांना सांगून नामदेवानं जणू त्यांनाही ज्ञानसाधनेच्या मार्गाला लावलं होतं.

असेच दिवस चालले होते. अभ्यासासोबत आता नामदेवानं आपल्या पारंपरिक व्यवसायात लक्ष घालावं, त्यानंही आपल्यासोबत काही शिवणकाम करावं, म्हणजे अधिक कमाई होईल असा दामाशेटींचा होरा होता आणि तो खराही होता; कारण दामाशेटींना आता पूर्वीइतकं काम होत नव्हतं, तेव्हा नामदेवाला हाताशी धरून आपला व्यवसाय वाढवावा असं त्यांना वाटायचं आणि ते बरोबरही होतं. तसं त्यांनी

दोन-चार वेळा नामदेवाला ते बोलूनही दाखवलं होतं; पण बाब अशी होती की, ज्ञानसाधनेच्या संदर्भात आबांचा प्रत्येक शब्द प्रमाण मानणारा नामदेव या बाबतीत मात्र आबांच्या सांगण्याकडे, सूचनांकडे चक्क दुर्लक्ष करायचा. आबांनी कड लावून व्यवसायासंबंधीचा विषय काढला की, काहीतरी निमित्त सांगून तो तिथून उठायचा आणि बाहेर पडायचा. सुरुवातीला आबांनी दुर्लक्ष केलं; पण नंतर नंतर या बाबतीतलं नामदेवाचं असहकाराचं वागणं, त्याचं दुर्लक्ष करणं, विषय काढला की, उठून जाणं त्यांच्या लक्षात यायला लागलं, तसतसे ते कावायला लागले. वैतागायला लागले. नंतर नंतर तर ते चिडायला लागले. गोणाई त्यांची समजूत काढायची, समजुतीनं घ्या म्हणायची; 'करेल हळूहळू, जरा त्याच्या कलानं घ्या' असं म्हणायची. तिनं अशी समजूत घातली की, दामाशेटी जरा शांत व्हायचे. आपण आणलेलं शिवणाचं काम करत बसायचे; पण नामदेवाचं हे वागणं त्यांना फार खटकायचं. मग ते आतल्या आत धुमसत राहायचे. संतापत राहायचे; पण पुन्हा गोणाईकडे बघून राग गिळायचे, असं चाललं होतं. या बाबतीत नामदेवाला सगळ्यांनी सांगून झालं. गोणाईनं कधी आडून, कधी प्रत्यक्ष, कधी गोड बोलून, कधी समजुतीनं, तर कधी रागावून असं हरप्रकारे सांगून झालं. नामदेवाची मोठी बहीण आऊबाई आता लग्नाला आली होती. तिच्यासाठी स्थळं बघायचं चाललं होतं. तिनंसुद्धा नामदेवाला, 'आता मी लग्न होऊन सासरी जाणार, मग आबांना तुझ्याशिवाय कोण आहे? तेव्हा ते काय सांगतात ते ऐकत जा,' असं मायेनं सांगून बघितलं. भागाबाईनंही 'रागाजात दामाशेटींची छी थू होईल. त्यांचा एकुलता एक मुलगा कामकाज न करता नुसताच हिंडतो असं म्हणून लोक नावं ठेवतील,' असंही कडकपणे सांगून झालं; पण नामदेवानं कुणाचंच ऐकलं नाही. जनीनंसुद्धा तिच्या नामयाच्या मनाचा धांडोळा घेत त्याला व्यवसायात लक्ष घाल, असं सांगितलं. एवढंच नव्हे तर, आपल्याला हे असं सांगण्यासाठी विठ्ठलानंच आदेश दिल्याचंही सांगितलं. जनीनं फारच ओढून धरलं म्हटल्यावर एके दिवशी नामदेव तिला म्हणाला, "जने, तुला खरं सांगू? मला हे काम करावंसंच वाटत नाही. त्याहीपेक्षा हे काम करण्यासाठी माझा जन्म झालाय असं मला अजिबात वाटत नाही. माझा जन्म हे असलं काम करण्यासाठी झालेलाच नाही. माझा जन्म दुसरं काहीतरी चांगलं, यापेक्षा चांगलं, चांगल्यापेक्षा अधिक चांगलं करण्यासाठी झालाय असं मला वाटतंय आणि मी सतत त्याचाच शोध घेत असतो. अजूनही ते मला सापडलं नाही; पण जने, तुला खरं सांगू, एकदा का मला ते सापडलं ना की, मग खरा नामदेव तुम्हाला सगळ्यांना कळेल." नामदेवाचं हे बोलणं ऐकून जनी हसली आणि म्हणाली, "नामया, तू तुझाच शोध घेतो आहेस ते चांगलंच आहे; पण एक सांगते तुला, हा स्वतःचा शोधसुद्धा उपाशीपोटी घेता येत नाही रे! भूक काय असते ते मला चांगलं माहीत आहे. मोठे

आबा सांगताहेत ते काम करतकरतही तू स्वतःचा शोध घेऊ शकतोस आणि तुला तो शोध लागेल, तेव्हा लागेल; पण या शोधाच्या वाटेवरचा एक मुक्काम म्हणजे तुझं घर, तुझे आई-वडील आहेत हे ध्यानात ठेव.'' जनीनं सांगितलेलं नामदेवाला पुरतं पटलं नसलं, तरी तिचं म्हणणं त्याला नाकारताही आलं नाही. तो काही न बोलता तिथून उठून गेला. जाऊन अंथरुणावर पडला. सवयीनं त्यानं देवघराकडे तोंड करून विठ्ठलाला नमस्कार केला आणि तो निजला; पण त्याला लगेच झोप आली नाही. जनीचे शब्द त्याला आठवत होते, 'भूक काय असते ते मला चांगलं माहीत आहे!' नामदेव स्वतःशीच हसला. या सगळ्यांना फक्त पोटाची भूक दिसते; पण माझ्या मनाला लागलेली भूक कुणालाच दिसत नाही. माझ्या मनाला जी भूक लागली आहे, जी आस लागली आहे, तिची जाणीव या कुणालाच नाही. ''विठ्ठला, तुला तरी याची जाणीव आहे का रे?'' नामदेवानं विठ्ठलाला प्रश्न केला आणि या प्रश्नाचं उत्तर विठ्ठलाकडे तरी असेल का? आणि असलं तर तो मला सांगेल का? असा विचार करत असतानाच त्याला झोप लागली. झोप लागली असं नुसतं म्हणायचं; पण ती गाढ झोप नव्हतीच. मनातला प्रश्न तशा झोपेतही नामदेवाला छळत होता. तो सारखा सारखा या कुशीवरून त्या कुशीवर होत होता. मध्येच उठून बसत होता. मध्येच आसपास बघत होता. त्याला धड झोप येत होती, ना तो धड जागा राहू शकत होता. मनाची एक विचित्र अवस्था, विचित्र कोंडी झाली होती त्याची. शेवटी न राहवून तो अंथरुणावरून उठला आणि देवघरात गेला. देवघरात हातभर उंचीच्या विठ्ठल-रुक्मिणीच्या मूर्ती होत्या. उजव्या कोपऱ्यात मंद ज्योतीने समई जळत होती. समईच्या ज्योतीचा मंद प्रकाश मूर्तींच्या चेहऱ्यावर पडला होता. त्या सोनेरी प्रकाशात ती काळी-सावळी मूर्ती अंगभर सोनेरी किरणं लेवून झळाळत होती. नामदेव तिथे मूर्तीच्या समोर बसून एकटक मूर्तीकडे पाहत बसला होता. हात जोडलेले होते. अंगाला थरथर होती. डोळ्यांत पाणी होतं आणि होती विनवणी. मध्येच कुठूनशी हळुवार वाऱ्याची झुळूक आली. समईची ज्योत थरथरली. त्याबरोबर ते सोनेरी किरणही थरथरले. क्षणभर मूर्तीच्या चेहऱ्यावर छाया-प्रकाशाचा खेळ उमटला आणि छाया-प्रकाशाच्या त्या खेळानं नामदेवाला एक विलक्षण दृश्य दाखवलं. विठ्ठलमूर्तीच्या उजव्या हाताला समई होती. समईची ज्योत वाऱ्याच्या झुळकेनं जरा हलली, तशी विठ्ठलमूर्तीच्या चेहऱ्यावरून उजवीकडून डावीकडे एक प्रकाशरेषा सरकली आणि त्या प्रकाशरेषेनं विठ्ठलाच्या सावळ्या चेहऱ्यावर चक्क हसू उमटवलं. नामदेव एकटक मूर्तीकडे पाहत होता. त्याची नजर मूर्तीच्या किरीटापासून ते मूर्तीच्या तोडे, वाळे घातलेल्या पावलांपर्यंत फिरत होती. क्षणभर ती नजर मूर्तीच्या चेहऱ्यावर स्थिरावत होती आणि पुन्हा मूर्तीच्या पूर्ण रूपावरून फिरत होती. नामाची दृष्टी मूर्तीच्या चेहऱ्यावर स्थिरावली आणि त्याच वेळी छाया-

प्रकाशाचा तो खेळ मूर्तीच्या चेहऱ्यावर पसरला आणि नामदेवाला दिसलं, विठ्ठलाच्या त्या सावळ्या चेहऱ्यावर चक्क हास्य उमटलंय. एक लडिवाळ, प्रसन्न हसू आणि त्या हास्यात होतं नामदेवाला आमंत्रण, एक विश्वास, एक कौतुक, एक अभिमान, एक प्रसन्नता, एक सलगी, एक लडिवाळपणा आणि किंचितसा खट्याळपणासुद्धा! मूर्तीच्या चेहऱ्यावरचे हे सगळे भाव नामदेव समोर बसून अनिमिष नेत्रांनी बघत होता. त्याच्या विस्फारलेल्या डोळ्यांत एकाच वेळी आश्चर्यही होतं आणि आनंदही होता. विश्वासही होता आणि अविश्वासही. जाणीव होतीही आणि नव्हतीही. कौतुक तर होतंच; पण त्याचबरोबर होता रुसवा. समाधान होतं; पण होती लाडिक तक्रार. आणि सर्वांत महत्त्वाचं म्हणजे चेहऱ्यावर गोंधळही होता आणि गोंधळ संपल्याची निश्चिंतताही होती. नामदेवाचं मन, डोळे, चेहरा आणि मेंदू अशा अनेक परस्परविरोधी भावनांनी भरलं होतं. तशा अवस्थेतही नामदेव मूर्तीकडे एकटक पाहत होता. पाहता पाहता त्याचे डोळे भरून आले आणि मूर्तीवर नजर स्थिर ठेवून नामदेव उद्गारला...

"श्रीमुख साजिरे कुंडले गोमटी । तेथे माझी दृष्टी बैसलीसे ।
कटावरी कर समचरण साजिरे । देखावया झुरे माझे मन ॥"

आपण जे उच्चारतो आहोत किंवा आपण जे उच्चारले आहे ते तेच आहे जे आपल्याला ऐकायला आले आहे, यावर विश्वास बसायला त्याला थोडा वेळ लागला. पुनःपुन्हा खात्री करून घेण्यासाठी तो पुनःपुन्हा तेच तेच शब्द उच्चारू लागला. असं पाच-सहा वेळा उच्चारल्यावर आणि पाच-सहा वेळा स्वतःच ऐकल्यावर त्याची खात्री झाली की, आपण आता जे काही ऐकलं ते आपणच उच्चारलेलं होतं आणि विशेष म्हणजे ते आपणच रचलेलं होतं. आणि... आणि अशी खात्री जेव्हा झाली; तेव्हा नामदेव अंतर्बाह्य थरारला, रोमांचला, शहारला. क्षणभर या सगळ्या दृश्यावर त्याचा विश्वासच बसेना. 'आपण देवघरात आहोत, समोर विठ्ठल-रुक्मिणीच्या मूर्ती आहेत, समई तेवते आहे, तिच्या सोनेरी प्रकाशात आपल्याला विठ्ठलमूर्तीच्या चेहऱ्यावर हास्य दिसले आणि आपण काही शब्दांची जुळवाजुळव करून एक रचना केली आहे.'

श्रीमुख साजिरे कुंडले गोमटी । तेथे माझी दृष्टी बैसलीसे ।
कटावरी कर समचरण साजिरे । देखावया झुरे माझे मन ॥

हीच ती रचना आपण केली, आपण शब्द जुळवले, आपणच उच्चारले, आपणच ऐकले. होयऽऽ! आपणच रचले. आपणच! इथे दुसरे कुणीच नाही. शब्द जुळवायलाही नाही, उच्चारायलाही नाही आणि ऐकायलाही नाही. आपणच... आपणच हे सगळं केलं. नामदेव पूर्ण सावध झाला. पूर्ण भानावर आला आणि

आपण काय केलंय, आपल्याला काय गवसलंय हे पूर्ण जाणवल्यावर मात्र, त्या देवघरात, त्या समईच्या मंद उजेडात, त्या विठ्ठल-रखुमाईच्या मूर्तीसमोर, एक अंकणभर[७] जागेत भान हरपून नामदेव चक्क नाचू लागला. अगदी बेभानपणे नाचायला लागला. मध्यरात्र झाली आहे, घरातच काय पण या आळीतही सगळी निजानीज झाली आहे. मध्यरात्रीची नीरव शांतता सगळीकडे पसरली आहे. आपल्या घरातली सगळी शांतपणे निजली आहेत. आपण या अवेळी एकटेच देवघरात आहोत आणि या अशा अवेळी, मध्यरात्रीच्या सुमारास आपण देवघरात एकटेच नाचतो आहोत, यातल्या एकाही गोष्टीचं भान नामदेवाला राहिलं नाही. कितीतरी वेळ तो असा भान हरपून नाचत होता. मध्येच त्याला असं दिसलं की, विटेवरून उतरून विठ्ठलही आपल्यासोबत नाचतो आहे. तो खाड्कन भानावर आला. डोळे चोळून त्यानं एकदा आपल्या शेजारी पाहिलं. तिथे त्याला विठ्ठल नाचताना दिसला. पुन्हा डोळे चोळून त्यानं समोर पाहिलं. तिथे विठ्ठल त्याला विटेवर उभा दिसला. या अजब दृश्यभासमानतेची गंमत वाटून नामदेव स्वतःशीच हसला. स्वतःच्या गालावर त्यानं चापट्याही मारून घेतल्या आणि तो पूर्ण सावध झाला. सावध झालाच; पण स्वतःशीच संकोचलासुद्धा! 'आपण काय भान हरपून नाचत होतो वेड्यासारखं! कुणी पाहिलं असतं म्हणजे?' त्याच्या मनात आलं आणि भान न राहवून त्यानं ते उच्चारलंसुद्धा, 'कुणी पाहिलं असतं म्हणजे?' आणि त्याच्या या प्रश्नाला उत्तरही मिळालं. 'मी पाहिलं ना!' नामदेव चमकला. 'मी पाहिलं ना! हे कोण बोललं? कुणी पाहिलं आपल्याला?' चमकून नामदेवानं इकडे-तिकडे पाहिलं. दोन अंकणाच्या त्या देवघरात तो आणि विठ्ठल-रुक्मिणीची मूर्ती यांच्याशिवाय कुणीच नव्हतं. नामदेवानं कानोसा घेतला. इकडे-तिकडे पाहिलं. हळूच देवघराच्या दाराबाहेर वाकून बघितलं. तिथेही कुणीच नव्हतं. देवघराच्या आतही कुणी नव्हतं आणि बाहेरही. मग कोण बोललं? आणि कुणी बघितलं आपल्याला? नामदेवाला प्रश्न पडला. काहीच न सुचून तो स्तब्ध उभा राहिला आणि अचानक त्याला आठवलं, 'मी पाहिलं ना' हे म्हणणारा आवाज त्यानं या आधीही ऐकला होता. होय तोच हा आवाज होता. 'थांब नामदेवा, मी जेवतो' असं ज्या आवाजानं सांगितलं होतं, ते ज्या आवाजात नामदेवानं अगदी लहानपणी ऐकलं होतं, तोच हा आवाज होता; पण मग त्या वेळी आपलं डोकं फोडून घेण्यापासून विठ्ठलानं आपल्याला थांबवलं होतं. आणि आताही तोच आवाज आपल्याला ऐकायला आला. म्हणजे आत्ताही विठ्ठलच बोलला? विठ्ठलच बोलला? प्रत्यक्ष विठ्ठल बोलला? छे! ती दगडी मूर्ती! ती कशी बोलेल? पण मग तेव्हा कशी बोलली? तेव्हाही आपल्याशिवाय

---

७. अंकण : दहा हात

मंदिरात कुणीच नव्हतं. आपण आणि विठ्ठल दोघंच होतो. आणि आत्ताही इथे देवघरात आपण आणि विठ्ठल-रुक्मिणी यांच्याशिवाय कोणीच नाही. म्हणजे इथे, आत्ताही विठ्ठलच बोलला. म्हणजे आपल्याला नाचताना विठ्ठलानंच बघितलं. होय, विठ्ठलानंच बघितलं. या विचारानं नामदेव क्षणभर संकोचला. मग मात्र त्याला पुन्हा आपण केलेली रचना आठवली.

श्रीमुख साजिरे कुंडले गोमटी । तेथे माझी दृष्टी बैसलीसे ।
कटावरी कर समचरण साजिरे । देखावया झुरे माझे मन ।।

आत्तापर्यंत इतके वेळा म्हणून ती रचना त्याला मुखोद्गत झालीच होती; पण आता ती रचना पुन्हा उच्चारताना त्याला असं वाटलं की, 'नाही', आपण केलेलं विठ्ठलाचं एवढंच वर्णन पुरेसं नाही. त्याचं रूप सांगण्यासाठी अजूनही यात काहीतरी लिहिलं पाहिजे. त्यानं पुन्हा एकदा विठ्ठलाची ती सावळी मूर्ती न्याहाळली. अगदी मस्तकावरच्या किरीटापासून ते पावलांपर्यंत, अशी काही क्षण ती मूर्ती न्याहाळली आणि मग त्यानं डोळे मिटले. त्याच्या मिटल्या डोळ्यांसमोर विठ्ठलाची ती सुंदर मूर्ती जशीच्या तशी उभी राहिली आणि त्याच्या तोंडून शब्द उमटले.

कस्तुरी कुंकुम रेखे लाल टिळा । केशराची उटि सर्वांगासी ।
हार शोभे गळा मंजुरीचा तुरा । कर्ण रत्नफळा झळाळित ।

या ओळी त्यानं उच्चारल्या आणि त्याच्या डोळ्यांतून अश्रू वाहू लागले. तो आनंद, ते भरून येणं, ती मनाची व्याकुळता, ते थरथरणारं हृदय, तो अंगाला सुटलेला कंप, बुद्धीवर पसरलेला तो भक्तीचा दरवळ आणि मस्तकात उचंबळणारी शब्दरचना हे सगळं एवढं अनावर झालं की, काय चाललंय, किती वाजलेत, कोणती वेळ आहे, रात्र आहे की दिवस हे सगळं सगळं विसरून नामदेव विठ्ठलमूर्तीसमोर कोसळलाच. त्या मूर्तीचे चरण आपल्या हातांनी स्पर्शले. त्याच्या अंगावर सर्रकन काटा आला. डोळ्यांतून जणू अश्रूंचा प्रपात कोसळायला लागला आणि मग मात्र न राहवून नामदेवानं मूर्तीच्या त्या छोट्याशा चरणांवर आपलं मस्तक टेकवलं. क्षणभर त्याला असं वाटलं की, आपली शुद्ध हरपून आपली समाधी लागतेय की काय? मग त्याला पुन्हा तोच भास झाला. तोडे घातलेले ते हात आपल्या पाठीवरून फिरताहेत. त्यानं पाणीभरल्या डोळ्यांनी पुन्हा एकदा मान वर करून विठ्ठलाकडे पाहिलं आणि तो उद्गारला...

पाहिला पाहिला माझा पांडुरंग । जिवी जिवलग डोळे भरी ।
विटेवरी नीट गोमटी पाऊले । त्यावरी ठेविले मस्तक म्यां ।

त्या गोमट्या पावलांवर मस्तक ठेवून नामदेव पुनःपुन्हा या ओळी म्हणत होता आणि प्रत्येक वेळी त्याला एक वेगळीच धन्यता वाटत होती. किती वेळ गेला कुणास ठाऊक? समईतलं तेल संपलं असावं; कारण समई शांत झाली. समई विझली आणि देवघरात अंधार पसरला. दाट काळोख, अगदी घनदाट काळोख. समई विझल्याचंही भान नामदेवाला नव्हतं. काही वेळ तो तसाच डोळे मिटून होता. कसलीतरी चाहूल लागून त्यानं डोळे उघडले. क्षणभर त्याला आपण कुठे आहोत तेच कळेना! अंधारात डोळे सरावल्यावर त्यानं बघितलं की, आपण देवघरात आहोत. तो उठून बसला. सभोवती मिट्ट अंधार दाटला होता. आपल्या भोवताली खरंच अंधार आहे की आपण झोपेत आहोत हे त्याला समजेना. त्यानं डोळे चोळले आणि बघितलं. आत्ता कुठे त्याला अंधारात अस्पष्ट का होईना दिसायला लागलं. त्यानं पुन्हा एकदा डोळे चोळले आणि डोळे उघडले तर त्याला लख्ख दिसत होतं. देवघरात लख्ख प्रकाश पसरला होता. 'हे काय? पुन्हा कुणी समई लावली?' नामदेवाच्या मनात आलं; पण तो समईचा प्रकाश नव्हता. त्या प्रकाशाचं उगमस्थान वेगळंच होतं. नामदेवाचं तिकडे लक्ष गेलं. विठ्ठलमूर्तीच्या पावलांतून तो प्रकाश येत होता. विठ्ठलमूर्तीच्या पावलांच्या भोवती एक तेजोवलय पसरलं होतं आणि ते तेजोवलय तो दिव्य प्रकाश फेकत होतं. नजरबंदी झाल्यासारखा नामदेव ते पाहत राहिला. नामदेवानं आता आपल्या रचनेत वर्णन केलेली ती 'नीट गोमटी पाऊले' त्या तेजस्वी प्रकाशात झळाळत होती. असं वाटत होतं की, त्या पावलांभोवती रत्नांची तेजोमय प्रभावळ आहे आणि त्या रत्नांची प्रभा त्या मूर्तीभोवतालचा अंधार उजळून टाकत आहे. क्षणभर नामदेवाला आपण काय पाहतो आहोत, प्रत्यक्षात पाहतो आहोत की स्वप्नात पाहतो आहोत; सत्य आहे की भास आहे, हेच उमगेना. आपण जागे आहोत की स्वप्नात हे बघण्यासाठी त्यानं स्वतःलाच चिमटा काढला. कळ आली आणि आपण समोर पाहतो आहोत ते जागेपणी, प्रत्यक्ष पाहतो आहोत याबद्दल त्याला विश्वास वाटला. म्हणजे विठ्ठलाच्या पावलाभोवती दिसणारं ते तेजस्वी प्रभामंडल हे प्रत्यक्षात आपल्याला दिसतंय, याची त्याला खात्री पटली आणि तो नखशिखांत थरारला. आपलं मन, बुद्धी, हृदय, डोळे, कान ही सगळी इंद्रिये त्या प्रखर प्रकाशानं भरून गेली आहेत, असं त्याला वाटलं. विठुरायानं आपल्याला दिलेली ही साक्ष आहे, असं त्याला वाटू लागलं. आपण रचलेल्या ओळींवर विठुरायानं आपली चरणमुद्रा उमटवली आहे, असंही त्याला वाटलं. आणि या चरणमुद्रेतून आपला विठू आपल्यालाही आपली नाममुद्रा उमटवायचा आदेश देतो आहे, असंही त्याला वाटलं. आणि मग आपण मघाशी रचलेल्या त्या ओळींवर आपली नाममुद्रा त्या रचनेतच गुंफू या अशा विचारानं त्यानं त्या ओळी पुन्हा उच्चारल्या–

विटेवरी नीट गोमटी पाऊले । त्यावरी ठेविले मस्तक म्या ।

आणि या उच्चारानंतर त्यानं पुन्हा रचलं...

नामयाची धणी भुकेली ते धाली । आनंद दिवाळी आजि जाली ।।

आणि पुनःपुन्हा उच्चारलं, अगदी पुनःपुन्हा! आणि मग मात्र नामदेव विठ्ठलमूर्तीच्या चरणासमोर मस्तक ठेवून ढसढसा रडायला लागला. इतका की, आपल्या डोळ्यांतून वाहणाऱ्या अश्रूंनी विठ्ठलाचं पायघोळ उत्तरीय भिजतंय, याचंही त्याला भान राहिलं नाही. नामदेवाच्या डोळ्यांतून वाहणाऱ्या अश्रूंनी जसं विठ्ठलाचं पायघोळ उत्तरीय भिजलं, तसेच ते अश्रू त्याच्या चरणांवरही अभिषेक करत राहिले आणि त्या अश्रूंचा स्पर्श होताच त्या पावलांभोवती झळाळत असलेली ती रत्नप्रभावळ लुप्त झाली आणि देवघरात पुन्हा अंधार पसरला. त्या अंधाराला साक्षी ठेवून नंतर कितीतरी वेळ नामदेव अश्रू ढाळत होता. आनंदाचे, आभाराचे, धन्यतेचे, उमाळ्याचे, गहिवराचे, सार्थकतेचे, श्रद्धेचे, भक्तीचे, सलगीचे, अधिकाराचे आणि अप्रूपाचे! नामदेवाच्या ओघळणाऱ्या त्या प्रत्येक अश्रूला नामदेवाच्या श्रद्धेसारखा, त्याच्या भक्तीसारखा, त्याच्या शब्दरचनेसारखा असा गहिरा अर्थ होता. या भावसमाधीत नामदेव नंतर किती वेळ बसून होता, ते त्या विठुरायालाच माहीत; पण कोंबडा आरवला आणि त्याच्या आवाजानं नामदेव सावध झाला. जागा झाला. आपण देवघरात, या अंधारात किती वेळ बसलो होतो याचा अंदाजही त्याला येईना; पण आपण जे पाहिलं, जे ऐकलं, जे रचलं, जे उच्चारलं, जे अनुभवलं ते गिखळ आणि निव्वळ सत्यच होतं, याबद्दल त्याच्या मनात शंका राहिली नाही; कारण कौलाच्या झरोक्यातून आलेल्या किरणाच्या कवडशात त्यानं पाहिलं विठ्ठलमूर्तीचं पायघोळ उत्तरीय खालच्या बाजूला ओलसर दिसत होतं. ते बघितलं आणि नामदेवाच्या चेहऱ्यावर एक समाधानाची, जाणतेपणाची, कृतार्थतेची स्मितरेषा उमटली. कवडशातून दिसलेलं ते ओलसर उत्तरीयच घडलेलं सर्व काही सत्य होतं, पूर्ण सत्य होतं याची ग्वाही देत होतं. घरात कुणाचीतरी चाहूल लागली, तसा नामदेव पूर्ण सावध झाला. आपल्याला आत्ता इथे देवघरात घरातल्या कुणी बघितलं, तर हजार प्रश्न विचारतील हे त्याच्या लक्षात आलं आणि आत्ता, या क्षणी, या परमसुखाच्या क्षणी त्याला कसल्याही प्रश्नांची उत्तरं द्यायची नव्हती. आपल्यावर झालेली विठ्ठलाची कृपा, आपल्याला लाभलेलं शब्दरचनेचं वरदान आणि आपल्याच भक्तीचा आपल्याला झालेला साक्षात्कार यातून त्याला बाहेर यायचं नव्हतं, निदान आत्तातरी. बाहेरचा कानोसा घेऊन तो देवघरातून बाहेर पडला. पाय न वाजवता आपल्या खोलीत आला आणि गुपचूप अंथरुणावर आडवा पडला.

एक गोष्ट मात्र खरी की, थोड्या वेळापूर्वी मनाचा होणारा कोंडमारा घेऊन देवघरात आलेला नामदेव आणि आत्ता या क्षणी अगदी भल्या पहाटे आत्मभान

येऊन देवघराबाहेर आलेला नामदेव, यात जमीन-अस्मानाइतका फरक होता. 'देव तुझं ऐकतो नामा' असं मित्रांनी सांगितल्यामुळे आणि देव जेवण्याच्या प्रसंगातून ते सिद्ध झाल्यामुळे भारलेला, कथेकरी बुवांनी कुशाग्र बुद्धिमान म्हणून गौरवल्यामुळे आणखी ज्ञान मिळवून सगळ्यांपेक्षा शहाणं आणि मोठं होण्याच्या भावनेनं झपाटलेला, भगवद्‌गीतेच्या अभ्यासानं स्वतःला सिद्ध करण्याची क्षमता आल्यामुळे स्वतःचा शोध घेणारा आणि कपडे शिवण्यासाठी माझा जन्म झालेला नाही, असं जनीला ठामपणे सांगणारा नामदेव आत्मशोधाच्या ध्यासानं पछाडला होता आणि आत्मशोधाच्या मार्गात चाचपडत असताना, न राहवून बेचैनपणे मध्यरात्री देवघरात गेलेला नामदेव, विठ्ठलाला शरण गेल्यानंतर मूकपणे त्याला विनवणी करणारा नामदेव हे आत्मभान आल्यानंतर मात्र एकदम बदलून गेला. त्याला आत्मभान तर आलं होतंच; पण त्याला आत्मस्वरही सापडला होता आणि याच आत्मस्वराचं झंकारणं कानात साठवत नामदेव अंथरुणावर आडवा झाला.

नामदेवाची अस्वस्थता, त्याची बेचैनी, घरातून त्याला व्यवसाय पुढे नेण्याबाबत होणारा आग्रह आणि नामदेवाच्या मनाला लागलेली तळमळ, कर कटीवर ठेवून विटेवर उभा असलेला तो सावळा बघत होता. आणि या बेचैन मनःस्थितीत मध्यरात्री नामदेव जेव्हा देवघरात आलेला त्यानं बघितला, तेव्हाच त्यानं ठरवलं, भावनांच्या कल्लोळात सापडलेल्या नामदेवाला त्यातून बाहेर काढायचं. मध्यान्हरात्र असल्यानं त्याला ते सोपं जाणार होतं. मग नामदेव त्याच्याकडे एकटक बघत असताना त्यानं आपल्या चेहऱ्यावर तो छाया-प्रकाशाचा खेळ दाखवला आणि आपल्या गारूड करणाऱ्या हास्यानं त्यानं नामदेवाचं लक्ष वेधलं. एकदा नामदेवाचं चित्त त्याच्याकडे एकवटल्यावर पुढचं काम सोपं होतं. भारावल्यासारखा आणि भारल्यासारखा नामदेव त्याच्या रूपाकडे बघत बसला होता आणि बघता बघता त्याचं ते रूप शब्दबद्ध करण्याचा मोह न आवरून त्यानं एक सुरेख रचना केली होती. विठ्ठलाच्या चरणमुद्रा बघून त्यानं त्या रचनेत स्वतःची नाममुद्रा गुंफली होती. एका जाज्ज्वल्य भक्तासोबतच एका प्रतिभाशाली कवीचा जन्म झाला होता. विठ्ठलाला तरी आणखी काय हवं होतं? मात्र, रात्रभर जागरण झाल्यावरही याचा चेहरा इतका प्रसन्न कसा दिसू शकतो, याचं कोडं रुक्मिणीला पडलं होतं.

८

पहाटेपर्यंत जागा असलेला नामदेव बऱ्याच उशिरा उठला. खरंतर गोणाईला वाटलं की, त्याला थोडं बरं वाटत नसेल, म्हणून तो उशिरापर्यंत निजून राहिलाय. आता उठल्यावर तो आळसावलेला, मरगळलेला असेल; पण तिचा अंदाज साफ चुकला. उशिरा उठलेला असला तरी नामदेव अतिशय उत्साही, आनंदी, उल्हसित दिसत होता. त्याचा चेहरा फुलला होता, डोळे चमकत होते. त्याला काही होतंय का हे विचारायला आलेली गोणाई त्याच्या उत्साही चेहऱ्याकडे बघतच बसली. आपल्या पोराला कशाचा एवढा आनंद झालाय हे त्याला विचारावं, तर तेवढ्यात तो अंघोळीला गेलासुद्धा! काही न बोलता गोणाई परत फिरली. नामदेव अंघोळ करून आला ते तडक बाहेर पडला. फक्त दारातून त्यानं सांगितलं, 'देवळात जाऊन येतो' आणि कुणी काही विचारायच्या आत तो गेलादेखील. नामदेव देवळात गेला. सभामंडपातून पुढे जाऊन गर्भागाराच्या दाराजवळ विठ्ठलासमोर उभा राहिला. विठ्ठलाची पूजा बांधण्याचं काम चाललं होतं. नामदेव हात जोडून उभा राहिला. त्याची नजर विठ्ठलमूर्तीवर खिळली होती. विठ्ठलाच्या चेहऱ्यावरून वात्सल्य ओसंडत होतं. नामदेवाच्या हृदयात शब्द उसळायला लागले.

दिनांची माउली । आजि म्या देखियली ।
कटी ठेवूनिया कर । उभी राहे विटेवर ।
मुकुट रत्नांचा साजिरा । वरी मोतियांचा तुरा ।
रूप लावण्य गोजिरे । हृदयी पदक साजिरे ।
कांसे पिवळा पीतांबर । चरणी ब्रिदाचा तोडर ।
भक्ता कृपेची सावली । नामा वंदी पायधुळी ।।

नामदेवाने शब्दरचना केली आणि लगेचच उच्चारली. देवळात फारशी गर्दी नव्हती. गर्भागाराच्या दाराजवळ उभं राहून नामदेवानं अभंग उच्चारला. तो एक

विठ्ठलानं ऐकला आणि दुसरा रघुनाथभटांनी. त्यांनी मंत्रोच्चार करता करता एक कौतुकाचा कटाक्ष नामदेवाकडे टाकला आणि ते पुन्हा पूजेत गुंतले. त्यांनी विठ्ठलमूर्तीच्या मुकुटावर तुळस मंजिऱ्यांचा तुरा ठेवला. अचानक कुठूनशी वाऱ्याची झुळूक आली आणि तो मंजिऱ्यांचा तुरा तिथून उडाला, तो थेट गर्भागारासमोर हाताची ओंजळ करून उभ्या असलेल्या नामदेवाच्या हातात पडला. नामदेवाच्या चेहऱ्यावर आनंद पसरला. त्यानं तो प्रसाद मस्तकी लावला. तोच रघुनाथभट म्हणाले, "नामदेवा, बघ, विठ्ठलानं तुला प्रसाद दिला. विठ्ठल प्रसन्न आहे तुझ्यावर!" नामदेवानं मान झुकवून त्यांना वंदन केलं आणि तो तिथून बाहेर पडला. 'आपण केलेली शब्दरचना, आपण रचलेला अभंग, आपण त्यात केलेलं विठ्ठलाचं वर्णन त्याला आवडलं, म्हणूनच त्यानं आपल्याला हा प्रसाद दिला. आपण इतके दिवस जे शोधत होतो ते आपल्याला सापडलंय. आपला आत्मा कशात आहे ते आपल्याला गवसलंय. विठ्ठल आपला आहे आणि आपण विठ्ठलाचे आहोत, हे आपल्याला समजलंय. आपण अभंगरचना करू शकतो, हे आपल्याला उमगलंय. आयुष्याचं साधन आपल्याला मिळालंय; पण हे आपलं साध्य नव्हे. आपलं साध्य कोणतं आहे? परमेश्वरानं आपल्याला मनुष्यजन्म देऊन या पृथ्वीतलावर कशासाठी पाठवलंय? असं कोणतं काम आपल्यासाठी नेमस्त केलंय, ते अजून आपल्याला समजलेलं नाही; पण जे काही असेल ते साध्य करण्यासाठी जे साधन आवश्यक आहे ते आपल्याला गवसलंय. त्या साधनाच्या मदतीनं आपण आयुष्याची साधना करू, म्हणजे ते ध्येय आपल्याला नक्की गवसेल.' हातात, ओंजळीत तुळशीदले आणि मंजिऱ्या घेऊन नामदेव मंदिरासमोर उभा राहून विचार करत होता, तोच त्याला दोन हाका ऐकू आल्या. शेजारच्या तात्याची नात कुशी त्याला हाका मारत होती. नामदेवानं तिला 'काय?' असं विचारताच ती म्हणाली, "काका, तुला लगीच घरी बलिवलंय!" नामदेवानं मनातले विचार झटकून टाकले आणि झपझप पावलं टाकत तो घरी गेला. घरातलं वातावरण गरम दिसत होतं. सोप्यावर दामाशेटी हात मागे बांधून येरझारा घालत होते. गोणाई माजघराच्या दाराशी उभी होती. दामाशेटींच्या चेहऱ्यावर राग होता, तर गोणाईच्या चेहऱ्यावर चिंता. बाजूला उभ्या असलेल्या जनीच्या चेहऱ्यावरही चिंता दिसत होती. नामदेव आत आला. त्यानं एकदा सगळ्यांवरून नजर फिरवली. जनीकडे नजर जाताच त्यानं नजरेनंच 'काय' असं विचारलं. जनीनं खुणेनंच त्याला 'गप्प बस, काही बोलू नकोस' असं सांगितलं. नामदेव पुढे झाला. गोणाईकडे बघून म्हणाला, "काय आई? मला बोलावलं असं ती कुशी म्हणत होती. काय काम आहे?" नामदेवाच्या या प्रश्नाला गोणाई काही उत्तर देणार तोच दामाशेटी कडाडले, "मीच बोलावणं धाडलं होतं. मला एकदा कळू दे तुझं काय चाललंय ते? आणि तू काय करणार आहेस ते? आता तू दहा

वर्षांचा झाला आहेस. या संसाराचा गाडा ओढायला तू मला काही मदत करणार आहेस की नाही? माझे पाय आता थकलेत आणि नजरही कमी झाली आहे. आता मला पूर्वीसारखं शिवणकाम जमत नाही. आता सुगीचे, सणावाराचे दिवस आहेत. शिवणकाम पुष्कळ येतंय; पण माझ्याच्यानं ते होत नाही. आता ते करून देत राहिलो, तर चार पैकं मिळतील. आता आऊबाईचं लग्न करायचं आहे. त्यासाठी गाठीला पैसा पाहिजे. काम केल्याशिवाय पैसा मिळणार नाही आणि मी एकट्यानं काम करून ते पूर्ण होणार नाही. तू मला एकदा शेवटचं सांग, तू मला माझ्या व्यवसायात मदत करणार आहेस की नाही?'' दामाशेटी प्रत्येक शब्द चिडून, संतापून बोलत होते. नामदेव त्यांना काहीतरी उत्तर देणार, तोच जनीनं केलेली खूण त्याला आठवली. ती आठवताच तो गप्प बसला. तोच दामाशेटी पुढे म्हणाले, ''तुला काहीतरी कळेल, आयुष्याचा विचार समजेल, जीवनाची दृष्टी येईल म्हणून तुला गीता अभ्यासायला दिली; पण त्यातला भावार्थ तू काही घेतलाच नाहीस असं दिसतंय. असं नुसतं हिंडून फिरून आयुष्य सरत नाही, नामा. आयुष्याशी संघर्ष करावा लागतो, दोन हात करावे लागतात. त्यासाठीच ईश्वरानं आपल्याला दोन हात दिलेत. नामा, एक गोष्ट लक्षात ठेव, आयुष्याशी दोन हात करून, जो आयुष्यावर मात करतो, तोच खरं आयुष्य जगतो. जो या संघर्षात आयुष्याला शरण जातो, तो किडा-मुंगीसारखं आयुष्य जगतो. हे मर्म तुला कळेल असं वाटलं होतं; पण नाही. खाणं-झोपणं आणि हिंडणं यातच तुझा वेळ जातोय. तू तुझं आयुष्य घडवणार आहेस की बिघडवणार आहेस, ते मला सांग.'' बोलता बोलता दामाशेटींना ठसका लागला. जनीनं धावत जाऊन पाणी आणलं. गोणाईच्या हातात पेला दिला. गोणाई पुढे झाली. दामाशेटींना पाणी दिलं. त्यांच्या पाठीवरनं हात फिरवत राहिली. दामाशेटींनी पेला तोंडाला लावला. पाण्याचा घोट घेतल्यावर त्यांचा ठसका थांबला. क्षणभर त्या पाण्याच्या पेल्याकडे नजर टाकून दामाशेटी म्हणाले, ''हे बघ नामा! मला ठसका लागला त्या वेळेला पाणी मिळालं, म्हणून ठसका थांबला. या वेळेला महत्त्व आहे. वेळ उलटून गेली की, काही उपयोग नाही. तूसुद्धा वेळेवर जागा हो! सावध हो! एकदा हातातून वेळ गेली की, तो क्षण व्यर्थ होतो!'' ठसका लागून गेल्यानंतर दामाशेटी जरा समजुतीच्या स्वरात बोलत होते. नामदेवानं एकदा नजर उचलून दामाशेटींकडे पाहिलं. त्यांचा चेहरा चिंतित दिसत होता. नामदेवाला वाटलं, 'खरंच! आपण चुकतो आहोत. आपण आपल्या वडिलांच्या व्यवसायात लक्ष घालायला पाहिजे. खरंच, आता ते थकलेले दिसताहेत. आपल्या मनात असो वा नसो; पण त्यांच्या समाधानासाठी तरी आपण त्यांना मदत केली पाहिजे.' हा विचार मनाशी नक्की करून नामदेव म्हणाला, ''आबा, मला माफ करा! माझी चूक माझ्या लक्षात आलीय. आता मी ती चूक सुधारेन. मी तुमच्या शिवणकामात

तुम्हाला मदत करेन. तुम्ही मला ते शिकवलं आहे. तुम्ही आता येईल ते काम घ्या. आपण दोघे मिळून ते पूर्ण करू. आपल्याला आऊबाईचं लग्न करायचं आहे. मी आता तुमचं ऐकेन.'' नामदेवानं जशी आपल्या चुकीची कबुली दिली, तशीच आपण जबाबदारी उचलण्यासाठी सिद्ध आहोत याचीही ग्वाही दिली आणि दामाशेटींना बरं वाटलं. त्यांच्या चेहऱ्यावर आनंद पसरला. माजघराच्या दाराजवळ उभं राहून सचिंत चेहऱ्यानं या बाप-लेकाकडे बघणाऱ्या गोणाईच्या चेहऱ्यावरही समाधान पसरलं. प्रसन्न चेहऱ्यानं ती स्वयंपाकघरात गेली. नामदेवानं तिथे उभ्या असलेल्या जनीकडे नजर टाकली. तिनं खुणेनंच 'चांगलं केलंस' अशी शाबासकी दिली. नामदेवाच्या चतुराईनं आणि त्याच्या समयसूचकतेनं एक मोठा वादाचा प्रसंग टळला होता. दामाशेटी आपल्या खोलीत गेले. नामदेवानं जे सांगितलं ते ऐकून त्यांना समाधान वाटलं होतं. तरीही 'नामदेव या म्हणण्यावर कायम राहू दे!' असं ते मनोमन विठ्ठलाला विनवत होते. आता विठ्ठल त्यांचं किती ऐकणार होता आणि नामदेव त्याच्या सांगण्यावर किती ठाम राहणार होता, ते एक विठ्ठलच जाणे!

दुपारची जेवणं झाली आणि मनात ठरवल्याप्रमाणे नामदेवानं दामाशेटींना विचारून कपडे शिवायला घेतले. कशिदा काढलेलं किनखापाचं कापड शिवणासाठी आलं होतं. नामदेवानं तेच शिवायला घेतलं. त्या कापडातून एका लहान बाळासाठी कुंची आणि टोपडं शिवायचं होतं. चार दिवसांनी त्या बाळाचं बारसं होतं. शिवा दामुगडेला बऱ्याच वर्षांनी नातू झाला होता. बारसं मोठ्या थाटात करण्याचं ठरलं होतं. त्यासाठी मुद्दाम भारी आणि जरीकाम केलेलं कापड आणलं होतं. शिवाचा दामाशेटींवर विश्वास होता. त्यांचं शिवणं आणि कारागिरी एकदम चांगली असायची. म्हणूनच बारशाच्या समारंभाचे बाळाचे कपडे आणि बाळाच्या आईच्या चोळ्या शिवायला दामाशेटींकडे दिल्या होत्या. त्यासाठी चांगल्या दर्जाचं रेशमी कापड आणलं होतं. या शिवणकामातून चांगले पैसे मिळणार होते. शिवाय बिदागीही मिळणार होती. त्यातून चार पैसे गाठीशी राहणार होते. त्या पैशातून आऊबाईच्या लग्नाचं काही बघता येणार होतं. म्हणूनच ते कपडे वेळेवर शिवून देणं आणि सुबकपणे शिवून देणं दोन्ही महत्त्वाचं होतं. नामदेव शिवायला बसल्यावर दामाशेटींनी त्याला योग्य त्या सूचना दिल्या आणि ते आणखी उत्साहानं कपडे शिवण्यासाठी कापड आणायला बाहेर पडले. त्यांच्या बोलण्यात जसा उत्साह होता, तसाच त्यांच्या चालण्यातही होता. त्यांचा उत्साह बघून नामदेवाला वाटलं, 'आपण घेतलेला निर्णय खरोखरच बरोबर आहे.' त्याच्या मनालाही उत्साह वाटला आणि त्याच उत्साहात त्यानं कापड कापायला घेतलं. दुपारची जेवणं झाल्यापासून तो जो कपडे शिवायला बसला होता, तो पार तिन्हीसांजेपर्यंत. शेवटी सुंद्रीच्या उजेडात दिसेनासं झालं, तेव्हा त्यानं शिवण थांबवलं. शिवणकाम थांबवून जेव्हा तो उठला,

तेव्हा त्याचं बरंचसं शिवून झालं होतं; पण त्याचं अंगही अगदी आंबून गेलं होतं; पण आता त्याला आराम करायला वेळ नव्हता; कारण कापड कापत असताना, ते शिवत असताना, त्याच्या मनात सतत विठ्ठलाचेच विचार होते आणि त्या विचारांसोबत शब्दही मनात पिंगा घालत होते. विचारांसोबत शब्दांची गुंफण होत होती आणि ज्या रूपाचा मोह भक्तांना निरंतर पडत आला आहे त्या रूपाचं, त्या विठुरायाचं वर्णन शब्दरूप धारण करून मनात उभं राहत होतं. खरंतर आत्तापर्यंत दोन-चार अभंग, तेही विठ्ठलरूपाचं वर्णन करणारे रचून झाले होते; पण अजूनही त्याच्या मनाचं समाधान होत नव्हतं. विठ्ठलाचं वर्णन करणारे शब्द गुंफताना त्याला विलक्षण आनंद होत असे आणि शब्द गुंफण्याच्या नादात आपण किती शिवणकाम केलंय, आणि कसं केलंय याचंही त्याला भान राहत नसे आणि याच भानरहित अवस्थेत त्याला मग नजरेसमोर विठ्ठलाची ती साजरी सगुण, सावळी मूर्ती दिसत असे. आजही तसंच झालं होतं. दुपारची जेवणं आटोपल्यावर कपडे शिवायला बसलेला नामदेव विठ्ठलाचं रूप शब्दांत गुंफण्यात इतका रंगून गेला की, आपण कपडे शिवतो आहोत, बराच वेळ शिवतो आहोत; आपल्याला भूक लागलीये याचंही भान त्याला राहिलं नव्हतं. त्याच्या मनात शब्दांची गुंफण होत होती...

कस्तुरीचा टिळा रेखिला कपाळी । तेणें ते शोभली मूर्ती बरी ॥
बरवा बरवा विठ्ठल गे बाई । वर्णावया साही शिणताती ॥
श्रीवत्सलांछन वैजयंती गळा । नेसला पाटोळा तेजःपुंज ॥
पाऊले समान विटेवरी नीट । नामा म्हणे भेट घ्यावी त्याची ॥

विठ्ठलमूर्तीच्या सगुण-साकार रूपाचं वर्णन करणारा अभंग त्यानं रचला. चार वेळा म्हणून तो मुखोद्गत केला. त्याचे हात कापड कापण्याचं काम करत होते, तर मन शब्दांची गुंफण करत होतं. विशेष म्हणजे हात जेवढे भराभरा चालत होते, तेवढेच भराभरा मनात शब्द तयार होत होते आणि तितक्याच उत्कटतेनं ते शब्द एकमेकांत गुंफले जात होते.

अवताराची राशी तो हा उभा विटेवरी ।
शंख चक्र गदा पद्मसहित करी हरी ॥
देखिला देखिला देवादिदेव बरवा ।
समाधान जीवा पाहता वाटे गे माये ॥
सगुण चतुर्भुज रुपडे तेज पुंजाळती ।
वंदी चरणरज नामा विनवीतसे पुढती गे माये ॥

एकापाठोपाठ एक शब्द जणू नामदेवाच्या मनात गोफ घालत होते आणि

गुंफतही होते. जितक्या वेळा त्यानं विठ्ठल पाहिला होता, तितक्या वेळा तो त्याला कसा दिसला हे जणू ते शब्द त्यालाच सांगत होते. तेही हातात हात घालून, गुंफण करून, गोफ विणून आणि म्हणूनच नामदेवाला आत्ता वेळ नव्हता. मुखोद्‌गत केलेले हे अभंग त्याला आता लिहून काढायचे होते. म्हणूनच अंधार पडला तसा नामदेव शिवण बाजूला सारून उठला. सुंद्री घेऊन आपल्या खोलीत गेला आणि मुखोद्‌गत केलेले आणि स्वतः रचलेले ते अभंग त्यानं लिहून काढले. ते अभंग कागदावर उतरवल्यावर त्याला बरं वाटलं. ते कागद त्यानं फडताळात लपवून ठेवले. आपण असं काही करतो आहोत, रचतो आहोत हे इतक्यात कुणाला कळू नये अशी त्याची इच्छा होती; त्यामुळे हे काम करूनच तो बाहेर आला. दामाशेटी आले होते. त्यांनी शिवण्यासाठी आणखी कापड आणलं होतं. नामदेव समोर आलेला बघून त्यांनी विचारलं, "काय नामा, झालं का शिवण? किती झालं? काय काय झालं?" त्यांनी प्रश्न विचारले; पण आता नामदेव तयारच होता; कारण त्यानं आज दुपारपासून आत्तापर्यंत शिवण शिवलं होतं. गोणाई माजघराच्या दारात उभी होती. तिच्या डोळ्यांत नामदेवाबद्दल कौतुक होतं. तिचा लेक आता वडिलांच्या हाताखाली आला होता. आता कसलीच चिंता नव्हती. दहा वर्षांचा नामदेव शिवण शिवायला लागला होता. दामाशेटींना जे कपडे शिवायला चार दिवस लागले असते, तेच कपडे नामदेवानं एका दिवसात शिवले होते. दामाशेटींनी आल्या आल्या त्याच्यावर प्रश्नांची सरबत्ती केली, ते तिला आवडलं नाही. 'एकतर दिसभर माझ्या लेकरानं शिवण शिवलं होतं. आणलेली सगळी कापडं त्यानं शिवून टाकली होती. आता कुठे तो जरा रिकामा झाला होता आणि आल्या आल्या लगेचच दामाशेटींनी त्याला प्रश्न विचारून धारेवर धरलं होतं. पोर दमलं असेल, त्याला भूक लागली असेल, याचा काही विचारच नाही यांना!' गोणाईच्या मनातला राग ओठांवर उमटला. ती फट्कन म्हणाली, "आता काय म्हणावं तुम्हास्नी? अवं तुमीपण आत्ताच आलायसा, आनी हे पोरगंसुद्धा आत्ताच शिवणकामातनं उठलंय. दमलं असेल ते बी. जरा दमानं घ्या. तुमी बी आल्या आल्या लगेच सुरू करतायसा. आता त्याला काय बी इचारू नका आणि सांगू बी नका! तुमीपण दमलायसा. आता दोघं बी दोन घास खाऊन घ्या आणि गपगुमान निजा. उद्या सकाळी बघा काय काय काम झालंय ते!" दामाशेटींनी विचारलेल्या प्रश्नाला नामदेवानं काही उत्तर देण्याआधी गोणाईनं परस्पर उत्तर दिलं आणि तो विषयच मिटवून टाकला. तिच्या या वक्तव्यावर दामाशेटी काही बोलले नाहीत. एकापरीनं तिचं खरं होतं. तेही खूप दमले होते. आणि नाहीतरी कंदिलाच्या प्रकाशात नामदेवानं केलेलं काम बघता आलंच नसतं आणि त्याच्या कामाचं परीक्षणही करता आलं नसतं. त्यांनी गोणाईचं म्हणणं ऐकायचं ठरवलं. ते तिथून उठून पायावर पाणी घ्यायला गेले. गोणाईला समाधान

वाटलं. नामदेव मात्र जे झालं ते योग्य की अयोग्य, याचा विचार करत तिथंच उभा राहिला. जनीनं ताटं लावल्याचा निरोप आणला, तशी सगळी जेवायला बसली. जेवणं झाली. दामाशेटी आपल्या खोलीत पोथी वाचायला गेले. नामदेव झोपाळ्यावर बसला होता. जनी तिथे आली आणि म्हणाली, "नामया, आज तू खूप काम केलंस हं! मोठी आई खूप आनंदात आहे. तुझी दृष्ट काढायला हवी असं म्हणत होती!" नामदेव हसला आणि म्हणाला, "जने, अगं शिवणाचं काम तर मी केलेलंच आहे; पण त्यापेक्षा एक विशेष मोठं काम मी केलंय; पण मी ते तुला आता दाखवणार नाही. त्या माझ्या कामाला थोडा आकार येईल, तेव्हा मी ते तुला दाखवेन." नामदेवाचं बोलणं ऐकून जनीच्या भोकर डोळ्यांत उत्सुकता दाटली. तिनं त्याच उत्सुकतेनं विचारलं, "नामया, असं केलंस तरी कोणतं काम? की तू शिवणकामाचंच बोलतो आहेस? ते जर बोलत असशील, तर ते तुला कितपत जमलंय ते उद्याच कळेल आणि दुसरं कुठलं काम केलं असशील, तर माझ्यापासून जास्त वेळ लपून राहणारच नाही." जनीच्या बोलण्यात मोठा विश्वास होता. "बरं बाई! बघू!" असं म्हणत नामदेव आपल्या खोलीत निजायला गेला. तो अंथरुणावर पडला तरी शब्द जणू त्याच्याभोवती फेर धरून नाचत होते. त्या शब्दांच्या फेऱ्यामध्ये रिंगणाच्या मध्यभागी होता विठ्ठल.

जीव विठ्ठल शिव विठ्ठल । आत्मा विठ्ठल अखंडित ।।
जनक विठ्ठल जननी विठ्ठल । सोयरा विठ्ठल सांगाती ।।
अहिक्य विठ्ठल परत्र विठ्ठल । निरंतर विठ्ठल तारिता ।।
नाम विठ्ठल रूप विठ्ठल । पतित पावन विठ्ठल विठ्ठल नामा ।।

त्याच्या नजरेसमोर शब्द फेर धरून नाचत होते आणि नामदेव त्यांची एकात एक, एकासमोर एक अशी गुंफण करत होता. ते करता करता त्याला झोप लागली.

दुसऱ्या दिवशी सकाळी तो उठायच्या आधी दामाशेटी उठले होते. त्यांनी आपली आन्हिकं आवरली आणि काल नामदेवानं केलेलं शिवणकाम त्यांनी पुढ्यात घेतलं. आता ते तपासून कुठे टाका घालायचा राहिला आहे का, कुठे दोरा तसाच लोंबकळतोय का, कुठे सुई अडकून राहिली नाही ना, हे त्यांना बघायचं होतं. नीटनेटकं काम करण्याबद्दल दामाशेटींची ख्याती होती. नामदेव या बाबतीत अजून नवखा होता. या गोष्टी फारशा दखल घेण्याजोग्या नसल्या तरी त्या महत्त्वाच्या होत्या. व्यवसायातले हे सगळे बारकावे नामदेवाला अजून शिकायचे होते. दामाशेटींनी ते बोचकं सोडलं. रात्री नामदेवाचं शिवण झाल्यावर गोणाईनं ते सगळं एकत्र बांधून ठेवलं होतं. बोचकं सोडून दामाशेटींनी त्यातलं शिवण बाहेर काढलं. नामदेवानं शिवलेले कपडे, उरलेलं कापड, सुई-धागा, कापड कापून राहिलेल्या चिंध्या,

जरीकाठाचे तुकडे हे सगळं वेगळं वेगळं केलं. त्यांनी बघितलं नामदेवाचं कातरकाम अगदी सुबक होतं. कुठेही वेडंवाकडं, तिरकं असं कापलं गेलं नव्हतं. त्यांना कौतुक वाटलं. त्यानं शिवलेला एक कपडा त्यांनी उलगडला. ती त्या बाळाची अंगी असावी. अगदी सुबक, नेटकी शिवलेली. जरीकाठ लावून नेटकी शिवलेली. चार वर्षांच्या बाळाला अगदी मापात बसेल अशी. दामाशेटींना कौतुक वाटलं. 'पोराचा हात खरोखरच चांगला आहे! शिवणही नीटनेटकं शिवलेलं दिसतंय,' त्यांच्या मनात आलं. ती अंगी बाजूला ठेवून त्यांनी दुसरा कपडा उचलला. तोही तसाच शिवलेला. अगदी पहिल्या अंगीच्या मापाबरहुकूम दुसरी अंगी शिवलेली. 'या पोराला काय सगळे अंगरखेच शिवण्याचं काम आलं होतं की काय?' दामाशेटींच्या मनात आलं. काही न बोलता त्यांनी तिसरा कपडा उचलला. तीही अंगीच. अगदी तशीच शिवलेली. त्यांना काहीच कळेना. 'हे काय आहे? नामदेवाला हे असलेच अंगरखे शिवण्याचं काम दिलं होतं की हे त्यानं स्वतःच्याच मनानं शिवलंय?' त्यांना उमजेना तशी त्यांनी नामदेवाला हाक मारली. का कोण जाणे; पण त्या हाकेत तीव्रता होती, आवाजात थोडासा कडकपणा होता, स्वरात कठोरता होती. हाक मारण्यात रागाचा आविर्भाव होता. त्यांच्या आवाजासरशी नामदेव बाहेर आला. पाठोपाठ गोणाई आणि तिच्या पाठोपाठ जनी. नामदेव दामाशेटींसमोर येऊन उभा राहिला. त्यानं बघितलं, त्यानं शिवलेल्या कपड्यांचं बोचकं दामाशेटींनी उघडलं आहे आणि त्यातला एकेक कपडा ते काढून बघत आहेत. आता कदाचित आपलं काम बघून चार कौतुकाचे शब्द आपल्या कानांवर पडतील, या आशेनं तो तिथेच उभा राहिला आणि त्यानं दामाशेटींना विचारलं, "काय आबा! मला बोलावलंत?" दामाशेटींनी एकदा नजर उचलून नामदेवाकडे पाहिलं. परत शिवलेल्या कपड्यांत लक्ष घालत विचारलं, "नामा, हे कपडे तू शिवलेस! छानच शिवले आहेस; पण तुला काय सगळी अंगीच शिवायला आली होती काय?" दामाशेटींचं बोलणं ऐकून नामदेव चपापला. 'अंगी?[८] आपण अंगी कशी शिवली? आपण तर सुरकी,[९] झबली, कुंची, टकूची[१०] शिवणार होतो. नव्हे तेच शिवण्याचं काम तर आपल्याकडे आलेलं होतं आणि तेच शिवण्यासाठी आपण हे रेशमी कापड कापलं होतं. मग या इतक्या अंग्या आल्या कुठून? या तर आपण शिवल्या नाहीत. आपण शिवल्या नाहीत म्हणावं तर आपणच शिवलंय हे सगळं! काय चाललंय हे?' नामदेवाला समजेना. आबांनी विचारलेल्या प्रश्नांना उत्तर देणं तर भाग होतं. "आबा, हे कपडे

---

८. अंगी : जाकीट

९. सुरकी : झबल्याचा एक प्रकार

१०. टकूची : टोपडं

मीच शिवले आहेत; पण...!'' नामदेव थोडा घुटमळला. ''पण काय? पण काय नामा? काही अडचण आहे काय? माप चुकलंय काय? मापात चुकलं असलं तर ते दुरुस्त करता येईल. मी दाखवतो तुला!'' दामाशेटींच्या स्वरामध्ये दिलासा होता. आता नामदेवाला बोलणं भागच होतं. थोडंसं चाचरतच तो बोलला, ''नाही आबा, माप चुकलं नाही. म्हणजे मापच चुकलं! म्हणजे माप थोडं मोठंच घेतलं गेलं.'' नामदेवाचं हे बोलणं ऐकून दामाशेटी हसले. ''एवढंच आहे होय? माप थोडं मोठं घेतलंस म्हणजे वाढत्या अंगाचं घेतलंस असं म्हण की! अरे, मग तसं सांगू गिऱ्हाइकाला. आणि नाही म्हटलं तर लहान करून देऊ. मोठ्याचं लहान करता येतंय रे!'' दामाशेटींनी पुन्हा दिलासा दिला; पण असं झालंच नव्हतं. नामदेवाला आता नक्की काय झालंय ते सांगणं भाग होतं. त्यानं धाडस एकवटलं आणि तो म्हणाला, ''नाही आबा, तसं नाही! मी... मला... माझ्याकडे तान्ह्या बाळाचे कपडे शिवायला आले होते, बारशाचे! सुरकी, कुंची, झबली, टकूची असं शिवायचं होतं. अगदी तान्ह्या बाळाचं. मी तेच डोक्यात ठेवून शिवायला बसलो होतो. पण... पण... हे असं काय झालं कळेना?'' नामदेवानं एकदाचं सांगून टाकलं. दामाशेटींना क्षणभर काय बोलावं ते सुचेना. तोच गोणाई समोर आली. दामाशेटींनी समोर पसरलेल्या जरी किनखापाच्या अंगीकडे तिचं लक्ष गेलं. तोंडावर हात घेऊन ती म्हणाली, ''या बया! कुनी शिवलंय हे इतकं साजरं? इठुरायासाठी अंगी शिवल्याली हाये वाटतं? त्याला अगदी मापात बसंल. ह्यो जरतारी काठ, हे गोंडे, हातो याला हे मण्यांचं आणि जरीचं कशिदाकाम, लयीच साजरी झालीय इठुरायाची अंगी! कुनी शिवली? अगं बया! किती शिवल्यात या? आनी समद्या येकसारख्याच? इतकं बारीक काम इक्त एकसारखं करायचं म्हंजी लयीच कठीण असतं! जरा का हुईना मागंफुडं व्हतंच ते! पर हे तसं कुटंच झाल्यालं न्हायी. नामा, इठुरायाला लयी साजरी दिसेल ही अंगी! लयीच खुलून दिसेल त्याचं रूप!'' गोणाईनं जो कौतुकाचा पाढा सुरू केला, तो थांबायलाच तयार नाही. शेवटी दामाशेटींनी तिला थांबवलं. ''नामदेवाच्या आई, जरा थांबा! आम्ही जरा वेगळ्या विषयावर बोलतोय. हे तुमच्या लेकानंच शिवलंय आणि ते जे काही शिवलंय ते चांगलं शिवलंय; पण आता तुम्ही जरा आत जा!'' असं म्हणत दामाशेटींनी तिला आत पाठवलं. ''मग हायेच माझा नामा गुणाचा!'' असं म्हणत नामदेवाकडे कौतुकभरली एक प्रेमळ नजर टाकून गोणाई पदर सावरत आत गेली. आता दामाशेटींनी नामदेवाकडे मोर्चा वळवला. ''हं! काय म्हणत होतास तू? तुला बारशाचे कपडे शिवायला आले होते. अगदी तान्ह्या बाळाचे! आणि तू हे शिवलंस! अरे तान्ह्या बाळाचं माप ते काय? आणि वाढत्या मापाचे, वाढत्या मापाचे म्हटलं तरी इतके वाढत्या मापाचे शिवायचे काय? अरे, आता तो शिवा दामुगडे येऊन उभा राहिला, तर त्याला काय बाळाचे

कपडे म्हणून हे द्यायचे? नामा, कुठे लक्ष होतं तुझं? अरे, असं काम करायला लागलास तर कसं चालेल रे? तुला सांगितलं होतं काय आणि तू केलंस काय?'' दामाशेटी करवादून बोलले. नामदेव खाली मान घालून उभा होता. दामाशेटींच्या नजरेला नजर न देता खाली मान घालून तो म्हणाला, ''आबा, मी... मी बाळाचे कपडेच शिवणार होतो; पण हे कसं झालं, हे मलासुद्धा समजलं नाही.'' नामदेवानं कबुली दिली. दामाशेटी उद्विग्न झाले. त्यांच्या चेहऱ्यावर चिंताही उमटली आणि डोळ्यांत संताप! ते वैतागून म्हणाले, ''नामा, अरे तुझं कूळ कुठलं, तुझा पिढीजात व्यवसाय काय, तू करतोयस काय आणि करणार आहेस काय?'' दामाशेटींनी उद्वेगानं मान हलवली आणि ते मान खाली घालून बसले. त्यांच्या डोळ्यांत पाणी भरलं होतं. ते नामदेवाला दिसू नये म्हणून त्यांनी मान खाली घातली. अचानक त्यांना नामदेवाचं बोलणं ऐकायला आलं. नामदेव म्हणत होता –

सिंपीयाचे कुळी जन्म माझा झाला ।
परि हेतु गुंतला सदाशिवी ।।
रात्रिमाजी शिवी दिवसामाजी शिवी ।
आराणुक जीवी नोव्हे कदा ।।
सुई आणि सुतुळी, कात्री गज दोरा ।
मांडिला पसारा सदाशिवी ।।
नामा म्हणजे सिवी विठोबाची अंगी ।
म्हणोनिया जगी धन्य झालो ।।

नामदेव पुनःपुन्हा ते उच्चारत होता. त्याचे डोळे मिटलेले होते. मिटल्या डोळ्यांतून घळघळा पाणी वाहत होते. उच्चारल्या जाणाऱ्या प्रत्येक शब्दात एक विश्वास, एक ठामपणा, एक सांगणं, एक कैफियत, एक मांडणं होतं. दामाशेटींनी मान वर केली आणि नामदेवाकडे ते पाहतच बसले. एका साध्या प्रसंगामधून नामदेवाच्या तोंडून चपखल शब्दब्रह्म उभं राहत होतं. प्रसंगानुरूप शब्दांची गुंफण, अभंगाच्या रूपानं अभिव्यक्त होत होती. दामाशेटी बघतच राहिले. ते हे विसरले की, आपण नामदेवाला रागावत होतो. ते विसरले की, नामदेवानं काहीतरी भलतंच शिवलं होतं. ते विसरले की, शिवा दामुगडेला बाळाचे कपडे द्यायचे होते. ते विसरले की, नामदेवानं बाळाच्या कपड्यांऐवजी विठ्ठलाची अंगी शिवलीय. ते विसरले की, आता आपलं नुकसान होणार आहे! आणि हे सगळं विसरून ते ऐकत बसले, नामदेवाची उत्स्फूर्त शब्दरचना! ते ऐकत बसले, नामदेवानं उच्चारलेला अभंग. ते ऐकत बसले, त्या अभंगात त्यानं गुंफलेला आपल्या जातीचा उल्लेख. ते ऐकत बसले, त्या जातीच्या व्यवसायाचं इंगित आणि ते ऐकत बसले जातीच्या कौशल्याचं स्वरूप. त्या सगळ्यातून उमटणारं विठ्ठलावरचं प्रेम आणि त्या प्रेमाच्या

अभिव्यक्तीचा उत्कट आविष्कार! नामदेवाच्या तोंडून उमटणारी ती उत्कट आणि उत्स्फूर्त अभंगरचना ऐकली आणि दामाशेटी आपण कुठे आहोत, काय करतो आहोत, काय करणार आहोत, काय करणार होतो हे सगळंच विसरले आणि उभं राहून त्यांनी नामदेवाला मिठी मारली. दामाशेटींच्या त्या मिठीने नामा बावरला. आबा आपल्याला कावत होते, त्यातच आपण त्यांच्या रागाची पर्वा न करता अभंग उच्चारलाय; त्यामुळे त्यांच्या रागात भरच पडणार आहे आणि आता आपल्यावर रागाचे गोळे बरसणार आहेत, अशा अपेक्षेत असलेल्या नामदेवाला, आपल्याभोवती आबांची मिठी पडली आहे हे कळल्यावर बावचळायला झालं. नामदेवाला मिठी मारून त्याच्या पाठीवर थोपटणाऱ्या आबांच्या डोळ्यांतून घळघळा पाणी वाहत होतं, हे नामदेवाला दिसलं नाही; पण पाठीवर थोपटणाऱ्या आबांच्या हाताचा स्पर्श मायेनं ओथंबलेला आहे, हे समजायला नामदेवाला वेळ लागला नाही. तो भारावून काही क्षण तसाच आबांच्या मिठीत उभा राहिला. मनभरून त्याला जवळ घेतल्यावर आबांनी मिठी सोडली आणि नामदेवाला सामोरं धरून ते म्हणाले, "नामा... नामदेवा... अरे, इतकी सरस अभंगरचना तू कधीपासून करायला लागलास रे? आणि मला बोलला नाहीस ते? नामा, अरे लहानपणी तुला ताप आला होता, तेव्हा विठुरायाचा बुक्का तुझ्या सर्वांगाला लावताना मी म्हणालो होतो की, तुझे हात आयुष्यभर विठुरायाची अक्षरं लिहितील. नामा, आज तुझ्या तोंडून अभंग ऐकला तोही तू रचलेला आणि माझा तेव्हाचा मी विठुरायाला दिलेला शब्द तू पूर्ण केलास. नामदेवा, मला खूप आनंद झालाय. आता एक काम कर. तुझ्या विठ्ठलासाठी तू या अंग्या शिवल्या आहेस ना, त्यातील एक त्याला खरंच देऊन ये आणि बाकीच्या उसवून मी त्या तान्ह्या बाळाचे कपडे शिवतो; पण एक गोष्ट लक्षात ठेव नामा, या अभंगात तू आपला व्यवसाय मांडला असलास आणि 'विठोबाची अंगी शिवून मी धन्य झालो' असं जरी म्हटलं असलंस, तरी 'रात्रीमाजी शिवी, दिवसामाजी शिवी' असंही तू सांगतो आहेस, तेव्हा तुझ्या या वचनाशी इमान राख. विठुरायाला दिलेला शब्द राख आणि आपल्या व्यवसायात लक्ष घाल!" असं म्हणत दामाशेटींनी त्यातील एक अंगी उचलली, नामदेवाच्या हातात दिली आणि ते म्हणाले, "नामदेवा, जा ही अंगी विठ्ठल मंदिरात देऊन ये. गुरवाला सांग, रघुनाथभटांकडे द्यायला. ते घालतील ती विठ्ठलाला आणि तू लगोलग परत ये. या दुसऱ्या अंग्या उसवून मी त्या बाळाच्या मापानं कापून ठेवतो. तू येऊन टाके घाल. आपण दोघं बसून आजच्या आज हे सगळं शिवण पूर्ण करायचं आहे, हे लक्षात ठेव." दामाशेटींच्या आवाजात कौतुक होतं, तसाच इशाराही होता. नामदेव काहीच बोलला नाही. त्यानं मूकपणे मान डोलवली. विठ्ठलाला देण्यासाठी दामाशेटींच्या हातून ती अंगी घेतली आणि तो झटकन घराबाहेर पडला. माजघरातून सोप्यावर सगळ्यांना जेवणासाठी बोलवायला आलेल्या गोणाईला समजेना की, हा आत्ता दुपारचा, जेवायच्या वेळी कुठे गेला.

तिनं दामाशेटींकडे पाहिलं. त्यांचा चेहरा गंभीर दिसत होता. डोळे पाण्यानं भरले होते. तिनं एक-दोन हाका मारल्या; पण त्यांनी 'ओ' दिली नाही. शेवटी 'इतक्यात ताटं वाढू नका' असं भागाबाईला सांगायला गोणाई पुन्हा स्वयंपाकघरात गेली.

नामदेव घरातून बाहेर पडला तो तडक मंदिरात आला. विठ्ठलाची पूजा बांधून झाली होती. गुरव आवरासावर करत होता. रघुनाथभट मंदिरातून बाहेर पडायच्या तयारीत होते. नामदेवाला बघून त्यांनी विचारलं, "काय रे नामा, परत का आलास? आत्ताच थोड्या वेळापूर्वी तर गेला होतास ना?" रघुनाथभटांनी विचारलेल्या प्रश्नाला उत्तर न देता नामदेवानं हात पुढे केला आणि हातातली अंगी त्यांना दाखवत म्हणाला, "काका, ही अंगी शिवलीय विठुरायासाठी; ती द्यायला आलो आहे." नामदेवाच्या हातातली ती जरतारी काठाची, मोत्याचे गोंडे लावलेली अंगी बघून रघुनाथभटांचे डोळे चमकले. "अरे वा! छानच शिवली आहेस हो! जा गुरवाकडे दे. तो दुपारच्या पूजेला घालेल. मी घालायला सांगितली आहे म्हणून सांग हो!" रघुनाथभटांनी जाता जाता नामदेवाला सांगितलं. त्यांना होकार देऊन नामदेव मंदिरात आला. ती अंगी गुरवाच्या हातात देऊन त्यानं रघुनाथभटांचा निरोप सांगितला. "नामा, झकास शिवलीयास बघ! अरं, ह्ये घातल्यावर विठुराया लयीच साजरा दिसंल बघ!" ती अंगी न्याहाळत गुरवानं शाबासकी दिली. नामदेवाचा चेहरा खुलला, तोच गुरव पुढे म्हणाला, "नामदेवा, अरे जेवण टाकून आलास की काय? जेवणाची वेळ टळून गेली की रे!" नामदेव काहीच बोलला नाही. एक नजर विठ्ठलाच्या सावळ्या मूर्तीकडे टाकत म्हणाला,

"सुखाचे हे सुख श्रीहरी मुख । पाहताही भूक - तहान गेली ॥
भेटली भेटली विठाई माउली । वासना निवाली जीवांतील ॥
चंद्रासी चकोर मेघासी मयूर । वाटे तैसा भर आनंदाचा ॥
नामा म्हणे पाप आणि ताप दुःख । गेले, जाले सुख बोलवेना ॥

नामदेवाच्या डोळ्यांतून अश्रू पाझरत होते आणि मुखातून शब्द! हातात ती विठ्ठलाची अंगी धरून, ते शब्द ऐकत गुरव तसाच उभा राहिला. कितीतरी वेळ तो उभा होता.

दुपारच्या पूजेला विठुरायाला ती अंगी घातली आणि त्या सावळ्याचा सावळा चेहरा उजळला. आपल्या लाडक्या भक्तानं आपल्यासाठी शिवलेली ती अंगी विठुरायाला फारच आवडली. त्याच्या उजळलेल्या चेहऱ्यावर एक आनंदाचं हास्य उमटलं; पण क्षणभरच! पुन्हा ते हसू मावळलं आणि त्याच्या सावळ्या चेहऱ्यावर चिंता पसरली. नामदेवाला काय करायला सांगितलं होतं आणि त्यानं काय केलं हा सगळा वृत्तान्त त्याला समजला. आपला हा लाडका भक्त, सखा असाच जर वाहवत गेला, त्याच्या मनात सतत असाच संभ्रम निर्माण होत गेला, तर त्याचं

रोजचं सामान्य आयुष्य कठीण होईल, अशी चिंता विठ्ठलाला लागून राहिली; पण त्याला या संभ्रमावस्थेतून बाहेर कसा काढायचा, या प्रश्नाचं उत्तर त्याच्याकडे आत्ता तरी नव्हतं. विठ्ठलाच्या सावळ्या चेहऱ्यावरचे हे सतत बदलणारे भाव रखुमाई बघत होती. तिचं बारीक लक्ष होतं त्याच्या चेहऱ्याकडे. आधी तो आनंदाने उजळला, मग चिंताक्रांत झाला; मग संभ्रमावस्थेत पडला आणि चेहऱ्यावरचं हसू मावळून तो गप्प बसला; पण रखुमाईनंही गप्प बसायचं ठरवलं. त्याला काही विचारावं, तर तो सांगणार नव्हता आणि सांगितलं असतं तरी आपल्याला कळेल असं सांगणार नव्हता, त्यापेक्षा गप्प बसावं आणि काय काय होईल ते पाहावं, असा तिनं विचार केला. विठ्ठलाला तिच्या मनातला हा विचार कळला आणि त्यालाही बरं वाटलं. तिनं काही विचारलं असतं, तर तिच्या प्रश्नाला त्याच्याकडे उत्तर नव्हतं. नवीन अंगी घालून देखणा दिसणारा विठ्ठल शांत होता, अखखा दिवस!

१

नामदेवानं केलेला अंगीचा घोळ निस्तरायला दामाशेटींना बरेच कष्ट पडले. केवळ नामदेव अभंगरचना करतो आहे, या आनंदापोटी त्यांनी ते सगळे निस्तरले. तरीपण एक गोष्ट त्यांच्या लक्षात आली. नामदेव अभंगरचना करतोय म्हणून त्याला या व्यवसायातून सवलत देण्यात अर्थ नव्हता; कारण अभंगरचना करून बुद्धीची भूक भागत असली, तरी पोटाची भूक भागण्यासाठी काहीतरी उद्योगधंदा करणं भाग होतं. निदान आपला पिढीजात व्यवसाय तरी करावा लागणारच होता. म्हणूनच एके दिवशी दामाशेटींनी नामदेवाला स्पष्टपणे सुनावलं, "नामदेवा, परवा तू केलेला अंगीचा घोळ मी निस्तरला. त्या दामुगड्याच्या नातवाचे कपडे या अंग्या उसवून मी पुन्हा शिवून दिले; पण एक गोष्ट लक्षात ठेव, यापुढे मी तुझा असा कोणताही घोळ निस्तरणार नाही. एकतर तू पुन्हा असा घोळ करू नकोस. नीट लक्ष देऊन काम कर. नाहीतर तुझा घोळ तूच निस्तर. न पेक्षा तुझा घोळ निस्तरायला तुझ्या विठ्ठलाला सांग; पण पुन्हा असले अर्धवट उद्योग करून मला त्रास देऊ नकोस." दामाशेटींनी असं स्पष्टपणे सांगितलं आणि नामदेव वरमला. 'खरंच! आपण फारच गोंधळ करून ठेवला होता. आपल्यापायी आबांना खूप त्रास झाला. आता यापुढे एकतर असला घोळ घालायचा नाही आणि घातलाच तर खरोखरच तो विठ्ठलालाच निस्तरायला विनवणी करायची.' नामदेवानं स्वतःच्या मनाशी कबुली दिली.

नामा सिंपे नामा सिंपे । रोप लाविले केशवबापे ।
एक उगवली आरडी दरडी । एक वाळुनी जाली कोरडी ।।
एक पुष्प-फळासि आली । एक कळीच निर्फळ झाली ।
नामा उगवला केशव द्वारी । न माये आंत बाहेरी ।।

नामदेवानं आपल्या मनाशी दिलेली ही कबुली कितपत खरी आहे, हे पाहण्यासाठीच जणू एके दिवशी शिवराम पाटील दामाशेटींच्या घरी आला. शिवराम पाटील गावचा

पाटील होता. त्याच्या घरी त्याच्या पुतणीचं लग्न होतं. लग्नाला महिनाभर अवकाश होता. तो ढीगभर कापड घेऊन एके दिवशी सकाळी सकाळी दामाशेटींच्या घरी आला. कापड बांधलेलं गाठोडं घेऊन सोबत त्याचा हरकाम्या गडी बाबूही होता. ते भलंमोठं गाठोडं पडवीत ठेवून शिवराम म्हणाला, ‘‘दामाशेटी, पुतणीचं लगीन हाय म्होरल्या पुनवेनंतर. समद्या घरादाराची कापडं शिवायची हायेत. त्यासाठनं अदुगर एक महिना तुमच्याकडे कपडा आणून टाकलेला हाय. कुनाचं काय शिवायचं ते ते त्या त्या कपड्यात गुंडाळून दिलेलं हाय. आनी एक करा, हा बयाणा घ्या. नवरीची बी कापडं शिवायची हायत. त्याला काय गोंडे बिंडे लागले तर आणून घ्या.’’ असं सांगून, दामाशेटींच्या हातात थोडी बयाणा रक्कम देऊन शिवराम गेला. दामाशेटींना आनंद वाटला. आऊबाईचं लग्न ठरत आलं होतं. स्थळ चांगलं होतं. तिथे जर सोयरिक जमली असती, तर लगेच विवाह उरकून टाकण्याचा त्यांचा मानस होता. त्यासाठी गाठीला थोडा पैका असायला हवा होता आणि आता हे मोठं काम आलं होतं. त्यातच शिवराम बयाणा देऊन गेला होता. दामाशेटींचा चेहरा खुलला. त्यांनी गोणाईला हाक मारली. गोणाई बाहेर आल्यावर ते म्हणाले, ‘‘नामाच्या आई, बघा, आऊबाईच्या लग्नाची काळजी मिटली. आत्ता शिवराम पाटील आले होते. लग्नाचं शिवण देऊन गेलेत. थोडा बयाणाही दिलाय. आता पाहुण्यांचा सांगावा आला तर लगेच आऊबाईचा साखरपुडा करून टाकू.’’ दामाशेटींचं हे बोलणं ऐकून गोणाईचा चेहरा खुलला. मंदिराकडे नजर टाकत हात जोडून ती म्हणाली, ‘‘त्या विठुरायाचीच कृपा!’’ दामाशेटींनीही हात जोडले. गोणाईला म्हणाले, ‘‘विठुरायाची कृपा खरीच! पण, कपडे काही विठुराया शिवणार नाहीये. ते मलाच शिवायचे आहेत. असं करतो, नामाला हाताशी घेतो. मी कातरकाम करून देईन, तो भराभरा टाके घालेल. तुम्ही काजं-गुंड्या लावा. आपले तिघांचे हात लागले की, कसं लवकर शिवून होईल आणि आपल्याला ते लवकर शिवावंच लागेल; कारण मध्येच जर आऊबाईचं लगीन ठरलं, तर त्या गडबडीत आपले काही दिवस जातील.’’ दामाशेटींचं म्हणणं गोणाईला पटलं. पटण्यासारखंच होतं ते. तिनंही उत्साहानं मान डोलवली. दामाशेटींनाही बरं वाटलं. आता आऊबाईच्या लग्नाच्या खर्चाचा प्रश्न सुटला होता. त्याच आनंदात त्यांनी नामदेवाला हाक मारली. नामदेव अंघोळ करून मंदिरात जाण्याच्या तयारीत होता. आबांनी हाक मारल्यावर तो त्यांच्यासमोर येऊन उभा राहिला. ‘‘काय आबा? मला बोलावलंत?’’ त्यानं विचारलं. ‘‘होय नामा, आता महिनाभर तरी दुसरं कुठलं काम करू नकोस. एकतर आऊबाईच्या लग्नाचं ठरतंय आणि दुसरं म्हणजे शिवराम पाटलाच्या घरचं लग्नाचं शिवण आलंय. ते शिवायचं आहे. मी कातरून देतो, तू टाके घाल. आई काजं-गुंड्या करेल. तिघं मिळून ते काम हातावेगळं करू. शिवराम पाटील बयाणा देऊन गेलाय. आपण काम पूर्ण केलं की, तो उरलेले पैसे

देईल. ते आऊबाईच्या लग्नासाठी खर्चता येतील. समजलं!'' दामाशेटींनी बोलण्याची सुरुवात उत्साहात आणि समजुतीच्या स्वरात केली असली तरी त्यांचं शेवटचं 'समजलं' हे इशारा देणारं होतं. ते नामदेवाच्या लक्षात आलं. खाली बघून त्यानं मान डोलवली. 'म्हणजे आता महिनाभर या कामाला बांधून घ्यायचं! विठ्ठला, काय रे हे? का माझ्या मनाविरुद्ध तू मला हे करायला लावतोस? मला करायचं असतं एक आणि करायला लागतंय दुसरंच. विठुराया, तुला माहीत आहे ना, हे असलं काम करायला मला आवडत नाही. तरीही तू मला ते करायला लावतोस? अरे, माझं तुझ्यावर प्रेम आहे, तसंच तुझंही माझ्यावर प्रेम आहे ना? आहे ना विठुराया? मी तुझ्याकडे काय मागतोय, तुझं प्रेमच मागतोय ना? तुझं प्रेम हीच माझ्या आयुष्याची शिदोरी आहे. हे तुला माहीत आहे ना?

नामयाचे प्रेम केशवची जाणे । केशवासी राहणे नामयापाशी ।।
केशव तोचि नामा नामा तोचि केशव । प्रेमभक्तिभाव मागतसे ।।
विष्णुदास नामा उभा केशवद्वारी । प्रेमाची शिदोरी मागतसे ।।

तुझं माझ्यावर प्रेम आहे म्हणूनच मी हे मागणं मागतोय. मी मागतो काय आणि तू देतोयस काय?' नामदेव या सगळ्या प्रकाराबद्दल मनाशीच विठ्ठलाकडे तक्रार करत होता; पण उपयोग झाला नाही. दुसऱ्या दिवसापासून दामाशेटींनी कापडाचे कातरकाम करायला सुरुवातच केली आणि नामदेवाला शेजारी बसवून टाके घालायला लावले. या सगळ्या प्रकारानं नामदेव वैतागला, चिडला, संतापला. त्याला राग यायला लागला– स्वतःचा, इतरांचा आणि विठ्ठलाचासुद्धा! आपल्याला जे काम करायला आवडत नाही, तेच आपल्याला करायला लागतंय आणि हे विठ्ठलाला माहीत असूनही तो यात काहीच करत नाही, याचं त्याला वैषम्य वाटलं. त्याला टाके घालायला सांगून दामाशेटी वेगवेगळे दोरे आणायला बाजारात गेले; पण जाताना गोणाईला त्याच्यावर लक्ष ठेवायला सांगून गेले. दामाशेटी बाहेर गेले तो गोणाई नामदेवासमोर येऊन बसली. तयार झालेल्या कपड्यांना काजं करत बसली. नामदेवाच्या चेहऱ्याकडे तिचं लक्ष गेलं. त्याच्या चेहऱ्यावर राग, रुसवा, संताप दिसत होता. ते बघून गोणाईनं विचारलं, ''का रे नामा? भूक लागली का? दूध-पोहे खातोस का जरा? बरं वाटेल!'' तिच्या स्वरात माया होती; पण त्यामुळे नामदेवाला आणखी राग आला. ''नको मला काही! खरं तर मला हेही करायचं नाहीये! हे काय वेळखाऊ काम? आधी कापड फाडायचं, कातरायचं आणि नंतर टाके घालून परत शिवायचं? मला नाही असलं काम आवडत!'' नामदेवानं आईसमोर आपला संताप व्यक्त केला. ''अरं नामा, करायचं न्हायी म्हणून कसं चाललं? जे नशिबात हाय ते करायलाच पाहिजे!'' त्याची समजूत घालण्याच्या

इराद्यानं गोणाई म्हणाली. "मला नाही करायचं हे! माझ्या नशिबात असलं काही नाही! माझ्या नशिबात दुसरंच काहीतरी आहे. यापेक्षा चांगलं!" नामदेवानं आपल्या मनातला भाव गोणाईला सांगितला. "व्हय रे बाळा! असंल की! पण आत्ता तरी आपलं हेच नशीब आहे. अरं नामा, हा प्रपंच हाय बाळा! तो कुणाला चुकलाय का सांग. अरं, तो रामाला चुकला न्हाई, कृष्णाला चुकला न्हाई, त्या तुझ्या विठुरायाला पण चुकला न्हाई, तिथे आपली तुपली काय रे पत्रास! आवडत असू दे, नाहीतर नसू दे! प्रपंच हा करायलाच लागतो बाबा!" त्याची समजूत घालत गोणाईनं प्रेमळ स्वरात म्हटलं! नामदेव काहीच बोलला नाही; पण टाके घालण्याची गती मात्र त्यानं वाढवली. गोणाई आत उठून गेली, तसं नामदेवानं विठ्ठलालाच विनवलं...

तुझ्या पायी चित्त रंगलेसे माझे । नाही केशीराजे ऐसे केले ॥
उठविता काय होईल संतोष । मज अभाग्यास मोकलीले ॥
प्रपंच काबाडी न घाली मज दृढ । नको वाडे कोड झणी देवा ॥
नामा म्हणे भावे विनंती समस्ता । नको भंगू आता प्रेमपान्हा ॥

मनातल्या मनात रचलेला हा अभंग पुनःपुन्हा उच्चारत नामदेव टाके घालत राहिला.

पण, जसजसे दिवस पुढे सरकायला लागले, तसतसा नामदेवाचा वैताग आणखी वाढला. एके दिवशी कहरच झाला. दामाशेटींना दुसऱ्या दिवशी आठवडी बाजारात जायचं होतं, म्हणून त्यांनी त्या दिवशी मध्यरात्रीपर्यंत बसून कातरकाम करून ठेवलं आणि पहाटेच उठून ते बाजारात निघाले. जाता जाता त्यांनी नामदेवाला उठवलं आणि त्याला सांगितलं, "नामा, हे बघ, मी आज दिवसभर बाजारात जाणार आहे. मागचे काही कपडे विकायचे शिल्लक आहेत. आज मी ते विकून येणार आहे. आजचा माझा सबंध दिवस बाजारात जाणार आहे. म्हणून मी अर्ध्या रात्रीपर्यंत जागून कापड कापून ठेवलंय. बेतून ठेवलंय. तू आज तेवढे टाके घालून ते सगळं शिवून ठेव. हे काम आज पूर्ण झालं की, शिवराम पाटलाचं सगळंच काम हातावेगळं होतंय, तेव्हा आज तू हे पूर्ण कर. आळस करू नकोस. सगळं शिवून ठेव." नामदेवाला झोपेतून जागं करून, त्याला सगळं सविस्तर सांगून दामाशेटी कपड्यांचं बोचकं घेऊन बाजारात गेले. मात्र, या सगळ्या प्रकारामुळे नामदेव चिडला. दामाशेटींनी सोप्यावर कापून ठेवलेलं ते कापड बघून त्याचा संताप अनावर झाला. 'दिवसभरात हे मी शिवून ठेवायचं? कशाला ही असली कामं करायची? नको ते कापड आणि नको ते शिवण! हे कापडच नाहीसं व्हायला पाहिजे!' नामदेव मनाशी चरफडत बोलत होता. अचानक त्याच्या डोक्यात एक वेगळाच विचार आला. 'खरंच, ते कापड नाहीसं झालं तर? ना शिवणाची कटकट ना टाके घालायची; पण

ते नाहीसं होणार कसं? ते काय डोक्यावरचं टेंगूळ आहे नाहीसं व्हायला? पण काहीतरी असं झालं पाहिजे की, हे सगळं कापड, हे बेतून ठेवलेलं, कापून ठेवलेलं, टाके घालायला ठेवलेलं, टाके घालून ठेवलेलं सगळं सगळं कापड नाहीसं व्हायला पाहिजे. पण कसं?' असा विचार करता करता नामदेवाचे डोळे चमकले. 'आपणच ते नाहीसं केलं तर?' त्याच्या मनात विचार डोकावला. 'छे! छे! भलतंच काय? आपणच कसं नाहीसं करणार? पण काय हरकत आहे? नाहीतरी आपण हे असलं काम करावं ही जशी आपली इच्छा नाहीये, तशीच ती विठुरायाचीही नाही; कारण जर तसं नसतं, तर त्यानं ही अभंगरचनेची बुद्धी आपल्याला दिलीच नसती. बरोबर आहे. आपणच हे कापड नाहीसं करू या!' नामदेव जसजसा विचार करायला लागला, तसतसा त्याच्या मनाचा कल ते कापड नाहीसं करण्याकडेच झुकायला लागला. शेवटी तर त्याचा निर्णय ठरला. एकदा निर्णय ठरल्यावर मग मात्र त्यानं वेळ घालवला नाही. त्यानं इकडे-तिकडे बघत कानोसा घेतला. सोपा-पडवी-माजघरात कुणाचीच चाहूल लागत नव्हती. स्वयंपाकघरात मात्र कोणाचीतरी हालचाल जाणवत होती. भागाबाई उठली असावी. नामदेवानं अंदाज घेतला. त्यानं इकडे-तिकडे पाहिलं आणि सोप्यावर पसरलेले, एकत्र करून ठेवलेले, बांधून ठेवलेले, घडी करून ठेवलेले, उलगडून ठेवलेले सगळे कपडे, बेतून ठेवलेलं कापड सगळं एका मोठ्या धडुत्यात ठेवलं. त्या धडुत्याची चारी टोकं एकत्र करून त्याचं गाठोडं बांधलं आणि ते खांद्यावर टाकून इकडे-तिकडे बघत, कुणी बघत नाही असं बघून त्यानं तडक दरवाजा गाठला. ते गाठोडं घेऊन तो घराबाहेर पडला. गाव अजून पुरतं जागं व्हायचं होतं. रस्त्यावर तर कुणीच नव्हतं. फक्त कुठे कुठे घराच्या कौलातून धूर बाहेर येत होता. गाठोडं पाठीवर घेऊन नामदेव झपझप चालत चंद्रभागेच्या वाळवंटात आला. वाळवंट तर पूर्ण शांत होतं. तिथे तर वाऱ्याच्या झुळकीचीसुद्धा चाहूल नव्हती. नामदेव वाळवंटात काही अंतर चालून गेला. आता तिथे बारीक वाळू संपून मोठमोठे दगडधोंडे पसरले होते. नामदेवानं ते गाठोडं तिथे ठेवलं. त्या धडुत्याच्या गाठी सोडल्या आणि त्यातलं एकेक कापड, एकेक कपडा त्या दगडधोंड्यावर ठेवला. बघता बघता तिथे असलेले दगडधोंडे त्या कापडानं आणि त्या कपड्यांनी आच्छादले गेले, नटले गेले. सगळं बोचकं रिकामं झाल्यावर नामदेवानं ते धडुतंही तिथेच अंथरलं आणि आपणच पसरलेल्या सगळ्या कपड्यांवर एक नजर टाकून त्यानं सुटकेचा निःश्वास टाकला आणि पुन्हा झपझप पावलं टाकत तो परत फिरला. तडक घरी येऊन त्यानं परसू गाठलं. विहिरीचं चार घागरी पाणी काढून ते भडाभड डोक्यावर ओतून तो आत आला. अंग कोरडं करून त्यानं कपडे केले आणि कुणालाही न सांगता तो तडक बाहेर पडला. त्यानं थेट देऊळ गाठलं आणि सभामंडपात येऊन बसला. देऊळ रिकामंच होतं. काकडआरती करून

गुरव घरी गेला असावा. नामदेव सभामंडपात बसून राहिला; गाभाऱ्यातल्या विठ्ठलाकडे बघत, त्याला नजरेनंच जाब विचारत.

का बा घातले संसारी । आता कष्टी वेगळे करी ॥
करा देवा अंगीकार । आता फेडा माझा भार ॥
माझे वागवी बा ओझे । दिधलियाचे क्षेम कीजे ॥
नामा धरितसे पाय । देवा आता उशीर काय ॥

देवाला असा जाब विचारला आणि नामदेवाला बरं वाटलं. क्षणभर त्यानं डोळे मिटून घेतले. त्याच्या मिटल्या डोळ्यांसमोर त्या सावळ्या विठ्ठलाची मूर्ती उभी राहिली. ती मूर्ती, ती मिटल्या डोळ्यांसमोरची मूर्ती बघताना जणू त्याची भावसमाधी लागली.

मन नेणे तुझ्या मनाचा विश्वास । येर तो हव्यास गोड वाटे ।
तुझे प्रेम नेणे तुझे प्रेम नेणे । सांग काय करणे केशीराजा ॥
मज घातले संसारी पीडिलो कर्मभांडारी । कृपा नरहरी करी मज ।
नामा म्हणें मी तो ठायींचाचि अपराधी । केशवा काहीं बुद्धी सांग मज ॥

हळूहळू उजाडलं. मंदिरात, रस्त्यावर, मंदिरासमोर वर्दळ सुरू झाली. लोकांची ये-जा सुरू झाली. त्यातले काही लोक मंदिरात येत. विठ्ठलाचं दर्शन घेत. डोळे मिटून बसलेल्या नामदेवाकडे एक नजर टाकत आणि त्याचे डोळे उघडे असले तर 'काय नामदेवा!' असं त्याला विचारत आणि निघून जात. नामदेवही त्यांना मान हलवूनच उत्तर देत असे आणि पुन्हा डोळे मिटून घेत असे. डोळे मिटले की, पुन्हा त्याच्या मिटल्या डोळ्यांसमोर विठ्ठलाची सावळी मूर्ती उभी राही. या गोष्टीचे नामदेवाला अप्रूप वाटत असे. डोळे उघडले तरी समोर विठ्ठल आणि डोळे मिटले तरी समोर विठ्ठलच! मग तो अभंग रचत असे आणि उच्चारत असे.

परब्रह्ममूर्ति सांवळे सगुण । पंढरी निधान वाळुवंटी ॥
आनंद अमृत वोळला दरुशने । तुटले बंधन हेळामात्रे ॥
नामा म्हणे असो नामीं सदा मन । उभा नारायण भेटी पुरे ॥

कितीतरी वेळ! कितीतरी वेळ गेला नामदेव तिथेच मंदिरात बसून राहिला होता. मनामध्ये वेगवेगळ्या भावनांचा कल्लोळ माजला होता. एकापेक्षा एक अशा भावनांच्या लाटांवर लाटा त्याच्या मनात उठत होत्या.

तान्हेलों भुकेलों । तुझेनि नामें निवालो ।

तहान नेणे भूक नेणे । अखंड पारणे नामी तुझ्या ।।
अमृतलिंग केशव हा चित्ती । तेणे नामया तृप्ति अखंडित ।।

'आपण केलं ते बरोबर की चूक? आपण करतो आहोत ते बरोबर की चूक? आपण प्रपंच करावा, भक्ती करावी, अभंग लिहावेत की शिवणकाम करावे? आई-आबा सांगतात ते बरोबर की, आपले मन सांगते ते बरोबर? आपल्या आयुष्याचं ध्येय काय? ते आपल्याला कसे कळेल? कोण सांगेल? आईला, आबांना विचारावं तर ते म्हणतील, 'आपल्या पिढीजात व्यवसायात लक्ष घाल, तो चालव, वाढव. चार पैकं मिळव आणि मग देवाची भक्ती कर!' जनीला विचारावं तर ती म्हणेल, 'नामया, अरे दासी बनून काम करणं हे माझं विहित कर्म आहे, तर मग ते करूनच मी विठ्ठलाची भक्ती करते. कपडे शिवणे हे जर तुझं विहित कर्म असेल तर ते करूनच तुला भक्ती करता येईल.' छे! गोंधळ आहे नुसता. काय करावं, कुठे जावं, कुणाला विचारावं, काय योग्य काय अयोग्य, कोण चूक कोण बरोबर?' नामदेव नुसता प्रश्नांच्या वादळात सापडला होता. 'विहित कर्म करावे असे पूर्वज सांगतात, कर्मसिद्धान्तही तेच सांगतो. या कर्मसिद्धान्तातून भगवान श्रीकृष्णही भगवद्‌गीतेत तेच सांगतात; पण माझ्यासारख्या एखाद्या करंट्याला ते विहित कर्म करायचंच नसेल तर? किंवा ते कर्म करणं त्याला आवडतच नसेल तर? तुम्ही कर्म करत राहा, कर्मयोगी व्हा, फळाची चिंता माझ्यावर सोडा, असं गीतेत भगवान सांगतात; पण नेमून दिलेलं कर्म एखाद्याला करायचंच नसेल तर? ते कर्म करून मनाविरुद्ध असला कर्मयोगी व्हायचंच नसेल तर? नसेल तर काय मग तो कामातून गेला? तो कमनशिबी ठरला? मग त्यानं दुसरं काही करूच नये?' एक ना दोन. नामदेवाच्या मनात एकापाठोपाठ एक प्रश्नांचे भोवरे तयार होत होते आणि त्यातून बाहेर पडण्याचा मार्ग त्याला सापडत नव्हता. 'त्यातच आपण आज ते कपडे आणि कापड वाळवंटात नेऊन टाकण्याचा जो उद्योग केलाय तो कसा निस्तरायचा? आबा बाजारातून आले की, त्यांच्या प्रश्नांना कशी उत्तरं द्यायची?' हा एक फार मोठा प्रश्न त्याला छळत होता. त्याला आता मंदिरात येऊन बसून बराच वेळ झाला होता. आता दुपार उलटून गेली होती. विठ्ठलासाठी नैवेद्याचं ताट नेण्यासाठी आई आपल्याला शोधत असणार, आपली वाट बघत असणार याची त्याला जाणीव झाली; पण घरी गेल्यावर 'कुठे होतास? आणि कपडे शिवून झाले का?' असं आईनं विचारलं तर आपण काय उत्तर द्यायचं हे त्याला कळत नव्हतं. कदाचित आईला काहीतरी कारण सांगता आलं असतं; पण संध्याकाळी आबा आले की, त्यांच्यासमोर कोणत्या तोंडानं उभं राहायचं, याचं उत्तर मात्र त्याच्याजवळ नव्हतं. आबांना तोंड देण्याचा विचार त्याच्या मनात आला आणि त्याला भीती वाटू लागली. 'आपण ते सगळे

कपडे आणि कापड चंद्रभागेच्या वाळवंटात नेऊन टाकलं हे जर आबांना कळलं, तर आपलं काही खरं नाही. आबा संतापले, तर आपल्याला मारायलाही कमी करणार नाहीत. एकतर आपण हे भलतंच चुकीचं केलं आहे; पण मी तरी काय करणार? मला नाही आवडत हे असलं काही करायला. जे आवडत नाही त्यात माझं मन तरी कसं लागणार? विठ्ठला, काय ही कटकट माझ्यामागे लावली आहेस? आता मी काय करू? करू नये ते मी करून बसलोय. माझ्या हातानं मी माझ्यावर संकट ओढवून घेतलंय. आता यातून माझी सुटका नाही. आबांच्या संतापापुढे मी उभाच राहू शकणार नाही. एक तर मी चूक केलीये आणि त्या चुकीची शिक्षा मला घ्यावीच लागेल; पण विठ्ठला, मला ती शिक्षा सोसणार नाही रे! आणि मी ती चूक केलीये ती मला ते काम करायचंच नाहीये या भावनेतून! विठ्ठला, तू माझा आणि मी तुझा आहे ना? मग मला या शिक्षेतून वाचव. सोडव मला या शिक्षेतून. विठ्ठला, आबा माझ्यावर नुसते रागावले तरी चालतील रे! पण, संतापाच्या भरात त्यांनी मला मारलं तर? किंवा तो संताप न आवरून त्यांनाच काही झालं तर? नाही नाही विठ्ठराया! यातून मला सोडव. काहीतरी मार्ग काढ. तू मार्ग काढ नाहीतर मला दाखव.' नामदेव गाऱ्हाणं घालत बसला होता. आपण केलेलं काम ही फार मोठी चूक आहे, हे त्याला उमगलं होतं. त्याला त्याचा पश्चात्तापही झाला होता; पण त्यातून बाहेर येण्याचा किंवा ती चूक सुधारण्याचा मार्ग त्याला सापडत नव्हता, रुचत नव्हता.

आता माझी चिंता तुज नारायणा । रुक्मिणीरमणा वासुदेवा ।।
द्रौपदी संकटी वस्त्रे पुरविली । धाव त्वा घेतली गजेंद्रासी ।।
उपमन्या आळी तुवा पुरविली । अढळपदी दिल्ही वस्ती ध्रुवा ।।
नामा म्हणे करा करुणा केशवा । तू माझा विसावा पांडुरंगा ।।

मनात उद्भवलेल्या प्रश्नांच्या आणि आशंकांच्या एवढ्या वादळातही नामदेवानं विठ्ठलाचा धावा केला अन् तोही अभंगातूनच! अशा भरकटलेल्या, भ्यायलेल्या मनःस्थितीतही आपण अभंग रचतो आहोत, हे नामदेवाच्यासुद्धा लक्षात आलं. याचाच अर्थ शरीराच्या किंवा मनाच्या कोणत्याही स्थितीत, कोणत्याही परिस्थितीत आपण अभंग रचू शकतो. म्हणजे... म्हणजे असं अभंग रचणं, विठ्ठलाचं गुणगान करणं, हेच आपल्याला हवं आहे. यातच आपल्याला गोडी आहे. हेच आपलं आवडतं काम आहे. म्हणूनच मनाच्या कोणत्याही अवस्थेत आपण ते करू शकतो. नामदेवाला उलगडा होत गेला. क्षणभर त्याला बरं वाटलं. आपलं ध्येय गाठण्याचं हे माध्यम आहे, ध्येय नव्हे. हे साधन आहे, साध्य नव्हे हे त्यानं मागेच ठरवलं होतं; पण विशेष महत्त्वाचं म्हणजे या सगळ्यांमुळे आजचं संकट टळणार नव्हतं. आज

आपल्या हातून घडलेल्या चुकीला क्षमा नव्हती. आज कोणत्याही परिस्थितीत आबा बधणार नव्हते. आज घरी गेल्यावर चांगलीच गच्छन्ती होती. तेवढ्यात नामदेवाला गुरवाचा आवाज ऐकू आला. "वहिनीबाई, आज तुम्हीच आलात नैवेद्याचं ताट घेऊन? दामाशेटी कुठे गेले? आणि नामदेव सकाळधरनं मंदिरात यिऊन बसलाय! त्याचं काय व्रतबित हाय काय?" गुरवाचं बोलणं ऐकून नामदेवाला समजलं की, आई नैवेद्य घेऊन आली आहे. तोच त्याला गोणाईचा आवाज ऐकू आला. "हितं यिऊन बसलाय काय आमचा नामा? आम्ही म्हणतोय सकाळधरनं गेलाय तरी कुटं? बरं बसू दे. कट्टाळला असंल शिवण शिवून." असं म्हणून गोणाई गेली. तिचं बोलणं ऐकून नामदेवाला वाईट वाटलं. आई आपल्याबद्दल काय विचार करते आहे आणि आपण काय करतो आहोत? नामदेवाला स्वतःचीच लाज वाटू लागली. त्याच तिरीमिरीत तो उठला. मंदिराबाहेर पडला. 'आपण आता कुठे जावं? घरी की वाळवंटात? आता वाळवंटात जाऊन उपयोग काय? तिथे नेऊन टाकलेले कपडे आणि कापड कधीच न पश्चात झालं असेल. एकतर ते लोकांनी उचलून नेलं असेल, नाहीतर वाऱ्यानं उडून गेलं असेल आणि घरी गेलो तर? घरी गेलो तर आईला यातलं काहीच माहीत नाही. ती कौतुकानं जेवायला वाढेल; पण संध्याकाळी आबा घरी परतले की? त्यानंतर आपलं काही खरं नाही! पांडुरंगा, काय हे माझ्या हातून घडलं. मी माझ्या आई-वडिलांना आनंद देऊ शकत नाही, तर त्यांना दुःख देण्याचा मला काय अधिकार? आणि तू माझा सखा आणि मी तुझा सखा आहे ना? मग माझ्याकडून असले उपद्व्याप होत असताना तू मला थांबवत कसा नाहीस?' नामदेवाच्या मनात विचारांची वावटळ उठली होती. त्या नादात आपण कधी घरासमोर येऊन थांबलो, हेही त्याला कळलं नाही. जनी केर टाकायला बाहेर आली होती. तिनं दारात नामदेवाला बघितलं. "आलास नामया? कुठे होतास सकाळपासून? मोठी आई किती वाट बघत होती! ये आता आत!" असं म्हणत जनी आत गेली आणि तिनं नामदेव आल्याचं गोणाईला सांगितलं. गोणाई तत्काळ बाहेर आली. "आलास बाळा?" असं म्हणत त्याला हाताला धरून आत घेऊन गेली. एकही शब्द न बोलता नामदेव घरात गेला. गोणाईनं त्याला नेऊन पाटावर बसवला. समोर अन्नानं भरलेलं ताट बघून, आपल्याला प्रचंड भूक लागल्याची नामदेवाला जाणीव झाली. काही न बोलता त्यानं खाली मान घालून जेवायला सुरुवात केली. त्याच्या पानातलं संपेल तसं गोणाई त्याला वाढत होती. तिनं दोन-चार वेळा त्याला विचारलंही; पण नामदेवानं काहीच उत्तर दिलं नाही म्हटल्यावर तिनं नाद सोडून दिला. 'झालं असेल काहीतरी' असा मनाशी विचार करून तिनं त्याला पुढे काहीच विचारलं नाही. पोटभर जेवून नामदेव उठला. तो हात धुऊन थेट वर माडीवर जाऊन झोपला. डोळ्यांत झोप नव्हतीच; पण डोक्यात मात्र विचार होते. मन थाऱ्यावर

नव्हतंच; पण मनात भावनांचा कल्लोळ उठला होता. तोंडातून शब्द बाहेर पडत नव्हताच; पण अंतर्मनात मात्र शब्दांचं मोहोळ उठत होतं.

नावडे प्रपंच तापत्रय माया । येई धावोनिया केशिराजा ।।
भवभये फार भ्यालो जन्मांतरा । चौऱ्यांशीचा फेरा बुडवितो ।।
सत्कथा नाम संकीर्तन । न घडे भजन मज देवा ।।
नवविधा भक्ती कवणे केली कैसी । नामा म्हणे ऐसी दावी माते ।।

मनात उठणारं ते शब्दांचं मोहोळ, असा आकृतिबंध घेऊन अभंग बनत होता आणि त्यात होता विठ्ठलाचा धावा, त्याची विनवणी, त्याची आळवणी, या न आवडणाऱ्या कामाबद्दलची तक्रार, मनाची कैफियत, हृदयाची तडफड, बुद्धिभेदाचा राग, आपल्या हातून घडलेल्या खोडीबद्दलची क्षमा, आबांच्या संतापण्याची भीती, त्यांच्या चिडण्याचे, रागावण्याचे भय, परिणामांची धास्ती. इतक्या सगळ्या भावना मनात, डोक्यात पिंगा घालत होत्या आणि आपल्या हातात आता करण्यासारखं काहीच राहिलेलं नाही, हे बघून नामदेव स्वतः मात्र गलितगात्र होत होता. पुनःपुन्हा/ राहून राहून आपण केलंय ते किती चुकीचं आहे, याची त्याला जाणीव होत होती. त्या कपड्यांच्या येणाऱ्या शिलाईवर आबांची भिस्त होती, आऊबाईच्या लग्नाचा तो खर्च होता, हे त्याला वारंवार आठवत होतं. आणि मग पुन्हा आपण किती चुकलो, किती चुकीचं वागलो, एका परीनं आपण हा अपराधच केला, याची त्याला सतत जाणीव होत होती. आणि तो पुनःपुन्हा विठ्ठलाला साकडं घालत होता. आपला अपराध त्याच्याजवळ कबूल करत होता. त्याला विनवणी करत होता.

गुण-दोष माझे पाहो नका आता । तारिसी अनंता मज आता ।।
अगाध महिमा काय वानू हरी । गोकुळा भीतरी गाई राखी ।।
अंबऋषीसाठी जन्म सोशियले । महत्त्वाचे केले हूड स्वये ।।
नामा म्हणे तुज नामाचेनी बळ । प्रसादे केवळ लाधलो मी ।।

काहीही केलं, कितीही केलं तरी त्याच्या मनातली भीती काही जात नव्हती. पोटभर जेवलेला नामदेव मुरगळून पडला होता. किती वेळ गेला, ते त्यालाही कळलं नाही. बघता बघता संध्याकाळ झाली. रात्र झाली. बाजारासाठी शेजारच्या गावी गेलेले दामाशेटी परत आले. जनीनं गूळ-पाणी आणून दिलं. गुळाचा खडा तोंडात टाकून ते घोटभर पाणी प्यायले. तोच बाहेरून "दामाशेटी, अवं दामाशेटी हाईसा काय घरात?" अशी हाक ऐकू आली. "कोण आहे?" दामाशेटींनी विचारलं, "मी! मी हाय शिवराम पाटील! येऊ का आत?" असं विचारत शिवराम पाटील आत आला. सोबत त्याचा गडी बाबूही होता. शिवराम पाटलाचा आवाज

नामदेवाला वर ऐकू आला आणि त्याच्या अंगाचा थरकाप झाला. 'आता माझं काही खरं नाही. मी वाळवंटात नेऊन टाकलेले कपडे आणि कापड यानं बघितलं असणार. ते ओळखलं असणार आणि आता तो तक्रार करायला, दिलेला बयाणा परत मागायला आणि नुकसानभरपाई मागायला आला असणार!' नामदेवाच्या मनात हे विचार आले आणि त्याला घाम फुटला. आता आपल्यापुढे काय वाढून ठेवलंय याचा त्याला अंदाज येईना. "कोण पाटील बाबा? या ऽ या! या आत!" असं म्हणत दामाशेटींनी त्यांचं स्वागत केलं. पाटीलबाबा येऊन जोत्यावर बसले. क्षणभर दम घेऊन म्हणाले, "दामाशेटी, नामदेव कुटं हाय? जरा बोलवा की त्याला!" त्यांचा आवाज सहज होता; पण माडीवरनं ऐकणाऱ्या नामदेवाला त्यात जरब दिसली. "नामदेव होय? असेल इथंच कुठेतरी! जनीऽ जरा नामदेवाला बोलाव! काय काम काढलं त्याच्याकडं?" पाणी घेऊन आलेल्या जनीला निरोप सांगून दामाशेटींनी विचारलं. "अवं बोलवा की त्याला! त्यालाच सांगतो!" असं म्हणत पाटील बाबा इकडे-तिकडे बघत बसले. नामदेवाला बोलवायला जनी वर गेली. तिनं दारातूनच नामदेवाला हाक मारली आणि खाली यायला सांगितलं. जनी खाली गेल्यावर नामदेव उठून बसला. त्याच्या हृदयाची धडधड वाढली. 'आता आपलं काही खरं नाही. आपण जे टाळायला बघत होतो तेच समोर ठाकलंय. विठ्ठला, वाचव रे बाबा!' नामदेवानं धीर एकवटला आणि तो जड पावलानं खाली आला. "काय आबा? बोलावलंत?" त्यानं घाबरतच विचारलं. "अरे नामा, हे बघ, शिवराम पाटीलबाबा आलेत. त्यांचं तुझ्याकडे काही काम आहे म्हणे! आणि काय रे, तुला बरं वाटत नाही का? तुझा चेहरा थकल्यासारखा दिसतोय!" दामाशेटी म्हणाले. "थकंल न्हाईतर काय व्हईल? चार दिवसांचं काम एका दिवसात केल्यावर मानूस दमनारच की! नामदेवा, पोरा, दुपारनं कपडे दिऊन भाईरच्या भाईरच गेलास व्हय? अरं, आत तरी यायचं! बरं झालं ह्यो विष्णू अंगणात व्हता ते! त्यानं ते कपड्याचं गठुडं ठिवून जाताना तुला बघिटलं, म्हणून समजलं तरी तू कपडे ठिवून गेलास ते! बाकी कपडं लयीच झ्याक शिवलंस बघ!" असं म्हणत शिवराम पाटील कौतुकभरल्या नजरेनं नामदेवाकडे बघत बसले. ते काय बोलताहेत ते नामदेवाला मात्र काहीच कळेना. तो आठवत राहिला स्वतःशीच, आपण काय केलं ते!

उद्विग्न अवस्थेत नामदेवानं सगळे कपडे आणि सगळं कापड चंद्रभागेच्या वाळवंटात नेऊन टाकल्याचं कर कटीवर ठेवून विटेवर उभ्या असलेल्या त्या सावळ्यानं बघितलं आणि तो चमकला. नामदेवाच्या प्रक्षुब्ध मानसिकतेचा इतक्या लवकर स्फोट होणं योग्य नव्हतं. अजून तो या स्थितीला येण्यासाठी कोणत्याच दृष्टीनं परिपूर्ण नव्हता. परिपक्व नव्हता. आता हा कपड्यांचा घोळ निस्तरला नसता तर नामदेवाच्या घरात आणि पर्यायानं त्याच्या जीवनात प्रचंड उलथापालथ झाली

असती. प्रचंड वादळ उठलं असतं आणि कोण जाणे त्या वादळाच्या तडाख्यात सापडून नामदेवाची फरपट झाली असती. त्याचा भक्तीवरचा विश्वास उडाला असता. त्याच्या आयुष्याची दिशाच बदलली असती. नेमकं हेच व्हायला नको होतं. तो सावळा जे टाळू बघत होता, नेमकं तेच घडू घातलं होतं; त्यामुळे सावळा चिंतेत होता. नामदेवानं असा काही उद्योग करून ठेवला होता की, तो विठ्ठलालाच निस्तरणं भाग होतं. त्यानं ते निस्तरायचं ठरवलं. चंद्रभागेच्या वाळवंटात पसरलेले ते सगळे कपडे आणि कापड दुसऱ्या कोणाच्या नजरेस पडायच्या आधीच त्यानं नाहीसं केलं. त्यानंतर मात्र ते कपडे शिवण्यात त्याचा बराच वेळ गेला. कृष्ण अवतारात गोपींची वस्त्रं पळवून कदंबावर ठेवणं, हे त्या वेळी अवघड वाटणारं काम किती सोपं होतं, ते त्याला आत्ता समजलं; पण त्यानं ते पूर्णत्वाला नेलं आणि त्याचं गठुडं बांधून ते सुदाम्याकरवी त्यानं शिवराम पाटलाच्या घराच्या अंगणात नेऊन ठेवलं. सुदामा आणि नामदेव एकाच अंगचटीचे होते; त्यामुळे गठुडं ठेवून गेलेला तो नामदेवच असावा, अशी पाटलाचा गडी विष्णूची समजूत झाली आणि विठ्ठलानं योजलं होतं तसंच झालं. अर्थात, नामदेवावर येणारं महासंकट टळलं. विठ्ठलानं आनंदानं निःश्वास टाकला. तो एवढा जोरात होता की, त्याच्या गळ्यातली तुळशीदलाची माळ जोरात हलली. सभामंडपामध्ये दिवसभर नामदेव शांत बसून होता. आता तो उठून गेला आणि तो गेल्यावर वाऱ्याची झुळूक नसतानाही ही माळ इतक्या जोरात कशी हलली, असा प्रश्न नैवेद्याचं ताट घेऊन घराकडे चाललेल्या गुरवाला पडला.

१०

शिवराम पाटील कौतुकानं सांगत होते, "दामाशेटी, तुमचा नामदेव लयीच हुशार बघा. खरंतर कापडं शिवून देण्याची मुदत अजून चार दिस होती. पर या बहाद्दरानं काल दिसभर बसून कापडं शिवली वाटतं. आनी दुपारनं ती समदी कापडं चांगली धुऊन, घडी घालून, त्याचं गठुडं बांधून आमच्या अंगणातल्या तुळशीकट्ट्याजवळ ठिऊन गेला बघा. अवं बरं झालं, या इष्णूनं त्याला बघितलं परतून जाताना. म्हणूनशान कळलं तरी. न्हाईतर कवा ध्यानात आलं असतं तवा आलं असतं. पर काय रं नामदेवा, अर त्वांड उघडून घडाघडा बोलशील का न्हाई? का अशानं असं आणि मी कापडं ठिवून जातोय म्हनून. लयीच बाबा बुजरा तू," असं म्हणत पुढे होऊन नामदेवाच्या पाठीवर शाबासकीची थाप मारत शिवराम पाटील कौतुकानं म्हणाले. त्यांचं बोलणं नामदेव दिङ्मूढ होऊन ऐकत होता. शिवराम पाटील काय बोलताहेत हे जरी त्याला ऐकायला येत होतं, तरीही ते काय बोलताहेत याचा अर्थ मात्र त्याला उमगत नव्हता. 'आपण कपडे शिवले आणि तयार झालेल्या सगळ्या कपड्यांचं गाठोडं बांधून यांच्या घरी देऊन आलो, हे कसं शक्य आहे? आपण तर... आपण तर ते सगळे कपडे आणि कापड चंद्रभागेच्या वाळवंटात नेऊन ठेवलं होतं, तेही अर्ध्यामुर्ध्या अवस्थेत. मग त्या अर्धवट कापडाचे कपडे कुणी शिवले आणि यांच्या घरी नेऊन कुणी दिले? आपण तर वाळवंटातून थेट मंदिरात जाऊन बसलो आणि तडक दुपारीच घरी आलो. आलो, जेवण केलं आणि जाऊन माडीवर झोपलो, ते आता उठतो आहोत. मग हे कुणी केलं? की आपणच झोपेत हे केलं? ते मान्य केलं तरी मग कपडे शिवले कुणी?' नामदेवाला काहीच सुचेना. विचार करून करून त्याच्या मेंदूचा पार भुगा झाला. त्यानं हळूच नजर उचलून दामाशेटींकडे पाहिलं. ते त्याच्याकडेच पाहत होते आणि त्यांची ती नजर! कौतुकाची, शाबासकीची, अपेक्षापूर्तीची, समाधानाची, अभिमानाची आणि काळजीचीसुद्धा! दामाशेटींच्या त्या एका नजरेत अशी भावनांची दाटी झाली होती. दामाशेटी फार काळ तो भावनांचा

मारा सहन करू शकले नाहीत आणि त्या भावना अश्रू बनून एकापाठोपाठ एक अशा आसवांच्या धारांच्या रूपात त्यांच्या डोळ्यांतून ओघळायला लागल्या. आपल्या डोळ्यांतून अश्रू वाहताहेत, समोर पाटीलबाबा उभे आहेत, याचीसुद्धा त्यांनी तमा केली नाही. अश्रू पुसण्याची तसदीही त्यांनी घेतली नाही. डोळ्यांतून वाहणारं पाणी तसंच वाहतं ठेवून ते नामदेवाजवळ आले. नामदेव खाली मान घालून उभा होता. त्याच्या खांद्यावर आपले दोन्ही हात ठेवून ते म्हणाले, ''नामा, अरे तू आम्हाला सगळ्यांना आश्चर्याचा धक्काच दिलास. धन्य आहे तुझी! अरे, मलाच काय पण घरातही कुणाला कळू दिलं नाहीस. पोरा, अरे एका दिवसात ते सगळं काम संपवलंस. हात, पाठ भरून आली असेल ना? तरीच म्हटलं हा आता अवेळी का निजलाय? दमला असशील रे! पण नामा तू हे काम केलंस आणि माझी चिंता मिटली बघ. मी आता कधीही मरायला मोकळा झालो!'' दामाशेटी बोलत होते; पण त्यांच्या डोळ्यांतून, आवाजातून, शब्दांतून, देहबोलीतून समाधान ओसंडत होतं. त्यांना मध्येच थांबवून शिवराम पाटील म्हणाले, ''दामाशेटी, आता मरणाची भाषा करू नका. अवं आता पोरगं हाताशी आलंय. आता लेकीचं, लेकाचं लगीन करा, नातवंडांशी खेळा, मग बघू! आता हे उरलेले शिलाईचे पैसे घ्या, आनी मला रिकामं करा. मला सोनाराकडे जायचं हाये!'' असं म्हणत शिवराम पाटलांनी उरलेले पैसे दामाशेटींच्या हातावर ठेवले. थोडेसे चढेच! दामाशेटींनी त्यांच्याकडे बघितलं; पण त्यांचा हात दाबत शिवराम पाटील म्हणाले, ''दामाशेटी, असू देत. अवं तुमच्या मुलानं एवढं झ्याक काम केलंय त्याची ही बिदागी समजा. रामराम! येतो मी!'' असं म्हणून शिवराम पाटील विष्णूला सोबत घेऊन गेलेसुद्धा. ओंजळीतल्या पैशांकडे दामाशेटी कितीतरी वेळ बघत बसले होते. त्यांच्या डोळ्यांतून वाहणारं पाणी त्यांच्या गालावरून ओघळून हातातल्या नाण्यांवर पडत होतं. जणू नामदेवानं मिळवलेल्या नाण्यांवर त्यांच्या अश्रूंचं सिंचन होत होतं. नामदेव तिकडेच पाहत होता. दामाशेटींचं लक्ष त्याच्याकडे गेलं. त्यांना आपल्या लेकाचा पुन्हा अभिमान वाटला. ''नामा, अरे तू इतक्या जबाबदारीनं वागलास. त्या पांडुरंगाचीच कृपा. त्यानंच तुला अशी चांगली बुद्धी दिली बघ. त्याचेच आभार मानायला पाहिजेत!'' 'नामाच्या आई, अहो नामाच्या आई,' असं म्हणत गोणाईला हाका मारत आपल्या मुलाचा पराक्रम सांगण्यासाठी ते आत गेले. काही क्षणांतच गोणाई बाहेर आली. बाहेर आली, तेव्हा तिच्या हातात मीठ-मोहऱ्या होत्या. तिनं नामदेवाची दृष्ट काढली आणि म्हणाली, ''नामा, लेकरा, कसं केलंस रे हे सगळं? असाच जिम्मेदारीनं वाग बघ. आता आऊबाईचा साखरपुडा आणि लगीन करून टाकू या आणि मग तुझं. आता तुझं लगीन कराया मी बिनघोर झाले बघ!'' असं म्हणत तिनं नामदेवाची अलाबला घेतली आणि ती आत गेली. जाता जाता ''ताटं वाढलीत. आता

जेवायला चल!'' असं सांगायला ती विसरली नाही. नामदेव तिथंच उभा होता. जनी आली. नामदेवाकडे तिनं रोखून बघितलं. नामदेवानं नजर चुकवली. जनीच्या चेहऱ्यावर हास्य उमटलं. ती म्हणाली, ''नामया, दोन भाकरी चढ खा. कपडे शिवून दमला असशील ना? आनी उद्याला विठुरायाच्या नैवेद्याच्या ताटातसुद्धा खिरीच्या दोन वाट्या देते. तोही दमला असेलच की!'' नामदेवानं चमकून जनीकडे पाहिलं. तिचे डोळे निरागस होते; पण चेहऱ्यावर खोडकर हसू होतं. नामदेव तिला काही बोलणार तोच ''चल आता, ताटं केलीत!'' असं म्हणत ती चटकन आत गेली.

नामदेव काही न बोलता आत गेला. जाऊन पाटावर बसला. खाली मान घालून त्यानं जेवायला सुरुवात केली. दामाशेटी त्यानं केलेल्या कामाबद्दल उत्साहानं बोलत होते. त्याचं कौतुक करत होते. त्याचबरोबर आपलाही आज बाजार चांगला झाला, सगळे कपडे विकले गेले, चार पैसे चांगले मिळाले असं सांगत होते. आता आऊबाईचं लग्न करता येईल. उद्याच पाव्हण्यांना बोलवावं, असा बेत करत होते. दामाशेटी आज खूप आनंदात होते. त्यांच्या आनंदाची लागण गोणाईलाही झाली होती. समाधानानं जेवणं चालली होती. चेहऱ्यावर उसनं हसू आणून आनंदाचा मुखवटा घालून नामदेव खाली मान घालून जेवत होता. जेवता जेवता दामाशेटी म्हणाले, ''जने, लसूण-मिरचीचा ठेचा चांगला झालाय गं! तू केलास ना?'' जनी बाजूलाच उभी होती. हळूच म्हणाली, ''नाही आबा! मी नाही केला; भागामावशीनं केलाय.'' जनीच्या या बोलण्यावर गोणाई म्हणाली, ''अगं जने, पण आधीचं सगळं तूच तर केलंस की गं!'' तिच्या या बोलण्यावर नामदेवाकडे एक कटाक्ष टाकून जनी म्हणाली, ''होय मोठी आई, तयारी तर मीच केलीवती; पण ठेचा बनवण्याचं मुख्य काम भागामावशीनंच केलंय. तिनं केलंय म्हटल्यावर तिचं कौतुक व्हायला पाहिजे. ज्याच्या त्याच्या कामाचं श्रेय ज्याचं त्याला द्यावं. होय की नाही रे नामया?'' जनीनं भात वाढता वाढता नामदेवाची साक्ष काढली. दामाशेटी हसले. नामदेवानं खाली बघून मान डोलवली. भातावर दूध घेऊन, त्यानं तो भात भराभर संपवला आणि 'झालं माझं' असं म्हणत तो पाटावरून उठला, हात धुतले आणि थेट माडीवर गेला. आता त्याला एकट्याला जरा वेळ हवा होता. त्याला काही विचार करायचा होता. काही प्रश्नांची उत्तरं शोधायची होती. काही कोडी उलगडायची होती. आणि मुख्य म्हणजे विठुरायाशी बोलायचं होतं, त्याला काही विचारायचं होतं, सांगायचं होतं. काही गोष्टींचा उलगडा करायचा होता. माडीवर जाऊन नामदेव बसकूर अंथरून बसला. झाल्या घटनेचा तो विचार करत होता. ते कपडे आपण शिवलेले नाहीत, याबद्दल त्याला खात्री होती. ते दुसरं कोणी शिवणार नाही, याबद्दल त्याला विश्वास होता; पण मग ते कपडे शिवले कुणी? शिवले ते शिवले, नीट गोळा करून गाठोडं बांधून शिवराम पाटलाच्या घरी नेऊन ठेवले. हे काम कोणी केलं

असेल? नामदेव विचार करत होता. डोकं फुटायची वेळ आली होती. नामदेव आपल्या एकेका मित्रांची नावं आठवत होता; पण नाव आठवलं की, त्यावर मनोमन फुलीही मारत होता; कारण त्याचा कुठलाच मित्र हे करणारा नव्हता. सगळ्या मित्रांची नावं आठवून झाली. नामदेव सुन्न होऊन बसला. कोण आहे आता आपला पाठीराखा? आपला सखा? आपली काळजी घेणारा? आपल्याला संकटातून सोडवणारा? आणि विचारांच्या इतक्या मंथनानंतर त्याच्या मनात, हृदयात, डोक्यात, मेंदूत, विचारांत, भावनांच्या गाभाऱ्यात, प्रश्नांच्या भोवऱ्यात, उत्तरांच्या वादळात एकच एक नाव त्याच्या नजरेसमोर नाचायला लागलं– 'विठ्ठल, विठ्ठल, विठ्ठल'! हे नाव नजरेसमोर आलं आणि नामदेव नखशिखांत थरारला, शहारला. 'खरंच! खरंच असं झालं असेल का? आपण रागाच्या भरात ते कपडे आणि कापड वाळवंटात नेऊन टाकलं. नंतर मंदिरात गेलो आणि विठुरायाला आळवीत बसलो. त्याचा धावा करत बसलो. नाहीतरी त्याच्या अंग्या शिवल्या, तेव्हाच आबांनी आपल्याला सांगितलं होतंच की, आता यापुढे तू जर काही घोळ घातलास तर तो एकतर तू निस्तरायचा, नाहीतर तुझ्या विठ्ठलाला तो निस्तरायला सांगायचं. आपण तेच केलं आणि आपल्याला या संकटातून सोडवण्यासाठी प्रत्यक्ष पांडुरंगच धावून आला. खरंच आला. आपल्याला सोडवायला, वाचवायला दुसरं कुणीच आलं नाही. तोच एकटा आला. तोच एकटा आपला आहे. दुसरं कुणीच आपलं नाही. खरंच, आपलं कुणीच नाही आणि म्हणूनच आपण त्यालाच शरण गेलो. आपण केलेलं काम, आपलं ज्ञान, आपला विश्वास हा आपला विठ्ठलच आहे.' नामदेवाच्या मनानं ठामपणे घेतलं,

विचारिता सहज कोणी नव्हे माझे । दृढ चरण तुझे धरियेले ।।
हेचि माझे ज्ञान हाचि गुरुमंत्र । व्रत तप तीर्थ चरण तुझे ।।
हेचि माझी क्रिया हेचि माझे कर्म । हाचि माझा धर्म चरण तुझे ।।
हाचि परमानंद हेचि योगसिद्धी । लक्षलक्ष समाधी चरण तुझे ।।
नामा म्हणे मानिला निर्धार । तरलो भवसागर याचि परि ।।

नामदेवाची भावावस्था फार विचित्र झाली होती. 'आपण विठ्ठलाचे आहोत आणि विठ्ठल आपला आहे' अशी एकच भावना त्याच्या मनात ठामपणे नक्की झाली. आणि 'आता आपल्याला विठ्ठलाशिवाय दुसरे कुणीच नाही' हे त्याने आपल्या मनाशी नक्की केलं. एकदा हे नक्की केल्यावर त्याला बरं वाटलं. 'आपला हा उद्योग आपल्या विठ्ठलानंच निस्तरला' याचा त्याला पुरेपूर विश्वास वाटला. त्याला अतिशय आनंद झाला. 'आपण विठ्ठलाचे खास आहोत. त्याच्यासाठी आपण विशेष आहोत. आपण हे असे कपडे शिवण्यासाठी जन्मलेलो नाही, तर आपला जन्म काही विशेष कार्यासाठी झाला आहे, म्हणून हा विठ्ठल आपली पाठराखण

करतोय. तो आपला सखा आहे, आपला पाठीराखा आहे. आता आपल्याला कोणाला भ्यायचं कारण नाही. आपल्याला जे करायचं आहे ते आपण करू शकतो. फक्त आपल्याला नक्की काय करायचं आहे, आपला जन्म कशासाठी झाला आहे हे एकदा माहीत झालं की, आपण आपल्या जीवनाचा मार्ग आखायला मोकळे! आता आपलं कर्म, धर्म आणि कार्य हे सगळं विठ्ठलच आहे.'

क्रिया कर्म धर्म तूचि होसी माझे । राखेन मी तुझे द्वार देवा ॥
मज पाळीसी तैसे पाळी दीनानाथा । न सोडी सर्वथा नाम तुझे ॥
गाईन तुझे नाम हृदयी धरोनि प्रेम । हाचि नित्य नेम सर्व माझा ॥
नामा म्हणे केशवा सुखाच्या सागरा । तू आम्हा सोईरा आदिअंती ॥

जसजसा नामदेव विचार करू लागला, तसतसा आपला हाच विचार बरोबर आहे असं त्याला वाटू लागलं आणि याच आनंदात त्याला झोप लागली.

दुसऱ्या दिवशी सकाळी नामदेव उठून खाली आला, तो घरात गडबड चालू होती. नामदेवाला कळेना काय चाललंय? कशाची गडबड चाललीये? हातात जाजम घेऊन माजघरातून बाहेर आलेल्या जनाला थांबवून त्यानं विचारलं, "जने, काय गं? कसली गडबड चाललीये?" जनीनं त्याच्याकडे एक कटाक्ष टाकला आणि म्हणाली, "उठलास नामया? रात्री लवकर झोप आली नाही वाटतं? साहजिकच आहे ते! हे जे सगळं घडलं ते कसं घडलं, या विचारानं तुला झोप आली नसेल ना? तू काय केलंस, कसं केलंस हे मला ठाव नाही; पण दिवसभर तू मंदिरात बसला होतास हे गुरवकाकांनी सांगितलं मला. नामया, एक गोष्ट लक्षात ठेव, जोपर्यंत तुझ्या हातून कोणाच्या अकल्याणाची गोष्ट घडत नाही, तोवर विठुराया तुझ्यासोबत आहे. बरं ते जाऊ दे! तू काय विचारलंस? कसली गडबड चाललीये? अरे, आज आऊबाईचा साखरपुडा आहे आणि दोन दिवसांनी लग्न, तेव्हा या दोन-चार दिवसांत तू नवीन काही करून ठेवू नकोस आणि आता आवर. सोप्यात-पडवीत जाजमं अंथरायची आहेत!" असं त्याला सांगून जनी हातातलं जाजम झोपाळ्यावर ठेवून पुन्हा माजघरात गेली. ती गेली त्या दिशेकडे नामदेव बघतच राहिला. 'ही जनी कोण आहे, हे एकदा विठ्ठलाला विचारायला हवं!' त्याच्या मनात आलं. तोच त्याला आईची हाक ऐकू आली आणि तो आत गेला.

आऊबाईचा साखरपुडा छान झाला. मुलाकडची माणसं चांगली होती. सांगोल्याजवळ त्यांची शेती होती. घरात बारदाना मोठा होता. एकत्र कुटुंब होतं. तेही वारकरी होते. त्यांच्यातही विठ्ठलाची भक्ती होती. मुलगा नाकेला, किंचित स्थूल, सावळा आणि आऊबाईला शोभेल असा होता. त्यांची पन्नासेक माणसं साखरपुड्याला आली होती. त्या दिवशी एक विशेषच घडलं. साखरपुडा झाला. सुपारी फुटली. सगळ्यांना

साखर वाटली गेली. बाया-बापड्या जेवणाच्या तयारीला लागल्या आणि अचानक रामभट आत आले. रामभट गावात वैद्यकी करायचे. पंचांग बघायचे. त्यांना विचारूनच दामाशेटींनी हा साखरपुड्याचा मुहूर्त काढला होता. रामभटांनाही साखरपुड्याला बोलावणं होतं; पण रामभटांना यायला उशीर झाला. साखरपुडा झाला होता. रामभट दारात आलेले बघून दामाशेटी पुढे आले. "याऽ या! रामभटजी या!" असं म्हणून त्यांचं स्वागत केलं. रामभट पडवीत आले. पडवी माणसांनी भरलेली होती. "अरे वा! दामाजी, लेकीचा वाङ्‌निश्चय मोठ्या थाटात केलास वाटतं? झाला का कार्यक्रम? मला थोडा उशीर झाला वाटतं! अरे, आज विवाहाचा उत्तम मुहूर्त आहे ना? आज सगळे शुभग्रह एकाच रेषेत आहेत. असा मुहूर्त शतकातून एकदाच येतो म्हणतात! दामाजी, तू असं का करत नाहीस? अरे, तुझा सगळा गोतावळा जमलेला दिसतोच आहे, मग आजच्या शुभमुहूर्तावर लेकीचा विवाहच का करून घेत नाहीस? अनायसे वाङ्‌निश्चयाचा समारंभ झाला आहेच. अरे, पाहुण्यांची तयारी असेल तर विवाहसुद्धा उरकून घे!" रामभटजींनी त्यांच्या स्वभावानुसार सल्ला दिला. रामभटजी बोलत असताना नवऱ्या मुलाचे वडील, काका, मोठे भाऊ हे सगळं ऐकत होते. त्यांनी एकमेकांकडे नजर टाकली. खाणाखुणा केल्या आणि पुढे होऊन त्यांनी रामभटांना नमस्कार केला. म्हणाले, "भटजीबुवा, मी मुलाचे वडील. ते मुहूर्ताचं तुम्ही काय म्हणत होतात? पुन्यांदा सांगाल का?" त्यांचा प्रश्न ऐकून रामभट म्हणाले, "अहो पाहुणे, आजचा मुहूर्त फार चांगला आहे. शतकातून एकदाच येतो. म्हणून म्हटले, शक्य असेल तर आजच विवाह करून घ्या. फारतर मी लावून देईन विवाह!" रामभटांचं हे बोलणं ऐकून ते म्हणाले, "तुमचा हा इच्च्यार आमास्नी पसंत हाय. आमचे व्याही दामाजी तयार हाईत काय ते इच्यारायला हवं!" दामाशेटी तिथंच उभे होते. त्यांनाही तो विचार पसंत पडला. ते म्हणाले, "रामभटजी, तुमचा सल्ला रास्त आहे. मी मुलीच्या आईचा विचार घेऊन येतो. तोपर्यंत आपण आसनस्थ व्हा." असं म्हणत दामाशेटी माजघराच्या दाराशी आले. त्यांनी जनीला हाक मारली. मोठे आबा बोलावताहेत म्हटल्यावर जनी लगेचच आली. दामाशेटींनी झालेली चर्चा तिच्याजवळ सांगून ती गोणाईच्या कानावर घाल, असं सांगितलं आणि गोणाई काय म्हणते ते मला येऊन सांग, असं म्हणत ते तिथेच उभे राहिले. जनीच्या निरोपासरशी गोणाई पदर सावरत बाहेर आली. गोणाईनं जनीने सांगितल्याबद्दल दामाशेटींना विचारलं. दोघांचं एकमत झालं. नामदेवालाही बोलावून त्यांनी रामभट काय म्हणाले ते सांगितलं. त्यानेही होकार दिला. असा सगळा घाईघाईतच पण साकल्याने विचार करून दामाशेटी परत पडवीत आले आणि त्यांनी 'विवाह करून घेऊ' असं सांगितलं. हे जमलेल्या पाहुण्यांना समजल्यावर सगळ्यांना आनंद झाला; पण

नवलही वाटलं! साखरपुडा आणि विवाह एकाच दिवशी करण्याचा हा नवीन प्रघात खरंतर सगळ्यांनाच आवडला. जनीनं जेव्हा ही बातमी आऊबाईला सांगितली, तेव्हा ती तर आनंदानं मोहरून गेली. स्त्रीवर्गातही आनंद पसरला. दामाशेटींचा हा नवा विचार स्वीकारण्यातली मानसिकता, त्यांच्या पाहुण्यांचा समजूतदारपणा आणि नव्या विचाराचा स्वीकार, त्यातच रामभटांनी शतकातून एखाद्या आलेल्या या मुहूर्ताबद्दल केलेलं विधान, त्यांनी दिलेला उपयुक्त सल्ला आणि स्वतः विवाह लावून देण्याची घेतलेली जबाबदारी, या सगळ्यांचा परिपाक आऊबाईचा विवाह अत्यंत उत्साहात आणि आनंदात पार पडण्यात झाला. शतकातून एकदाच येणाऱ्या या शुभमुहूर्तावर, शतकाच्या पुढच्या काळावरही मोहोर उठवणाऱ्या, या साखरपुड्याच्या दिवशीच विवाह करण्याच्या निर्णयावरही शिक्कामोर्तब झाले. पाहुणेरावळे जमलेले होतेच. दोन्ही घरचा गोतावळा जमलाच होता. दामाशेटींकडे शिवराम पाटलांच्या कपड्यांचे शिलाईचे पैसेही जमा झाले होते. दोन्हीकडच्या कुटुंबांनी या नव्या विचाराला संमती दिली होती आणि आऊबाईचा विवाह उत्तम तऱ्हेने संपन्न झाला. गव्हाचा सांजा, भात, चपात्या, वांग्याची भाजी असा बेत केला होता. आजच विवाह करायचा म्हटल्यावर पुन्हा गल्लीतही आमंत्रणे दिली गेली आणि गोरज मुहूर्तावर रामभटजींनी आऊबाईचा विवाह लावला. अचानक आलेल्या या आनंदाच्या लाटेत नामदेवाचं घर जणू चिंब भिजलं. विवाह झाला. जेवणावळी झाल्या. या अद्भुत विवाहाची आणि चविष्ट जेवणाची चर्चा करत लोक घरी गेले. दामाशेटींनी मानाचा आहेर देऊन रामभटांचा सन्मान केला. नवविवाहित जोडपं मंदिरात जाऊन विठ्ठलाचं दर्शन घेऊन आलं आणि दामाशेटींनी भरल्या डोळ्यांनी आऊबाईची पाठवणी केली. गोणाईच्या, जनीच्या डोळ्यांना पाण्याच्या धारा लागल्या होत्या. नामदेवही व्याकुळला होता. पार वळणावर बैलगाडी वळेपर्यंत आऊबाई मागे बघत होती. डोळे पुसत होती. वळणावरून सारवट[११] गाडी वळली आणि गाडी वळली म्हणून की आपले डोळे पाण्यानं काठोकाठ भरलेत म्हणून आऊबाई दिसेनाशी झाली, या प्रश्नाचा विचार करत दामाशेटी कितीतरी वेळ दारासमोर उभे होते. नामदेवाच्या ते लक्षात आलं. त्यानं त्यांच्या खांद्याला स्पर्श केला. दामाशेटी भानावर आले. आपले डोळे उपरण्यानं पुसून ते आत आले. घर तसं माणसांनी भरलेलं होतं; पण एक आऊबाई त्यात नव्हती तर घर कसं सुनंसुनं वाटत होतं. 'खरंच, लेकी म्हणजे घरादाराचं चैतन्य असतात,' दामाशेटींच्या मनात आलं. खरंतर आऊबाई तशी अबोल होती, शांत होती; पण तरीही तिचं अस्तित्व प्रेमळ होतं, वात्सल्याचं होतं. देवघरातल्या समईच्या ज्योतीसारखं! आऊबाईची उणीव जाणवत होती; पण त्याचबरोबर आपण

---

११. सारवट : एक प्रकारची बैलगाडी

आपल्या कर्तव्यातून चांगल्या प्रकारे मुक्त झालो, याचं समाधानही गोणाई आणि दामाशेटींना वाटत होतं.

नामदेवही आनंदात होता. एकतर अगदी अनपेक्षितपणे आऊबाईचं, त्याच्या बहिणीचं लग्न ठरलं आणि झालंसुद्धा होतं, दुसरं म्हणजे या लग्नात सढळ हातानं खर्च करायला दामाशेटींकडे पैका होता आणि तो शिवराम पाटलाच्या शिलाईतला होता. तिसरं म्हणजे तो पैसा नामदेवामुळे मिळाला असं समजून सगळेजण त्याला शाबासकी देत होते. जरी नामदेव या पाठीमागे असलेली विठुरायाची कामगिरी जाणून होता, तरी ते सगळं विठुरायानं आपल्यासाठी केलंय हेही तो जाणून होता. या सगळ्यामुळे आऊबाईचं लग्न अगदी अनपेक्षितपणे; पण थाटात झालं होतं आणि सर्वांत महत्त्वाचं म्हणजे विठ्ठलाच्या आयुष्यातलं, त्याच्या कृपेतलं नामदेवाचं स्थान अधोरेखित झालं होतं, हे नामदेवाला फार महत्त्वाचं वाटत होतं. आपण विठ्ठलाचा सखा आहोत; त्यामुळे इतर सर्वांपेक्षा आपलं स्थान वरचं आहे आणि ते प्रत्येक ठिकाणी असणार आहे, याचं एक सूक्ष्म आत्मभान नामदेवाला आलं. आपण विठ्ठलाचा सखा असणं, विठ्ठलानं आपल्यासाठी काहीही करणं आणि आपण काहीही केलं तरी विठ्ठलानं ते सावरून घेणं, आपल्याला त्यातून सोडवणं हे सगळं सगळं आपण विठ्ठलाचे खास आहोत, हेच तर दर्शवतंय. म्हणजे आता आपल्याला जे काही करायचं आहे, ते करायला आपण मुक्त आहोत. आपण आता काहीही करू शकतो. आपण कोणीतरी वेगळे आहोत. इतरांपेक्षा वेगळे, इतरांपेक्षा श्रेष्ठ आहोत, असं त्याच्या मनानं घेतलं आणि आपण विठ्ठलाचा सखा आहोत या आत्मभानाचं रूपांतर अहंभानात कधी झालं, ते त्याचं त्यालाच कळलं नाही. अहंभान जागलेला नामदेव! आता त्याच्या वागण्यातही बदल झाला. आधी त्याला प्रपंचाचा, संसाराचा, पारंपरिक व्यवसायाचा कंटाळा होताच आणि त्यातच आपण तो व्यवसाय नाकारला तरी आपलं फारसं काही बिघडणार नाही, बिघडत नाही; बिघडलेलं नाही याचीही प्रचिती त्याला आलेली होतीच. मग त्या भावनेतूनच त्याच्याकडून

न लगे तुझी भक्ती न लगे तुझी मुक्ती । मज आहे विश्रांती वेगळीच ।।
माझे मज न कळे । माझे मज न कळे प्रेमसुख ।।
न करी तुझे ध्यान नलगे ब्रह्मज्ञान । माझी आहे खूण वेगळीच ।।
न करी तुझी स्तुती न वाखाणी कीर्ति । धरिली ते युक्ती वेगळीच ।।
न करी काया क्लेश इंद्रिया निरोधु । मज आहे बोधु वेगळाची ।।
नामा म्हणे नाम गाईन निर्विकल्प । येसी आपेंआप गिवसीत ।।

अशा अनेक अभंगांची रचना झाली आणि त्याला बरं वाटलं. आपण अशी काही अलौकिक कामगिरी करण्यासाठी जन्माला आलो आहे. नव्हे, ती कामगिरी

करण्यासाठीच विठ्ठलानं आपल्याला जन्माला घातलं आहे आणि म्हणूनच आपण आपला पारंपरिक व्यवसाय नाकारला तरी विठ्ठलानं आपल्याला सावरून घेतलं आणि यापुढेही तो आपल्याला सावरून घेत राहील, अशी त्याच्या मनानं ग्वाही दिली आणि नामदेव निश्चिंत झाला आणि मग

अपत्याचे हित की जे त्या जनके । जरी वेडे मुके झालें देवा ।।
तैसे मी पोसणे तुझे जिवलग । अंतरीचे सांग गुज काही ।।
राखीन मी नाव तुझे सर्वभावे । चित्तवित्त जीव देईन पायी ।।
जरी देवाहीन म्हणसील मज । नामा म्हणे लाज येईल कोणा ।।

असंही त्याला लिहावंसं वाटलं.

काही असो; पण नामदेवाच्या घरातलं वातावरण मात्र सध्या आनंदी होतं, प्रसन्न होतं. दामाशेटी, गोणाई दोघेजण तर खूप समाधानात आणि आनंदात होते. चांगल्या घरात आऊबाईची पाठवणी झाली होती आणि तीही चांगल्या पद्धतीनं, अगदी थाटामाटात नसली तरी समाधानात, आनंदात! त्यातच त्यांच्या समोर आलेल्या प्रसंगाप्रमाणे नामदेवानेही आता परंपरागत शिवण व्यवसायात लक्ष घातलं आहे, असं त्यांना वाटत होतं. म्हणूनही ते दोघं आनंदात होते आणि याच आनंदात भर घालायचं त्यांनी ठरवलं. त्या दृष्टीनं हालचालही सुरू केली. ती म्हणजे नामदेवाच्या लग्नाची. दामाशेटी पंढरपुरात एक सत्शील गृहस्थ म्हणून प्रसिद्ध होते. खाऊनपिऊन सुखी असं त्यांचं घर होतं. त्यांना नामदेव आणि आऊबाई ही दोन अपत्ये होती. पैकी आऊबाईचे लग्न झाले होते. तसा कुटुंबकबिलाही फार मोठा नव्हता. नामदेव विठ्ठलाचा प्रिय भक्त आहे, ही उपाधी त्यानं विठ्ठलाला जेवायला लावलं, तेव्हापासूनच गावानं त्याला लावली होती. वडिलांप्रमाणेच नामदेवही सत्शील होता. अशा पार्श्वभूमीवर पंचक्रोशीतल्या अनेक मुलींचे आई-वडील आपली मुलगी नामदेवाला देण्यासाठी उत्सुक होते; पण गोणाईच्या मनात आपल्या सुनेबद्दल काही स्वप्नं होती, काही अंदाज होते, काही आडाखे होते आणि आपल्या त्या अंदाजावर ती ठाम होती. आपला पोर नामा– नामदेव कसा आहे, त्याचा स्वभाव कसा आहे, हे ती चांगलंच जाणून होती; त्यामुळेच नामदेवाला कशी बायको करायची, याबद्दल तिचे काही आडाखे होते. तिनं त्याबद्दल काही रूपरेषा ठरवली होती आणि त्या रूपरेषेत बसणारी मुलगीच तिला नामदेवासाठी बायको म्हणून ठरवायची होती. अनेक मुली बघून झाल्या; पण त्यातली एकही गोणाईच्या मनाला येईना. नामदेव तर या सगळ्यापासून अलिप्तच होता. खरंतर त्याला लग्नच करायचं नव्हतं. त्यानं भीतभीत आईला तसं बोलूनही दाखवलं होतं; पण "तू त्या पांडुरंगाची भक्ती करतोस न्हवं? मग त्यानं पण लगीन केलेलं हाय! तवा तू आता

नसती अदावत लावू नको. मुकाट्यानं लग्नाला उभा ऱ्हा!'' असा सज्जड दम तिनं भरला आणि नामदेव गप्प बसला. तो गप्प बसलेला बघून गोणाईनं दुप्पट उत्साहानं मुली बघायला सुरुवात केली आणि अशातच एक दिवस एक गमतीदार प्रसंग घडला. गोणाई त्या दिवशी पंढरपुरापासून दहा मैलांवर असणाऱ्या भोसे गावी गेली होती. तिथे तिचे कुणी पाहुणे राहत होते. त्यांच्याकडे त्या दिवशी भंडारा होता. प्रसादाचं जेवण करावं आणि परतावं या विचारानं गोणाईनं घरातला सकाळचा स्वयंपाक आवरला. दामाशेटी आणि नामदेवाला जेवायला वाढण्याबद्दल भागाबाईला सांगून ती पाहुण्यांकडे गेली. ती तिथे पोहोचली, तेव्हा तिथे भंडारा चालू झाला होता. सदावर्त चालू होतं. सदावर्त करणारे कुटुंब सदावर्ते म्हणून तिथे सगळी देखभाल करत होते. पंगतीवर पंगती उठत होत्या. वाढपी जेवण वाढण्याचं काम करत होते. त्या सर्वांवर एक नऊ-दहा वर्षांची मुलगी देखरेख करत होती. वाढताना कुणी सांडलं तर त्याला 'सांडू नका दादा' असं गोड बोलून सूचना देत होती. सगळीकडे घाई-गडबड चालली होती. काहीजण पत्रावळी गोळा करत होते. त्यातलं अन्न एकत्र करून ते आंबोणात घालण्याबद्दल ती मुलगी सूचना करत होती. असेल नऊ-दहा वर्षांची; पण नाकी-डोळी नीटस, सावळा रंग, कृश अंगकाठी आणि सगळीकडे लक्ष ठेवणारे बोलके डोळे. गोणाईचं तिच्याकडे लक्ष होतं. मध्येच असं झालं की, मीठ वाढणाऱ्या एका मुलानं मीठ वाढता वाढता ते सांडलं. त्याबरोबर त्या मुलीनं तिथे धाव घेतली. चांगल्या पत्रावळीची दोन पानं काढून तिनं ते मीठ नीट गोळा केलं आणि त्या मुलाला म्हणाली, ''शिवा, अरे मीठ सांडू नगं बाबा! मिठाला लयीच किंमत असते. अरे, जेवणात मीठ नसंल तर समदं जेवण अळणी होतंय बघ! तवा जरा नीट वाढ!'' असा तिनं त्याला गोड बोलून दमच दिला. गोणाई तिथेच बसली होती. तिच्यासमोरच हा प्रसंग घडला आणि 'अशीच पोरगी माझ्या नामाला बायको म्हणून आणली पाहिजे, जी मिठाचीसुद्धा किंमत ठेवते!' तिच्या मनानं कौल दिला. आणि मग पुन्हा तिनं स्वतःलाच प्रश्न केला, 'अशीच पोरगी पायजेल मग हीच का नको?' मनाचा असाही कौल मिळाल्यानंतर मात्र गोणाईनं अजिबात वेळ घालवला नाही. ती सदावर्त करणाऱ्या त्या कुटुंबाला जाऊन भेटली. जाताना आपली पाहुणी सगुणाला बरोबर घ्यायला ती विसरली नाही. सगुणाला सगळी कल्पना देऊन तिनं आपल्या मनातला विचार तिला बोलून दाखवला. सगुणालाही हा विचार पसंत पडला. सदावर्त घालणारे ते गोविंदशेट सदावर्ते तिच्या सोयऱ्यांपैकीच होते. सगुणा गोणाईला घेऊन तडक त्यांच्याकडे गेली आणि गोणाईच्या मनात आलेला विचार तिनं त्यांना सांगितला. गोविंदशेटना साहजिकच आनंद झाला. दामाशेटी पंढरपुरात बडं प्रस्थ होतं. पैशाची श्रीमंती नव्हती; पण मनाची श्रीमंती खूपच होती. त्या दृष्टीनंच पंचक्रोशीत त्यांचा बोलबाला होता. त्यांचा

मुलगा नामदेव हाही विठ्ठलाचा फार मोठा भक्त आहे, अशी त्याची कीर्ती होती. त्यानं विठ्ठलाला जेवायला लावल्याची कथा त्यांच्याही कानावर आली होती. सगुणानं आपल्या लेकीसाठी, राजाईसाठी नामदेवाचं स्थळ आणलंय म्हटल्यावर त्यांना अतिशय आनंद झाला. दोनच दिवसांत ही सोयरीक पक्की करायच्या विचारानं लेकीला आणि कुटुंबाला घेऊन पंढरपूरला येतो, असा शब्द त्यांनी दिला आणि गोणाईचा आनंद गगनात मावेना. ती तिथून परतली, तेच मुळी आनंदात तरंगत आणि घरी आल्यावर तर राजाईचं वर्णन करताना तिच्या तोंडाला खंड नव्हता. 'ती अशी दिसती, अशी चालती, अशी बोलती, अशी हुशार हाय, तशी हुशार हाय, सगळीकडे तिचं असं लक्ष हुतं आणि तसं लक्ष हुतं, ती त्या वाढणाऱ्या पोरानला अशी बोलली आणि तशी बोलली.' तो सबंध दिवस गोणाई हे आणि हेच बोलत होती. दिवसभर भागाईला सांगून झालं, जनीला सांगून झालं, शेजारच्या वारुमावशीला सांगून झालं. आता ती नामदेवाला हाका मारत होती. नामदेव त्या दिवशी सकाळीच बाहेर पडला होता. मंदिरात कथेकरी बुवा आले होते. त्यांना भेटायला तो गेला होता. दामाशेटी बाजारात दोरे, सुया, गुंड्या असं काहीबाही आणायला गेले होते. नामदेव मंदिरात पोहोचला, तर बुवा सभामंडपात बसले होते. त्यांच्या चेहऱ्यावर दुःख दिसत होतं. नामदेवाला बघताच ते म्हणाले, "ये नामदेवा, मी तुझीच वाट बघत होतो. तू वयानं लहान आहेस खरं; पण बुद्धीनं जाणता आहेस. तुझ्याशी बोलल्यावर मला बरं वाटेल." बुवांचा स्वर दुःखी होता. "बुवा, काय झालंय? काही अडचण आहे का? मी तिचं निवारण करू शकतो का?" नामदेवानं आपुलकीनं विचारलं. "नाही रे नामदेवा! मला कसलीच अडचण नाहीये; पण या समाजाला मात्र अडचण आहे. काय सांगू तुला? अरे, वर्णाश्रम व्यवस्थेचा आणि धर्मसभेचा कायदा हा माणसांपेक्षा मोठा झालाय बघ. आता हा कायदा मानवताही मानेनासा झालाय, असं मला वाटू लागलंय. अरे, ती चार छोटी बालकं रे! त्यांच्या आईबापांनी केलेल्या किरकोळ अपराधाचं प्रायश्चित्त स्वतःचे प्राण अर्पण करून घेतलंय की रे! तरीही या धर्ममार्तंडांना दया येत नाही. त्या चार बालकांचा नुसता छळ चालवलाय यांनी. अरे नामदेवा, निवृत्ती, ज्ञानेश्वर, सोपान आणि मुक्ता! कशी सोन्यासारखी लेकरं आहेत रे. तेजस्वी तरी किती? आणि ज्ञान म्हणशील तर अक्षरशः ओसंडून वाहतंय रे! पण, या धर्ममार्तंडांना त्यांच्याबद्दल साधी मायासुद्धा वाटत नाही बघ!" बोलता बोलता बुवांच्या डोळ्यांत पाणी भरलं. नामदेव क्षणभर स्तब्ध झाला. बुवांकडे पाहत बसला. डोळ्यांतून ओघळलेलं पाणी पुसत बुवा बोलू लागले. या चार तेजस्वी भावंडांची सगळी कथा त्यांनी नामदेवाला सांगितली. बारा-तेरा वर्षांचा नामदेव; पण त्या चौघांची कहाणी ऐकल्यावर त्याचेही डोळे भरून आले. आपण तडक आळंदीला जावं आणि त्या चौघांना भेटावं, त्यांना सांत्वना द्यावी, त्यांना लागेल ती मदत

करावी, असं त्याला आतून वाटू लागलं. त्याच्या डोळ्यांत भरलेलं पाणी बघून बुवा म्हणाले, "बघ! तुझेही डोळे भरले ना? कुठल्याही संवेदनशील माणसाचे डोळे भरून येतील हे ऐकल्यावर; पण नामदेवा तुला सांगतो, ही चौघंजण बहिष्कृत आहेत; पण तीदेखील तितकीच तडफदार आहेत. अशाही परिस्थितीत त्यांनी आत्मसन्मान सोडला नाहीये." काही वेळ नामदेवाशी अशा गोष्टी करून बुवा विश्रांती घेण्यासाठी उठले. मनात वर्णाश्रम व्यवस्था आणि धर्मसभा नावाचं वादळ घेऊन नामदेवही उठला. घरी आला; पण अजून त्याचं मन त्या वर्णाश्रम व्यवस्थेवरच घुटमळत होतं. ही व्यवस्था बदलायची असेल तर आपल्यालाच काहीतरी केलं पाहिजे, असा कौल त्याच्या मनानं दिला. आपण विठ्ठलाची भक्ती तर करतोच, आपण त्याच्या नामाचा जपही करतो. नामाचा महिमा किती अगाध आहे हे आपल्याला माहीत आहे. या वर्णाश्रम व्यवस्थेला मात द्यायची असेल तर ज्ञान, भक्ती आणि नाम ही त्रिसूत्रीच अवलंबली पाहिजे.

ब्राह्मण, हो शूद्र, वैश्य नारी नर । सर्वांसी आधार नाम सत्य ।।
नामाविण गती नाही हो आणिक । वैकुंठ नायक बोले गुखे ।।
परी ते चि नाम पाहावे शोधूनी । चौऱ्यांशी खाणी चुके तेंव्हा ।।
नामदेव म्हणे सद्‌गुरुपासोनी । नाम घ्या शोधूनी भावमुक्त ।।

नामदेवानं मनाशी हे पक्कं केलं. त्याला एकदम आठवलं की, आपण सकाळी जेव्हा बाहेर पडलो, तेव्हा आई आपल्याला हाका मारत होती. तो माजघरात गेला आणि त्यानं गोणाईला विचारलं, "आई, तू मला काय सांगत होतीस सकाळी? कशासाठी हाका मारत होतीस?" नामदेवाच्या या प्रश्नावर गोणाईनं कपाळावर हात मारून घेतला आणि म्हणाली, "कप्पाळ माझं! तुला आत्ता आठवलं व्हय? मी सकाळधरनं हाका मारत होते. अरे लेकरा, मी लगीन ठरवायचं म्हनत हुते रे!" नामदेव आत्ताही विचारांच्या तंद्रीतच होता. "लग्न? कुणाचं गं?" त्यानं उत्सुकता दाखवत विचारलं. त्याचा उसना स्वर गोणाईच्या लक्षात आलाच. त्यातच त्यानं 'कुणाचं गं?' असं विचारल्यावर गोणाई तिरसटलीच. "कुनाचं म्हंजी? माझं रे! माझंच लगीन करायचंय हाय, त्याबद्दल मी सकाळी बोलत हुते बघ!" तिचा तिखट स्वर ऐकला आणि काय ते समजून नामदेवानं तिथून काढता पाय घेतला. जनीच्या हसण्याचा स्वर त्याला त्याच्या पाठीमागे अगदी स्पष्टपणे ऐकू आला.

रखुमाईचा संतापलेला चेहरा बघून कर कटीवर ठेवून उभा असलेला तो सावळा समजला की, काहीतरी बिनसलंय आणि आपलं काहीतरी चुकलंय. आपल्या हातून काय चुकलंय हे तो आठवायला लागला आणि त्याला आठवलं.

नामदेवानं वाळवंटात नेऊन टाकलेले कपडे आपण शिवराम पाटलाच्या घरी व्यवस्थित शिवलेल्या अवस्थेत नेऊन पोहोचवलेत; पण यात हिला एवढं रागावण्यासारखं काय आहे, हे त्याला समजेना. आपल्या भक्तांची अशी मदत तर आपण नेहमीच करतो. मग आजच ही का रागावली? विचार करूनही त्याला उत्तर मिळेना आणि रखुमाईचा अबोलाही त्याला सहन होईना. शेवटी त्यानं विचारलंच, ''देवी, आज आपण क्रोधित का आहात? मी नामयाला मदत केली याचा आपणाला राग आलाय का?'' 'आपल्या रागाचं कारण या सावळ्यानं ओळखलंय; पण ते अचूक नव्हतं. त्याला ते समजायला हवं होतं,' असा विचार करून रखुमाई म्हणाली, ''तुम्ही नामयाला मदत केलीत म्हणून मी रागावले नाही स्वामी. आपल्या भक्तांना तुम्ही नेहमीच मदत करता; पण आज तुम्ही नामयाला मदत केली नाहीत, तर त्यानं केलेल्या चुकीला पाठिंबा दिलात. त्यानं केलेल्या चुकीची त्याला शिक्षा देण्याचं सोडून तुम्ही ती चूक निस्तरून अशा आणखी चुका करायला त्याला उद्युक्त केलंत. त्याच्या चुकीचं समर्थन केलंत तुम्ही. यामुळे तो आणखी अशा चुका करायला सरावेल. आपण काहीही केलं तरी पांडुरंग आपल्याला वाचवतोय, अशी एक चुकीची धारणा करून घेऊन, तो आणखी चुका करायला धजावेल आणि मग यातून त्याच्या मनात एक प्रकारचा अहंकार प्रवेश करेल. स्वामी, अहंकार ही भक्ताच्या ऱ्हासाची पहिली आणि शेवटची पायरी आहे. अहंकार झालेला भक्त हा भक्त राहत नाही, तो सर्वनाशाकडे वाटचाल करू लागतो, हे तुम्ही जाणता तरीही तुम्ही असे वागलात, म्हणून मला राग आला.'' रखुमाईनं आपल्या रागाचं कारण सांगितलं.

विठ्ठल हसला आणि म्हणाला, ''देवी, हेच तर मला हवं आहे. नामयाला अहंकार व्हायला हवा, त्याशिवाय त्याला ठेच लागणार नाही. ठेच लागल्याशिवाय वेदना होणार नाही आणि वेदना झाल्याशिवाय त्याच्यातला समर्पित भक्त जागा होणार नाही. देवी, नामयाला झालेला अहंकारच त्याच्या उद्धाराचा मार्ग मोकळा करेल आणि आता ती वेळ जवळ आली आहे. देवी, देवकृपेचं कमळ मिळवण्यासाठी चिखलातून चालत जावंच लागतं. दलदलीतून चालावंच लागतं आणि सध्या नामया तेच करतोय. नव्हे, मीच ते त्याच्याकडून करवून घेतोय आणि दुसरं असं की, त्यानं केलेल्या चुकीचं मी परिमार्जन केलं; त्यामुळेच दामाशेटींची डोक्यावरची लेकीच्या लग्नाची जबाबदारी कमी झाली. मला हेही साधायचं होतं. म्हणूनच मी नामयाच्या चुकीलाही पाठिंबाच दिला.'' विठ्ठलानं स्पष्टीकरण दिलं खरं; पण रखुमाईला ते कितपत पटलं कोण जाणे! कारण, तिच्या टपोऱ्या डोळ्यांत विठ्ठलाबद्दलची शंकाच उमटली होती. तिकडे नजर जाताच चेहऱ्यावर प्रसन्न हास्य उमटवून विठ्ठल शांत उभा राहिला. त्याच्या त्या मिटल्या डोळ्यांसमोर आता नामदेवाचं लग्न नाचत होतं. नामदेवाचं, त्याच्या भक्तसख्याचं लग्न!...

११

नामदेवाचं लग्न. गोणाई सांगून आल्याप्रमाणे गोविंदशेट सदावर्ते त्यानंतर चारच दिवसांनी आपल्या दोन मुलांना घेऊन पंढरपूरला आले. गोणाईनं दामाशेटींना सगळी कल्पना दिली होतीच. आलेल्या पाहुण्यांचं या दोघांनी यथोचित स्वागत केलं. सगळी बोलणी झाली. चर्चा झाली. नामदेवाला बोलावणं धाडलं. या गोष्टींची काहीच कल्पना नसलेला नामदेव घरी आला आणि आत येऊन म्हणाला, ''आई, अगं पांडुरंगाची आरतीची वेळ आहे आणि तू मला घरी कशाला बोलावलंस?'' गोणाई हसली आणि म्हणाली, ''नामा, अरे पाव्हणं आल्यात. तुला भेटायला, बघायला! मग तुला नगं का बोलवायला?'' आता नामदेवाचं लक्ष पाहुण्यांकडे गेलं. तो जरासा वरमला. खाली मान घालून आत आला. सोप्यावर येऊन त्यानं नमस्कार केला. दामाशेटी तिथेच उभे होते. ते म्हणाले, ''गोविंदशेट, हा आमचा नामा, नामदेव. माझा मुलगा. आता आता अलीकडेच माझ्या हाताशी आलाय. त्याला विठ्ठलभक्तीचा खूप ओढा आहे आणि विशेष म्हणजे तो अभंगरचनाही करतो.'' दामाशेटींनी असे सांगताच नामदेव संकोचला; पण गोविंदशेट म्हणाले, ''वा! वा! लयीच चांगलं हाय की! दामाशेटी, आमाला पोरगा पसंत हाये. आता भटाकडनं चांगला दिस बघून तुमी आमच्या घरी या. आमच्या लेकीला, राजाईला बघा आणि तुमाला आवडली, पसंत पडली; तर वटी भरून जावा. फकस्त आमाला आधी सांगावा धाडा. म्हंजी कसं समद्यांच्या जेवणाखाणाची येवस्था कराया बरं! तुमच्या हितला धोंडिबा तराळ - त्याची सासरवाडी आमच्या गावातच की! त्याच्या संगट धाडा सांगावा. कसं?'' गोविंदशेटनी खुलासा केला. त्यांनी 'पोरगा पसंत आहे' असं सांगितल्यावर मग कुठे नामदेवाच्या डोक्यात प्रकाश पडला की, हे आपल्या लग्नाचं घाटतंय. त्याला काही बोलायचं होतं; पण समोर ते पाहुणेही होते आणि दामाशेटी त्यांच्याशी बोलत होते; त्यामुळे मनात काही बोलायचं असूनसुद्धा नामदेव गप्प बसला. खाली मान घालून बसला. त्या पाहुण्यांच्या संवादात दोन-चार

वेळा राजाई-राजाई असं नाव आलं आणि का कोण जाणे नामदेवाला ते नाव आवडलंच. 'रखुमाई तसं राजाई!' त्याच्या मनानं कौल दिला. मनानं दिलेल्या त्या कौलानं त्याच्या अंगभर एक लहर चमकून गेली. पाहुणे जायला निघाले. गोविंदशेटनी निरोप देण्यासाठी उभ्या राहिलेल्या नामदेवाकडे पुन्हा एकदा नजर टाकली. सडसडीत बांध्याचा, सावळ्या रंगाचा, अगदी सरळ नाक, स्थिर, शांत डोळे, बुद्धिमत्ता दर्शवणारं भव्य कपाळ, चेहऱ्याच्या मानानं मोठे वाटावेत असे कान, पातळ ओठ. पातळ ओठांवर उमटलेलं अस्फुट हसू आणि विचारांतला ठामपणा दर्शवणारी किंचित मुडपलेली हनुवटी. असा दिसणारा नामदेव आपल्या लेकीला, राजाईला खचितच शोभणारा आहे, असा कौल गोविंदशेटच्या मनानं दिला आणि दामाशेटींच्या घरातून गोविंदशेट अत्यंत प्रसन्न मनानं बाहेर पडले. ते बाहेर गेले आणि गोणाई आणि दामाशेटी यांच्यात मुलीच्या गावी कधी जायचं, याबद्दल चर्चा सुरू झाली. शेवटी रामभटाला विचारून, चांगला दिवस काढून जायचं असं ठरलं. नामदेव तिथेच होता. त्यानं या चर्चेत भाग घेतला नाही; पण त्याच्या कानात आणि मनात मात्र राजाई हे नाव जणू रुंजी घालत होतं.

रामभटानं 'दोन दिवसांनंतरचा दिवस चांगला आहे' म्हणून सांगितलं आणि गोणाईच्या आनंदाला पारावार राहिला नाही. त्या चुणचुणीत, तल्लख, हुशार आणि दहाजणींत उठून दिसणाऱ्या राजाईला सून म्हणून कधी घरात आणते, असं तिला झालं होतं. आऊबाई लग्न होऊन सासरी गेली होती, तिची उणीव फार जाणवत होती. राजाई तिची जागा नक्की भरून काढेल, असा गोणाईला विश्वास होता. आता गोविंदशेटच्या घरी जाऊन एकदा का नामदेव-राजाईच्या लग्नाची सुपारी फुटली की, गोणाईला आकाश ठेंगणं होणार होतं आणि तसंच झालं. दोन दिवसांत दामाशेटी, गोणाई, नामदेव आणि सोबत आणखी दोन-चारजण अशी सारवट गाडीतून गोविंदशेट सदावर्ते यांच्या घरी गेले. गोणाईनं आधीच राजाईला बघितलं होतं; पण आज पुन्हा एकदा छान नटलेल्या राजाईला गोणाईनं डोळे भरून बघितलं. राजाई डोईवरून पुढे चेहऱ्यावर येईल असा हातभर पदर घेऊन समोर पाटावर बसली होती. नारिंगी रंगाचं जरीकाठाचं टोपपदरी लुगडं ती नेसली होती. तिच्या आधीच तजेलदार असलेल्या सावळ्या रंगावर त्या नारिंगी रंगाची सोनेरी छटा पसरून तो अधिकच तजेलदार झाला होता. नामदेव तिच्यासमोर बसला होता. एक नजर उचलून त्यानं राजाईकडे पाहिलं. त्या पदराआडून त्याला गोंदण काढलेली तिची नितळ हनुवटी आणि टोक असलेलं लहानसर नाक तेवढं दिसत होतं. गूळ-पाणी देऊन झालं. चहा-फराळ झाला आणि राजाईची आई, बयाबाई पुढे झाली. दामाशेटी आणि गोणाईची परवानगी घेऊन तिनं राजाईच्या चेहऱ्यावरचा पदर उचलून मागे

घेतला. क्षण दोन क्षण तिचा चेहरा सगळ्यांना दाखवला आणि पुन्हा पदरानं चेहरा झाकला; पण तेवढ्या एक-दोन क्षणांनी नामदेवाच्या मनाचा ठाव घेतला दोन काळ्याभोर डोळ्यांनी. राजाईचा उभट चेहरा, साजेसं कपाळ, छान टोक असलेलं छोटंसं नाक, नितळ गाल, पातळ ओठ, ती क्षणभर किंचित हसली, तेव्हा दिसलेले एका ओळीतले दात, गोंदणानं नटलेली हनुवटी आणि या सगळ्यावर मात करणारे, बघणाऱ्याच्या मनाचा ठाव घेणारे, विलक्षण बोलके असे डोळे. त्या क्षणात, त्या एका क्षणात नामदेवानं जे पाहिलं, त्याला जे दिसलं, त्याच्या मनानं जे टिपलं ते असं होतं. आणि एका क्षणात, त्या एका क्षणात नामदेवाला वाटलं की, आपल्याला रखुमाईचाच चेहरा दिसला आहे आणि त्या क्षणी त्याच्या मनानं कौल दिला की, हीच आपली पत्नी. दामाशेटी, गोणाई सगळ्यांच्या चेहऱ्यावर पसंतीची छटा उमटली आणि नामदेव-राजाईच्या लग्नाची सुपारी फुटली. नामदेव दामाशेटी रेळेकर आणि राजाई गोविंद सदावर्ते यांचा विवाह निश्चित झाला.

राजाईची आई, इतर शेजारणी आता स्वयंपाकाच्या तयारीला लागल्या. सांजाभात करायचं ठरलं. पुरुष मंडळी अंगणात पथाऱ्या पसरून बसली होती. पानाच्या चंच्या काढल्या होत्या. अडकित्ते सुपारी यांची कापाकापी चालली होती. राजाईचे दोन भाऊ आत-बाहेर करत होते. गोविंदशेट सदावर्ते यांच्या भावकीतले बरेचसे तिथेच, गल्लीत राहत होते. आपल्या चुणचुणीत, लाघवी स्वभावामुळे राजाई सगळ्यांचीच लाडकी होती. राजाईच्या लग्नाची सुपारी म्हटल्यावर सगळेच जमले. त्यातले आठ-दहाजण नामदेवाभोवती बसले होते. नामदेव आणि त्याच्या वडिलांचा कपडे शिवण्याचा व्यवसाय आहे, हे ते सगळेजण जाणून होते आणि नामदेव अभंगरचना करतो हेही त्यांना माहीत होते. त्याबद्दल त्या सगळ्यांना प्रचंड उत्सुकता होती. नामदेव विठ्ठलाचा भक्त आहे हेही त्यांना माहीत होतं; पण हे सगळं नामदेवाकडून माहीत करून घेण्याची त्यांची इच्छा होती. अजून जेवायला वेळ होता.

त्यांनी नामदेवाला छेडलं. एकानं विचारलं, "दाजी, तुम्ही अभंग लिवता असं ऐकलंय! म्हंजी नक्की काय करता?" तर दुसरा मध्येच म्हणाला, "तुम्ही विठ्ठलाची भक्ती करता म्हंजी काय करता जरा सांगाल का? आमच्या घरात बी वारी हाय. पन आम्ही एकडाव पंढरपूरला जाऊन येतो फकस्त. जातो, जमलं तर दरसन घेतो, लयीच गर्दी असंल तर कळसाला नमस्कार करतो आणि माघारी येतो. तुम्ही अभंग रचताय आणि विठ्ठलभक्ती पन करताय, म्हंजी काय करताय?" त्यांच्या या प्रश्नांची नामदेवाला गंमत वाटली. त्यांच्या शंकांचं कौतुकही वाटलं. चेहऱ्यावर हास्य खेळवत तो म्हणाला, "पाहुणे, या दोन्ही प्रश्नाचं उत्तर मी एकत्रित दिलं तर

चालेल?'' त्या सगळ्यांना आनंद झाला. नामदेवानं डोळे मिटले. मिटल्या डोळ्यांसमोर विठ्ठलाची मूर्ती साकारली आणि नामदेवानं अभंग रचला.

विठ्ठलासी पाहे विठ्ठलासी ध्याये । विठ्ठलासि गाये सर्वकाळ ।।
विठ्ठल हा वृत्ती विठ्ठल जपणे । चित्त वित्त मने सर्वकाळ ।।
सबाह्य विठ्ठल दाटे घनवट । दशदिशा अफाट विठ्ठलचि ।।
नामा म्हणे तुम्ही विठ्ठल होऊन । अभंग भजन करीतसां ।।

नामदेवाच्या तोंडून प्रत्यक्ष समोरच रचलेला तो अभंग ऐकून आणि बघून तिथे भोवताली जमलेली सगळी मंडळी चकित झाली. आपण नामदेवाला विचारतो काय आणि त्याचं उत्तर अभंग रचून तोही इथल्या इथे देतो काय! सगळंच आक्रित होतं. त्यातच असा नामदेव त्यांचा पाहुणा होता, मेहुणा होणार होता म्हणून ते अपूर्वाईचं होतं. नामदेवानं अभंग गायला आणि सगळ्यांनी टाळ्या वाजवल्या. सगळ्यांच्या चेहऱ्यावर अपार कौतुक होतं. तेवढ्यात एकजण म्हणाला, ''आता ह्यो गोविंदशेटचा जावई लयीच इद्वान; याला आता नामदेवम्हाराज म्हणाय पायजेल! नामदेवम्हाराज, आमाला आनी जरा कायतरी सांगा की! कायतरी शिकवा की!'' त्याच्या या सांगण्याला आता सगळ्यांनीच अनुमोदन दिलं. टाळ्या वाजवल्या. नामदेव काहीसा संकोचला. तो संकोच त्याच्या चेहऱ्यावर उमटला. संकोचानं तो काहीतरी बोलणार, तोच पुन्हा कुणीतरी म्हणालं, ''नामदेवम्हाराज आमाला दशावतार, दशावतार म्हणतात ते सांगा की!'' ती कल्पना सगळ्यांनाच पसंत पडली. सगळेच ''होऽ! हो! दशावतार!'' असं म्हणून नामदेवाला आग्रह करू लागले. नामदेवानं ''सांगतो, बाबांनो सांगतो,'' असं हात वर करून सांगितल्यावर सगळी मंडळी शांत झाली. नामदेवानं क्षणभर डोळे मिटले. हात जोडले. त्या एका क्षणात विष्णूची दहा रूपं त्याच्या नजरेसमोर तरळून गेली आणि त्यानं अभंग रचून गायला.

भक्ताचिया काजा अवतार धरी । कृपाळू श्रीहरी सांचोकार ।।
तो हा महाराजा चंद्रभागे तीरी । उभा विटेवरी पांडुरंग ।।
वेद नेले म्हणोनि मत्स्य झाला हरी । शंखासुरा मारी आफळोनि ।।
समुद्रमंथनी मंदार बुडाला । कांसव तो जाला तया तळी ।।
हिरण्याक्षे धरा नेतां रसातळा । वराहरूपे त्याला वधियेले ।।
प्रल्हादासी पिता गांजी नानापरी । स्तंभी नरहरी प्रगटला ।।
देवचिया काजा वामन भूतळी । बळीसी पाताळी घातियेला ।।
भूमिभार झाला क्षत्रियांचे कुळी । केली निःक्षत्रिय परशुरामे ।।
सीतेचिया काजा रावण मर्दिला । सूर्यवंशी जाला रामचंद्र ।।

गोकुळी जन्मला श्रीकृष्ण आठवा । होऊनी पांडवा साहाकारी ॥
भक्ताचिया काजा बौद्ध अवतार । जाला दिगंबर अवनिये ॥
कलकि अवतार होणार श्रीहरी । तेव्हा पृथ्वीवरी तृण न उरे ॥
नामा म्हणे तुझे अनंत अवतार । काय मी पामर बोलू वाचे ॥

नामदेवानं विष्णूचे दहा अवतार, त्याचे अवतारकार्य आणि निमित्तासह अभंगात रचून गाईले आणि भोवताली जमलेली सगळी अवाक् झाली. नामदेवाची बुद्धिमत्ता, त्याची प्रतिभा, त्याचं अभंग रचणं, त्याचं शब्दप्रभुत्व बघून सगळ्यांनी आश्चर्यानं तोंडात बोटं घातली. आपल्या राजाईला नामदेवासारखा नवरा मिळाला हे तिचं थोर भाग्य आणि आपली थोर पुण्याई यामुळेच! अशी गोविंदशेटची भावना झाली आणि त्यांनी स्वतःला धन्य मानले. नामदेवाच्या बुद्धिमत्तेनं भारावून गेलेल्या गोविंदशेटनी अतीव आनंदानं सगळ्यांचं आदरातिथ्य केलं.

आतल्या खोलीत बायकांच्या गराड्यात डोईवर पदर घेऊन, मान खाली घालून संकोचून बसलेली राजाई बाहेर चाललेला हा सगळा प्रकार कानोसा घेऊन ऐकत होती. नामदेवानं रचलेला सगळाच अभंग तिला नीट ऐकायला आला नाही; पण त्यानं अभंग गाऊन दाखवल्यावर झालेला गलका, पडलेल्या टाळ्या आणि सगळ्यांनी केलेलं कौतुक मात्र तिला स्पष्ट ऐकू आलं आणि आपल्या नवऱ्याचं हे कौतुक चाललंय हे समजून तिला धन्यता वाटली. नामदेवासारखा बुद्धिमान आणि विठ्ठलभक्त असणारा नामदेव आपल्याला नवरा म्हणून लाभला, हे आपलं भाग्यच आहे अशी ग्वाही तिच्या मनानं दिली आणि ती सुखावली. बाहेर नामदेवाचं कौतुक चाललं होतं आणि तिथंच बसलेले दामाशेटी आणि बाया-बापड्यांसह ओसरीवर बसलेली गोणाई हे कौतुक ऐकून धन्यता पावत होते. दोन कारणानं– एक तर आपल्या लेकाचं होणारं कौतुक आणि दुसरं म्हणजे राजाईशी त्याचा होणारा साखरपुडा आणि ते खरंही होतं. गोविंदशेटनी साखरपुडा मोठ्या थाटात केला. पंढरपुराहून नामदेवासोबत आलेल्या सगळ्यांचेच मानपान केले. मानाचे आहेर दिले. तुपातला सांजा आणि भातासोबत पापड-कुरडया असा फक्कड बेत! मंडळी समाधानानं आडवा हात मारून जेवली. सगळा समारंभ उत्तम पार पडला. संध्याकाळी, दिवेलागणीला मंडळी पंढरपूरला परतली ती गोविंदशेट सदावर्ते यांनी केलेल्या आदरातिथ्याचं कौतुक करतच. घरी परतल्यावरसुद्धा पुढचे आठ दिवस गोणाईला दुसरा विषयच नव्हता. आल्या-गेल्याजवळ, सखी-शेजीजवळ, दिसेल त्याच्याजवळ गोणाई कौतुक करत होती राजाईचं, साखरपुड्याच्या समारंभाचं, पाहुण्यांनी केलेल्या पाहुणचाराचं आणि सतत तोंडभरून सांगत होती, तिथे नामदेवाचं झालेलं कौतुक. अर्थात, नामदेवाला या कौतुकाचं फार काही वाटलं नव्हतं. अभंगरचना करणं हा

आता त्याच्या मनाच्या सहजतेचा एक भाग झाला होता. फूल जितक्या सहजपणे उमलावं, त्याचा सुगंध जितक्या सहजतेने दरवळावा, तितक्या सहजतेने नामदेव अभंगरचना करत असे. साखरपुडा करून आल्यावर तो रात्री मंदिरात गेला. मंदिरात गुरव शेजारतीची तयारी करत होता. नामदेव आलेला बघून त्यानं नामदेवाला चिडवलं, ''काय नामा, साखरपुडा करून आलास म्हणं? आता लवकरच लगीन हुणार! त्याआधी काय विठ्ठलभक्ती करायची हाय ती करून घे! एकदा बायको आली की, कुठला विठ्ठल आणि कुठली रुक्मिणी? मग काय हितं मंदिरात तुला सारखं सारखं येता येणार न्हायी बाबा! एकदा संसार मागं लागला की, भक्ती आणि देव सगळंच इसरतंय बघ!'' गुरवानं नामदेवाला चिडवलं. क्षणभर नामदेव गुरवाकडे बघत राहिला. तो काय म्हणतोय त्याचा अर्थ त्याच्या लक्षात आला. त्यानं विठ्ठलाकडे एक नजर टाकली. तो तसाच उभा होता कर कटीवर ठेवून प्रसन्न चेहऱ्यानं. नामदेवाच्या नजरेतील शंका विठ्ठलाला समजली असावी. त्याच्या दगडी चेहऱ्यावर आश्वस्तता उमटली आणि नामदेव समजला. पुढच्या क्षणाला त्यानं गुरवाला उत्तर दिलं.

विठ्ठलाचे पाय धरोनी राहे । मग संसार ते काय करील तुझें ।।
संसाराचे भय नाही हरीचे दासा । विठू आम्हा सरिसा निरंतर ।।
निरंतर वसे हरी भक्तांपाशी । विसंबेना त्यासी कदाकाळी ।।
नामा म्हणे ऐसा विठ्ठल सोडोनि । वेर्थ काय जनीं शिणताती ।।

नामदेवानं असं उत्तर दिलं आणि गुरव त्याच्याकडे बघतच राहिला. नामदेव अभंग रचतो हे त्याला माहीत होतं; पण तो अभंग इतका उत्स्फूर्त, इतका उत्कट रचत असेल आणि त्याची अभिव्यक्ती इतकी तरल आणि सहज असेल, हे त्यानं पहिल्यांदाच बघितलं होतं. त्याच्या प्रश्नाच्या उत्तरादाखल त्याला असा अभंग ऐकवून, त्याला तसंच आश्चर्यात बुडालेलं ठेवून नामदेव घरी परतला. तो घरी आला तर गोणाई त्याची जेवणासाठी वाट बघत होती. तो आलेला बघून ती म्हणाली, ''आलास नामा? ये! ताट वाढते बस! जेवून घे. आणि मला वाट बघायला लावतोस तशी बायकोला बघायला लावू नको बाबा! आता वेळेवर घरी येत जा. तशी सवय लावून घे जिवाला!'' गोणाईच्या या बोलण्यावर कसलंच प्रत्युत्तर न देता नामदेव जेवायला बसला. क्षणभर राजाईचा चेहरा त्याच्या नजरेसमोर तरळला. तशी भूक जास्त नव्हतीच. दुपारचं जेवण उशिरा झालं होतं म्हणून की गोडाधोडाचं झालं होतं म्हणून की, गुरवाला चपखल उत्तर तेही अभंगातून दिलं म्हणून की राजाईचा चेहरा नजरेसमोर तरळला म्हणून; पण पानावर बसून नुसता दूध-भात खाऊन नामदेव उठला. माडीवर गेला. आपलं लिखाणाचं साहित्य काढलं

आणि तो चारच दिवसांपूर्वी लिहायला सुरुवात केलेलं श्रीकृष्णमाहात्म्य लिहायला बसला. आता तो श्रीकृष्णाच्या बालक्रीडा लिहीत होता. श्रीकृष्णमाहात्म्य लिहायचं तेही आत्ता लगेच, आपण या अभंगांच्या प्रांतात नवीन असताना या गोष्टीला त्याची तयारी नव्हती; पण पंधरा दिवसांपूर्वी एक प्रसंग असा घडला की, त्या प्रसंगाचं त्याचं त्याला नवल वाटलं. त्या दिवशी तो काकडआरतीसाठी मंदिरात गेला होता. थंडी भरपूर होती; त्यामुळे काकडआरतीसाठी मंदिरात फारसं कुणी नव्हतं. गुरव, रघुनाथभट, आणखी चार-पाचजण इतर आणि नामदेव स्वतः एवढीच माणसं हजर होती. रघुनाथभट आणि ते चार-पाचजण काकडा संपताच मंदिरातून घरी परतले. गुरवही पंचारती गाभाऱ्यात ठेवून गेला. नामदेव एकटाच मंदिरात गाभाऱ्याच्या उंबऱ्याजवळ उभा होता. मंदिरात आता शांतता होती. गाभाऱ्यात तेवणाऱ्या पंचारतीचा प्रकाश विठ्ठलाच्या चेहऱ्यावर पडला होता. छाया-प्रकाशाचा तो खेळ एकटक बघत नामदेव उभा होता. इतक्यात, इतक्यात जणू चमत्कार घडला. वाऱ्याच्या झुळकेनं पंचारतीच्या वाती क्षणभर फरफरल्या, थरारल्या आणि पुढच्या क्षणाला गाभाऱ्याचं रूप बदललं. तिथे खळखळ वाहणारी यमुना नदी दिसू लागली. विठ्ठलमूर्तीच्या भोवतालचा भाग जणू गोकुळ बनला. दोन हात उंचीच्या समया गोपी बनल्या आणि विठ्ठल? विठ्ठल कधी बालकृष्ण दिसत होता, तर कधी कृष्णमुरारी! कधी सगळं तोंड बरबटून लोणी खात होता, तर कधी कदंबाखाली उभा राहून बासरी वाजवत होता. कधी अंगणात बसून मातीचे बकाणे भरत होता, तर कधी गाई घेऊन वनात जात होता. कधी सवंगड्यांच्या संगतीनं चेंडू फेकून खेळत होता, तर कधी रासक्रीडा करत होता आणि हे सगळं सगळं नामदेवाला गाभाऱ्यात दिसत होतं. आपण काय बघतोय याचं नामदेवाला भान आलं आणि तो थरारला. सावळ्या विठ्ठलाच्या त्या गाभाऱ्यात त्याला आख्खं गोकुळ दिसत होतं आणि दिसत होती श्रीकृष्णाची अनंत रूपं. नामदेवानं क्षणभर डोळे मिटून घेतले. आपल्याच हातानं आपल्याच गालावर चापट्या मारल्या. गालावर लागल्यावर त्याच्या लक्षात आलं, आपण भानावर आहोत. आपण भानावर आहोत, मग हे काय? भ्रम म्हणावा तर आपण भानावर आहोत. भास म्हणावा, तर आपण सावधही आहोत. संभ्रम म्हणावा, तर सगळं स्पष्ट दिसतंय. मग हे काय? नामयानं पुन्हा डोळे उघडले, तर तेच दृश्य! पुन्हा मिटले. पुन्हा उघडले, तर समोर कर कटीवर ठेवून विटेवर उभा विठ्ठल. नामदेवानं आता स्वतःला चिमटा काढला. 'आऽऽ!' कळ आली तसा तो पूर्ण सावध झाला. सावध नजरेनं पाहू लागला. समोर कर कटीवर ठेवून विठ्ठल उभा होता; पण कमरेवर ठेवलेल्या हातात बासरी धरली होती. हे काय आहे? हे काय होतंय? हे आपण काय बघतोय? नामदेवानं स्वतःलाच प्रश्न विचारले. त्यानं त्या संभ्रमावस्थेत विठ्ठलाच्या चेहऱ्याकडे रोखून पाहिलं आणि विठ्ठलाच्या नजरेत त्याला आदेश

दिसला. आदेश! 'नामया, आता जे काही पाहिलंस, ते लिहून काढ!' नामदेव समजला. घाईघाईत विठ्ठलाला नमस्कार करून तो घरी आला. तडक माडीवर गेला. आणि त्यानं श्रीकृष्णमाहात्म्य लिहायला सुरुवात केली. सुरुवातीला गणेशाला वंदन करून त्यानं लिहिलं–

भक्तवत्सला ऐके पार्वतीनंदना । नमन चरणा करीतसे ।।
नामा म्हणे आता देई मज स्फूर्ती । वर्णितसे कीर्ती कृष्णजीची ।।

आणि त्या दिवसापासून त्यानं कृष्णकथा लिहायला सुरुवात केली. आज तो लिहिणार होता ब्रह्मांडदर्शन. बालकृष्णानं मातीचे बकाणे भरले आणि गोपबाळे यशोदेला सांगायला आली. यशोदा रागावली. कृष्णाला म्हणाली, "माती खाल्लीस? एवढं लोणी, दूध, इथे ओसंडून वाहतंय आणि तू माती खातोस? बघू, आऽ कर!" हा प्रसंग मनाशी गुंफून नामदेवानं लिहिलं,

मुले सांगताती । माती खातो गे श्रीपती ।।
लाकूड घेऊनि हातात । माती खात असे पुसत ।।
भावा भुललासे खरा । कांपतसे थरथरा ।।
मुख तिये उघडोनी । दावी तेंव्हा चक्रपाणी ।।
ब्रह्मांडे देखिली । नामा म्हणे वेडी झाली ।।

श्रीकृष्णानं तोंडात मातीचा बकाणा भरल्यानंतर यशोदेने त्याला 'आ' करायला लावला. आणि त्यानं तोंड उघडताच तिला त्याच्या तोंडात ब्रह्मांडाचं दर्शन झालं; तो प्रसंग लिहून नामा झोपला. तो अंथरुणावर पडेपर्यंत त्याच्या मनात गोपालकृष्ण होता; पण तो अंथरुणावर पडला, डोळे मिटले आणि नेहमीच्या सवयीप्रमाणे आपण आज काय काय केलं हे आठवताना त्याच्या डोळ्यांसमोर राजाईचा सावळा, तजेलदार, लाजरा चेहरा आला. राजाईचा तो लाजरा चेहरा नजरेसमोर आला आणि मग तो चेहरा तिथेच रेंगाळत राहिला. राजाईचा चेहरा डोळ्यांसमोर आला आणि मग बाकीचं सगळं पुसलं गेलं. त्या नारिंगी रंगाच्या जरतारी लुगड्यातली तिची लाजरी छबी नजरेसमोर आली आणि त्या लाजऱ्या चेहऱ्यानं नामदेवाच्या जणू तनामनाचा ताबा घेतला. त्या चेहऱ्यावर नजर खिळलेली असतानाच आपल्याला केव्हा झोप लागली, ते नामदेवाला समजलंच नाही; पण तो नितळ लाजरा चेहरा आणि त्यावरचे ते विलक्षण बोलके डोळे आपल्यावरच खिळलेले आहेत आणि त्यावर एक लाजरं हसू उमटलेलं आहे, ही झोप लागण्यापूर्वीची त्याची शेवटची जाणीव होती.

नामदेवाचं लग्न ठरलं, आपल्या लाडक्या नामाचं लग्न ठरलं, ही गोष्ट

दामाशेटी रेळेकरांच्या घरादारांत उत्साह पसरायला पुरेशी होती आणि त्यातल्या त्यात गोणाईचा उत्साह तर आता आभाळाला भिडला होता. आधीच नामदेव तिचा लाडका, अगदी नवससायासानं झालेला. त्याचे गुण तर असे की, सगळ्या गावानं वाखाणलेले, त्यात त्याचं लग्न ठरलं आणि राजाईसारखी चुणचुणीत, तरतरीत, दहाजणींत उठून दिसणारी बायको त्याला मिळाली. तीसुद्धा तिच्याच नजरेनं जोखलेली, नामदेवाची बायको आणि गोणाईची सून या कसोटीला पूर्णपणे उतरलेली. मग गोणाईला आकाश ठेंगणं झालं, तर त्यात नवल ते काय? दिवसभर तिच्या तोंडात राजाईचं वर्णन असे. राजाईच्या वर्णनासोबतच नामदेवाच्या लग्नाचे बेतही असत. नामदेव मात्र या सगळ्यापासून अलिप्त होता. श्रीकृष्णमाहात्म्य लिहिताना कृष्णाच्या बालक्रीडेचे अभंग लिहिल्यापासून ते अभंग गावेत आणि लोकांना श्रीकृष्ण समजावून सांगावा, असं त्याला वाटायला लागलं होतं. एके दिवशी कथेकरी बुवा पंढरपुरात आले असताना नामदेवाने त्यांची भेट घेतली आणि आपलं लिखाण दाखवलं. ते वाचून बुवा स्तिमित झाले. या नामदेवाचं बुद्धिचातुर्य त्यांनी मागेच दशावतार कथेच्या आख्यानाच्या वेळी अनुभवलं होतं. नामदेवानं लिहिलेले बालक्रीडेचे अभंग वाचून बुवांना त्याचं खरंच कौतुक वाटलं आणि आज त्यांनी एक प्रयोग करायचा ठरवला. संध्याकाळी मंदिरात त्यांची कथा होती. त्यांनी नामदेवाला संध्याकाळी मंदिरात येण्यास सांगितलं. बुवांची रसाळ वाणी, कथा सांगण्याची हातोटी आणि श्रोत्यांशी संवाद साधत साधत बोलण्याची कला यामुळे बुवांच्या कथा आख्यानाला गर्दी असायची. आज गर्दी जमल्यावर बुवांनी बोलायला सुरुवात केली. "लोकहो, आज तुमच्यासमोर एक नवीन कथेकरी येणार आहे. तो नुसताच माझ्यासारखा कथेकरी नाही, तर आख्यानकर्ता आणि कीर्तनकारही आहे. नारदमुनींपासून कीर्तनाची परंपरा सुरू झाली. तो या कीर्तन परंपरेचा खंदा पाईक आणि या युगातला आद्य कीर्तनकार ठरेल, इतकी त्याची वाणी मधुर आहे. शिवाय माझ्यासारख्या इतरांनी लिहिलेल्या किंवा पुराणातल्या कथा तो सांगणार नाही, तर पुराणातल्या कथांना नवीन स्वरचित संदर्भ देऊन तो कीर्तन करणार आहे. तो दुसरा-तिसरा कुणी नसून तुमच्या गावचा ज्ञानसंपन्न पोर, विठ्ठलाचा निस्सीम भक्त असलेला नामदेव होय. आज तुमच्यासमोर तोच कीर्तन करेल," असं म्हणून बुवांनी नामदेवाला हाक मारली. "ये नामदेवा, ये! तुझी योग्यता मी जाणली आहे. विठ्ठलालाही ती माहीत आहे. आज या सगळ्यांनाही कळू दे. ये असा नारदपीठावर!" बुवांनी बोलता बोलता आपलं नाव घेतलं आणि आपल्याला त्या नारदपीठावर पाचारण केलं हे लक्षात आल्यावर नामदेव अंतर्बाह्य थरारला, संकोचला.

आपण बुवांना श्रीकृष्णाच्या बालक्रीडेचे लिहिलेले अभंग दाखवल्यावर आपलं कौतुक करून, बुवांनी आपल्याला संध्याकाळी यायला सांगितलं होतं, हे त्याच्या

लक्षात होतं. असेल कशासाठी तरी बोलावलं म्हणून तो संध्याकाळी मंदिरात आला, तर बुवांनी त्याला त्या नारदपीठावरच बोलावलं. क्षणभर दचकलेला, घाबरलेला नामदेव बघून बुवांनी त्याच्या पाठीवर थोपटलं आणि त्यांच्या स्पर्शानं नामदेवाला धीर आला. आपल्या डोक्यात उमटलेले भीतीचे, संकोचाचे तरंग गळून पडले असं त्याला वाटलं आणि मोठ्या धाडसानं तो उठला. अत्यंत शांत मनानं तो नारदपीठाकडे गेला. तिथे पाऊल ठेवण्यापूर्वी त्यानं त्या नारदपीठावर मस्तक टेकवलं. "ये नामया, ये! हे माझं कीर्तनपीठ तुझीच प्रतीक्षा करत होतं. ये आणि या कीर्तनपीठाची प्रतिष्ठा वाढव, वैभव वृद्धिंगत कर!"

नारदपीठावर मस्तक टेकवल्यावर नामदेवाला हे शब्द जणू कुणीतरी आपल्या कानांत पुटपुटतंय असं वाटलं आणि त्या पाठोपाठ त्याला ऐकायला आला वीणेचा झंकार! या सगळ्याचा अर्थ जेव्हा त्याच्या लक्षात आला, तेव्हा नामदेवाचं सारं अंगांग थरारलं, शहारलं, रोमांचलं. नामदेव नारदपीठावर जाऊन उभा राहिला. समोर बसलेल्या गावकऱ्यांना त्यानं नमस्कार केला; तोच बुवांनी आपल्या गळ्यातली वीणा त्याच्या गळ्यात घातली आणि ते म्हणाले, "नामदेवा, आता आरंभ कर. या वीणेचे स्वर तुझ्या शब्दांसोबत वावरायला उत्सुक आहेत." तिथेच उभं राहून, मान झुकवून त्यानं बुवांना नमस्कार केला. तोच सदा गुरवाचा आजा लटपटत्या पायानं त्या नारदपीठाजवळ आला आणि त्यानं आपला हात पुढे केला. नामदेवानं बघितलं, त्याच्या हातात चिपळ्या होत्या. त्या त्यानं नामदेवापुढे धरल्या आणि म्हणाला, "पोरा, ह्या घे. तुझा इठ्ठलावरचा अधिकार म्या बघिटलाय. तवाधरनं ठरवलं हुतं ह्या चिपळ्या तुला द्यायच्या. घे ह्या, म्हंजी त्यानला बी बरं वाटंल." असं म्हणत नामदेवाच्या हातात चिपळ्या देऊन तो पुन्हा जागेवर जाऊन बसला. त्या चिपळ्या हातात घेऊन नामदेवानं मस्तकी लावल्या. बुवांनी दिलेली वीणासुद्धा आपल्या कपाळावर लावली आणि बुवांकडे एक कटाक्ष टाकला. बुवांच्या नजरेत कौतुक होतं. ते म्हणाले, "नामदेवा, आता तर तुला साक्षात नारदमुनींचाही आशीर्वाद मिळालाय. वाट कसली बघतोस? कर सुरू!" बुवांनी असं सांगितलं आणि नामदेवानं डोळे मिटले. विठ्ठलाची मूर्ती क्षणभर नजरेसमोर साकारली. मनोमन विठ्ठलाला वंदन करून त्यानं वीणेची तार छेडली. झन्ऽऽऽ! असा झणत्कार उमटला आणि पाठोपाठ नामदेवाचे शब्द...

लंबोदरा तुझा शोभे शुंडादंड । करीतसे खंड दुश्चिन्हांचा ।।

असे गजाननाचे स्तवन करून नामदेवाने सुरुवात केली आणि गजाननाचे हे नवीन स्तवन ऐकून लोक सरसावून बसले. त्या गणेशस्तवनानेच त्यांना नामदेवाच्या शब्दांतले सामर्थ्य जणू दाखवून दिले. त्यानंतर नामदेवाने सरस्वतीवंदन केले...

सरस्वती माते मज द्यावी स्फूर्ती । येतो काकुलती तुज लागी ।।

आता लोक कान देऊन ऐकू लागले आणि नामदेवाने श्रीकृष्णाच्या बालक्रीडा सांगायला सुरुवात केली. नामदेवाचे सोपे शब्द, त्यातील अचूकता, चपखलता, त्यातला गाढा अर्थ, त्यातले माधुर्य, नामदेवाची स्पष्ट वाणी, सुस्पष्ट उच्चारणी, शब्दांना लयीत म्हणणे, त्यातील अवीट माधुरी, सोबत उमटत असलेले चेहऱ्यावरचे हावभाव, शब्दोच्चारातून उमटणारी भावोत्कटता आणि या सगळ्यावर कळस म्हणजे विषय श्रीकृष्णाची बालक्रीडा. लोकांचे भान हरपले नसते तरच नवल!

क्षीरसागरीचा हरी । तान्हा यशोदेच्या घरी ।।
रांगू लागला अंगणी । माथा जाऊळाची वेणी ।।
पायी पैंजण वाकी वाळे । हाती नवनीताचे गोळे ।।
नामा मुखाकडे पाहाय । धन्य यशोदा वो माय ।।

नामदेवाचं ते कीर्तन असं रंगलं की, ऐकणारे श्रोते तर बेभान झालेच; पण श्रीकृष्णाच्या त्या बाललीला नामदेवाच्या वाणीतून ऐकण्यासाठी साक्षात विठ्ठल गर्भागारातून बाहेर येऊन सभामंडपाच्या समोर उभा ठाकला. नामदेव त्या वेळी विमल अर्जुन वृक्षांची कथा सांगत होता. कथा सांगता सांगता त्याचं लक्ष मंदिराकडे गेलं आणि तो चमकला. मंदिराच्या पायऱ्यांजवळ साक्षात विठ्ठल उभा होता आणि त्याच्या नजरेत कौतुक होतं. नामदेवाच्या चेहऱ्यावर आनंद पसरला.

अंधार गर्द झाला, तसं नामदेवानं कथा आख्यान आवरतं घेतलं. श्रोत्यांची माफी मागून उरलेली कथा उद्या सांगण्याचं आश्वासन दिलं. विठ्ठलाचा गजर केला, प्रसाद वाटला गेला, तसे लोक पांगले. नामदेवाचं कौतुक करत, त्याच्या जवळ येऊन त्याच्या पाठीवर शाबासकीची थाप मारत ते घरी गेले. आता त्या नारदपीठावर दोघेच होते. नामदेव आणि बुवा. बुवांच्या डोळ्यांत समाधान होतं, तर नामदेवाच्या डोळ्यांत अश्रू. ते बघून बुवांनाही क्षणभर गलबलून आलं. काही न बोलता त्यांनी नामदेवाच्या पाठीवर थोपटलं आणि ते म्हणाले, "नामदेवा, तुला जे काही साध्य करायचंय ते तू या माध्यमातून करू शकतोस. तुझ्या वाणीत माधुरी आहे, तसेच सामर्थ्यही आहे!" असं म्हणत पुन्हा एकदा नामदेवाच्या पाठीवर आपुलकीची, मायेची, कौतुकाची, शाबासकीची, दिलाशाची थाप देऊन बुवाही तिथून निघाले आणि त्या नारदपीठावर नामदेव एकटाच उरला. आजचा दिवस त्याच्या दृष्टीनं मोठा विलक्षण होता. बुवांच्या प्रेरणेनं का होईना; पण नामदेवाला एक नवीन दालन गवसलं होतं. लोकसंपर्काचं एक नवीन आणि प्रभावशाली माध्यम त्याला सापडलं होतं. त्यानं मनाशी काही गोष्टी योजल्या होत्या. त्या पूर्ण करण्यासाठीचा एक मार्ग त्याला गवसला होता. अर्थात, या मार्गावरच स्वतःला झोकून देऊन त्याला

चालणार नव्हतं. त्याला अजून खूप काही करायचं होतं आणि त्याचा विठुराया यात त्याच्या सोबत असणार होता. नामदेवाचं कीर्तन ऐकायला गाभाऱ्याबाहेर येऊन त्यानं याची जणू साक्षच नामदेवाला दिली होती. या गोष्टीचं नामदेवाला अप्रूप होतं, तसंच समाधानही! या विचारात गढलेला नामदेव तिथेच त्या नारदपीठावरच कितीतरी वेळ उभा होता. खरंतर त्याचं लग्न ठरलं होतं. अशा वेळी नामदेवाच्या वयाच्या पोराच्या मनात, नजरेत आपल्या भावी पत्नीची, सुखी संसाराची स्वप्नं तरळत असतात. त्याबद्दलचेच विचार मनात घोळत असतात; पण नामदेव यापेक्षा निराळाच होता. होता बारा-तेरा वर्षांचाच; पण लग्न ही त्याच्या दृष्टीनं सामान्य बाब होती. त्याचं ध्येय वेगळंच होतं. विचारही वेगळेच होते. तसा लग्न ठरल्याचा आनंद त्यालाही झालाच होता, पण राजाईचे किंवा तिच्यासोबत करावयाच्या सुखी संसाराचे विचार त्याच्या मनात फारसे येतच नसत. अगदीच रात्री, दिवसभराची सगळी वैचारिक कार्यचर्चा करून झाल्यावर, अंथरुणाला पाठ टेकल्यावर त्याच्या मनात राजाईचे विचार येत. तिचा चेहरा त्याच्या नजरेसमोर तरळून जाई. उलट राजाईसोबत संसार करायचा म्हणजे एक नवीन जबाबदारी पेलायची असं त्याला वाटत असे; पण तरीही मनाच्या कोपऱ्यात कुठेतरी राजाईनं स्थान मिळवलं होतंच आणि ती आपल्यासारख्या विठ्ठलभक्ताला सांभाळून घेईल, असा विश्वासही मनाच्या त्याच कोपऱ्यात कुठेतरी वाटत होता. दिलासा देत होता.

हाच विश्वास सार्थ ठरवण्यासाठीच जणू राजाईनं नामदेवाच्या संसारात आणि घरात प्रवेश केला. नामदेवाचं लग्न थाटात झालं. गोविंदशेट सदावर्ते यांनी आपल्या लेकीच्या– राजाईच्या लग्नाचा अगदी थाट उडवला. नामदेवासोबत वऱ्हाडातून जवळजवळ १०० माणसं गेली होती; पण त्या सगळ्या माणसांचा मान-पान, आहेर, पाहुणचार अगदी शिस्तीत आणि अगत्यानं झाला. दोन दिवस लग्न चाललं होतं. खाण्याची, जेवणाची नुसती चंगळ चालली होती. बुंदीचे लाडू तर चढाओढीनं खाणं चाललं होतं. साखरपुड्याच्या वेळी नामदेवाची हुशारी बघून पाहुण्यांकडची सगळी चकित झाली होतीच; त्यामुळेच गोविंदशेटची मान जावयाविषयीच्या अभिमानानं उंचावली होती. लग्नाचे विधी चालले होते. नामदेवाचं लक्ष मात्र अर्धं त्या लग्नविधीत आणि अर्धं मांडवाच्या दाराकडे होतं. तो वाट बघत होता. होय, तो वाट बघत होता त्याच्या विठुरायाची. होय विठुरायाची! कारण, तो येणार होता. तसा त्यानं नामदेवाला शब्द दिला होता. लग्नासाठी बाहेर पडण्याआधी नामदेव मंदिरात त्याच्या दर्शनासाठी गेला होता. त्या वेळी नामदेवाला वरपोशाखात बघून विठुराया प्रसन्न हसला होता. नामदेवानं त्याच्यासमोर मस्तक टेकलं, हात जोडले, डोळे मिटले आणि त्याला मनोमन विनंती करून आमंत्रण दिलं. नुसतं आमंत्रण देऊनच तो थांबला नाही, तर त्याला आग्रह करत म्हणाला, "विठुराया, तू माझा आणि मी तुझा आहे ना? मग

आज माझ्या विवाहाला तुला यावंच लागेल. तिथे मी तुझी वाट पाहतो आहे. विठुराया, एक लक्षात ठेव, तू आला नाहीस तर मी विवाहाचे विधी पूर्ण करणार नाही. तू थोडा वेळ, अगदी थोडा वेळ तिथे ये. मला आणि माझ्या पत्नीला आशीर्वाद दे. तू आल्याची खूण मला दाखव आणि लगेच परत जा. पण ये! येशील ना?'' नामदेवानं अगदी आग्रहानं आणि हट्टानं त्याला आमंत्रण दिलं. इतकं की, क्षणभर विठ्ठलालाही समजेना आपण काय करावं ते! दुसऱ्या क्षणी त्याचा चेहरा पुन्हा प्रसन्न झाला. त्यानं पापणी लववून नामदेवाला होकार दिला. तेवढा संकेत मिळाल्यावर नामदेवाला अतिशय आनंद झाला आणि प्रसन्न मनानं तो वऱ्हाडातून निघाला. वऱ्हाड तिथे पोहोचलं. चहा-फराळ झाला. आगतस्वागत झालं आणि विवाहविधीला सुरुवात झाली. हळद खेळून झाली. कळस स्नान झालं. पंगती बसल्या, जेवणावळ झाली. पाहुण्यांचे आहेर-माहेर झाले. सर्व मंडळींनी विठुरायाच्या भजनात रात्र जागवली. नामदेवानंही आठ-दहा अभंग म्हटले. रात्रीचे बारा वाजले. इतर मंडळी झोपली आणि लग्नातल्या मुख्य मंडळींची लगबग सुरू झाली. उगवत्या सूर्याला साक्षी ठेवून लग्न लावायचे होते. चढत्या सूर्याच्या साक्षीनं लग्न लागलं की, संसारसुख तसंच चढत जातं, अशी त्यामागची भावना होती; त्यामुळे सूर्योदयापूर्वी सगळी तयारी पूर्ण व्हायला हवी होती आणि तशी ती झाली. सूर्योदयाच्या वेळी बरोबर लग्न लागलं आणि लग्नानंतरचे विधीसुद्धा सुरू झाले. परातीत तूप भरून घेऊन, त्यात सुनेचं आणि मुलाचं तोंड बघण्याचा सूनमुख बघण्याचा विधी झाला आणि त्या विधीच्या वेळी नामदेवाला विठ्ठल आल्याचा दाखला मिळाला. झालं ते असं– मांडवात तीन चौरंग मांडले होते. मधल्या चौरंगावर गोणाई बसली. तिच्या डाव्या बाजूच्या चौरंगावर राजाई आणि उजव्या बाजूच्या चौरंगावर नामदेव. अशी तिघंजण बसली. समोरच्या बाजूला पाट ठेवून त्यावर परात ठेवली आणि परातीत तूप घातलं. सूर्याकडे तोंड करून तिघांना बसवलं होतं. तो विधी असा होता की, परातीत असलेलं तूप स्थिर झालं की, गोणाईनं आपला डावा हात राजाईच्या गळ्याभोवती आणि उजवा हात नामदेवाच्या गळ्याभोवती घालून त्या दोघांचे चेहरे आपल्या चेहऱ्याजवळ आणून तिघांनी मिळून वाकून परातीतल्या तुपात आपल्या चेहऱ्याचं प्रतिबिंब पाहायचं. गोणाईनं सुनेचा म्हणजे राजाईचा चेहरा परातीतल्या तुपात पडलेल्या प्रतिबिंबात बघायचा. तूप हे आरोग्याचं, पावित्र्याचं, शुद्धतेचं, मांगल्याचं प्रतीक. यात सुनेचा चेहरा पाहिला की, घरातलं तिचं अस्तित्व हे आरोग्यपूर्ण, पवित्र, शुद्ध आणि मंगलमय होणार हा संकेत; त्यामुळे तुपात सूनमुख बघण्याचा कार्यक्रम सुरू होता. गोणाई, राजाई, नामदेव तिघेजण वाकून परातीतल्या तुपात आपल्या चेहऱ्याचं प्रतिबिंब पाहत होते. गोणाईचे दोन्ही हात नामदेव आणि राजाई यांच्या गळ्याभोवती होते. तुपात

तिघांचंही प्रतिबिंब पडलं होतं. नामदेव ते निरखत होता आणि अचानक तो चमकला. त्याच्या आणि राजाईच्या डोक्यावर त्याला कोणाचे तरी दोन हात ठेवलेले त्या प्रतिबिंबात दिसले. त्याच्या मस्तकाला माथ्यावर कोणाच्यातरी हाताचा स्पर्श जाणवला होता; पण असेल कोणीतरी वडीलधारं, आशीर्वाद देण्यासाठी डोक्यावर हात ठेवले असतील असं त्याला वाटलं; पण आता परातीतल्या त्या तुपात त्याला त्या हातांचं प्रतिबिंब दिसलं आणि तो चमकला. त्या दोन्ही हातांत तोडे घातलेले होते. होय! तोडे घातलेले ते दोन्ही हात! नामदेव अंगभर शहारला. तोडे घातलेले ते दोन हात विठ्ठलाचे होते. नामदेवाला ते चांगलेच सुपरिचित होते. ते हात क्षणभर त्या तुपात दिसले आणि दुसऱ्या क्षणाला नाहीसे झाले. नामदेव समजला. म्हणजे विठुराया आला होता तर! त्यानं आपला शब्द राखला होता. आपलं वचन राखलं होतं. नामदेवाचा सखा असण्याची बूज राखली होती. नामदेवाचा हट्ट पुरवला होता. त्याच्या आग्रहाला मान दिला होता. विनवणी मान्य केली होती. नामदेव ज्याचा सखा होता, तो विठ्ठल नामदेवाच्या लग्नाला आला होता आणि नामदेव-राजाईच्या डोक्यावर आपले हात, आपले तोडे घातलेले हात ठेवून क्षणभर थांबून, या दोघांना आशीर्वाद देऊन तो परत गेला होता. नामदेव सुखावला. निश्चिंत झाला. त्याचा विठुराया आला होता. आता तो शांतवला. त्याची अस्वस्थता कमी झाली. प्रसन्न चेहऱ्यानं नामदेवानं आता विवाहविधीत लक्ष घातलं. मात्र, विठ्ठल म्हणजे आपला सखा आणि आपण विठ्ठलाचा सखा, ही त्याच्या मनातली भावना दृढ झाली.

केशवाचे प्रेम नामयाचि जाणे । नामया हृदयी असणे केशवातें ।।
नामा तो केशव, केशव तो नामा । अभिन्नत्व आम्हा केशवासी ।।
नामा म्हणे केशवा दुजेपण नाही । परि प्रेम तुझ्या ठायी ठेवियेलें ।।

तशाही परिस्थितीत नामदेवाच्या मनात अभंग शब्दब्रह्म उमटलं आणि त्यानं अभंग रचला.

नामदेवानं आपल्या विवाहाला येण्याबद्दल हट्ट धरला आणि कर कटीवर ठेवून विटेवर उभा राहिलेला तो सावळा विठ्ठल विचारात पडला. त्याला नामदेवाच्या विवाहाला उपस्थित तर राहायचं होतं; पण ते कुणाला कळू न देता जाणं भाग होतं. त्यातच नामदेवाच्या लग्नाला मी पण येणार, असा रखुमाई हट्ट धरून बसली आणि विठ्ठल आणखी विचारात पडला. रखुमाईची समजूत काहीतरी करून घालता आली असती आणि त्यानं ती घातलीही; पण नामदेवाची समजूत पटणं अशक्य होतं. त्यातच नामदेवाला ज्या मार्गानं न्यायचं होतं, त्यासाठी त्यानं विठ्ठलाच्या अधिकाधिक जवळ येणं गरजेचं होतं. विठ्ठल जर आता त्याच्या विवाहाला उपस्थित राहिला

नसता, तर नामदेव दुखावला गेला असता. रुसला असता आणि आता तर त्याचं लग्न होत होतं. म्हणजे तो संसारात रमला असता, तर विठ्ठलापासून, भक्तिसंप्रदायापासून आणखी लांब गेला असता आणि भक्तिसंप्रदायाच्या दृष्टीनं, मराठी सारस्वताच्या भवितव्याच्या दृष्टीनं असं होणं योग्य नव्हतं. म्हणूनच विठ्ठलाला नामदेवाच्या विवाहात हजर राहायचं होतं. नुसतंच हजर राहायचं नव्हतं, तर आपण आलो आहोत हे त्याच्या लक्षात आलं पाहिजे, असंही काही करायचं होतं. तरच नामदेव ऐकणार होता. त्यानं हे मान्य करणं तितकंच गरजेचं होतं; कारण त्याचं विठ्ठलाशी असणारं नातं तसंच अबाधित राहायला हवं होतं. भक्तीचं साम्राज्य उभं करायचं असेल, तर हे होणं नितांत गरजेचं होतं. म्हणूनच विठ्ठलानं ठरवलं आपण नामदेवाच्या लग्नाला हजर राहायचं. नुसतंच हजर राहायचं नाही, तर त्याला तसा दाखलाही द्यायचा; कारण लवकरच ज्ञानेश्वर आणि नामदेव या दोघांची भेट होणार होती. ती भेट होईल तो दिवस मराठी सारस्वताच्या दृष्टीनं अपरिमित भाग्याचा ठरणार होता आणि विठ्ठलाला त्याचंच महत्त्व जास्त होतं.

खरंतर रखुमाईला नामदेवाच्या लग्नाला जायचं होतं. थोडंसं मिरवताही आलं असतं; पण विठ्ठलानं नकार दिला. अर्थात, त्याच्या नकाराला रखुमाई मानणार नव्हतीच. तरीही त्यानं नकार दिलाय त्या अर्थी तसंच काही कारण असणार, हे ती जाणून होता; पण तिनं ठरवलं, हा स्वतः तर जाणार आहे. मग मीपण गुपचूप जाऊन आले तर? ती तर आदिमायाच! तिनं ठरवलं आणि ती निघाली. नामदेवाच्या लग्नाला हजर राहिली. विवाहविधी सगळा संपन्न झाला. विठ्ठलाला नामदेव आणि राजाईच्या डोक्यावर हात ठेवून आशीर्वाद देताना, तिनं सूनमुख बघायच्या विधीच्या वेळी पाहिलं. ती प्रसन्नपणे हसली. नामदेवाचा विवाह संपन्न झाला. सूनमुख बघायचा विधी पूर्ण झाल्यावर त्या पाटावर ठेवलेली तुपाची परात उचलल्यावर त्या पाटावर हळदीची पावलं कुणाची उठली आहेत, या प्रश्नाचं उत्तर मात्र राजाईच्या आईला मिळालं नाही.

१२

सगळे विवाहविधी संपन्न झाले आणि गोणाईनं आनंदाने निःश्वास टाकला. नामाचा कलंदर स्वभाव तिला माहीत होता. नामदेवाचं लग्न निर्विघ्न पार पडू दे म्हणून ती विठ्ठलालाच नवस बोलली होती. तिला कुठे माहीत होतं की, नामदेवाचं लग्न व्हावं म्हणून विठ्ठलच आतुर होता ते. नामदेवाचं लग्न झालं. राजाई माप ओलांडून घरात आली आणि नामदेवाचा संसार सुरू झाला. लग्नानंतर महिनाभरातच राजाई ऋतुमती झाली आणि पाच दिवसांनंतर माहेरी राहायला गेलेली राजाई नामदेवाचा संसार करण्यासाठी परत आली. तिची अल्लड पावलं सगळ्या घरभर फिरायला लागली. दामाशेटींच्या मागे आबा-आबा करत, गोणाईच्या मागे आत्याबाई-आत्याबाई करत ती घरभर बागडायची. नामदेवाशी दिवसा तिचा फारसा संवाद व्हायचा नाही; पण रात्री मात्र नामदेवाच्या दिवसभरातल्या सगळ्या घडामोडी ती फुललेल्या चेहऱ्यानं ऐकायची. काही दिवस असेच सरले आणि राजाईला हवं-नको झालं. गोणाईचा आनंद गगनात मावेना. सातव्या महिन्यांपर्यंत सासरी राहून राजाई पहिल्या बाळंतपणाला माहेरी गेली. आता ती चार-पाच महिने तरी यायची नव्हती. नामदेवानं पुन्हा आपल्या आवडत्या उद्योगात लक्ष घातलं. आता तर त्यानं रोजच कीर्तन करायला सुरुवात केली. पाच महिन्यांनी राजाई परतली ते एक गोंडस बाळ घेऊनच! गोविंदशेटनी बारसं मोठं थाटात केलं. बाळाचं नाव नारायण ठेवलं. बारशापुरता नामदेव सासुरवाडीला जाऊन आला आणि त्यानं पुन्हा कीर्तनात लक्ष घातलं. त्या दिवशी बुवांनी त्याला कीर्तन करायला लावलं आणि आपले विचार, आपली मतं लोकांपर्यंत पोहोचवण्यासाठी कीर्तनासारखं दुसरं माध्यम नाही, हे त्याच्या लक्षात आलं. हे लक्षात आलं आणि कीर्तन करण्यातला त्याचा उत्साह वाढला. त्याचबरोबर रोजच्या कीर्तनात काहीतरी नवीन कथा, नवीन कहाणी, नवीन माहिती, नवीन विचार, नवीन ज्ञान सांगण्यासाठी मग त्या अनुषंगानं त्याचं लिखाणही वाढलं. लिखाण वाढलं आणि वाढला विठ्ठलाशी संवाद. नामदेवाच्या या व्यापाबरोबरच

नारायणही मोठा होत होता आणि आता राजाईला दुसऱ्यांदा दिवस गेले होते. नामदेवाचा संसार वाढत होता आणि त्याची विठ्ठलभक्तीही! भक्तीसोबत वाढत होता विठ्ठलावरचा अधिकार आणि अभंगलेखन. या सर्वांमुळे अवघ्या पंचक्रोशीमध्ये नामदेव सगळ्यांचा लाडका तर झालाच; पण विठ्ठल मंदिरातही त्याचा राबता वाढला आणि तिथला वावरही. नामदेवाला आता कधीही विठ्ठल मंदिरामध्ये येण्याची मुभा होती. अर्थात, तशी ती सगळ्यांनाच होती; पण नामदेव रात्रीही मंदिरात जाऊ शकत असे. रात्रीच्या पहिल्या प्रहरात तो मंदिरात जाऊन विठ्ठलाशी संवाद करत असे. मग त्यात कधी

ऐसे माझे मना येते पंढरीनाथा । न सोडी सर्वथा चरण तुझे ।।
यासि काय करू सांगा जी गोपाळा । का स्नेह लाविला पूर्वीहूनि ।।
हृदयाची वृत्ती मनेसि मिळोनी । अवघी तुझे चरणी सुरवाडिली ।।
नामा म्हणे केशवा धरिली तुझी सेवा । सुखी अनुभवा अनुभविले ।।

अशी विठ्ठलाला दिलेली ग्वाही असायची, तर कधी

देवा माझे मन आणि तुझे चरण । एकत्र करोन दिधली गाठी ।।
होणार ते हो गा सुखे पंढरीनाथा । कासयां शिणता वायाविण ।।
माझिया अदृष्टी ऐसेचि पै आहे । सेवावे तुझे पाय जन्मोजन्मी ।।
असता निरंतर येणे अनुसंधाने । प्रारब्ध भोगणे गोड वाटे ।।
हृदयी तुझे रूप वदनी तुझे नाम । बुद्धी हे निष्काम धरिली देवा ।।
नामा म्हणे तुझी पाऊले चिंतीता । जाली कृतकृत्यता जन्मोजन्मी ।।

अशी विठ्ठलाच्या भक्तीविषयी धन्यतेची भावना असे, तर कधी कधी आपण विठ्ठलभक्त आहोत याची ग्वाही देत,

हेचि माझी संध्या हेचि माझे स्नान । तुझ्या पायी मन लागो देवा ।।
हेचि माझी ऋद्धी हेचि माझी सिद्धी । अखंड समाधी पाय तुझे ।।
नामा म्हणे हेचि देई गा श्रीपती । कथेची विश्रांती जन्मोजन्मी ।।

असे विठ्ठलाकडे मागणे असे. विठ्ठल मंदिरात बसून नामदेव अभंग लिहीत असे. रात्री उशिरा घरी परतल्यावर अंथरुणावर पडून डोळे मिटले तरी त्याच्या डोळ्यांसमोर विठ्ठलाची सावळी मूर्ती उभी राही आणि पुन्हा त्याच्या मनात शब्द गुंफले जात. अलीकडे तर नामदेवाला आणखी एका गोष्टीची गोडी लागली होती, ती म्हणजे पौराणिक कथांवर आख्यानं लिहिण्याची. श्रीकृष्णाच्या जन्मकाळाचे आणि त्याच्या बाळलीलांचे वर्णन आपल्या अभंगातून केल्यावर त्याला आपण आणखी अशा कथा लिहाव्यात, यावर आपण आख्याने लिहावीत असं सारखं वाटायला लागलं. त्यातच साखरपुड्याच्या वेळी राजाईकडच्या पाहुण्यांना त्यानं

दशावताराचं वर्णन अभंगात गुंफून दाखवलंच होतं, ते त्याला आठवत होतं, त्यामुळे विष्णूचे हे दहा अवतार अधिक तपशिलानं लिहावेत असं त्याला प्रकर्षानं वाटू लागलं. त्यातच त्याच्या या विचारांना पुष्टी देणारा एक प्रसंग घडला. नामदेव नित्यनेमाने मंदिरात जात असे. त्या दिवशी तो असाच नेहमीसारखा मंदिरात गेला, तर सदा गुरवाने विठ्ठलाच्या पूजेची सगळी उपकरणी, भांडी गाभाऱ्याबाहेर काढून ठेवलेली त्याला दिसली. त्याने याचं कारण सदाला विचारताच त्यानं आता चातुर्मास येईल, त्या आधी आषाढी एकादशी आणि त्या आधी विठ्ठल नवरात्र येईल, त्यासाठी ही सगळी स्वच्छता आहे असं सांगितलं. आषाढी एकादशी, चातुर्मास आरंभ हे संकेत नामदेवाला चांगले माहीत होते; पण विठ्ठल नवरात्रही असतं, हा संकेत त्याला तसा नवीन होता. एकतर त्यानं ही गोष्ट आत्तापर्यंत ऐकली नव्हती किंवा तशी प्रकर्षानं ती लक्षात येईल असं काही घडलं नव्हतं. ते ऐकून नामदेवानं सदा गुरवाला विचारलं, ''सदाकाका, आपण विठ्ठल नवरात्र छान असं का साजरं करत नाही? हा तर आपल्या विठुरायाचा खूप सुंदर सोहळा ठरू शकेल. चातुर्मास सुरू झाला की, देवशयनी एकादशीला देव निजतात. मग त्या आधी येणारं हे नवरात्र आपण का साजरं करायचं नाही?'' नामदेवाच्या या प्रश्नाचा अर्थ सदाला कळला नाही. ''अरे नामा, आपण साजरं करतोच की विठ्ठल नवरात्र! देवाला रोज पुरणपोळीचा नैवेद्य दाखवतो आणि त्या दरम्यान पंढरपुरात घरोघरी पुरणपोळीच केली जातीया. ठाव न्हायी काय तुला?'' सदानं प्रतिप्रश्न केला. ''तसं नव्हे सदाकाका, पण आपण हे नवरात्र सगळ्यांना बोलावून, काही छान कार्यक्रम करून का नाही साजरं करत? किती छान होईल ना आपण हे नवरात्र असं साजरं केलं तर?'' नामदेवानं सदाला पुन्हा विचारलं आणि नामदेवाचा हा प्रश्न आत येणाऱ्या रघुनाथभटांनी ऐकला. त्यांना नामदेवाचं पहिल्यापासूनच कौतुक! त्यांना नामदेवानं मांडलेली ही कल्पना एकदम आवडली. मंदिरात येता येता ते म्हणाले, ''नामदेवा, उत्तम विचार आहे तुझा! आपण या वर्षीपासूनच विठ्ठलाचं नवरात्र चांगल्या पद्धतीनं, सगळ्या गावकऱ्यांना सामावून घेऊन साजरं करू या. अरे, ही तर फार चांगली कल्पना आहे. सगळ्यांनाच आवडेल. मी आजच केसोपंतांशी बोलतो. आपण हे करायचंच!'' रघुनाथभटांनी असा प्रतिसाद दिला आणि नामदेवाला आनंद झाला. ''पण रघुकाका, आपल्याला ते जमेल का?'' सदा गुरवानं शंका काढली. ''का नाही जमणार सदोबा? अरे, अद्याप तीन महिने आहेत आपल्याकडे. पूर्वतयारीसाठी तेवढा वेळ पुरेसा आहे. आपण या नवरात्रात नऊ दिवस चांगले कार्यक्रम ठेवू. पंचक्रोशीतल्या कथेकरीबुवांना आमंत्रणे धाडू. त्या निमित्तानं गावकरीही एकत्र जमतील. गावातही आनंदाचं वातावरण राहील, तेव्हा आता ठरलं. नामदेवानं सुचवलेली विठ्ठल नवरात्र चांगल्या प्रमाणात साजरं करण्याची कल्पना आपण प्रत्यक्षात

उतरवू.'' रघुनाथभटांनी पुन्हा एकदा ठामपणे सांगितलं. ते नुसते सांगून थांबले नाहीत, तर त्याच दिवशी त्यांनी नामदेवानं सांगितलेली कल्पना केसोपंत आणि गावातल्या इतर ज्येष्ठ व्यक्तींसमोर मांडली. त्या सगळ्यांनाही ती कल्पना आवडली. त्या सगळ्यांनी ती उचलून धरली आणि ठरलं, या वर्षीचं विठ्ठल नवरात्र मोठ्या प्रमाणात साजरं करायचं. त्यासाठी आता मंदिरात रोज बैठका व्हायला लागल्या. रघुनाथभट या बैठकांना नामदेवाला आवर्जून बोलवायचे; पण तिथे नामदेव फारसं काही बोलायचा नाही. ही सगळी ज्येष्ठ मंडळी विचार करताना तो फक्त ऐकत असायचा. म्हणूनच रघुनाथभट किंवा केसोपंत नामदेवाला काही प्रश्न विचारायचे, नामदेव तेवढ्याच प्रश्नाचं त्याच्या बुद्धीप्रमाणे उत्तर देत असे. शेवटी सर्वानुमते असं ठरलं की, विठ्ठल नवरात्र साजरं करताना ते नऊ-दहा दिवस काही ना काही कार्यक्रम ठेवायचे. एकदा असं ठरवल्यावर कार्यक्रम काय ठेवायचे याबद्दल ऊहापोह सुरू झाला.

त्या दरम्यान आषाढीचे निमंत्रण द्यायला नामदेवाचे सासरे – राजाईचे वडील गोविंदशेट सदावर्ते – पंढरपूरला आले. नामदेव त्या वेळी मंदिरात गेला होता. घरातल्या मंडळींना भेटून, त्यांना आमंत्रण करून गोविंदशेट नामदेवाला भेटायला मंदिरात आले. मंदिरात नामदेव इतर मंडळींसोबत बसला होता. विठ्ठल नवरात्र साजरं करायचं ही कल्पना सगळ्यांना, अगदी सगळ्या गावकऱ्यांना आवडली होती; त्यामुळे त्यात सहभाग घ्यायला प्रत्येकजण आसुसला होता. प्रत्येकानं आपापल्या परीनं अगदी उत्साहानं काही ना काही करण्याची तयारी दर्शवली होती. कोणी पताका लावणार म्हणत होतं, तर कोणी बिछायती घालतो म्हणत होतं. कोणी शेतातला भाजीपाला आणून देतो म्हणत होतं, तर कोणी मांडवासाठी बांबू आणून देतो म्हणत होतं. प्रत्येकजण काही ना काही जबाबदारी उचलायला मोठ्या उत्साहानं तयार झाला होता. प्रसाद करण्याची जबाबदारी घ्यायला तर कित्येकजण पुढे सरसावले होते. नामदेवानं एक कल्पना मांडली आणि सगळ्या गावात उत्साहाचं वारं फिरायला लागलं. इकडे-तिकडे बसून वेळ काढणारी पोरंसुद्धा मंदिराच्या स्वच्छतेत हातभार लावू लागली. भविष्यकाळात पंढरपूरचं भक्तिसंप्रदायाचं नेतृत्व नामदेवाकडे येणार, याचीच जणू ती चाहूल होती. अशी सगळी उत्साहात, आनंदात चर्चा चालली होती. नामदेव एका बाजूला बसून शांतपणे सगळी चर्चा ऐकत होता. त्याचाही चेहरा आनंदानं फुलला होता. आपण विठ्ठल नवरात्र साजरं करण्याची कल्पना मांडतो काय आणि सगळेजण ती उचलून धरतात काय? आणि अवघ्या गावात उत्साहाचं वारं भिरभिरायला लागतं काय? सगळंच कौतुकाचं होतं. नामदेव असा विचार करत बसला होता, तोच गोविंदशेट त्याची भेट घेण्यासाठी मंदिरात आले. नामदेवानं त्यांची सगळ्यांशी ओळख करून दिली. नमस्कार झाले.

त्यांच्याशी दोन शब्द बोलून मंडळी पुन्हा विठ्ठल नवरात्राच्या चर्चेकडे वळली. नऊ दिवस काय काय आणि कोणकोणते कार्यक्रम ठेवायचे, असा विषय होता. पंचक्रोशीतले कथेकरी बुवा, लहान-मोठं कीर्तन करणारे कीर्तनकार यांच्या नावाची चर्चा सुरू झाली. अचानक गोविंदशेट पुढे झाले आणि म्हणाले, "आपणा सर्व ज्येष्ठ मंडळींमध्ये मी बोलतो आहे याबद्दल मला क्षमा करा; पण मी काही सुचवू का?" त्यांचा तो विनम्र स्वर आणि काहीतरी बोलण्याची उत्सुकता बघून रघुनाथभट म्हणाले, "बोला शेट! अहो, तुम्ही नामदेवाचे पाहुणे म्हणजे अवघ्या पंढरपुराचेच पाहुणे. तुम्हाला क्षमा मागण्याची गरज नाही. अहो, हा विठुराया जसा आमचा आहे तसा तो तुमचाही आहेच की! तुम्हीही वारकरी आहातच की! तुम्हाला यात काही नवीन सुचत असलं, तर जरूर सांगा. आम्ही त्याचाही विचार करू आणि योग्य असेल तर स्वीकारही करू, तेव्हा तुम्ही बोला. निःसंकोचपणे बोला!" रघुनाथभटांनी मनापासून परवानगी दिली ते ऐकून गोविंदशेटना बरं वाटलं. ते थोडेसे पुढे सरकले आणि म्हणाले, "भूदेव, तुम्ही अनुमती दिलीत आणि अभय दिलं आहे म्हणून थोडंसं बोलायचं धाडस करतो. आपण सगळे विठ्ठल नवरात्रात कार्यक्रम ठेवण्याबद्दल चर्चा करत आहात ना? मग मी एक सुचवतो. तुम्हाला सगळ्यांना आवडलं तर बघा." असं म्हणून गोविंदशेट क्षणभर थांबले. त्यांनी सर्वांच्या चेहऱ्यावरून एक नजर फिरवली. सर्वांच्या नजरेत उत्सुकता होती. ती टिपून गोविंदशेटनी पुढे बोलायला सुरुवात केली. "मान्यवर, खरं बोलायचं झालं तर आपण उगीचच लांबलांबच्या बुवांची चौकशी करतो आहोत. अहो, एक उत्तम कथाकीर्तन करणारा, उत्तम अभंग रचणारा तुमच्याच गावात, तुमच्यातलाच एक आहे!" गोविंदशेटनी असं म्हणताच केसोपंतांच्या भुवया उंचावल्या. "आमच्यातलाच एक? कोण आहे तो?" त्यांनी प्रश्न केला. तोच एकदम लक्षात आल्यासारखं रघुनाथभट म्हणाले, "नामदेव? तुम्हाला नामदेवाबद्दल बोलायचं आहे का? अहो, नामदेव म्हणजे गावचं लेकरू आहे. त्यानंच तर ही कल्पना मांडली आहे. त्याला आम्ही लाख सांगू हो! पण गावकऱ्यांना ते आवडायला नको का? गावातलाच कुणीतरी आहे म्हटल्यावर गावातले लोक कोण ऐकायला येणार? गोविंदशेट, पिकतं तिथे विकत नाही, ही म्हण तुम्हाला माहीत नाही का?" रघुनाथभटांनी आपलं म्हणणं मांडलं. ते अगदी रास्त होतं. केसोपंतांनीही त्यांच्या म्हणण्याला दुजोरा दिला. ते म्हणाले, "अहो शेट, नामदेव गावकऱ्यांच्या रोजच्या बघण्या-भेटण्यातला. तुम्हाला जावई म्हणून त्याचं कौतुक वाटणं अगदी योग्य आहे आणि तो आहेच कौतुक करण्यासारखा. पण 'घरचं मीठ अळणी'च असतं हो! त्याला कोण काय करणार?" केसोपंतांनी रघुनाथभटांची बाजू उचलून धरली. दोघांचं म्हणणं अगदी रास्त होतं. या दोघांच्या म्हणण्याला सदा गुरवानंही मान डोलवली आणि पटकन तो म्हणाला, "केसोपंत,

तुमी बोललात ते अगदी बरोबर हाय! अवं, नामा अभंग लिवत असला तरी या गावचा पोर. त्यातनं तो शिंपी. आता कापडाला टाकं घालायचं सोडून शब्द जोडतोय झालं. एवढंच काय ते करतोय त्यो. त्याचं ऐकायला कोण लोक येणार?'' सदा गुरव हे जे काही बोलला, ते कुणालाच फारसं आवडलं नाही. नामदेव गावचा पोर असला तरी त्याची योग्यता सगळे जाणून होते. नामदेवानं ती तशी सिद्धही केली होती. सदाचं बोलणं जसं या सगळ्यांनी ऐकलं होतं, तसंच ते नामदेवानंही. तो पट्कन म्हणाला,

कुश्चळ भूमीवरी उगवली तुळसी । अपवित्र तियेसी म्हणो नये ॥
काकविष्ठेमाजी जन्मे तो पिंपळ । तया अमंगळ म्हणो नये ॥
दासीचिया पुत्रा राज्यपद आले । उपमा मागील देऊ नये ॥
नामा म्हणे तैसा जातीचा मी शिंपी । उपमा जातीची देऊ नये ॥

आपण बोलत होतो त्याच विषयाबद्दल, आत्ता या क्षणी नामदेवानं इतका चपखल अभंग रचलेला बघून सगळ्यांचेच डोळे विस्फारले. सदा गुरव शरमला. तो पुढे होऊन काही बोलणार तोच रघुनाथभट एकदम म्हणाले, ''शाब्बास नामा, शाब्बास! अरे, तुझी प्रतिभा इतकी उत्स्फूर्त आणि शब्दरचना इतकी नेमकी आहे ना की, आता ठरलं. केसोपंत, लक्ष्मणबुवा ठरलं. येणाऱ्या विठ्ठल नवरात्रात नऊ दिवस नामदेवालाच कीर्तन करायला लावायचं. अहो, आपल्या अंगणात हा लखलखता हिरा असताना आपण काचा हुडकत बाहेर कशाला हिंडायचं? ठरलं! नामदेवा, या वर्षीच्या विठ्ठल नवरात्रात तूच कीर्तन करायचंस!'' रघुनाथभट उत्स्फूर्तपणे म्हणाले आणि नामदेवानं तिथल्या तिथे रचलेल्या अभंगामुळे स्तिमित झालेल्या केसोपंतांनी आणि लक्ष्मणबुवांनी रघुनाथभटांच्या या प्रस्तावाला अगदी मनापासून होकार दिला. तोच गोविंदशेट म्हणाले, ''मान्यवर, परवा आमच्या गावी साखरपुड्याच्या वेळी नामदेवांनी विष्णूचे दहा अवतार एका अभंगात बांधले होते. त्या वेळीही आमच्या भावकीतले लोक नामदेवांच्या बुद्धिवैभवानं चकित झाले होते. आजही ते त्यांना आठवतं. ते मी सगळं ऐकलं होतं. म्हणूनच मी तुमच्या चर्चेच्या मध्ये बोलायचं धाडस केलं. मी आलो होतो आषाढीचं निमंत्रण द्यायला. नामदेव मंदिरात आहेत हे समजलं, म्हणून त्यांना भेटायला मी इथे आलो. तुम्हा सगळ्यांची भेट झाली, बरं वाटलं. आता विठुरायाचं दर्शन घेतो आणि निघतो.'' असं म्हणून गोविंदशेट जाण्यासाठी उठले. त्यांना थांबवून केसोपंत म्हणाले, ''शेट, तुम्ही आम्हाला हे सुचवलंत! खूप छान केलंत. अहो, आपल्या डोळ्यांतला हिरा आपल्याला दिसत नाही. दुसऱ्यांनी दाखवल्याशिवाय आपल्याला तो दिसत नाही. आता तुम्हाला एक विनंती आहे. या कार्यक्रमाला तुम्ही सगळ्या आप्तेष्टांसह उपस्थित राहा. आम्हाला

आनंद होईल.'' केसोपंतांनी असं सांगितलं म्हटल्यावर गोविंदशेटना खूप आनंद झाला. प्रसन्न मनानं त्यांनी सगळ्यांचा निरोप घेतला. ते नामदेवाजवळ गेले. नामदेवाने त्यांना वाकून नमस्कार केला. गोविंदशेटनी नामदेवाला उठवून गळामिठी घातली. त्याच्या पाठीवर थोपटलं. ''असंच अलौकिक कार्य करत राहा!'' गोविंदशेटनी मनभरून आशीर्वाद दिला. सगळ्यांचा निरोप घेऊन ते बाहेर पडले. जाता जाता 'सगळ्यांना घेऊन कार्यक्रमाला येतो' असं सांगायला ते विसरले नाहीत. गोविंदशेट गेले आणि सभामंडपात रघुनाथभट, केसोपंत, सदा गुरव आणि लक्ष्मणबुवा या चौघांची पुन्हा बैठक भरली. आता त्यांनी नामदेवाला बोलावलं. ''नामदेवा, इथे असा समोर ये. आता मला सांग, तू या वर्षीच्या विठ्ठल नवरात्रात नऊ दिवस कार्यक्रम करणार ना? हे बघ नामदेवा, तुझी योग्यता ती आहे, हे आम्ही जाणून आहोत. तू सतत आमच्या नजरेसमोर असतोस; पण सगळ्या गावकऱ्यांना हे माहीत नाही. तू कार्यक्रम करणार म्हटल्यावर गावकऱ्यांनी तो सातत्यानं नऊ दिवस ऐकायला येणं, ही आता तुझी जबाबदारी आहे. ते तुझं कौशल्य आहे. तुझी बुद्धी, वाणी, सांगण्याची हातोटी आणि विषयाची मांडणी यावर सगळं अवलंबून आहे आणि आम्ही तुझ्यावर टाकलेला विश्वास सार्थ करणं, ही तुझी जबाबदारी आहे. त्या विश्वासाला स्वतः पात्र होणं केवळ तुझ्या हातात आहे. आमची आणि त्याचबरोबर गावाची इज्जतही तुझ्या हातात आहे. नामदेवा, एक फार मोठी जबाबदारी तुझ्यावर आहे, हे लक्षात ठेव. तुझा विठ्ठल तुझ्या पाठीशी आहेच. तो तुला यात यश देवो!'' असं बोलून रघुनाथभट केसोपंतांसह मंदिराबाहेर पडले. सदा गर्भागाराकडे वळला. लक्ष्मणबुवाही गेले. सभामंडपात नामदेव एकटाच राहिला. तिथूनच त्यानं विठ्ठलाकडे पाहिलं. त्याच्या चेहऱ्यावर आनंद होता. ओठांवर स्मितहास्य होतं. डोळ्यांत आमंत्रण होतं आणि दिलासा होता, तर चेहऱ्यावर आनंदासोबत आश्वासन होतं, वचन होतं आणि विश्वासही होता. नामदेवानं ते सगळं वाचलं. तो गर्भागाराच्या दाराजवळ जाऊन उभा राहिला. विठ्ठलाकडे एकटक बघत म्हणाला, ''विठुराया, ही तुझीच काहीतरी लीला असणार आहे. असं तर नाही ना की, सगळ्या गावकऱ्यांसमोर तुला माझी फजिती करायची आहे; पण मला विश्वास आहे की, तू तसं काही करणार नाहीस. कीर्तनही माझ्याकडून तूच करून घेतलंस आणि ते मी नीट करतो की नाही, हे बघायलाही तूच आला होतास. आता हा तर तुझाच उत्सव आहे. यात मी तुझेच गोडवे गाणार आहे. ते ऐकायला तू इथंच असशील. विठुराया, तुझे गोडवे गाणं हा माझा प्राणछंद आहे. त्यासाठी मला शक्ती दे, विठ्ठला!

स्वामी एक व्हावा तुजचि सारिखा । करी निज सेवका जगद्वंद्य ।।
देऊनि प्रेमाते पाळिसी तू बाळे । न करिसी जीवावेगळे क्षणभरी ।।

बळी भीष्म नारद उद्धव रुक्मांगद । हनुमंत प्रल्हाद अंबऋषि ।।
नामा म्हणे हेचि देई जन्मोजन्मी । मी दास तू स्वामी केशिराजा ।।

आपल्यावर आलेल्या जबाबदारीचं नामदेवानं विठ्ठलाला साकडं घातलं. मगच त्याला बरं वाटलं. विठ्ठल नवरात्राला आता काही दिवसच उरले होते; पण गंमत अशी झाली होती की, कर्णोपकर्णी या वर्षीच्या विठ्ठल नवरात्रात नामदेव कीर्तन करणार अशी बातमी आख्ख्या गावात पोहोचली. गावातल्या काही लोकांकडून ती पंचक्रोशीत पोहोचली आणि अनेकांनी विठ्ठल नवरात्रात नामदेवाचे कीर्तन ऐकायला जायची तयारी सुरू केली. बालवयातच नामदेवानं विठ्ठलाच्या दगडी मूर्तीला जेवायला लावले, हा नामदेवाचा पराक्रम अवघ्या पंचक्रोशीत पसरला होताच. त्यालाही आता बारा-पंधरा वर्षं उलटून गेली होती. तोच तो नामदेव आता विठ्ठल नवरात्रात नऊ दिवस कीर्तन करणार, याबद्दल लोकांच्या मनात अनावर उत्सुकता होती. बरेचसे कौतुकानं तर बाकीचे उपहासानं या बाबतीत बोलत होते. नामदेवाच्या घरी थोडंसं गंभीर वातावरण होतं. आपल्या लेकाबद्दल पूर्ण विश्वास असणारी गोणाई शांत होती. नामदेवाला दुसरा मुलगा झाला होता. त्याचं नाव चातुर्मासात झाला म्हणून विठ्ठल ठेवलं होतं. बाळाला कुशीत घेऊन राजाई शांतपणे नामदेवाची धावपळ बघत बसायची. नामदेवाबद्दल खात्री असणारी जनीही निवांत होती; पण दामाशेटी मात्र अस्वस्थ होते. नामदेवाची भक्ती, त्याची प्रतिभा, त्याचं ज्ञान, त्याचं भाषावैभव, त्याची वाणी तेही जाणून होते; पण त्याचबरोबर त्याचा काहीसा बेफिकीर आणि कलंदर स्वभावही ते जाणून होते. म्हणूनच त्यांना चिंता वाटत होती. आपल्या मनातली चिंता सदा गुरवाजवळ बोलून दाखवावी, असं कित्येकदा त्यांच्या मनात आलं; पण आपल्याच लेकाबद्दल आपणच असं कसं बोलायचं, असं वाटून ते गप्प बसले; पण मनातल्या मनात ते चिंतेत होते. ही चिंता गोणाईजवळ किंवा जनीजवळ बोलावी, तर त्या दोघी नामदेवाच्या बाबतीत पूर्ण निश्चिंत होत्या; त्यामुळे आपल्या मनातली चिंता आपल्या मनात ठेवण्यावाचून दामाशेटींपुढे दुसरा मार्गच नव्हता. नामदेवाला काहीतरी बोलावं, विचारावं, सांगावं, वडीलकीच्या नात्यानं काही सल्ला द्यावा, तर तो सतत कसल्या ना कसल्या कामात असायचा, त्याच्यासोबत बरीच मंडळीही असायची; नाहीतर माडीवर जाऊन तो काहीतरी लिहीत बसायचा. लिहून झालं की, ते लिहून झालेलं पुनःपुन्हा वाचून बघायचा. ते झालं की, कसेतरी दोन घास पोटात ढकलून तो बाहेर जायचा, ते तासा-दोन तासांनी यायचा; त्यामुळे काय होईल ते बघत राहण्यावाचून दामाशेटींना गत्यंतर नव्हतं. त्यातच या विठ्ठल नवरात्राच्या कामामुळे त्याला शिवणकामाकडे लक्ष द्यायला तर सवडच नव्हती आणि बघता बघता आषाढ आला. येताना विठ्ठल नवरात्रासोबत

पावसाची झिम्मड घेऊन आला आणि भर पावसात विठ्ठल नवरात्राला आरंभ झाला. विठ्ठलाची खास पूजा बांधण्यात आली आणि गर्भागारात रोज तेवणाऱ्या दोन समयांसोबतच, त्यापेक्षाही तेजस्वी प्रकाश देणारा मोठा लामणदिवा ठेवण्यात आला. विठ्ठलाच्या त्या सावळ्या मूर्तीला मोतिया रंगाचा रेशमी कद नेसवण्यात आला. त्या मोतिया रंगाच्या रेशमी कदावर केशरी रंगाचा जरतारी शेला पांघरला होता. त्या लामणदिव्याच्या प्रकाशात अशी नटलेली ती सावळी विठ्ठल मूर्ती अत्यंत देखणी दिसत होती. पूजा बांधून झाल्यावर आरती झाली आणि आरती झाल्यावर क्षणभर जी शांतता पसरली, त्या शांततेचा भंग केला नामदेवानं, विठ्ठलाचं वर्णन करणारा एक सुंदर अभंग गाऊन.

विटेवरी समचरण सुंदर । बाळ सुकुमार यशोदेचे ।।
वाळे, वाकी गर्जे तोडर चरणी । नाद झणझणी वाजताती ।।
कासे कासियेला पीत पीतांबर । लोपे दिनकर तेणें प्रभा ।।
नामा म्हणे नाही तुझ्या रूपा पार । तेथे मी किंकर काय वानूं ।।

नामदेवानं तो अभंग गायला. नामदेवाला नजरेसमोर आपला तान्हुला विठ्ठल दिसत होता आणि विठ्ठलाचं देखणं रूप बघून जसं जमलेल्या लोकांच्या डोळ्यांचं पारणं फिटलं, तसा नामदेवाचा तो अभंग ऐकून जमलेल्या लोकांचे कान समाधान पावले आणि या अभंगातून जणू नामदेवानं संध्याकाळी करायच्या कीर्तनाचीच एक झलक दाखवली. आरती झाली. प्रसाद वाटून झाला, लोक आपल्या घरी गेले ते नामदेवाची चर्चा करतच. आता संध्याकाळी नामदेवाला आणखी ऐकता येणार होतं आणि संध्याकाळी लवकर बाहेर पडता यावं म्हणून दिवसभराची कामं लवकर उरकावीत, असा विचार करतच लोक घरी गेले.

संध्याकाळ होत होती तशी नामदेवाची आतुरता वाढत होती. गोणाई-राजाई-जनीचा उत्साह वाढत होता आणि दामाशेटींची अस्वस्थता वाढत होती. नामदेव माडीवर जाऊन बसला होता. त्याचं मन शांत होतं; पण बुद्धीचं द्वंद्व चाललं होतं. विठ्ठल नवरात्राचे नऊ दिवस त्याला कीर्तन करायचं होतं. तसं तर तो रोजच कीर्तन करत असे. त्यात विठ्ठलाच्या भक्तीबरोबरच पंढरपूरचे माहात्म्य सांगणारा

आधी रचिली पंढरी । मग वैकुंठनगरी ।।
जेव्हा नव्हते चराचर । तेव्हा होते पंढरपूर ।।
जेव्हा नव्हती गोदागंगा । तेव्हा होती चंद्रभागा ।।
चंद्रभागेचे तटी । धन्य पंढरी गोमटी ।।
नासिलिया भूमंडळ । उरे पंढरीमंडळ ।।
असे सुदर्शनावरी । म्हणूनी अविनाश पंढरी ।।

नामा म्हणे बा श्रीहरी । ते म्यां देखिली पंढरी ॥

असा पंढरपूरचा महिमा सांगणारा अभंगही गात असे, तर कधी विठ्ठलनामाची महती गाणारा

नामापरता मंत्र नाही त्रिभुवनी । ऐसे बोले वाणी वेदशास्त्री ॥
पाहा विचारोनी अनुभव तो मनी । नका आडरानी झणी भरो ॥
नामाविण कोणी तरलो जे म्हणति । ते आधी बुडती भवसागरी ॥
नामा म्हणे नाम ॐकाराचे मूळ । ब्रह्म ते केवळ विटेवरी ॥

असा अभंग गात असे; पण या वेळची गोष्ट वेगळी होती. या वेळी सलग नवरात्राचे नऊ दिवस आणि आषाढी एकादशीचा दहावा दिवस धरून सलग दहा दिवस त्याला कीर्तन करायचं होतं आणि तेही प्रसंगोपात. म्हणूनच आपल्या बुद्धीची धार अजमावत तो माडीवर जाऊन बसला होता. या दहा दिवसांत आपण दशावतार सांगायचे हे त्यानं कधीच ठरवलं होतं. त्या दशावताराचे अभंगही त्यानं लिहून ठेवले होते. रोज एका अवताराबद्दल तो सांगणार होता. बुद्धी तयार होती, मन आतुर होतं, शरीर आसुसलं होतं, वाणी सिद्ध झाली होती. आता फक्त सायंकाळची प्रतीक्षा होती. तरीही नामदेव थोडासा अस्वस्थच होता. त्याला राहून राहून रघुनाथभटांचं आणि केसोपंतांचं बोलणं आठवत होतं. 'घरचं मीठ अळणी' आणि त्यातच रघुनाथभट म्हणाले होते की, 'आमचा विश्वास सार्थ करणं आणि त्या विश्वासाला पात्र होणं ही केवळ तुझी जबाबदारी आहे.' आणि याच गोष्टींमुळे नामदेव थोडासा अस्वस्थ होता. म्हणून राहून राहून मग तो विठ्ठलालाच सांगत होता -

माझ्या बोबडिया बोला । चित्त द्यावे बा विठ्ठला ॥
वारा जाय भलत्या ठाया । तैसी माझी रागछाया ॥
गाता येईल तेणेंची गावे । येरी हरी हरी म्हणावे ॥
तान मान नेणे देवा । नामा विनवितो केशवा ॥

आता कुणास ठाऊक, विठ्ठल त्याचं ऐकणार होता की नाही? या प्रश्नाचं उत्तर जरी नामदेवाला माहीत नव्हतं, तरी ते आता काही तासांतच मिळणार होतं. नामदेवच नव्हे, तर पंढरपुरातले आणि आसपासच्या गावांतले सगळे लोक आणि स्वतः विठ्ठलही या उत्तराची वाट बघत होता.

बघता बघता संध्याकाळ झाली. दिवेलागण झाली. आज लोकांनी आपली जेवणं लवकर उरकली होती. विठ्ठल नवरात्राचा हा पहिला दिवस होता. पंढरपुरात घरोघरी विठ्ठलाला पुरणपोळीचा नैवेद्य दाखवून झाला होता. संध्याकाळच्या जेवणात येळवणीची आमटी-भात आणि कुरडया खाऊन, चूल-पोतेरं करून बाया-बापड्यासुद्धा

नामदेवाचं कीर्तन ऐकायला तयार झाल्या होत्या. बघता बघता मंदिराचं आवार भरायला लागलं. मंदिर तर लहानच होतं; पण मंदिरासमोर मोठं पटांगण होतं. नवरात्राच्या निमित्तानं विठ्ठल मंदिरात पण त्यांची आरास केली होती. त्या प्रकाशात मंदिराचा कोपरान्‌कोपरा उजळून निघाला होता. मंदिराच्या बाहेरच्या भिंतीवर मोठमोठे पलिते अटकणींमध्ये खोचले होते. पावसाचा आडोसा म्हणून त्यावर तट्ट्यांची छपरं लावली होती. पटांगणालाही तट्ट्यांचं छत असलेला मांडव केला होता. बाया-बापड्या, माणसं बसायला पटकुरं घेऊन जागा धरून बसली होती. मंदिरातले ज्येष्ठ आणि श्रेष्ठ असे रघुनाथभट, केसोपंत, बडवेबुवा, जोशीतात्या अशी मानाची सगळी मंडळी मंदिराच्या सभामंडपात बसली होती. सभामंडपातच उजव्या हाताला नारदपीठ होतं. एरवी मंदिरात कथा सांगायला येणारे कथेकरीबुवा तिथेच बसून कथा करत होते. त्यांच्या सांगण्यावरून त्या दिवशी नामदेवानं तिथे कीर्तनाची, आपल्या आयुष्यातल्या पहिल्यावहिल्या कीर्तनाची जणू मुहूर्तमेढ रोवली होती. आपण कीर्तन करू शकतो, हा आत्मविश्वास त्याला त्या दिवशी मिळाला होता. आता आजही याच नारदपीठावर उभा राहून तो कीर्तन करणार होता. विठ्ठल नवरात्र हे निमित्त होतं; पण परीक्षा होती नामदेवाची. त्याच्या बुद्धीची, ज्ञानाची, भक्तीची, वाणीची, प्रतिभेची, लोकाभिमुखतेची आणि त्याच्या भवितव्याचीसुद्धा. एकाच वेळी, एकाच व्यासपीठावर या सगळ्या परीक्षा देण्यासाठी नामदेव सिद्ध झाला होता, सर्वार्थानं!

मंदिराचं पटांगण गर्दीनं फुलून गेलं होतं आणि नामदेव तिथे आला. तो आलेला पाहून लोक कुजबुजायला लागले. नामदेवाचं लहान वय, अजून ओठ पिळले तर दूध निघेल असा निर्व्याज चेहरा, सडसडीत बांधा, विठ्ठलाशी जवळीक साधणारा सावळा रंग. नामदेव आला आणि पहिल्यांदा लोकांनी त्याला ओळखलंच नाही. नेहमी लंगोटीवजा अर्धं धोतर पार गुडघ्याच्यावर असलेलं, अंगात ढगळ सदरा आणि डोक्याला मुंडासं गुंडाळून फिरणारा नामदेव आज मात्र पूर्ण पोशाखात होता. दुटांगी धोतर, पूर्ण बाह्यांचा सदरा आणि अंगावर उपरणं. हे उपरणं त्याला त्या दिवशी म्हणजे त्याच्या पहिल्यावहिल्या कीर्तनाच्या दिवशी कथेकरी बुवांनी दिलं होतं. तर हे धोतर आणि सदरा त्याच्या लग्नात राजाईच्या वडिलांनी दिलेला मानाचा पोशाख होता. नामदेव गर्दीतून वाट काढत सभामंडपाशी पोहोचला. तिथूनच त्यानं जमिनीवर डोकं टेकवून विठुरायाला नमस्कार केला. त्याच्याकडे 'पाठीशी राहण्याचं' आश्वासन मागितलं. नंतर तिथे सभामंडपात बसलेल्या सगळ्या ज्येष्ठांना आणि श्रेष्ठांना त्यानं तसाच जमिनीवर डोकं टेकवून नमस्कार केला. त्यानंतर तो कीर्तन करण्यासाठी उभं राहाण्याचा जो चौथरा केला होता, तिकडे वळला. त्या चौथऱ्यालाही त्यानं डोकं टेकवून नमस्कार केला. मग मोठ्या आत्मविश्वासानं तो त्या चौथऱ्यावर - त्या नारदपीठावर - उभा राहिला. लोकांना सामोरं उभं राहून त्यानं त्या श्रोत्यांनाही

मस्तक झुकवून नमस्कार केला. कोवळं वय, गळ्यात अडकवलेली वीणा, हातात चिपळ्या– नामदेव अगदी हुबेहूब एखाद्या कसलेल्या कीर्तनकारासारखा दिसत होता. त्यानं समोर पाहिलं. शे-दोनशे डोळे त्याच्यावर रोखले होते. काही डोळ्यांत कौतुक होतं, काहींमध्ये अपूर्वाई. काही मिस्कीलपणे बघत होते, तर काहींत होते खट्याळ भाव. काही उपहास दाखवत होते, तर काही डोळ्यांत होता राग. काही डोळ्यांत 'अजून लेकरूच हाय की ह्यो' असा भाव होता, तर काही डोळ्यांत 'आलाय मोठा शहाणा' असा. काही नजरा रोखलेल्या होत्या तलवारीच्या पात्याप्रमाणे, तर काही दिलासा देत होत्या. काही घाव घालायच्या तयारीत, तर काही वात्सल्यानं भरलेल्या. अशा असंख्य भावभावनांचे प्रदर्शन करत तिथे लोक बसले होते. नामदेवानं डोळे मिटले, खोल श्वास घेतला, वीणेची तार छेडली. झऽणऽऽ! असा नाद आसमंतात भरून राहिला आणि गगन मंडळात तो नाद घुमत असतानाच नामदेवानं गजर सुरू केला. "विठ्ठलऽ विठ्ठल! विठ्ठलऽ विठ्ठल!" वीणेच्या त्या झणत्कारानं भानावर आलेल्या लोकांनी नामदेवासोबत टाळ्यांवर तो ताल उचलून धरला, 'विठ्ठलऽ विठ्ठल! विठ्ठलऽ विठ्ठल!' आणि अवघा आसमंत त्या नादानं भरून गेला. त्याचे अनंत प्रतिध्वनी उमटले आणि विठ्ठलाच्या कानांपर्यंत जाऊन पोहोचले. तत्क्षणी विठ्ठलाला उमगलं, नामदेवानं कीर्तन सुरू केलं आहे. लोकांच्या मुखातून उमटणारा 'विठ्ठलऽ विठ्ठल'चा गजर नामदेवाच्या कानांवर पडत होताच. त्यातच त्याला एक बारीक, पण गहिरा आवाज ऐकू आला, "नामया, मी आलोय!" नामदेव क्षणभर चमकला, दुसऱ्या क्षणी सावरला. विठुराया आला आहे, हे त्याला समजलं. हात उंचावून त्यानं गजर थांबवला आणि पुढे बोलायला सुरुवात केली. "ज्येष्ठ आणि श्रेष्ठ मान्यवर हो! तुमच्या नजरेसमोर लहानाचा मोठा झालेला हा नामदेव, तुमचा नाम्या तुम्हाला वंदन करून माझ्या आजच्या कीर्तनाकडे वळतो. आजपासून विठ्ठलाचं नवरात्र सुरू झालं. नवरात्राचे नऊ दिवस आणि आषाढी एकादशीचा दिवस धरून असे दहा दिवस मी कीर्तन करावं, असा ज्येष्ठांनी मला आदेश दिला आहे. तो शिरसावंद्य मानून विठ्ठलाचा आणि तुमचा आशीर्वाद घेऊन मी सुरुवात करतो आहे. या दहा दिवसांत मी दशावताराची कथा सांगणार आहे. या कथेला सुरुवात करण्यापूर्वी मी या वैकुंठनगरीला, या पंढरपूरला वंदन करतो.

पंढरीच्या सुखा अंत पार नाही लेखा । शेषा सहस्त्रमुखा न वर्णवेचि ॥
पंढरीच्या सुखा तोचि अधिकारी । जन्मोजन्मी वारी घडली तया ॥
पंढरीस जाता प्रेम उचंबळत । आनंदे गर्जत नामघोष ॥
विश्वमूर्ती विठो विश्वंभर देखे । विसरला दुःखे देहभान ॥
नामा म्हणे त्याचा होईन चरणरज । नुपेक्षील मज पांडुरंग ॥

नामदेवानं पंढरीचा महिमा आणि वारीची महानता सांगणारा अभंग गायला आणि लोक सरसावून बसले. ‘‘मंडळी, आपलं पंढरपूर हे असं आहे आणि ते असं आहे ते या विठ्ठलामुळे, या पांडुरंगामुळे आणि तो तरी कसा आहे? कसा आहे आपला विठ्ठल? कसा आहे हा पंढरीचा देव?

पंढरीचा देव पाहता सगुण । प्रल्हादाकारणे सिद्ध झाला ।।
पंढरीचा देव पतित पावन । उभा नारायण विटेवरी ।।
पंढरीचा देव प्रत्यक्ष उदार । बाळ्या भोळ्या पार दावितसे ।।
नामा म्हणे देवा कीर्ती वानू काय । आम्हासाठी सोय लावी बापा ।।

नामदेवानं केलेलं विठ्ठलाचं वर्णन तसेच आपल्या पंढरपुराचं, आपल्या विठ्ठलाचं इतकं नेमकं आणि लाघवी वर्णन ऐकून लोकांनी हात उंचावून ‘शाब्बास! भले शाब्बास! वा! नामदेवा वा!’ अशी दाद दिली. आणि आता याहीपेक्षा आपल्याला आणखी काहीतरी चांगलं ऐकायला मिळणार, अशी आस घेऊन त्यांनी कानात प्राण एकवटले. पंढरपुराचं आणि पंढरीरायाचं वर्णन करून झालं आणि नामदेव मुख्य विषयाकडे वळला. ‘‘लोकहो, आजपासून आपण दशावतार ऐकणार आहोत. श्री विष्णूंनी भक्तांच्या उद्धारासाठी, पृथ्वीच्या रक्षणासाठी दहा अवतार घेतले, एवढंच आपल्याला माहीत आहे; पण ते अवतार कोणकोणते? ते कसे कसे घेतले, कशासाठी घेतले आणि ते अवतार घेऊन त्यांनी कोणते महान कार्य केले, याची माहिती आपण जाणून घेणार आहोत, तेव्हा सर्वप्रथम आपण श्री विष्णूंनी कोणकोणते दहा अवतार घेतले, ते माहीत करून घेऊ आणि मग त्यातल्या एका म्हणजे पहिल्या अवताराबद्दल अधिक जाणून घेऊ. अशा पद्धतीनं आपण रोज श्री विष्णूंचा एक अवतार अभ्यासणार आहोत. तर आता आधी श्री विष्णूंच्या दहा अवतारांबद्दल...

प्रथम अवतारी देव मच्छ जाले सागरी ।
वधोनि शंखासुर वैरी आणिले वेद ।।
कूर्म अवतारी सावरली सृष्टी ।
वराह द्विज नेहटी धरणीधरु ।।
प्रल्हाद कैवारा स्तंभाभीतरी ।
बळी बंधन हरी प्रकटझाला ।।
रेणुकानंदन द्विजकुळ पाळण ।
त्रिंबक भंजन रघुनाथ ।।
गोकुळी अवतारु सोळासहस्र वरु ।
आपण योगेश्वरु बौद्धरुपी ।।

कलकी अवतारु वदतसे वरु ।
नामया दातारु केशिराज ॥

नामदेवाने विष्णूचे दहा अवतार एका अभंगात गुंफले आणि नामदेवाच्या बुद्धीची, ज्ञानाची आणि प्रतिभेची चुणूकच सगळ्यांना दिसली. गोविंदशेट आपले पै-पाहुणे घेऊन नामदेवाचे कीर्तन ऐकायला आले होते. साखरपुड्याच्या वेळी नामदेवानं गायलेला दशावताराचा अभंग त्यांना माहीत होता; पण या वेळी त्याच दशावतारावर नामदेवानं दुसरा अभंग रचलेला बघून ते थक्क झाले आणि आपल्या जावयाविषयीचा त्यांचा अभिमान वाढला. नामदेवानं दशावतार एकत्र गुंफून अभंग गायला आणि क्षणभर मध्ये थांबून त्यानं विठुरायाचा गजर केला. लोकांना आता आपण जे काही ऐकतो आहोत आणि नामदेव जे काही सांगतो आहे, त्यात रस वाटू लागला. गजर झाला आणि नामदेवानं विष्णूच्या पहिल्या अवताराकडे लोकांचे ध्यान वळवले. ''लोक हो! या पृथ्वीच्या रक्षणासाठी, भक्तांच्या उद्धारासाठी श्री विष्णूनं जे दहा अवतार घेतले, त्यातला पहिला अवतार हा मत्स्य अवतार होय. मत्स्य म्हणजे मासा. श्री विष्णूंनी माशाचे रूप घेतले, ते रसातळाला निपालेल्या पृथ्वीला सावरण्यासाठी. अंबरीशामुळे श्रीविष्णूंना हे दहा अवतार घ्यावे लागले.

होसि भक्तांचा कोवसा । तुझी ब्रीदे हृषिकेशा ।
निवविले सायासा । कृपासिंधू मुरारी ॥
अंबऋषी कारणे । दहा वेळ गर्भवासा येणे ।
अवतार धरिला नारायणे । गजापूर नगरी ॥
अंदुरायाच्या घरी । बाळ जनसेनाच्या कुमरी ।
मत्स्यरूप अवतार धरी । वेदहरण कैवारी नारायण ॥
विद्यापूर नगरी । अंधरुराजा राज्य करी ।
श्रियादेवी त्या सुंदरी । उदरी कुमरु जन्मला ॥
पृथ्वी रसातळवटी । जाता थोर अंदोळल सृष्टी ।
धावण्या धाविन्नलें जगजेठी । धरा पृष्ठी सांवरिली ॥

श्री विष्णूंनी घेतलेल्या मत्स्य अवताराची कथा, त्यामागचं कारण, त्याचा झालेला परिणाम आणि श्रीविष्णूंनी केलेलं पृथ्वीचं संरक्षण – नामदेवानं हे सगळं असं काही रंगवून सांगितलं की, लोकांचं भानच हरपलं. पावसाचे शिंतोडे यायला लागले, तरी लोक उठले नाहीत. बरोबर आणलेली पटकुरं डोक्यावर घेऊन, त्याचा आडोसा करून लोक बसून राहिले. नामदेवाचा खडा; पण कानाला गोड लागणारा आवाज, सुस्पष्ट उच्चार, अभंगांना चाल लावून लयकारीत ते गाण्याची ढब, सोबत

त्या लयकारीला साथ देणारा चिपळ्यांचा ठेका आणि मधूनच झंकारणारी वीणेची तार. नामदेवाच्या शब्दमंडलाला त्या स्वरमंडलानं असं काही कोंदण दिलं की, नामदेवाचं शब्दप्रभुत्व, भाषाप्रभुत्व, ज्ञान, बुद्धी, भक्ती आणि लोकांशी साधलेला संवाद हे सगळं हिऱ्याप्रमाणे झळाळून निघालं. लोकांनी आत्तापर्यंत विष्णूच्या दशावताराच्या कथा ऐकल्या होत्या; पण नामदेवाचं शब्दप्रभुत्व आणि भाषाप्रभुत्व असं की, ऐकणाऱ्यांच्या नजरेसमोर तो महासिंधू, तो विष्णू आणि त्याचं ते मत्स्यरूपात दिसणं साक्षात उभं राहिलं. नामदेवाच्या शब्दांची मोहिनी लोकांवर अशी काही पडली की, सगळे भान विसरले. नामदेवानं विष्णूच्या पहिल्या अवताराची कथा संपवली. पुन्हा एकदा विठुरायाचा गजर केला आणि दोन्ही हात जोडून नामदेव उभा राहिला. भान हरपलेले लोक तसेच बसून राहिले, कितीतरी वेळ. कितीतरी वेळ ते नामदेवाकडे बघत राहिले. ज्यांच्या नजरेत कौतुक होतं, ते अश्रुरूपात ओघळत होतं. ज्यांच्या नजरेत उपहास होता, ते खजील झाले. ज्यांच्या नजरेत वात्सल्य होतं, ते अलाबला घेत होते. ज्यांच्या नजरेत राग होता, त्या नजरा शरमेनं झुकल्या होत्या. नामदेव मात्र या सगळ्यांच्या पलीकडे गेलेला, डोळे मिटून, हात जोडून उभा होता. त्याच्या मिटल्या डोळ्यांसमोर एक दृश्य तरळत होतं आणि ते काही केल्या जात नव्हतं. त्यानं जेव्हा श्री विष्णूंनी मत्स्य अवतार धारण केला त्याबद्दलचा अभंग गायला, त्या क्षणी तो ज्या सभामंडपाच्या कोपऱ्यातल्या नारदपीठावर उभा होता, तो सभामंडप पाण्यानं भरून गेला होता आणि त्या निळ्याशार पाण्यात आपल्या मस्तकावर पृथ्वी धारण केलेला एक मासा तरंगत होता. नामदेवाला क्षणभर तो मासा दिसला, दुसऱ्या क्षणाला शंखचक्रधारी श्री विष्णू आणि तिसऱ्या क्षणाला विठ्ठल! दोन-तीन वेळा मिटलेले डोळे उघडून, मस्तक हलवून नामदेवानं समोर पाहिलं. प्रत्येक वेळी सभामंडप पाण्यानं भरलेलाच दिसत होता. मग नामदेवानं प्रसन्न मनानं डोळे मिटून घेतले. त्याला कळलं, त्याचा विठुराया कीर्तन ऐकायला आला होता. त्यानं श्री विष्णूलाही सोबत आणलं होतं आणि त्याच्या मत्स्यरूपालाही! हे उमजलं आणि नामदेवाच्या मिटल्या डोळ्यांतून अश्रू वाहायला लागले, अगदी घळघळा. लोकांना वाटलं, नामदेवाला भरून आलंय. त्यांनी हात उंचावून त्याचा जयजयकार केला; पण या वेळी, या प्रसंगी तो नामदेव, नाम्या, नामया म्हणून नव्हे, तर नामदेव महाराज म्हणून! सभामंडपात मानाच्या जागेवर बसलेले रघुनाथभट, केसोपंत, सदा गुरव, बडवे इत्यादी मंडळी भारावली होती. आपण दिलेल्या संधीचं या पोरानं सोनं तर केलंच; पण आपल्या आणि पंढरपूरच्या कीर्तीमध्ये भर घातली, याचा त्यांनाही अभिमान वाटला. नारदपीठावरून नामदेव उतरला. उतरल्यावर त्यानं पुन्हा त्या जागेसमोर डोकं टेकवून प्रणाम केला. मग तो सभामंडपात आला. तिथे येऊन त्यानं या मानाच्या मंडळींनाही नमस्कार केला. रघुनाथभटांनी आपल्या

अंगावरचं उपरणं त्याच्या खांद्यावर घातलं, तर केसोपंतांनी आपल्या हातातली रुद्राक्षाच्या जपाची माळ त्याच्या गळ्यात घातली. सदा गुरव धावत गाभाऱ्यात गेला. त्यानं विठ्ठलमूर्तीवरचा तुळशीदलाचा हार काढला आणि तसाच धावत येऊन तो हार नामदेवाच्या गळ्यात घातला. त्यांच्या या कौतुकानं नामदेव भारावला. हात जोडून तसाच भारावल्या स्थितीत उभा राहिला. तोच गोविंदशेट तिथे आले. त्यांनी न राहवून नामदेवाला मिठी मारली. आपल्या वाड्याच्या दारात बसून गोणाई, जनी, भागाबाई आणि खास विठ्ठलाला हातात घेऊन उभी असलेली राजाई हे सगळं कौतुक डोळे भरून बघत होत्या. नामदेवाच्या पाया पडायला लोकांची झुंबड उडाली होती. नामदेव संकोचून कुणालाच आपल्या पाया पडू देत नव्हता. लोकांना मात्र त्यानं आपल्यासमोर साक्षात मत्स्य अवतार उभा केला असं वाटत होतं. पोटभरून, तोंड दुखेपर्यंत नामदेवाचं कौतुक करून लोक आपापल्या घरी गेले, ते उद्या अगदी लवकर यायचं ठरवूनच. सभामंडपात आता रघुनाथभट, केसोपंत, सदा गुरव आणि रघुनाथभटांचे सोलापुराहून आलेले मेहुणे गोपाळशास्त्री बोडस एवढेच उरले. लोक गेल्यावर नामदेव या सगळ्यांचा निरोप घेण्यासाठी त्यांना सामोरा झाला. रघुनाथभट म्हणाले, ''शास्त्रीबुवा, हा नामदेव आमच्या पंढरपुराचे भूषण आहे. अहो, विठुरायाचा सखा आहे तो! सरस्वती त्याच्यावर प्रसन्न आहे! पाहिलंत ना कशी सुंदर अभंगरचना करतो ते!'' रघुनाथभटांच्या शब्दांत नामदेवाचं कौतुक होतं. ''हो तर! पाहिलं आणि ऐकलंसुद्धा! पाठांतर चांगलं आहे या मुलाचं! पण, अभिव्यक्तीपेक्षा अभिनिवेश जास्त आहे, असं आपलं मला वाटतं. सरस्वती प्रसन्न असली तरी लक्ष्मी रुसते म्हणतात आणि हा विठ्ठलाचा सखा आहे का? मग तर यानं आणखी काही काम करायला हवं, यापेक्षा मोठं! न पेक्षा हा कसला विठ्ठलाचा सखा?'' गोपाळशास्त्री बोडस टीकेच्या स्वरात म्हणाले. रघुनाथभटांना ते आवडलं नाही; पण मेहुण्याला कशाला बोलायचं! त्यांनी काही न बोलता नामदेवाच्या खांद्यावर थोपटलं आणि ते घरी जायला निघाले. नामदेवही घरी जायला निघाला. सगळे बाहेर पडल्यावर सदा गुरव गाभाऱ्याचा दरवाजा लावायला वळला. दरवाजा लावण्याआधी तो गर्भागारात गेला. तिथून तो बाहेर आला; पण गर्भागारात पाणी कुठलं आलं, हे त्याला उमगलं नाही. गर्भागाराचा दरवाजा ओढून तो उंबरठ्याबाहेर आला. उंबरठ्यापलीकडे त्याचं लक्ष गेलं. उंबरठ्याबाहेर उंबरठ्यालगत दोन-चार बारीक शंख आणि शिंपले पडले होते. सगळं गर्भागार अभिषेक झाल्यानंतर स्वच्छ पुसून कोरडं केलेलं असताना, परत तिथे पाणी आलं कुठून आणि उंबरठ्याजवळ शंख-शिंपले आले कुठून, या प्रश्नाचं उत्तर शोधतच सदा गुरव घरी गेला.

नामदेवानं दशावताराचं कीर्तन सुरू केलं. मत्स्य अवताराचं आख्यान सुरू केलं आणि कर कटीवर ठेवून विटेवर उभ्या असलेल्या त्या सावळ्या विठ्ठलाला

राहावलं नाही. त्यानं श्री विष्णूंचं स्मरण करून त्यांना मत्स्यअवतारासह बोलावून घेतलं आणि श्री विष्णू आले. नामदेवानं केलेलं आजचं कीर्तन हे त्याच्या भावी आयुष्यात त्याच्या हातून घडणाऱ्या कामगिरीची पायाभरणी होती आणि विठ्ठलाला हेच हवं होतं. नामदेवाकडून भावी काळात अनंत कामं करून घ्यायची होती; त्याची ही सुरुवात होती आणि ही सुरुवात कमालीची यशस्वी ठरली होती. नांदीच इतकी सुंदर होती की, पुढची सगळी कला निखालस यश देऊन जाणार याचीच ती ग्वाही होती. एकतर आज श्री विष्णूंची भेट झाली होती आणि नामदेवाचं सर्वत्र कौतुक झालं होतं. विठुराया अतिशय आनंदात होता. नेहमीपेक्षा प्रसन्न होता. रखुमाईलाही त्याच्या प्रसन्नतेचं कारण माहीत होतं आणि ते यथायोग्य होतं म्हणून तीही आनंदात होती. नामदेवाच्या हातून पंढरपूरचा कीर्तीलेख लिहिला जाणार आहे, याचाच हा कौल होता. अवघं पंढरपूर असं आनंदात होतं, भारावलेलं होतं; भारलेलं होतं. अगदी कर कटीवर ठेवून विटेवर उभ्या असलेल्या सावळ्या विठुरायासह.

१३

तशा भारावल्या अवस्थेतच नामदेव घरी पोहोचला. भाकरतुकडा घेऊन गोणाई दारातच उभी होती. भागाबाईच्या हातानं तिनं नामदेवाची दृष्ट काढली. गोणाईच्या डोळ्यांतून पाण्याच्या धारा लागल्या होत्या, तर जनीच्या डोळ्यांत नामयाबद्दलचा अभिमान ओसंडत होता. दामाशेटींच्या नजरेत नामदेवाचे वडील असण्याबद्दलची सार्थकता दिसत होती. राजाईचे वडील गोविंदशेट कीर्तनानंतर सोबत आलेल्या लोकांसह परत गेले होते. गोविंदशेटनी नामदेवाला बक्षीस म्हणून देण्यासाठी दामाशेटींकडे चांदीची मोहर दिली होती. ती हातात धरूनच, दामाशेटींनी आत आलेल्या नामदेवाला जवळ घेतलं. त्यांच्या स्पर्शातूनसुद्धा लेकाबद्दलचा अभिमान ओसंडून वाहत होता. याच कौतुकाच्या वातावरणात जेवणं झाली. नेहमीच्या शिरस्त्याप्रमाणे जनीशी झोपाळ्यावर बसून मनातले चार शब्द बोलून नामदेव माडीवर झोपायला गेला. त्याला झोपही लवकर आली; पण झोपेतही त्याच्या डोळ्यांसमोर तो महासागर, त्याचं ते उधाणणारं पाणी, त्यात शेषशायी असलेले श्री विष्णू, त्यांना तो मत्स्यावतार आणि या सर्वांना सोबत घेऊन आलेला विठुराया हे आणि हेच दिसत होतं. 'उद्या श्री विष्णूंचा दुसरा अवतार सांगायचा आहे' असा विचार करतच नामदेव निजला. सकाळी उठला तो मोठ्या प्रसन्न मनःस्थितीत. कालचं कौतुक, वाहवा, शाबासकी याचंच त्याला स्मरण होत होतं; पण सकाळी तो सगळं आवरून मंदिरात जायला निघाला तोच "नामदेवम्हाराज हाईत का?" असा पुकारा करत कोणीतरी आलं. नामदेवानं पाहिलं, एक अंदाजे तीस-पस्तीस वर्षांचा कुणीतरी माणूस गुडघ्यापर्यंत धोतर, सदरा आणि मुंडासं बांधलेला, हातात एक लहान आणि एक मोठं अशी दोन मडकी घेतलेला कुणीतरी दाराशी उभा होता. "कोण हवंय आपल्याला?" नामदेवानं पुढे होऊन विचारलं. "नामदेवम्हाराज आपणच नव्हं? मला तुमालाच भेटायचं हाय! मी गोरा कुंभार! तिकडनं उस्मानाबादेस्नं आलो. मी वारकरी हाय जी." त्या माणसानं तिथूनच उत्तर दिलं. नामदेव पुढे झाला.

“या, आत या!” असं सांगून त्या माणसाला, गोरा कुंभाराला त्यानं आत बोलावलं. “या, असे आत या गोरोबाकाका! बसा, बसा!” असं म्हणत नामदेवानं त्यांचं स्वागत केलं. जनीला गूळ-पाणी आणायला सांगितलं. गोरोबाकाका बसले. त्यांचा चेहरा प्रसन्न दिसत होता. नामदेवानं म्हटलेलं ‘गोरोबाकाका’ हे संबोधन त्यांना आवडलेलं दिसत होतं. ते जोत्यावर बसले. जनीनं गूळ-पाणी आणून दिलं. गुळाचा खडा तोंडात टाकून, ते वर घोटभर पाणी प्यायले. नामदेव त्यांच्या बोलण्याची वाट बघत होता. पाण्याचं भांडं खाली ठेवून, गोरोबाकाकांनी पालथ्या हातानं तोंड पुसलं. एकवेळ नामदेवाकडे बघून ते म्हणाले, “नामदेवम्हाराज, तुम्ही काल लयीच चांगलं कीर्तन केलंत बघा. मी बी वारकरी हाय. दर आषाढी एकादशीच्या आधी धा दिवस पंढरपुरात येतो. काल सकाळीच मी पंढरपुरात आलोवतो. विठ्ठल नवरात्रात तुम्ही कीर्तन करणार असं ऐकलं. म्हटलं, बघावं तरी ह्यो नवीन बुवा कोन हाय ते! म्हणून कीर्तन ऐकाया बसलो आणि काय सांगू तुम्हास्नी? का अक्षी डोळ्यांचं आणि कानांचं पारणं फिटलं की वो! ते तुम्हास्नी सांगावं म्हणून खासकरून भेटाया आलो. अक्षी समाधान वाटलं. आजपन हाय ना कीर्तन?” आपल्या मोकळ्याढाकळ्या स्वभावाप्रमाणे नामदेवाचं मोकळेपणानं कौतुक करून गोरोबाकाकांनी प्रश्न केला! त्यांच्या तोंडून- अशा अनोळखी माणसाच्या तोंडून आपलं कौतुक ऐकून नामदेवाला संकोचही वाटत होता आणि बरंही वाटत होतं. “आहे की! आजच नव्हे, तर आता रोज दहा दिवस आषाढी एकादशीपर्यंत कीर्तन आहे! तुम्ही जरूर ऐकायला या!” असं नामदेवानं अगत्यानं सांगितलं. गोरोबांना बरं वाटलं. नामदेव पुढे म्हणाला, “काका, मी आता मंदिरात चाललो आहे. आज तुम्ही जेवायला आमच्या घरीच या. माझ्या वडिलांनाही बरं वाटेल!” गोरोबांनी आनंदानं मान डोलवली आणि नामदेवाला म्हणाले, “जी! येतो जी! पर मी बी मंदिरात येऊ संग संग?” त्यांनी विचारलं. नामदेवानं मान हलवली. “आई, मंदिरात जाऊन येतो गं!” असं आईला सांगून नामदेव बाहेर पडला. पाठोपाठ गोरोबा! नामदेवाच्या पाठीमागून चालताना आपल्याला याच्याच पावलावर पाऊल टाकून चालायचं आहे, हे त्यांना कुठे माहीत होतं!

दोघेजण मंदिरात आले. मंदिरात बऱ्यापैकी वर्दळ होती. नामदेवाला बघून वयानं जो लहान असेल तो नमस्कार करत होता, तर जो मोठा असेल तो ‘शाब्बास नामदेवा! अक्षी चांगलं सांगितलंस बघ काल’ असं म्हणत नामदेवाचं कौतुक करत होता. नामदेव आणि गोरोबाकाका मंदिराच्या सभामंडपात येऊन उभे राहिले. गर्भागाराच्या दारातून विठ्ठलमूर्तीकडे वाकून बघून नामदेवानं नमस्कार केला. गोरोबाकाकांनी त्याचं अनुकरण केलं. सदा गुरवानं दोघांच्या हातावर प्रसाद ठेवला. तो घेऊन दोघं मंदिराबाहेर आले. हातावर प्रसाद ठेवतानाचे सदा गुरवाचे शब्द नामदेवाला सतत ऐकायला येत होते. सदा गुरव म्हणाला होता, “नामा, तू काल लईच चांगलं

सांगितलंस बघ. समदं कसं सुचतं रं तुला? नामदेवा, तुला मी ल्हानपनापासनं बघतोय. तू म्हंजी केकताडातली[१२] तुळस हाइस बघ.'' सदाच्या या बोलण्यानं नामदेव संकोचला; पण का कुणास ठाऊक गोरोबाकाका चट्कन म्हणाले, ''अवो, तुळस म्हंजी विठुरायाच्या गळ्यातला हारच की, मंग नामदेव महाराजांना विठुरायाजवळ जायला चालतंय की! हितं भाईर उभा ऱ्हाऊन दर्शन घेण्यापरीस आत जाऊन दर्शन घ्या म्हाराज तुम्ही!'' गोरोबाकाका भाबडेपणानं म्हणाले खरं; पण ते ऐकून सदा गुरवाच्या कपाळावरची शीर उठली. तो जरासा तिरकसपणे म्हणाला, ''नामदेवा, तुला मी केकताडातली तुळस म्हनलं! पन याचा अर्थ असा न्हायी की, केकताडाला तुळशीचं पावित्र्य आलं. ततंच उभा ऱ्हाऊन दर्शन घ्या देवाचं!'' सदाच्या या स्पष्ट बोलण्यानं गोरोबाकाका हिरमुसले; पण नामदेव शांत होता. काही न बोलता त्यानं प्रसाद घेतला. दोघं बाहेर पडले. नामदेव गप्प होता; पण गोरोबाकाकांना राहवेना. त्यांनी नामदेवाला छेडलंच. ''म्हाराज, अवो तुम्ही एवढे विठ्ठलाचे भक्त! एवढं ज्ञान तुमच्याकडं! पर तुम्हीबी आत जायचं न्हायी म्हंजी काय? आमचं एक ठीक हाय. आमी कुंभार. बारा बलुतेदारातलं. पर तुम्ही तर भक्त! लई मोठे! पर तुमीबी आत जायाचं न्हायी? का पन?'' गोरोबाकाका पोटतिडकीनं विचारत होते. नामदेव क्षणभर गप्प बसला. गोरोबाकाकांना काय उत्तर द्यावं त्याला कळेना. तोच पाठीमागून एक आवाज आला, ''आम्ही तर त्यो इठुराया कसा दिसत्योय ते बघितल्यालं पन न्हायी. आमी तर पायरीच्या वर बी जाऊ शकत न्हायी.'' पाठीमागून कुणीतरी बोललं. नामदेव आणि गोरोबाकाका दोघांनी मागं वळून बघितलं. मुंडासं बांधलेला, काळा सावळा, बेताची अंगकाठी असलेला एक माणूस हात जोडून उभा होता. त्याच्या चेहऱ्यावर एक निरागस भाव होता. प्रश्न विचारण्यात कुठलीच तक्रार नव्हती; पण मनातली बोच मात्र शब्दांत उमटली होती. त्याला न्याहाळून गोरोबाकाकांनी विचारलं, ''कोण बाबा तू? कुठनं आलास?'' ते दोघे आपल्याला सामोरे झाले हे बघितल्यावर त्या माणसानं दोघांना जोहार घातला आणि खाली मान घालून तो म्हणाला, ''म्या...म्या चोखा, चोखा महार. चोखामेळा येसकर माझं नाव. मंगळवेढ्यास्नं आलोय जी!'' नामदेव त्या माणसाला निरखत होता. त्याच्या चेहऱ्यावर एक विलक्षण आर्जव होतं आणि डोळ्यांत होती निरागसता. त्याचं बोलणं ऐकून गोरोबाकाका म्हणाले, ''बघा म्हाराज, या बिचाऱ्यानं तर विठुरायाला बघितल्यालंच न्हाई! आमचं एक सोडा; पण तुमचं काय?'' गोरोबाकाकांनी पुन्हा मूळ मुद्द्याला हात घातला. ''गोरोबाकाका, या समाजव्यवस्थेनं आपल्यावर जी काही बंधनं घातली आहेत, ती आपण पाळली पाहिजेत. समाजाचा हा रथ व्यवस्थित चालावा म्हणून

---

१२. केकताड : एक प्रकारचा निवडुंग

ही वर्णव्यवस्था केलेली आहे. आता कधी कधी त्याचा अतिरेक होतोय; पण आपणही या समाजव्यवस्थेचे पाईक आहोत; त्यामुळे जो नियम सगळ्या समाजासाठी आहे, तो आपण पाळलाच पाहिजे. अर्थात, हे तितकंच खरं आहे की, समाजातून वर्णव्यवस्था गेली पाहिजे; कारण ही वर्णव्यवस्था जशी समाजाचा गाडा सुबद्ध चालावा यासाठी आहे, तशीच ती समाजाच्या प्रगतीतला मोठा अडसरही आहे. जात-धर्म हे सगळं पुसलं जाऊन एक निर्मळ, निरामय, स्वच्छ समाज निर्माण झाला पाहिजे; जो ज्ञान, भक्ती आणि प्रेम या पायावर आधारलेला असेल. तरच हे जाती-धर्माचं अवडंबर नाहीसं होऊन एक निरोगी समाज निर्माण होईल.

हाटकर कुणबी वाट मोडी । रिकामा ब्राह्मण करितो चहाडी ॥
गुळेविण शिंपी बोटे चाटी । प्रेमेविण तेली क्षेम दे लाटी ॥
जिताचि कोष्टी घातला खांचे । प्रेमेविण कुंभार नाचे ॥
लोहार हिवाविण तापे । सोनारा लागले धापे ॥
नामा म्हणे यातिचे चाळे । दुखणेविण परीट विवळे ॥

असं आहे गोरोबाकाका; पण होईल, असाही एक निरामय समाज नक्की निर्माण होईल, जो जातिधर्माच्या पलीकडे असेल.'' नामदेवाच्या बोलण्यात जशी आशा होती, तसंच नवीन समाजाचं स्वप्नही होतं. त्याचं बोलणं ऐकून गोरोबाकाकांनी मान डोलवली. ते म्हणाले, ''म्हाराज, अक्षी खरं बोललात बघा. असंच करायला पायजेल. समाजाचे हे नियम कुनीतरी बदलायला पायजेत. ते नियम नव्यानं लिवायला पाहिजेत. आता हेच बघा की, ती निवृत्ती, ज्ञानदेव, सोपान आनी मुक्ता ही चार लेकरं 'आम्हाला वाळीत टाकलंय ते परतून समाजात घ्यावं' असं हात जोडून विनवण्या करत फिरतायत. पर, त्या धर्मसभेला त्याचं कायबी वाटत नाही. या धर्मसभेपायी ती पोरं पोरकी झालीत; पर ती धर्मसभा का काय म्हनतात तिला काय त्यांची दया येत न्हायी. असली कसली धर्मसभा ही? आता काय म्हनं - त्यास्नी पैठणच्या धर्मपीठाकडनं सुद्धीपत्र आणायला सांगितलंय. पैठणला मोठं धर्मपीठ हाय ना? तिथनं! म्हाराज ही चार लेकरं तर बामनाचीच हायेत. मंग त्यास्नी पन असं वाळीत टाकलंय म्हनं? असली कसली ही धर्मसभा?'' गोरोबाकाका बोलत होते. त्यांच्या बोलण्यात शंका होती, प्रश्न होते, खंत होती, दुःख होतं, कणव होती, वात्सल्य होतं. नामदेव त्यांच्याकडे बघतच राहिला. त्या चार भावंडांसंबंधीची ही बातमी त्याच्याही कानावर आली होती. त्यांना भेटून त्यांची वास्तपुस्त करावी, असं त्याच्या मनात सारखं येत होतं; पण आधी लग्न, मग संसार आणि आता हे विठ्ठल नवरात्र. आता हे विठ्ठल नवरात्र संपल्याशिवाय त्याला इथून हलता येणार नव्हतं; पण एकदा विठ्ठल नवरात्र संपलं की, ती चौघं भावंडं

जिथं असतील तिथे जाऊन त्यांची भेट घ्यायची, असं त्यानं मनाशी नक्की केलं. तो विचार त्यानं गोरोबाकाकांना बोलून दाखवला, तर त्यांना खूपच आनंद झाला. त्यांनी लगेचच 'मंग तवा मी बी तुमच्यासंग येतो' असं त्याला सांगूनही टाकलं. ते ऐकून नामदेवाला बरं वाटलं. ''संध्याकाळच्याला मी बी कीर्तनाला येनार,'' असं सांगून पुन्हा जोहार घालून चोखामेळा जायला निघाला; पण नामदेवानं त्याला थांबवलं. त्यालाही आपल्या घरी जेवायला येण्याचा आग्रह केला. आधी तो तयारच होईना; पण मग नामदेवानं फारच आग्रह केला, तसा तो संकोचून कसाबसा तयार झाला. गोरोबाकाका आणि चोखामेळा यांना सोबत घेऊन नामदेव घरी आला. नामदेवाने या दोघांची दामाशेटींशी ओळख करून दिली. दामाशेटींनी आनंदानं त्यांचं स्वागत केलं. गोणाईनं पानं वाढली. सगळी जेवायला बसली. आपण अतिशूद्र असूनही नामदेवाच्या घरी आपलं झालेलं स्वागत बघून चोखोबा भारावला. नामदेवाबद्दलचा त्याचा आदर आणखी वाढला. गप्पा मारत जेवणं चालली होती. आपल्या तिघांची ही भेट एका महान भक्तिपर्वाची नांदी ठरणार आहे, या भविष्यापासून अनभिज्ञ असलेले हे तिघे गप्पा मारत छान जेवत होते.

त्या दिवशी रात्री नामदेवाच्या कीर्तनाला गर्दी ओसंडून वाहत होती. कालच्या, पहिल्याच दिवसाच्या कीर्तनाची ख्याती दहा तोंडांतून अवघ्या पंचक्रोशीत पसरली होती आणि अवघ्या पंचक्रोशीतील माणसं कीर्तन ऐकायला पंढरपुरात जमली होती. नामदेवानं कल्पना मांडली, आपण ती उचलून धरली, त्यासाठी लागणारी कार्यवाही केली. त्या कार्यवाहीला आलेलं हे गोमटं रूप बघून रघुनाथभट, केसोपंत वगैरे मंडळी सुखावली होती. या कीर्तनामुळे नामदेवाचं नाव पंचक्रोशीत पसरलं, तसंच या पंढरपुरातल्या विठ्ठल मंदिराचं नावही पंचक्रोशीत दुमदुमलं. या मानाच्या मंडळींचा सन्मानही वाढला. नामदेवानं दुसऱ्या दिवशी विष्णूचा दुसरा अवतार कूर्म म्हणजे कासव अवतार कीर्तनात सांगण्यासाठी घेतला.

विद्यापूर नगरी । अंधरुराजा राज्य करी ।
श्रियादेवी त्या सुंदरी । उदरी कुमरु जन्मला ।।
पृथ्वी रसातळवटी । जातां थोर अंदोळल सृष्टी ।
धावण्या धाविन्नलें जगजेठी । धरा पृष्ठी सांवरिली ।।

श्री विष्णूंनी कूर्म अवतार घेऊन रसातळाला निघालेली ही पृथ्वी, ही धरा आपल्या पाठीवर घेतली, याची कथा नामदेवानं अशी काही रंगवून सांगितली की, लोक मंत्रमुग्ध झाल्यासारखे ऐकतच बसले. पडणाऱ्या पावसाचीही कुणी तमा केली नाही आणि आपण आलो तरी आपली कुणी साधी दखलही घेतली नाही, हे बघून पाऊसही पडायचा थांबला. त्या दिवशी नामदेवानं–

भजू एका विठोबास । आणिक न करू अभ्यास ।।
येथे साधन आहे एक । पाहो विठोबाचे मुख ।।
वर्णू हरीचे पवाडे । काळ लावू देशधडे ।।
नामा विष्णुदास म्हणे । ऐसे करू हरी कीर्तन ।।

या अभंगानं कीर्तनाचा शेवट केला आणि नामदेवाचं ज्ञान, भक्ती, वाणी आणि अवीट माधुरी असलेलं ते कीर्तन बघून आणि ऐकून, हा आपला नामदेव आपल्या भक्तीनं आणि कीर्तीनं खरंच काळावर आपला अमीट ठसा उमटवेल, अशी सगळ्या लोकांची खात्रीच पटली. त्यानंतरचे सात दिवस पंढरपुरात नुसते मंत्राळलेले होते. सात दिवस म्हणण्यापेक्षा सात रात्री; कारण रोज रात्री नामदेव एकेक अवतारकथा कीर्तनातून आणि अभंगांतून लोकांच्या पुढे मांडत असे. भारावल्यासारखे लोक ऐकत असत. अशाच भारावलेल्या लोकांत पंढरपुरातच राहत असलेला रांका कुंभार, सोलापूरजवळून आलेला सावता माळी, परळी वैजनाथहून आलेला जगमित्र नागा, पंढरपुरातलाच नरहरी सोनार आणि बांधवगडचा असलेला सेना न्हावी यांची नामदेवावर विशेष भक्ती जडली. नामदेवाचं कीर्तन सुरू होण्यापूर्वी अगदी लवकर ही मंडळी पुढे येऊन बसत आणि कीर्तन समाप्त झाल्यावर सगळ्यात शेवटी जेव्हा नामदेव एकटाच राही, तेव्हा त्याच्या चरणावर डोकं टेकवून, त्याला डोळे भरून बघून परतत असत. या सगळ्यांच्या चेहऱ्यावरची श्रद्धा, डोळ्यांतली भक्ती, वागण्यातला आदर, बोलण्यातली अदब, नमस्कार करण्यातला प्रांजलपणा, नमस्कारातला पूज्यभाव आणि या सगळ्यांतून प्रतीत होणारं नामदेवाचं कौतुक, हे सगळं सगळं नामदेवाच्या लक्षात तर येत गेलंच; पण या सगळ्याचा ठसा त्याच्या मनावर उमटल्यावाचून राहत नव्हता. या चार-पाचजणांबद्दल नामदेवाला एक आंतरिक प्रेम, जिव्हाळा वाटू लागला. त्यांचं आपल्यावरचं प्रेम, जिव्हाळा, भक्ती, विश्वास हे बघितल्यावर आपल्या विहित कार्यासाठी आपल्याला खंदे शिलेदार लाभले, असंच त्याला वाटायला लागलं. नवरात्राच्या आठव्या दिवशी नामदेवानं विष्णूचा आठवा अवतार श्रीकृष्ण कथेतला घेतला आणि श्रीकृष्णाची कथा सांगता सांगता ती सांगणारा नामदेव आणि ऐकणारे सगळेजण इतके रंगून गेले, इतके भारावले की, मध्यरात्र उलटून गेली तरी यातल्या कुणालाच वेळेचं भान राहिलं नाही. त्या दिवशी एक चमत्कारच घडला. नामदेवाच्या कीर्तनाची ख्याती अवघ्या पंचक्रोशीमध्ये तर पसरलीच होती; पण पंचक्रोशीच्या बाहेर परगण्यातही पसरली आणि नामदेवाचे कीर्तन ऐकायला लांबलांबून लोक यायला लागले. सारवट गाड्या भरभरून लोक येऊ लागले. काहीजण चालत, तर बरेचजण घोड्यावरून; पण यातला प्रत्येकजण विठ्ठलाच्या दर्शनासोबतच नामदेवाच्या कीर्तनाचाही लाभ होणार

म्हणून येत होता आणि याचा परिणाम असा झाला की, सातव्या दिवशी कीर्तनाला अलोट गर्दी जमली आणि आठव्या दिवशी तर श्रीकृष्ण अवताराची कथा. सातव्या दिवशीच मंदिराचं पटांगण अपुरं पडायला लागलं. मग मात्र रघुनाथभट, केसोपंत या सगळ्यांनी नामदेवाशी चर्चा केली आणि आठव्या दिवशीपासून पुढचे दोन दिवस नामदेवानं चंद्रभागेच्या वाळवंटामध्ये कीर्तन करावं असं ठरलं. चंद्रभागेचं वाळवंट विस्तीर्ण होतं. तिथे मांडव घालणं शक्य नव्हतं. तसाही मंदिराबाहेर घातलेला मांडव अपुराच पडत होता आणि नामदेवाच्या कीर्तनाची गोडी अशी की, पाऊस आला तरी लोक उठत नव्हते. अर्थात, तसा पुष्य नक्षत्राचा हा पाऊसही बेभरवशाचाच होता; पण चंद्रभागेच्या वाळवंटात कीर्तन ठेवलं तर लोकांना बसायला तरी ऐसपैस जागा मिळेल. निदान मंदिरासमोर जशी दाटीवाटी होते, तशी तर होणार नाही या विचारानं सर्वानमुते आठव्या दिवसापासून चंद्रभागेच्या वाळवंटात कीर्तन ठेवलं गेलं. वाऱ्याची दिशा बघून नारदपीठाची जागा नक्की केली गेली. चंद्रभागेच्या वाळवंटातल्या काही मोठ्या शिळा उचलून, एकत्र ठेवून त्यावर गवत पसरून त्या गवतावर एक मोठं बसकूर घातलं गेलं आणि हे नारदपीठ बनवण्यात आलं. वाऱ्याच्या दिशेचा कोन असा साधण्यात आला की, कितीही गर्दी झाली तरी अगदी शेवटी बसलेल्या माणसालासुद्धा नामदेवाचा शब्द न् शब्द ऐकू आला पाहिजे, अशी सगळी तयारी झाली आणि कीर्तन ऐकायला येणाऱ्या लोकांना ती बेहद्द पसंतही पडली. आता नामदेवाचे शब्द वाऱ्याच्या झोताबाहेर सुस्पष्टपणे ऐकायला मिळणार होते. अर्थात, ते शब्द वाऱ्यावर विरून जाणारे नव्हतेच मुळी! ते शब्द होते नामदेवाचे. वाऱ्यावर स्वार होऊन अवकाशगामी होणारे. चंद्रभागेच्या वाळवंटातल्या वाळूच्या कणाकणांवर आपला ठसा उमटवणारे. ते शब्द होते विठ्ठल मंदिराच्या पायरीपासून कळसापर्यंत चढत जाणारे. ते शब्द होते कळसाच्या सुईएवढ्या छिद्रातून पार गाभाऱ्यात उतरून विठ्ठलाच्या पायाखालच्या विटेत लुप्त होणारे. आज खरोखरच कीर्तनाला एक वेगळीच माधुरी येणार होती; कारण आज वर्णिला जाणार होता, विष्णूचा आठवा अवतार - श्रीकृष्ण. जो विठ्ठलात होता आणि विठ्ठल त्याच्यात होता. आधीच कृष्णकथा वेड लावणारी. त्यात ती उलगडणार होती नामदेवाच्या मुखातून, ती सांगितली जाणार होती प्रत्यक्ष विठुरायाच्या पंढरपुरात आणि ते ठिकाण होतं चंद्रभागेचं वाळवंट.

आज चंद्रभागाही आनंदात होती. खूप खूप आनंदात होती. आज तिच्या वाळवंटात नामदेवाचं कीर्तन होणार होतं म्हणून नव्हे, तर आज तिचं रूप पालटणार होतं म्हणून. पंढरपुराच्या भोवतालनं चंद्रकोरीच्या आकारात वाहणारी ती चंद्रभागा आज यमुना बनणार होती. वाळवंटाचं होणार होतं कुंजवन. पंढरपुराचं होणार होतं गोकुळ आणि वाळवंटात अवतारणार होता साक्षात श्रीकृष्ण, कान्हा,

यशोदानंदन! म्हणूनच की काय एरवी संथ वाहणारं चंद्रभागेचं पाणी आज आनंदानं उसळ्या मारत होतं. त्या उसळीतून तरंग उमटत होते. तरंगांच्या लाटा बनत होत्या. लाटांवर लहरत होते बासरीचे स्वर. नामदेवानं कृष्णकथा सांगायची आणि तीही चंद्रभागेच्या वाळवंटात असं ठरलं आणि अवघी सृष्टी, अवघं चराचर ती कथा ऐकण्याच्या पूर्वतयारीला लागलं. लोकांमध्ये तर अनावर उत्सुकता होतीच; पण आज बायाबापड्यांनीसुद्धा संध्याकाळच्या साग्रसंगीत स्वयंपाकाला फाटा दिला होता. चुलीवर नुसता भात शिजवून, घरातल्या सगळ्यांना दूध-भात खायला घालून त्यासुद्धा कामकाज व चूल-पोतेरे लवकर आटोपून रात्र होण्याची वाट बघत बसल्या होत्या. रात्र झाली. पंढरपूरच नव्हे, पंचक्रोशीच नव्हे; तर पार बीड, सोलापूर, सांगोला, मिरज, जत, मंगळवेढा इथूनही लोकांचे लोंढे चंद्रभागेच्या वाळवंटाकडे निघाले. बघता बघता चंद्रभागेचं ते विस्तीर्ण वाळवंट माणसांनी फुलून गेलं. इतकं की, जमिनीवरचा, त्या विस्तीर्ण वाळवंटातला वाळूचा कणही दिसेना. आता जमलेल्या गर्दीलाच नव्हे; तर चंद्रभागेला, वाळवंटातल्या कणाकणाला, अवघ्या चराचराला नामदेवाच्या येण्याची प्रतीक्षा होती. सगळ्यांचे, अगदी सगळ्यांचे प्राण डोळ्यांत एकवटले होते आणि नामदेव आला. त्यानं त्या जमलेल्या अफाट गर्दीवर एक नजर टाकली. त्याच्या नजरेत आश्चर्य उमटलं. 'एवढी गर्दी! विठुराया, पाठीशी राहा बाबा!' नामदेवानं मनोमन धावा केला. नारदपीठावर मस्तक टेकवून वंदन करून, तो नारदपीठावर चढून उभा राहिला. त्यानं एकवार सगळीकडे नजर फिरवून, हात जोडून, मान झुकवून गर्दीलाही प्रणाम केला. रघुनाथभट, केसोपंत आदी बसले होते, तिकडे नजर टाकून त्यानं ब्रह्मवृंदाला वंदन केलं. रघुनाथभटांनी हात वर करून त्याला आशीर्वाद दिला. मान झुकवून त्या आशीर्वादाचा स्वीकार करून नामदेवानं वीणेची तार छेडली. एक मधुर पण अंगावर रोमांच उभा करणारा झणत्कार त्यातून उमटला. त्या झणत्काराचा नाद चंद्रभागेच्या पाण्यावर जाऊन आदळला. आधीच तरंगांनी भरलेल्या त्या पाण्यावर आणखी तरंग उठले आणि त्या झणत्काराचे अनंत प्रतिध्वनी अवघ्या अवकाशात पसरले. आकाशगामी झाले. मंदिराच्या कळसातून गाभाऱ्यात उतरले आणि त्यांनी विठ्ठलाला निरोप सांगितला, 'नामदेव वाळवंटात आला आहे.' त्या निरोपासरशी विठ्ठलाच्या सावळ्या मूर्तीच्या चेहऱ्यावर एक प्रसन्न हास्य उमटलं. वेळ झाली होती, आता कृष्णावतार धारण करण्याची. वीणेच्या पाठोपाठ नामदेवानं चिपळ्या वाजवल्या. वीणेच्या त्या झंकारणाऱ्या स्वराला तालाची साथ मिळाली, ठेक्याची लय मिळाली आणि नामदेवानं गजर सुरू केला. "विठ्ठलऽऽ विठ्ठलऽऽ विठ्ठलऽऽ विठ्ठलऽऽ!" त्याच्या आवाजात प्रत्येकानं आवाज मिळवला अन् विठ्ठलाचा तो गजर आसमंतात भरून गेला. काही क्षण गजर करून नामदेवानं हात उंचावून गजर थांबवला. पुन्हा एकदा वीणेची तार छेडली

आणि बोलायला सुरुवात केली. ''लोक हो, आज कीर्तनाचा आणि विठ्ठल नवरात्राचा आठवा दिवस. आज मी सांगणार आहे, विष्णूच्या आठव्या अवताराची म्हणजे श्रीकृष्ण अवताराची कथा.'' अशी सुरुवात करून नामदेवाने श्रीकृष्णजन्माची कथा सांगायला सुरुवात केली. ''वसुदेव-देवकी यांचा विवाह झाला; या विवाहाच्या वेळी आकाशवाणी झाली. वसुदेव-देवकीला कंसाने तुरुंगात ठेवले. देवकीचे सात पुत्र मारले. आठवा जन्मला श्रीकृष्ण. श्रावण वद्य अष्टमीला मध्यरात्री श्रीकृष्णाचा जन्म झाला. दुथडी भरून वाहणाऱ्या यमुनेतून वसुदेवाने श्रीकृष्णाला गोकुळात नेऊन यशोदेच्या कुशीत ठेवले. हा सगळा कथाभाग सांगून नामदेवाने बालकृष्णाला निजवण्यासाठी यशोदा पाळणा गाते आहे, असे सांगत बालकृष्णाचा पाळणा गायला.

जो जो जो जो रे मधुसुदना । बाळा जगजीवना ।
हालवी यशोदा पाळणा । निज बा नारायणा ।
जो जो जो जो रे ॥

नामदेवाने पाळणा गायला सुरुवात केली. त्याचं ध्रुवपद पुनःपुन्हा आळवून म्हणायला लागला. जमलेल्या गर्दीनेही नामदेवाच्या आवाजात आपला आवाज मिसळला आणि बालकृष्णाचा तो पाळणा अगदी स्वर्गस्थ देवांनाही ऐकायला जाईल इतका आसमंतात भरून राहिला. विशेष असं की, त्या पाळण्यातही नामदेवानं श्री विष्णूंचे दहा अवतार गुंफले. कृष्णकथा पुढे सरकली. श्रीकृष्णाच्या बाळलीला सुरू झाल्या. गोपबालांवर पडणारी त्याची मोहिनी सांगून झाली.

कृष्ण डोलतु रांगतु रंगणी । इडापीडा धावोनी घेती गौळणी ॥

अशी बाळलीला झाली. मग थोड्या मोठ्या झालेल्या श्रीकृष्णानं गोपींच्या खोड्या सुरू केल्या. यशोदेकडे तक्रारी आल्या.

बाळ सगुण गुणाचे तान्हेंगे । बाळ दिसते गोजिरवाणे गें ।
काय सांगता गाऱ्हाणें गे । गोकुळच्या नारी ॥

अशा तक्रारी सांगून झाल्या आणि श्रीकृष्णानं गोपबालांची वस्त्रे पळवली, त्या तक्रारीही सांगून झाल्या. या तक्रारी सांगणाऱ्या गोपबालाही वेगवेगळी भाषा बोलणाऱ्या होत्या. नामदेवाच्या बुद्धीची आणि प्रतिभेची कमाल अशी की, त्यानं वेगवेगळ्या भाषेतही त्या तक्रारी मांडल्या. त्यात त्यानं मराठी, कानडी, यवनी, कोंकणी आणि गुजराती अशा पाच प्रकारच्या भाषा बोलणाऱ्या गोपबालांच्या तक्रारी त्या त्या भाषेत मांडल्या. मुसलमान गोपिका म्हणते...

देख रे कन्हैया । देख रे कन्हैया ।
मैं इज्जत की बडी । कदम पकडूंगी ।
मैया कूटोजूडी । मेरी चुनरी दे । मेरी ले दुल्लडी ॥

तर कानडी गोपबाला म्हणते...

लडोबा गोविंदा । लडोबा गोविंदा ।
निरवाणी आज । आडचाल्लो पडचाल्लो ।
शिर फोड्यो न कोडो । मारी कन्हैया । पानी खेळ्यान खेळो ॥

तर मराठी गोपबाला म्हणते...

देवकीनंदना, देवकीनंदना । तू एक श्रीपती ।
उघडी हिंवाची । तुज विनवू किती । पाया पडत्यें बा ।
मी येत्ये काकुळती । माझी साडी दे । घे नाकाचे मोती ॥

तर कोकणी गोपबाला म्हणते...

पाव गा दातारा । पाव गा दातारा ।
तू नंदाचा झिलो । माका फडको दी ।
मी हिवांन मेलो । घे माझो कोयतो । देवा पाया पडतो ॥

आणि गुजराती गोपबाला काय म्हणाली हे सांगताना नामदेवानं गुजराती भाषाही वापरली...

ज्यों रे माधवजी । ज्यों रे माधवजी ।
मैं शरण थई । तनका काकैपी ।
बाप दयाळ तूहीं । मारी साडी आपो । हातणी ले कंकणी ॥

श्रीकृष्णाने गोपबालांची वस्त्रे पळवली, कदंब वृक्षावर नेऊन ठेवली आणि यमुनेत स्नान करणाऱ्या गोपबालांनी आपापल्या मातृभाषेत श्रीकृष्णाची विनवणी केली. नामदेवाचे इतर भाषांचे ज्ञान, गोपबालांचे ते आविर्भाव, त्यांच्या त्या लटक्या तक्रारी. ऐकणारे सगळे तर मंत्रमुग्ध झालेच; पण विठ्ठलालाही गर्भागारात थांबवेना. भान हरपून तो थेट चंद्रभागेच्या वाळवंटात गेला. तिथे मुंगीलाही थांबायला जागा नव्हती म्हटल्यावर विठ्ठल सरळ चंद्रभागेच्या लाटांवर जाऊन उभा राहिला. कदंब वृक्षाचा प्रसंग सांगून नामदेवानं थांबायचं ठरवलं होतं. त्यानं वीणेची तार झंकारायची थांबवली आणि चिपळयांच्या ताला-ठेक्यात 'विठ्ठल-विठ्ठल'चा गजर सुरू केला. समोर पसरलेल्या प्रचंड गर्दीनं त्याच्या आवाजात आपला आवाज मिसळला आणि

गजराने अवकाश व्यापले. लोकांनी साथ दिली म्हटल्यावर नामदेवानं क्षणभर डोळे मिटले. मिटल्या डोळ्यांसमोर विठुरायाची सावळी मूर्ती उभी राहिली. त्यानं पुन्हा डोळे उघडले आणि त्याच्या तनामनावर रोमांच उभे राहिले. त्या अथांग गर्दीच्या मागे चंद्रभागा वाहत होती आणि तिच्यातून उठणाऱ्या तरंगावर डोलत साक्षात विठ्ठल उभा होता. साक्षात विठ्ठल! कर कटीवर ठेवून त्या जलतरंगावर डोलत उभी असलेली विठ्ठलाची ती सावळी मूर्ती नामदेवाला दिसली आणि आपण जे पाहतो आहोत ते सत्य की भास, हेच त्याला उमजेना. चंद्रभागेचं तरंग भरून वाहणारं पाणी काळं दिसत होतं. आसमंतात अंधार पसरला होता. आषाढ महिना होता. मेघ दाटून आले होते. पौर्णिमा जवळ आलेली असली तरी ढगांमुळे चंद्र झाकला गेला होता; त्यामुळे अवकाशातही अंधार भरला होता. चंद्रभागेच्या त्या काळसर पाण्यावर तरंगांसोबत डोलत राहिलेली विठ्ठलाची काळीसावळी मूर्ती; पण आज, आता त्या मूर्तीच्या पायाखाली वीट नव्हती, तर पायाचा तिढा घातलेला होता. माथ्यावर किरीटाऐवजी मोरपिसांचा मुकुट दिसत होता आणि तरंगांसोबत लहरत होते बासरीचे सूर. ते भासमान दृश्य असं होतं की, जणू हे पंढरपूर नव्हतंच; हे गोकुळ होतं. ती चंद्रभागा नव्हती; ती यमुना होती. ते सगळे लोक गोप आणि गोपबाला होते. आणि तो विठ्ठल नव्हताच; तो होता श्रीकृष्ण, कान्हा, कन्हैया. लोकांचा विठुनामाचा गजर चालूच होता. नामदेवानं हात उंचावून तो गजर थांबवला आणि तो म्हणाला, "लोक हो, आजचं कीर्तन संपतंय; पण आजच्या आरागंताराठी जाता जाता हा एक अभंग–

रात्र काळी घागर काळी ।
यमुनाजळे ही काळी वो माय ।।
बुंथ काळी बिलवर काळी ।
गळा मोती एकावळी काळी वो माय ।।
मी काळी, कांचोळी काळी ।
कांस कांसिली ते काळी वो माय ।।
एकली पाणिया नवजाय साजणी ।
सवे पाठवा मूर्ति सावळी वो माय ।।
विष्णुदास नाम्याची स्वामिणी काळी ।
कृष्णमूर्ती बहु काळी वो माय ।।

नामदेवानं अभंग संपवला आणि नजर उचलून समोर पाहिलं. तरंगांवर डोलणारा विठ्ठल आता नाचत होता, तरंगांमध्ये जास्त उसळण झाली म्हणून की 'रात्र काळी, घागर काळी' या तालावर दंगला होता म्हणून? विठ्ठल नाचत होता, तो एकट्या

नामदेवाला दिसला; पण ते शेकडो लोक 'रात्र काळी, घागर काळी' या तालावर नाचू लागले हे दृश्य मात्र सगळ्या आसमंतानं पाहिलं. 'रात्र काळी'च्या तालावर नाचता नाचता बेभान होऊन लोक आपापल्या घरी गेले. अगदी विठ्ठलही! नामदेव मात्र त्या नारदपीठावर तसाच उभा होता. भारावल्यासारखा, भान हरपल्यासारखा. डोळे मिटलेले होते. मिटल्या डोळ्यांतून घळघळा अश्रू वाहत होते. चंद्रभागेचं वाळवंट रिकामं झालं तरी त्याला भान नव्हतं. आज खरंतर कुणालाच भान नव्हतं. कीर्तनानंतर सुंठवडा वाटायचाही राहिला. लोक बेभानपणे नाचतच घरी गेले. आता तिथे होते फक्त रघुनाथभट, केसोपंत, सदा गुरव, चोखा मेळा, गोरोबाकाका, सावता माळी, नरहरी सोनार, सेना न्हावी, रांका कुंभार आणि नामदेवाची अलाबला घ्यायला गोणाईला सोबत घेऊन आलेली जनी. नारदपीठावर स्फुंदत असलेला नामदेव या सगळ्यांनी पाहिला आणि रघुनाथभटांनी नारदपीठावर चढून नामदेवाला मिठीत घेतलं. "शाबास नामया, शाबास! अरे, आज तू इथे साक्षात गोकुळ उभं केलंस. पोरा, धन्य आहे तुझी!" त्याच्या पाठीवर थोपटत रघुनाथभट म्हणाले. नामदेवाच्या चेहऱ्यावर आसू आणि हासू यांचा संगम झाला. रघुनाथभटांना वंदन करून नामदेव नारदपीठावरून खाली उतरला. सगळ्यांनी नामदेवाला जणू घेरावच घातला. त्या सगळ्यांना ढकलून मागे सारत गोणाई जनीसवे पुढे आली. हातातला भाकरतुकडा तिनं जनीच्या हातात दिला आणि तिला नामदेवाची दृष्ट काढायला सांगितली. जनीनं नामदेवावरनं तो भाकरतुकडा ओवाळून टाकला आणि ती गोणाईला घेऊन तिथून बाहेर पडली. मग मात्र जमलेल्या सगळ्यांनी नामदेवाला घेरून टाकलं. त्यांच्या कौतुकाच्या वर्षावात नामदेव न्हाऊन निघाला. सदा गुरवानं नामदेवाच्या खांद्यावर थोपटलं आणि तोही तिथून निघाला. त्याला आता मंदिराचा गाभारा बंद करायचा होता. सदा मंदिरात आला. त्यानं गर्भागारात जाऊन तेवणाऱ्या समईची वात मंद केली. विठ्ठलमूर्तीकडे एक नजर टाकली आणि तो चमकला. मूर्तीचं उत्तरीय पावलाजवळ भिजलेलं, ओलं झालेलं होतं. सदा मूर्तीच्या आणखी जवळ जाऊन पाहू लागला. त्यानं मान वर करून बघितलं आणि त्याचे डोळे विस्फारले. मूर्तीच्या मस्तकावर असलेल्या किरीटात मोरपीस खोचलेलं होतं. सदा अंतर्बाह्य शहारला. थरारला. ही नामदेवाच्या श्रीकृष्ण आख्यानाची किमया आहे, हे त्याच्या लक्षात आलं. त्यानं हात जोडले आणि म्हणाला, "देवा, धन्य तुझा भक्त, धन्य त्याची भक्ती आणि धन्य आहेस तू!" गुरव गर्भागाराबाहेर पडला, तेव्हा त्याच्या डोळ्यांतून घळघळा अश्रू वाहत होते.

नामदेवाचा निरोप घेऊन रघुनाथभट आणि केसोपंतही घरी निघाले. त्यांची अवस्थाही भारावल्यासारखी झाली होती. ब्राह्मण आळीच्या सुरुवातीलाच रघुनाथभटांचा वाडा होता. वाड्याच्या दिंडी दरवाज्याजवळ रघुनाथभट काही क्षण थांबले आणि

म्हणाले, "केसोपंत, आज खूप खूप धन्यता वाटली. काय हा पोर कीर्तन करतो! काय त्याची वाणी, काय त्याची उच्चारणी, काय त्याचं अभंगगायन, काय त्याचं वर्णनपर भाष्य? अहो, त्यानं आज साक्षात गोकुळ उभं केलं आपल्यासमोर! केसोपंत, हा नामा आपल्या गावाचं, पंढरपूरचं भूषण ठरणार बघा! ही ब्राह्मणाची भविष्यवाणी आहे. ती खोटी ठरणार नाही." रघुनाथभटांच्या या बोलण्यावर केसोपंतांनी मान डोलवली आणि म्हणाले, "रघुनाथभट, आणखी एक गोष्ट तुमच्या लक्षात आली का? अहो, त्याचं किती भाषांवर प्रभुत्व आहे ते पाहिलंत का, किती भाषा येतात त्याला? नेमकी उत्कट अभंगरचना करतोच आणि भाषाही किती बोलतो! शिवाय त्याचा मित्रपरिवारसुद्धा किती मोठा आहे. संघटकाचे गुण आहेत त्याच्यात. रघुनाथभट आज तर त्यानं साक्षात श्रीकृष्णाच्या बाळलीला सांगितल्या आणि दाखवल्यासुद्धा! रघुनाथभट, हा नामा आपलाच, लंगोटीवर हिंडणारा नामा आहे यावर विश्वास बसणं कठीण जातंय!" केसोपंतांनीही आपल्या भावना बोलून दाखवल्या. रघुनाथभटांचे मेहुणे बोडस त्यांच्यासोबतच होते. खरे तर तेही भारावले होतेच. तेही आपल्या गावात सोलापुरात कीर्तन करत असत; पण नामदेवाचं कीर्तन ऐकल्यावर आपलं कीर्तन काय दर्जाचं आहे, हे त्यांच्या लक्षात आलं आणि त्यांना स्वतःचा आणि नामदेवाचाही राग आला. तो राग त्यांच्या मुद्रेवर होताच. तो स्वरातही उतरवून ते म्हणाले, "हे सगळं खरं हो; पण पोटा-पाण्याचा काही व्यवसाय करतो की नाही हा तुमचा नामदेव? की गुरातच टाळ कुटत बसतो?" गोपाळशास्त्री बोडस स्वतः पत्रिका पाहत असत. त्यातून त्यांना चांगली कमाई होत असे. उरला वेळ ते कीर्तन करत आणि त्यातून वेळ काढून जननिंदा करत बसत. रघुनाथभटांना त्यांचा हा स्वभाव माहीत होता. त्यांना स्पष्टपणे उत्तर देण्याचं टाळून ते म्हणाले, "ते सगळं बघायला पांडुरंग समर्थ आहे. चला, आता खूप रात्र झालीये. घरात मंडळी वाट बघत असतील," असं म्हणून त्यांनी केसोपंतांचा निरोप घेतला आणि वाड्याचा दिंडी दरवाजा उघडून ते आत गेले.

कृष्ण अवताराचं कीर्तन संपवून नामदेव घरी परतला, तेव्हा त्याच्यासोबत त्याचं नुकतंच बनलेलं मित्रमंडळही होतं. त्यात चोखामेळा, गोरोबाकाका, रांका कुंभार, सेना न्हावी, सावता माळी, नरहरी सोनार हे त्याचं नवीन मित्रमंडळ होतं. या सगळ्यांनी तिथे त्याला घातलेला घेराव बघूनच गोणाईनं अंदाज बांधला होता की, ही मंडळी आता नामदेवासोबत घरी येणार आणि तसंच झालं; पण गोणाई आणि जनी तयार होत्या. मोठ्या पातेल्यात हुग्गी[१३] बनवली होती. हुग्गी, त्यावर तुपाची धार आणि आमटी-भात अशा जेवणावर सगळ्यांनी ताव मारला. पानांवर

---

१३. हुग्गी : गव्हाची खीर

बसल्यावर सगळ्यांना जाणीव झाली, आपल्याला किती भूक लागली आहे ते. पहिला आमटी-भात पोटात जाईपर्यंत कुणीच बोलत नव्हतं. पोटात जरा अन्न गेलं आणि मग गप्पा रंगल्या. विषय होता नामदेवानं आज केलेल्या कृष्णावताराच्या कीर्तनाचा. सगळे भरभरून त्याबद्दल बोलत होते. नामदेवाचं कौतुक करत होते. ते ऐकून गोणाईच्या अंगावर मूठभर मांस चढत होतं. आपल्या या पोराला कुठे ठेवू आणि कुठे नको असं तिला होत होतं. त्या आनंदाच्या भरात नामदेवाच्या पानातल्या हुग्गीत तुपाची धार जास्तच पडत होती. आपल्या लाडक्या नामदेवाचं होणारं कौतुक ऐकून जनीच्या डोळ्यांच्या कडा पाणावल्या होत्या. दामाशेटींना घाबरणारा, काही झालं तर आपली साक्ष काढणारा बाल नामदेव तिला आठवत होता. झोपाळ्यावर बसून दामाशेटी हा सगळा कौतुकसोहळा बघत होते. शिवाय जेवणाऱ्या मंडळींना आग्रह करत होते. मंडळी जशी ती गरम हुग्गी खाताना थकत नव्हती, तशीच ती नामदेवाचं कौतुक करतानाही थकत नव्हती. या सगळ्यामुळे नामदेव संकोचत होता. खाली मान घालून जेवत होता. त्याला एकीकडे आनंद होत होता, तर एकीकडे संकोच वाटत होता. मंडळींची जेवणं झाली. गप्पांत पुन्हा ज्ञानेश्वरांचा विषय निघाला. त्यावर चर्चा झाली. जवळजवळ उत्तररात्र झाली होती. सगळीजण तिथंच पथारी पसरून लवंडली. सगळ्यांना लगेचच झोप लागली; पण नामदेव जागाच होता. पहिल्यांदा थोडा वेळ त्याचं मन आज केलेल्या कीर्तनात घुटमळत होतं. नंतर काही वेळ त्याच्या मनात उद्या आणि परवा दोन दिवस करायच्या कीर्तनाचे विचार घोळत होते आणि त्यानंतर मात्र त्याचं मन आळंदीला जाऊन पोहोचलं होतं. गोरोबाकाकांनी जे सांगितलं, ज्ञानेश्वर आणि त्यांच्या भावंडांवर ओढवलेली जी परिस्थिती सांगितली; त्यामुळे त्याच्या मनाला अस्वस्थता आली होती आणि ती अस्वस्थता त्याला झोप लागू देत नव्हती; त्यामुळे उत्तररात्र उलटून गेली तरी नामदेव टक्क जागा होता.

त्यानंतरचे दोन दिवस नामदेव दशावताराचे शेवटचे दोन अवतार सांगण्यात दंगला होता. त्यांचा अभ्यास करण्यात गुंगला होता. दुसऱ्या दिवशी रात्री त्यानं जेव्हा नववा अवतार सांगायला सुरुवात केली, तेव्हा जमलेल्या गर्दीला आदल्या दिवशी सांगितलेल्या कृष्णावताराच्या मोहिनीतून बाहेर पडून, नववा अवतार ऐकायला जरा वेळच लागला.

बौद्ध श्रीवत्साच्या घरी । जन्म शांभवीच्या उदरी ।
राजा कांतिये नगरी । निरंतर रूपे राहिला ।।
ध्यान मुद्रा मांडूनिया । वस्त्रे शस्त्रे त्यजुनिया ।
राहिला पै निरंजनिया । भक्ती भाव ओळखे तो ।।

असं भगवान बुद्धाचं वर्णन नामदेवानं केलं आणि त्यानंतर कुठे लोकांना कळलं की, आपण आता नववा अवतार ऐकतो आहोत; कारण श्रीकृष्ण अवताराची मोहिनीच अशी जबरदस्त होती की, लोकांना तीच कथा आपण अजून ऐकावी असं वाटत होतं. बुद्ध अवताराचं असं साग्रसंगीत वर्णन करून नामदेवानं त्या दिवशीचं कीर्तन संपवलं. लोक आपापल्या घरी गेले; पण जाताना त्यांच्यात चर्चा होती ती कृष्ण अवताराचीच! शेवटच्या दिवशी नामदेवानं कल्कीच्या अवताराचं वर्णन केलं.

कल्की जसरायाचा पुत्र । सावित्री देवीचा कूमर ।
शंभलापुरी करील अवतार । दाही रूपे प्रकटला ।।

असं सांगत नामदेवानं दहा दिवसांच्या त्या कीर्तन महोत्सवाची समाप्ती केली. महाप्रसाद घेऊन लोक घरी गेले ते नामदेवाचं गुणगान गातच! तर रघुनाथभट, केसोपंत आपल्याला आपल्या गावातच हिरा सापडलाय या आनंदात होते. नामदेवावर असा सगळीकडून कौतुकाचा वर्षाव होत होता. दामाशेटींनीही मनोमन कबूल केलं की, आपल्यासारखा शिवण व्यवसाय करायला नामदेवाचा जन्म नाही. महाप्रसाद घेऊन सगळी घरी आली, तशी गोणाईनं नामदेवाला जवळ घेतलं. त्याची अलाबला घेतली. जनीकडून त्याची दृष्ट काढली. दामाशेटींनीही त्याच्या पाठीवर शाबासकी दिली आणि ते म्हणाले, "नामा, आता विठ्ठल नवरात्र तर संपलं. आता पुढे काय करायचा विचार आहे? थोडा काळ इथेच राहणार असशील, तर व्यवसायाकडे बघ असं म्हणतो." दामाशेटींच्या या सूचनेवर मात्र नामदेवानं लगेचच उत्तर दिलं. तो म्हणाला, "आबा, आळंदीच्या ज्ञानेश्वर आणि त्यांच्या भावंडांवर नामुष्कीची वेळ ओढवली आहे. मी आळंदीलाच जाणार होतो; पण कालच मला समजलं आहे की, शुद्धीपत्र आणा अशी आज्ञा करून त्या चौघांना आळंदीच्या धर्मसभेनं पैठणला जाण्यास सांगितले आहे आणि ती भावंडे पैठणला गेली आहेत. आबा, या बालवयातही त्यांचं हटयोगावरचं सामर्थ्य अफाट आहे. या चौघा भावंडांनी पैठणला धर्मसभेत चमत्कार घडवला आहे. आपलं हटयोगाचं सामर्थ्य वापरून त्यांनी तिथे एका रेड्यामुखी वेद बोलवून दाखवले आहेत आणि आपलं पराशक्तीवरचं प्रभुत्व सिद्ध केलंय. मला त्यांना भेटायचं आहे. आबा, हे सामर्थ्य असलेली ती चौघं भावंडं आहेत निवृत्तीनाथ, ज्ञानेश्वर, सोपान आणि त्या तिघांची धाकटी बहीण मुक्ता. ही चारही भावंडं अत्यंत तेजस्वी आहेत. त्यांच्या रूपात चार वेद जन्मले आहेत, असं आता लोक म्हणू लागलेत. तरीही संन्याशाची मुलं म्हणून समाजानं त्यांचा फार छळ केलाय. ही चौघंही अत्यंत तेजस्वी आणि बुद्धिमान आहेत; पण एका परीनं पोरकी आहेत, अनाथ आहेत. त्यांना मायेचा आधार द्यायला एक भोजलिंगबाबांशिवाय कुणी नाही. भोजलिंगबाबा विठ्ठल नवरात्रात एक दिवस आले होते. त्यांनी ही सगळी हकिकत मला सांगितली. आबा, त्यांनी पाहिलं की, कीर्तन करण्याच्या कौशल्यामुळे

बरेच लोक मला मानताहेत. त्यांनीच मला ज्ञानेश्वरांची सगळी हकिकत सांगितली आणि लोकभावनेचा आधार विचारलाय. त्यासाठीच आबा मी आता थेट पैठणला जाईन म्हणतो. तुम्ही मला अनुमती द्या.'' नामदेवानं आपला मानस दामाशेटींना सांगितला. दामाशेटींच्या कानावरही पैठणला घडलेला वृत्तान्त आला होता. त्यातच कीर्तनातली नामदेवाची कीर्तीही त्यांच्या दृष्टिपथात आली होती. या तेजस्वी भावंडांमागे लोकभावना उभी राहिली पाहिजे, असं त्यांनाही वाटत होतं. त्यांनी आनंदानं परवानगी दिली आणि नामदेव निश्चिंत झाला. त्यानं कीर्तनमहोत्सवात त्याचे सखेसोबती झालेल्या चोखोबा, रांका यांना सांगावा धाडला. सावता, सेना अजून परतले नव्हते. त्यांची भेट घेऊन त्यांना आपला मानस सांगितला आणि या सगळ्यांनी सोबत येण्याचे ठरवले. तसा नामदेव निश्चिंत झाला.

आपण कृष्णावतार घेऊन वाळवंटात गेलो. चंद्रभागेची यमुना झाली हे भान आल्यावर सावध झालेला तो कर कटीवर ठेवून विटेवर उभा असलेला सावळा विठ्ठल गर्भागारात परतला, तरी उत्तरीय भिजलेलंच होतं आणि मुकुटात मोरपीस तसंच राहिलेलं होतं; पण त्याला याचं भानच नव्हतं. एका अतीव आनंदात त्याचं भान हरपलं होतं. नामदेवानं ज्ञानदेवांना भेटायला जायचं निश्चित केलं होतं आणि याचाच अपार आनंद विठ्ठलाला झाला होता. ज्ञानदेव आणि नामदेव यांची भेट ही या युगाच्या भक्तिपर्वाची नांदी ठरणार होती. एक ज्ञानसूर्य म्हणून तळपणार होता, तर दुसरा भक्तिसूर्य म्हणून आणि या दोघांच्या तेजानं तळपणार होता अवघा महाराष्ट्र, अवघी मराठी, अवघा सारस्वताचा दरबार! गेले कित्येक दिवस विठ्ठल या गोष्टीची वाट बघत होता आणि आता ती वेळ समीप आली होती. म्हणूनच तो आनंदानं नुसता नाहत होता आणि याचं कारण न उमगलेली रखुमाई हा गेला कुठे, भिजला कशानं, लगेच परत काय आला आणि आल्यापासून असा अतिप्रसन्न का दिसतोय, याचं कारण शोधत होती. ती विचारणार होती; पण तो आपणहून सांगेल म्हणून प्रतीक्षा करत होती; पण विठ्ठलाचं तिकडे लक्षच नव्हतं. त्याचं अवघं लक्ष लागलं होतं नामदेवाच्या जाण्याकडे.

१४

कीर्तन महोत्सव संपला. विठ्ठल नवरात्रही संपले. या दोन्ही उत्सवांची सांगता झाली. कीर्तन महोत्सवाचा समारोप करताना नामदेवानं पंढरपूरचं जे वर्णन केलं ते वर्णन, ते शब्द मनाशी घोळवतच लोक परतले. नामदेव म्हणाला होता...

अनंत तीर्थांचे माहेर । अनंत रूपांचे हे सार ।
अनंता अनंत अपार । तो हा कटी कर ठेवुनी उभा ।।
धन्य धन्य पांडुरंग । सकळ दोषा होय भंग ।
पूर्वज उद्धरती सांग । पंढरपूर देखिलिया ।।
निरा-भिवरा पडती दृष्टी । स्नान करिता शुद्ध सृष्टी ।
अंती तो वैकुंठप्राप्ती । ऐसे परमेष्टी बोलिला ।।
तेथे एक शीत दिधल्या अन्न । कोटी कुळांचे होय उद्धरण ।
कोटी याग केले पूर्ण । ऐसे ये तीर्थीचे ।।
नामा म्हणे धन्य जन्म । जे धरिती पंढरीचा मान ।
तया अंती पुरुषोत्तम । जीवे भावे न विसंबे ।।

पंढरपूरचं हे असं वर्णन नामदेवानं केलं आणि ऐकायला आलेल्या त्या प्रचंड गर्दीला आपण पंढरपुरात राहतो, पंढरपूरला आलो, पंढरपूर पाहिलं याची धन्यता वाटली. जे पंढरपुरातच राहत होते, त्यांना धन्यता वाटली. जे राहणार होते, त्यांना आनंद झाला. जे राहत नव्हते, त्यांना असूया वाटली. जे लांबवर राहत होते, ते दुःखी झाले. त्यातच नामदेवाने पुन्हा–

पंढरीसी जावे जीवनमुक्त व्हावे । विठ्ठला भेटावे जीवलगा ।।
काया वाचा मन चरणी ठेवावे । प्रेमसुख घ्यावे सर्वकाळ ।।
सुखाचे साजिरे श्रीमुख पाहावे । जीवे उतरावे लिंबलोण ।।
बाहेरी भीतरी कैवल्य अघवे । वाचे न बोलावे ब्रह्मानंदु ।।

चिरंजीव नामा कंठी धरी प्राण । करी तुझे ध्यान रात्रंदिवस ।।

असा पंढरपुरातून जाणारा, विठ्ठलाच्या पायाजवळ नेणारा मोक्षाचा मार्ग सांगितला आणि हे ऐकायला आलेल्या लोकांना भवसागर पार करायचा हा मार्ग इतका सोपा आहे आणि ते ऐकायला आपण पंढरपुरात आलो याची धन्यता वाटली. दहावा अवतार सांगून झाला. प्रसाद झाला. प्रसादाचं जेवण करून लोक आपापल्या घरी, आपापल्या गावी परतले. प्रसाद पोटभर खाऊन त्यांचं पोट तर भरलंच होतं; पण नामदेवानं सांगितलेलं दशावताराचं कीर्तन ऐकून त्यांचं मनही भरलं होतं, कान तृप्त झाले होते. प्रत्येक श्वासाचं जणू सार्थक झालं होतं. अवघं आयुष्य सत्कारणी लागलं असं वाटत होतं. श्वास धन्य झाले होते. बुद्धीला दिशा मिळाली होती. विचारांना मार्ग सापडला होता. डोळ्यांना जणू दृष्टी मिळाली होती. अवघ्या जीवनाला एक प्रकारची तृप्ती आली होती. या दहा दिवसांनी नामदेवाचं नाव, कीर्ती, भक्ती आणि वाणी पंचक्रोशीतच नव्हे; तर पंचक्रोशीच्याही पलीकडे नेऊन पोहोचवली होती. पंढरपुरातला नामदेव नावाचा कुणी तरुण अत्यंत अवीट माधुरी असलेलं, भक्तीनं भरलेलं आणि भारलेलं कीर्तन करतो, अशी नामदेवाची कीर्ती एकाकडून चार, चारांकडून दहा, दहांकडून शंभर, शंभरांकडून हजार लोकांपर्यंत पोहोचली. या कीर्तन महोत्सवामुळे एक झालं की, नामदेवाला जे काही साध्य करायचं मनात होतं, ते सुलभ होणार होतं. असा सगळा अपूर्वाईनं भरलेला हा कीर्तन महोत्सव आणि विठ्ठल नवरात्र ठरलं होतं. विठ्ठल नवरात्र संपलं. कीर्तन महोत्सव संपला. प्रत्येकाच्या तोंडात आता विठ्ठलासोबत नामदेवाचंही नाव होतं. या विठ्ठल नवरात्रामुळे नामदेव सगळ्यांच्या गळ्यातला ताईत बनला होता.

विठ्ठल नवरात्र संपलं, कीर्तन महोत्सव संपला. नामदेवाची कीर्ती सगळीकडे पसरली; पण आता नामदेवाला या सगळ्यांकडे बघायला वेळ नव्हता. त्याला आता वेध लागले होते पैठणला जायचे. गोरोबाकाका उस्मानाबादला परत गेले होते. परत जाताना त्यांनी नामदेवाला सांगितलं होतं, "नामदेव म्हाराज, तुमी हिकडनं पैठणला यायला निघा. मी घरी परतून एकवार घरच्या मंडळींना निसतं त्वांड दावतो आणि मी बी लगोलग पैठणला येतो." एवढं सांगून गोरोबाकाका गेले, तेही नामदेवाच्या लक्षात होतं; त्यामुळे कीर्तनमहोत्सव संपला आणि त्यानं प्रस्थानाची तयारी सुरू केली. आबांना आणि गोणाईला त्यानं आधीच सांगितलं होतं. गोणाईनं दशम्या, चटणी, तंबिटाचे[१४] लाडू, चिवडा, कानुले असं बांधून दिलं आणि विठ्ठल नवरात्र संपल्यानंतर तिसऱ्याच दिवशी नामदेव पैठणला जाण्यासाठी निघाला.

पैठण मराठवाड्यातलं एक बाजारपेठेचं गाव; तलम रेशमी लुगड्यांसाठी

---

१४. तंबिटाचे लाडू - तांदळाचे लाडू

प्रसिद्ध असलेलं हे पैठण; पण त्याहीपेक्षा ते प्रसिद्ध होतं तिथल्या धर्मसभेमुळे! आद्य शंकराचार्यांनी जशी देशाच्या चार बाजूंना शंकराचार्य मठाची स्थापना केली होती, तद्वतच आळंदी, पैठण, नाशिक, पुणे अशा ठिकाणी धर्मसभेची स्थापना करून धर्म आणि धर्माधिष्ठित कर्मकांड यांचा प्रचार, प्रसार आणि उच्चार करण्याचे कार्य या धर्मसभा करत असत. त्यातूनच मग धर्माविषयीची काही तत्त्वे ठरवणे, काही संकेत पाळणे, काही धर्मकायदे बनवणे आणि त्या कायद्यांचे पालन होते की नाही किंवा कोणाकडून काही धर्मबाह्य वर्तन घडते की काय याकडे लक्ष ठेवणे आणि मग त्यासाठी शिक्षा निश्चित करणे, अशी धर्म संस्थापनाची आणि धर्म जोपासनेची कामे या धर्मसभा करत असत. पैठणची धर्मसभा या सर्व कामांच्या बाबतीत अग्रेसर होती. आचार्य बोपदेव हे या धर्मसभेचे प्रमुख होते. त्यांच्या मार्गदर्शनाखाली या धर्मसभेचे कामकाज चालत असे. तसेच पैठणची ही धर्मसभा इतर ठिकाणच्या धर्मसभांचे नेतृत्व करत असे. काही बिकट प्रसंगी इतर सर्व ठिकाणच्या धर्मसभांना पैठणच्या धर्मसभेचे नियम आणि तत्त्वे यांना मान्यता देणे बंधनकारक होते. त्या दृष्टीने विचार करता पैठणची धर्मसभा ही इतर धर्मसभांमध्ये प्रमुख होती. इतर धर्मसभांवर पैठणच्या धर्मसभेचे निर्विवाद वर्चस्व होते. या धर्मसभेचे प्रमुख असलेले आचार्य बोपदेव अत्यंत ज्ञानी, व्यासंगी, कर्मकांड मानणारे, धर्मकांड सांगणारे, धर्मशास्त्राचे अभ्यासू असे होते. धर्म आणि कर्मकांडाच्या बाबतीत त्यांचा शब्द अखेरचा मानला जाई; त्यामुळेच बोपदेवाचार्यांना पैठण क्षेत्रात प्रचंड मान होता. आदर होता आणि याच धर्मसभेकडून शुद्धीपत्र आणण्यासाठी आहेर आणि त्यांची तीन भावंडं ज्ञानेश्वर, सोपान आणि मुक्ता अशी चौघंजण आळंदीहून पैठणला आली होती. याच बोपदेवाचार्यांसमोर या चौघांनी आपली कैफियत मांडली होती आणि तिथेच, त्या धर्मसभेत रेड्यामुखी वेद वदवून ज्ञानेश्वरांनी चमत्कार करून दाखवला होता. आठ-दहा वर्षांच्या वयात आपलं हटयोगावरचं प्रभुत्व दाखवलं होतं आणि पैठणच्या त्या धर्मसभेनं, बोपदेवांच्या आधिपत्याखाली ज्ञानेश्वर आणि त्यांच्या भावंडांची महानता निर्विवाद मान्य केली होती. पैठणची धर्मसभा जिंकून ती चौघं तिथंच पैठणला आजोळी राहिली होती. आता त्यांना पैठणला जिंकायचं होतं. पैठणचं मन जिंकायचं होतं. पैठणच्या वाटेवर नामदेवाला ही कथा, हा चमत्कार पुनःपुन्हा ऐकायला मिळत होता आणि ज्ञानेश्वर आणि त्यांच्या भावंडांना आपण कधी भेटतो, कधी बघतो असं नामदेवाला झालं होतं. पंढरपूरपासून पैठण साधारण तीनशे कोसांवर होतं. तेवढं अंतर पार करायला नामदेवाला जवळजवळ चार महिने लागले. कधी बैलगाडीतून, कधी घोड्यावरून, तर कधी पायी चालत नामदेव निघाला होता. वाटेत ठिकठिकाणी थांबत, कीर्तन करत, मुक्काम करत तो जात होता. सोबत चोखामेळा आणि रांका कुंभार जे दोघे पंढरपुरात राहत होते आणि सावता माळी जे

पंढरपूरजवळच्या अरणगावात राहत होते, असे ते तिघेजण होते. उस्मानाबादहून गोरोबाकाका पैठणला यायला निघालेच होते. संपूर्ण प्रवासभर नामदेवाच्या मनाला एकच ध्यास लागला होता, ज्ञानेश्वरांना भेटण्याचा आणि एकच एक विचार मनात येत होता, 'आता ज्ञानेश्वर कसे दिसत असतील? साक्षात श्रीकृष्णाचा अवतार आहे ते पोर असं गोरोबाकाकांनी वर्णन केलं होतं. खरंच, तसे दिसत असतील का? आपल्याला भेटतील का? भेटल्यावर काय म्हणतील? आपण काय बोलायचं? निवृत्तीनाथ, सोपानदेव आणि मुक्तासुद्धा सोबत असतील का? ती तिघं आपल्याशी बोलतील का? मागची आठवण काढतील का? मग आपण काय बोलायचं? सगळ्यात महत्त्वाचं म्हणजे, आपण आता त्यांना नमस्कार करायचा की नाही? वयानं ते सगळेजण आपल्यापेक्षा लहान आहेत; पण त्यांची विद्वत्ता मोठी आहे. मग आपण नक्की काय करायचं? की वडीलकीच्या नात्यानं त्यांना जवळ घ्यायचं?' एक ना दोन, नामदेवाला अनेक प्रश्न छळत होते आणि ज्ञानेश्वर समोर आल्याशिवाय त्यांची उत्तरं मिळणार नव्हती. म्हणूनच नामदेवाच्या मनाला, बुद्धीला, देहाला, विचारांना आणि उच्चारांनासुद्धा ज्ञानेश्वरांच्या भेटीची आस लागली होती; त्यामुळे प्रवासातसुद्धा नामदेव सोबत असलेल्या चोखामेळा, रांका आणि सावता यांच्याशी त्याच विषयावर बोलत होता. वाटेत एके ठिकाणी एका मारुतीच्या मंदिरात चौघेजण मुक्कामाला होते. चालून चालून पाय थकले होते. प्रवासानं शरीर शिणलं होतं. आता या ठिकाणी एक-दोन दिवस मुक्काम करावा, असं नामदेवाच्या मनात आलं; पण एक गोष्ट मात्र होत होती. वाटेत प्रवासात जिथं जिथं मुक्काम केला, त्या त्या गावात नामदेवानं कीर्तन केलं. नामदेवाच्या कीर्तनाची कीर्ती सर्वदूर पसरली होतीच; त्यामुळे पंढरपूरचे नामदेव गावात मुक्कामाला आहेत असं समजलं की, त्या त्या गावातले मानकरी नामदेवाला तिथे भेटायला येत असत आणि नामदेवाला कीर्तन करण्याची विनंती करत. त्यांच्या विनंतीचा मान राखून नामदेवही तिथे कीर्तन करत असे. मग कधी

साधनांत सोपे नाम हे केवळ । यावीण सकळ शीण वाया ।।
धरारे धरा नाम विठोबाचे । तेणे अज्ञानाचे मूळ नासे ।।
नाम तारी फार पुरावणी वर्णिले । नामचि केवळ आत्मसत्ता ।।
नामा म्हणे नामी रंगला सुरंग । अंगे स्वयमेव पांडुरंग ।।

असं नामाचं माहात्म्य सांगत असे. तर कधी

आम्ही स्वर्गसुख मानू जैसा ओक । देखोनिया सुख पंढरीचे ।।
न लगे वैकुंठ न वांछू कैलास । सर्वस्वाची आस देवा पायी ।।

न लगे संतति आणि धन मान । एक असे ध्यान विठोबाचे ।।
सत्य की मायिक आमुचे बोलणे । तुझी तुज आण सांग हरी ।।
जीवभाव आम्ही सांडू ओवाळूनी । नामा लोटांगणी महाद्वारी ।।

असा पंढरीचा, पंढरपुराचा, वैकुंठपुराचा महिमा सांगत असे. जमलेले लोक नामाचा महिमा, पंढरपूरचा महिमा ऐकून धन्य होत आणि नामदेवाच्या अभंगातून पंढरपूरचं वर्णन ऐकून आपण एकदा तरी त्या पुण्यपावन नगरीला जाऊन येऊ असा संकल्प करत. त्यांचा तो संकल्प आणखी दृढ होत असे, जेव्हा नामदेव विठुरायाचे वर्णन करीत असे...

विठाई सावळे । डोळसे रंगा येई हो ।।
कानी कुंडलांची प्रभा । जैसे चंद्र सूर्य नभा हो ।।
गळा वैजयंती माळा । कासे पीतांबर पिवळा हो ।।
नामा म्हणे कृपावंत । झडकरी यावे पंढरीनाथा हो ।।

विठुरायाचं हे वर्णन ऐकलं की, कीर्तनाला जमलेल्या लोकांच्या नजरेसमोर तो सावळा सुंदर विठ्ठल उभा राहत असे. आपल्या कीर्तनातल्या कौशल्याचा उपयोग करून, नामदेव वाटेत ठिकठिकाणी अनेक भगवद्‌भक्त तयार करत होता. त्याच्या हातून सहजपणे घडून येणारं हे कार्य किती मोठं आहे आणि भविष्यकाळात या कार्याला मिळणारं यश हे एका महान पर्वाचा आरंभ ठरणार आहे, हे त्याला कुठे माहीत होतं?

मजल दरमजल करत, गावोगावी कीर्तने करत, त्या त्या ठिकाणी मुक्काम करत नामदेव आणि सोबतचे तिघे पैठणच्या दिशेने चालले होते. नामदेवाच्या कीर्तन करण्याचा आणखी एक मोठा फायदा होत असे. तो म्हणजे, त्या गावात त्यांची मुक्कामाची नीट व्यवस्था होत असे. एखाद्या मंदिरात किंवा एखाद्या घराच्या अंगणात, ओसरीवर किंवा देवळाच्या ओसरीवर, अगदी काही नाहीतरी पार-कट्ट्यावर पथारी पसरून झोपण्याची मुभा त्यांना मिळत असे. कोठेतरी, कोणीतरी जेवणाची व्यवस्था करत, कोणी भात-आमटी आणून देत, कोणी चटणी-भाकरी, कोणी केळी, पेरू, कोणी पाणी, तर कोठेतरी कोणी कोरडा शिधा देत. मग तीन दगडांची चूल मांडून, आजूबाजूच्या काटक्या गोळा करून, त्या पेटवून त्या चुलीवर ती डाळखिचडी शिजवून खाल्ली जाई. हे काम चोखामेळा, सावता अगदी आनंदानं आणि हौसेनं करत. सावताला तर रानभाज्यांची चांगली माहिती होती. मग मुक्कामाच्या ठिकाणी आसपास उगवलेल्या भाज्या ते खुडून आणत. त्या डाळ-खिचडीत टाकत. मग त्या डाळ-खिचडीला एक वेगळीच चव येत असे. शिवाय तोंडी लावायला नामदेवाचं बोलणं, सांगणं असेच. त्यातच ज्ञानेश्वर हा विषय निघाला की, का कोण

जाणे नामदेवाच्या बोलण्यातून जणू प्रेमगंगा ओसंडत असे. मग तो एका उत्कट भावनेनं बोलत असे. खरंतर त्यानं ज्ञानेश्वरांना पाच वर्षांपूर्वी बघितलं होतं; पण एक आंतरिक ओढ, मनाचे आर्त, उत्कट जिव्हाळा या सगळ्या भावनांनी भिजलेलं त्याचं ज्ञानेश्वरांबद्दलच बोलणं असे.

त्या दिवशी असंच झालं. शेवगावात त्यांचा मुक्काम होता. त्या दिवशी नामदेवानं भौतिक संसाराचं मर्म आपल्या कीर्तनामध्ये सांगितलं होतं.

जळी बुडबुडे देखतां देखतां । क्षण न लागता दिसेनाती ॥
तैसा हा संसार पाहतां पाहतां । अंतःकाळी हाता कायी नाही ॥
गारुड्याचा खेळ दिसे क्षणभर । तैसा हा संसार दिसे खरा ॥
नामा म्हणे तेथे काही नसे बरे । क्षणाचे हे सर्व खरे आहे ॥

नामदेवानं अभंगातून संसाराचं हे मर्म मांडलं आणि लोकांनाही ते पटलं. शेवगावात नामदेव प्रभृतींनी चार दिवस मुक्काम केला तो त्या गावकऱ्यांच्या आग्रहास्तव! कारण, नामदेव तिथे पोहोचला, त्या दिवशी तिथल्या ग्रामदेवतेचा उत्सव होता. नामदेवाच्या कीर्तनाची कीर्ती तिथपर्यंत पोहोचली होती. नामदेव तिथे आला आहे, म्हटल्यावर गावकऱ्यांना देवीचा शुभकौलच मिळाल्यासारखं वाटलं. त्या दिवशी महाप्रसादाचं जेवण झाल्यावर नामदेवाचं कीर्तन रंगलं. ते असं रंगलं की, साक्षात ती ग्रामदेवताच तिथे कीर्तन ऐकायला आली आहे, असा भास सगळ्यांना झाला. त्या दिवशीचं कीर्तन संपल्यावर भारावलेल्या गावकऱ्यांनी नामदेवाला दुसऱ्या दिवशी पुन्हा आणखी एक दिवस कीर्तन करण्याची गळ घातली. त्यांचा आग्रह इतका होता की, पैठणला जाण्याची अतिशय आस लागलेली असूनसुद्धा नामदेवाला त्यांचा आग्रह मोडवेना आणि तिथे एक दिवस मुक्काम वाढला. त्याची आणि त्याच्या सोबत्यांची सगळी सोय मंदिरातच केली गेली आणि जेवणा-खाण्याची व्यवस्था गावकऱ्यांनी आनंदानं केली. दुसऱ्या दिवशीही नामदेवानं तिथे कीर्तन केलं. त्याची अवीट गोडी त्या दिवशी जेवणात असलेल्या पुरणपोळीपेक्षाही अधिक होती, असं सगळ्या गावकऱ्यांना वाटलं. त्या दिवशी रात्री तिथे मुक्काम करून, दुसऱ्या दिवशी भल्या पहाटे नामदेव आणि सोबतचे तिघे पुढच्या प्रवासाला निघाले. दरम्यान, चोखोबानं मध्येच विचारलं, "म्हाराज, या ज्ञानेश्वरमाउलींचा जल्म आपेगावचा न्हवं. मंग ते पैठणला कशाला आले?" चोखोबाच्या या प्रश्नाला सावतानीही दुजोरा दिला. नामदेवाला चोखोबाचा प्रश्न आवडला. म्हणूनच नामदेवाला चोखोबा आवडायचा. महार समाजातला असूनही त्याला ज्ञानाची लालसा होती. तो सतत प्रश्न विचारत असे. त्यातच ज्ञानेश्वरांबद्दल बोलताना, प्रश्न विचारताना त्यानं ज्ञानेश्वरांचा उल्लेख ज्ञानेश्वरमाउली असा केला, ते तर नामदेवाला फारच आवडलं.

ज्ञानेश्वर खरंतर पोरवयाचे; पण त्यांनी केलेला चमत्कार, त्यांचं हटयोगावरचं सामर्थ्य दाखवणारा होता आणि त्यामुळेच त्यांचं श्रेष्ठत्वही सिद्ध झालं होतं. चोखोबा महार समाजातला; त्यामुळे सगळ्यांशी अदबीनं बोलायची त्याला जातिवंत देणगी होती; त्यामुळे तो कुणालाही दादा, बाबा, माउली, माई असंच संबोधन करत असे. ज्ञानेश्वरांची कीर्ती आता सर्वत्र पसरली होती. एका कोवळ्या पोरानं रेड्याला भर सभेत वेद म्हणायला लावले, रेड्याच्या पाठीवर असूड ओढताच त्या पोराच्या पाठीवर वळ उमटले. या प्रसंगानी हां हां म्हणता अर्धा महाराष्ट्र व्यापला होता. चोखोबानी ज्ञानेश्वरांचा उल्लेख ज्ञानेश्वरमाउली असा करताच नामदेवाला चोखोबाच्या औचित्याचं कौतुक वाटलं आणि त्याच कौतुकाच्या स्वरात त्यानं चोखोबाच्या प्रश्नाचं उत्तर दिलं. तो म्हणाला, "चोखोबा, तुमची ही ज्ञानलालसा बघून मला खूप बरं वाटलं आणि शिवाय ज्ञानेश्वरांसारख्या बालवयातल्या पोराला तुम्ही माउली म्हणून संबोधलंत, तेसुद्धा मला फार आवडलं. चोखोबा, तुमच्या या संबोधनानं ज्ञानेश्वरांचं श्रेष्ठत्व तर सिद्ध झालंच; पण तुमची विनम्रताही अधोरेखित झाली. आता तुमच्या प्रश्नाचं उत्तर! चोखोबा, ज्ञानेश्वरांचा जन्म आपेगावच्या सिद्ध बेटावर झाला. आपेगाव ते पैठण अंतर अवघं पंचवीस-तीस कोसांचं. त्यातच पैठण हे विठ्ठलपंतांचं आजोळ. त्यांचे मामा कृष्णाजी देवकुळे हे पैठणला राहत असत. त्यातच पैठणची धर्मसभाही फार मोठी आहे. ही धर्मसभा महाराष्ट्रातील प्रमुख धर्मसभेमध्ये गणली जाते. म्हणूनच तर शुद्धीपत्र आणण्यासाठी ज्ञानेश्वर आणि भावंडं पैठणला गेली. समजलं चोखोबा?" नामदेवानं चोखोबाच्या शंकेचं उत्तरही दिलं आणि त्याचं कौतुकही केलं. अशा संवादातून रस्ता कापत प्रवास चालला होता. शेवगाव मागं पडलं होतं. आता पैठण काही कोसांवर राहिलं होतं. नामदेव आणि इतर तिघांनी पैठणमध्ये प्रवेश केला आणि वेशीवरच त्यांना समजलं की, ज्ञानेश्वर आणि त्यांची भावंडं पैठणमधून बाहेर पडून नेवाशाकडे गेली आहेत. नामदेवाला क्षणभर वाईट वाटलं. पैठण जवळ आलं, तशी त्याच्या मनाची उत्सुकता आणि उत्कटता वाढली होती. ज्ञानेश्वर पैठणला नाहीत हे समजल्यावर तो क्षणभर निराश झाला; पण त्याने लगेचच निर्णय घेतला. तो तिथे अजिबात विसावला नाही. चोखोबा, रांका आणि सावता यांना सोबत घेऊन त्यानं तडक नेवाशाचा रस्ता धरला. का कोण जाणे; पण आता त्या चौघांची पावलं झपाट्यानं पडत होती. आता त्यांच्यातला गप्पागोष्टींचा संवाद संपला होता. शांतपणे पण झपाट्यानं चौघे चालले होते. एवढ्यात पाठीमागून "नामदेव म्हाराऽऽज, अहो नामदेवऽऽ! चोखोबाऽऽ!" अशा हाका ऐकू आल्या. आधी त्या हाका चौघांना ऐकायला आल्याच नाहीत. ऐकू आल्या, तेव्हा चौघे थांबले. मागे वळून बघितलं तर काय? गोरोबाकाका धावत धावत येत होते. हे चौघे थांबले. "अरे, गोरोबाकाका!"

असं म्हणत नामदेव पुढे झाला. पुढे होऊन त्यानं गोरोबाकाकांना वंदन केलं. गोरोबाकाकांनी पुढे होऊन नामदेवाला मिठी मारली. त्याच्या खांद्यावर थोपटलं. दोघांच्याही चेहऱ्यावर आनंद पसरला. ''नामदेवा, आलात तुम्ही? आता माझा जीव भांड्यात पडला बगा. लयी लांबचा पल्ला हाय ह्यो. संगती चोखोबा आनी सावता बी हाईत की! आनी रांका तू बी आलास व्हय? ह्ये काम झ्याक झालं बघा. चला, आता बिगी बिगी! ज्ञानेश्वर कुटं राहिलेत ते बघून भेटाया जाऊ या.'' गोरोबाकाका गडबडीनं म्हणाले. त्यांना उत्तर देत नामदेव म्हणाला, ''गोरोबाकाका, अहो ज्ञानेश्वर इथे नाहीत. ते इथून बाहेर पडलेत आणि नेवाशाला गेलेत. आपल्याला तिकडे गेलं पाहिजे.'' नामदेवाचं हे बोलणं ऐकून गोरोबांच्या चेहऱ्यावर क्षणभर निराशा पसरली. ती बघून नामदेव म्हणाला, ''गोरोबाकाका, अहो नेवासं इथून फार तर किती पंचवीस कोसांवर! आपण दोन-तीन तासांतच पोहोचू तिथे. चला आता, लवकर लवकर पाय उचला. लगोलग तिकडेच जाऊ.'' नामदेवाच्या बोलण्यात दिलासा होता, तसाच उत्साहही! त्याच्या या उत्साहाची लागण सगळ्यांनाच झाली. सगळ्यांच्या चेहऱ्यावर आनंद पसरला. सगळ्यांनीच उत्साहानं चालायला सुरुवात केली. आता सगळयांचं लक्ष एकाच ठिकाणी लागलेलं होतं– नेवासे आणि मनामध्ये एकच एक नाव होतं– ज्ञानेश्वर. शिवाय आता पाच वर्षांनी ज्ञानेश्वर कसे दिसतात याची नामदेवाला उत्सुकता होतीच.

आता चौघांऐवजी पाचजण झाले होते. पाचहीजणांचे पाय भराभर पडत होते. चालता चालता काही संवादही होत होता. आपापल्या परीनं चोखोबा, गोरोबा, सावता, रांका काही शंका विचारत होते आणि नामदेव त्यांच्या प्रश्नांची उत्तरं देत होता. तेही अभंगातून. गोरोबाकाकांनी विचारलं, ''नामदेवा, पांडुरंगाचं नाव घेत घेत संसार करावा असं म्हणत्यात; पण संसारात लक्ष घातलं, तर नामस्मरणाकडे दुर्लक्ष होतंया आणि नामस्मरणात लक्ष घातलं, तर संसाराकडे दुर्लक्ष होतंया. मंग दोन्हीचा मेळ कसा साधायचा त्येच कळत न्हाई.'' गोरोबाकाकांनी शंका विचारली. नामदेव हसला आणि म्हणाला, ''गोरोबाकाका, तुम्हाला पडलेला हा प्रश्न सगळ्यांनाच पडतो. मलाही पडला होता; पण जेव्हा मला नामस्मरणाचं महत्त्व कळलं, तेव्हा मला या प्रश्नाचं उत्तर सापडलं. तेच तुम्हालाही सांगतो.

चिंतातुर देही न साहे काजळी । नामाची पाजळी उभय दिवी ।।
प्रकाश पडेल ब्रह्म हे दिसेल । वैकुंठ जोडेल भजनभक्ती ।।
नाहीं याति वर्ण नाही हे वेदोक्त । नामेचि संतृप्ति होती जीवा ।।
नामा म्हणे नाम हेचि बीज सार । तुटेल येरझार भवबंधाची ।।

असं नामदेवानं अभंगातून सांगितलं आणि नेवाशाची ती वाट एकदम लख्ख

होऊन गेली. तोच चोखोबानं विचारलं, "म्हाराज ह्ये समदं खरं, पन जसं आमा शूद्र मानसानला देवळात जायला येत न्हाई, तसं ह्ये नाम का काय म्हनायला चालंल काय? आनी भट-बामनं जसं सकाळच्या पारीच पूजा करत्यात, तसं नामाचा नेमबिम हाय काय? कंधी घ्यायचं, कंधी न्हाई असं आनी काय हाय काय?" चोखोबाच्या या प्रश्नांवर नामदेव प्रसन्नपणे हसला. चोखोबाचं असं प्रश्न विचारणं नामदेवाला नेहमीच आवडायचं. आत्ताही त्याला आनंद झाला. चोखोबाच्या प्रश्नांची उत्तरं देताना नामदेवाला नेहमीच आनंद व्हायचा. आत्ताही चोखोबानं विचारलं आणि नामदेव उत्तर देण्यासाठी पुढे सरसावला. म्हणाला, "चोखोबा, अहो नामस्मरण ही मनाची भावना आहे. बुद्धीची चावी आहे. हृदयातली हाक आहे. जाणिवेची साद आहे, ज्ञानाचं कवाड आहे आणि ईश्वरकृपेचं वरदान आहे. चोखोबा, नाम हे असं आहे की, ज्याला...

काळवेळ नसे नामसंकीर्तनी । उंच-नीच योनी हेही नसे ।।
धरा नाम कंठी सदा सर्वकाळ । मग तो गोपाळ सांभाळील ।।
कृपाळू कोपसा सुखाचा सागर । करील उद्धार भाविकांरी ।।
नामा म्हणे फार सोपे हे साधन । वाचे नाम घेणे इतुकेची ।।

नामदेवानं अभंगातूनच चोखोबाच्या प्रश्नाचं उत्तर दिलं आणि विशेष म्हणजे नामदेवासोबत राहून चोखोबाची आकलनाची बैठकही अशी तयार झाली होती की, त्यालाही ते लगेच उमगलं.

बघता बघता वाट सरली आणि दुपार उलटल्यानंतर साधारण संध्याकाळ होत असताना नामदेव आणि त्याचे सोबती नेवाशाला पोहोचले. पैठणला धर्मसभेत घडलेल्या प्रसंगानंतर ज्ञानेश्वर आणि त्यांची भावंडं जिथे जिथे जात, तिथे तिथे त्यांची कीर्ती आधीच पोहोचलेली असे. नेवाशातही असंच झालं होतं. ज्ञानेश्वर आणि त्यांची भावंडं पैठणहून जेव्हा नेवाशाला आली, त्या वेळी अचानक सोसाट्याचा वारा सुटून पावसाचे टपोरे थेंब पडू लागले. म्हणून मग सगळ्यांनी जवळच्याच दत्तमंदिरात आश्रय घेतला. हे मंदिर वीरभद्र राजाने बांधलेलं होतं. ज्ञानेश्वर आणि त्यांची भावंडे त्या दत्तमंदिरात थांबली आहेत, हे समजल्यावर तिथे ज्ञानेश्वरांना पाहण्यासाठी एकच गर्दी झाली. नेवाशामध्ये ज्ञानेश्वर कुठे आहेत हे नामदेवाला आणि त्याच्या सोबत्यांना लगेचच समजलं. नामदेव बरोबरच्या सोबत्यांना घेऊन त्या मंदिराजवळ पोहोचला, तेव्हा संध्याकाळ झाली होती. ज्ञानेश्वरांना तिथे पोहोचून चार-पाच दिवस होऊन गेले होते. सगळे गावकरी येऊन ज्ञानेश्वरांना भेटून गेले होते. आज रात्री ज्ञानेश्वर तिथे कीर्तन करणार होते; त्यामुळे आता त्यांचं दर्शन घेऊन रात्री परत कीर्तनाला यायचं, या विचारानं लोक घरी गेले होते. नामदेव आणि त्याचे

सोबती त्या मंदिराजवळ पोहोचले. चार अंकणाचं ते लहानसं दत्तमंदिर होतं. त्या दत्तमंदिराच्या सभामंडपाशेजारीच एक लहानशी ओवरी होती. त्या ओवरीत ज्ञानेश्वर आणि त्यांची भावंडं निवृत्तीनाथ, सोपानदेव आणि मुक्ताई बसले होते. या मुलांची वयं त्या वेळी साधारण निवृत्ती सतरा, ज्ञानेश्वर पंधरा, सोपान तेरा आणि मुक्ता दहा अशी होती. त्या ओवरीत एक-दोन हात उंचीची उभी शिळा होती. ज्ञानेश्वर त्या शिळेला टेकून बसले होते; तर निवृत्तीनाथ, सोपानदेव त्यांच्या समोर बसले होते. छोटी मुक्ता तिथेच आजूबाजूला बागडत होती. बरेचजण येऊन भेटून गेले होते. काही मोजकेच चार-सहाजण तिथे बसले होते. नामदेव आपल्या सोबत्यांसह तिथे पोहोचला. त्याच्या मनात भावनांचा कल्लोळ उठला होता. जवळजवळ गेले आठ-दहा महिने तो या क्षणाची वाट बघत होता आणि हा क्षण गाठण्यासाठी तो जवळपास तीनशे कोसांचं अंतर चालून आला होता. त्या उभ्या शिळेला टेकून ज्ञानेश्वर बसले होते. दहा हातांच्या अंतरावर उभा राहिलेला नामदेव ज्ञानेश्वरांकडे एकटक पाहत होता. पाच वर्षांपूर्वी पाहिलेले बाल ज्ञानेश्वर आणि आताचे किशोरवयीन ज्ञानेश्वर. पश्चिमेकडे तोंड करून ज्ञानेश्वर बसले होते. मावळतीला जाणारा सूर्य केशरी किरणं फेकत होता. त्या केशरी किरणांची आभा ज्ञानेश्वरांच्या चेहऱ्यावर पसरली होती. वय अवघं पंधरा-सोळा वर्षांचं. चेहऱ्यावरची कोवळीक अशी की, तृणांकुराला लाज वाटावी. गोरापान रंग; पण आता त्यावर केशरी किरणं पडल्यामुळे लालसर तेजस्वी दिसणारा. तिकडे एक सूर्य मावळत होता, तर इकडे एक सूर्य तेजाने प्रकाशमान होत होता. चेहऱ्यावर एक अथांग स्नेहाचा भाव होता. असं वाटत होतं की, साक्षात मातृत्व पाझरतंय. वय अवघं पंधरा आणि चेहऱ्यावर विश्वाच्या मातृत्वाचा भाव. नामदेवाला चोखोबानं ज्ञानेश्वरांचा 'माउली' असा केलेला उल्लेख आठवला. त्यांच्या टेकून बसण्यानं ती शिळाही धन्यता पावली आहे, असं वाटत होतं. पद्मासन घालून ज्ञानेश्वर बसले होते. नामदेवाची कृतार्थ नजर त्यांच्यावर खिळली होती. ज्ञानेश्वरांच्या मस्तकाभोवती पाठीमागे एक तेजस्वी प्रकाशमान वलय फिरतंय, त्याचं प्रतिबिंब त्या शिळेवर पडलंय आणि ती शिळाही प्रकाशमान होते आहे, असं विलक्षण दृश्य नामदेवाला मधूनच दिसत होतं आणि तो भास नव्हता. तो भास आहे की काय हे तपासण्यासाठी नामदेवानं चार-पाच वेळा तरी ते वलय दिसल्यावर डोळे चोळून बघितलं, स्वतःला चिमटा काढून बघितला; पण आपण पूर्ण जागे आहोत, सावध आहोत, शुद्धीत आहोत; तरीही ते तेजस्वी वलय आपल्याला पुनःपुन्हा दिसतंय, याची नामदेवाला खात्री पटली आणि ज्ञानेश्वर म्हणजे साक्षात विष्णूचा अवतार असं लोक का म्हणू लागलेत, याचा त्याला उलगडा झाला. ते प्रकाशमान वलय श्री विष्णूंच्या तेजाचं आहे की ज्ञानेश्वरांच्या ज्ञानसंपन्नतेचं आहे, या प्रश्नाचं उत्तर मात्र त्याला सापडलं नाही. सूर्य पूर्ण

मावळला. कुणीतरी ज्ञानेश्वर आणि त्यांची भावंडं जिथे बसली होती, तिथे पलिते आणून खोचले आणि त्या पलित्यांचा सोनेरी प्रकाश पसरून ती आख्खी ओवरी सोनेरी प्रकाशमान झाली. लोक येऊन ज्ञानेश्वरांना नमस्कार करून जात होते. तीही गर्दी आता ओसरली. भान हरपून ज्ञानेश्वरांकडे एकटक पाहणाऱ्या नामदेवाला चोखोबानी सावध केलं. नामदेव दचकून सावध झाला. कितीतरी वेळ... आपण कितीतरी वेळ असेच इथे उभे आहोत आणि ज्ञानेश्वरांकडे एकटक बघत आहोत, हे त्याच्या लक्षात आलं.

तसं ते ज्ञानेश्वरांच्याही लक्षात आलं होतं. एक तरुण... तो बहुधा नामदेव असावा, कितीतरी वेळ आपल्याकडे टक लावून बघतोय, मधूनच स्वतःला चिमटे काढतोय, डोळे चोळतोय हेही त्यांनी पाहिलं होतं. लोक येऊन भेटून जात होते. कुणी पाया पडत होतं, कुणी नुसता नमस्कार करत होतं, कुणी नुसतंच बघून जात होतं, कुणी अलाबला घेत होतं. गेल्या चार-सहा महिन्यांत ज्ञानेश्वरांना हे सवयीचं झालं होतं. धर्मकांडाने गांजलेल्या समाजाचे डोळे उघडण्यासाठी त्यांनी पैठणच्या धर्मसभेत पराशक्तीचा वापर केला, रेड्यामुखी वेद बोलवले आणि संन्याशाची पोरे म्हणून हिणवणाऱ्या समाजाची या पोरांकडे बघण्याची दृष्टी त्या एका क्षणाने खाड्कन बदलली. ज्ञानेश्वरांना हेच तर व्हायला हवं होतं. खरंतर चमत्काराने त्यांना समाज बदलायचा नव्हता; पण त्यांचाही नाईलाज झाला आणि समाजाला दिशा दाखवायची असेल तर असं काहीतरी करावं लागेल, ज्यामुळे समाजाचं नेतृत्व आपल्याकडे येईल, असा विचार करून त्यांनी चमत्कार दाखवला आणि त्यांना हवं होतं ते साध्य झालं. समाजात वावरण्याचा त्यांना जणू परवानाच मिळाला. ब्रह्मवृंदाचा विरोध बऱ्यापैकी मावळला आणि समाजाला अज्ञानाच्या खाईतून बाहेर काढण्याच्या ज्ञानेश्वरांच्या विचारांना दिशा मिळाली. पैठणला मामा आजोबांकडे मुक्काम करून चार महिन्यांनी आपल्या भावंडांसह ते तेथून बाहेर पडले. पैठण जरी धर्मक्षेत्र होतं, तरी तिथे आता राजवट बदलाची चिन्हं होती. यवनी आक्रमणाला राजसत्ता शरण गेली होती. हिंदूधर्माला उतरती कळा लागण्याची चिन्हं दिसत होती. अशा वातावरणात तिथे आणखी राहणं ज्ञानेश्वरांच्या मनाला पटेना. त्यांना जे करायचं होतं ते तिथे राहून साध्य करता येणार नव्हतं. म्हणूनच मामा आजोबांचा निरोप घेऊन निवृत्तीनाथांच्या सल्ल्यानुसार ज्ञानेश्वर हे सोपान आणि मुक्ताला घेऊन तिथून बाहेर पडले. प्रवास करत नेवाशाला आले. प्रवरा नदीच्या संगमावरचं हे शांत ठिकाण त्यांना आवडलं. तिथे फार वर्दळही नव्हती आणि अगदी एकांतही नव्हता. तिथे काही दिवस मुक्काम करावा असं ज्ञानेश्वरांच्या मनात आलं. ईश्वराच्या मनातही तेच असावं. अचानक वारं सुटलं, पावसाचे टपोरे थेंब पडायला लागले आणि त्या सगळ्यांना संगमावर असलेल्या शिवमंदिरात आश्रय घ्यावा लागला. काही वेळातच पाऊस थांबला; पण

या सगळ्यांनी तिथंच काही दिवस मुक्काम करायचं ठरवलं आणि दत्तमंदिरातील एका ओवरीत त्यांनी आपली बैठक जमवली.

लोकांची गर्दी ओसरली. त्या ओवरीत आता निवृत्तीनाथ, ज्ञानेश्वर, सोपानदेव आणि मुक्ता अशी चौघंचजण उरली. सभोवार नीरव शांतता होती. इकडे-तिकडे बागडणारी मुक्ता निवृत्तीनाथासमोर गेली आणि म्हणाली, ''दादा, आता आपण काय खायचं? मला भूक लागलीय रे!'' तिच्या म्हणण्याला दुजोरा देत सोपान म्हणाला, ''होय दादा! आपण आज माधुकरीही मागितली नाही! मग आता काय खाऊ या?'' दोघांच्या स्वरातून भूक प्रतीत होत होती. निवृत्तीदादा हसला आणि म्हणाला, ''मुक्ता, सोपान, अरे, ही काय! एवढी फळं आणून दिली आहेत लोकांनी! आज फलाहार करू आणि भूक भागवू या! काय? आपण या गावात नुकतेच आलो आहोत की नई? मग शिधा, चूल सगळंच कसं लगेच जमणार? ना आपल्याला, ना लोकांना? तेव्हा आज ही फळंच खाऊ!'' निवृत्तीदादानं समजूत काढली. मुक्तानं नाईलाजानं समजूत पटल्यासारखी मान हलवली. हे सगळं तिथेच दहा हातांवर उभं राहून ऐकणाऱ्या नामदेवाला आता राहवेना. तो चट्कन पुढे झाला आणि म्हणाला, ''मी आणलीये तुमच्यासाठी भाकरी आणि मेथीची भाजी आणि पुरणपोळीसुद्धा!'' नामदेवाचं बोलणं ऐकून सगळ्यांचं लक्ष तिकडे गेलं. ज्ञानेश्वर तर आधीपासूनच नामदेवाकडे बघत होते. या तरुणानं तो नामदेव असावा, अशी त्यांच्या मनात उत्सुकता जागवली होती. मुक्ताईनं उत्सुकतेनं एक पाऊल पुढे टाकलं आणि म्हणाली, ''कोण बाबा तू? कुठून आलास?'' तिनं नामदेवाला न ओळखणं स्वाभाविक होतं. नामदेव पुढे झाला आणि म्हणाला, ''मी नामदेव शिंपी. ज्ञानेश्वर महाराजांना भेटायला आलोय. मी पंढरपूरला राहतो. विठ्ठल मंदिराशेजारी.'' नामदेवाचं हे बोलणं ऐकून मुक्ताचे डोळे विस्फारले. ''अगं बाई! दादा, हा माणूस देवाचा शेजारी आहे आणि हा देवाचा शेजारी मागे आपल्याला भेटलाय.'' मुक्ताच्या या बोलण्यानं सगळ्यांच्याच चेहऱ्यावर स्मितहास्य उमटलं. ज्ञानेश्वर म्हणाले, ''मुक्ते, हा माणूस फक्त देवाचा शेजारीच नाही, तर विठ्ठलाचा सखाही आहे आणि बरं का मुक्ते, आपल्या मधुर कीर्तनांतून अनेक चांगल्या गोष्टी, अनेक बोधप्रद उपदेश करून लोकांना शहाणं करण्याचा वसाही यांनी घेतला आहे. यांच्या कीर्तनाची ख्याती चारही दिशांतून पसरलेली आहे.'' ज्ञानेश्वरांनी मुक्ताला नामदेवाची ओळखच करून दिली. ज्ञानेश्वरांच्या तोंडून आपली स्तुती ऐकून नामदेव किंचित संकोचला. निवृत्तीनाथांनी ते ओळखलं. ते म्हणाले, ''नामदेवा, या असे! एवढ्या लांबून तुम्ही ज्ञानेशाला भेटायला आलात. दमला असाल ना? बसा. हे तुमच्या सोबत कोणकोण आहेत?'' निवृत्तीच्या विचारण्यात आपुलकी होती. नामदेवाला ती जाणवली. संकोचल्या अवस्थेतच त्यानं बाकीच्या सगळ्यांची ओळख करून दिली.

सोपानदेव उठून आला. त्यानं या चौघांनाही बसण्याची विनंती केली. नामदेव शोधक नजरेनं एकेकाला निरखत होता. आत्तापर्यंत जे ऐकलं होतं, त्याहीपेक्षा प्रत्यक्ष दिसणारं महान होतं, विलक्षण होतं, अगाध होतं आणि पाच वर्षांपूर्वी जे पाहिलं, त्यापेक्षा खूपच वेगळं होतं. निवृत्ती, ज्ञानेश्वर, सोपान आणि मुक्ता चौघंजण साक्षात तेजाचे झोत होते. नामदेव पुढे झाला. त्यानं सोबत आणलेली शिदोरी सोडली. त्यात गोणाईनं दिलेले तहान लाडू, भूक लाडू होते. शिवाय शेवगावासीयांनी दिलेल्या पुरणपोळ्या, भाकरी, मेथीची भाजी असंही होतं. नामदेवानं त्यातली एक पुरणपोळी उचलली, मुक्ताईसमोर धरली आणि म्हणाला, ‘‘ताई, घ्या ही पुरणपोळी! आवडेल तुम्हाला!’’ मुक्ताईनं एकवार निवृत्तीकडे पाहिलं. त्यानं नजरेनंच होकार दिला. मुक्ताईनं ती पोळी आपल्या हातात घेतली आणि विचारलं, ‘‘नामदेवा, निवृत्तीदादा, ज्ञानादादा आणि सोपानदादासाठीसुद्धा आहे ना?’’ नामदेवाला त्या चिमुरडीचं कौतुक वाटलं. तो म्हणाला, ‘‘ताई, आहे ना! त्यांच्यासाठीही आहे. तुम्ही लहान आहात ना? मग तुम्ही आधी खा!’’ त्याच्या या बोलण्याचा मुक्ताईला राग आला. ‘‘आता मी लहान नाहीये काही!’’ ती फणकाऱ्यानं म्हणाली. नामदेव संकोचला. आपलं बोलायला काही चुकलं काय असं त्याला वाटलं. ते त्याच्या चेहऱ्यावर उमटलं. ते सोपानदेवानं वाचलं. तो म्हणाला, ‘‘नामदेवा, तुम्ही हे काय बोलताय? आमची मुक्ताई मुळीच लहान नाही. ती आम्हा सगळ्यांपेक्षा मोठी आहे. हो ना गं मुक्ता?’’ सोपानदेवाच्या या बोलण्यावर मुक्तानं आपलं नाक उडवलं आणि फणकाऱ्यानं मान हलवली. तिच्या या प्रतिक्रियेवर सगळी हसली. मुक्तानं पुन्हा एकदा सगळ्यांवरून नजर फिरवली आणि मुकाट खाली बघून पुरणपोळी खायला सुरुवात केली. निवृत्तीच्या ओठांवर हास्य उमटलं. तो म्हणाला, ‘‘नामदेवा, चला, आता आमच्या मुक्ताईनं खायला सुरुवात केली. आता आम्हा सगळ्यांना द्या तुमची शिदोरी!’’ निवृत्तीच्या या बोलण्यावर ज्ञानेश्वर पट्कन म्हणाले, ‘‘दादा, नुसती शिदोरी नाही, प्रेमाची शिदोरी!’’ नामदेव पुढे झाला. एकेक पुरणपोळी त्याने प्रत्येकाच्या हातात दिली. चोखोबाकडे भाकरीचं गाठोडं होतं. त्यानं ते सोडलं आणि संकोचून बाजूला जाऊन उभा राहिला. सोपानदेव म्हणाला, ‘‘तुम्ही चोखोबा ना? पुढे या ना! असे बाजूला का उभे राहिलात?’’ सोपानदेवाच्या या प्रश्नावर चोखोबानं संकोचून खाली मान घालून उत्तर दिलं, ‘‘जी, आम्ही महार हावं जी! जातीनं शूद्र आहो जी! आमच्या हातचं तुम्हाला कसं चालंल? तुम्ही ब्राह्मण हाईसा आमी महार आहो!’’ ‘‘पण तुम्ही माणूस आहात ना चोखोबा? मग झालं तर! तुमच्या जवळच्या शिदोरीतली ती भाकरी आणि मेथीची भाजी आणा इकडे! आम्हाला सगळ्यांना द्या आणि आमच्यासोबत तुम्हीही सगळे खा! आज इथे आपण सगळेजण मिळून चांदणीभोजन करू या.’’ ज्ञानेश्वरांनी चोखोबाचं बोलणं मध्येच तोडत सांगितलं. ते

ऐकून चोखोबा, रांका, सावता, गोरोबाकाका सगळेच स्तिमित झाले. जातिभेदाचं, वर्णभेदाचं इतकं स्पष्ट खंडन आणि त्याबद्दलचं इतकं स्पष्ट उच्चारण आत्तापर्यंत ना त्यांनी पाहिलं होतं, ना ऐकलं होतं; ना अनुभवलं होतं. ज्ञानेश्वरांनी चोखोबाला विचारलेला 'पण माणूस आहात ना?' हा प्रश्न नामदेवानं ऐकला आणि लक्ष सूर्यांचं तेज आपल्या नजरेसमोर अवतरलं आहे असं त्याला वाटलं. आपल्या बुद्धीची सगळी कवाडं एकदम उघडली आहेत आणि विचारांना दिशा दाखवणारा ध्रुवतारा आपला हात धरून आपल्याला घेऊन चालला आहे, असं काहीसं त्याला वाटू लागलं. गेले कित्येक दिवस आपण ज्याचा शोध घेत होतो, ते आता लख्खपणे आपल्या समोर उभं ठाकलंय, असा भास त्याला व्हायला लागला आणि एका विवक्षित क्षणी तो भास नसून सत्य आहे, हेही त्याला उमगलं. तोच "माउली, धन्य हाईसा तुमी! आमच्यासारख्या लाथाडल्या गेलेल्या दगडात बी तुम्हाला मानूस दिसला!" असं सद्गदित आवाजातलं चोखोबाचं बोलणं नामदेवानं ऐकलं आणि यावर ज्ञानेश्वरांनी दिलेलं उत्तर– "चोखोबा, दगडात नव्हे माणसांतच माणूस असतो आणि शोधला तर दगडात देवही सापडतो!" हे ऐकलं आणि आपण नक्की काय करायचं आहे या प्रश्नाचं उत्तरच जणू नामदेवाला मिळालं. तोच "नामदेवा, तुम्हीही घेताय ना जेवण आमच्यासोबत?" असं निवृत्तीनाथानं विचारलं आणि नामदेव सावध झाला. भानावर आला. आपण आपल्या विचारात इतके गुरफटलो की, हातात पुरणपोळी धरून तसेच थांबलो, हे त्याच्या लक्षात आलं. संकोचानं मान हलवत त्यानंही खायला सुरुवात केली आणि त्या ठिकाणी, प्रवरेच्या त्या संगमावर एक छान अंगतपंगत बसली. ती बघताना चंद्रही इतका भारावला की, आहे त्याच ठिकाणी कितीतरी वेळ थांबून राहिला, तर प्रवरेचं पाणी मात्र उंच उचंबळून पुनःपुन्हा ही अंगतपंगत पाहत होतं. हे दृश्य डोळ्यांत साठवत होतं. चंद्राच्या प्रकाशात, त्या काळ्या शिळेला टेकून बसलेला तो पोरसवदा ज्ञानेश्वर साक्षात तेजाचा स्रोत वाटत होता, तर त्याच्या उजव्या हाताला बसलेला निवृत्ती विद्वत्तेचा साक्षात मानदंड दिसत होता. त्याच्या डाव्या हाताला बसलेला बालसोपान निर्व्याज ज्ञानाची आकृती दिसत होता, तर चिमकुली मुक्ता निरागस वात्सल्याची प्रतिकृती वाटत होती. या चौघांच्या समोर बसलेले नामदेव, चोखोबा, रांका, सावता, गोरोबाकाका हे ज्ञानलालसेचे दिव्य भक्तिरूप दिसत होते. प्रवरेचं पाणी पुनःपुन्हा उंच उसळून हे दृश्य आपल्या उराशी साठवत होतं. ज्ञान, भक्ती आणि वात्सल्य यांचा त्रिवेणी संगम प्रवरेच्या त्या संगमावर झाला होता. 'न भूतो न भविष्यती' असं हे दृश्य होतं. आणि सर्वांत महत्त्वाचं म्हणजे हे सगळेजण एकत्रितपणे अन्नब्रह्माची पूजा करत होते. खरोखरच 'न भूतो न भविष्यती!'

सगळ्यांचं खाऊन झालं. रांकानं आणि चोखोबानं प्रवरेचं पाणी आणलं.

नामदेवानं आणलेल्या शिदोरीमुळे आत्मा शांत झाला होता. प्रवरेच्या पाण्यामुळे मनं शांत झाली. पुन्हा सगळेजण बोलत बसले. तोच मुक्ता म्हणाली, ''दादा, मघाशी तू म्हणालास की, या नामदेवांनी आपल्या कीर्तनांतून लोकांना शहाणं करण्याचा वसा घेतला आहे. मग दादा, पैठणला धर्मसभेत जे घडलं ते यांच्या कानावर आलंच असेल ना? आपल्या चौघा भावंडांच्या आयुष्याला कलाटणी देणारा आणि नवीन समाजाच्या निर्मितीच्या प्रयत्नात पहिलं पाऊल टाकणारा तो धर्मसभेतला प्रसंग या नामदेवाकडून मला ऐकायचाय.'' मुक्ताचं हे बोलणं ऐकून निवृत्तीला तिचं कौतुक वाटलं. तिनं एकाच प्रश्नात अनेक गोष्टी साध्य केल्या होत्या– एक म्हणजे ज्ञानेश्वरांच्या पराशक्तीवरच्या सामर्थ्याचं पुनर्निवेदन, दुसरं म्हणजे नामदेवाच्या मधुर आणि साक्षात्कारी कीर्तनाची परीक्षा, तिसरं म्हणजे या प्रसंगातून ज्ञानेश्वर आणि नामदेव यांना एकाच परिवारात जोडण्याची किमया, चौथं म्हणजे ज्ञानेश्वरांचे संकीर्तन ऐकायला आलेल्या नेवासकरांना ज्ञानेश्वरांची खरी ओळख करून देण्याची योजना आणि सर्वांत महत्त्वाचं म्हणजे इथून पंधरा कोसांवर असणाऱ्या पैठणला, तिथल्या लोकांना आणि आता शरण आलेल्या धर्मसभेला ज्ञानेश्वर नेवाशाला मुक्कामाला आहेत ही बातमी पोहोचवण्याची क्लृप्ती. मुक्तानं हे सुचवलेलं बघून चोखोबा प्रभृतींना खूपच आनंद झाला; कारण नामदेवाचं कीर्तन म्हणजे साक्षात्कारी कीर्तन. नामदेव कीर्तनातून एखादा प्रसंग सांगायला लागला की, तो प्रसंग साक्षात आपल्यासमोर घडतो आहे असं वाटायचं. त्या सगळ्यांनी मुक्ताईची ही सूचना उचलून धरली आणि नामदेवाला आग्रह करायला सुरुवात केली. नामदेव संकोचला. त्यानं ज्ञानेश्वरांकडे एक कटाक्ष टाकला. उत्सुक नजरेनं ज्ञानेश्वर त्याच्याकडेच बघत होते. नामदेवाशी नजर मिळताच ते म्हणाले, ''नामदेवा, आम्हालाही ऐकू दे तो प्रसंग, जनसामान्यांच्या दृष्टिकोनातून कसा दिसला ते! कारण, तो महिष आम्हाला महिष दिसतच नव्हता. तिथे आमचीच प्रतिकृती आम्हाला दिसत होती, तेव्हा तुम्ही आता कीर्तन कराच आणि आम्हाला आमचा आणि त्या प्रसंगाचा आरसा दाखवा.'' ज्ञानेश्वराचं हे बोलणं ऐकून नामदेवानं संकोचानं; पण होकारार्थी मान हलवली. ज्ञानेश्वरांचं कीर्तन ऐकायला आलेल्या नेवासकरांना नामदेवाचं कीर्तन ऐकायला मिळणार आणि तेही पैठणच्या धर्मसभेत घडलेल्या चमत्काराबद्दल, ही पर्वणीच वाटली. नामदेवाच्या कीर्तनाची कीर्ती नेवाशापर्यंत पोहोचली होतीच. आता अनपेक्षितपणे ही पर्वणी साधणार होती. बघता बघता दत्तमंदिराचा तो परिसर गर्दीने फुलून गेला. दत्तमंदिराच्या त्या ओसरीजवळच्या कठड्यावर नामदेव उभा राहिला. त्यानं एकवार गर्दीवरून नजर फिरवली. एकवार मान वळवून श्री दत्तात्रेयांच्या मूर्तीला नमस्कार केला. मान झुकवून निवृत्ती-ज्ञानेश्वरांची अनुमती घेतली. श्रोत्यांनाही वंदन केलं. क्षणभर डोळे मिटले. त्या एका क्षणात नामदेवाच्या मिटल्या नजरेसमोर

ती पैठणची धर्मसभा, उच्च आसनावर बसलेले ते आचार्य बोपदेव, समोर उभी असलेली ही निरागस चार भावंडं, पाण्याची पखाल घेऊन जाणारा तो महिष आणि आचार्य बोपदेव आणि ही चौघं यांच्यात झालेला संवाद हे सारं सारं साक्षात उभं राहिलं. आणि वीणेची तार छेडून, चिपळ्यांचा ठेका धरून नामदेवानं गजर सुरू केला. "विठ्ठलऽऽ विठ्ठलऽऽ विठ्ठलऽऽ!"

नामदेवाची - ज्ञानेश्वरांची भेट झाली आणि कर कटीवर ठेवून विटेवर उभा असलेला तो सावळा अगदी सुखावला. त्याची शेकडो वर्षांची आस जणू पूर्ण झाली होती. नामदेव-ज्ञानेश्वर भेट म्हणजे जणू जिवा-शिवाची भेट, आत्म्याची अंतरात्म्याशी भेट, ज्ञानाची भक्तीशी भेट. याच गोष्टीची विठ्ठल प्रतीक्षा करत होता; कारण संपूर्ण जीवसृष्टीच्या, चराचराच्या, भक्तिसंप्रदायाच्या, ज्ञानसंप्रदायाच्या आणि समाजाच्या कल्याणाच्या दृष्टीनं ही फार फार महत्त्वाची गोष्ट होती. म्हणूनच आज विठ्ठल सुखावला होता. त्यातच ज्ञानेश्वरांसमोर नामदेवाचं कीर्तन होणं हे नामदेवाच्या दृष्टीनं फार महत्त्वाचं होतं; कारण नामदेवाचे गुण ज्ञानेश्वरांच्या नजरेस पडणं ही नामदेवासाठी आणि भविष्यातील भक्तिमार्गासाठी फार अप्रूपाची गोष्ट होती. काही क्षण आपलं पंढरपुरातलं निवासस्थान सोडून विठ्ठलही तिथे नेवाशाला जाऊन क्षणभर रेंगाळून आला. नामदेव आणि ज्ञानेश्वर या दोघांचं तिथे चाललेलं हितगुज त्यानं डोळे भरून बघितलं आणि तो समाधानानं परतला. आता तो विलक्षण प्रसन्न होता. ती प्रसन्नता त्याच्या चेहऱ्यावर पसरली होती. रुक्मिणीनंही ती वाचली. तिनं कारण ओळखलं; कारण तीही त्याच्या पाठोपाठ नेवाशाला जाऊन आली होती. आणि तिथे झालेली ज्ञानेश्वर-नामदेव भेट तिनंही डोळे भरून बघितली होती; त्यामुळे त्याच्या प्रसन्नतेचं कारण विचारण्याची तिला गरजच पडली नाही. विठ्ठलाला ते बरंच वाटलं; कारण पैठणच्या धर्मसभेत ज्ञानेश्वरांनी महिषामुखी वेद वदवले, त्या वेळी त्या महिषाच्या आंतरऊर्जेत आपण होतो, ही गोष्ट विठ्ठलानं रुक्मिणीला सांगितली नव्हती; त्यामुळे तिनं काहीच विचारलं नाही हे एका परीनं त्याला बरंच वाटलं. दोघंही अतिप्रसन्न होते; त्यामुळे अवघ्या गाभाऱ्यात त्या प्रसन्नतेचा गंध दरवळत होता.

१५

नामदेवानं विठ्ठल विठ्ठलचा गजर सुरू केला आणि रात्र झाली म्हणून निद्रिस्त होण्याच्या मार्गावर असलेल्या अवघ्या चराचराला जाग आली. झाडाझाडांवर निद्रिस्त असलेले पक्षिगण जागे झाले आणि त्यांच्या किलबिलाटानं फांदीन्‌फांदी, पानन्‌पान जागं झालं. प्रवरेच्या पाण्यावर मात्र वेगळाच परिणाम झाला. दत्तमंदिरात बसलेली अंगतपंगत बघण्यासाठी उसळ्या मारत असलेलं प्रवरेचं पाणी तो विठ्ठलनामाचा गजर ऐकून एकदम शांत झालं. स्तब्ध झालं. निःशब्द झालं. जणू प्रवरेवर उठलेल्या सगळ्या तरंगांना कान फुटले आणि लक्षावधी कानांतून तो विठ्ठलनामाचा गजर प्रवरेच्या अंगोपांगावर उमटू लागला. त्या तरंगांनाही मग चंद्रभागेच्या पाण्याचं रूप आलं. प्रवरेच्या काठावरची वाळू चंद्रभागेचं वाळवंट बनली. नामदेवानं केलेला विठूनामाचा तो गजर अवघ्या आसमंतात भरून भक्तीचं अवकाश निर्माण करता झाला. विठ्ठल-विठ्ठल गजर संपला आणि नामदेवानं मूळ विषयाला सुरुवात केली.

विठ्ठलपंत आणि रुक्मिणीमाता यांची कथा सांगितली. संन्यास घेऊन पुन्हा संसाराला लागल्याबद्दल त्या दोघांना देहान्त प्रायश्चित्त घ्यावे लागले आणि ही चौघं भावंडं पोरकी झाली हेही सांगितलं. त्यानंतर हे चौघेजण आळंदीच्या ब्रह्मवृंदांच्या सांगण्यावरून पैठणला शुद्धीपत्र आणायला गेले, इथपर्यंतचा वृत्तान्त सांगून झाला आणि पैठणला ब्रह्मसभेत घडलेला वृत्तान्त सांगण्यापूर्वी नामदेवाने क्षणभर डोळे मिटले. मिटल्या डोळ्यांसमोर पैठणची धर्मसभा उभी राहिली. तिथे घडलेला सगळा प्रसंग त्याच्या बारीकसारीक तपशिलांसह त्याच्या मिटल्या डोळ्यांसमोर साकारला आणि नामदेवानं डोळे उघडले. समोर ऐकायला आलेले श्रोतेसुद्धा आता सरसावून बसले. ज्ञानेश्वरांनी पराशक्तीच्या सामर्थ्यानं घडवलेला आणि नामदेवानं आत्ता इथे मनःचक्षूनं बघितलेला तो पैठणच्या ब्रह्मसभेतला चमत्कार आता नामदेवाच्या वाणीतून त्यांच्या समोर साकारणार होता, आकारणार होता; उलगडणार होता. नामदेवानं पुन्हा एकदा चिपळ्यांचा ठेका धरला–

देऊनिया पत्र निघाले सत्वर! करूनि नमस्कार सकळांसी ॥

— — — — — — — — — — — — — —

पत्र वाचुनिया सकळा झाले श्रुत । संन्याशाचे पुत्र कळो आले ॥

— — — — — — — — — — — — — —

तीव्र अनुतापे करावे भजन । गो, खर आणि श्वान वंदुनिया ॥

— — — — — — — — — — — — — —

नामदेवानं ही चौघं भावंडं पैठणच्या धर्मसभेत गेल्यावर तत्क्षणी तिथे काय काय घडलं याचा वृत्तान्त अभंगातून कथन केला. आत्तापर्यंत ज्ञानेश्वरांनी केलेल्या चमत्काराची पूर्वपीठिका सांगून झाली होती. आता प्रत्यक्ष, तो चमत्कार जसा घडला तो क्षण सांगण्यासाठी नामदेव सरसावला, तर जमलेले श्रोते तो क्षण ऐकण्यासाठी...

ऐकोनि निवृत्ती संतोषला चित्ती । धन्य तुमची वदंती तीर्थरूप ॥
ज्ञानदेव म्हणे सांगाल ते मान्य । मुक्ताई सोपान आनंदली ॥
ऐकोनि नांवे हसिन्नले ब्राह्मण । नामाचे अभिधान सांगा आम्हा ॥
एक म्हणती नामापाशी काय आहे । ज्ञाना वाहात आहे पखालीसी ॥
ज्ञानदेव म्हणे तोही माझा आत्मा । वेगळीक आम्हा तया नाही ॥
मारिती असूड म्हैशियाचे पाठी । तोचि वळ उठी ज्ञानदेवा ॥
म्हणती द्विजवर अहो ज्ञानदेवा । या पासोनी उच्चारावा वेदध्वनी ॥
तरीच तुमची समता आम्हा येईल कळो । नाही तरी बोलो नका काही ॥
ज्ञानदेव म्हणे बोल रे ऋग्वेद । ओंकार मूळ शब्द प्रणवाचा ॥
मग वेदाचा आरंभ करिता झाला पशु । विधी उपन्यासु सांग पढे ॥

— — — — — — — — — — — — — —

सकळ द्विजवर करिती नमस्कार । आनंदे जयजयकार करिताती ॥

नामदेवानं तो पैठणच्या धर्मसभेत घडलेला चमत्कार अभंगात गुंफून सांगितला आणि ऐकणाऱ्या श्रोत्यांना तिथंच, त्या प्रवरेच्या संगमावर, त्या दत्तमंदिरात त्याचा जणू 'याचि देही, याचि डोळा' साक्षात्कार झाला. अवघं चराचर हा साक्षात्कार ऐकण्यासाठी जणू आसुसलं होतं. चंद्र तर माथ्यावर येऊनच थांबला होता. तिथून ज्ञानेश्वर, त्यांची भावंडं आणि कीर्तन करणारा नामदेव अगदी स्पष्ट दिसत होते, तर प्रवरेचं पाणी मात्र अगदी नीरव, शांत होतं; कारण नामदेवाच्या मुखातून उमटणारा शब्द न् शब्द ऐकायला ते आसुसलं होतं. वाहणारा वाराही निःस्तब्ध झाला होता. न जाणो, आपल्या वाहण्यानं झाडांची पानं सळसळायची आणि त्यांचा आवाज झाला तर नामदेवाचे शब्द ऐकायला यायचे नाहीत. न जाणो, आपल्या वाहण्यानं प्रवरेवर तरंग उठतील आणि त्यांच्या आवाजात नामदेवाचे शब्द विरून जातील.

आणि आपण प्रवरेचाही राग ओढवून घेऊ. झाडांची पानं तर अंग मिटून घेऊन बसली होती. न जाणो, वारा वाहिला आणि आपल्या सळसळीचा आवाज झाला तर नामदेवाचे शब्द ऐकायला येणार नाहीत. अवघं चराचर असं उत्सुकतेनं, अप्रूपानं नामदेवाचे शब्द ऐकत होतं. चंद्र माथ्यावर आला ते ज्ञानेश्वरांनी पाहिलं. मध्यरात्र झाली होती. आता नामदेवाला थांबवायला हवं होतं; पण नामदेव इतका दंगला होता, गुंगला होता की, त्याला कसं थांबवायचं हे ज्ञानेश्वरांना समजेना. क्षणभर त्यांनी विचार केला, डोळे मिटले. मिटलेले डोळे उघडून त्यांनी वरती आकाशाकडे नजर टाकली. त्यांच्या नजरेसरशी, एक छोटासा काळा ढग इतस्ततः आकाशात हिंडत होता, तो चंद्राजवळ आला. त्यानं पुढे सरकून चंद्राला झाकोळून टाकलं. दुसऱ्या क्षणाला वाऱ्याची जोरदार झुळूक आली. ठिकठिकाणी खोचलेले पलितेही विझले आणि क्षणार्धात तिथे अंधार पसरला. बाकी काही झालं नाही; पण अंधारानं नामदेवाला भान आलं. त्यानं इतस्ततः नजर टाकली. गर्द, गहिरा अंधार बघून त्याच्या लक्षात आलं की, रात्रीचा दुसरा प्रहर संपत आलाय. त्यानं कीर्तन आवरलं आणि विठूनामाचा गजर सुरू केला, तशी कीर्तनात दंगलेले लोकही सावध झाले. त्यांनाही भान आलं. मध्यरात्र झालीच होती. लोकांनी सावध होऊन नामदेवाच्या स्वरात आपला स्वर मिसळला. कीर्तन समाप्तीनंतरचा तो विठूचा गजर आकाशमंडळ व्यापून पुन्हा धरणीवर परतला. धरणीच्या गर्भात शिरला. त्या गजराचा, त्या ध्वनीचा तो स्पर्श झाला आणि धरेच्या अंगावर रोमांच उमटले. त्या रोमांचाची स्पंदनं प्रवरेच्या पाण्यात शिरली आणि नामदेवाचं साक्षात्कारी कीर्तन ऐकल्यावर आनंदानं उचंबळून आलेलं प्रवरेचं पाणी तरंगांसोबत नाचू लागलं. तो आनंद सोबत घेऊन वारा पुन्हा वाहू लागला. त्या आनंदाच्या स्पर्शानं आणि त्या वाऱ्याच्या वाहण्यानं झाडांची पानं पुन्हा सळसळू लागली आणि या सगळ्यांनी नामदेवाच्या आवाजात आपलाही स्वर मिसळला– 'विठ्ठलऽऽ विठ्ठलऽऽ विठ्ठलऽऽ विठ्ठल.'

कीर्तन संपलं. ऐकायला जमलेले श्रोते नामदेवाचं गुणगान करत घरी गेले. जाताना पुनःपुन्हा विचारून गेले, "उद्या पन कीर्तन होणार हाय नव्हं?" आणि त्यांच्या या प्रश्नाला चोखोबाकडून "व्हय व्हय! व्हनार हाय!" असं होकारार्थी उत्तर मिळालं की, ते पुढे जात होते. बघता बघता सगळे लोक पांगले आणि तिथे राहिले ते ज्ञानेश्वर, निवृत्ती, सोपान, मुक्ता, नामदेव, चोखोबा, सावता, रांका आणि गोरोबाकाका. कीर्तन संपल्यावर नामदेव तिथेच एका बाजूला उभा राहिला. चोखोबा, रांका त्याच्याजवळ गेले. नामदेवाच्या चेहऱ्यावर काहीसे संकोचल्याचे, थोडे उत्सुकतेचे, कृतकृत्यतेचे असे संमिश्र भाव होते. चोखोबा तसा मनकवडा होता. नामदेवाच्या मनात निर्माण झालेले भाव त्यानं ओळखले. काहीही न बोलता त्यानं नामदेवाच्या खांद्यावर हात ठेवला आणि थोपटल्यासारखं केलं. नामदेवानं डोळे मिटून घेतले.

त्याच्या मिटल्या डोळ्यांच्या कडांवर पाणी उभं राहिलं होतं. त्यानं डोळे उघडले, तेव्हा त्याच्यासमोर निवृत्ती आणि ज्ञानेश्वर उभे होते. निवृत्तीनाथांनी पुढे होऊन नामदेवाचा हात धरला आणि ते म्हणाले, "नामदेवा, तुम्ही कमाल केलीत. अहो, पैठणच्या त्या धर्मसभेतला तो प्रसंग तुम्ही जसाच्या तसा उभा केलात. नामदेवा, तुम्हाला महाभारतातल्या संजयासारखी दिव्य दृष्टी आहे!" निवृत्तीनाथांचं बोलणं ऐकून नामदेव संकोचला; पण तसंच संकोचत म्हणाला, "निवृत्तीनाथ, तुम्ही मला अहो - जाहो म्हणू नका. तुम्ही भावंडं सर्वार्थानं थोर आहात. मला तुम्ही 'अरे नामदेव'च म्हणा. एकतर तुम्ही सर्वजण थोर आहात आणि मला 'अहो नामदेव' ऐकायची सवय नाही. 'अरे नामदेवा, नामया, नाम्या' असं ऐकतच मी लहानाचा मोठा झालोय आणि तुम्ही तर मला 'अरे नामदेवा'च म्हणा." नामदेवानं काहीसं चाचरतच सांगितलं. त्याचं बोलणं ऐकून ज्ञानेश्वरांच्या चेहऱ्यावर प्रसन्न हास्य उमटलं. पुढे होऊन नामदेवाच्या खांद्यावर हात ठेवून ज्ञानेश्वर म्हणाले, "वा नामदेवा! असं बोलून आमच्या मनावरचं ओझंही तू उतरवलंस आणि आपल्यातली संकोचाची, परकेपणाची, तटस्थतेची, त्रयस्थतेची आणि भिडस्तपणाची भिंत तू पाडून टाकलीस. नामदेवा, आता आपल्यात उरला आहे निव्वळ जिव्हाळा, स्नेह, मैत्र आणि माया. दादा म्हणाला ते खरंच आहे. तुला महाभारतातल्या संजयासारखी दिव्य दृष्टी आहे. तो साक्षात्कार दाखवताना जे बारकावे माझ्याकडून अलक्षित झाले, तेही तू अधोरेखित केलेस. नामदेवा, धन्य आहे तुझी!" ज्ञानेश्वरांचं हे बोलणं ऐकून नामदेवानं मोठ्या प्रेमानं ज्ञानेश्वरांनी धरलेल्या त्याच्या हातावर आपला हात ठेवला. नामदेव पुढे काही बोलणार तोच मुक्ताई तिथे आली आणि म्हणाली, "दादा, खरंच नामदेवानं एखाद्या चलत्‌चित्रासारखं सगळं दृश्य नजरेसमोर उभं केलं; पण दादा, मला आता झोप आलीये!" मुक्ताच्या डोळ्यांत खरंच झोप उतरलेली दिसत होती. निवृत्तीनं तिला उचलून घेतलं. "माझ्या छकुलीला झोप आली का? ज्ञानेशा, चला, सगळ्यांची झोपण्याची व्यवस्था करू या. नामदेवा चल. आता काय असेल ते उद्या बोलू." असं म्हणत निवृत्ती मुक्ताला घेऊन ओवरीकडे वळला. सगळी त्याच्या पाठोपाठ निघाली. रांका म्हणाला, "नामदेव म्हाराज, कीर्तन तर लयी झ्याक झालं; पण मानसं शाणी करण्याशिवाय या कीर्तनानं अजून काय हुतंया?" रांकाचा तो प्रश्न ऐकून नामदेव हसला आणि म्हणाला, "रांका, कीर्तनानं बरंच काही होतं. लोक शहाणे तर होतातच; पण

कीर्तनाच्या सुखे सुखी होतो देव । कोणते वैभव वाणी आता ।।
अंत्यज आणि जातिवंता । मुखी नाम घेता उडी घाली ।।
बैसोनी आसनी आळविता नाम । उभा सर्वोत्तम तयापुढे ।।

प्रेमाचिया भरे उभ्याने गर्जत । नाचे हा अनंत तयासवे ॥
नामा म्हणे तया कीर्तनाची गोडी । घालितसे उडी नेटेपाटे ॥

नामदेवानं कीर्तनाचं महत्त्व असं अभंगांतून सांगितलं, ते ऐकून रांकाच्या मनातल्या शंकेचं तर समाधान झालंच; पण सगळ्यांच्या निजण्याची व्यवस्था करणाऱ्या ज्ञानेश्वरांच्या कानांवर तो अभंग पडला आणि आपल्याला जी कार्यसिद्धी करायची आहे, त्यात नामदेव एक महत्त्वाचा दुवा ठरू शकतो, हे त्यांच्या लक्षात आलं आणि त्यांच्या चेहऱ्यावर एक वेगळंच समाधान पसरलं.

त्या दिवशी रात्री सगळेजण निजले ते उत्साहात आणि सकाळी उठले ते आनंदात. निवृत्ती, ज्ञानेश्वर, सोपान प्रवरेच्या वाळवंटात जाऊन प्रवरेचं दर्शन घेऊन आले. आल्यावर त्यांनी साधना केली. विद्याभ्यास केला. नामदेव त्या तिघांचं वर्तन बारकाईनं पाहत होता. निरीक्षण करत होता आणि एक गोष्ट त्याच्या लक्षात आली. समाजानं केलेल्या छळाचा, अन्यायाचा कोणताही मागमूस तिघांच्या विचारात नव्हता, चेहऱ्यावर नव्हता किंवा वागण्यातही नव्हता. उलट, समाजाच्या अशा वागण्याचं ते समर्थन करत होते आणि त्याचं कारण केवळ अज्ञान आहे असं वारंवार प्रतिपादन करत होते. एवढंच नव्हे, तर समाजमनाचं हे अज्ञान दूर केलं की, मग समाज असं वागणार नाही आणि आपल्यालाच ते काम करायला पाहिजे, असंही ते सारखं सारखं म्हणत होते. त्यांचं बोलणं नामदेवाला पटत होतं, आवडत होतं; पण ते नक्की काय करणार आहेत हेच त्याला कळत नव्हतं आणि त्यांना हे थेट कसं विचारायचं, हेही उगमत नव्हतं. याच विचारात नामदेव गढला असताना, सोपान त्याच्याजवळ आला. नामदेवाचं लक्षच नव्हतं. सोपानानं त्याच्या खांद्याला स्पर्श करून, त्याचं लक्ष वेधलं आणि तो म्हणाला, "नामदेवा, निवृत्तीदादा आणि ज्ञानादादानं तुम्हाला बोलावलंय." ते ऐकताच नामदेव भानावर आला. एकवार सोपानदेवांकडे कटाक्ष टाकून तो झट्‌कन उठला. पायऱ्या चढून ओवरीजवळ आला. ओवरीत निवृत्ती आणि ज्ञानेश्वर बसले होते. काहीतरी चर्चा करत होते. नामदेव आलेला बघून निवृत्ती म्हणाला, "ये नामदेवा, तुझीच वाट बघत होतो. अरे, आता आपल्याला पुढच्या काही गोष्टी ठरवाव्या लागतील. ज्ञानेशाचा असा विचार आहे की, परवाच्या पैठणच्या धर्मसभेत घडलेल्या प्रसंगापासून जनमानस जरा बदलायला लागलंय. या परिवर्तनाचाच विचार करून आपण अशा वाईट रूढी आणि परंपरांच्या जोखडातून जनसामान्यांना बाहेर काढण्याचा प्रयत्न करायचा आहे. त्या दृष्टीनं काय करता येईल याचा विचार करायचा आहे!" निवृत्ती बोलायचा थांबला. आता ज्ञानेश्वरांनी बोलायला सुरुवात केली. "नामदेवा, तुझं कीर्तनकौशल्य, तुझी कीर्तनकार म्हणून झालेली कीर्ती आणि जनमानसातली तुझी प्रतिमा याची फार मोठी मदत हा

विचार प्रत्यक्षात आणण्यासाठी होणार आहे. नामदेवा, आपल्याला सर्वप्रथम आपल्या धर्मग्रंथांत असलेलं आणि संस्कृत भाषेत लिहिलेलं ज्ञान जनसामान्यांपर्यंत पोहोचवायचं आहे. एकदा का त्या निखळ ज्ञानाची ओळख या लोकांना झाली की, खरा धर्म म्हणजे मानवता धर्म आहे, हे त्यांनाही समजेल. यासाठी काय करावं याबाबत मी आणि दादा विचार करत होतो. तूही सांग तुला काही सुचतंय का ते?'' ज्ञानेश्वरांनी आपला मनोदय स्पष्टपणे; पण विश्लेषण करून सांगितला आणि नामदेवाला उलगडलं की, त्यांनी पुढे काय करायचं ठरवलंय ते! त्यांचा हा विचार त्याला एकदम आवडून गेला आणि पटलासुद्धा! खरंतर संस्कृत भाषेत बंदिस्त असलेल्या ज्ञानाची ओळख सगळ्यांना व्हावी, असा त्याचाही विचार होता. म्हणून तर संस्कृतचा अभ्यास करून त्यानं भागवत ग्रंथ माहिती करून घेतला होता आणि दशावताराच्या कीर्तनांतून लोकांना सांगितला होता. संस्कृत भाषा ज्ञानाने संपन्न आणि परिपूर्ण आहे, हे तो जाणून होताच. आता संस्कृत भाषेतलं ज्ञान लोकांपर्यंत पोहोचवायचं, असा विचार नक्की झाल्यावर संस्कृत भाषेतील एखाद्या ज्ञानानं परिपूर्ण अशा ग्रंथाचा प्राकृत भाषेत अनुवाद करावा लागेल, हा विचार नामदेवाच्या मनात आला आणि तत्क्षणी त्याच्या नजरेसमोर 'भगवद्‌गीता' हा महाभारतातील ज्ञानपर्व असलेला खंड उभा राहिला. आपण हे नाव सुचवावं काय असा विचार त्याच्या मनात आला, तोच ''महाभारताचा अनुवाद केला तर? तो तर ज्ञानानं आणि मानवी भावनांनी परिपूर्ण असा ग्रंथ आहे!'' असं तिथे ही चर्चा ऐकत असलेल्या सोपानानं विचारलं. त्याला उत्तर देत निवृत्ती म्हणाला, ''पण त्या ग्रंथाचा अनुवाद करण्यासाठी तो ग्रंथ फार मोठा आणि विस्तृत आहे, विस्तारित आहे असं मला वाटतं!'' सगळ्यांनाच ते पटलं. ''पण महाभारतातला काही भाग, उदाहरणार्थ, त्यात भगवान श्रीकृष्णानं अर्जुनाला सांगितलेली अठरा अध्यायांची भगवद्‌गीता एवढाच भाग अनुवादासाठी घेतला तर?'' नामदेवानं विचारलं आणि काही क्षण सगळे गप्प बसले. कोणीच काही बोलेना. नामदेवाला वाटलं, आपलं काही चुकलं तर नाही? तो हे विचारणार तोच ज्ञानेश्वर म्हणाले, ''खरंच! हा विचार सयुक्तिक आहे. चांगला आहे. जरी भगवद्‌गीता हा महाभारतातला ज्ञानानं परिपूर्ण असा अध्याय असला तरीसुद्धा तो थोडासा क्लिष्ट आणि सामान्य माणसाला कंटाळवाणा वाटेल असा आहे.'' ज्ञानेश्वराचं बोलणं हातानं थांबवत निवृत्ती म्हणाला, ''मग तुझ्या ज्ञानसंपन्नतेचा आणि भाषाप्रभुत्वाचा उपयोग काय? ज्ञान हे कंटाळवाणं असलं, तरी ते सहजसुलभ आणि आवड निर्माण होईल अशा पद्धतीनं ते शिकवणं, हेच तर खऱ्या शिक्षकाचं लक्षण आहे आणि त्याचं उद्दिष्टही हेच असलं पाहिजे. ज्ञानेशा, हे काम तुलाच करायला पाहिजे आणि तू ते करू शकशील.'' निवृत्ती बोलत होता. त्याच्या बोलण्यात जसं मार्दव होतं, तसा आदेशही होता ते सगळ्यांच्याच

लक्षात आलं. ज्ञानेश्वरांनीदेखील मान झुकवून त्यांचा आदेश मान्य आहे असं दर्शवलं. मग मात्र सगळ्यांच्या चेहऱ्यावर उत्साह पसरला. त्यानंतर अनेक विषयांवर चर्चा झाली, ऊहापोह झाला. निवृत्ती, ज्ञानेश्वर, सोपान या तिघांची प्रचंड बुद्धिमत्ता, त्यांचा व्यासंग, अनेक विषयांचा त्यांचा गाढा अभ्यास आणि सखोल माहिती याचं दर्शन त्यांच्या प्रत्येक शब्दातून होत होतं आणि ते बघून नामदेव स्तिमित झाला. नंतर सात-आठ दिवस तरी अशा चर्चा होत होत्या. 'गीतेचा निव्वळ अनुवाद करायचा की भाष्य करायचं? स्पष्टीकरण करायचं की विश्लेषण करायचं? गीतेचे अठरा अध्याय आहेत. आपणही तेवढेच करायचे का? सुरुवात कुठून, कशी, कोणत्या प्रसंगापासून करायची? महाभारतातले कोणते प्रसंग घ्यायचे? त्यातील कोणकोणत्या व्यक्तिरेखा यात घ्याव्या लागतील? संवादरूपात लिहायचं, गद्यरूपात की ओवीबद्ध?' असे अनेक प्रश्न निर्माण होत होते. यावर चर्चा चालू असताना अचानक ''पण दादा, भगवद्‌गीताच का? आणि भगवद्‌गीता चालत असेल, तर मग महाभारत का नको? त्यात तर कितीतरी प्रसंग आहेत, ज्यातून आपल्याला कसं वागलं पाहिजे, कसं नाही; काय केलं पाहिजे, काय नाही याचा बोध होतो. त्यात आणखी खूप प्रसंग आहेत, घटना आहेत; त्यामुळे त्यातून गोष्टीरूपानं दिलेलं ज्ञान अजिबात कंटाळवाणं होणार नाही. मग तोच ग्रंथ आपण का नाही घ्यायचा?'' चिमुरड्या मुक्तानं अचानक हा मुद्दा उपस्थित केला आणि निवृत्ती, ज्ञानेश्वर सोडले तर सगळ्यांनाच तो पटला. निवृत्तीनं ज्ञानेश्वराकडे पाहिलं. आता मुक्ताच्या प्रश्नाला उत्तर देणं तर भाग होतं. ''त्याचं असं आहे मुक्ता की, महाभारतात खूप घटना, प्रसंग असले, मानवी जीवनातल्या सगळ्या, अगदी सगळ्या भावभावनांचं वर्णन असलं, तरी तो ग्रंथ खूप विस्तृत आहे. मोठा आहे. शिवाय त्यात व्यक्तिरेखाही खूपच आहेत. शिवाय महाभारतामध्ये कालसापेक्ष अवकाश खूप आहे. अगदी भरत राजापासून किंबहुना त्याही आधीपासून. काळाचे एवढे विस्तीर्ण अवकाश पेलण्यासाठी खूपच वेळ जाईल. दुसरं म्हणजे 'त्यातील घटना, प्रसंगांमध्ये 'ज्ञान' या संकेतात रूढार्थानं बसणारी माहिती खूप कमी आहे, जी अठरा अध्यायांच्या गीतेत खूपच आहे आणि बरं का मुक्ते, भगवान श्रीकृष्णांनी अर्जुनाला गीता सांगितली ती रणांगणात, युद्धभूमीवर; न की मंदिरात, आश्रमात किंवा मठात. म्हणजे जीवनसंघर्षातून मार्ग काढायचं ज्ञानच गीतेत अंतर्भूत केलेलं आहे आणि माझ्या दृष्टीनं गीतेवर भाष्य करण्याचा हाच माझा प्रमुख उद्देशही आहे आणि प्रमुख कारणही आहे.'' ज्ञानेश्वरांनी मुक्ताच्या प्रश्नाचं असं सविस्तर आणि विश्लेषणात्मक उत्तर दिलं आणि त्या उत्तरानं मुक्ताचंच नव्हे, तर इतर सगळ्यांचं समाधान झालं. तोच मुक्तानं पुढचा प्रश्न विचारला– ''दादा, तू गीतेवर भाष्य का करणार आहेस, हे मला समजलं; पण तू कोण असणार आहेस?'' मुक्तानं विचारलेला प्रश्न मोठा मार्मिक होता. निवृत्ती,

ज्ञानेश्वरांसमोरही हाच प्रश्न होता. 'गीतेवर भाष्य करताना कोण म्हणून करायचं? भाषांतरकार, भाष्यकार की अभ्यासक? हे काम करताना आपण नक्की कोण असणार आहोत? कोणत्या भूमिकेत असणार आहोत? किंवा आपण कोणत्या भूमिकेत राहायचं? भाष्यकाराच्या, निवेदकाच्या की सूत्रधाराच्या? भगवद्गीतेत साडेसातशे श्लोक आहेत. त्यावर भाष्य करताना आपण लेखनमर्यादा किती ठेवायची?' एक ना दोन, असंख्य प्रश्न होते. या सगळ्या प्रश्नांची उत्तरं शोधायची होती आणि मगच ग्रंथाला हात घालायचा होता. या सगळ्या प्रश्नांची उत्तरं चर्चेतून मिळत होती. हे सगळं बघताना, ऐकताना, अनुभवताना नामदेव स्वतःला धन्य समजत होता. आषाढ प्रतिपदेला ज्ञानेश्वरांनी पहाटे सगळ्यांना उठवलं. नामदेवही उठला. बघतोय तर ज्ञानेश्वर स्नान करून, ओला पंचा गुंडाळून समोर उभे होते. कोनाड्यातल्या दिवटीचा मंद प्रकाश त्यांच्यावर पडला होता आणि अंधारातल्या त्या सोनेरी प्रकाशरेषांनी ज्ञानेश्वरांची मूर्ती उजळून निघाली होती. पूर्वेला क्षितिजाजवळ दिसणाऱ्या अलवार किरणांची लालसर आभा त्यांच्या देहावर पसरल्यासारखी दिसत होती. ज्ञानेश्वरांना समोर बघून नामदेव उठला. त्याला उठलेलं बघून ज्ञानेश्वर म्हणाले, "नामदेवा, उठलास? आजपासून मी लिखाणाला सुरुवात करणार आहे. सच्चिदानंदसुद्धा तयार होऊन बसला आहे. तुम्हा सगळ्यांचा आशीर्वाद आणि शुभेच्छा घेऊनच मी गीतेवरचं भाष्य सांगायला सुरुवात करणार आहे." नामदेवानं पाहिलं; निवृत्ती, सोपान, मुक्ता सगळेच तिथे जमले होते. ज्ञानेश्वरानं निवृत्तीच्या पावलांवर डोकं टेकवलं. निवृत्तीनाथानं ज्ञानेश्वरांच्या खांद्याला धरून उठवलं. एकदा त्याला समोर धरून डोळे भरून बघितलं आणि नंतर हृदयाशी धरलं. काही क्षण तसेच गेले. निवृत्तीनाथांनी आपले ओठ ज्ञानेश्वरांच्या कपाळावर टेकवले आणि त्यांचं अवघ्राण केलं. त्यानंतर सोपानाने ज्ञानेश्वरांना मिठी मारली, तर मुक्तानं त्याची अलाबला घेतली. त्यानंतर नामदेव, चोखोबा प्रभृतींनी ज्ञानेश्वरांना वंदन करून आशीर्वादासह शुभेच्छा दिल्या आणि ज्ञानेश्वर ओवरीबाहेर पडले. शेजारच्या ओवरीत गेले. तिथे त्या उभ्या शिळेजवळ लिखाणाचं साहित्य, मसीपात्र,[१५] सगळं ठेवलेलं होतं. ज्ञानेश्वर त्या शिळेला टेकून बसले. सच्चिदानंद समोर बसला. ज्ञानेश्वरांनी डोळे मिटले, हात जोडले. एकवार भगवान श्रीकृष्णाचे स्मरण केले आणि डोळे उघडले. समोर निवृत्ती, सोपान, मुक्ता, नामदेव, सावता, चोखोबा, गोरोबाकाका, रांका या सगळ्यांसोबत त्या दत्तमंदिराचे सर्व विश्वस्त, गावातले काही विद्वान असे अभ्यासू, विचक्षण श्रोते बसले होते. ज्ञानेश्वरांनी या सर्वांना मान झुकवून वंदन केलं आणि युगायुगांतून एकदाच घडणाऱ्या एका युगप्रवर्तक घटनेला

---

१५. मसीपात्र : दौत, शाईची बाटली

सुरुवात झाली. जवळपास उत्तररात्रीपासून ज्ञानेश्वरांच्या वाणीचा ओघ सुरू झाला, तो अगदी सूर्य माथ्यावर येईपर्यंत चालूच होता. दुपारच्या जेवणाची वेळ उलटून गेली तशी निवृत्ती उठला. त्यानं ओवरीत जाऊन ज्ञानेश्वरांच्या मस्तकावर हात ठेवला. ज्ञानेश्वरांनी एकवार निवृत्तीकडे कटाक्ष टाकला आणि आपलं विवेचन आवरतं घेतलं. त्या दिवशीचं भाष्य करून झालं होतं. सच्चिदानंदानं ते लिहून घेतलं होतं. श्रोतेही उठले. एका विलक्षण अनुभूतीत घरी गेले. त्या शब्दब्रह्माच्या साक्षात्कारातून बाहेर यायला नामदेवाला बराच वेळ लागला. जेवणाची सिद्धता झाली होती. विशेष बाब अशी होती की, एरवी गप्पा मारत, हसत-खेळत जेवणं व्हायची; पण आज त्या शब्दब्रह्माची अनुभूती सगळ्यांच्या मनावर अशी पसरली होती की, कुणीच कुणाशी बोलत नव्हतं. जेवणं झाली. पुन्हा सगळी ओवरीत जमली. निवृत्ती म्हणाले, ''ज्ञानेशा, आजचं भाष्य तर छानच झालं आणि सुरुवात गणेशवंदनेनं केलीस हेही स्तुत्य झालं. आता काय विचार आहे?'' निवृत्तीच्या या प्रश्नावर सगळ्यांनीच कान टवकारले. ज्ञानेश्वर काय उत्तर देतो इकडे सगळ्यांचं लक्ष लागलं. ज्ञानेश्वरांनी क्षणभर विचार केला आणि उत्तर दिलं, ''दादा, उद्या काय भाष्य करायचं याचा विचार आणि त्याची बांधणी आजच करून ठेवतो. म्हणजे उद्याच्या मांडणीत अधिक सुस्पष्टता येईल.'' ज्ञानेश्वरांचं हे उत्तर ऐकून निवृत्तीच्या चेहऱ्यावर समाधान पसरलं, तोच ज्ञानेश्वर पुढे म्हणाले, ''नामदेवा, तुझ्यासाठीसुद्धा एक काम आहे. तू ते आवडीनं करशील असा विश्वास आहे.'' ज्ञानेश्वरांनी सूतोवाच केलं. सोपानानं विचारलं, ''दादा, तू गीतेवर भाष्य करणार, सच्चिदानंद बाबा ते लिहून घेणार; मग यात नामदेव काय करणार?'' सोपानाचा हा प्रश्न सगळ्यांच्याच मनात होता. ज्ञानेश्वरांनी ते ओळखलं आणि उत्तर दिलं, ''नामदेवांनी इथे राहून रोज संध्याकाळी कीर्तन करावं आणि आपण सगळेजण मिळून एक नवा समाज; जो धर्म, पंथ, जातीविरहित असेल असा एक समाज निर्माण करण्याच्या मार्गावर आहोत, ते लोकांना समजावून सांगावं.'' ज्ञानेश्वरांचं हे बोलणं सर्वांनाच पटलं, आवडलं आणि नामदेवाला तर विशेष आवडलं. त्याने लगेचच होकारार्थी मान डोलवून आनंदानं संमती दिली. त्याच्या या संमतीमुळे आनंदात भरच पडली. चोखोबाचे डोळे चमकले. त्याला पट्कन काहीतरी आठवलं. तो नामदेवाला म्हणाला, ''म्हाराज, गतवर्षीच्या चातुर्मासात आपण इट्टल नवरात्रात दशावतार सांगितले व्हते आणि आता या वर्षी आपण माउलीनं लिवलेल्या ज्ञानावर कीर्तन करणार. लयीच पुण्याईचं काम व्हतंय तुमच्याकडून!'' चोखोबाचं बोलणं नामदेवालाही पटलं. 'खरंच! गेल्या वर्षी दशावतार आणि या वर्षी गीतेवर कीर्तन! विठ्ठला, तूच करवून घेतोयस हे सगळं!' नामदेवाचा चेहरा प्रसन्न झाला.

दोन दिवसांनंतर सगळ्यांचीच दिनचर्या आखल्याप्रमाणे सुरू झाली. ज्ञानेश्वर

उत्तररात्री उठायचे. शूचिर्भूत होऊन भाष्यकाराच्या भूमिकेत शिरायचे, तर सच्चिदानंद लेखनिकाच्या भूमिकेत. सूर्य माथ्यावर येईपर्यंत हे लिखाण चालायचं. त्यानंतर संध्याकाळी ज्ञानेश्वर स्वतः त्या दिवशी लिहिलेल्या भागावर प्रवचन करायचे आणि रात्री नामदेवाचं कीर्तन. ज्ञान, भक्ती आणि श्रद्धा अशा त्रिवेणी संगमाने भरलेले आणि भारलेले ते दिवस होते. एका युगप्रवर्तक कार्याची सिद्धता, त्याला साक्षीदार ठरणारी अवघी पंचमहाभूतं आणि अनेक विद्वत्‌जन! आपणही या घटनेचे साक्षीदार आहोत याचा नामदेवाला अभिमान वाटला. बघता बघता चार-आठ महिने असेच गेले आणि एक दिवस...

पुढती पुढती पुढती । इया ग्रंथ पुण्यसंपत्ती ।
सर्वसुखी सर्वांभूती । संपूर्ण होई जे ॥

असं सांगून ज्ञानेश्वरांनी गीतेवरील भाष्याची समाप्ती केली. ते सांगताना ज्ञानेश्वर म्हणाले,

तेथे महेशान्वय संभूते । श्री निवृत्तीनाथ सुते ।
केले ज्ञानदेवे गीते । देशीकार लेणे ॥

गीतेवरील भाष्याला 'देशीकार लेणे' असे संबोधण्यात ज्ञानेश्वरांची पराकोटीची नम्रता दिसली; पण नामदेवानं या सगळ्यांचं श्रेय अगदी सुस्पष्ट आणि निर्विवादपणे ज्ञानेश्वरांना द्यायचं ठरवलं आणि त्या दिवशी रात्रीच्या आपल्या भजनात त्यानं जमलेल्या सगळ्या श्रोत्यांसमोर बोलताना, ज्ञानेश्वरांनी केलेलं भगवद्‌गीतेवरचं भाष्य लोकांना समजावलं. त्याची महती सांगितली.

गीता गीता गीता त्रिवार बोलता । पाप जाय तत्त्वता मोक्ष जोडे ॥
गीतेचा महिमा बोलवेना वाचे । बंधने जीवाची दूर होती ॥
येक येक अक्षर कोटी अश्वमेध । फळ हे प्रसिद्ध पुराणोक्त ॥
येकचि तो श्लोक वाचिलिया नेमे । अंती परमधाम प्राप्त होय ॥
नामा म्हणे गीता संपूर्ण वाचिता । लाभ त्याच्या हाता बोलवेना ॥

ज्ञानेश्वरांनी केलेलं भगवद्‌गीतेवरचं भाष्य नामदेवानं आपल्या अभंगातून असं सांगितलं; पण ज्ञानेश्वरांनी जेव्हा या ग्रंथाला 'देशीकार लेणे' असे संबोधले, तेव्हा मात्र न राहवून नामदेव म्हणाला, "हे देशीकार लेणे तर आहेच देवा, पण मला विचाराल तर ही 'ज्ञानदेवी' आहे. ही 'ज्ञानेश्वरी' आहे."

ज्ञानराज माझी योग्यांची माउली । जेणे निगमवल्ली प्रकट केली ॥
गीता अलंकार नाम ज्ञानेश्वरी । ब्रह्मानंदलहरी प्रकट केली ॥

अध्यात्म विद्येचे दाविलेसे रूप । चैतन्याचा दीप उजळविला ।।
छप्पन्न भाषेचा केलासे गौरव । भवार्णवी नाव उभारिली ।।
श्रवणाचे मिषे बैसावे येवोनी । साम्राज्य भुवनी सुखी नांदे ।।
नामा म्हणे ग्रंथ श्रेष्ठ ज्ञानदेवी । एक तरी ओवी अनुभवावी ।।

नामदेवानं त्या ग्रंथाला ज्ञानदेवी, ज्ञानेश्वरी असं संबोधलं आणि सर्वांनीच टाळ्या वाजवून जणू मान्यता दिली. ज्या दिवशी ग्रंथसमाप्ती झाली, त्या दिवशी मोठा सोहळा झाला. नेवासकरांनी जणू गावजेवण घातलं आणि हे सगळं डोळेभरून बघून नामदेव आणि प्रभृती माघारी परतल्या. ज्ञानेश्वर आणि त्यांच्या भावंडांची आता काळजी नव्हती. त्या एका साक्षात्कारानं जणू अवघा महाराष्ट्र त्यांच्या चरणी लीन झाला होता. माघारी परतण्याचा विचार नक्की करून, नामदेव त्या भावंडांचा निरोप घ्यायला गेला. खरंतर त्या सगळ्यांनी आपल्यासोबतच पंढरपूरला यावं, अशी नामदेवाची इच्छा होती. त्यानं तसं ज्ञानेश्वरांकडे बोलूनही दाखवलं; पण त्या चौघांनाही आणखी थोडे दिवस इथेच राहायचं होतं. मात्र, 'पंढरपूरला आम्ही नक्की येऊ' असं वचन त्यांनी नामदेवाला दिलं आणि नागदेव निश्चिंत झाला. निरोपाची वेळ आली तशी चौघांनीही नामदेवाला आलिंगन दिलं. मुक्ता तर नामदेवाला बिलगली तशी दोघांचेही डोळे भरून आले. नामदेवाचा तिथून पाय निघेना आणि नामदेवाने तिथून जावे, असे या चौघांना वाटेना; पण जाणे तर भाग होते. नामदेवाने पुनःपुन्हा या चौघांना पंढरपूरला येण्याचे आमंत्रण दिले. ज्ञानेश्वर पुढे झाले. नामदेवाच्या खांद्यावर थोपटून म्हणाले, "नामदेवा, तुझा सहवास आम्हाला लाखमोलाचा वाटतो. त्यातच आमच्या ग्रंथ लिखाणाच्या वेळी तू तुझ्या कीर्तनाने रोज इथे अध्यात्माचं आणि भक्तीचं जे विश्व उभं केलंस; त्यामुळेच हा ग्रंथ लवकर पूर्ण झाला." ज्ञानेश्वरांचे बोलणे ऐकून नामदेव संकोचला आणि म्हणाला, "ज्ञानदेवा, हे काय बोलता? अहो, मी फक्त कीर्तनच तर केलं. आणखी काहीच नाही." ज्ञानेश्वर प्रसन्न हसले आणि म्हणाले, "नामदेवा, बरोबर आहे! तू फक्त कीर्तनच केलंस; पण तुला माहीत आहे ना, वसंत ऋतू आल्याशिवाय कोकिळेला कंठ फुटत नाही. वातावरणात जर भक्ती नसेल, तर ज्ञान एकटे राहू शकत नाही नामदेवा! नामदेवा, तू अभंगरचना करतोस; पण ती निव्वळ र,ट,फ जोडून केलेली रचना नसते. दादा, हा नामदेव जे लिहितो ते आणि विठ्ठलावर असलेली त्याची भक्ती, या दोन्हीची परिसीमा अवर्णनीय आहे. दादा...

भक्त भागवत बहुसाल ऐकिले । बहु होऊनि गेले होती पुढे ।।
परी नामयाचे बोलणे नव्हे हे कवित्व । हा रस अद्‌भुत निरोपमु ।।

म्हणूनच दादा आपण इथलं काम संपवून पंढरपुरास जायचं आहे. तिथे

विठ्ठलही आहे आणि नामदेवही!'' ज्ञानेश्वरांनी नामदेवाला पुन्हा आलिंगन दिलं. डोळ्यांतून वाहणारं पाणी तसंच ठेवून नामदेवानं या चौघांचा निरोप घेतला आणि मागे वळून न बघता तो झपझप चालायला लागला. न जाणो, मागं वळून बघितलं तर पुन्हा परतून जावंसं वाटेल. चोखोबा, रांका यांना त्याच्या चालण्याच्या गतीसोबत धावावं लागलं. ज्ञानेश्वर आणि भावंडांची भेट घेऊन नामदेव पंढरपूरला परतला. परततानासुद्धा त्याच्या बोलण्यात सतत ज्ञानेश्वर, निवृत्ती, सोपान, मुक्ता यांचीच नावे होती. तो पंढरपूरला परतला; पण पहिले एक-दोन दिवस त्याला घरी करमलं नाही. तो मंदिरात विठ्ठलासमोर बसून राहिला. नेवाशाला घडलेला सगळा वृत्तान्त, ज्ञानेश्वरीचं लिखाण, ज्ञानेश्वरांशी आणि त्यांच्या भावंडांशी झालेली भेट, मुक्तानं लावलेला लळा, निघताना तिनं गळ्याला मारलेली मिठी, ज्ञानेश्वरांनी त्या संपूर्ण कालावधीत नामदेवाला करायला सांगितलेलं कीर्तन आणि शेवटच्या दिवशी ज्ञानेश्वरांनी नामदेवाच्या अभंगाबद्दल काढलेले गौरवोद्‌गार... हे सगळं सगळं तो पुनःपुन्हा विठ्ठलाला सांगत होता. ते सांगत असताना त्याचे डोळे पुनःपुन्हा भरून येत होते आणि तरीसुद्धा त्याचं समाधान होत नव्हतं. विठ्ठलाला ते कितीदा सांगू आणि किती सांगू असं त्याला होत होतं. विशेष म्हणजे विठ्ठलही प्रत्येक वेळी ते सगळं नव्यानं ऐकल्यासारखं ऐकत होता व ते पुनःपुन्हा सांगताना नामदेवाला आनंद होत होता. नामदेव आणि ज्ञानेश्वर यांची ही भेट म्हणजे मराठी सारस्वताला मिळालेला एक शाश्वत दिलासा होता. आणि नामदेवासोबत विठ्ठलाचं असणं, हा त्या शाश्वताचा सगुण साक्षात्कार होता. म्हणूनच नामदेव विठ्ठलासमोर बसून गात होता.

> अमृताहुनि गोड नाम तुझे देवा । मन माझे केशवा का बा नेघे ।।
> सांग पंढरिराया काय करू यासी । का रूप ध्यानासी न ये तुझे ।।
> कीर्तनी बैसता निद्रे नागविले । मन माझे गुंतले विषयसुखा ।।
> हरिदास गर्जती हरिनामाच्या कीर्ती । न ये माझ्या चित्ती नामा म्हणे ।।

ते दोन दिवस नामदेवाने नेवाशाच्या आठवणींत काढले. नंतर मात्र त्यातून तो बाहेर आला आणि मग त्यानं आपलं एक नित्यकर्म ठरवलं. ते म्हणजे दैनंदिन कीर्तन. कीर्तनाला उभा राहिला की, त्याला ज्ञानेश्वरांचे शब्द आठवायचे आणि मग जणू त्याच्या जिव्हेला स्फूर्तीची पालवी फुटायची, मोहोर यायचा आणि नामदेवाचं कीर्तन मग अधिकच रंगायचं. तशातच आता चोखोबा, रांका हे रोज आणि सावता, गोरोबा हे कधीमधी मात्र त्याला सातत्यानं भेटायला यायचे आणि नामदेवाच्या सोबत आणि सहवासात राहून या सगळ्यांनाही आता विठ्ठलभक्तीची गोडी लागली. या सगळ्यांच्या घरात वारी तर होतीच; पण फक्त कधीतरी पंढरपूरला येण्याइतपतच वारीला अर्थ होता; परंतु नामदेवाच्या सहवासात राहून त्यांना वारीचा अर्थ नव्यानं

कळला. भक्तीचा अर्थही नव्याने समजला आणि आपसूकच या भक्तिसमूहाचं नेतृत्व नामदेवाकडे आलं. त्यातच नामदेवाचं रोज कीर्तन करणं. त्यातून

संसार पाल्हाळ सांगसी परिकर । नाम ते श्रीधर न म्हणसी ॥
कैसे तुज उद्धरण होईल गव्हारा । भजन त्या हरिहरा करी वेगी ॥
योनी नानाविधा पावसी आपदा । हाचि खेळ सदा स्मरतोसि ॥
नामा म्हणे लटिके प्रपंचासि मुके । राम हेचि मुखे जप करी ॥

असा तो उपदेश करी. तर कधी

संसारसागरी पडलो महापुरी । सोडवण करी देवराया ॥
नामाची सांगडी देउनिया माते । वैकुंठा वरुते नेऊनी घाली ॥
काम क्रोध मत्सर करिती माझा ग्रास । झणी तू उदास होसी देवा ॥
नामा म्हणे देवा झणीं मोकलिसी माते । नाम तुझे सरतें धरिले एक ॥

असा उपदेश करत मनुष्यजन्माचा अर्थ सांगत असे. बाकी काही नाही तरी नामदेवाच्या रोजच्या कीर्तनामुळे एक मात्र झालं. विठ्ठलभक्ती आणि रोजचं जगणं यांची एक विलक्षण सांगड लोकांच्या मनात तयार होऊ लागली आणि ज्ञानेश्वरांच्या मनात साकारणारा आणि नामदेवाच्या मनात आणि कीर्तनात आकारणारा भक्तिमार्ग आकारू लागला; पण हे सगळं करत असताना नामदेवाचं घरी मात्र दुर्लक्ष होऊ लागलं आणि मग त्या संदर्भात गोणाई, राजाई त्याला बोलू लागल्या, रागावू लागल्या. जनी त्याला समजुतीचे चार शब्द सांगत असे. तिचं सांगणं तेवढ्यापुरतं नामदेव ऐकत असे आणि पुन्हा संध्याकाळी कीर्तनाला उभा राहिला की, ते सगळं विसरून जात असे. कधी कधी दामाशेटीसुद्धा त्याला समजावण्याचा प्रयत्न करत असत; पण अभंगरचना, कीर्तन आणि विठ्ठलाची भक्ती या तीन गोष्टींशिवाय नामदेवाला दुसरं काही सुचत नसे. इतकंच नव्हे, तर गोणाई, राजाईचं नामदेवाबद्दल तक्रार करणं, विठ्ठलाजवळ त्या संदर्भात गाऱ्हाणं मांडणं हेसुद्धा तो अभंगात रचत असे. गोणाईनं त्याला समजावून, रागावून सांगितलेले चार शब्दही तो अभंगात रचून सांगत असे. गोणाई त्याला कापडाचा, कपड्याचा व्यापार करायला सांगे. तेही नामदेव अभंगात रचत असे.

कापड घेऊनी जाय बाजारासी । गोणाई नाम्यासी शिकवितसे ॥
लोकांचे हे पुत्र संसार करिती । आमुची फजिती केली नाम्या ॥
नाम्या विठोबाचा संग नव्हे बरा । मैंद हा खरा गळाकाटू ॥
याचे संगतीने संसार जळावा । भोपळा हा घ्यावा भीक मागू ॥
नको संग धरू नाम्या ऐक गोष्टी । गोणाई हनुवटी धरुनी सांगे ॥

मग याही गोष्टीचा गोणाईला राग येई. राजाई तर नामदेवाला याबद्दल सतत

सांगत असे. आता तिच्या पदरात तीन पोरं होती. नारा, विठा, गोंदा. शिवाय तिला चौथ्यांदा दिवस गेले होते. त्यातच दामाशेटी आता थकले होते. त्यांच्या हातून म्हणावं तसं काम होत नव्हतं. शिवाय नामदेवाच्या अशा स्वभावामुळे घरातही येणाऱ्या-जाणाऱ्यांचा राबता होता. नामदेवाचं घरही मंदिरासमोरच होतं. विठ्ठलाच्या दर्शनाला येणारे नामदेवाची ओळख सांगत येत. त्यांचं आदरातिथ्य करावं लागायचं. या सगळ्यांत पैशांची ओढ व्हायची. त्यामुळे राजाई वैतागायची, चिडायची; पण विठ्ठलाला बोल लावायची, तर गोणाईसुद्धा विठ्ठलाजवळ तक्रार करायची.

माझे बाळ तुझ्या दर्शनासी आले । ते त्वां भुलविले केशिराजा ।।
रात्रंदिवस तुझ्या नामाचा रे छंदु । गोविंद गोविंद म्हणतसे ।।
तहानभूक विसरला पिसाट पैं झाला । नोळखे मजला काय करू ।।
परतोनी संसाराची सांडियेली आस । दिसतो उदास सर्वांपरी ।।

असं गाऱ्हाणं ती विठ्ठलाजवळ घालत असे, तर राजाई रुक्मिणीजवळ नामदेवाची तक्रार करत असे.

दोन प्रहर रात्र पाहोनि एकान्त । राजाई वृत्तान्त सांगे माते ।।
अहो रखुमाबाई विठोबासी सांगा । भ्रतारासी का गा वेडे केले ।।
वस्त्र पात्र नाही खाया जेवायासी । नाचे अहर्निशी निर्लज्जसा ।।
चवदा मनुष्ये आहेत माझ्या घरी । हिंडती दारोदारी अन्नासाठी ।।
बरा मार्ग तुम्ही उमजोनि सांगा । नामयाची राजा भली नव्हे ।।

गोणाई, राजाई अशा दोघी नामदेवाबद्दल तक्रार करत असत, तर दामाशेटीसुद्धा!

बोले दामाशेटी । नाम्या ऐकवी हे गोष्टी ।।
पाहे संसाराची सोये । हाटा बाजारासी जाये ।।
कुटुंब चालवणे तुज । वृद्धपण आले मज ।।
तुजसाठी नवस केला । सेखी हाची कामा आला ।।
दामा म्हणे नामयांसि । किती शिकवावे तुजसी ।।

अरे ऐसे तुवा बुडविले कुळ । सांडिली सकळ लोकलाज ।।
बरवी धरिली दृढ सत्त्वाची पाऊटी । शिकवी दामाशेटी नामयासी ।।

अशा भाषेत नामदेवाची समजूत काढत आणि विशेष म्हणजे हे सगळेजण आपल्याबद्दल अशी तक्रार करतात, हे नामदेव स्वतःच आपल्या अभंगात रचून सांगत असे आणि त्याच्या याच कामगिरीला सगळेजण पुन्हा निलाजरेपण म्हणत असत; पण त्यांच्या हे लक्षात येत नसे की, आपण जे काही म्हणतो ते नामदेव अभंगातून मांडतो आणि ते विठ्ठलालाच सांगतो. म्हणजेच आपण नामदेवाबद्दल जे

काही म्हणतो, ते विठ्ठलापर्यंत पोहोचतंय आणि विठ्ठलही आपल्या या लाडक्या भक्तसख्यासाठी त्याची दखल घेतोय, याचं प्रत्यंतर त्यांना नेहमीच मिळायचं. अर्थात, प्रपंचाला प्राण मानणारी राजाई आणि प्रपंचाला गौण मानणारा नामदेव यांच्यात नेहमीच असे खटके उडायचे; पण एके दिवशी मात्र कहर झाला.

त्या दिवशी घरात काहीच नव्हतं. तीन लहान पोरं आणि म्हातारे सासू-सासरे यांच्या पोटाला काय घालायचं, या विवंचनेत राजाई होती. तिनं नाराकरवी नामदेवाला चार निरोप पाठवले; पण मंदिरात कोणाशीतरी चर्चा करत बसलेला नामदेव उठलाच नाही. शेवटी राजाई वैतागली आणि त्या संतापाच्या भरात तिनं तीन पोरं घेतली आणि सरळ भीमा नदीतच उडी मारली. तिनं उडी मारताक्षणी नामदेवाचं बोलणं ऐकत बसलेला विठ्ठल सावध झाला आणि त्यानं सखा कोळ्याच्या रूपात नदीत उडी मारली. तीन मुलं आणि राजाई यांना काठावर आणून निजवलं आणि तिथेच बाजूला उभा राहिला. राजाईनं डोळे उघडले. आपल्याला आणि पोरांना नदीनंही पोटात घेतलं नाही हे बघून, तिनं संतापून तिथे पडलेला एक मेलेला साप उचलला. "आता याचे तुकडे करून शिजवते आणि समद्यास्नी खायला घालते, मग तरी जीव जाईल!" असा विचार करून, तिनं खरोखरच तो साप घरी आणला. त्याचे तुकडे केले आणि पातेल्यात घालून शिजायला ठेवले. काही वेळात पातेल्यावरचं झाकण काढून तिनं बघितलं, तर त्या ठिकाणी सोन्याचे तुकडे होते. ते बघून तिला अतिशय आनंद झाला. नामदेव घरी जेवायला आला होता. तिनं धावत बाहेर ओसरीवर येऊन त्याला सगळी कहाणी ऐकवली. चिंतित चेहऱ्यानं नामदेवाने ते ऐकलं. तिला ते सोनं बाहेर घेऊन येण्यास सांगितलं. ती आनंदानं ते सोन्याचे तुकडे घेऊन बाहेर आली. तोवर नामदेवानं हाकारे घालून काही ब्राह्मण दारात बोलावले होते. राजाई सोने घेऊन बाहेर आली, तशी नामदेवानं ते सोन्याचे तुकडे ब्राह्मणांमध्ये वाटून टाकले. राजाईनं खूप आकांत केला; पण नामदेव म्हणाला, "ज्याचं होतं त्याला दिलं." राजाईनं पुन्हा विठ्ठलाला बोल लावला. तशी विठ्ठल केशवशेट व्यापाऱ्याचे सोंग घेऊन आला आणि त्यानं होनानं भरलेली गोणी राजाईला दिली आणि म्हणाला, "नामदेवाला सांग, केशवशेट येऊन गोणी देऊन गेले." हेही सगळं नामदेव वाटून टाकेल या भीतीनं राजाईनं एक मडकं भरून होन काढून ठेवले. नामदेव अंघोळ करून आला. त्यानं पाहिलं, गोणी भरून सोन्याचे होन आहेत, तेही त्यानं वाटून टाकले आणि म्हणाला, "ज्यानं दिले त्याचे त्याला परत दिले." राजाईनं कपाळावर हात मारला. नामदेव बाहेर गेल्यावर तिनं येऊन मडक्यात हात घातला, तर हाताला राख लागली. राजाईनं टाहो फोडला. विठ्ठलाला बोल लावला. "आता माझ्या पोरांच्या पोटाला काय घालू?" म्हणून ती आकांत करू लागली. तेवढ्यात सदा गुरव घरी आला. त्याच्या हातात नैवेद्यानं काठोकाठ भरलेलं

ताट होतं. त्यानं ते गोणाईकडे दिलं आणि म्हणाला, "नामाची आई, हे नैवेद्याचं ताट हाय. रघुनाथभटांनी पाठवलंय!" गोणाईनं ते ताट राजाईकडे दिलं. त्या ताटात इतकं अन्न भरलेलं होतं की, घरातल्या सगळ्यांना ते तीन दिवस पुरलं. मग मात्र राजाईची खात्री पटली की, खरोखरच विठ्ठल आपला तारणहार आहे. तिनं नामदेवाला तसं बोलूनही दाखवलं, तर नामदेवानं त्याचं उत्तर अभंगातून दिलं. म्हणाला,

आम्हा जतन करावया उभा विटेवरी । तळुवटी पंढरी ओढवली ॥
तिही लोकी पिकला जगा जगजीवनु । प्राप्ती पाहून दानू देत असे ॥
चातका चिंतनी जलधर गगनी । पुढार देऊनी पुंडलिका ॥
विष्णुदास नामा विनवी वेळोवेळा । विठ्ठली जीवनकळा मुरालीसे ॥

त्याच्या या अभंगावर फणकाऱ्यानं का होईना; पण संमती दाखवून राजाई आपल्या कामाला गेली. नामदेव मात्र

मायबापापरीस लोभ तुझा हरी । आहे मजवरी केशिराजा ॥
आता जाणसी ते कृपाळुवा करी । लाज सर्व हरि आहे तुज ॥
माझे जातिकुळ नाहीं त्वा पुसिलें । अन्याय साहिले कोट्यानकोटी ॥
जन्मोजन्मी मज घातले पाठिसी । संकटी रक्षिसी नारायणा ॥
देऊनि प्रेमभातें पाळिलें पैं माते । साऊली तळहाते केली देवा ॥
हे खूण जाणतिं तेचि माझे सखे । मी तुझे लाडिके म्हणती देवा ॥
नामा म्हणे काई होऊ उतराई । पुढे जन्म नाही ऐसे केले ॥

असं गात विठ्ठलाचे आभार मानत राहिला.

नामदेव ज्ञानेश्वरांचा निरोप घेऊन पंढरपूरला परत आला, तर विठ्ठल त्याची वाटच बघत होता. कर कटीवर ठेवून विटेवर उभा राहिलेला तो सावळा नामदेवाची आतुरतेनं वाट बघत होता. खरंतर त्याला ज्ञानेश्वर, पैठणची धर्मसभा, तिथे घडलेला चमत्कार हे सगळं सगळं माहीत होतंच; पण तरीही त्याला ते नामदेवाच्या तोंडून ऐकायचं होतं आणि त्याहीपेक्षा महत्त्वाचं म्हणजे ज्ञानेश्वरांना बघितल्यावर, भेटल्यावर नामदेवाला काय वाटलं, कसं वाटलं, त्याच्या मनात कोणकोणते भाव दाटून आले, हे सगळं त्याला ऐकायचं होतं. तेही प्रत्यक्ष नामदेवाच्या तोंडून; कारण ज्ञानेश्वर-नामदेव भेट ही त्याच्याही दृष्टीनं फार महत्त्वाची होती. त्याचं स्वतःचं भक्तवत्सल हे निधान या भेटीतूनच अधोरेखित होणार होतं. ज्ञान आणि भक्ती यांच्या शाश्वत संगमातून निर्माण होणारा नवसमाज हा त्याचा भक्तच असणार होता. आणि या सगळ्याचे संकेत त्याला नामदेवाकडूनच मिळणार होते. या भेटीच्या तपशिलातूनच भक्तिसंप्रदायाचं भवितव्य ठरणार होतं. म्हणूनच कधी

एकदा नामदेव येतोय आणि ज्ञानेश्वरांच्या भेटीबद्दल आपल्याला सांगतोय असं विठ्ठलाला झालं होतं. आपण देव आहोत, आपल्याला एवढी आतुरता शोभणार नाही, असं त्याला एकीकडे वाटत होतं, समजत होतं; पण उमजत नव्हतं. आपल्या सावळ्या चेहऱ्यावर ही आतुरता उमटली आहे आणि त्याबद्दल रुक्मिणीच्या मनात प्रश्न आहे, हेही त्याला समजलं होतं; पण त्याचा नाईलाज होता. तिच्या प्रश्नाला उत्तर देण्याऐवजी त्यानं तिची नजर चुकवली. ते तिच्याही लक्षात आलं आणि ज्या अर्थी त्यानं नजर चुकवली, त्या अर्थी त्याला आता काही विचारण्यात अर्थ नाही, हेही तिच्या लक्षात आलं. आता पुढे काय होतंय ते बघावं असा विचार करून ती गप्प बसली. रुक्मिणी पुढे काय घडतंय याची प्रतीक्षा करत होती, तर कर कटीवर ठेवून विटेवर उभा राहिलेला तो विठ्ठल नामदेवाची प्रतीक्षा करत होता. एकंदरीत त्या दिवशी गर्भागारात प्रतीक्षेचं वातावरण होतं. नामदेव आला. त्यानं मन भरून सगळं सांगितलं. विठ्ठलानंही ते मन भरून ऐकलं. दोघंही समाधान पावले. आणि त्या दोघांबरोबर रुक्मिणीसुद्धा!

१६

पंढरपुरात परतल्यावर हातातलं कपड्याचं बोचकं पडवीतच टाकून नामदेव मंदिराकडे धावला. विठ्ठलाला सगळं सांगितल्यावर त्याला बरं वाटलं. राजाईला चौथा मुलगा झाला. तिला भेटण्यासाठी तिचे दोन भाऊ पंढरपूरला आले. याच दरम्यान एक विचित्र घटना घडली. नामदेव तेव्हा कीर्तनाला गेला होता. नामदेव घरी आला, तेव्हा राजाईचे भाऊ येऊन बसले होते. त्यांचं गूळ-पाणी झालं होतं. राजाईसुद्धा नामदेवाची वाट बघत होती. नामदेव आलेला बघताच तिनं त्याला माजघरात बोलावलं आणि म्हणाली, ''माझे दोघं भाऊ आल्याती. मी त्यास्नी जेवायला थांबवून घेतलंय. पर काई गोडधोड कराया घरात काही न्हायी. कायतरी सांजा न्हाईतर खीर करीन म्हणते. दुकानात जाऊन रवा घिऊन या.'' नामदेव क्षणभर गप्प बसला. मग म्हणाला, ''ह्ये बघ, माझ्याकडे आता पैका नाही आणि मी आत्ता बाहेर कुठेही, काहीही आणायला जाणार नाही. हे बघ, आज अनायसे एकादशी आहे, तेव्हा त्यांना आज एकादशी करायला सांग. उद्या पारण्याला काहीतरी गोडधोड करू या.'' असं बोलून नामदेव माडीवर झोपायला गेला. खरंतर त्याला एवढ्या लवकर झोपायचं नव्हतं. आज तो 'राजा हरिश्चंद्राचं चरित्र' लिहिणार होता. तशी त्यानं त्या लिखाणाला कालच सुरुवात केली होती; पण आज ते त्याला पूर्ण करायचं होतं आणि त्यात हा रवा आणण्याचा अडथळा त्याला नको होता. त्यानं लिखाणाचं साहित्य काढलं आणि लिहायला सुरुवात केली. बघता बघता त्यानं ते चरित्र लिहून संपवलंही.

त्यानं लेखणी खाली ठेवली, तेव्हा मध्यरात्र उलटून गेली होती. नामदेवानं अंथरुणावर पाठ टेकली, तेव्हा त्याचं मन समाधानी होतं. दुसरे दिवशी सकाळी तो लवकर उठला आणि आन्हिकं आटोपून तडक मंदिरात गेला. जाताना त्यानं पडवीत नजर टाकली. राजाईचे दोघे बंधू अजून झोपलेलेच होते. त्यांच्याकडे नजर जाताच नामदेवाला आदले दिवशी राजाईला काय सांगितलं होतं ते आठवलं. आज एकादशीचं पारणं होतं आणि आज पाहुण्यांना गोडधोड घालायचं होतं. नामदेवाचा

चेहरा गंभीर झाला. आता हे संकट कसं सोडवायचं हा विचार मनात घोळवतच तो मंदिरात आला. सदा गुरव गर्भागाराच्या बाहेर सभामंडपात तुळशीदलाचे हार करत बसला होता. नामदेव पायऱ्या चढून वर गेला. सभामंडपातून त्यानं विठ्ठलमूर्तीकडे नजर टाकली. तो सावळा शांत उभा होता. नामदेव आलेला बघून त्याच्या दगडी चेहऱ्यावर प्रसन्नता उमटली. एरवी विठ्ठलाचा प्रसन्न चेहरा बघून नामदेवाचा चेहराही प्रसन्न होत असे; पण आज झाला नाही. विठ्ठलालाही नवल वाटलं. तोच

कृपेच्या सागरा भक्त करुणाकरा । परियेसी उदारा केशिराजा ।।
मज घातले संसारी काळाचे आहारी । करुणा कैसी हरी नये तुज ।।
माझी सोडवण करी कृपानिधी । तोडी हे उपाधी संसाराची ।।

नामदेवानं हे असं गाऱ्हाणं घातलं आणि विठ्ठलाच्या लक्षात आलं की, आज काहीतरी बिनसलंय. आज नामदेवाचा चेहरा प्रसन्न दिसत नाही. त्यानं दृष्टी लावून अंदाज घेतला. काय घडलं होतं ते त्याच्या लगेचच लक्षात आलं. नामदेव त्याच्याकडेच बघत होता. विठ्ठलाची व त्याची नजरानजर झाली आणि नामदेवाला विठ्ठलाच्या नजरेत आश्वासन दिसलं आणि नामदेव निश्चिंत झाला.

संसारी गांजलो म्हणोनि शरण आलो । पाठीसी रिघालो देवराया ।।
कळिकाळा वास पाहू तू न देसी । भरंवसा मानसी आहे मज ।।
नामा म्हणे देवा स्वामिया तू एक । आवडता सेवक करी गज ।।

पुन्हा एकदा नामदेवानं विठ्ठलाची आश्वासकता जाणली आणि का कोण जाणे तोही निश्चिंत झाला. थोडा वेळ मंदिरात बसून त्यानं आणखी आठ-दहा अभंग लिहिले. नामदेव प्रपंचाबद्दल उदासीनच होता; पण तरीही लोकशिष्टाचार पाळणे गरजेचे होते आणि नामदेवाला तेच अवघड वाटत होतं. जड वाटत होतं. आपलं हे वागणं चूक की बरोबर याबद्दलही त्याचा निर्णय होत नव्हता.

लाज सांडोनिया जालो शरणागत । ऐसियाचा अंत पाहसी झणी ।।
गुण-दोष माझे मनी गा न धरी । पतित पावन जरी म्हणविसी ।।
पडावे परदेसी हे लाज कोणासी । जरी तू न पावसी पांडुरंगा ।।
नामा म्हणे केशवा चतुरा शिरोमणी । विचारी अंतःकरणी मायबापा ।।

असं सांगणारे, अशी मनोव्यथा मांडणारे अभंग त्यानं लिहिले आणि त्याला बरं वाटलं. इतकं की, आपण उद्विग्न अवस्थेत इथे आलो होतो, हेही तो विसरला आणि उठून घरी आला. घरी आल्यावर त्यानं बघितलं त्याचे दोन मेहुणे पडवीत बसले होते. दामाशेटी त्यांच्याशी बोलत होते आणि जरीकाठी धोतर आणि बाराबंदी

घातलेला, पगडी घातलेला कुणीतरी मध्यम वयाचा माणूसही तिथे आला होता आणि ते चौघंजण बोलत बसले होते. दामाशेटींचं नामदेवाकडे लक्ष गेलं. ''अरे, ते बघा! नामा आलाच!'' असं ते म्हणाले. तशी तो पगडी घातलेला माणूस उठून उभा राहिला. हात जोडून म्हणाला, ''नमस्कार नामदेवजी महाराज, मी गोपाळशेट. गोपाळपूरहून आलो. तुमची कीर्तनाची कीर्ती ऐकून आलो. येताना रिकाम्या हातानं कसं यायचं म्हणून काहीतरी प्रेमाची भेट घेऊन आलो आहे. मंडळींकडे दिली आहे!'' असं सांगत तो गोपाळशेट पुन्हा नमस्कार करून उभा राहिला. नामदेव काही बोलणार तोच डोईवरचा पदर सावरत राजाई माजघराच्या दाराशी येऊन उभी राहिली आणि म्हणाली, ''जेवण बनवलंय. पानं लावली हाईत. हातपाय धुऊन जेवायला या.'' असं सांगून ती पुन्हा आत गेली. दामाशेटींनी त्या दोन्ही पाहुण्यांनाही चलायला सांगितलं. चौघंजण उठून स्वयंपाकघरात आली. ताटं मांडली होती. ताटात वरण-भात, बिरड्याची उसळ, सांज्याची पोळी, तूप, भातवड्या, झुणक्याची वडी, आमटी असा बेत वाढलेला होता. त्या शिजलेल्या अन्नाचा गंध अवघ्या घरात दरवळत होता. दामाशेटींनी ताटाभोवती पाणी फिरवलं आणि सगळ्यांना जेवण सुरू करायला सांगितलं. सगळ्यांनी जेवायला सुरुवात केली; पण हा गोपाळशेट आहे कोण, हा प्रश्न नामदेवाला प्रत्येक घासागणिक पडत होता. त्याचं उत्तर काही त्याला मिळत नव्हतं. जेवणं झाली. प्रत्येकानं विडा करून खाल्ला. आपल्या भावांच्या पोटात गोडाधोडाचे चार घास पडले या आनंदात राजाई होती. दामाशेटींनी नामदेवाच्या हस्ते पावणेर केला. राजाईचे दोन्ही बंधू निरोप घेऊन परतले, तर गोपाळशेट म्हणाला, ''नामदेवा, चला, आपण मंदिरात जाऊ या. देवदर्शन घेऊन मीसुद्धा निघतो!'' नामदेवानं होकार दिला. दोघंजण मंदिरात आले. गोपाळशेटनी सभामंडपातूनच देवाचं दर्शन घेतलं आणि नामदेवाला म्हणाले, ''नामदेवजी, मी प्रदक्षिणा घालून येतो. तुम्ही थांबा.'' आणि नामदेवाच्या होकार-नकाराची वाट न बघता तो प्रदक्षिणेच्या वाटेकडे वळला. नामदेव तिथेच थांबला. बराच वेळ झाला तरी गोपाळशेट परतला नाही, तशी नामदेव त्याला शोधायला प्रदक्षिणेच्या वाटेवर गेला; पण तिथे कुणीच नव्हतं. त्यानं इकडे-तिकडे शोध घेतला; पण गोपाळशेट कुठेच दिसला नाही. परतला असावा असा विचार करून तो पुन्हा गर्भागाराजवळ आला. विठ्ठलासमोर उभं राहून त्यानं हात जोडले, डोळे मिटले. मनोमन विठ्ठलाचे आभार मानले आणि म्हणाला, ''देवा, माझी लाज राखलीस!''

माता पिता बंधू कुळगुरु दैवत ।
सखा सर्व गोत केशिराजा ॥
जन्मोनि पोसणा तुझा मी अंकिला ।

आणिकाचा पांगिला न करी देवा ।।
विष्णुदास नामा विनवितो केशवा ।
झणी घालिसी देवा संसारासी ।।

असं देवाला पुन्हा विनवून नामदेव घरी परतला. घरातही आनंदाचं वातावरण होतं. राजाई तर खूपच आनंदात होती. मंदिरात झालेली घटना नामदेवानं घरी सांगितली नाही. नामदेव घरी आलेला बघून दामाशेटींनी विचारलं, ''नामा, गोपाळशेट गेले का? त्यांना वेशीपर्यंत सोडून आलास ना?'' काही न बोलता नामदेवानं होकारार्थी मान हलवली आणि तो माडीवर गेला. अंथरुणावर पडला; पण त्याला बराच वेळ झोप आली नाही. एक मन प्रश्न विचारत होतं, 'हा गोपाळशेट कोण?' तर दुसरं मन उत्तर देत होतं, 'हा गोपाळशेट म्हणजे दुसरा तिसरा कोणी नसून विठ्ठलच आहे.' तर पुन्हा त्याच मनात शंका येत होती की, 'नाही! तो विठ्ठल नसणार! एवढ्या बारीकसारीक कामासाठी विठ्ठल येणार नाही.' त्याच्या मनात गोंधळ उडाला. त्यानं क्षणभर डोळे मिटले. मनातले सगळे विचार, सगळ्या शंकाकुशंका बाजूला सारल्या. लिखाणाचं साहित्य पुढे ओढून घेतलं आणि तो लिहायला बसला. आणि त्या एका बैठकीत त्यानं महाशिवरात्रीची आख्यान कथा लिहून काढली.

शिवरात्र कथा धन्य जे ऐकती । इच्छिले पावती सर्व काहीं ।।
पातकाचा नाश पुण्य वाढे फार । शेखी विश्वंभर कृपा करी ।।
भोग जाय त्याचा करिती सन्मान । काळ करी चरणसेवा त्यांची ।।
नामा म्हणे शिव अक्षरेही दोन्ही । जपावी सज्जनी वारंवार ।।

असा शिवकथेचा महिमा सांगितला आणि महाशिवरात्रीच्या कथा आख्यानाचा शेवट करताना

विष्णूसी भजला शिव दुराविला । अधःपात झाला तया नरा ।।
शिवपूजा करी विष्णूशी अव्हेरी । तयाचिये घरी यम नांदे ।।
विष्णूकथा ऐके शिवासी जो निंदी । तयासी गोविंदी ठाव नाही ।।
नामा म्हणे शिव-विष्णू मूर्ती एक । वेदाचा विवेक आत्माराम ।।

असा केला. शैव आणि वैष्णव यांचं अद्वैत त्यानं अशा पद्धतीनं लिहिलं की, त्याला कल्पनाही नव्हती की, आता चार दिवसांनी येणाऱ्या महाशिवरात्रीला तो हे आख्यान आणि हे शैव-वैष्णवाचं अद्वैत जेव्हा सांगेल, तेव्हा या दोन पंथांमध्ये एक नवीन वैचारिक क्रांती घडणार आहे; कारण याच मतभेदापायी शैव म्हणजे शिवपूजक आणि वैष्णव म्हणजे विष्णूपूजक यांच्यात भांडणं व्हायची. याच वादातून नरहरी सोनारांसारखा सोनारही लोकांच्या रोषाला कारणीभूत झाला. नरहरी सोनाराला

विठ्ठलासाठी कंबरपट्टा बनवण्यासाठी एका चांदीच्या व्यापाऱ्याने विचारले. नरहरी सोनार शिवभक्त होते. विठ्ठल हे विष्णूचे रूप आहे या कारणासाठी त्यांनी कंबरपट्टा बनवायला नकार दिला. त्या व्यापाऱ्याचं आणि नरहरी सोनारांचं जोरदार भांडण झालं. हे भांडण सरदारापर्यंत गेलं. सरदारानं नरहरींना कंबरपट्टा बनवण्याची आज्ञा दिली. नरहरींना आज्ञा ऐकावीच लागली. त्यासाठी मग विठ्ठलाच्या कमरेचं माप घेणं आलं. नरहरींनी अट घातली, "मी विठ्ठलाचं तोंड बघणार नाही. मी डोळे मिटून माप घेईन." अट मान्य झाली. नरहरी डोळ्यांवर पट्टी बांधून गर्भागारात गेले. हातांनी चाचपडून ते माप घेऊ लागले, तो तिथे त्यांना नटराज शंकर भासला. त्यांनी डोळे सोडले, तर पुन्हा विठ्ठल. डोळे बांधून हाताने चाचपडले, तर पुन्हा शंकर. डोळे सोडले तर विठ्ठल. नरहरी समजले. ते विठ्ठलाला शरण गेले; पण शिव-विष्णूचं हे अद्वैत त्यांनी स्वतःपुरतं ठेवलं. कोणाजवळ बोलले नाहीत की कबूलही केलं नाही; पण नामदेवाला तसं करायचं नव्हतं. शैव-वैष्णवाचं हे अद्वैत त्याला समाजापर्यंत न्यायचं होतं. एवढंच नव्हे, तर या दोन पंथांमध्ये असलेला मतभेद आणि मनभेद त्याला मिटवायचा होता. आपण जे करणार आहोत ते क्रांतिकारी पाऊल आहे, असं त्याला अजिबात वाटत नव्हतं; पण आपल्या कीर्तनातून तो हे साधणार होता हे नक्की!

नामदेवाचं घर आता गोकुळासारखं भरलं होतं. चार मुलगे, नारा, म्हादा, विठा आणि गोदा अशी नावं घेऊन मिरवणारी नामदेवाची चार मुलं आणि राजाईच्या कुशीत पहुडलेली नामदेवाची एकुलती एक कन्या लिंबाई. दामाशेटी आणि गोणाई या पाच नातवंडांच्या गराड्यात अख्खा दिवस बुडून जात असत. नामदेव शिंपीकाम करत नसला, तरी रोजच्या कीर्तनातून काही चार पैसे, काही कमी-जास्त शिधा, कुणाच्या शेतातला भाजीपाला, कुणाच्या शेतातलं कडधान्य, कुणाच्या परड्यातली कणसं असं काहीबाही मिळत असे. ते घ्यायलाही नामदेव तयार नसायचा; पण त्याचं मधुर आणि प्रबोधन करणारं कीर्तन ऐकून लोक तेवढ्या वेळासाठी आपलं दुःख, वेदना विसरायचे. एवढंच नव्हे, तर त्यांच्या समस्या, अडचणी, शंका यांचीही उत्तरं नामदेवाच्या कीर्तनातून त्यांना मिळत असत. कधी कधी नामदेव आपल्या कीर्तनातून काही कूट प्रश्न सांगायचा आणि मग ऐकणारे लोक त्या कूट प्रश्नांची उत्तरं शोधत असत.

> अकरा लोचन त्याचे पाच मुख । आठ कान देख पुच्छ दोन ।।
> अरत खंड निरत प्रचंड । उमाळ उदंड उभा फार ।।
> दहा पाय चहू चालत ते जाय । नव्हेत ग माय सावज त्या ।।
> नामा म्हणे त्याचा अर्थ करी चोख । पूर्वज पातक लया जाय ।।

असे कूट प्रश्न घालीत असे. तर कधी

दुष्ट तो दुर्जन दुरीच धरावा । संग न करावा पापियाचा ।।
सर्पाचे पिले साने म्हणूनि पोशिले । त्यासी पान दिधले अमृताचे ।।
नव्हे ते निर्विष न सांडी स्वभावगुण । घेऊ पाहे प्राण पोसिल्याचे ।।
विष्णुदास नामा सांगतसे युक्ती । विवेक हा चित्ती दृढ धरा ।।

असे दुर्जनांचे लक्षण सांगून लोकांनी त्यांच्यापासून दूर राहावे आणि विवेकाने वागावे असे सांगत असे आणि नामदेवाची मधुर वाणी, उदाहरणे देऊन सांगण्याची हातोटी, मधाळ; पण खडा स्वर, स्पष्ट शब्दोच्चार आणि लडिवाळपणे श्रोत्यांशी बोलणं, कीर्तन करता करता त्यांच्याशी संवाद साधणं, या सगळ्यांतून नामदेवानं सांगितलेलं लोकांना लगेच पटत असे आणि आवडतही असे. विशेष असं की, त्याचं कीर्तन आपल्याला आवडलं हे लोक त्याला प्रत्यक्ष येऊन सांगत आणि सांगत असतानाच ते का आवडलंय, हे सांगायलाही ते विसरत नसत. नामदेवाला हेच महत्त्वाचं वाटे; कारण कीर्तन हे उद्‌बोधनाचं, प्रबोधनाचं साधन आहे, यावर त्याचा प्रचंड विश्वास होता आणि नेवाशाला जेव्हा ज्ञानेश्वरांनीही त्याच्या कीर्तनाबद्दल हाच विश्वास दाखवला, तेव्हा तर त्याच्या मनातल्या कीर्तनातून उद्‌बोधन करण्याच्या विश्वासात भरच पडली. लोकांना नामदेवाचं कीर्तन तर प्रचंड आवडत असे; पण एक मात्र होतं की, नामदेव कीर्तन केल्यानंतर कसलीही बिदागी घेत नसे किंवा मागतही नसे. उलट कुणी विचारलंच तर तो म्हणायचा, ‘‘तुम्ही माझं कीर्तन ऐकायला येताय, हीच माझ्यासाठी फार मोठी बिदागी आहे. नपेक्षा माझ्यासारख्याचं कीर्तन कोण ऐकणार?’’ असं म्हणणाऱ्या नामदेवाला ना घराची आठवण यायची, ना जेवणाची शुद्ध! तिथे अनेक लोक जमायचे. पांथस्थ यायचे, विठ्ठलाच्या दर्शनासाठी यायचे. त्यातल्याच कुणाबरोबर तरी तो भाकरतुकडा खायचा आणि तिथंच काही चर्चा करत दिवसभर बसायचा. मग कधी

न पढावे वेद नको शास्त्रबोध । नामाचे प्रबंध पाठ करा ।।
न साधवे योग न साधवे वैराग्य । साधा भक्तिभाग्य संतसंगे ।।
येर क्रियाकर्म करिता हो कली । माजि कोण बळी तरले सांगा ।।
नामा म्हणे गूज सांगितले संती । यापरती विश्रांती आणिक नाही ।।

तिथे जमलेल्यांना तो असा उपदेश करी आणि त्यानं केलेला उपदेश लोकांना आवडत असे. त्यातच नामदेव अभंग रचताना

वीतभर पोट लागलेसे पाठी । साधुसंगे गोष्टी सांगू न देई ।।
पोट माझी माता पोट माझा पिता । पोटाने ही चिंता लाविलीसे ।।

पोट माझा बंधू पोट माझी बहीण । पोटाने हे दैन्य मांडिलेसे ॥
विष्णुदास नामा पोटाकडे पाहे । अजुन किती ठाये हिंडविसी ॥

असे सोपे शब्द, रोजच्या वहिवाटीतली उदाहरणे, लोकांच्या मनातल्या शंका, त्यांच्या दैनंदिन जीवनातल्या अडचणी गुंफत असे; त्यामुळे लोकांच्या मनावर, हृदयावर त्याचे अभंग कोरले जात. ओठांवर रुळत, जिभेवर घोळत आणि विठोबाला भेटायला आलेली ती माणसं नामदेवाचे अभंग गुणगुणतच घरी परतत. आपल्या गावी परतल्यावरही ते तिथे जाऊन नामदेवाचे गोडवे गात आणि त्यांच्या तोंडातून पंढरपूरचं, विठ्ठलाचं आणि नामदेवाचं वर्णन ऐकून इतरांनाही वाटे की, आपणही एकदा पंढरपूरला जावं, विठ्ठलाला पाहावं आणि नामदेवाला भेटावं आणि मग ती माणसंही पंढरपूरला येत. विठ्ठलाला बघत आणि नामदेवाला भेटत. नामदेवाचा लोकसंपर्क असा दिवसेंदिवस वाढतच होता आणि नामदेवाला जणू हेच हवं होतं, तसंच विठ्ठलालाही हे असंच व्हायला हवं होतं; पण या सगळ्यामुळे नामदेवाच्या घरी मात्र चिंतेचं वातावरण होतं. दामाशेटी, गोणाई, राजाई या सर्वांच्या मते काही कामधंदा न करणारा हा नामदेव त्या विठ्ठलभक्तीपायी वाया जात होता. एक अभंगरचना आणि कीर्तन सोडलं, तर नामदेव काहीच करत नव्हता आणि या दोन्ही गोष्टींमुळे प्रपंच चालणार नव्हता. आता प्रपंचही मोठा होता आणि खर्चही! पण, नामदेवाची प्रत्यक्ष अशी काहीच कमाई नसल्यामुळे वाढत्या प्रपंचाला हातभारही लागत नव्हता. नामदेवाच्या या कलंदर स्वभावामुळे आणि प्रपंचाकडे होणाऱ्या दुर्लक्षामुळे गोणाई वैतागायची, राजाई नाराज असायची, तर दामाशेटी चिंतित असायचे. राजाई काही न बोलता, अबोला धरून आपला रुसवा व्यक्त करायची, तर दामाशेटी जाता-येता सचिंत मुद्रेनं सुस्कारे टाकायचे. गोणाई मात्र अशी गप्प बसायची नाही. ती सरळ सरळ नामदेवाला बोलायची, चार शब्द सुनवायची आणि वेळ पडली तर अकांडतांडव करायची. विठ्ठलाला बोल लावायची. नामदेवाच्या ते लक्षात यायचं; पण कुठलंही काम करायला घेतलं की, त्याला विठ्ठल आठवायचा आणि त्याच्यासोबतच अभंगही! मग गोणाईची तक्रारसुद्धा तो अभंगात गुंफायचा. मग कधी,

माझा नामा मज देई । जीव देईन तुझे पायी ॥
पुंडलिका भुलविले । तैसे माझे बाळ केले ॥
ते गा नचले मजपासी । देगा माझ्या नामयासी ॥
तुज संगती जे लागले । ते त्वां जितेची मारिले ॥
विठ्ठल म्हणे गोणाई । आपुला नामा घेऊन जाई ॥
हाती धरोनिया गेली । गोणाई तेव्हा आनंदली ॥

असा अभंग लिहून नामदेव गोणाईची समजूत काढत असे. त्यानं असा अभंग लिहिला आणि तो घरी परतला की, गोणाईला वाटे आता नामदेव प्रपंचात लक्ष घालेल; पण कुठलं काय? तो दिवस कसातरी नामदेव घरात बसायचा. दुसऱ्या दिवशी पुन्हा उजाडलं की, अंघोळ करून नामदेव मंदिरात हजर. मग मात्र गोणाई चांगलीच वैतागायची. त्या विठ्ठलाला बोल लावण्यात काही अर्थ नाही. खोड आपल्या पोरातच आहे, असं म्हणत नामदेवाला बोल लावायची. तिचं ते करवादणंसुद्धा नामदेव अभंगात मांडायचा.

सोय सांडिली सर्वांची । जोडी केली विठोबाची ।
माय-बापासी टाकिले । ध्यान देवाचे लागले ।।
स्त्री-पुत्र बंधू बहिणी । केली सर्वांची सांडणी ।।
गणगोत इष्ट मित्र । सर्व जोडिले विठ्ठल पात्र ।।
गोणाई म्हणे नामा । भली केली बा रे सीमा ।।

ते ऐकलं की, गोणाई आणखी वैतागायची आणि चिडून नामदेवाला घराबाहेर काढायची. काहीच न बोलता नामदेव बाहेर पडायचा ते तडक विठ्ठल मंदिर गाठायचा आणि विठ्ठलासमोर बसून आपल्या मनातल्या गोष्टी बोलायचा.

त्या दिवशी असंच झालं. नामाला गोणाई रागावली. तसा नामदेव विठ्ठल मंदिरात येऊन बसला. त्या दिवशी तिथे कुणीतरी कथेकरी बुवा आले होते. त्यांना कुणीतरी सांगितलं की, इथे पंढरपुरात नामदेव रोज कीर्तन करतो आणि कुणाकडून एक पैसाही घेत नाही. ते ऐकून त्या बुवांना आश्चर्य वाटलं. ते स्वतः पैसा आणि प्रसिद्धीचे फार भुकेले होते. त्यांचा आता पंढरपुरात आठ दिवस मुक्काम होता. नामदेवाला बरं वाटलं. तो त्यांच्या तैनातीला लागला. त्यांच्या उस्तवारीत पाच-सहा दिवस राहिल्यावर त्यांचा स्वभाव नामदेवाच्या लक्षात आला. अर्थात, त्यांनीही नामदेवाला स्पष्टपणे सांगितलं की, नामदेवानं कीर्तन जरूर करावं; पण मानधन बक्कळ घ्यावं. मानधनही घ्यावं आणि कीर्ती, प्रसिद्धी मिळवावी. आपला शिष्यगण तयार करावा आणि आपल्या नावाचा डंका पिटावा असं त्यांचं स्पष्ट म्हणणं होतं. अर्थात, नामदेवाला ते पटलं नाही. ''महाराज, मी कीर्तन करतो ते पैका किंवा कीर्ती मिळवण्यासाठी नाही. मी विठ्ठलभक्त आहे आणि मी त्या आत्मस्वरूपाशी समर्पित आहे. त्या आत्मरूपाच्या चरणी मी लीन आहे. पैसा, कीर्ती, मानधन, संपत्ती यांची कसलीही अभिलाषा मला नाही; कारण ज्ञानेश्वरांनी ज्ञानेश्वरीत सांगितल्याप्रमाणे मी त्या आत्मस्वरूपाशी समर्पित आहे. म्हणूनच

*निद्रिस्ताचे शेजे सर्प का उर्वशी । पाहों विषयास्ती तैसे आम्ही ।।

---

* लाड संपादित नामदेव गाथेतून

शेण आणि सोने भासते समान । रत्न का पाषाण एकरूप ॥
पाया लागो स्वर्ग वरी पडो वाघ । आत्मस्थिती भंग नोहे नोहे ॥
नामा म्हणे कोणी निंदा आणि वंदा । जालो ब्रह्मानंदाकार आम्ही ॥

नामदेवानं स्पष्टपणे आपल्या मानधन न घेण्याबद्दल सडेतोडपणे सांगितलं आणि बुवा काय समजायचं ते समजले. त्यातच गुरवानं विचारलं, "नामा, ते समदं खरं; पण मग जे लोक मानधन घेतात त्यांचं रे काय?" गुरवानं जणू सगळ्यांच्या मनातलाच प्रश्न विचारला. नामदेव म्हणाला, "काका, अहो जे लोक पोटार्थी कीर्तन करतात, तेच मानधन घेतात; पण मानधन घेऊन देवाचं नाव विकणं, हे मला तरी मान्य नाही. कारण

पोटासाठी जरी करी हरिकथा । जन रंजविता फिरतसे ॥
तेणे घात केला एकोत्तर शत कुळांचा । पाहुणा यमाचा श्रेष्ठ थोर ॥
द्रव्याचिये आशे हरिकथा करी । तया यमपुरी नित्य वास ॥
नामा म्हणे ऐसे होत जे रे कोणी । ते नर नयनी पाहू नये ॥"

नामदेवाचं हे सडेतोड बोलणं ऐकून कथेकरीबुवा वरमले. गावकऱ्यांनी दिलेलं मानधन घेऊन, कोणतेही आढेवेढे न घेता आनंदाने स्वीकारून ते मार्गस्थ झाले. या प्रसंगाने एक मात्र झालं की, नामदेवाची बुद्धिमत्ता, त्याचं बुद्धिचातुर्य, त्याची प्रतिभा, त्याची भक्ती, त्याची समर्पणशीलता आणि त्याची कल्याणकारी वृत्ती पुन्हा एकदा गावकऱ्यांच्या नजरेत भरली. कीर्तनातून नामदेव जसा स्वतः प्रगल्भ होत होता, तसंच तो कीर्तन ऐकायला येणाऱ्यांनाही प्रगल्भ करत होता. तेवढाच तो विठ्ठलाच्याही समीप जात होता आणि विशेष म्हणजे भक्तीची महानता सांगून तो लोकांनाही देवाच्या समीप नेत होता. हे सांगताना

भक्तीविण मोक्ष नव्हे हा सिद्धान्त । वेद बोले हात उभारोनि ॥
तरी तेचि ज्ञान जाणाया लागुनि । संता वोळगोनि वश्य किजे ॥
प्रपंच हा खोटा शास्त्रे निवडिला । पाहिजे साक्षिला सद्गुरू तो ॥
नामा म्हणे सेवा घडावी संतांची । घ्यावी कृपा त्यांची तेंचि ज्ञान ॥

असं तो इतकं ठामपणे सांगे की, भक्तीचा महिमा किती अपार आहे हे लोकांना लगेच उमगत असे. नामदेव या कीर्तनात इतका रंगून जायचा, इतका गुंगून जायचा की, त्याला ना भुकेचं भान असायचं, ना संसाराची आठवण. आता तर त्याच्या घरच्यांनी त्याला या बाबतीत बोलायचंच सोडलं होतं; पण कधीतरी बाहेरगावाहून आलेला, नामदेवाच्या घरी मुक्कामाला राहिलेला एखादा पाहुणा रात्री निजताना होणाऱ्या गप्पांमध्ये विचारायचा, "नामदेवा, तुम्ही कीर्तन करता असं ऐकलंय; पण

पोटा-पाण्यासाठी काय उद्योगधंदा करता? काही व्यापारउदीम? की काही वतनं आहेत तुम्हाला इनाम म्हणून?'' पाहुण्यांच्या या प्रश्नावर नामदेव काही क्षण गप्प राही आणि मग नंतर उत्तर देत असे, तेही अभंगातून–

*आम्हां घरी एक गाय दुभती आहे । पान्हा न समाये त्रिभुवनी ।।
वाण ते सावळी नाम ते श्रीधरा । चरे वसुंधरा चवदा भुवने ।।
वत्स नाही माय भलत्या सवे जाय । कुरवाळिता लाहे भाव चरणा ।
चहू धाराक्षीर वोळली अमूप । धाले सनकादिक सिद्ध मुनि ।।
नामा माझी चूक पैं ते गाय । जोजविते माय तिन्हीं लोका ।।

नामदेवानं दिलेलं हे उत्तर आणि तेही अभंगातून म्हटल्यावर त्या विचारणाऱ्या पाहुण्यांचं तोंडच बंद होत असे; कारण या उत्तरातून, या अभंगातून नामदेवाची उत्स्फूर्त प्रतिभा, शब्दभांडार आणि विठ्ठलावरचा गाढ विश्वास अगदी स्पष्ट दिसत असे आणि पुढे आणखी काही विचारायचं त्याला धाडस होत नसे. आता तर नामदेव सदैव सर्वथा विठ्ठलाच्या नामस्मरणात आणि अभंग लिखाणात व्यग्र असायचा. त्याला विठ्ठलाशिवाय आणि पंढरपुराशिवाय दुसरं काही सुचत नसे.

पंढरीचा वास चंद्रभागे स्नान । आणिक दर्शन विठोबाचे ।।
हेचिं मज घडो जन्मजन्मांतरी । मागणे श्रीहरी नाही दुजे ।।
मुखी सदा नाम संतांचे दर्शन । जनी जनार्दन ऐसा भाव ।।
नामा म्हणे तुझे नित्य महाद्वारी । कीर्तन गजरी सप्रेमाचे ।।

नामदेवाची ही मनीषा ऐकली की, नामदेवाचे विठ्ठलाशी किती अद्वैत आहे याची लोकांना कल्पना येत असे. त्यातच ज्ञानेश्वरांनी नामदेवाला कीर्तन करण्याची आज्ञा केली आणि नामदेवानं नेवाशाला केलेल्या कीर्तनाची कीर्ती बघता बघता आता पंढरपुरापर्यंत येऊन पसरली आणि तेव्हापासून लोकांची नामदेवाकडे बघण्याची दृष्टीच बदलली. आता वस्तुस्थिती अशी झाली की, नामदेवाची थोरवी लोकांना समजून, आता जणू अवघं पंढरपूरच नामदेवाचा संसार चालवू लागलं. नामदेवाचा विठ्ठलावरचा गाढ विश्वास आणि लोकांचं नामदेवावरचं प्रेम यांचा परिपाक असा झाला की, नामदेवाच्या घरात आता त्यातल्या त्यात बरी परिस्थिती आली. निदान कसली चणचण तरी राहिली नाही आणि यातच गोणाई, दामाशेटींनी समाधान मानलं. राजाईला आता पाच पोरांच्या रगाड्यातून वेळच मिळेनासा झाला. नामदेवाला चार मुलगे आणि एक मुलगी अशी संतती झाली. नारा, म्हादा, विठा, गोदा आणि एक मुलगी लिंबाई अशी पाच मुलं यांनी नामदेवाचं घर जणू गोकुळ झालं; पण

* लाड संपादित नामदेव गाथेतून

त्यातल्या त्यात समाधान एवढंच होतं की, या गोकुळात दुधा-तुपाची उदंड समृद्धी नव्हती; पण भक्तीची गंगा अखंड वाहत होती आणि विठ्ठलाच्या कृपेनं दोन वेळच्या भाकरीला कमी नव्हतं आणि यामुळेच की काय; पण नामदेवाच्या घरी आलेला कोणी अतिथी कधीच रिकाम्यापोटी, रिकाम्या हातानं परत जात नसे. विशेष म्हणजे नामदेवाच्या घराची ही कीर्ती ऐकून कित्येक पांथस्थ– मग त्यात वारकरी असायचे, प्रवासी असायचे, वाटसरू असायचे, विठ्ठलाच्या दर्शनासाठी आलेले भाविक असायचे– असे कोणी ना कोणी नामदेवाच्या घरी अतिथी म्हणून यायचे आणि अर्धी -चतकोर भाकर खाऊन, पाणी पिऊन, क्षणभर विश्रांती घेऊन पुन्हा आपल्या मार्गानं जायचे. त्यात कधी नामदेव घरी असायचा, कधी नसायचा. तो घरी असला तर आलेल्या लोकांना भेटायचा. चार गोष्टी व्हायच्या. त्यातही नामदेव त्या लोकांचा कल बघून त्यांना काही सांगायचा. मग कुणाला आख्यान कथा आवडत असतील तर आख्यान ऐकव, कुणाला कूट प्रश्न आवडत असतील तर ते घाल, कुणाला पौराणिक चरित्रं आवडत असतील तर ती ऐकव, कोणाला विठ्ठलाचं वर्णन ऐकायला आवडत असेल तर ते ऐकव, तर कोणाला नुसतेच अभंग ऐकव असं त्याचं चालायचं; पण त्यामुळे नामदेवाच्या घरी मुक्काम करणं म्हणजे पांथस्थांना पर्वणी वाटायची. त्यातच नामदेवाचं घर विठ्ठल मंदिरासमोरच होतं; त्यामुळे विठ्ठलाचं दर्शन घेणंही पांथस्थांना सहज सोपं जायचं. विठ्ठलाचं दर्शन आणि नामदेवाचं कीर्तन अशी पर्वणी साधली जायची. आधीच कीर्तनातून तो करत असलेल्या प्रबोधनामुळे त्याची कीर्ती गावोगावी पसरली होता. त्यातच त्याच्या घरी पांथस्थांचं आणि वाटसरूंचं होणारं आदरातिथ्य यामुळेही नामदेवाच्या कीर्तीत भरच पडली आणि पंढरपूरचा नामदेव अशी एक नवी ओळख जशी नामदेवाला मिळाली, तशीच ती पंढरपूरलाही मिळाली. या आधी पंढरपूरचा विठोबा ही ओळख पंढरपूरला होती. आता नामदेवाच्या कीर्तीमुळे पंढरपूरचा नामदेव ही आणखी एक ओळख पंढरपूरला मिळाली. नामदेवाच्या वागण्यामुळे आपल्या घराण्याच्या कीर्तीत होणारी भरभराट बघून दामाशेटी सुखावत होते. भविष्यकाळाचा वेध घेणारी नामदेवाची दृष्टी आणि त्या दृष्टीला अभिव्यक्त करणारी नामदेवाची लेखणी, यामुळे मराठी भाषेच्या शिरपेचात मानाचा तुरा खोचला जात होता हे निश्चित!

तुझिया सत्तेने वेदांसी बोलणे । सूर्यासि चालणे तुझिया बळे ॥
ऐसा तू समर्थ ब्रह्मांडाचा धनी । वर्म हे जाणूनि शरण आलो ॥
मेघांनी वर्षावे पर्वती बैसावें । वायूने विचरावे सत्ते तुझे ॥
नामा म्हणे काडी न हाले साचार । प्रभू तू निर्धार पांडुरंगा ॥

असा पांडुरंग जेव्हा नामदेवाच्या शब्दांतून उभा राहायचा, तेव्हा तो आणखी

सुंदर दिसायचा. नामदेवाचे शब्द आणि भाव यांची जेव्हा तो अभंगात सांगड घाली, तेव्हा कर कटीवर ठेवून विटेवर उभा असलेला तो सावळा स्वतः आणखी खुलायचा, भुलायचा. नामदेव स्वतःसुद्धा आपल्या या अशा रचनांवर मोहित व्हायचा आणि मनोमन तो आपल्या गुरूंचे आभार मानायचा. त्या दिवशी असा एक प्रसंग घडला की, भविष्याचा वेध घेणाऱ्या नामदेवाला थोडं मागं वळून बघावं लागलं. झालं होतं असं–

कृष्णदेवराय राजाचा एक सरदार एके दिवशी आपल्या कुटुंबकबिल्यासह पंढरपूरला विठ्ठलाच्या दर्शनाला आला. तिथे आल्यावर त्याला नामदेवाची कीर्ती समजली. त्यानं आणखी खोल चौकशी केली, तेव्हा नामदेवाच्या कीर्तनाची माधुरी आणि त्याच्या घरी होणाऱ्या पाहुणचाराची थोरवी सरदाराला समजली, तेव्हा त्यानं नामदेवाची भेट घेण्याचं ठरवलं. त्या वेळी नामदेव चंद्रभागेच्या वाळवंटात कीर्तन करत होता. दिवेलागणीला त्याचं कीर्तन संपलं आणि तो मंदिरात परतला. तो सरदार तिथेच मंदिरात त्याची वाट बघत बसला होता. नामदेवाला पाहताच तो पुढे आला. त्यानं नामदेवाची गळाभेट घेतली. कृष्णदेवराय राजाच्या इतर सरदारांप्रमाणेच हा सरदारही अभ्यासू आणि चाणाक्ष होता. राजाच्या रीतीप्रमाणेच त्याला विद्वानांची आणि शहाण्या माणसांची कदर होती. त्यांच्याबद्दल आदर होता. नामदेवाची कीर्ती ऐकून तो आधीच भारावला होता. नामदेवाला समोर बघितल्यावर तर तो चकितच झाला. त्याला वाटलं, एवढी मोठी कीर्ती मिळवणारा गाणूरा कोणीतरी वृद्धत्वाकडे झुकलेला असेल; पण वीस-बावीस वर्षांचा नामदेव समोर बघितल्यावर तो अचंबित तर झालाच; पण इतक्या लहान वयात इतकी दिगंत कीर्ती मिळवलेली बघून तो आणखी भारावला. नामदेवालाही तो अभ्यासू वृत्तीचा; पण शूर असलेला सरदार आवडला. दोघांची गळाभेट झाली. नामदेवाने सरदाराला घरी चलण्याचा आग्रह केला. सरदाराच्या कानावर नामदेवाच्या घरचा पाहुणचार आलाच होता. तो लगेचच तयार झाला आणि सोबत आणलेला लवाजमा तिथेच ठेवून सरदार आपल्या कुटुंबातील व्यक्तींना घेऊन नामदेवाच्या घरी आला.

नामदेवाचा तो ऐसपैस चौसोपी वाडा; नामदेवाची चार मुलं, त्यांचं नाचणं-बागडणं; शांत, प्रसन्न चेहऱ्याचे दामाशेटी; हसऱ्या चेहऱ्याची गोणाई, राजाई हे सगळं बघितल्यावर नामदेवाचं घर त्या सरदाराला गोकुळासारखं वाटलं. जेवणं झाली आणि समईच्या प्रकाशात रात्री गप्पा सुरू झाल्या. सरदाराच्या मनात कुतूहल होतं. एक नव्हे, अनेक प्रश्न होते आणि त्याची छाया त्याच्या चेहऱ्यावर पडली होती, डोळ्यांत उमटली होती. नामदेवानं ते पाहिलं, तो उमजला आणि म्हणाला, "सरदारसाहेब, तुमच्या मनात काही प्रश्न आहेत असं मला वाटतंय; पण मग संकोच करू नका. मोकळेपणानं विचारा. निःसंकोचपणे विचारा. अहो, मला प्रश्न

विचारणारी माणसं आवडतात. जे प्रश्न विचारतात, त्यांना ज्ञानाची लालसा असते. विचारा! मनातले प्रश्न जरूर विचारा!'' नामदेवाच्या बोलण्यात जसं आश्वासन होतं तसंच आपुलकीसुद्धा होती. सरदाराला ती जाणवली. त्यानं दामाशेटींकडे एक नजर टाकली. त्यांच्या चेहऱ्यावरही आश्वासन होतं आणि सरदाराचे प्रश्न ऐकण्याची उत्सुकतासुद्धा! सरदारानं धाडस केलं आणि म्हणाला, ''नामदेवा, माझ्या मनात खूपच प्रश्न आहेत. शंका आहेत. त्या सर्व शंकांचे निरसन मला आपल्याकडून करून घ्यायचं आहे. नामदेवा, तुझी कीर्ती अगदी आमच्या कर्नाटकापर्यंत पोहोचली आहे. तिकडेही विठ्ठलाचे खूप भक्त आहेत. आम्हीही विठ्ठलभक्तच आहोत. आमच्याही घरात वारी आहे; पण आमच्या मागच्या तीन पिढ्या तिकडेच राहिल्यामुळे वारीला येणं कुणालाच जमलं नाही. मीसुद्धा तुमची कीर्ती ऐकूनच इकडे आलो. वारी होईल आणि तुमचं दर्शनही होईल हा उद्देश मनात होताच. इथे आल्यावरच नव्हे, तर महाराष्ट्राच्या मातीत पाय ठेवल्यापासूनच ठिकठिकाणी तुमचं नाव कानांवर आलं आणि तुम्ही विठ्ठलाचे प्रिय भक्त आहात, हेही समजलं. नामदेवा, मला सांगा, तुम्ही विठ्ठलाचे प्रिय भक्त आहात, मग विठ्ठल तुमचा नक्की कोण आहे? देव की आणखी काही?'' सरदाराच्या या प्रश्नावर नामदेव प्रसन्न हसला. सरदाराच्या प्रश्नातली मेख त्याच्या लक्षात आली. सरदार नामदेवाच्या विठ्ठलप्रेमाची परीक्षा घेत होता. नामदेवानं क्षणभर डोळे मिटले, उघडले आणि म्हणाला, ''सरदारसाहेब, मी विठ्ठलाचा भक्त तर आहेच; पण त्याहीपेक्षा विठ्ठलच माझं सर्वस्व आहे, हे महत्त्वाचं आहे. सरदारसाहेब माझ्यासाठी

तीर्थ विठ्ठल क्षेत्र विठ्ठल । देव विठ्ठल देवपूजा विठ्ठल ।।
माता विठ्ठल पिता विठ्ठल । बंधू विठ्ठल गोत्र विठ्ठल ।।
गुरू विठ्ठल गुरुदेवता विठ्ठल । निधान विठ्ठल निरंतर विठ्ठल ।।
नामा म्हणे मज विठ्ठल सापडला । म्हणोनि कळिकाळा पाड नाही ।।

असा आहे विठ्ठल, तेव्हा सरदारसाहेब, अशा माझ्या विठ्ठलाचा मी भक्त आहे. सखा आहे.'' नामदेवाचं ते उत्तर ऐकून सरदाराचा चेहरा प्रसन्न तर झालाच; पण आपल्या प्रश्नाचं उत्तर देताना नामदेवानं तिथल्या तिथे अभंग रचलेला बघून त्याला नवल वाटलं. नामदेवानं लगेच विचारलं, ''सरदारसाहेब, आता विचारा, तुमचा पुढचा प्रश्न.'' नामदेवानं असं विचारलेलं ऐकून सरदाराच्या चेहऱ्यावर स्मित उमटलं. आपल्या प्रश्नांना उत्तरं द्यायला नामदेवाला खरोखरच आवडतंय, हे त्याच्या लक्षात आलं आणि त्यानं पुढचा प्रश्न विचारला, ''नामदेवा, तुमच्या कीर्तनाची कीर्ती जशी आमच्या कानावर आलीय, तशीच तुमच्या घरी अतिथीचं होणारं आदरातिथ्य म्हणजे अतिथीला एक पर्वणी असते, असंही आमच्या कानांवर आलंय.

नामदेवा, अतिथीला तुमच्या घरी भाजी-भाकरी तर मिळतेच; पण त्याच्या पोटाबरोबर त्याचं मनही शांत होतं असं आम्ही ऐकलंय. अतिथीचा असा आदरसत्कार तुम्ही नेहमीच करता का?'' सरदारानं दुसरा प्रश्न विचारला आणि तिथे माजघराच्या दाराशी बसलेल्या राजाई, गोणाई आनंदून गेल्या. अतिथीचा पाहुणचार करण्यात त्यांचाही हातभार लागत होताच की. आता सरदाराच्या या प्रश्नाचं उत्तर नामदेव काय देतो याची सगळ्यांना उत्सुकता होती. नामदेव म्हणाला, ''सरदारसाहेब, अहो अतिथीचा आदरसत्कार ही तर आपली रीतच आहे.

अतिथी आलिया द्यावे अन्नदान । अर्पी जीव प्राण परमार्थी ।।
तोचि एक नर श्रीहरिसमान । करी दूजे कोण नाही ऐसा ।।
दीनासी सन्मान करिता आदर । त्याच्या उपकारा पार नाही ।।
नामा म्हणे ऐसे असावे भाविका । सर्वांभूती ऐक्य देखा पाहे ।।

असा संकेत आहे. म्हणून आम्ही अतिथीचा आदरसत्कार करतोच. घरी काय भाजी-भाकरी असेल ती त्याला गोड मानून घ्या अशी प्रार्थना करतो आणि तो मुक्कामाला राहिला, तर त्याच्या शिणलेल्या जिवाला, थकलेल्या मनाला विश्रांती मिळावी म्हणून चार परमार्थाच्या गोष्टी करतो. एवढंच!'' नामदेवानं आपल्या घरी होत असलेल्या अतिथीच्या आदरसत्काराचं असं सहजभावनेनं स्पष्टीकरण दिलं आणि इतका ज्ञानानं आणि भक्तीनं संपन्न असूनही नामदेव किती विनम्र आहे, याचं प्रत्यंतर त्या सरदाराला आलं. तोच नामदेव पुढे म्हणाला, ''सरदारसाहेब, तुमच्याही घरात वारीची परंपरा आहे म्हणालात. आता दोन पिढ्यांनंतर तुम्ही वारीला आलात असंही म्हणालात. विठ्ठलाचा भक्त म्हणून माझी तुम्हाला एक विनवणी आहे महाराज. तुम्ही वारी चुकवू नका. कारण–

पंढरीची वारी करील जो कोणी । त्याच्या चक्रपाणी मागे-पुढे ।।
लोखंड असता सोने झाले कैसे । समागम मिषे गुणे त्याच्या ।।
तैसे एकवेळ करी मायबापा । चुकवी या खेपा चौऱ्यांशीच्या ।।
नामा म्हणे असो प्रारब्ध सरे । होई कृपण निकुरे चरणाचे ।।

असा या वारीचा महिमा आहे महाराज, तेव्हा आता यापुढे नित्यनेमाने वारी करीत जा, असं माझं हात जोडून सांगणं आहे. सांगणं नव्हे मागणं आहे.'' नामदेवाच्या शब्दांतली कळकळ सरदाराला जाणवलीच; पण त्यानं अभंगातून जो वारीचा महिमा सांगितला, तो त्याला जास्त आवडला. नामदेवाने जोडलेले हात आपल्या हातात धरून तो म्हणाला, ''नामदेवा, मी तुम्हाला शब्द देतो. यापुढे दरवर्षी मी वारीला येईन. वारी चुकवणार नाही.'' सरदाराचं हे बोलणं ऐकून

नामदेवाला आनंद झाला. मनोमन त्यानं विठ्ठलाला सांगितलं, "देवा, वाट चुकलेलं वासरू परत कळपात आलंय! त्याच्यावर कृपा असू दे!" सरदाराला नामदेवाचं बोलणं, आपुलकीनं वागणं, अभंग रचणं, आदरानं, जिव्हाळ्यानं त्याला काही सांगणं हे सगळं सगळं आवडलं. नामदेवाच्या एकंदर व्यक्तिमत्त्वानं तो फारच प्रभावित झाला. नामदेवाला एकटक निरखत तो म्हणाला, "नामदेवा, गेले चार-पाच तास मी तुमच्यासोबत आहे, सहवासात आहे; पण तुमचं वागणं इतकं आपुलकीचं आहे की, मला असं एकदाही वाटलं नाही की, ही आपली पहिली भेट आहे. तुमचं ज्ञान, तुमची विद्वत्ता, तुमची प्रतिभा हे सगळं बघून मी भारावून गेलो आहे आणि यामुळेच माझ्या मनात एक फार मोठा गहन प्रश्न उद्भवला आहे. तुमची परवानगी असेल तर मी विचारेन." नामदेव हलकेच हसला आणि म्हणाला, "विचारा! जरूर विचारा!" नामदेवानं असं म्हणताच सरदार म्हणाला, "नामदेवा, प्रश्न तुमच्या जीवनाबद्दल आहे. मला तुमचं खूपच कौतुक वाटतं आणि राहून राहून मनात प्रश्न उभा राहतो की, हे सगळं करणाऱ्या या महान व्यक्तीचा गुरू कोण असेल? नामदेवा, मला तुम्ही सांगाल का तुमचे गुरू कोण? हे एवढं सगळं तुम्ही कोणाकडून आत्मसात केलंत?" सरदारानं प्रश्न विचारला, 'नामदेवा, तुमचे गुरू कोण?' आणि नामदेवाचं मन भूतकाळात गेलं. गुरू? नामदेवाचा गुरू?

नामदेवाच्या घरचा सगळा पावणेर विठ्ठलानं केला आणि नामदेवाला मोठ्या संकटातून सोडवलं. नामदेवाचा भक्तीचा आणि अभंगरचनेचा ध्यास कायम ठेवायचा असेल, तर नामदेवाच्या संसारात सगळं सुखेनैव असणं गरजेचं होतं आणि त्यासाठी राजाईचं आनंदी राहणं नितांत आवश्यक होतं. त्यासाठीच मग विठ्ठलाला हे असलं सगळं करणं गरजेचं होतं. ते तो करतच होता; पण रुक्मिणीचा मात्र या गोष्टीला विरोध होता. तिचं म्हणणं असं होतं की, अशा प्रकारची मदत करून विठ्ठल नामदेवाला त्याच्या प्रापंचिक कर्तव्यापासून चुकारपणा करायला सवलत देतोय. नामदेवानं आधी संसारातल्या कर्तव्याची आणि पारिवारिक शिष्टाचाराची पूर्तता करावी आणि मग भक्ती वगैरे; पण नामदेवाला भक्तिसंप्रदायाचा अध्वर्यू बनवायचा असेल आणि त्याच्या या श्रेष्ठतेचा समाजहितासाठी उपयोग करून घ्यायचा असेल, तर त्याचं सर्व लक्ष हे भक्तिसंप्रदायाकडे आणि अभंगरचनेकडे असणं नितांत गरजेचं होतं आणि त्यासाठी त्यानं प्रापंचिक शिष्टाचारात अडकून राहणं योग्य नव्हतं; पण हे सगळं रुक्मिणीला आणि तेही आता सांगणं योग्य नव्हतं; कारण एक स्त्री असल्यामुळे तिच्या मनाचा कल राजाईकडे झुकत होता आणि ते योग्यच होतं; त्यामुळे विठ्ठल एकीकडे तिच्या म्हणण्याला दुजोराही देत होता आणि एकीकडे विरोधही करत होता. अर्थात, त्याच्या या खोड्या कृष्णजन्मापासूनच रुक्मिणीला माहीत होत्या; त्यामुळे आता या क्षणी त्याला काहीच न बोलता गप्प राहणं तिनं पसंत केलं.

१७

त्या सरदाराने नामदेवाला त्याच्या गुरूचं नाव विचारलं आणि नामदेवाच्या मनातला काळाचा काटा मागे फिरला. त्याला सगळं सगळं आठवू लागलं. त्याचा चेहरा त्या आठवणीत रंगून गेला आणि त्या सरदाराला वाटलं, आपण हे उगीच विचारलं. काहीशा खजील आवाजात तो नामदेवाला म्हणाला, "नामदेवा, मला क्षमा करा. मी हे विचारायला नको होतं का?" सरदाराचा प्रश्न ऐकून नामदेव भानावर आला. गडबडीनं म्हणाला, "नाही नाही! तसं काही नाही. मीच त्या आठवणीमध्ये रंगून गेलो होतो. ती सगळी कहाणीच तशी आहे. तुम्हाला ऐकायला उत्साह असेल, तर मला सांगायला आवडेल." नामदेवानं असं स्पष्टीकरण दिलं. ते ऐकून त्या सरदाराला बरं वाटलं. तो ऐकायला उत्सुक होताच. तो म्हणाला, "नामदेवा! मी तर अतिशय उत्सुक आहे हे ऐकायला." नामदेवाचा चेहरा प्रसन्न झाला. एक वेळ पडवीच्या खांबाला टेकून बसलेल्या दामाशेटींकडे त्यानं नजर टाकली आणि सांगायला सुरुवात केली. "या गोष्टीला पाच वर्षं तरी झाली असतील, तेव्हाही मी अभंगरचना करत होतो. विठ्ठलभक्ती तर करत होतोच. कीर्तनही करत होतो. एके दिवशी कीर्तनाला आलेल्या एका सद्गृहस्थानं मला सांगितलं की, आळंदीला ज्ञानेश्वर आणि त्यांच्या भावंडांवर फार मोठी विपदा आली आहे. त्या सद्गृहस्थानं असं सांगितल्यावर मला त्या चार-पाच दिवसांत विठ्ठल जे सतत सांगत होता, त्याचा अर्थ कळला; कारण मी कीर्तन संपवून मंदिरात गेलो की, विठ्ठल मला विचारायचा, 'अजून इथंच आहेस होय नामया? मला वाटलं, आळंदीला गेलास काय!' विठ्ठल रोज मला हा प्रश्न विचारायचा. मला समजायचं नाही मी आळंदीला जावं असं विठ्ठलाला का वाटतंय? त्या दिवशी त्या गृहस्थानं ज्ञानेश्वर आणि त्यांच्या भावंडांविषयी जे सांगितलं, त्यावरून माझ्या लक्षात आलं की, कदाचित याच कारणासाठी विठ्ठल मला आळंदीला जायला सांगत असावा. म्हणून मग मी ठरवलं की, आपण आळंदीला जायचं. माझ्या कीर्तनाला नेहमी येणारे चोखोबा,

गोरोबा, सावता यांना सोबत घ्यायचं असं ठरवून मी त्यांच्याशी चर्चा केली. गोरोबाकाकांच्या कानावरही या गोष्टी आल्या होत्या. सर्वानुमते आळंदीला जायचं ठरलं. एक दिवस नक्की करून आम्ही निघालो. सावता माळींची सारवटगाडी ठरवली आणि आम्ही चौघे निघालो. मजल दरमजल करत आम्ही आळंदीला पोहोचलो. तिथली परिस्थिती फारच भयंकर होती. निवृत्ती, ज्ञानेश्वर, सोपान, मुक्ता ही चार छोटी मुलं त्यांच्या झोपडीसारख्या घरात केविलवाणी राहत होती. आम्ही जाताना भरपूर शिधा घेऊन गेलो होतो. आम्ही तिथे पोहोचलो, तेव्हा ही चारही भावंडं झोपडीच्या अंगणात बसली होती. आम्हाला बघितल्यावर ती चौघं उठून उभी राहिली. मी त्या चौघांना निरखत होतो. त्या चौघांवर गावानं ग्रामण्य[१६] घातलं होतं; पण त्यांची तेजस्विता जराही कमी झाली नव्हती. ती चौघं आम्हाला सामोरी आली. गोरोबा, चोखोबा आणि सावता यांनी त्या चौघांना नमस्कार केला; पण माझ्या बाबतीत जरा गडबड झाली. मी त्या चौघांचं निरीक्षण करत होतो. ती चौघंजण लहान मुलंच होती. माझ्यापेक्षा लहान. खूपच लहान. आपण या चौघांना नमस्कार करावा की आपण वयानं मोठे आहोत म्हणून त्यांना आशीर्वाद द्यावा, या संभ्रमात मी होतो. या संभ्रमामुळे मी काहीच न करता, त्यांचं निरीक्षण करत तसाच तटस्थ उभा राहिलो. त्यातच पंढरपुरात विठ्ठलाचा सखा म्हणून मी नावाजला जात होतो. विठ्ठलाच्या आदेशावरूनच तर मी इथे आलो होतो. मग मी लहान मुलांना नमस्कार का करायचा, असं मला वाटलं; पण मी त्या चौघांना नमस्कार केला नाही ही माझी चूकच झाली. अर्थात, चूक करायची म्हणून केली नव्हती; पण झाली!'' असं म्हणून नामदेव बोलायचा थांबला. त्या सरदाराला नामदेवाची ही कहाणी ऐकण्यात आता फारच रस निर्माण झाला होता. एकतर त्याला नामदेवाबद्दल उत्सुकता होती आणि त्यातच अशा या नामदेवाचा गुरू कोण हे ऐकण्याची त्याला फारच उत्सुकता लागून राहिली होती. नामदेव बोलायचा थांबला, तर तेवढी दोन क्षणांची उसंतही सरदाराला साहवेना. त्यानं पट्कन विचारलं, ''बरं मग? मग पुढे काय झालं?'' त्याच्या स्वरात प्रचंड आतुरता होती. नामदेव घोटभर पाणी प्यायला आणि त्यानं पुढे सांगायला सुरुवात केली, ''मी त्यांना नमस्कार केला नाही ही माझी चूक झाली, पण ते मला आत्ता उमगतंय. त्या वेळी मला या गोष्टीचं विशेष काही वाटलं नाही; पण मी त्या वेळी केलेली ती चूक माझ्या आयुष्याला अर्थ देणारी, वळण देणारी ठरली, हेही खरंच! कारण मी नमस्कार केला नाही, ही गोष्ट त्या चौघांच्या लक्षात आली. निवृत्ती, ज्ञानेश्वर, सोपान या तिघांनी त्याकडे फारसं लक्ष दिलं नाही; पण चिमुकल्या मुक्ताबाईच्या ते लक्षात आलं. नुसतंच लक्षात आलं असं नाही, तर

---

१६. ग्रामण्य : बहिष्कार

तिला त्या गोष्टीचा रागही आला. मी त्या चौघांना नमस्कार करण्याचं अनवधानानं राहून गेलं की, ते त्या वेळी माझ्या हातून मुद्दाम घडलं, हे मला आजही उमगत नाही; पण त्या दिवशी तसं घडलं खरं! आणि या गोष्टीचा छोट्या मुक्ताला खूपच राग आला. आदिमायाच ती! नमस्काराचं आणि आशीर्वादाचं महत्त्व तिच्यापेक्षा अधिक कोण जाणणार? त्यातच असं झालं की, निवृत्ती, ज्ञानेश्वर, सोपान या तिघांनी मला नमस्कार केला. माझ्यापेक्षा लहानच ती सगळी. त्या तिघांचं रूप एवढं गोमटं, एवढं तेजस्वी आणि इतकं निरागस होतं की, त्यांनी केलेल्या नमस्काराला प्रतिनमस्कार करण्याचं भानही मला राहिलं नाही. म्हणजे मी आधी नमस्कार तर केला नाहीच; पण त्यांच्या नमस्काराला प्रतिनमस्कारही केला नाही आणि हेच नेमकं माझं चुकलं आणि हेच मुक्तालाही खटकलं. तिचा चेहरा रागानं लाल झाला. तिनं माझ्याकडे एक रागाचा कटाक्ष टाकला आणि ज्ञानेश्वराला म्हणाली, ''दादा, देवाच्या खऱ्या भक्ताची लक्षणं कोणती रे?'' ज्ञानेश्वराला समजलं, मुक्तानं हा प्रश्न का विचारला आहे; पण त्यानं तत्काळ उत्तर दिलं नाही. त्यानं मुक्ताला प्रतिप्रश्न केला, ''काय मुक्ते? असं का विचारतेस?'' तेव्हा मुक्ता म्हणाली, ''ज्ञानादादा, अरे देवाचा भक्त म्हणवणारा, देवाचा सखा म्हणवणारा असा वागतो का?'' नामदेव सांगत असताना सरदाराने त्याला मध्येच थांबवले. ''थांबा नामदेवा! मुक्ताबाई काय म्हणाल्या ते तुमच्या शब्दांमध्ये बांधून सांगा. ते जास्त गोड वाटेल!'' नामदेवाने हसून मान डोलवली. क्षणभर डोळे मिटले. विठ्ठलाचं स्मरण केलं. डोळे उघडले. सरदाराकडे एक नजर टाकली आणि म्हणाला, ''रावजी, मुक्ताबाई म्हणाली, ज्ञानादादा,

अखंड जयाला देवाचा शेजार । का रे अहंकार नाही गेला ।।
मान-अपमान वाढविसी हेवा । दिवस असता दिवा हाती घेंसी ।।
परब्रह्मासंगे नित्य तुझा खेळ । आंधळे पां डोळे कां बा झाले ।।
कल्पतरु तळवटी इच्छिली ते गोष्टी । अद्यापि नरोटी राहिली का ।।
घरी कामधेनू ताक मागू जाय । ऐसा द्वाड आहे जगामाजी ।।
म्हणे मुक्ताबाई जाई दरुशणां । आधी अभिमाना दूर करा ।।

आता हा जर देवाचा सखा आहे, देवाचा शेजारी आहे तर याला इतका अहंकार कसा? का याच्या बाबतीत असं झालं आहे?

उसाचे शेजारी येरंडाचे झाड । नाही त्याचा पाड गोडी आली ।।
कर्पुरासी झाला दीपाचा शेजार । काय गुणे सार राहील त्याचा ।।
सागरी लवण टाकिले नेऊन । काय गुण खडेपण उरले त्याचे ।।
तैसा नामदेव विठोबाच्या जागा । काय गुणे या गा कोरेपण ।।
म्हणे मुक्ताबाई चंदनाचे झाड । अहंतासर्प वेढे गुंडाळिले ।।

अशी एकामागोमाग एक उदाहरणे देऊन मुक्ताबाई माझ्या हातून घडलेली चूक पुनःपुन्हा दर्शवत होती. तरी निवृत्ती तिला म्हणालासुद्धा की, असं म्हणू नये, असं बोलू नये. ते आपल्यापेक्षा वयानं मोठे आहेत. त्यांना अरे-तुरे म्हणू नको; पण तिने ऐकलेच नाही.

निवृत्तीदेव म्हणे, त्यासी न म्हणे अरे-तुरे ।
पायी ठेवितां बरें डोई माते ॥
म्हणे मुक्ताबाई घाला लोटांगण ।
आपणा दर्शन न लगे त्याचे ॥

असं म्हणून तिनं मला अगदी झटकून टाकलं. आणि पुन्हा पुढे म्हणाली,

कुलालाचे कुंभ भाजल्याविण माती । काय आहे संगती पाणियाची ॥

तैसा अधिरासी काय संतसंग । मृगजळा तरंग येतील कैसे ॥
म्हणे मुक्ताबाई जाऊ देऊ नये । ऐंसे सरिसे काय भांडे करा ॥

असं म्हणत मुक्ताबाईनं पुन्हा माझी चूक मला दाखवली आणि माझी बुद्धी परिपक्व आहे की अपरिपक्व आहे, हे शोधण्यासाठी तिनं तिच्या चोखंदळ बुद्धीला साजेल, असा एक उपाय त्यावर काढला. ती म्हणाली,

राखावे ते ब्रीद करावे पावन । धाडा बोलावणे गोरोबाला ॥
म्हणे मुक्ताबाई भाजले की कोरे । काकाचे उत्तर सत्य मानू ॥

असं म्हणत तिनं गोरोबा जे माझ्यासोबत आले होते, त्यांना हाक मारली आणि म्हणाली, "गोरोबाकाका, तुम्ही कुंभार आहात ना? तुम्ही मातीपासून मडकी बनवता आणि मग ती भाजता. ती भाजून झाल्यावर काय करता?" हा सगळा प्रकार एका बाजूला उभा राहून बघणारा गोरोबा काहीसा संकोचला. चाचरत, उत्तर देत म्हणाला, "मुक्ताबाई, आम्ही ते भाजलेलं मडकं कच्चं भाजल्यालं हाय की चांगलं पक्कं भाजल्यालं हाय, ते तपासताव आनी मंग इकायला बाजारात नेताव. मडकं कच्चं ऱ्हाईलं असल तर त्ये टिकत न्हाई. आनी त्याला बाजारात कुनीबी घेत न्हायी." गोरोबानं मुक्ताबाईच्या प्रश्नाचं उत्तर दिलं. तर लगेच मुक्ताबाईनं पुढे विचारलं, "मग गोरोबाकाका, मला सांगा, मडकं कच्चं राहिलंय की पक्कं भाजलं गेलंय हे तुम्ही कसं ओळखता?" मुक्ताच्या प्रश्नावर गोरोबा हसले आणि म्हणाले, "मुक्ताबाई, आम्ही मडक्याची परीक्षा घेताव आणि मंग ठरवतो." विशेष म्हणजे मुक्तानं लगेच पुढचा प्रश्न केला, "काका, तुम्ही ही परीक्षा कशी घेता? त्यासाठी काय करता?"

आता मात्र तिच्या आणि गोरोबांच्या या प्रश्नोत्तरात सगळ्यांनाच उत्सुकता वाटू लागली. गोरोबांनी एकदा सगळ्यांकडे नजर फिरवली आणि म्हणाले, "मुक्ताबाई, आमच्याकडे थापटणं असतंया. मडकं आवेतनं काढलं की, आम्ही ते थापटणं त्यावर थापटतो. ते थापटणं त्या मडक्यावर थापटलं की, त्यातनं जो आवाज येतो, त्या आवाजावरनं आमी वळखतो की, मडकं कच्चं भाजल्यालं हाय की पक्कं! थापटणं मारल्यावर टण्ऽऽ असा एकसंध आवाज आला, तर मडकं पक्कं भाजल्यालं हाय आणि डब्बऽऽ असा पिचका आवाज आला, तर मडकं कच्चं भाजल्यालं हाय असं आमी वळकतो." गोरोबांनी सविस्तर उत्तर दिलं. ते ऐकून मुक्ताच्या चेहऱ्यावर समाधान पसरलं. ती लगेच म्हणाली, "गोरोबाकाका, आता तुमच्यासोबत ते थापटणं नसेल ना, तर इथल्या कुंभारवाड्यात जाऊन घेऊन या. इथे पलीकडेच आहे कुंभारवाडा. आपण आता सगळ्यांची परीक्षा घेऊ या. कोणाचं मडकं कच्चं आहे आणि कोणाचं पक्कं आहे, याची परीक्षा घेऊ. एकदा सगळ्यांचीच डोकी तपासून पाहू." मुक्ताबाईच्या या बोलण्यावर गोरोबांनी मूकपणे मान हलवली आणि ते झपाट्यानं कुंभारवाड्याकडे गेले. सरदारभाऊ, खरं सांगू तुम्हाला? तिथे होणारा हा प्रकार मला मनापासून आवडला नव्हता. मला तो आवडला नाही आणि माझ्यासोबत असलेल्या चोखोबा, सावता यांना तो कळला नाही. फक्त निवृत्ती, ज्ञानेश्वर आणि सोपान यांनाच उमगलेलं असावं मुक्ताचं काय चाललंय ते; पण तिथे इतरही माणसं होती; त्यामुळे त्यांच्यासमोर काही बोलणं तर अवघड होतं. तिथून उठून जावं, तर तेही शक्य नव्हतं. तिथे स्तब्ध उभं राहणं एवढंच हातात होतं. सगळीजण शांत उभी होती. काही क्षण असेच गेले आणि गोरोबा आले. त्यांच्या हातात थापटणं होतं. ते घेऊन ते पुढे आले. मुक्ताबाईला म्हणाले, "हे बघा थापटणं आणलंय. आता काय करू?" मुक्ताबाई पुढे झाली आणि म्हणाली, "गोरोबाकाका, आता इथे असलेल्या प्रत्येकाच्या डोक्यावर या थापटण्याने थापटून पाहा आणि सांगा, कुणाचं मडकं कच्चं आहे आणि कुणाचं पक्कं?" गोरोबांनी मान झुकवून मुक्ताबाईला होकार दिला आणि ते पुढे झाले. हातातलं थापटणं प्रत्येकाच्या डोक्यावर मारू लागले. अगदी निवृत्ती, ज्ञानेश्वर, सोपान, मुक्ता या चौघांसह चोखोबा, सावता यांच्याही डोक्यावर थापटून झालं; पण त्यातल्या कुणी हूं की चूं केलं नाही. त्या सगळ्यांची मडकी पक्की असल्याचा निर्णय गोरोबांनी दिला. मला सुरुवातीपासूनच हा प्रकार आवडलेला नव्हता. गोरोबा सगळ्यांच्या डोक्यावर थापटणं मारत माझ्याजवळ आले. मी आधीच नाराज होतो. अस्वस्थ झालो होतो. गोरोबा माझ्याजवळ आले. माझ्या चेहऱ्यावर नापसंती होतीच, ती स्पष्ट उमटली. डोळ्यांत रागही उमटला असावा. गोरोबांच्या अनुभवी नजरेनं हे सगळं टिपलं असावं. त्यांनी पुढे होऊन माझ्या डोक्यावर थापटणं मारलं. मी अजून सावध झालो

नव्हतो. ते समोर आल्यावर लगेचच मारतील, असं मला वाटलं नव्हतं. गोरोबा माझे स्नेही होते. ते आधी काहीतरी बोलतील आणि मग मारतील, असं मला वाटलं होतं; पण समोर येऊन उभं राहिल्यावर माझ्याकडे एक कटाक्ष टाकून त्यांनी लगेचच माझ्या डोक्यावर थापटणं मारलं. मी बेसावध होतो आणि कदाचित त्यांनी मला अंमळ जास्तच जोरात मारलं असावं. मी विठ्ठलाचा सखा, उत्तम कीर्तनकार म्हणून पंचक्रोशीत नावाजलेला हे गोरोबांनाही माहीत होतं. एरवी पंढरपुरात माझ्याकडे आले की, गोरोबा माझ्याशी अगदी अदबीनं वागायचे. अशा गोरोबांनी माझ्या डोक्यात थापटणं मारावं याचा मला राग आला. त्यातच मला ते लागलंही होतं आणि अनवधानानं माझ्या तोंडून हलकीशी किंकाळी बाहेर पडली. "आऽऽऽ! गोरोबा काय हे? लागलं की मला!" असं मी ओरडलो आणि तत्क्षणी गोरोबा म्हणाले, "हे मडकं अजून कच्चं आहे."

"गोरा म्हणे कोरा राहिला गे बाई । सुन्नेभरी नाही भाजियेला ।।

गोरोबांनी असं सांगावं आणि तेही सगळ्यांच्या समोर? मला तो फार मोठा अपमान वाटला. एवढंच नाही, तर ज्यांना मदत करायच्या हेतूनं मी एवढ्या लांबवर आलो होतो, त्यांच्यासमोर माझा असा अपमान व्हावा, माझी अशी कुचेष्टा व्हावी या विचारानं मला रडू फुटलं. त्या अपमानानं माझ्या डोळ्यांतून पाणी वाहायला लागलं. आपण पंढरपुराकडे, आपला प्रिय सखा विठ्ठलाकडे धाव घ्यावी, असं मला तीव्रतेनं वाटायला लागलं. कुठून इथे आलो आणि स्वतःचा अपमान करून घेतला, असं मला झालं. सरदारभाऊ, माझं मन अगदी उद्विग्न झालं. मला स्वतःचाच राग यायला लागला आणि विठ्ठलाचासुद्धा! त्यानंच मला इथे यायला लावलं होतं आणि त्याचं ऐकून मी कशाला इथे आलो, असं मला झालं. माझ्या मनामध्ये उद्विग्नता भरून राहिली.

संत समागम फळला रे मला । सन्मानाचा झाला लाभ मोठा ।।
अतिथी आदर केला मुक्ताबाई । लाकडाने डोई फोडिली माझी ।।
देवाने गोंधळ घातला गरुडपारी । भिजली पितांबरी अश्रुपाती ।।
माझे माझे म्हणूनी गाईले गाऱ्हाणे । कळले संतपण हेचि तुमचे ।।
भरी भरोनिया आलो तुमचे जवळी । कैकाड मंडळी ठावी नोव्हे ।।
नामा म्हणे सन्मान पावलो भरून । करिता गमन भले दिसें ।।

अशी माझी अवस्था झाली. मला एक क्षणभरही तिथे राहवेना. थांबवेना. आपण क्षणभरही इथे न थांबता आपल्या पांडुरंगाकडे धाव घ्यावी, असं मला वाटायला लागलं. झाल्या प्रसंगानं मला फार फार वाईट वाटलं. फार वाईट

वाटलं!" नामदेव क्षणभर बोलायचा थांबला. त्याला तो सगळा प्रसंग जसाच्या तसा आठवला असावा. आत्ताही बोलताना त्याचा कंठ दाटून आला. डोळ्यांत पाणी उभं राहिलं. मोठ्या निग्रहानं त्यानं ते पाणी परतवलं. तो घडलेला प्रसंग त्याच्या मनाला किती चटका देऊन गेला असेल, ते प्रतीत होत होतं.

सरदाराच्याही ते लक्षात आलं. त्यालाही काहीसं गहिवरून आलं होतं. स्वतःच्या मनाला आवर घालत त्यानं नामदेवाच्या खांद्यावर हात ठेवला. त्याच्या स्पर्शातला दिलासा नामदेवापर्यंत पोहोचला. त्यानंही स्वतःला सावरलं आणि त्याच्या प्रयत्नाला न जुमानता डोळ्यांतून ओघळलेलं पाणी पुसत त्यानं पुढे सांगायला सुरुवात केली. "मी फार फार दुखावलो गेलो होतो आणि तत्क्षणी माझ्या मनानं निर्णय घेतला, हे सगळं सोडून परत माघारी फिरण्याचा. माघारी पंढरपूरला, माझ्या पांडुरंगाजवळ... माझ्या गावात, माझ्या सुरक्षित जागी. माझ्या उबदार घरट्यात. मी हा निर्णय घेतला; तसेच तुला माझे स्मरण राहिले नाही, असेही मी त्याला म्हणालो आणि मला वाटतं, माझ्या बोलण्याचा विठ्ठलाला राग आला. तरीही मी माझं, माझ्या वागण्याचं समर्थनच करत राहिलो.

वटारोनि डोळे पाहती आभास । मग त्याचा भास कळो नेदी ॥
भाजा भाजा म्हणोनि उठली एकसरा । मग म्यां बाहेरा गमन केले ॥
आता आजवरी द्याल त्यांचे हाती । होऊ पाहती माती जीवित्वाची ॥
अभयाचे दान द्यावे बा श्रीहरी । दुर्बळ बाहेरी घालू नये ॥
समर्था लांछन लागते नावाचे । न जाणो देवाचे असेल काही ॥
नामा म्हणे नाव पतितपावन । तेया बोला उणे आणू नये ॥

असंही विठ्ठलाला सांगत राहिलो. मागत राहिलो. विनवत राहिलो. मी वागलो ते बरोबर की चूक याची शहानिशा करत राहिलो. रागर्थन करत राहिलो. माझी घायाळ अवस्था बघून विठ्ठलानं क्षणभर मला पोटाशी धरलं; पण क्षणभरच! नंतर मात्र तो म्हणाला, "नामया, अरे मुक्ताबाई म्हणाली ते बरोबरच आहे. तिचं काहीच चुकलं नाही." विठ्ठलाच्या या बोलण्यानं मला धक्काच बसला. "पांडुरंगा, अरे तू पण तिचीच बाजू घेतोस? मी तुझा सखा ना? ती कोण कुठली मुक्ताबाई, तू तिचंच बरोबर आहे म्हणतोस? अरे, ती मला किती बोलली? किती शब्दांनी तिनं माझा अपमान केला आणि तरी तू तिचीच बाजू घेतोस?" धक्का बसून मी विठ्ठलाला विचारलं. त्यानं मुक्ताबाईची बाजू घ्यावी हे मला अजिबात सहन झालं नाही. "अरे विठ्ठला, कसली ती मुक्ताबाई?

लहानसी मुक्ताई जैसी सणकांडी । केले देशोधडी मान संत ॥
सगळेची काखेसी घेई ब्रह्मांड । नामा म्हणे पाखंड दिसते मज ॥

आणि विठ्ठला, तू तिचे बरोबर आहे म्हणतोस? ती मला इतकं बोलली तरी?'' मी पुनःपुन्हा विठ्ठलाला हेच विचारत होतो. विठ्ठलाच्या चेहऱ्यावर एक गूढ हास्य उमटलं. तो म्हणाला, ''नामया, मुक्ताबाई तुला काय काय बोलली ते तुला कळलं; पण ती काय बोलली ते तुला उमजलं नाही. अरे, तिचे शब्द काय होते यापेक्षा त्याचा मथितार्थ काय होता, तो समजून घे. नामया, मुक्ताई तुझ्या कल्याणाचा मार्गच तुला सुचवत होती. तुझ्या भक्तीच्या अधिष्ठानाला ज्ञानाचं प्रतिष्ठान देऊ पाहत होती. नामया, मुक्ताई तुला काय म्हणाली? 'गुरुवीण तुज नव्हेचि गा मोक्ष । होईल मुमुक्षु साधक तू ॥' आणि मुक्ताई काय म्हणाली, 'म्हणे मुक्ताबाई पुरे ते दर्शन । गुरुवीण संतपण आहे कोठे?' म्हणजे अरे वेड्या, तू भक्त आहेस, सखा आहेस; पण गुरूशिवाय ना तुझ्या भक्तीला अर्थ आहे, ना तुझ्या सखा असण्याला.'' असे मला सांगून पांडुरंग म्हणाला, ''नामया,

श्रीगुरुवाचोनि मुक्ती तुज नाही । भवनदी डोही नुतरसी ॥
शरण गुरूसी झालीया सप्रेमे । संसाराचा श्रम उतरोनी ॥
गुरू वाचुनि कैंसा मुक्तिठाव । संसार हा वाव कैसा होय ॥
म्हणूनि नामया तुंवा गुरूसि जावे शरण । तेणे भवबंधने मुक्त होती ॥

तेव्हा नामया, गुरूशिवाय मुक्ती नाही हेही लक्षात ठेव!'' पांडुरंगानं मला असं सांगितलं; पण मला ते फारसं पटलं नाही. मी त्याला म्हणालो, ''विठ्ठला, अरे तू माझ्यासोबत असताना मला दुसरा गुरू कशाला हवा? आणि तो असं माझं काय कल्याण करणार आहे?'' पण, माझं हे म्हणणं विठ्ठलानं खोडून काढलं आणि त्यानं जवळजवळ मला आज्ञा केली की, मी गुरूला शरण जावं.

श्रीविठ्ठले आपल्या मुखवचने । नामदेवासी करी आज्ञापन ॥
होवोनि दीनाचे अति दीन । सद्गुरूसी शरण रिघावे ॥
मग श्रीहरि म्हणे अज्ञान । सांडून सेविजे सद्गुरुचरण ।
तुझ्या प्रेमे माया सोंग धरून । लटिका तुजपाशी मी खेळें ॥
जव सद्गुरूचे नाही सेवन । तव मी जैसे स्वप्नीचे धन ॥
माझे न तुटे भवबंधन । सद्गुरू आज्ञेवाचूनी ॥

विठ्ठलानं असं मला आग्रहानं सांगितलं आणि माझ्याविषयी त्याचा कळवळा बघून मला भरून आलं आणि भरून पावलंही. खरोखरच मी हा विचारच केला नव्हता. मी माझ्या या सगळ्या संसारात रमलो होतो. या संसारातून पलीकडे जाण्याचा विचारही माझ्या मनाला शिवला नव्हता. माझा भोवताल, ज्याला मी ज्ञानाचा सागर समजत होतो, ते एक डबकं होतं हे मला आत्ता उमगलं. माझ्या

मनात उद्‌भवलेला निवृत्ती, ज्ञानेश्वर, सोपान, मुक्ताबाई यांच्यावरचा राग क्षणात मावळला. त्यांचे ते ऋणच मानायला हवे होते. त्यांनी माझे डोळे उघडले होते. गुरूवीण भक्तीला अर्थ नाही आणि ज्ञानाला प्रतिष्ठा नाही हे मला कळले होते; पण मग मी गुरू म्हणून कोणाची निवड करावी, हे ज्ञान घेण्यासाठी कोणाकडे जावे, हे मला समजत नव्हते. आता निवृत्ती-ज्ञानेश्वर-सोपान-मुक्ता यांना विचारावे, तर मी तिथून लांब निघून आलो होतो. मग मला मार्ग दाखवेल असा इथे कोण होता? अर्थातच विठ्ठल. मी त्यालाच विचारायचे ठरवले.

तेणे नामा सद्‌गदित झाला । विठोबाच्या चरणी लागला ॥
कोण गुरू पाहिजे केला । ते सांगिजे स्वामिया ॥''

असं मी विठ्ठलालाच विचारलं. ''विठ्ठला, मला तुझ्याशिवाय कोणी नाही. आता तूच मला सांग, मी कोणाकडे जाऊ? कोणाला गुरू म्हणून शरण जाऊ?'' विठ्ठलाला माझा हा प्रश्न अपेक्षितच असावा. त्याने माझ्यासाठी मनात काही योजले असावे. तो म्हणाला, ''नामया, तू आधी चांगल्या गुरूची लक्षणे जाणून घे.'' असं म्हणून त्यानं गुरू कसा असला पाहिजे, हे मला समजावून सांगितले आणि मग म्हणाला, ''नामया, असा गुरू मिळवण्यासाठी तुला औंढ्या नागनाथाला जावे लागेल. तिथे विसोबा खेचर आहे. त्याला तू शरण जा. त्याला गुरूस्थानी मान. त्याची सेवा कर.

देव म्हणे नामया विसोबा खेचरासी । शरण तयासी जावे वेगी ॥''

''आणि सरदारभाऊ, मी विठ्ठलाची आज्ञा शिरसावंद्य मानून औंढ्या नागनाथाची वाट धरली. मी विठ्ठलाच्या आज्ञेने गुरूशोधार्थ निघालो आहे, हे मी फक्त घरी जनाबाईला सांगितलं. जनाबाई माझी बालसखी, तीच फक्त मला समजून घेऊ शकत होती. आणि ती घरातल्या बाकीच्यांची समजूत काढेल, याचा मला विश्वास होता.''

नामदेव क्षणभर बोलायचा थांबला. त्याच्या घशाला कोरड पडली असावी. पाणी पिण्यासाठी तो उठणार तेवढ्यात आतून राजाई आंबिल घेऊन आली. नामदेवाला बरं वाटलं. त्यानं एक कटाक्ष राजाईकडे टाकला. काही क्षण तिथे शांतता पसरली. सगळेजण आंबिल पीत होते. आंबिल पिऊन झाली. गोणाईनं भांडी उचलली. आत घेऊन गेली. जाता-जाता नामदेवाला म्हणाली, ''नामा, मध्यरात्र होत आली. झोपा आता.'' नामदेवानं होकारार्थी मान डोलवली. गोणाई आत गेल्यावर त्यानं पुन्हा बोलायला सुरुवात केली. सरदारही उत्सुकतेनं पुढचं ऐकण्यासाठी सरसावून बसला.

''तर सरदारभाऊ, मी औंढ्या नागनाथाला गेलो. तिथे गावाच्या वेशीवरच एक

शंकराचं मंदिर होतं. गुरू कोणी भेटलाच तर मला या मंदिरातच भेटेल, असं माझ्या मनानं घेतलं. मी मोठ्या आशेनं मंदिरात प्रवेश केला. आत गाभाऱ्यात मी शिवलिंगाचं दर्शन घ्यायला गेलो. शंकराची मोठी पिंडी तिथे होता आणि काय सांगू महाराज तुम्हाला, एक अगदी घाणेरड्या अवतारातला जख्ख म्हातारा त्या पिंडीवर पाय ठेवून आरामात निजला होता. माझा राग अनावर झाला. मी संतापानं ओरडलो, "अरे ए म्हाताऱ्या, तुला काही लाज-शरम? खुशाल देवावर पाय ठेवून निजला आहेस? काय म्हणावं तुला? एवढं वय वाढलं तरी तुला अक्कल आली नाही का? पाय ठेवायला तुला हीच जागा सापडली का? दुसरीकडे जाऊन तुला निजता येत नाही का?'' मी संतापानं विचारलं. माझं असं संतापाचं बोलणं ऐकून त्या म्हाताऱ्यानं डोळे उघडले. एकदा माझ्याकडे पाहिलं, एकदा शंकराच्या पिंडीकडे पाहिलं आणि म्हणाला, "बरं झालं पोरा, तू आलास ते! अरे पाय ठेवण्यासाठी देव नाही अशी जागा मी खूप शोधली; पण मला तशी जागाच सापडली नाही. आता माझं वय झालंय. मी थकलोय. आता मलाच माझे पाय उचलत नाहीत. आता तू आलाहेस तर तू माझे पाय उचलून ठेव. मात्र, जिथे देव नाही तिथे ठेव हं!'' मी एवढा संतापून बोललो तरी त्या म्हाताऱ्यानं मला अजिजीच्या स्वरात विनवलं. त्या म्हाताऱ्याची दशा खरंच तशी वाटत होती. आपण त्याच्या वयाचा विचार न करता त्याला इतकं तडकून बोलायला नको होतं, असं वाटून मी किंचित ओशाळलो. आपण त्याला मदत करावी या उद्देशानं मी पुढे झालो. पिंडीजवळ गेलो. पिंडीवरचे त्याचे पाय मी वाकून उचलले. का कोण जाणे; पण त्याच्या पायाला स्पर्श करताच माझ्या अंगावर शहारा आला. एक वेगळीच अनुभूती होती ती. मला तसं का वाटलं मला काही कळलं नाही; पण काहीतरी वेगळं वाटलं एवढं नक्की! मी पुढे झालो. वाकून त्याचे पाय उचलले आणि पिंडीवरून उचलून ते दुसरीकडे ठेवू लागलो. मी त्याची पावलं दुसरीकडे जिथे ठेवू पाहत होतो, तिथे मी त्याची पावलं ठेवणार, तोच तिथेही त्याच्या पायाखाली पिंड उमटली. त्याचे पाय तिथे न टेकवता मी दुसरीकडे ठेवू लागलो, तर तिथेही पिंड उमटली. त्या गाभाऱ्यात त्याचे पाय मी जिथे जिथे टेकवू पाहत होतो, तिथे तिथे पिंड उमटत होती. एक वेळ अशी आली की, तो अखंड गाभारा शिवलिंगांनी भरला. कुठेही पाऊल ठेवायला जागा राहिली नाही. मी त्याचे पाय उचलून धरून तसाच ओणवा उभा राहिलो होतो. आणि... आणि... अचानक माझ्या डोक्यात प्रकाश पडला. तो सुरुवातीला म्हणाला होता त्या वाक्याचा अर्थ आत्ता मला उमगला आणि मी थरारलो. माझं ज्ञान किती तोकडं आहे, याची मला जाणीव झाली. मी विष्णूचे दशावतार लिहिले होते, माझ्या कीर्तनातून तर सतत सांगितले होते; पण देव या चराचरात सर्वत्र भरलेला आहे, हे साधं ज्ञान मला झालं नव्हतं. तत्क्षणी... तत्क्षणी मला उमजलं, आपण ज्या व्यक्तीला शोधत होतो, तोच

हा! हाच आपला गुरू, हाच तो विसोबा खेचर.'' माझ्या मनानं निःसंदिग्धपणे कौल दिला आणि त्या व्यक्तीचे पाय सोडून देऊन मी त्यांच्या पायांवर कोसळलो. माझे डोळे मिटले होते आणि डोळ्यांतून अश्रूंच्या धारा लागल्या होत्या. काही क्षण तसेच गेले. मी डोळे उघडले. माझे हात त्यांच्या पावलांवर होते आणि आता ती पावलं जख्ख म्हाताऱ्याची नव्हती, तर ती एका योग्याची पावलं होती. सगळ्या शुभचिन्हांनी अंकित. ती नितळ, निमुळती, शुभ चिन्हांकित पावलं बघितल्यावर माझं भान हरपलं. मी अत्यंत व्याकुळपणे त्या पावलांवर माझं मस्तक टेकवलं. ''ऊठ नामदेवा! ऊठ!'' गुरूंचा तो आवाज मला आदेश देत होता; पण मी आता सावध झालो. मी म्हणालो, ''आचार्य, माझा या दामाशेटी-गोणाईचा पुत्र असलेल्या नामदेवाचा आपण शिष्य म्हणून स्वीकार केल्याशिवाय मी हे चरण सोडणार नाही!'' माझ्या तोंडून हे वाक्य उमटलं आणि ते जेव्हा मी स्वतःच ऐकलं, तेव्हा माझा मीच आश्चर्यचकित झालो. इतकी विनम्रता त्या वाक्यात भरली होती. जणू मी नामदेव नव्हतोच, कीर्तनकार नामदेव नव्हतो, अभंग रचणारा, आख्यानं लिहिणारा नामदेव नव्हतो, विठ्ठलाचा सखा नामदेव नव्हतो, भक्त नामदेव नव्हतो, तर मी फक्त दामाशेटी आणि गोणाईचा पुत्र नामदेव होतो. माझं मलाच नवल वाटलं. एकतर आत्तापर्यंत कधी माझी मला स्वतःची ओळख करून द्यावी लागलीच नव्हती; कारण सगळं गाव मला ओळखत होतं आणि मी गावाचा परीघ कधी फारसा ओलांडलाच नव्हता. ''गुरू भेटला की, त्याला सर्वार्थानं शरण जा,'' या विठ्ठलाच्या आदेशाचा अर्थ मला आत्ता उमजला आणि माझी इतर कोणतीही, दुसरी कसलीही ओळख न सांगता, मी माझ्या आई-वडिलांचा पुत्र एवढीच माझी ओळख सांगितली होती. गुरूंना मी सर्वार्थानं, संपूर्ण शरण गेलो होतो. माझ्या या वर्तनानं गुरू प्रसन्न झाले असावेत. ''ठीक आहे नामदेवा! आजपासून तू या विसोबा खेचराचा शिष्य झालास. विठ्ठलाच्या आदेशावरून तू इथं आला आहेस, हे मी जाणतो. विठ्ठलानंच मला हे सांगितलं आहे. आजपासून हा विसोबा खेचर तुझा गुरू झाला. ऊठ!'' गुरूंनी माझा शिष्य म्हणून स्वीकार केला आणि मी आनंदलो. त्यांच्याकडे त्यासाठी कृतज्ञता व्यक्त करावी म्हणून मी वर पाहिलं आणि मी दचकलोच. नुसता दचकलो नाही, तर घाबरलोसुद्धा! माझ्या समोर चांगली वीतभर जीभ बाहेर काढून एक योगी बसला होता. ते स्वतः गुरुवर्य आहेत हे कळायला मला काही क्षण लागले. तोच पुन्हा त्यांची मुद्रा बदलली. आता बाहेर लोंबणारी जीभ त्यांनी उलटी आत वळवली होती. अगदी पार आत, पडजिभेच्याही आत! त्यांच्या डोळ्यांची बुबुळं ऊर्ध्व कोपऱ्यात म्हणजे भुवईजवळ होती आणि त्यांचा चेहरा अतिशय तेजस्वी दिसत होता. तेजाचं एक वलय त्यांच्या चेहऱ्याभोवती होतं, जे मला निवृत्ती, ज्ञानेश्वर, सोपान आणि मुक्ता या चार बालकांच्या चेहऱ्याभोवती दिसलं होतं. तेव्हाच्या त्या प्रसंगाने माझ्या

त्या वेळी ही गोष्ट लक्षात आली नव्हती; पण आता आचार्यांच्या चेहऱ्याभोवतीचं तेजाचं वलय बघितलं आणि मला ते आठवलं. खरोखर, मी किती मूर्ख होतो आणि किती अहंकारी. म्हणूनच त्या चार तेजस्वी बालकांना नावं ठेवत मी तिथून बाहेर पडलो होतो. खरोखरच गुरूचा महिमा अगाध असतो, हे खरंच आहे. नुसतं गुरूच्या सान्निध्यात आल्यावर माझे डोळे उघडले होते. मला कित्येक गोष्टींचं ज्ञान झालं होतं. मुक्ताबाई म्हणत होती ते खरंच होतं.

श्रीगुरूवाचोनि मुक्ती तुज नाही । भवनदी डोही नुतरसी ॥

असं मुक्ताबाई म्हणाली ते किती खरं होतं, हे मला आता उमगलं. मी मनोमन त्या चौघांचे आभार मानले. विठ्ठलाचं नामस्मरण केलं आणि गुरूंच्या चरणाजवळ बसलो. माझ्या आयुष्यात गुरूपदेशाला सुरुवात झाली होती. माझ्या गुरूंनी मला असं सांगितलं–

सर्वकाळी परमात्मा आहे सर्व देशी । भावना हे अहर्निशी दृढ धरी ।
संतसमुदाय मिळती जेथे जेथे । जाय तेथे तेथे लोटांगणी ॥
चिंता न करी नामया येणे तरसी जाण । तुज सांगितली खूण निर्वाणीची ॥

माझ्या गुरूंनी मला असं सांगितलं आणि त्या चौघांना नमस्कार न करण्यात आपण किती मोठी चूक केली, ते मला प्रकर्षानं जाणवलं. नरसिंहाचे आख्यान आपण आत्तापर्यंत नुसतंच लिहीत होतो. त्यातल्या 'देव सर्वत्र आहे' या संदेशाकडे आपण लक्षच दिलं नाही, असं माझ्या लक्षात आलं आणि नुसतं ज्ञान असून उपयोगाचं नाही, तर ज्ञानाला गुरूचं अधिष्ठान कशासाठी असलं पाहिजे, याचा पूर्ण बोध मला झाला आणि जेव्हा गुरूंनी

सूर्याचा प्रकाश सर्व सृष्टीवरी । धन्य तो अंतरी सर्व काळ ॥
स्वर्गादी पाताळ सर्व पूर्ण जळे । चातका न मिळे मेघावीण ॥
नारायण पूर्ण सर्व भूतांठायी । अभाग्यासी नाही तिही लोकी ॥
नामा म्हणे गुरुकृपेचे अंजन । पायाळासी धन दिसे जैसे ॥

असं अंजन माझ्या डोळ्यांत घातलं, तेव्हा आपल्या भक्तीला ज्ञानाचं आणि ज्ञानाला गुरुकृपेचं अधिष्ठान लाभलं आहे, असा एक वेगळा आणि परिपूर्णतेचा आश्वासक आभास मला झाला आणि सरदारभाऊ, मी धन्य झालो. गुरुकृपेमुळे मी कृतार्थ झालो आणि हे सगळं जिच्यामुळे घडलं किंवा जिच्या मध्यस्थीतून माझ्या विठ्ठलानं घडवून आणलं, त्या मुक्ताईचा मी ऋणी आहे.'' नामदेवानं आपली आणि आपल्या गुरूची कहाणी सांगितली आणि तो थांबला. इतका वेळ अत्यंत उत्सुकतेनं,

लक्षपूर्वक नामदेवाचं हे बोलणं ऐकत असलेले ते सरदारही सगळी हकिकत ऐकून समाधान पावले. त्यांच्या मनातल्या सगळ्या प्रश्नांची उत्तरं जणू मिळाली होती; पण या कहाणीनंतर त्यांच्या मनात उद्‌भवलेला एक प्रश्न त्यांच्या डोळ्यांत उमटला. नामदेवानं तो वाचला आणि म्हणाला, ''सरदारभाऊ, आता कोणती शंका तुमच्या मनात उद्‌भवली आहे? जरूर विचारा.'' नामदेवाच्या मनकवडेपणाचं आणि चेहरा वाचण्याच्या कौशल्याचं त्या सरदाराला नवल वाटलं. अर्थात, विठ्ठलाचा दगडी मूर्तीचा चेहरा जो रोजच्या रोज वाचतो, त्याला सजीवांचे चेहरे वाचणे मुळीच अवघड नव्हते. या कौतुकाच्या नजरेनं नामदेवाला न्याहाळत सरदाराने प्रश्न केला, ''नामदेव महाराज, सर्वांभूती परमेश्वर ही तुमच्या गुरूंनी तुम्हाला शिकवण दिली. त्याचा पुढच्या आयुष्यात काही अनुभव आला का?'' त्याचा प्रश्न नामदेवाला आवडला. मोठ्या उत्साहानं त्याला उत्तर देत नामदेव म्हणाला, ''सरदारभाऊ, तुम्हाला एक प्रसंग सांगतो. अर्थात, तो प्रसंग म्हणजे माझ्या बालपणातल्या एका प्रसंगाची पुनरावृत्तीच आहे; पण बालपणी त्या प्रसंगाचा अर्थ वेगळा होता आणि आता गुरुकृपा झाल्यावर त्या प्रसंगाला वेगळे रूप आले. गुरुगृही, गुरूंची सेवा करताना एक दिवस मी जेवण रांधत होतो, तेव्हा एक कुत्रं येऊन चुलवणाजवळ ठेवलेली भाकरी घेऊन गेलं. मी तुपाची लोटी घेऊन त्याच्या मागं गेलो आणि म्हणालो, ''हे जगजेठी, कोरडी भाकरी खाऊ नको. त्यावर तूप घे!'' तेव्हा श्वानाचे रूप सोडून ईश्वर तिथे प्रकट झाला आणि त्यानं विचारलं, ''नागया, तुला कसं कळलं रे?'' तेव्हा मी उत्तरलो. ''प्रभू, ही गुरूची कृपा आहे! महात्मन, गुरू उपदेशामुळे माझ्या दृष्टीत असा फरक झाला. सर्वांभूती ईश्वर आहे हे मला समजलं, उमगलं आणि उमजलंसुद्धा! एवढंच नव्हे, तर मी जे अभंग रचतो त्याच्या रचनेची एक पद्धत, एक शैली, एक रीतही मला गुरूंनी शिकवली, सांगितली, सुचवली. खरंतर मी मला जसं सुचेल तसं लिहीत होतो. जशी जमेल तशी रचना करत होतो; पण गुरूंच्या उपदेशानं त्या माझ्या रचनांनाही एक सुसूत्रता आली, सूत्रबद्धता आली. गुरूंनी मला सुचवलं होतं...

खरं सांगू तुम्हाला...

अभंगाची कळा नाही मी नेणत । त्वरा केली प्रीत केशीराजे ॥
अक्षरांची संख्या बोलिते उदंड । मेरु सुप्रचंड शर आदी ॥
सहा साडेतीन चरण जाणावे । अक्षरे मोजावी चौक चारी ॥
पहिल्यापासोनि तिसऱ्यापर्यंत । अठरा गणित मोज आले ॥
चौक चारी आधी बोलिलो मातृका । बाविसाची संख्या शेवटील ।
दीड चरणाचे दीर्घ ते अक्षर । मुमुक्षु विचार बोध केला ॥

नामा म्हणे मज स्वप्न दिले हरी । प्रीतीने खेचरी आज्ञा केली ॥

आणि सरदारभाऊ, गुरूंनी मला 'अक्षरांची संख्या ही उदंड' असली पाहिजे असंही सांगितलंय. महात्मन्, आता माझ्या जीवनाचं उद्दिष्ट मला सापडलंय. मी त्याच्या पूर्ततेचा विचार करतो आहे. मला आपल्या शुभेच्छा आणि आशीर्वाद हवे आहेत, ज्यांची मला उद्दिष्टपूर्तीसाठी मदत होईल!'' असं सगळं सांगून नामदेव बोलायचा थांबला, तेव्हा मध्यरात्र उलटून गेली होती. 'हा दिवस आपल्या जीवनातला सर्वांत भाग्यशाली दिवस आहे' अशा विचारातच त्या सरदारानं अंथरुणाला पाठ टेकली. नामदेवासारख्या महान भक्ताला आपण जमेल तशी मदत करायची, असा निश्चय मनाशी करतच सरदार झोपी गेला. आपल्या गुरूंच्या विचारानं नामदेव मात्र नंतर बराच वेळ जागा होता.

विठ्ठल आज अतिप्रसन्न होता. ती प्रसन्नता त्याच्या चेहऱ्यावरही उमटली होती. त्याचं कारण जाणून घेण्याची रुक्मिणीला आत्यंतिक इच्छा झाली; पण विचारावं की नाही, विचारलं तर तो सांगेल की नाही, अशी शंका तिच्या मनात होतीच; पण शेवटी तिला राहवलं नाही. तिनं विचारलंच, ''स्वामी, आज अतिप्रसन्न दिसता आहात. मला कारण कळेल काय?'' तिच्या विचारण्यानं विठ्ठल आणखी प्रसन्न झाला. तरीही तिला उत्तर देण्याआधी म्हणाला, ''वा रुक्मिणी! आज विशेष आहे. माझ्या प्रसन्नतेचं कारण तुला जाणून घ्यायचंय? मला आनंद वाटतोय!'' त्याचं हे खोचक बोलणं ऐकून रुक्मिणीला थोडा राग आला; पण आपण आता तो राग दाखवला तर हा काहीच सांगणार नाही, म्हणून ती एवढंच म्हणाली, ''मला कारण समजलं तर मीदेखील प्रसन्न होईन!'' विठ्ठल पुन्हा प्रसन्नपणे हसला आणि म्हणाला, ''देवी, नामदेवाला गुरुकृपा लाभून पाच वर्षे होऊन गेली. मला बघायचं होतं, त्याच्या ते किती लक्षात राहिलंय ते! नाहीतर पुन्हा माझा सखा असल्याच्या आविर्भावात तो गुरूला विसरायचा; पण तसं झालेलं नाही. नामदेवाच्या सर्व लक्षात आहे. अगदी गुरूनं केलेलं मार्गदर्शनसुद्धा! म्हणजेच रुक्मिणी, त्याच्यातला त्या वेळी असलेला अहंभाव सगळा गळून गेलाय. हे बघून मला फार आनंद झाला. मला फार प्रसन्न वाटलं बघ.'' विठ्ठलाचं बोलणं ऐकून रुक्मिणी मंदसं हसली. भक्ताच्या बाबतीत आपला नवरा किती सजग आहे, याला त्यांची किती चिंता आहे, हे तिला काही नवीन नव्हतं. फक्त पुन्हा एकदा त्याचा दाखला मिळाला होता एवढंच! तिच्याही चेहऱ्यावर प्रसन्नता उमटली. तिरप्या नजरेनं तिच्या चेहऱ्याकडे पाहणाऱ्या विठ्ठलाचा चेहरा अधिकच प्रसन्न झाला एवढं मात्र खरं!

१८

दुसऱ्या दिवशी सकाळी तो सरदार आपल्या कुटुंबकबिल्यासह कर्नाटकात रवाना झाला; पण जाताना त्यानं खूप काही भेटवस्तू आणि नजराणा देऊन नामदेवाचा आणि त्याच्या घरच्या लोकांचा सत्कार केला. नामदेवाच्या घराला वर्षभर पुरेल असा शिधा दिला. नामदेवाचा निरोप घेताना तो म्हणाला, ''नामदेव महाराज, तुम्ही लोकांसाठी जे काही करताय, त्याची ही लहानशी परतफेड आहे. तुम्ही संकोच करू नका आणि कधीही कर्नाटकात यावंसं वाटलं, तर मला सांगावा धाडा. तिथे मी तुमची सगळी व्यवस्था करेन. सध्या सगळीकडे धामधुमीचा काळ चालू आहे. यवनांच्या आक्रमणाने अवघा मुलूख होरपळून निघतोय; पण तरीही मी तुमची व्यवस्था करेन.'' असं सांगून एकदा नामदेवाच्या पायावर आपलं डोकं टेकवून, त्या सरदारानं नामदेवाचा निरोप घेतला. मात्र, हे दोन-तीन दिवस आपल्या आयुष्यातले सर्वांत चांगले दिवस होते, असा मनाचा कौल घेऊनच तो तिथून निघाला.

सरदार गेला आणि नामदेवाचे दैनंदिन कार्यक्रम सुरू झाले. सरदाराला आपल्या आयुष्यातली एक महत्त्वाची घटना मोकळेपणानं सांगितल्यावर नामदेवालाही बरं वाटलं होतं. विशेषतः त्या प्रसंगानंतर ज्ञानेश्वर आणि त्यांच्या भावंडांची पुन्हा जेव्हा नेवाशाला भेट झाली, तेव्हाची आपली मनःस्थिती कशी होती, त्या पूर्वप्रसंगांची ते आठवण काढतील याची आपल्या मनात भीती कशी होती आणि त्यांनी मधुर बोलण्यानं ती कशी घालवली, हे सांगताना नामदेवाला भरून आलं होतं. ज्ञानेश्वर आणि त्यांची इतर तीन भावंडं निवृत्ती, सोपान आणि मुक्ता यांचं अलौकिकत्व आता सगळ्या समाजाच्या लक्षात आलं होतंच आणि ते सर्वांपर्यंत पोहोचवण्यात आपलं आणि आपल्या कीर्तन कलेचंही योगदान आहे, याचंच नामदेवाला अप्रूप वाटत होतं. आता तर तो आपल्या कीर्तनात ज्ञानेश्वरीही सांगत असे. ज्ञानेश्वरांनी ज्ञानेश्वरी लिहून पूर्ण केल्यावर आपल्या गुरूंच्या म्हणजे निवृत्तीनाथांच्या सांगण्यावरून 'अमृतानुभव' हा ग्रंथ लिहिला आणि नामदेवानं त्याचाही अभ्यास करून त्याही

ग्रंथाचं निरूपण आणि विवेचन आपल्या कीर्तनातून सांगायला सुरुवात केली. ज्ञानेश्वरांनी बहुजन समाजासाठी खुलं केलेलं ज्ञान त्या समाजापर्यंत पोहोचवण्याचा वसाच जणू नामदेवानं घेतला आणि तो वसा पूर्ण करण्याच्या मागे तो लागला. हे करत असतानाच स्वतःची अभंगरचनाही तो करतच होता. एकदा एक प्रसंग असा घडला की, एक कथेकरी बुवा पंढरपूरला आले होते. चक्रधरस्वामींच्या महानुभाव पंथाचे ते पुरस्कर्ते होते. ते आपल्या कथांमधून चक्रधरस्वामींच्या कथा सांगत असत. त्यांची कथा रंगवून सांगण्याची हातोटी होती. चक्रधरस्वामींचे जीवनकार्य सांगणाऱ्या लीळाचरित्रातील कथा ते रंगवून सांगत. लीळाचरित्रकार म्हाईंभट यांची शब्दरचना, छोटी छोटी वाक्यं यांचं ते कौतुक करत. ते कथेकरी बुवा पंढरपूरला आले, तेव्हा नामदेवाची कीर्ती त्यांच्या कानावर पडली. त्यातच नेहमीच्या रिवाजाप्रमाणे नामदेव कथेकरी बुवांना भेटायला गेला. वयानं पन्नाशीच्या आसपास असलेले बुवा मोठे तेजस्वी होते, अभ्यासू होते आणि महानुभाव पंथाचे कट्टर अनुयायी होते. नामदेव भेटला, तेव्हा त्यांना खूप आनंद झाला. नामदेवांसारखा अभ्यासू कीर्तनकार आपल्या महानुभाव पंथात यावा आणि चक्रधर स्वामींचं कार्य त्यानं आपल्या कीर्तनाच्या माध्यमातून सर्वदूर पोहोचवावं, अशी इच्छा त्यांनी व्यक्त केली. बोलता बोलता त्यांनी विचारलं, "नामदेव, तुम्ही अभंगरचना करता म्हणे! मग मला एक सांगा, ही अभंगरचना तुम्ही गुरूआज्ञेनं करता की असंच मनाला येईल तेव्हा आणि मनाला येईल तसं लिहिता? नामदेव, मला असं विचारायचं आहे की, तुमच्या प्रतिभेला गुरूच्या आशीर्वादाचं अधिष्ठान आहे की नाही? कारण आम्ही सगळेजण स्वामी म्हाईंभटांनी लिहिलेल्या चक्रधरस्वामींच्या लीळाचरित्राचा अभ्यास करून कथाआख्यान सांगतो. आम्हाला स्वामींची तशी आज्ञाच आहे. तुमचं काय?" बोलता बोलता, विचारता विचारता ते कथेकरी बुवा काहीसे व्यंगात्मक स्वरात, उपहास करण्याच्या उद्देशाने बोलू लागले. नामदेवाच्या ते लक्षात आलं. आत्ता यांना समजेल असंच उत्तर द्यावं लागणार हे त्यानं ओळखलं आणि तो म्हणाला, "महात्मन्, आपला प्रश्न अगदी उचित आहे. सुरुवातीला मी या पांडुरंगालाच माझा गुरू मानून मला जमेल तशी अभंगरचना करत होतो; पण मुक्ताबाई माउलीनं माझे डोळे उघडले. मला गुरूची महती समजली आणि विठ्ठलाच्या आज्ञेवरून मी औंढ्या नागनाथ इथे गेलो. तिथे जाऊन मी विसोबा खेचर या गुरूंचे शिष्यत्व मिळवले आणि त्या महान गुरूंनी मग माझ्या ज्ञानाला, माझ्या बुद्धीला, माझ्या विचारांना, माझ्या अभंग रचण्याला एक दिशा दाखवली. एक आकार दिला. एक रचनाबद्धता शिकवली आणि आता मी त्याप्रमाणे रचना करतो. माझ्या गुरूंनी मला सांगितले, त्याप्रमाणेच मी शब्द बांधतो." नामदेवानं नम्रपणे सांगितलं. कथेकरी बुवा किंचित हसले आणि म्हणाले, "मला एखादा नमुना दाखवाल का? मी असं ऐकतो की, तुम्ही वारकरी आहात

आणि जीव आणि शिव एकच आहे, आत्मा आणि परमात्मा एकच आहे असे तुम्ही मानता. आमचा महानुभाव पंथ तसे मानत नाही. तो जीव, देवता, प्रपंच आणि परमेश्वर ही चार तत्त्वे मानतो आणि ही चारही तत्त्वे वेगवेगळी आहेत, असे सांगतो; त्यामुळेच आत्मा आणि परमात्मा वेगवेगळे आहेत, असा द्वैतभाव महानुभाव पंथ सांगतो. तुम्ही वारकरी विठ्ठल हे एकच दैवत मानता; पण आमचा पंथ पंचकृष्ण मानतो. त्यात द्वारकाधीश कृष्ण, दत्तात्रेय, द्वारावतीचे चांगदेव राऊळ, ऋद्धीपूरचे गोविंद प्रभू आणि प्रतिष्ठानचे चक्रधर असे कृष्णाचे पाच अवतार आहेत. आम्ही वेद मानत नाही आणि वेदात सांगितलेलं अद्वैतही मानत नाही. तुम्ही अद्वैत मानता ना? मग हे अद्वैत सांगणारी एखादी रचना करून दाखवा ना! पण एक अट आहे. ती रचना इतकी सोपी असावी की, त्यातला अद्वैताचा भाव सहज उमगला पाहिजे. बोला, करता अशी रचना?'' कथेकरी बुवांनी नामदेवाला प्रश्न केला. आपण आणि विठ्ठल एकच आहोत, आपल्या हृदयात विठ्ठल आहे तर विठ्ठलाच्या हृदयात आपण आहोत, हे सांगणारे शेकडो अभंग नामदेवानं आजपर्यंत रचले होते; पण आता प्रश्न वेगळा होता. इथे अद्वैत तर दाखवायचं होतंच; पण आपलं आणि विठ्ठलाचं नव्हे, तर जिवा-शिवाचं, आत्मा-परमात्म्याचं, मानव आणि ईश्वर यांचं, भक्त आणि परमेश्वर यांचं आणि तेही सोप्या भाषेत आणि तो अभंगही कसा तर रचनाबद्ध! चरण-मात्रांच्या छंदात; मुक्तछंदात नव्हे. नामदेव क्षणभर विचारात पडला, क्षणभरच; पण तेवढ्यातही ते कथेकरीबुवा कुत्सितपणे हसले. त्यांना वाटलं, नामदेवाला हे जमणार नाही. तिथे ही चर्चा ऐकण्यासाठी जमलेल्या लोकांकडे त्यांनी एक विजयी दृष्टिक्षेप टाकला. ते नामदेवाला काही बोलणार तोच नामदेव म्हणाला, ''महात्मन्, भागवताचा स्वीकार करणारा आणि वेद प्रमाण मानणारा माझा भागवत धर्म अद्वैत कसं आणि काय सांगतो ते ऐका.'' असं म्हणून नामदेवानं क्षणभर डोळे मिटले. लगेचच उघडले. एक वेळ मनोमन विठ्ठलाचं स्मरण केलं आणि त्यानं अभंग गायला. म्हणाला, ''महात्मन्, माझा अद्वैत भाव सांगतो...''

तू आकाश मी शामिका । तू लिंग मी साळुंका ।
तू समुद्र मी चंद्रिका । स्वये दोन्ही ।।
तू वृंदावन मी चिरी । तू तुळशी मी मंजिरी ।
तू पावा मी मोहरी । स्वये दोन्ही ।।
तू चांद मी चांदणी । तू नाग मी पद्मिणी ।
तू कृष्ण मी रुक्मिणी । स्वये दोन्ही ।।
तू नदी मी थडी । तू तारु मी सांगडी ।
तू धनुष्य मी भातोडी । स्वये दोन्ही ।।

तू वेद मी स्तविता । तू शास्त्र मी गीता ।
तू गंध मी अक्षता । स्वये दोन्ही ।।
नामा म्हणे पुरुषोत्तमा । स्वये जडलो तुझिया प्रेमा ।
मी कुडी तू आत्मा । स्वये दोन्ही ।।

नामदेवानं अभंग गायला आणि म्हणाला, ''महात्मन्, आमचा अद्वैत भाव असा आहे. यातली प्रत्येक गोष्ट स्वतंत्र आहे; पण तरीही एकमेकांशिवाय ती अपुरी आहे. प्रत्येकाला स्वतंत्र अस्तित्व आहेच; पण एकमेकांशिवाय ते अस्तित्व पूर्ण होत नाही. म्हणून तर आत्मा आणि परमात्मा एकाच वेळी स्वतंत्रही आहेत आणि त्याच वेळी एकमेकांत मिसळून गेलेले आहेत, विलीन झालेले आहेत. महात्मन्, या रचनेतून तुम्हाला अद्वैत उमगलं असेल अशी मी आशा करतो.'' नामदेवाच्या या बोलण्यावर त्या कथेकरी बुवांकडे उत्तर नव्हतं. नामदेवानं पुन्हा विचारलं, ''महात्मन्, यातली प्रत्येक गोष्ट स्वतंत्र आहे, वेगळी आहे; पण तरीही दुसऱ्याशिवाय अपुरी आहे, हे तर आपणास उमजलं असेल ना? मग एकमेकांसोबत असण्याने येणाऱ्या परिपूर्णतेलाच अद्वैत म्हणतात आणि आम्ही देवाचं आणि भक्ताचं असं अद्वैत मानतो. अद्वैत!'' नामदेवानं पुन्हा एकदा कथेकरी बुवांना सांगितलं. नामदेवानं केलेली उत्स्फूर्त अभंगरचना, त्यातून स्पष्टपणे दृग्गोचर होणारा अद्वैत भाव, त्या अभंगरचनेत असलेली दैनंदिन व्यवहारातली उदाहरणे, त्यांची एकमेकांशी असलेली सांगड आणि तरीही त्यातल्या प्रत्येक घटकाचं स्वतंत्र अस्तित्व असणं आणि स्वतंत्र अस्तित्व अबाधित राहूनही एकमेकांत समर्पित होऊन, परिपूर्ण होऊन अद्वैत साधणं! हे सगळं कथेकरीबुवांनी पाहिलं, ऐकलं, अनुभवलं आणि आपण कथा-आख्यानाबद्दल कितीही माहिर असलो, तरी नामदेवाचं यातलं कौशल्य वादातीत आहे, अशी सगळ्या गावकऱ्यांसमोर कबुली देऊन कथेकरी बुवांनी तिथून गाशा गुंडाळला. बाकी काही नाही तरी या प्रसंगानं नामदेवाच्या कीर्तीत आणखी एक मानाचा तुरा खोचला गेला, हे खरं!

त्या दिवशी नामदेव कीर्तन संपवून घरी परतत असताना, त्याला पाठीमागून हाका ऐकू आल्या, ''नामदेव म्हाराज, अवं नामदेव म्हाराजऽ! वाईच थांबा की!'' नामदेवानं मागं वळून बघितलं. चोखोबा धावत येत होता. नामदेव थांबला. ''काय रे चोखोबा? असा धावत का आला आहेस?'' नामदेवानं विचारलं. ''म्हाराज, तुमास्नी येक सांगावा सांगायचा हाये. अवं तुमास्नी ठाव हायच की, मला पोरगा झालाय ते. माझी कारभारीण म्हणते, त्याचं बारसं आपुन थाटात करू आणि बारशाला ज्ञानेश्वर माउलीला आणि समद्यांना बोलावू. पर म्या म्हटलं, ही गोष्ट आधी तुमास्नी विचाराय पायजेल. आता येवढ्या मोठ्या मानसास्नी घरी बलवायचं

म्हंजी आपली तशी तयारी पायजेल का न्हायी? आनी येवढी मोठी मानसं आपल्या घरी येतील का?'' चोखोबाच्या मनात अनेक प्रश्न होते आणि त्या सगळ्या प्रश्नांची उत्तरं त्याला नामदेवाकडून पाहिजे होती. चोखोबाचं बोलणं नामदेवानं ऐकलं. त्यालाही ही कल्पना पसंत पडली. निवृत्ती, ज्ञानेश्वर, सोपान, मुक्ताबाई पंढरपूरला यायला हवेच होते आणि चोखोबाच्या बाळाचा नामकरण सोहळा हे एक चांगलं निमित्त ठरलं असतं. 'ज्ञानेश्वरी' आणि 'अमृतानुभव' लिहून पूर्ण झाल्यामुळे ज्ञानेश्वर आपल्या भावंडांसह परिभ्रमण करत होते. नेवाशाहून ते थेट आळंदीला गेले होते आणि तिथे काही काळ राहून ते आता गावोगावी भेट देत होते. सध्या त्यांचा मुक्काम कोयनेच्या काठावर होता; त्यामुळे पंढरपुरात येणं त्यांना तसं जवळ पडणार होतं. नामदेवानं हा सगळा विचार केला आणि म्हणाला, ''चोखोबा, तुमचं म्हणणं अगदी रास्त आहे आणि सोयराचं मागणंही! तुम्ही उद्याच तुमचं घोडं घेऊन निघा. ज्ञानेश्वर सध्या कोयनेच्या काठावर मुक्कामाला आहेत. त्यांना तिथे जाऊन आवतण द्या. त्यांना येण्याचा आग्रह करा. ते नक्की होकार देतील. मग त्यांच्यासोबत आपण तुमच्या बाळाचं बारसं अगदी थाटात करू या.'' नामदेवानं असं सगळं सांगितल्यावर चोखोबाला अपार आनंद झाला. त्यानं दुसऱ्याच दिवशी पहाटे निघण्याची तयारी दर्शवली आणि भल्या पहाटे तो निघाला. सरकार दरबारची महत्त्वाची कागदपत्रं पोहोचवण्याचं काम चोखोबा नेहमीच घोड्यावरून जाऊन-येऊन करत असे. पहाटे पंढरपुराहून निघून तो कोयनेच्या काठावर वसलेल्या कराड या गावी आला. नदीच्या तीरावर जिथं कोयना-कृष्णा नदीचा संगम होतो, तिथे एक नाथपंथी मंदिर होतं. ज्ञानेश्वर प्रभृती तिथे मुक्कामाला होत्या. ज्ञानेश्वरांच्या कीर्तीमुळे ते कुठे राहिलेत हे शोधायला चोखोबाला वेळ लागला नाही. त्याने ज्ञानेश्वर आणि त्यांच्या भावंडांची भेट घेऊन, त्यांना आपल्या येण्याचं प्रयोजन सांगितलं आणि बाळाच्या बारशाचं आमंत्रण दिलं. नेवाशाला चोखोबांचा या सर्वांशी परिचय झालाच होता. निवृत्तीने ती आठवण करून देताच चोखोबाचा संकोच कमी झाला. ज्ञानेश्वरांनी त्याला बसवून घेतलं. पंढरपूरची, विठ्ठलाची आणि विशेषतः नामदेवाची चौकशी केली. चोखोबाच्या ''व्हय जी! पंढरपूर, इठोबा आनी नामदेव आमी समदीच तुमची ततं वाट बघतो जी!'' या बोलण्यावर ज्ञानेश्वर प्रसन्न हसले आणि निवृत्तीदादाची अनुमती घेऊन त्यांनी चोखोबाच्या निमंत्रणाचा स्वीकार केला. 'आम्ही सगळेजण तुमच्या बाळाच्या बारशाला येऊ,' असं आनंदाने सांगून हा निरोप नामदेवालाही सांगा असं सांगितलं. त्या सर्वांचा निरोप घेऊन चोखोबा तिथून जो बाहेर पडला तो पंढरपूरला येऊनच त्याच्या घोड्यानं उसंत घेतली. चोखोबानं आनंदानं ज्ञानेश्वरांचा निरोप सगळ्यांना सांगितला आणि काही चार डोकी सोडली, तर सगळ्या पंढरपुरात आनंद पसरला.

आणि खरोखरच सांगितल्याप्रमाणे निवृत्ती, ज्ञानेश्वर, सोपान आणि मुक्ता ही चार भावंडं पंढरपूरला आली. नामदेवाने आपल्या सहकाऱ्यांसोबत त्यांचं स्वागत केलं आणि त्यांना आपल्या घरी घेऊन गेला. काही क्षण तिथे विश्रांती घेऊन हातपाय स्वच्छ धुऊन सगळे विठ्ठल मंदिरात गेले. नामदेवानं ज्ञानेश्वरांसोबत सभामंडपात प्रवेश केला. ज्ञानेश्वर आणि नामदेव गर्भागारासमोर गेले. ज्ञानेश्वरांनी खाली पद्मासनात बैठक मारली. पाठीमागे निवृत्ती, सोपान, मुक्ता होतेच आणि अवघा सभामंडप गर्दीनं फुलून गेला होता. नामदेवानं एकदा गर्दीवर नजर फिरवली आणि पुन्हा विठ्ठलमूर्तीकडे पाहिलं. क्षणभर त्याचा स्वतःच्या डोळ्यांवर विश्वास बसेना. ज्ञानेश्वर त्याच्या शेजारी होतेच; पण विठ्ठलमूर्तीच्या ठिकाणीही ज्ञानेश्वरच होते. नामदेवानं डोळे चोळले, पुनःपुन्हा चोळले, स्वतःला चिमटा काढून बघितला. कळ आली म्हटल्यावर आपण जागे आहोत, पूर्ण शुद्धीत आहोत याची त्याला खात्री पटली; पण तरीही त्याचा स्वतःच्या डोळ्यांवर विश्वासच बसेना. शेजारी ध्यानमुद्रेत हात जोडून ज्ञानेश्वर पद्मासनात बसले होते, तर गर्भागारात कर कटीवर ठेवून विठ्ठल उभा होता; पण ज्ञानेश्वरांच्या रूपात. नुकतंच आपण त्या कथेकरीबुवांना अद्वैत समजावून सांगतो काय आणि इथे ज्ञानेश्वर प्रत्यक्ष अद्वैत दाखवतात काय? सगळंच अपूर्व! अनाकलनीय आणि अद्‌भुत होतं.

असंच आणखी एक अद्‌भुत चोखोबाच्या घरी घडलं. ज्ञानेश्वर प्रभृती या ब्राह्मण असूनही चोखा महाराच्या घरी जेवताहेत, हे समजल्यावर पंढरपुरातला ब्रह्मवृंद संतापला आणि ज्ञानेश्वर प्रभृतींचा निषेध करण्यासाठी सगळे चोखोबाच्या घरासमोर जमले; पण ज्ञानेश्वरांनी तिथे साक्षात विठ्ठलाला बोलावलं आणि सगळ्यांची तोंडं बंद झाली. हा चमत्कार बघायला अवघं पंढरपूर तिथे लोटलं आणि तोंड काळं करून ब्रह्मवृंद तिथून परतला. अशा रीतीनं चोखोबाच्या मुलाचं बारसं मोठ्या थाटामाटात झालं. ज्ञानेश्वर प्रभृतींच्या आगमनानं चोखोबा आनंदला. आपल्या भक्तीचं सार्थक झालं, असं त्याला वाटू लागलं. त्यानंतर ज्ञानेश्वर स्वतः निवृत्तीनाथ, सोपान आणि मुक्तासह काही दिवस पंढरपुरात राहिले. नामदेव तिथे त्यांच्यासोबतच होता. ज्ञानेश्वरांनी अभंग रचावा आणि नामदेवानं त्या अभंगाचा अर्थ, अन्वयार्थ सांगून त्यावर कीर्तन करावं, त्याचं निरूपण करावं, असा रोज संध्याकाळचा दिनक्रम ठरलेला होता आणि पंढरपूरवासीयांना ती पर्वणी होती. ज्ञानेश्वर बरेच दिवस तिथे राहिले. विठ्ठलाशी त्यांचं रोज हितगूज चाले. त्यानंतर ते नामदेवाशी चर्चा करत. एके दिवशी सगळे बोलत बसले असताना चोखोबानं विचारलं, "देवा, एक गोष्ट लयी दिसापासून इचारायची मनात हाय! इचारू काय?" नामदेवानं होकार देताच चोखोबा म्हणाला, "देवा, आम्हा अडाणी मानसांना समजावी म्हणून तुम्ही गीता मराठीत आणलीत. तसा अडाणी माणसांना समजेल असा एखादा धर्म न्हायी

का?'' चोखोबाचं बोलणं ऐकून निवृत्तीनाथांचे डोळे चमकले. ते म्हणाले, ''चोखोबा, तुम्ही अगदी योग्य विचारलंत. ज्ञानेशा, अरे पुंडलिकानं हाच विचार मनाशी योजून भागवत धर्म स्थापन केला होता. पुंडलिकाच्या महानिर्वाणानंतर त्या भागवत धर्माला ग्लानी आल्यासारखी झाली आहे. नामदेवासारखा विठ्ठलभक्त, विठ्ठलाचा सखा तुझ्यासोबत असताना असा सर्वव्यापक विचार तू का करू नयेस?'' निवृत्तीनाथांनी प्रश्न विचारला आणि ज्ञानेश्वरांचा चेहरा प्रसन्न झाला. ते म्हणाले, ''दादा, गेले दोन दिवस विठ्ठलाची आणि माझी हीच चर्चा चालू आहे. आज खरोखरच असं काहीतरी करण्याची गरज आहे,'' असं म्हणून ज्ञानेश्वरांनी नामदेवाला विचारलं, ''नामदेवा, तुझं काय मत आहे यावर?'' नामदेवाला प्रथम थोडा संकोच वाटला; पण नंतर मात्र त्याला उत्साह आला. तो पुढे सरसावला आणि हात जोडून म्हणाला, ''माउली, देवाची भक्ती करणाऱ्यांना आपल्या मनासारखी देवाची भक्ती करता येणार यापरती, याहून दुसरी कोणती चांगली गोष्ट असू शकेल? माउली, आपणच हे करू शकाल. विठ्ठलाशी तर आपलं ममत्वाचं नातं आहेच. मग विठ्ठलानंच हे सुचवलं असेल, तर ते आपणच करू शकाल. त्यासाठी चंद्रभागेचं वाळवंट आहेच. ईश्वरनिष्ठांची त्यालाही प्रतीक्षा आहेच. पुंडलिकानं इथेच या वाळवंटात भागवत धर्म स्थापित केला होता; पण सध्यातरी त्याला एक प्रकारची मरगळ आली आहे. आपणच त्याला पुनरुज्जीवित करू शकता.'' नामदेवाच्या या बोलण्याला सगळ्यांनी दुजोरा दिला. निवृत्तीनाथ म्हणाले, ''ज्ञानेशा, आता पंधरा दिवसांवर आषाढी एकादशी आली आहे. पुंडलिकाने याच दिवशी भागवत धर्माची स्थापना केली होती. त्याच्या पुनरुद्धारासाठी आपण हाच दिवस नक्की करू या. नामदेव, चोखोबा आपल्या सोबतीला आहेतच. काय नामदेवा? आहात ना आपण सोबत?'' निवृत्तीनाथांनी विचारलं आणि नामदेवाचा आनंद गगनात मावेना. त्याचा चेहरा, डोळे सगळं आनंदानं फुलून आलं. ''माउली, तुमच्या या कार्यात नामदेव अगदी सर्वस्वाने सोबत आहे. तुम्ही फक्त आदेश द्यायचा आणि या नामदेवानं तो आदेश पाळायचा.'' नामदेवानं शब्द दिला आणि सगळ्यांनाच आनंदाचं भरतं आलं. हे पंढरपूर होतं आणि इथे नामदेवाचा शब्द म्हणजे अंतिम शब्द होता, हे सगळीजण जाणून होती. त्यातच आता नामदेवासोबत ज्ञानेश्वर माउलीही होती; त्यामुळे आधीच वजन असलेल्या नामदेवाच्या शब्दाला आणखी वजन प्राप्त झालं होतं. आता ज्ञानेश्वर माउलीनं केलेल्या संकल्पाला, तो पूर्ण करायला सगळ्या पंढरपूरचाच नव्हे, तर अवघ्या पंचक्रोशीचा हातभार लागणार होता. हा ज्ञानेश्वर माउलींचा जसा महिमा होता, तशीच ही नामदेवाचीही पुण्याई होती.

या कार्याचा प्रचार आणि प्रसार करण्याची संपूर्ण जबाबदारी ज्ञानेश्वरांनी नामदेवावर टाकली. नामदेवानंही ती आनंदानं स्वीकारली. तशी ती कामगिरी त्याला

अवघड नव्हतीच; कारण नामदेवाचं कीर्तन हे केवळ पंचक्रोशीतच नव्हे, तर दूरदूरपर्यंत पसरलं होतं. त्याचं कीर्तन, त्याची रसाळ वाणी, त्याची अभंगरचना, त्याचं प्रसंग सजीवतेने उभं करणं, कीर्तनातली त्याची तल्लीनता, अवीट माधुरी, त्याच्या शब्दाशब्दातून व्यक्त होणारी विठ्ठलभक्ती, त्या भक्तीची उत्कट अभिव्यक्ती, या सर्वांमुळे नामयाचं कीर्तन ही लोकांना पर्वणीच वाटायची आणि आता भागवत धर्माचा प्रचार आणि प्रसार करण्याची जबाबदारी ज्ञानेश्वर माउलीनं त्याच्यावर टाकली म्हटल्यावर, तर त्यानं गावोगावी कीर्तनाचा धडाकाच लावला. अगदी पहाटेपासून ते मध्यरात्रीपर्यंत ठिकठिकाणी जाऊन तो कीर्तन करू लागला. त्याचा पाय मुळी क्षणभर घरात ठरेना. भागवत धर्माचा पुनरुद्धार, त्याचा प्रचार आणि प्रसार हे फार मोठं सामाजिक कार्य असून, समाजाच्या कल्याणाचा विचार करता ते एक प्रकारचं राष्ट्रकार्यच आहे, अशी त्याची भूमिका होती. आणि याच भूमिकेतून तो झपाटल्यासारखा कामाला लागला होता. इतका की, शेवटी गोणाई, राजाई विठ्ठलाकडे तक्रार घेऊन गेल्या.

माता वाट पाहे नामा अजुनि का न ये ।
देखोनि विठ्ठला काय भुलला तेथे ।।
ऐसें मज पाहता हेचि घडे साचे ।
विठ्ठली मन त्याचे गुंतले असे ।।
काय सांगो माय जातो देवळासी ।
जपतो अहर्निशी विठ्ठल नाम ।।
तहान-भूक काही आधीच ना मनी ।
विठ्ठल विठ्ठल म्हणोनि हाचि छंद ।।

पण, तेही नामदेवाला आवडलं नाही. आपण जे काम करतो आहोत, त्याचं महत्त्व या अज्ञानी स्त्रियांना समजणार नाही, म्हणूनच त्या अशा पद्धतीची तक्रार करत आहेत, असा विचार करून नामदेवानं आपलं काम चालूच ठेवलं. नामदेव आपलं– आईचं काही ऐकत नाही, व्यवसायाकडे, प्रपंचाकडेही लक्ष देत नाही, याचा तर गोणाईला फारच राग आला आणि तिनं कडक शब्दांत नामदेवाची आणि विठ्ठलाचीही कानउघाडणी केली.

गोणाई म्हणे नाम्या जल्पसी भलते । तुज कोण्या दैवते वोढियेलें ।।
लाजिरवाणे तुवा केले रे हे जिणें । हांसती पिसुने देशोदेशी ।।
सांडी सांडी नाम्या तू हे देवपिसे । बळे घर कैसें बुडवितोसी ।।

असं नुसतं नामदेवाला रागावून ती गप्प बसली नाही, तर तिनं विठ्ठलाचाही

उद्धार केला.

अरे विठोबा आता पाहे मजकडे । कां रे केले वेडे बाळ माझे ।।
तुझे उच्छिष्ट खादलें त्वां काय दिधले । भले दाखविले देवपण ।।

गोणाईचे असे बोल विठ्ठलाला ऐकून घ्यावे लागले. या आधीही गोणाईनं विठ्ठलाकडे नामदेवाच्या या छंदिष्टपणापायी तक्रार केली होती; पण या वेळी ती फारच संतापली असावी; पण नामदेवाला या कशाचीच चिंता नव्हती. भागवत धर्माचा प्रचार आणि प्रसार एवढं एकच ध्येय त्याच्या नजरेसमोर होतं.

आणि अखेर तो दिवस उजाडला. आषाढी एकादशीचा दिवस. चंद्रभागेचं वाळवंटही भरून गेलं होतं आणि चंद्रभागेचं पात्रही दुथडी भरून वाहत होतं. एकीकडे माणसांचा पूर लोटला होता तर एकीकडे पाण्याचा. कसं कोण जाणे पण त्या दिवशी आभाळ त्यातल्या त्यात निरभ्र होतं. अधूनमधून एखादा चुकार ढग इतस्ततः भटकत होता; पण सूर्य मात्र आज त्याच्या जागी हजर होता. बघता बघता चंद्रभागेचं वाळवंट फुलून गेलं. नामदेवाच्या घरातून बाहेर पडून ज्ञानेश्वर प्रभृती विठ्ठल मंदिरात गेल्या. तिथे विठ्ठलाचा आशीर्वाद घेऊन बाहेर पडल्या. नामदेव थोडा पाठीमागे होता. विठ्ठलानं त्याला हाक मारली आणि सांगितलं, "नामया, ज्ञानेश्वराला सांग, मी पुंडलिकाला घेऊन तिथे येतोय; पण आम्ही गर्दीत मिसळणार नाही. आम्ही चंद्रभागेत उभे राहू." नामयानं मान डोलवली आणि हा निरोप ज्ञानेश्वर माउलीला सांगण्यासाठी तो पुढे झाला. ज्ञानेश्वर माउलीनं नामदेवाचा हात धरला आणि आपल्या हातात असलेली भगव्या रंगाची ध्वजा त्याच्या हातात दिली आणि ते म्हणाले, "नामदेवा, ही भागवत धर्माची ध्वजा तुझ्या हातात देत आहोत. ही आता तुझी जबाबदारी. भक्तश्रेष्ठ पुंडलिकानं हा धर्म स्थापन केला, त्याला गेल्या शंभर वर्षांत आलेली मरगळ झटकून आम्ही त्याचं पुनरुज्जीवन केलं आणि आता त्याची संपूर्ण जबाबदारी, त्याचा प्रचार, त्याचा प्रसार, त्याचं अस्तित्व, त्याचं चिरंजीवित्व हे सारं आता तुझ्या खांद्यावर आहे. हा ध्वज, हा मानदंड भागवत धर्माचा मानदंड आहे. त्याची उपेक्षा होणार नाही, त्याचा अवमान होणार नाही, हे बघणं हे तुझ्या जीवनाचं ध्येय असणार आहे. नामदेवा, या भागवत धर्माची व्याप्ती वाढवणं, तो फक्त महाराष्ट्र भूमीमध्येच न राहता भारतभर त्याचा प्रचार होणं, हेच तुझ्या जीवनाचं ईप्सित आहे; कारण हा भागवत धर्म नुसता धर्म नसून, भक्तिसंप्रदायाचं ते आंदोलन आहे. आध्यात्मिक लोकशाहीतला तो महत्त्वाचा स्तंभ आहे, हे सतत लक्षात ठेव!" ज्ञानेश्वर माउलीचा प्रत्येक शब्द नामदेव अवघ्या शरीराचे कान करून ऐकत होता. ज्ञानेश्वर माउलीनं विचारलं, "नामया, बोल तुला काय वाटतंय?"

नामदेव उद्‌गारला, "माउली,

पुंडलिकाचे भेटी भीवरेंचे तटी ।
परब्रह्म उभे वाळुवंटी गे माये ।।
उभा विटेवरी कर ठेवूनी कटावरी ।
उभा भीमातीरी जगजेठी गे माये ।।
विठ्ठल कान्हा चरणीं वांकी तोडर ।
कासे पीतांबर पदकलीळा मनोहर गे माय ।।
कान्हा विठ्ठल कान्हा प्रसन्नवदन थोरा ।
जो आथी करुणाकरा हरि नामया दातारा ।।

नामदेवाच्या उत्तरानं प्रसन्न होऊन, त्याच्या हातात ध्वजा देऊन, त्याला पुढे घालून ज्ञानेश्वर आपल्या भावंडांसहित चंद्रभागेच्या वाळवंटात आले. लोकांनी त्यांचा आणि विठ्ठलाचा जयजयकार केला. नामदेवानं सगळ्यांना शांत राहायला सांगितलं. ज्ञानेश्वर माउलीनं भागवत धर्माची माहिती सांगितली. सर्व जाती-धर्माच्या माणसांना या धर्मात प्रवेश होता. जातिभेदाचं, धर्मभेदाचं, उच्च-नीचतेचं, गरीब-श्रीमंतीचं कोणतंही अवडंबर यात नव्हतं. भगवद्भक्ती एवढा एकच मापदंड यात होता. ब्राह्मण आणि महार, क्षत्रिय आणि शूद्र, वैश्य आणि मांग सगळेच एकाच दर्जाचे, एकाच पातळीवर असणार होते. एक प्रचंड सामाजिक क्रांती इथे घडत होती. भक्तीच्या वाटेवरून जाणारी, भगवद्भक्ती हे एकच तत्त्व मानणारी ही आध्यात्मिक लोकशाही इथे सुस्थापित होत होती. भगवी ध्वजा उंचावून, नामदेव बेभान होऊन नाचत होता. त्यानं उंच धरलेला तो भगवा ध्वज आकाशात असा काही दिमाखात फडकत होता की, जणू अवघं अवकाश त्याला काबीज करायचं होतं आणि तसंच तर घडणार होतं. ज्ञानेश्वर माउलीनं उचललेलं हे क्रांतिकारी पाऊल जणू वामनाचं पाऊल ठरणार होतं आणि साऱ्या त्रिखंडात हा भागवत धर्म गाजत राहणार होता, घुमत राहणार होता. या क्रांतिकारी क्षणाचे, या समाजउद्धरणाच्या कार्याचे आपण केवळ साक्षीदारच नाही, तर भागीदारही आहोत, ही भावना जशी नामदेवाच्या मनात होती, तशीच ती तिथे त्या क्षणी हजर असलेल्या प्रत्येकाच्या मनात होती. तिथे जमलेल्या प्रत्येक माणसाच्या मनात तर होतीच होती; पण ज्यांच्या साक्षीनं हे घडत होतं, ज्यांच्या अंगाखांद्यावर नाचून हे घडवलं जात होतं, ते चंद्रभागेच्या वाळवंटातले वाळूचे कणही थरारत होते. स्वतःला धन्य मानत होते. कृतार्थ मानत होते. आपल्या दगड म्हणून जन्मलेल्या जीवनाचं सार्थक झालं असं मानत होते. वाळवंटाशेजारून वाहणारी चंद्रभागा तर गहिवरली होती. वारा नसतानाही लाटा उचंबळून आपला आनंद व्यक्त करत होती. तिच्याही डोळ्यांतून अश्रू वाहत असावेत; पण ते तिच्याच पाण्यात पडत होते. मग कुणाला आणि कसे दिसणार?

आषाढ मेघांना बाजूला सारून सूर्यही डोकावून गेला आणि आज इथे आपल्या थोडा वेळ का होईना; पण प्रकाशण्याचं सार्थक झालं असं मानत पुन्हा मेघाआड झाला. सूर्य ढगाआड गेला आणि पुन्हा आषाढसरी कोसळू लागल्या; पण त्याचं भान कुणालाच नव्हतं. त्यातच ढगांनी गडगडून या क्रांतिकारी क्षणाचे नगारे आकाशभर वाजवले. दोन-तीनदा पाठोपाठ चमकून विजेनंही आतषबाजी केली. विशेष म्हणजे चंद्रभागेच्या वाळवंटात वारकरी नाचत होते आणि आकाशातून त्यांच्यावर पडणाऱ्या त्या पावसाला एक सुगंध होता बुक्क्याचा आणि त्या पाण्याला एक रंग होता गुलालाचा! अबीर-गुलालाचा असा हा पाऊस वारकऱ्यांच्या नाचाला, आनंदाला आणखी उधाण आणत होता.

बेभान नाचणाऱ्या नामदेवाच्या खांद्याला स्पर्श करून ज्ञानेश्वरांनी त्याला थांबवलं आणि चंद्रभागेच्या पात्राकडे बघण्याची खूण केली. नामदेवानं तिकडे दृष्टी टाकली. चंद्रभागेच्या पाण्यावर, तरंगांवर डोलत विठ्ठल आणि पुंडलिक उभे होते. विठ्ठलाचा चेहरा प्रसन्न दिसत होता, तर पुंडलिकाच्या चेहऱ्यावर अनंत भावनांची आंदोलनं दिसत होती. ज्ञानेश्वर आणि नामदेवानं तिथूनच दोघांना नमस्कार केला. क्षणभर तिथे थांबून दोघंही पुन्हा अंतर्धान पावले; पण नंतर पुंडलिकाचा स्वप्नपूर्तीच्या आनंदानं भरलेला चेहरा कितीतरी वेळ नामदेवाच्या डोळ्यांसमोर येत होता आणि मनात शब्द उमटत होते,

> कर्मजड मूढ पतित पामर । भवसिंधू पार नटके जया ॥
> या लागी पंढरी केली मुक्तीपेठ । भक्तें भू वैकुंठ वसविले ॥
> हेचि पुंडलिके मागितले निके । जे सर्वथा परलोके चाड नाही ॥
> भक्ती-मुक्ती-सिद्धी जे जया आवडे । ते तया पवाडे विठ्ठलनामें ॥
> न लगती सायास करणे कायाक्लेश । नामाचा विश्वास दृढ धरा ॥
> नामा म्हणे अवघे चला पंढरीये । भेटो बाप माये पांडुरंगा ॥

मनातला प्रत्येक भाव पुंडलिकाला शरण जात होता. त्याचे गोडवे गात होता. त्याच्याबद्दलचे ऋण व्यक्त करत होता. हे सगळे भाव एकत्रितपणे शब्दांत बांधले जात होते.

> चंद्रभागेतीरी उभा राहिलासी । भक्तांचे मानसी भाव मात्र ॥
> काय पुंडलिके केल्या तपराशी । जाणोनि मानसी भाव मात्रे ॥
> भावेविण देवा सर्वथा नातुडे । वेणती बापुडे बद्धजन ॥
> नामा म्हणे माझे माहेर पंढरी । भेटती महाद्वारी संतजन ॥

अशा शब्दांत पुंडलिकाचं ऋण आणि विठ्ठलाची कृपा यांचं वर्णन करून,

नामदेवानं आपल्या मनातील भावना व्यक्त केल्या.

'न भूतो न भविष्यती' असा भागवत धर्म पुनर्स्थापित करण्याचा तो सोहळा चंद्रभागेच्या वाळवंटात पार पडला आणि अवघं चराचर जणू त्यात सामील झालं. ज्ञानेश्वर माउलीचे, नामदेवाचे गुणगान करत सोहळा संपवून लोक घरी परतले. आज नामदेवाच्या घरी जेवणावळच होती. ज्ञानेश्वर, त्यांची भावंडे, चोखोबा, सावता, गोरोबाकाका, नरहरी सोनार, सेना अशी सगळी विठ्ठलभक्त मंडळी आणखी इतर काहीजण जेवायला होते. गोणाईला, राजाईला चिंता पडली होती की, आता हे पन्नास माणसांचं जेवण कसं करायचं? कशानं करायचं? शिधा कसा जमवायचा? कुठून जमवायचा? एक ना दोन, त्या दोघींच्या समोर हजार प्रश्न होते. नामदेव मात्र निवांत होता. नुसताच निवांत होता असं नव्हे, तर प्रचंड आनंदात होता. विठ्ठलभक्त असलेल्या बहुतेक सर्व संतांची आज त्याच्या घरी उपस्थिती होती. त्या सगळ्यांचं स्वागत कसं करू, त्यासाठी काय काय करू, असं त्याला झालं होतं. एकंदरीत नामदेव, गोणाई, राजाई सगळीजणंच विवंचनेत होती. फक्त विवंचना वेगवेगळ्या होत्या, एवढंच! घरात चार-पाच शेर तांदूळ होते. ते गोणाईनं शिजायला घातले. विठ्ठलाला चार बोल लावून ती म्हणाली, "तुझं काय बाबा? निसतं कमरेवर हात ठिवून हुभा हाईस. आता ही संत मंडळी घरी जेवायला आली हायेत. त्यांच्या पोटाला काय नुसता भात घालू? माझा नाम्या तुझा भक्त हाय. तू त्याचा देव म्हणवतोस स्वतःला आणि त्याच नामदेवाच्या घरी संतमंडळी अर्धपोटी उठणार, हे तुला शोभतंय न्हवं?" गोणाई एकीकडे तांदूळ वैलत होती आणि एकीकडे बडबडत होती. तिनं तांदूळ वैलावर ठेवले तोच बाहेरून कुणाची तरी हाक ऐकू आली. जनाबाई लगबगीनं आत आली आणि म्हणाली, "मोठी आई, भायेर पंच मंडळी आलीत. मोठे बाबा हायेत बाहेर; पन तुला बी बोलावलंय." हे ऐकून गोणाई डोईवरचा पदर सावरत बाहेर गेली. बाहेर पंच मंडळी आली होती. गोणाई माजघराच्या दाराशी उभी राहिली. तिची चाहूल लागताच दामाशेटी म्हणाले, "ऐकलंत का नामयाची आई, हे पंच आले आहेत. त्यांना माहिती होतंच - ज्ञानेश्वर माउली इथे आपल्या घरी आहेत ते. त्यांनाही माउलींच्या पंक्तीचा लाभ घ्यायचा आहे. त्यांनी येताना काही सामान आणि काही शिधा आणला आहे. तो आत ठेवून घ्या आणि आज वापरून टाका." गोणाईनं जनाबाईला हाक मारली. जनाबाई आणि गणोबा दोघांनी उचलून सारं सामान आत नेलं. त्यांच्या पाठोपाठ गोणाई आत गेली. तिनं पाहिलं, दोन पोती गहू होता. चार-पाच गुळाच्या ढेपा होत्या. साखरेची एक गोणी होती. एक डालगं भरून दोडके होते. एक ठिक्कं भरून तुरीची डाळ होती. शिवाय मिरच्या होत्या. आणिक काहीबाही होतं. एक घागरभर दूध होतं. ते सगळं बघितलं आणि गोणाईचे डोळे भरून आले. आपण विठ्ठलाला बोल लावला आणि पन्नास

काय शंभर माणसांचा शिधा आला. आपण त्याला उगीचच बोल लावला, असं वाटून तिच्या डोळ्यांतून घळघळा अश्रू वाहू लागले. ती विठ्ठलाला म्हणाली होती...

> काय थोरपणा मिरविसी व्यर्थ । खोटेपणा स्वार्थ कळो आले ।
> हिता अनहिता केले आपस्वार्थ । वचन यथार्थ बोल आता ।।
> होसी कलिमाजी कलिसारखाची । भोळ्या भाविकाच्या भक्तिकाजा ।
> गोणाई म्हणे माळ घातिली स्वहस्ते । करितोसि दंडवत निमित्यासी ।।

तिला हे आठवलं आणि तिला जास्तच रडू आलं. अपराधी वाटायला लागलं. डोळे पुसतच तिनं स्वतःला कामात झोकून दिलं. एवढा शिधा आलेला बघून तिला जेवण बनवायचा उत्साह आला. ती डोळे पुसत असतानाच तिला काही सांगण्यासाठी नामदेव आत आला. गोणाईच्या डोळ्यांत पाणी बघून त्यानं कारण विचारलं. गोणाईनं गहिवरल्या आवाजात सगळं सांगितलं. आपण विठ्ठलाला बोल लावल्याचंही सांगितलं आणि आता हा शिधा आल्याचंही! नामदेव हसला आणि म्हणाला, "आई, अगं त्या पांडुरंगाला माहीत आहे, माझ्या घरी काही नसतंय ते! आणि माझं मागणं ते किती, तेही त्याला माहीत आहे.

> माझे मागणे ते किती । दाता लक्ष्मीचा पती ।।
> मेघ वर्षे सिळाधारी । तेथे चातक चंचुभरी ।।
> महाडोहो गंगाजळ । तृप्त एका दो अंजुळे ।।
> साखरेची साठी । तेथे मुंगी मुखवटी ।।
> नामा म्हणे मी सेवेसी । तू तो उदाराच्या राशी ।।

असा आहे माझा विठुराया!" नामदेवाचं बोलणं खरंच होतं. ते ऐकून गोणाईनं त्याची अलाबला घेतली. बाहेरून हाक आली तसा नामदेव बाहेर गेला. त्याच्या पाठमोऱ्या आकृतीकडे नजर टाकून आपले डोळे पुसत गोणाई कामाला लागली.

त्या दिवशीच्या जेवणाला एक वेगळीच चव होती. एक आगळाच स्वाद होता. निवृत्तीनाथ, ज्ञानेश्वरमाउली, सोपान काका, मुक्ताई यांच्यासोबतच चोखोबा, गोरोबा, रांका, नरहरी सोनार, सेना न्हावी, सावता माळी अशी सगळी मंडळी बसली होती; तर दुसऱ्या बाजूला पंच मंडळींसोबत गावातली इतरही काही प्रतिष्ठित मंडळी होती. त्यात रघुनाथपंत होते, केसोपंत होते, गंगाधरशास्त्री होते. गोणाई, राजाई, जनाबाई वाढत होत्या. दामाशेटी सगळ्यांकडे लक्ष देत होते. विशेष म्हणजे ज्ञानेश्वर माउलींच्या शेजारी एक पान वाढून ठेवले होते. पानाभोवती सुरेख रांगोळी काढली होती. चौरंग मांडलेला होता. चौरंगावर पांढरंशुभ्र कापड अंथरलेलं होतं. जेवता जेवता ज्ञानेश्वर एखादा कटाक्ष त्या चौरंगाकडे टाकत होते. एका क्षणी त्यांच्या

चेहऱ्यावर समाधानाची रेषा उमटली. नामदेवाचंही लक्ष ज्ञानेश्वरांच्या चेहऱ्याकडे होतं. ज्ञानेश्वरांचं लक्ष नामदेवांकडे गेलं. त्या दोघांची नजरानजर झाली. ज्ञानेश्वरांनी नामदेवाला खूण केली. नामदेवानं त्यांच्या शेजारी असलेल्या चौरंगावर नजर टाकली. चौरंगावरच्या पांढऱ्या कापडावर दोन स्वस्तिक चिन्हांकित पावले उमटली होती. नामदेव समजला. विठ्ठल, साक्षात विठ्ठल येऊन गेला होता. ज्ञानेश्वर माउलीच्या पंक्तीचा लाभ घेऊन, आपल्या पंगतीचा लाभ देऊन गेला होता. त्याचीच ती पावलं– स्वस्तिक चिन्हांकित पावलं– त्या चौरंगावरच्या पांढऱ्या वस्त्रावर उमटली होती. ते बघितलं आणि नामदेवाला धन्यता वाटली.

सगळ्यांची जेवणं झाली. नामदेवाच्या घराच्या सोप्यावर सगळी मंडळी बोलत बसली होती. ज्ञानेश्वर म्हणाले, "लोकहो, माझ्या मनात एक विचार आला आहे, तो तुम्हाला सांगावा म्हणतो. तो विचार असा आहे की, भागवत धर्माची पुनर्स्थापना आपण काल केली; पण आपण इथेच थांबून उपयोग नाही. या भागवत धर्मातूनच एका नवीन समाजाची पुनर्रचना होणार आहे. त्यासाठी सगळ्या भारतवर्षात या भागवत धर्माचा प्रचार आणि प्रसार केला पाहिजे. नामदेवा, या कार्यात तुझा पुढाकार अपेक्षित आहे. त्या दृष्टीनं मी एक विचार मांडतो आहे. नामदेवा, तू म्हणशील की, मी तुझ्यावर संपूर्ण जबाबदारी टाकून बाजूला होतो आहे; पण तसं नाही. नामदेवा, मी असं म्हणतो आहे की, आपण या कामासाठी उत्तर भारतात जाऊ. तिथे जाऊन आपण भागवत धर्माचा प्रचार करू, प्रसार करू. भागवत धर्माची सगळी माहिती, सगळी तत्त्वं, नवसमाज निर्मितीचा सगळा दृष्टिकोन तिथल्या संत-महंतांना समजावून सांगू. आपल्या विठ्ठलाची महती सांगू आणि आपण परत येऊ. आपण दोघे सोबत जाऊ. माझा हा विचार तुम्हाला सगळ्यांना आवडेल, अशी मी आशा करतो. दादा, माझा हा विचार योग्य आहे ना?" ज्ञानेश्वरांनी विचार मांडला आणि निवृत्तीनाथांनाही विचारलं. "अगदी योग्य विचार आहे ज्ञानेशा! आपण हे कार्य हाती घेतलंय, त्याचा बोलबाला झाल्याशिवाय ते काम लोकांपर्यंत पोहोचणार नाही आणि भागवत धर्माची पताका त्रिखंडात पोहोचली पाहिजे, असं मला वाटतंय, तेव्हा तुम्ही दोघे जरूर तीर्थाटनासाठी उत्तरेत जा. फारतर आधी द्वारकेपर्यंत जा. तिथे गोपाळकृष्ण आहे. त्याला हे सगळं विदित करा. तो तुम्हाला नक्कीच यश देईल!" निवृत्तीनाथांनी असं सांगितलं. सगळ्यांनाच ज्ञानेश्वर माउलीचं म्हणणं पटलं. सगळ्यांनीच सहमती दर्शवली; पण नामदेव? तो अस्वस्थ झाला. हे सगळं ऐकून त्याचा चेहरा रडवेला झाला. ज्ञानेश्वरांच्या या विचारावर त्यानं 'हो'सुद्धा म्हटलं नाही आणि 'नाही'ही म्हटलं नाही. ज्ञानेश्वरांच्या ते लक्षात आलं. नामदेवाचा अस्वस्थ चेहरा त्यांनी वाचला आणि लगेचच विचारलं, "नामदेवा, तू का बरं अस्वस्थ झालास? तुला हा विचार पसंत पडला नाही का?" नामदेव क्षणभर गप्प बसला. काही क्षणांनंतर

खाली मान घालून म्हणाला, "माउली, भागवत धर्माचा प्रचार करायला पाहिजे हे आपलं म्हणणं अगदी योग्य आहे. त्यासाठी भारतभर तीर्थाटन करायला पाहिजे, हेही म्हणणं रास्त आहे; पण त्यासाठी मीच कशाला यायला पाहिजे? तुम्ही दुसऱ्या कुणालातरी घेऊन जावा. मला माझ्या विठ्ठलापासून दूर जाण्याची कल्पनाही सहन होत नाही. रोज त्याला भेटल्याशिवाय, त्याच्याशी बोलल्याशिवाय मला राहवत नाही आणि विठ्ठलाच्या पायाशी सगळी तीर्थं एकवटली असताना, मला दुसरी तीर्थक्षेत्रं हिंडायचं कारणच नाही; कारण -

विठोबाचे पायी मज काय उणे । वासनाची मन गिळीली माझी ॥
पाळिला पोशिला जन्मोनि जयाचा । विकिला काया-वाचा-मनें त्यासी ॥
नामा म्हणे स्वामी विठोबाते पुसा । आज्ञा देईल शिरसा धरीन त्याची ॥

नामदेवानं असं सांगितल्यावर मग मात्र ज्ञानेश्वरांनी खरोखरच विठ्ठलाला विचारलं. ज्ञानेश्वरांनी विचारलेला प्रश्न ऐकून विठ्ठलाचा चेहरा प्रसन्न झाला. नामदेवाला जवळ बोलावून विठ्ठल म्हणाला, "अरे नामया, खरोखरच, तुझं भाग्य थोर म्हणून प्रत्यक्ष ज्ञानेश्वरांचा इतका सहवास तुला लाभतो आहे. अरे, ज्ञानेश्वरांचा सहवास म्हणजे साक्षात ब्रह्ममूर्तीचा सहवास. नामया, त्यांच्यासोबत राहून तुला विश्वाचं ज्ञान प्राप्त होईल. तुला एक नवीन दृष्टी मिळेल. तुझ्या ज्ञानाला नवीन धुमारे फुटतील. नामया, आता हे खरं आहे की, मला तुझा आणि तुला माझा विरह सहन करावा लागेल; पण तुझ्या ज्ञानाचा, बुद्धीचा, दृष्टिकोनाचा आणि भावनेचा विकास होणार असेल, तर आपण तो विरह सहन करूया. नामया, हे भाग्य तुझ्या नशिबानं तुला लाभलंय; त्यामुळे तुझ्या जीवनाचं सर्वस्व तुला प्राप्त होईल. नामया, ज्ञानेश्वरांसोबतचे हे दिवस तुझं आयुष्य बदलून टाकतील, तेव्हा तू जरूर त्यांच्यासोबत जा. फक्त मला विसरू नकोस; कारण नामया ज्ञानाची एवढी कवाडं तुझ्यासमोर उघडतील ना की, त्या ज्ञानाच्या ओढीत तू मला विसरून जाशील. तेवढं मात्र करू नकोस." विठ्ठलानं असं सांगितलं आणि आपल्याबद्दल विठ्ठलाची भावना बघून नामदेव भारावला. ज्ञानेश्वर माउलींसोबत जाण्यात आपल्या जीवनाचं कल्याण आहे, हे त्यालाही मनोमन पटलं आणि त्यानं ज्ञानेश्वरांना होकार भरला. नामदेवासारखा सखा-सोबती आपल्यासोबत येणार आहे, याचा ज्ञानेश्वरांना आनंद झाला. आता आपली तीर्थयात्रा सुफळ होणार या विचारानं ते आश्वस्त झाले आणि विठ्ठलाचा निरोप घेऊन दुसऱ्या दिवशीच ज्ञानेश्वर नामयाला सोबत घेऊन प्रवासाला निघाले. नामदेवाच्या आयुष्यातल्या एका नवीन पर्वाला सुरुवात होत होती.

विठ्ठलाच्या प्रसन्नतेला आज अगदी सीमा नव्हती. नामदेव विचारांनी-आचारांनी तर प्रगल्भ होताच होता; पण आध्यात्माच्या परिसंवादात समोरच्याला नामोहरम

करण्याइतकं सामर्थ्य त्याच्या भक्तीत आलं होतं आणि त्यानं ते सिद्धही केलं होतं. तशातच चोखोबाच्या बाळाच्या बारशाला ज्ञानेश्वर आणि भावंडं पंढरपुरात आली आणि फक्त बारसं करूनच थांबली नाहीत, तर विठ्ठलाच्या परमप्रिय भक्तानं पुंडलिकानं स्थापन केलेल्या भागवत धर्माला पुन्हा झळाळी देण्याचं काम ज्ञानेश्वरांनी चंद्रभागेच्या वाळवंटात सगळ्या संतांना सोबत घेऊन केलं आणि त्याची संपूर्ण धुरा नामदेवाच्या खांद्यावर दिली, हे एक फार मोठं अप्रूप पंढरपुरात घडलं होतं. विशेष म्हणजे हे अप्रूप डोळे भरून बघायला पुंडलिक स्वतः हजर होता, याचा विठ्ठलाला विशेष आनंद झाला होता. त्यानं बघितलेलं आणि पूर्ण होण्यापूर्वी अपुरं राहिलेलं स्वप्न त्याच्या नजरेसमोर पूर्णत्वाला जात होतं. ही 'अप्रूपाच्या अप्रूपा'ची गोष्ट होती. त्यातच त्या भागवत धर्माच्या प्रसारासाठी ज्ञानेश्वर नामदेवाला सोबत घेऊन उत्तर दिशेला जाणार होते. नामदेवाच्या दृष्टीनं ही परम भाग्याची गोष्ट होती. नामदेवाच्या विचारांच्या कक्षा रुंदावणार होत्या. त्याच्या अनुभवाची व्याप्ती वाढणार होती. ज्ञानेश्वरांसोबत जाण्यानं नामदेव अधिक ज्ञानी, अधिक ज्ञानसंपन्न, अनुभवसंपन्न, विचारानं परिपूर्ण होणार होता. म्हणूनच त्याचा विरह सहन करून, त्याची समजूत घालून, विठ्ठलानं त्याला तीर्थाटनासाठी राजी केलं. भक्ताचं भलं कशात आहे, हे देवापेक्षा कोण अधिक जाणू शकेल, हेच खरं!

११

दुसऱ्या दिवशीची सकाळ उजाडली तीच मुळी वाजतगाजत. ढोल-ताशे घेऊनच लोक विठ्ठल मंदिरासमोरच्या पटांगणात जमले. ज्ञानेश्वर, निवृत्तीनाथ, सोपानदेव, मुक्ता, नामदेव ही सगळी मंडळी शूचिर्भूत होऊन कधीची मंदिरात जमली होती. विठ्ठलाचं दर्शन घेऊन, त्याचा निरोप घेऊन सगळी मंदिरातून बाहेर आली. समोर मोठा समुदाय होता. ढोल-ताशे वाजत होते. ज्ञानेश्वर, नामदेव यांना निरोप देण्यासाठी सगळे जमले होते. विशेष म्हणजे त्यातल्या प्रत्येकानं तहानलाडू, भूकलाडू म्हणून काहीतरी आणलं होतं. प्रत्येकालाच ज्ञानेश्वर, नामदेवासोबत काही ना काही द्यायचं होतं. बघता बघता मंदिराच्या पटांगणात हे एवढं सामान जमा झालं. ते एवढं ढीगभर सामान बरोबर कसं न्यायचं हा फार मोठा प्रश्न होता. बरं! ओझं होतंय म्हणून थोडं न्यावं, तर कुणाचं न्यायचं आणि कुणाचं नाही, हाही प्रश्नच होता आणि न्यायचंच झालं तर त्यातलं काय काय न्यायचं, हाही प्रश्नच होता. हे असे सगळे प्रश्न ज्ञानेश्वर, नामदेव यांच्यासमोर उभे होते; पण हे सगळे प्रश्न सावतानी सोडवले. सावता गाळी थोटेसे उशिराच आले; पण ते आले ते या सगळ्या प्रश्नांची उत्तरं घेऊनच. सावता आले ते छान सजवलेली सारवट गाडी घेऊनच! दोन उमदे बैल त्या सारवट गाडीला जोडलेले होते. बैलांच्या शिंगांना केशरी रंग दिला होता. शिंगांना फुलांच्या माळा बांधल्या होत्या. गळ्यातही फुलांच्या माळांसोबत घुंगराची माळही बांधली होती, तर गाडीवर छानसं छत बांधलं होतं. गाडीत मऊ वाकळ अंथरून आरामशीर बैठक केली होती. ती सजवलेली सारवट गाडी बघून तिथे जमलेल्या सगळ्यांना आनंद झाला. आता सगळं सामान बरोबर नेता येणार होतं. शिवाय या दोघांना प्रवासाचा फारसा त्रासही होणार नव्हता. सावतानी आणलेल्या त्या सारवट गाडीनं सगळेच प्रश्न सोडवले होते. एका बाजूला गाडी उभी करून सावता ज्ञानेश्वरांजवळ आले. हात जोडून म्हणाले, "माउली, सारवट गाडी आणलीया. त्यातनं बसूनश्यान जावा. माझं आनी माझ्या गाडीचं कल्याण व्हईल.

माझ्या गाडीला तुमचं पाय लागलं, तर गाडीचं आनी बैलांचं कल्याण व्हईल. माझी गाडी पवित्र व्हईल माउली!'' सावताची श्रद्धा बघून ज्ञानेश्वर गहिवरले. सावताचे जोडलेले हात आपल्या हातात घेऊन ते म्हणाले, ''सावता, आम्ही तुमची भावना समजू शकतो; पण आम्ही पायीच प्रवास करावा म्हणतो.'' ते ऐकून सावता हिरमुसले. त्यांचा चेहरा नामदेवाला बघवेना. तो पुढे झाला आणि म्हणाला, ''माउली, आपण सावताच्या भावनेचा मान ठेवू. सुरुवातीचा थोडा प्रवास आपण या सारवट गाडीतून करू.'' नामदेवाची ही सूचना ज्ञानेश्वरांनाही पसंत पडली. त्यांनी होकार दिला आणि सावताचा चेहरा उजळला.

सगळेजण मंदिरासमोरच्या प्रांगणात आले. ज्ञानेश्वर, नामदेव दोघांनी निवृत्तीनाथांचा आशीर्वाद घेतला. जमलेल्या सगळ्यांनी विठ्ठलाचा गजर केला. ज्ञानेश्वर माउलीचा जयजयकार केला. नामदेवाचाही जयजयकार केला. सगळ्यांना हात जोडून नमस्कार करून ज्ञानेश्वर आणि नामदेव गाडीत चढले. सावतानी गाडीत चढून कासरा ओढला. बैल चालू लागले. चोखोबा, गोरोबा, रांका, सेना ही सगळी मंडळी गाडीच्या पाठोपाठ चालत होती. पंढरपूरची वेस आली. नामदेवानं चोखोबाला सांगितलं, ''चोखोबा, आता तुम्ही सगळ्यांना घेऊन परत फिरा. आम्ही परतून येईपर्यंत पंढरपूर सांभाळा. या आता!'' नामदेवानं असं सांगितलं तशी सगळी मंडळी परत फिरली. नामदेवाला काल रात्री त्याच्या घरात घडलेला प्रसंग आठवला. ज्ञानेश्वर, नामदेव सगळे दुसऱ्या दिवशी निघण्याच्या प्रवासाबद्दल बोलत बसले असताना अचानक ज्ञानेश्वरांनी प्रश्न केला, ''नामदेवा, तू पंढरपुराहून इतके दिवस बाहेर राहणार म्हटल्यावर विठ्ठलाची काळजी कोण घेणार?'' त्याच वेळी सगळ्यांसाठी दूध घेऊन आलेल्या जनाबाईनं सांगितलं, ''मी आहे की! मी घेईन विठ्ठलाची काळजी.'' जनाबाईचं हे उत्तर ऐकून ज्ञानेश्वरांच्या चेहऱ्यावर समाधान उमटलं. नामदेवानंही जनाबाईला शाबासकी दिली. त्यालाही विश्वास होता की, जनी विठ्ठलाची नक्की काळजी घेईल. ते आठवून आत्ताही त्याच्या चेहऱ्यावर समाधान उमटलं. बैलांच्या पायांना आता गती आली होती. पंढरपूर मागं पडलं होतं. आता त्यांचा पहिला मुक्काम होता सुरत. महाराष्ट्र-गुजरातच्या सीमेवरचं एक संपन्न गाव. विशेष म्हणजे ज्ञानेश्वर, नामदेवाला तीन दिवस केलेल्या प्रवासाचा शीण अजिबात जाणवला नाही; कारण होतं दोघांतला संवाद. ज्ञानेश्वर माउलींच्या शब्दांत

शब्देवीण संवादु । दुजेवीण अनुवादु ।।

असं होतं. तर नामदेवाच्या शब्दांत

नामा म्हणे माझा सुखाचा विसावा । आवडे या जीवा पंढरीरावो ।।

असं होतं. एक ज्ञानाचा सागरु तर एक भक्तीचा निर्धारु. मग किती प्रवास केला, कसा प्रवास केला, हे समजायचं कारणच नव्हतं. एक ज्ञानयोगी होता, तर दुसरा भक्तियोगी. एक साक्षात ज्ञानसूर्य होता तर दुसरा साक्षात भक्तिसूर्य. मार्गावर असलेली छोटी गावं, या दोघांच्या स्वागताला हिरिरीने सज्ज असायची. ज्ञानेश्वरांचं प्रवचन आणि नामदेवाचं कीर्तन, दोन्हीही तहान-भूक हरपणारं. एखाद्या गावाच्या पुढे जर जंगल असेल तर त्या गावातले लोक ते जंगल पार होईपर्यंत या दोघांना सोबत करत. त्या दोघांना सुखरूपपणे जंगलाच्या पार केलं की, ते गावकरी परत फिरत. असा पुढेपुढे प्रवास चालला होता. अवघं चराचर जणू या दोघांसोबत चाललं होतं. सूर्य पहाटे अंमळ जरा लवकरच उगवत होता, तर चंद्र थोडा उशिराच मावळत होता. पक्षी नेहमीपेक्षा लवकर उठून आपल्या मधुर आवाजाने या दोघांचं मनोरंजन करीत होते. फुलंसुद्धा नेहमीपेक्षा लवकर उमलून आपला गंध दरवळून अवघं वातावरण प्रसन्न करत होती. उन्हाची वेळ झाली की, झाडं गाडीवाटेवर आपल्या फांद्या झुकवून या दोघांवर सावली धरत होती. अवघे चराचर सोबत घेऊन या दोघांचा प्रवास चालला होता. मग विठ्ठल तरी याला अपवाद कसा असणार? तोही या दोघांच्या नकळत या दोघांसोबत चालत होता. भक्ती, ज्ञान, अद्वैत, भागवत धर्म याबद्दल आपसात चर्चा करत असताना मात्र त्या दोघांचं आजूबाजूला लक्षच नसायचं; त्यामुळे असेल कदाचित, पण विठ्ठलाचं सोबत येणं या दोघांना जाणवलं नसावं; पण एका प्रसंगानं मात्र ते जाणवलं.

झालं होतं असं, महाराष्ट्राची सीमा संपून गुजरातची सीमा आता सुरू होणार होती. महाराष्ट्राच्या सीमेवर घनदाट जंगल होतं. अंधारून तर आलंच होतं; पण धुवाधार पावसालाही सुरुवात झाली. डोळ्यांत बोट घातलं तरी दिसत नव्हतं, इतका घनदाट अंधार होता. पायाखालची वाट ज्ञानेश्वर, नामदेवालाच नव्हे; तर बैलांनाही दिसत नव्हती. पुढे जावं तर गर्द अंधारात वाट दिसत नव्हती. तिथेच थांबावं तर सभोवती घनदाट जंगल होतं. तो हिंस्र प्राण्यांचा अधिवास होता. काय करावं, नक्की त्यातला कोणता धोका पत्करावा हे समजत नव्हतं. नामदेव तर मनातून फार घाबरला होता. महाराष्ट्राचं भक्तिदैवत असलेले ज्ञानेश्वर आपल्यासोबत आहेत, त्यांच्या आमंत्रणावरून आणि विठ्ठलाच्या सांगण्यावरून आपण ज्ञानेश्वर माउलींच्या सोबत आलो असलो तरी त्यांच्या जीविताची, संरक्षणाची जबाबदारी आपल्यावर आहे. या इथे, या भयंकर जंगलात, या गर्द अंधारात, या कोसळणाऱ्या पावसात माउलींना काही झालं, तर अख्खा महाराष्ट्र आपल्याला कधीच क्षमा करणार नाही; पण विठ्ठलही आपल्याला क्षमा करणार नाही, या विचारानं नामदेव व्याकूळ झाला. त्याच्याही नकळत तो विठ्ठलाचा धावा करू लागला. त्याने डोळे मिटून घेतले. अचानक पाठीमागच्या झाडीतून खसफस ऐकू आली आणि पाठोपाठ

वाघाची डरकाळी. नामदेवाच्या हृदयाचा थरकाप झाला. त्याला स्वतःच्या जिवाची भीती वाटत नव्हती; तर त्याला ज्ञानेश्वरांची काळजी वाटत होती. आता इथे या अंधारानं भरलेल्या जंगलात, एखादा वाघ येऊन हल्ला करून गेला तर? नामदेवानं विठ्ठलाचा धावा करायला सुरुवात केली. भोवतालच्या अंधारात आणि जीवनातल्या संकटात वाघानी आपल्याला घेरलंय, असं भय त्याला वाटू लागलं.

> भवव्याघ्र देखोनि भ्याले माझे डोळे । झालेंसे व्याकुळ चित्त माझे ॥
> पाव गा विठोबा पाव गा विठोबा । पाव गा विठोबा मायबापा ॥
> तू भक्त कैवारी कृपाळूवा हरी । येई मग झडकरी देवराया ॥
> नामा म्हणे नेणे आन तुज वांचूनि । जनक जननी केशिराजा ॥

नामदेव विठ्ठलाचा धावा करत होता. बैल जागच्या जागी थांबले होते. कदाचित त्यांनीही वाघाची डरकाळी ऐकली असावी. अचानक कुठूनतरी मिणमिणता प्रकाश दिसू लागला. तो प्रकाश जवळजवळ येत होता. ज्ञानेश्वर डोळे मिटून बसले होते. त्यांची भावसमाधी लागली असावी. नामदेव डोळे विस्फारून त्या मिणमिणत्या, जवळ येणाऱ्या प्रकाशरेषेकडे बघत होता. बघता बघता तो प्रकाश जवळ आला. अगदी जवळ... अगदी जवळ. आता नामदेवाला दिसलं, तो डोक्यावर इरलं घेतलेला कुणीतरी माणूस होता. त्याच्या हातात कंदील होता. ‘‘बैलं अडली काय जनू? का वाट चुकलायसा की काय?’’ असं तो नामदेवाला विचारत होता. एवढ्या गर्द अंधारात, धो-धो पावसात, सोसाट्याच्या वाऱ्यात हा माणूस भुईतून उगवावा तसा उगवला होता, ते कसं काय, हा प्रश्न नामदेवाच्या मनात उमटलाही नाही. आपल्या दोघांशिवाय कोणीतरी तिसरा माणूस इथे आहे, एवढंच त्याला पुरेसं होतं. ‘‘बाबा, आम्ही वाट चुकलोय हो! आम्हाला वाट दाखवता का?’’ नामदेवानं काकुळतीनं विचारलं. ‘‘तुम्ही शानी मानसं रस्ता कसा काय चुकता ह्येच मला समजत न्हायी. तसं लोकानला, इशेषतः रस्ता चुकलेल्या लोकानला वाट दाखवायचंच काम मी करतोया. चला, मी काढतो तुमाला या अंधारातून बाहेर!’’ असं म्हणत तो माणूस गाडीवर चढला. गाडीवानाला बाजूला सरकवून त्याच्या जागेवर बसला. कासरा खेचण्याऐवजी त्यानं ‘‘चला राजे हो!’’ अशी बैलांना साद घातली आणि चांगल्या रस्त्यावरून, टळटळीत उजेडात जावं तशी बैलं धावायला लागली. विशेष म्हणजे सभोवतालच्या गर्द अंधाराचा विळखा छेदत एक निळसर प्रकाश समोर पसरत होता आणि त्या प्रकाशात बैल धावत होते. नामदेवाची चिंता थोडी कमी झाली. त्यानं ज्ञानेश्वरांकडे पाहिलं. ते अजूनही डोळे मिटूनच बसले होते. बघता बघता जंगलाची गर्द झाडी संपली. पठारी प्रदेश लागला. आता समोर विस्तीर्ण पठार दिसत होतं. पाऊसही थांबला होता. आकाश बऱ्यापैकी निरभ्र झालं होतं.

निळसर दिसत होतं. त्याचाही निळसर प्रकाश आसमंतातून धरणीपर्यंत पसरला होता. तास-दोन तास तरी बैल धावत होते. चिंता कमी झाल्यामुळे असेल नामदेवाचा डोळा लागला. पठारी प्रदेश आला. बैल थांबले तसे नामदेवाने डोळे उघडले. आता तो इरलं घेतलेला माणूस कुठेच दिसत नव्हता. या दोघांच्या सोबत आलेला गाडीवान कांबळं पांघरून बसला होता. नामदेवानं त्याला विचारलं, ‘‘रामभाऊ, तो माणूस कुठे गेला? गेला का तो उतरून? मला सांगायचं नाहीस का?’’ तो गाडीवान रामभाऊ जरा विचित्र नजरेनं नामदेवाकडे बघत होता. ‘‘कोन मानूस? कुटला मानूस नामदेव म्हाराज? अवं, माझा पन डोळा लागला व्हता वाईच. लयीच पाऊस पडत व्हता. बैलं पन थांबली व्हती. मंग म्या पन झोपलो. आता डोळे उघडले, तर आपण जंगलातून भाईर आलेलो. आनी आता तर पाऊसबी थांबलाय.’’ त्या गाडीवानाचं बोलणं ऐकून नामदेव कोड्यात पडला. ‘‘तो इरलं घेतलेला माणूस होता की. मग तो कुठे गेला?’’ नामदेवानं इकडे-तिकडे नजर टाकली. कुठेच, कुणीच दिसत नव्हतं.

गाडी थांबली हे उमजून ज्ञानेश्वरांनी डोळे उघडले. नामदेवाचा संभ्रमित चेहरा त्यांनी वाचला. ‘‘नामदेवा, काय झालं? तुझा चेहरा असा का दिसतोय?’’ ज्ञानेश्वरांच्या या प्रश्नानं नामदेव सावध झाला. त्यानं घडलेला सगळा प्रकार ज्ञानेश्वरांना सांगितला. ज्ञानेश्वर हसले आणि म्हणाले, ‘‘नामदेवा, त्याच्या परवानगीनं आपण निघालो आहोत ना, मग आपल्या सुरक्षेची जबाबदारीपण त्याचीच आहे. त्यानं ती पार पाडली.’’ सहजपणे ज्ञानेश्वर म्हणाले आणि गोंधळलेल्या नामदेवाच्या डोक्यात लख्ख प्रकाश पडला. म्हणजे आपल्याला संकटातून सोडवण्यासाठी ‘तो’ आला होता. आपण किती मूर्ख? आपल्याला कसं समजलं नाही? आपण स्वतःला त्याचा सखा म्हणतो, भक्त म्हणवतो; मग तो आलेला आपल्याला समजलं नाही? आणि आपण मात्र

> साचपणे ब्रीद सोडविन तुझ्या । आता केशिराजा पण हाचि ॥
> लबाड तू देवा, लबाड तू देवा । लबाड तू देवा ठावा आम्हां ॥
> काय मूर्खपणे सांगशील गोष्टी । थोरपणे मोठी पुरे आता ॥
> नामा म्हणे काय खवळिसी आम्हां । लाज नाही तुम्हा कवणेविसी ॥

असे म्हणत त्याला बोल लावत राहिलो. त्याला शिव्या घालत राहिलो. आपण या ज्ञानेश्वर माउलीचे आणि त्याचे ऐकून तीर्थाटनाला आलो ते चुकलं का आपलं? आपण यायलाच नको होतं. आपण आलो आणि विठ्ठलाला त्रास झाला. आपला जीव वाचवण्यासाठी त्याला पंढरपुराहून इथे इतक्या लांब यावं लागलं. चुकलंच आपलं. आपण यायलाच नको होतं. तरी आपण सांगत होतो, विचारत होतो...

तीर्थासी जाऊन काय म्यां करावे । वाऊगे हिंडावे पंथे तेणे ॥
माझे तीर्थक्षेत्र पंढरी पैं जाण । उघडे निधान दृष्टीपुढे ॥
मागे थोर थोरी हेचि पै साधिले । नामयासि दिधले केशवाने ॥

पण, माझं हे म्हणणं कुणी ऐकलंच नाही. उलट विठुरायानंच मला आग्रह केला म्हणून आपण आलो आणि त्याला तापच झाला. नामदेव जसजसा विचार करत होता, तसतसा तो उदास होत होता. ज्ञानेश्वरांच्या ही गोष्ट लक्षात आली. ते म्हणाले, ''नामदेवा, विठ्ठलाला त्रास झाला म्हणून वाईट वाटून घेऊ नकोस. अरे, त्याचंच तर काम करायला आपण निघालो आहोत ना? आणि तूच तर म्हणाला होतास ना,

अभिमाने लोक जाती वाराणसी । आमुची मिरासी पंढरीये ॥
तीर्थ व्रत नेम मज केशिराजा । पंढरीचा राजा वोळगावा ॥
पाऊला पाऊली चालती मारग । उभा पांडुरंग मागे-पुढे ॥
नामा म्हणे मज पंढरी विसावा । दर्शन केशवा पुरे मज ॥

मग त्या वाराणसीला जाणाऱ्या लोकांना आपल्या विठ्ठलाबद्दल आणि या पंढरपुराबद्दल सांगायला नको? त्यासाठी तर आपण चाललोय आणि हे विठ्ठलालाही माहीत आहे, तेव्हा उदास होऊ नकोस!'' ज्ञानेश्वरांनी नामदेवाचं मन वाचलं आणि त्याची समजूत घातली. नामदेवालाही ते पटलं. त्याचा चेहरा खुलला.

आता चांगलंच उजाडलं होतं. इथून त्यांनी ती सारवट गाडी सावताकडे परत पाठवली. आता महाराष्ट्राची हद्द संपली होती. गुजरातचा प्रदेश सुरू झाला होता. हवा बदलली होती. वातावरण बदलले होते. भोवतालचा प्रदेश बदलला होता. त्या दोघांनी प्रथम सुरतमध्ये प्रवेश केला. तिथल्या एका मंदिरात मुक्काम केला. नामदेवानं फिरून आसपासची माहिती घेतली आणि त्यांनी तिथून द्वारकेला जायचं ठरवलं. श्रीकृष्णाची द्वारका! समुद्र किनाऱ्यावरचं सुंदर मंदिर. त्या मंदिरात दोघांनी प्रवेश केला आणि नामदेवाला एक वेगळीच अनुभूती येऊ लागली. मंदिराचं प्रवेशद्वार भव्य होतं. छान कलाकुसर केलेलं होतं. मंदिराच्या सभामंडपात श्रीकृष्णाच्या कथेवरील काही प्रसंगांची सुंदर चित्रं काढलेली होती. गर्भागारात भरपूर समया तेवत होत्या. त्यांच्या प्रकाशानं तो गाभारा सुवर्णतेजानं लखलखत होता आणि त्या सुवर्णतेजानं झळाळत आतमध्ये उभा होता– श्रीकृष्ण! पायाला तिढा घालून उभी असलेली सुरेख, सुबक, सुंदर मूर्ती. मूर्तीच्या मस्तकावर लखलखता शिरपेच होता. त्या शिरपेचात, त्या किरीटात मिरवत होतं देखणं मोरपीस. हातात आडवी धरलेली, ओठांना स्पर्श करणारी बासरी होती. तो जरीकाठाचा रेशमी कद नेसला होता. पायात तोरड्या होत्या. अंगावर लखलखते अलंकार होते. जणू त्याच्या सुवर्णनगरीच्या

वैभवाचं प्रतीक म्हणून तो उभा होता. साधा अंगरखा, करवतकाठी पांढरं धोतर आणि गळ्यात तुळशीदलाच्या आणि तुळशीमण्यांच्या माळा इतका साधा विठू बघण्याची सवय असलेल्या नामदेवाला श्रीकृष्णाचं हे लखलखतं रूप बघून क्षणभर गोंधळायला झालं. आपला साधासा विठुराया श्रीकृष्णाचं प्रतिरूप आहे असं आपण मानतो, मग आपला साधासा विठू या लखलखत्या श्रीकृष्णाचं प्रतिरूप आहे का? नामदेवाच्या मनात गोंधळ उडाला. त्यानं ती मूर्ती पुन्हा निरखून बघितली. बाकी सगळ्या गोष्टींमध्ये प्रचंड फरक असला तरी दोघांत एका गोष्टीचं साम्य होतं. या लखलखत्या श्रीकृष्णाच्या गळ्यात सोन्याच्या, रत्नाच्या हारांसोबतच तुळशीदलाचाही हार होता. ते बघितलं आणि नामदेवाला बरं वाटलं. त्याच्या मनातला गोंधळ थोडा कमी झाला. तोच... तोच नामदेव पुन्हा दचकला, गोंधळला. त्या श्रीकृष्णाच्या लखलखणाऱ्या मूर्तीच्या जागी त्याला साधासा विठुराया दिसला. कर कटीवर ठेवून विटेवर उभा असलेला, साधं करवतकाठी धोतर, साधी अंगी घातलेला, गळ्यात फक्त एक मोत्याची माळ आणि तुळशीच्या माळा घातलेला, त्याचा विठुराया. त्या लखलखणाऱ्या, सुवर्णझळाळी असलेल्या गाभाऱ्यात त्याचा विठुराया उभा होता.

नामदेवानं डोळे चोळले, पुनःपुन्हा चोळले, गालावर थपडा मारून घेतल्या, चिमटा काढून घेतला; ज्ञानेश्वरांना तरी विचारावं म्हणून तो बाजूला वळला तर ज्ञानेश्वरही तिथे नव्हते. आता ते कुठे गेले, असा विचार करत त्यानं पुन्हा गर्भागारात नजर टाकली. तर काय? आधी लखलखता श्रीकृष्ण, त्यानंतर त्याच्या जागी त्याचा विठुराया आणि आता तर त्या गर्भागारात त्या मूर्तीच्या जागी त्याला दिसले ज्ञानेश्वर. पद्मासन घालून, हस्तमुद्रा करून डोळे मिटून बसलेले, भगवी कौपिन[१७] धारण केलेले ज्ञानेश्वर. काय चाललंय काय हे? आपण भांग तर प्यायलो नाही ना? छे! मग हे असे कसले भास होताहेत आपल्याला. नामदेवानं पुनःपुन्हा आपले डोळे चोळले. आपण सावध आहोत की नाही हे पाहण्यासाठी आजूबाजूला नजर टाकली, तर आसपासचं सगळं व्यवस्थित, नीट दिसत होतं. दर्शनाला आलेली माणसं नीट दिसत होती. स्त्रिया नीट दिसत होत्या. हे सगळं न्याहाळून आपण पूर्ण भानावर आहोत, याची खात्री करून नामदेवानं पुन्हा गर्भागाराकडे नजर टाकली. त्या क्षणी त्याला तिथे लखलखता श्रीकृष्ण दिसला. त्यानं सुस्कारा सोडला; तोच पुढच्या क्षणी त्याला तिथे त्याचा विठुराया दिसला आणि त्याच्या पुढच्या क्षणाला तिथे ज्ञानेश्वर; पण आता एक झालं होतं, नामदेवाच्या मनातला गोंधळ कमी झाला होता. त्याला आत्मभान आलं होतं. विचारात सावधपण आलं होतं. आचारात सुसूत्रता आली होती. श्रीकृष्णाचं प्रतिरूप म्हणजे आपला विठुराया

---

१७. कौपिन : एक प्रकारचं भगवं वस्त्र

आहे हे जसं श्रीकृष्णानं त्याच्या मनाला पटवून दिलं होतं, तसंच श्रीकृष्णाचं आणि विठ्ठलाचं सगुण रूप म्हणजे ज्ञानेश्वर आहेत, हेही श्रीकृष्णानं नामदेवाला पटवून दिलं होतं, सप्रमाण दाखवलं होतं. नामदेव समजला, उमजला. विठ्ठलानं आपल्याला ज्ञानेश्वरांसोबत तीर्थयात्रेला का पाठवलं, याचं कारणही त्याला उमगलं. आपण श्रीकृष्णाला भेटायला आलो आणि त्याच्यासोबत आपल्याला विठ्ठलही भेटला.

विटेवरी नीट उभा कटी ठेवूनी कर ।
तो पुंडलिकाचे द्वारी देखियेला ।।
बहूली बहूली देहुडा पाऊली ।
गुंजाहार गळा देखियेला ।।
पुष्पावतीच्या संगमी गोपाळ आश्रमी ।
काला करिता आम्ही देखियेला ।।
वेणू पाहता चहुंकरी नाद उठला अंबरी ।
वासुरे तटस्थ हुंबरी होऊनी देखियेला ।।
अंगी चंदनाची उटी मयुरपत्रांची दाटी ।
चेंडू खेळता यमुना तटी देखियेला ।।
नामा म्हणे केशवा देखियेले हृदयी ।
जन्मवरी राही हेचि मागे ।।

श्रीकृष्ण आणि विठ्ठल हे दोन्ही एकच आहेत, याची ग्वाही आपल्याला देण्यासाठी विठ्ठलानं हे सगळं केलं, हे नामदेवाच्या लक्षात आलं आणि त्याचबरोबर ज्ञानेश्वर माउली ही साक्षात ज्ञानसूर्य आहे आणि श्रीकृष्णाचं अंशरूप आहे, हेही दाखवण्यासाठी विठ्ठलानं हा सगळा खेळ केला, हे नामदेव उमजला. त्यानं जोडलेले हात तसेच ठेवून एकवार डोळे मिटून घेतले आणि त्याच्या त्या मिटल्या डोळ्यांसमोर एकाच वेळी श्रीकृष्ण आणि विठ्ठल दोघेही उभे राहिले. विशेष म्हणजे आता ज्ञानेश्वर तिथे नव्हते. त्या दोन्ही रूपांना वंदन करून नामदेवानं डोळे उघडले. शेजारीच त्याला कसलीशी चाहूल लागली. त्यानं मान वळवून पाहिलं. ज्ञानेश्वर शेजारी उभे होते आणि आता त्यांचा चेहरा अगदी त्या गोपालकृष्णासारखा दिसत होता. साहजिकच होतं ते. ज्ञानेश्वरांचा जन्मही गोपाळकृष्णाच्या जन्मादिवशीच, श्रावण कृष्ण अष्टमीलाच तर झालेला आहे. नामदेवाच्या मनात आलं,

*अधिक सत्याण्णव शके अकराशति । श्रावण मास तिथी कृष्णाष्टमी ।।
वर्षा ऋतू युवानाम संवत्सर । उगवे निशा कर रात्री माजी ।।

* लाड संपादित नामदेव गाथेतून

पंचमहापातकी तारावया जन्म । आले नारायण मृत्युलोकी ॥
नामा म्हणे पूर्णब्रह्म ज्ञानेश्वर । घेतसे अवतार अलंकापुरी ॥

त्यानं वळून ज्ञानेश्वरांनाही वंदन केलं. त्याच्या हालचालीनं ज्ञानेश्वरांचं लक्ष त्याच्याकडे गेलं. ते म्हणाले, "नामदेवा, झालं का दर्शन? कसं प्रसन्न वाटतंय ना इथे?" नामदेवाच्या डोळ्यांत तर भक्तिभाव भरला होता. तो तसाच ठेवून तो म्हणाला, "माउली, दर्शन तर फारच छान झालं. मला तर त्रिगुणदर्शन झालं. मी किती भाग्यवान आहे! या एकाच जन्मात मला तीनही अवतार दिसले." नामदेवाचा स्वर भारावला होता. "नामदेवा, तू इतका भाग्यवान आहेस की, तुझं दर्शन घेण्यासाठी ते तीनही अवतार एकाच वेळी अवतरले असणार!" ज्ञानेश्वरांच्या स्वरात नामदेवाचं कौतुक होतं.

द्वारकेत श्रीकृष्णाचं दर्शन घेऊन दोघे आता पुढच्या प्रवासाला निघाले. आता त्यांना राजस्थानात जायचे होते. तिथले मेवाड-मारवाड प्रांत हेही श्रीकृष्णभक्तीनं भरलेले होते. वाटेत ठिकठिकाणी मुक्काम करत त्यांचा प्रवास चालला होता. मुक्कामाच्या ठिकाणी ते रात्री भजन-कीर्तन करत. मुक्काम बहुधा लहान-गोठ्या मंदिरात असे. तिथे रात्री कीर्तनासाठी लोक जमत. त्यांच्यासमोर भक्ती-द्वैत यांवर ज्ञानेश्वरांचं प्रवचन, भागवत धर्माचं विश्लेषण आणि त्यानंतर नामदेवाचं कीर्तन होत असे. तो प्रदेश हिंदी भाषक असल्याने नामदेव हिंदीतून कीर्तन करी. ज्ञानेश्वरही त्या भक्तांना समजेल असेच प्रवचन करत. नामदेव हिंदी भाषेत अभंग रचून कीर्तन करीत असे. त्यातच कुणीतरी स्थानिक मराठी रहिवासी ज्ञानेश्वरांसंबंधी जे ऐकलं असेल ते तिथल्या स्थानिक लोकांना सांगत असे. ते ऐकल्यावर मग या दोघांचा पुढचा प्रवास आणखी सुसह्य होत असे. भजन-कीर्तनात जे जे अभंग रचले जात, ते नामदेव रात्री मुक्कामाच्या ठिकाणी बसून लिहून काढत असे. या गोष्टीचंही ज्ञानेश्वरांना कौतुक वाटे. तेसुद्धा रोज त्याच्यासोबत जागत असत. एके दिवशी नामदेवानं विचारलं, "माउली, तुम्ही माझ्यासोबत कशासाठी जागरण करता. तुमची बुद्धी सहस्र सूर्यासारखी आहे. तुम्ही रचलेलं तर कायमच तुमच्या स्मरणात राहतं. मग तुम्ही कशासाठी जागत बसता?" नामदेवाच्या स्वरात काळजी उमटली होती. ज्ञानेश्वर प्रसन्नपणे हसले आणि म्हणाले, "नामदेवा, तू रात्री जागरण करून लिहीत बसतोस. मी तुला लिहिताना बघत बसतो. तुला लिहीत असताना बघणं हा एक वेगळाच आनंद आहे नामदेवा. आणि त्याशिवाय आणखी एक गोष्ट आहे. नामदेवा, तू लिहीत असतोस, तेव्हा बघायला कधी कधी विठ्ठलही येतो. तू लिखाणात मग्न असतोस. तुला ते कळत नाही; पण मग मी आणि विठ्ठल काही बोलत बसतो. तुझं लिहून बाजूला ठेवलेलं लिखाण वाचतो. म्हणून नामदेवा,

मीसुद्धा तुझ्यासोबत रात्रीचा जागत बसतो.'' ज्ञानेश्वरांनी सविस्तर उत्तर दिलं आणि ते ऐकून नामदेव स्तिमित झाला. 'आपल्या काळजीनं विठुराया रात्री येऊन आपलं कुशल बघून जातो' या विचारानं नामदेवाला भरून आलं. आपल्यावर असलेलं विठ्ठलाचं आणि ज्ञानेश्वर माउलींचं प्रेम बघून त्याच्या डोळ्यांतून अश्रू ओघळले.

हेचि देवा पैं मागत । चरणसेवा अखंडित ॥
वास द्यावा पंढरीचा । सदा संग हरिदासाचा ॥
जन्म हो का भलते याति । परि मी न चुके हरिभक्ती ॥
नामा म्हणे कमळापती । हेचि द्यावे पुढतोंपुढती ।

डोळ्यांत पाणी भरलेल्या अवस्थेत नामदेवानं विठ्ठलाला आठवलं, आळवलं, गायलं आणि मगच त्याला जरा बरं वाटलं.

अशाच गोष्टी करत, ठिकठिकाणी मुक्काम करत दोघे आता मेवाड-मारवाडमध्ये पोहोचले. आता पुन्हा हवा बदलली होती. राजस्थानात उष्ण हवा वाहत होती. भोवतालचा बराचसा भूभाग वाळवंटाचा होता. मधूनच पंधरा-वीस पांढऱ्या मातीच्या घरांची वस्ती दिसत असे. भर दुपारची वेळ. दोघेही चालत निघाले होते. माथ्यावर ऊन तळपत होतं. सोबत लहान पखालीतून नेलेलं पाणी संपलं होतं. दोघांचेही घसे कोरडे पडले होते. दोघेही तहानेनं व्याकुळले होते. आसपास कोठे वस्ती दिसत नव्हती. सावलीसाठी एखादे झाडही दिसत नव्हते. हा निमर्नुष्य पट्टा लांबपर्यंत दिसत होता. आता पाणी कुठून मिळणार याची चिंता दोघांनाही सतावत होती. दोघेजण त्या कोरड्या मातीतून थकल्याभागल्या अवस्थेत चालत होते. सूर्य जसजसा वर चढत होता, तसतसा उन्हाचा कडाका वाढत होता आणि त्याचबरोबर त्यांना लागलेली तहानही! वाटेत त्यांना पंधरा-वीस घरांची वाडी दिसली. 'कलदोजी' असं त्या गावाचं नाव होतं. इथे आपल्याला पाणीतरी मिळेल या आशेनं दोघं गावात शिरले; पण छे! गावात कुणीच नव्हतं. पाण्याअभावी ते गाव ओसाड झालं होतं. ते गाव उठलं होतं. म्हणजे इथंही पाणी मिळण्याची शक्यता नव्हती. विचित्र म्हणजे हे लक्षात आल्यावर तहान आणखी वाढली. तशाही परिस्थितीत नामदेवाला मानवी स्वभावाचे विशेष वाटले. नसलेल्या गोष्टीची असोशी किती? पण, हा विचार फार वेळ टिकला नाही. आता आधी पाण्याची नितांत गरज होती. निदान घोटभर तरी! पाण्याच्या शोधात दोघेजण इकडे-तिकडे नजर टाकत चालले होते. विशेष असं की, एरवी अखंड बोलत असणारे दोघं, आता या क्षणी एक शब्दही एकमेकांशी बोलत नव्हते. दोघांच्या तोंडाला एवढी कोरड पडली होती की, तोंडातला ओलावासुद्धा संपला होता आणि तोंड उघडलं, तर उरलासुरला ओलावा बाहेरच्या उष्ण हवेनं सुकून जाईल काय, अशी भीती वाटत होती. मात्र, दोघांची नजर पाण्याच्या शोधात

इकडे-तिकडे भिरभिरत होती. त्यांच्या भिरभिरत्या नजरेला एका बावेचा गोल कठडा दिसला. दोघांनाही अपार आनंद झाला. एकमेकांकडे आनंदाची नजर टाकून त्यांनी तिकडे झपझप चालायला सुरुवात केली. ते पन्नास हातांचं अंतर त्यांनी लवकर कापलं आणि दोघांनी कठड्याकडे धाव घेतली. खरंच, तो कठडा एका बावेचा म्हणजे विहिरीचा होता. अपार आनंदानं त्यांनी त्या कठड्यावरून वाकून आत पाहिलं आणि दोघांची प्रचंड निराशा झाली. ती विहीर बहुतांश कोरडी होती. कधीकाळी ती विहीर पाण्यानं ओसंडत असणार; पण आता तर ती जवळपास कोरडी होती. तिच्या तळाशी, अगदी तळाशी कुठेतरी चुळकाभर पाणी होतं. तिथे कदाचित जिवंत झरा असावा, म्हणूनच तिथे थोडंसं पाणी होतं; पण त्या विहिरीचा तळ बराच खोल होता. तिथपर्यंत पोहोचता येणं निव्वळ अशक्य होतं. खरंतर तोंड ओलं करण्यासाठी तरी तेवढं पाणी उपयोगी होतं; पण ते काढणार कसं? तिथपर्यंत पोहोचणार कसं? या वाळवंटात पाण्याविना तडफडून जीव जातो की काय, अशी परिस्थिती निर्माण झाली होती. समोर घोटभरतरी पाणी होतं; पण ते हातात येण्यासारखं नव्हतं. काय करावं ते दोघांनाही सुचत नव्हतं. ही अनिश्चितता नामदेवाला असह्य झाली. त्यानं खांद्यावरची पडशी खाली टाकली आणि “माउली, मी आता आत उडी टाकतो. काय व्हायचंय ते होऊ दे.” असं म्हणत विहिरीच्या कठड्यावर चढला. आत उडी मारण्याचा त्याचा निर्धार त्याच्या चेहऱ्यावर स्पष्ट दिसत होता. नामदेव आत उडी मारणार तोच ज्ञानेश्वर पुढे झाले. त्यांनी नामदेवाचा हात धरला. “थांब नामदेवा! असा अविचार करू नकोस. अरे, ही विहीर गेली कित्येक वर्षं अशी ओसाड असावी, असं वाटतंय. आतमध्ये साप, विंचू, विषारी वनस्पती असतील. ते पाणीतरी पिण्यालायक असेल की नाही कोण जाणे! तू थांब. आत उतरू नकोस. मी करतो काहीतरी.” ज्ञानेश्वरांचं बोलणं ऐकून नामदेव खाली उतरला. त्याला त्यांचं बोलणं पटलं होतं; पण काहीतरी करायला हवं होतं. तो काही विचारणार तोच त्यानं पाहिलं, ज्ञानेश्वर त्या तापलेल्या वाळूत पद्मासन घालून खाली बसले आहेत. त्यांनी त्यांच्या उजव्या हाताची दोन बोटे दोन्ही भुवयांमध्ये टेकवली आहेत, तर डावा हात हृदयावर ठेवला आहे. न राहवून नामदेवानं विचारलं. “माउली, काय करताय?” ज्ञानेश्वरांनी त्याच्याकडे पाहिलं आणि ते म्हणाले, “नामदेवा, मी लघुमासिद्धीनं विहिरीच्या तळाशी जातो आणि खाली सर्प, विंचू, काही विषारी वनस्पती आहेत का, तसेच ते पाणीतरी पिण्यालायक आहे की नाही, ते बघून येतो. त्यानंतरच आपण ठरवू काय करायचं ते!” असं म्हणून त्यांनी डोळे मिटले. एक दीर्घ श्वास घेतला. काही क्षण त्यांचा देह ताठ झाला. दोन-चार क्षण असेच गेले. पुन्हा ज्ञानेश्वरांनी डोळे उघडले. पद्मासन सोडून ते उठून उभे राहिले आणि म्हणाले, “नामदेवा, ते पाणी चांगलं आहे. मी ते पिऊन

बघितलंय आणि तुझ्यासाठी घेऊन आलोय. आ कर!'' नामदेवानं तोंड उघडलं. ज्ञानेश्वरांनी त्या पाण्यात भिजवून आणलेलं कौपिनीचं टोक नामदेवाच्या मुखात पिळलं. नामदेवाच्या तोंडात ते पाण्याचे थेंब पडले आणि तहान भागल्याच्या समाधानासोबतच नामदेवाला एक वेगळीच अनुभूती आली. ते पाणी होतं की अमृत? खरोखरच, त्या पाण्याला अमृतासारखीच चव होती. नामदेवाला कळेना, ते विहिरीचं पाणीच इतकं छान होतं की ते ज्ञानेश्वरांच्या कौपिनीचा स्पर्श झाल्यामुळे अमृतासारखं झालं होतं. काही असो; पाण्याच्या त्या चार थेंबांनी नामदेवाची तहान लौकिक अर्थानं भागली; पण त्याच्या मनाची तहान आणखी वाढली. त्यानं पाहिलं, ज्ञानेश्वर कौपिनीचा तो भिजलेला कोपरा उलगडून सुकवत होते. नामदेवाच्या मनातली चलबिचल ज्ञानेश्वरांनी ओळखली. त्यांनी हसऱ्या चेहऱ्यानं मिस्कीलपणे विचारलं, ''नामदेवा, काय झालं? आणखी पाणी पाहिजे का? तुझ्या विठ्ठलाला सांग की! तो आहेच की आपल्यासोबत. त्यालाही तहान लागलीच असेल. हाक मार त्याला!'' ज्ञानेश्वरांची सूचना नामदेवानं शिरसावंद्य मानली आणि हात जोडून त्यानं विठ्ठलाला हाक मारली, ''विठुराया धाव. माझी तहान भागली नाही. जिथे असशील तिथून धावत ये. जसा असशील तसा धावत ये. तू दयेचा सागर आहेस, तेव्हा लवकर ये. ये रे विठुराया, लवकर ये! उशीर करू नकोस! सत्वर ये.'' असा धावा करून नामदेवानं मग अभंग गायला.

वाढवेळ का लाविला । कोण्या भक्ताने गोविलां ।।
झडकरी ये बा विठ्ठला । कंठ आळविता सोकला ।।
वाट पाहे दाही दिशा । जिवी धरोनि भरवसां ।।
प्राण केव्हा येईल माझा । आलिंगित चतुर्भुजा ।।
नामा गहिवरे दाटला । देह धरणिये लोटला ।।

अभंग गाता गाता नामदेवाची अशी स्थिती झाली. विठ्ठल येत नाही म्हणून आता त्याच्या डोळ्यांतही पाणी उभं राहिलं. तोच त्याला ज्ञानेश्वरांची हाक ऐकू आली. ''नामदेवाऽऽ! नामदेवा बघ! अरे, बघ तरी! अरे विहिरीत पाणी भरलंय. अरे नामदेवाऽ अरे, बघ बघ! पाणी वरपर्यंत आलंय...! अरे बघ तरी! ही कोरडी विहीर पाण्यानं ओसंडून वाहायला लागलीय!'' ज्ञानेश्वरांच्या हाका ऐकून नामदेव उठून उभा राहिला आणि त्यानं विहिरीकडे धाव घेतली. खरंच की! खरंच, त्या विहिरीत पाणी भरलं होतं. नुसतंच भरलं नव्हतं तर भरून, ओसंडून वाहत होतं. ते बघितलं आणि आता नामदेवाच्या डोळ्यांतून पाण्याच्या धारा वाहू लागल्या. अचानक भुईतून उगवावा तसा एक माणूस तिथे आला. त्यानं त्या विहिरीत ओसंडणारं पाणी बघितलं आणि ओरडून त्यानं धावायला सुरुवात केली. ''कुआँ भर गयाऽऽ! देख भाया,

कुओ पानीनो भरग्यो! कुआँ भर गया...! कुआँ पानी से भर गयाऽऽ!'' असं जोरजोरात ओरडत त्यानं धावायला सुरुवात केली. तो कुठेतरी धावत गेला आणि अगदी काही वेळातच त्याच्या पाठोपाठ पन्नास-साठ स्त्री-पुरुष पाण्याचे हंडे, कळश्या, घागरी घेऊन धावत आले. त्यांच्या पाठोपाठ उंटांच्या गाडीवर सामान लादून पाच-दहा लोक आले आणि पाण्याविना निष्प्राण, ओसाड झालेलं ते कलदोजी गाव पुन्हा गजबजलं. त्या विहिरीच्या काठावर उभं राहून हे सगळं पाहणाऱ्या ज्ञानेश्वर, नामदेवांना हाताला धरून त्या लोकांनी घरात नेलं. त्यांचं कोडकौतुक केलं. आदरातिथ्य केलं. या दोन महान लोकांनी आपल्या सुकलेल्या विहिरीला पाणी आणलं, या भावनेनं त्यांचा आनंद गगनात मावेना. पुढचे तीन-चार दिवस त्या गावकऱ्यांनी ज्ञानेश्वर-नामदेव या दोघांना तिथंच ठेवून घेतलं. त्यांचा हरतऱ्हेनं पाहुणचार केला. त्यानंतर दोघेजण तिथून पुढच्या प्रवासाला निघाले. जाण्यापूर्वी पुन्हा एकदा ते त्या विहिरीकडे गेले. विठ्ठलाच्या कृपेनं भरलेली ती विहीर अजूनही ओसंडून वाहत होती. आता तिचं पाणी कधीच आटणार नव्हतं. तिथून बाहेर पडता पडता विठ्ठलाच्या त्या कृपेचं नामदेवानं वर्णन केलं

तंव निजभुवनी सुखे पंढरीनाथ । नित्य जीवी आर्त निजभक्ताचे ।।
कृपेचा वोरसु होता देवा पोटी । तेचि करी गोष्टी रुक्माईसी ।।
क्षेम माझा नामा यावा एक वेळा । मग मी जीवावेगळा जाऊ नेदी ।।
आजि माझा डावा का लवतो लोचन । करितसे स्फुरण वाम बाहू ।।
उद्वेग उपसर्ग वाटती जीवाशी । कवणा जीवलगाशी कष्ट होती ।।
वाजता पैं वारा न लागावा राजसा । माझ्या विष्णुदासा भाविकासी ।।
वाटे तान भूक झाली त्या पीडणी । तरीच माझ्या मनी ऐंशी दशा ।।
तंव ती विश्वमाता विचारी नावेक । अवचिता शोफ पडला कानी ।।
म्हणे तृषाक्रांत नामा करितसे धावा । वेगी जाउनी देवा सांभाळावे ।।
तंव तो आर्तबंधू ऐकोनि वचन । मनाचेनि मनें वेगू केला ।।
तंव गडगडीत कूप उदके वोसंडला । कल्पांती खवळला सिंधू जैसा ।।
ज्ञानदेव म्हणे झाले अभिन्नव । कैसा ऋणिया देव केला येणे ।।
सावध करोनिया दिले आलिंगन । जीव निंबलोण उतरीले ।।
तो येरे चरणावरी ठेवियेला माथा । म्हणे माझी चिंता आहे विठोबासी ।।
नामा म्हणे माझे बहु लळे पुरविले । कैं देखेन पाऊले विटेवरी ।।

नामदेवानं तिथल्या तिथे अभंग रचून या प्रसंगाचं वर्णन केलं आणि ज्ञानेश्वर म्हणाले, ''नामदेवा, मला आत्ता समजलं की, ही विहीर ओसंडून का वाहिली ते?''

त्यांच्या या बोलण्याचं नामदेवाला नवल वाटलं. "काय समजलं माउली?" त्यानं उत्सुकतेनं विचारलं. ज्ञानेश्वर मंद हसले आणि म्हणाले, "नामदेवा, तू विठ्ठलाला तर तुझ्या भक्तीच्या अंकित केलं आहेसच; पण तुझी प्रतिभा आणि शब्दभांडारही इतकं उत्स्फूर्त आहे की, ते ओसंडून वाहतंय; त्यामुळेच हा कूपही इथे ओसंडून वाहिला आहे." नामदेव जरा संकोचला. तोच ज्ञानेश्वरांनी विचारलं, "नामदेवा, किती, कोणते अभंग लिहायचे असा काही संकल्प केला आहेस का? नसला केलास तर नक्की कर. म्हणजे तुझ्या शब्दसामर्थ्याला आणि भक्तीला एक सुनिश्चित ध्येय लाभेल. ध्येय निश्चित केलंस की, त्याच्या पूर्ततेसाठी आपल्या आयुष्याला एक दिशा मिळते, मार्ग सापडतो आणि आयुष्याला अर्थ प्राप्त होतो." ज्ञानेश्वरांचे ते बोल नामदेव जणू टिपून घेत होता. "नामदेवा, तुझा जन्म, तुझं जीवन हे विठ्ठलभक्तीसाठीच आहे. तुझ्या आयुष्याविषयी तू काही संकल्प केले आहेस का?" ज्ञानेश्वरांच्या स्वरातून प्रेम ओसंडत होते. तो स्वर ऐकून नामदेवाला भरून आलं. ज्ञानेश्वरांसारखा साक्षात ज्ञानसूर्यही आपल्याशी इतक्या प्रेमानं, इतक्या आपुलकीनं बोलतोय, ही आपल्या भक्तीची पुण्याई आहे असं त्याला वाटलं. तो संकोचून म्हणाला, "माउली, तुम्ही म्हणता तसं विठ्ठलाच्या कृपेनं मी काही ठरवलं आहे. एका ज्योतिषानं माझी पत्रिका बघून, मला ऐंशी वर्षांचं आयुष्य लाभणार आहे असं सांगितलंय. म्हणूनच मी ठरवलंय माउली,

शतकोटी अभंग करील प्रतिज्ञा । नाम मंत्र खुणा वाचुनी पाहे ।।
ऐंशी वर्ष आयुष्य पत्रिका प्रमाण । नामसंकीर्तन नामया वृद्धी ।।

माझा विठ्ठल मला यात नक्की यश देईल." नामदेवाचं हे बोलणं ऐकून ज्ञानेश्वर प्रसन्न झाले. त्यांनी नामदेवाचा हात धरला आणि म्हणाले, "नामदेवा, शत-कोटी म्हणजे शंभर प्रकारचे अभंग करण्याचा तू संकल्प केला आहेस, तो नक्की सिद्धीला जाणार. नामदेवा, तुझी उत्स्फूर्त अभंगरचना आणि तुझी भक्ती! अनेक युगं त्याचा बोलबाला होत राहील. नामदेवा, तू साक्षात भक्तिचंद्र आहेस; कारण चंद्राची शीतलता आणि तेज तुझ्या भक्तीतही आहे आणि अभंगांतही! तुझ्या भक्तीचा हा शीतल प्रकाश कित्येक युगं लोटली तरी असाच तळपत राहील!" ज्ञानेश्वर बोलत होते आणि त्यांचा प्रत्येक शब्द नामदेवाच्या मनावर अधिराज्य गाजवत होता. "नामदेवा, तुझा संकल्प पूर्णत्वास जाईल की नाही, ते मला माहीत नाही; पण समज, जरी तो अपूर्ण राहिला, तरी तो संकल्प पूर्ण करण्याची आस बाळगणारा कुणीतरी नक्की येईल. नामदेवा, तुझं हे सगळं कार्य म्हणजे मराठी सारस्वतांवर, विठ्ठलभक्तांवर, हजारो युगं ठसा उमटवणारं आहे. धन्य आहेस तू नामदेवा आणि धन्य आहे तुझी भक्ती. म्हणूनच मी म्हणतोय नामदेवा, तू

'भक्तिचंद्र' आहेस.'' ज्ञानेश्वर अगदी मनापासून बोलत होते आणि त्यांच्या प्रत्येक शब्दागणिक नामदेवाला धन्यता वाटत होती, आपल्या जगण्याचं सार्थक झालं असं वाटत होतं. त्याला ज्ञानेश्वर माउलीचे शब्द आठवले. यात्रेला निघण्यापूर्वी ते म्हणाले होते–

सिंधूहून सखोल सुरस तुझे बोल । आनंदाची वोल नित्य नवी ॥
ते मज सादर ऐकवी सत्वर । श्रवण क्षुधातुर झाले माझे ॥
जाणीव-शहाणीव तरीच शोभे सर्व । जरी होय आविर्भाव वैराग्याचा ॥
ज्ञानदेव म्हणे तू भक्त अंतरंग । न लगे तुज पांग बहुज्ञतेचा ॥

नामदेवाला ज्ञानेश्वरांचे ते बोल आठवले आणि विठ्ठलानं आपला भक्त म्हणून स्वीकार केला, आपण किती भाग्यवान आहोत! आपल्याला ज्ञानेश्वर माउलींसारख्या ज्ञानसूर्याचा सहवास लाभला, आपण किती पुण्यवान आहोत, अशी एक विभूती भावना त्याच्या मनात उद्भवली आणि त्याच भावनेनं त्यानं ज्ञानेश्वरांना साष्टांग दंडवत घातला. ज्ञानेश्वरांनी त्याचा भाव ओळखला. त्याला उचलून मिठीत घेतलं. हे सगळं आपल्या अंगावर घडतंय या भावनेनं तिथला वाळूचा कणन्‌कण थरारला, धन्य झाला, कृतार्थ झाला. ठिकठिकाणी आपल्या ज्ञानाची आणि भक्तीची मोहोर उमटवून दोघे परतीच्या प्रवासाला निघाले. परतताना त्यांनी नीरा नरसिंगपूर गाठलं, जे पंढरपूरचं पश्चिमद्वार होतं. तिथून त्यांनी पंढरपुरात प्रवेश केला. कृतार्थतेनं पुलकित झालेला नामदेव, विठ्ठलाचा नामया, विठ्ठलाच्या पायाशी परतला होता.

आपला विरह सोसून आपण नामदेवाला ज्ञानेश्वरांसोबत तीर्थाटनाला जायला सांगितलं खरं; पण दोघांची वयं कोवळी होती. प्रवास दऱ्या-डोंगरांतून, जंगलांतून होता. वाटेत हिंस्र प्राणी, चोर-लुटारू, परकीयांचे आक्रमण यांची भीती होती. या दोघांना तो प्रवास झेपेल का, अशी विठ्ठलाला मनातून भीती वाटत होती. अर्थात, हटयोगावर प्रभुत्व असलेले ज्ञानेश्वर नामदेवासोबत होते, ही एक दिलासा देणारी गोष्ट होती. तरीही विठ्ठलाला त्या दोघांची, विशेषतः, नामदेवाची काळजी वाटत होती. त्यानं ती रुक्मिणीजवळ बोलूनही दाखवली, तर रुक्मिणी त्यालाच रागावली. 'असं होतं तर जो कधी पंढरपूरच्या बाहेर गेला नाही, त्या नामदेवाला कशाला एवढ्या लांब पाठवलं! तेही त्या पोरसवदा ज्ञानेश्वरासोबत?' असा उलट प्रश्नही तिनं विचारला; पण नामदेवाचं व्यक्तिमत्त्व सर्वांगानं परिपूर्ण झालं पाहिजे. तो चंद्रासारखा शीतल आहेच; पण वेळ पडली तर त्यानं सूर्यासारखं प्रखरही झालं पाहिजे, हा विचार मनात योजून विठ्ठलानं नामदेवाला तीर्थाटनाला पाठवलं होतं. पंढरपुरात राहून तो पंढरपूरवासीयांचा लाडका झाला असता, नव्हे झालाच होता; पण नामदेवाचं ज्ञानविश्व, भावविश्व आणि कीर्तीविश्व केवळ पंढरपुरापुरतं सीमित

न राहता, ज्ञानेश्वरांच्या संकल्पनेनुसार 'अवघं विश्व त्याचं घर' व्हायला हवं होतं. आणि विशेष म्हणजे तो संकल्प पूर्ण करण्याची नामदेवात क्षमता होती. एकदा सुरुवात होणं गरजेचं होतं आणि ही संकल्पना पूर्णत्वाला नेण्यासाठी ज्ञानेश्वरांसारखा प्रत्यक्ष मार्गदर्शक दुसरा कुणी असूच शकणार नव्हता. म्हणून तर विठ्ठलानं हा घाट घातला होता. अर्थात, या दोन सारस्वतांची काळजी वाहायला, त्यांना संकटातून सोडवायला, तो या ना त्या रूपानं त्यांच्यासोबत असणारच होता, ती गोष्ट वेगळी! पण, रुक्मिणीचं या बाबतीतलं मत मात्र वेगळं होतं. ती म्हणाली, 'आधी करू नये आणि मग निस्तरायला लागलं तर तक्रार करू नये.' पण, विठ्ठल मुळीच तक्रार करणार नव्हता. उलट या दोघांची चाललेली चर्चा, नामदेवाचं प्रश्न विचारणं आणि ज्ञानदेवांचं उत्तर देणं बघितल्यावर हे तीर्थाटन नामदेवाच्या भवितव्याचा, उज्ज्वल भवितव्याचा आणि भक्तियोगाचा पाया रचणारं होणार आहे, याबद्दल त्याला तिळमात्रही शंका राहिली नाही. नामदेवाच्या आयुष्यात घडणाऱ्या भविष्यातल्या घटनांची ही नांदी होती आणि तिचं प्रात्यक्षिक ती कलदोजी गावातली कोरडी विहीर पाण्यानं ओसंडण्यात झालं होतं. या तीर्थाटनात नामदेवाला ज्ञानेश्वर जसे सर्वार्थानं समजले होते, तसेच हटयोग आणि परमार्थ, अद्वैत आणि अध्यात्म यांचंही ज्ञान नामदेवाला होत होतं आणि त्याच्या भविष्याच्या आणि त्याच्या हातून घडणाऱ्या कार्याच्या दृष्टीनं हे ज्ञान म्हणजे त्याच्या कार्याची आधारशीला होती. त्याच्या ध्येयपूर्तीला मिळालेली दिशा होती. आंतरभारतीच्या भक्तीची जी इमारत उभी राहणार होती, त्या इमारतीचा हा पाया होता आणि ज्ञानेश्वरांच्या सोबतीनं तो पाया चांगला मजबूत होणार होता.

आणि तसंच झालं. ज्ञानेश्वरांसोबत तीर्थाटनाला गेलेला नामदेव जेव्हा पंढरपूरला परत आला, तेव्हा त्याचं अनुभवविश्व समृद्ध झालं होतं. त्याच्या विचारांची कक्षा रुंदावली होती. हे जरी झालेलं असलं तरी मूळचा भोळाभाबडा विठ्ठलाचा सखा नामदेव तसाच होता.

२०

नामदेव आणि ज्ञानेश्वर तीर्थयात्रेहून पंढरपूरला परतले. त्यांना बघून सगळ्यांना आनंद झाला. विठ्ठलाला तर विशेष आनंद झाला. ते दोघं त्याला भेटायला गेले, तेव्हा त्यानं आपल्या गळ्यातल्या तुळशीदलाच्या माळा काढून त्या दोघांच्या गळ्यात घातल्या. नामदेव नव्हता; त्यामुळे आपण खूपच उदास होतो, असं विठ्ठलानं सांगितलं. आपल्याला नामदेवाची खूप आठवण येत होती, असं सांगताना विठ्ठलालाही गहिवरून आलं, ते बघून नामदेवाला धन्यता वाटली. आपण नसल्याचं विठ्ठलाला जाणवावं इतके आपण त्याच्या जवळ आहोत, ही भावना नामदेवाला सुखावून गेली. एकवार एक करून सगळी मंडळी त्या दोघांना भेटायला येत होती. त्यांच्या तीर्थयात्रेबद्दल विचारत होती. त्या सगळ्यांनाच उत्सुकता होती. ते बघून एके दिवशी विठ्ठलानं नामदेवाला बोलावलं आणि म्हणाला, "नामदेवा, यात्रा करून आला आहात, आता त्याचं पारणं करा. मावंदं घाला. सगळ्या गावाला बोलवा." नामदेवाला ही कल्पना पटली. त्यानं विठ्ठलाचा असा आदेश असल्याचं ज्ञानेश्वरांना सांगितलं. त्यांनीही या संकल्पाला दुजोरा दिला. सगळ्या गावाला बोलवायचं म्हणजे केवढा शिधा लागणार होता! पण, पंढरपूर आणि आसपासच्या गावांत जेव्हा या संकल्पाची बातमी पोहोचली, तेव्हा अवघ्या पंचक्रोशीतून भरभरून शिधा जमा झाला आणि मग नामदेवानं जमा केलेल्या, त्याच्या प्रेमाखातर आलेल्या सगळ्यांनी मिळून स्वयंपाकाची सिद्धता केली. केवळ पंढरपूरच नव्हे, तर आसपासच्या गावांतील लोकांनीही या प्रसादाचा लाभ घेतला. ज्ञानेश्वरांच्या कीर्तीचा हा बोलबाला असला, तरी नामदेवाची विठ्ठलभक्ती, त्याच्या कीर्तनाची लोकप्रियता, त्याचं संघटनकौशल्य, त्याची सर्वसमावेशक सहिष्णुता यांचा हा परिपाक होता, हेही तितकंच खरं! या मावंदं सोहळ्यात नामदेवाचे हे गुण प्रकर्षानं सिद्ध झाले आणि ते बघून ज्ञानेश्वर समाधान पावले. आपण पुनर्स्थापित केलेल्या भागवत धर्माला नामदेव निश्चितच एक गोमटं रूप आणू शकेल, याची ग्वाहीच जणू या प्रसंगानं

ज्ञानेश्वरांना, विठ्ठलाला आणि पर्यायानं मराठी सारस्वताला मिळाली.

महाप्रसाद संपला. इतर गावचे लोक आपापल्या घरी गेले. मागे आठ-दहाजण थांबले होते. त्यात चोखोबा, रांका, गोरोबा, सेना, सावता अशी मंडळी होती. विठ्ठल मंदिरासमोरच्या पटांगणात हे सगळेजण जमले होते. त्या सर्वांच्या चेहऱ्यावर उत्सुकता होती, ती नामदेवाचे तीर्थयात्रेचे अनुभव ऐकण्याची. नामदेव एकेक मुक्कामाची एकेक अनुभूती सांगत होता. द्वारकेला श्रीकृष्णाच्या मूर्तीच्या जागी आपल्याला एकदा विठ्ठल आणि एकदा ज्ञानेश्वर दिसले हे त्यानं सांगितल्यावर ऐकणाऱ्यांच्या अंगावर रोमांच उभे राहिले. तर कलदोजी गावात विठ्ठलाच्या कृपेनं कोरड्या विहिरीत पाणी भरले, हे ऐकून तर सगळ्यांना नामदेवाचा विठ्ठलावरचा अधिकारही समजला आणि नामदेवाची विठ्ठलभक्ती किती पराकोटीची श्रेष्ठ आहे, ही बाब अधोरेखित झाली. हे सगळं चाललेलं असताना निवृत्तीनाथ, ज्ञानेश्वर, सोपान आणि मुक्ता तिथे आले. सर्वांनी त्यांना वंदन केलं. ज्ञानेश्वर म्हणाले, "नामदेवा, ही तुझी सगळीच मंडळी विठ्ठलभक्त आहेत ना?" त्यांना मोठा होकार भरत नामदेव म्हणाला, "माउली, हे सगळे विठ्ठलभक्त तर आहेतच; पण हे सगळेजण अभंगरचनाही करतात. माउली, लौकिकार्थानं ही निरक्षर असतीलही; पण यांची विठ्ठलभक्ती हेच यांचं बलस्थान आहे आणि हा चोखा महार, हा सेना न्हावी, हा सावता माळी, हा रोहिदास चांभार, हा गोरोबा कुंभार, हा नरहरी सोनार, ही जनी मांग, हा परिसा ब्राह्मण, हा रांका कुंभार आणि मी नामदेव शिंपी अशी अठरापगड जातींतली ही मंडळी ही सगळीजण भक्तिसाक्षर आहेत. ही सगळीजण अभंगरचना करतात आणि माउली आपण यांची विठ्ठलभक्ती आणि अभंगरचना या दोन्हींची अनुभूती घ्यावी, अशी माझी मनापासूनची इच्छा आणि विनंती आहे. माउली, आपल्या भागवत धर्माचं हे गोमटं रूप आपण बघावं, असं मला वाटतं!" नामदेवाचं हे बोलणं ऐकून ज्ञानेश्वरांना अतिशय आनंद झाला. ते निवृत्तीनाथांना म्हणाले, "दादा, हे सगळं बघायला आणि ऐकायला आपल्याला सगळ्यांनाच आवडेल ना?" निवृत्तीनाथांनी नामदेवाकडे पाहिलं आणि ते म्हणाले, "नामदेवा, तुझी विठ्ठलभक्ती सगुण-साकार आहे आणि तिचा संयोग या सगळ्यांतही झालेला बघायला आम्हा सगळ्यांना निश्चितच आवडेल!" निवृत्तीनाथांनी अनुमती दिली. सगळ्यांच्या चेहऱ्यावर आनंद पसरला. नामदेव म्हणाला, "माउली, आपण सगळ्यांनी आता अवधान द्यावे." असे सांगत तो चोखोबाकडे वळून म्हणाला, "चोखोबा, सर्वप्रथम तुम्ही सुरुवात करा." एवढ्या महान विभूतींसमोर र, ट, फ जोडून आपण केलेली अभंगरचना सांगायची या विचारानं चोखोबा संकोचला. संकोचून त्यानं सगळ्यांकडे नजर टाकली. विठ्ठलाच्या गाभाऱ्याकडे बघून विठ्ठलाला नमस्कार केला. एकदा खाली वाकून सगळ्यांना जोहार घातला आणि खाली मान घालून तो

अभंग म्हणायला सुरुवात करणार तोच नामदेव म्हणाला, "थांबा चोखोबा, आपण सगळे विठ्ठलाचे भक्त आहोत. विठ्ठल हा आपला प्राणसखा आहे. त्याचं सुंदर रुपडंही आपल्या दिठीची मिरास आहे, तेव्हा आज सगळ्यांनी विठ्ठलाचं वर्णन करणारे अभंग गायचे आहेत. आपल्याला किती आत्मभान आहे, किती सामाजिक भान आहे हे आपण वारीच्या वेळी दाखवूच; पण आज आपल्या लाडक्या दैवताचं, विठ्ठलाचं वर्णन तुम्ही करायचं आहे. तर चोखोबा करा सुरुवात." नामदेवाच्या या बोलण्यानं सर्वांना विशेष आनंद झालेला दिसला. त्यांना त्यांच्या लाडक्या विठुरायाचं वर्णन, तेही अभंगातून आणि तेही ज्ञानोबा माउलींसमोर करायचं होतं. थोडासा संकोच होता; पण त्यापेक्षा हुरूप जास्त होता.

एकवार सगळ्यांकडे नजर टाकून चोखोबानं नजरेनंच नामदेवाची अनुमती मागितली. नामदेवानं मान झुकवून ती दिली आणि ज्ञानेश्वरांकडे नजर टाकली. ज्ञानेश्वरांची कौतुकानं भरलेली नजर सर्वांवरून फिरत होती. चोखोबानं हात जोडले आणि अभंगाला सुरुवात केली.

लावण्याचा गाभा, त्रैलोक्याची शोभा । विटेवरी उभा पंढरीये ।।
पाऊले गोजिरी, श्रीमुख शोभले । ध्यान मिरविले भीमातीरी ।।
वैजयंती माळा, किरीट कुंडले । परिधान केले पीत वस्त्र ।।
चोखा म्हणे ऐसा लावण्य पुतळा । तो आम्ही देखिला दृष्टीभरी ।।

चोखोबांनी अभंग गायला आणि पहिली टाळी पडली ज्ञानेश्वरांची. ते बसल्या जागेवरून उठले आणि त्यांनी चोखोबाला मिठी मारली. ते बघून सर्वांच्या डोळ्यांत पाणी उभे राहिले, तर चोखोबा ज्ञानेश्वरांच्या मिठीत संकोचून लहान मुलासारखा स्फुंदायला लागला. यानंतर नामदेवानी जनीला बोलावले. डोईवरचा पदर सावरत, संकोचानं खाली मान घालून जनी आली. तिनं ज्ञानेश्वर बसले होते तिकडे वळून मस्तक जमिनीवर टेकवून नमस्कार केला. नामदेवाकडे वळून म्हणाली, "नामया, मी काय सांगू?" तिचा प्रश्न ऐकून नामदेव म्हणाला, "अगं जने, काय सांगू काय विचारतेस? विठ्ठल तुझा प्रिय सखा आहे ना? मग सांग की, त्याच्याबद्दल काही!" जनीनं मान तुकवली. पुन्हा एकदा डोईवरचा पदर सारखा केला आणि अभंगाला सुरुवात केली.

पाय जोडूनि विटेवरी । कर ठेवूनी कटावरी ।।
रूप सांवळे सुंदर । कानी कुंडले मकराकार ।।
गळा वैजयंती माळा । तो हा मदनाचा पुतळा ।।
गरुड सन्मुख उभा । म्हणे जनी धन्य शोभा ।।

जनीनं अभंग म्हटला. पुन्हा सगळ्यांना हात जोडले. ज्ञानेश्वर उठून उभे राहिले आणि म्हणाले, "जनाबाई, धन्य आहे तुमची भक्ती आणि धन्य आहात तुम्ही!" ज्ञानेश्वरांच्या या शाबासकीने भरून आलेले डोळे पदरानं पुसत जनाबाई आपल्या जागेवर जाऊन बसली. नामदेवानं एकवार सगळ्यांवरून नजर फिरवली आणि त्याचं लक्ष सेनाकडे गेलं. त्याची काहीतरी चुळबुळ चालली होती. नामदेवानं सेनाला आवाज दिला. "सेनाजी, आता तुम्ही अभंग गाणार आहात." नामदेवानं सांगितलं आणि सेना अगदीच संकोचत उभा राहिला. सेना न्हावी क्षुद्र तर होताच; पण अस्वच्छ, अशुभ म्हणूनही त्याची अवहेलना होत असे. त्याच्याकडे सर्व जातींचे लोक डोकं भादरायला येत असत; पण एरवी त्याला टाळत असत. या भागवत धर्मात आल्यापासून त्याला अगदी वेगळा अनुभव आला होता. ज्ञानेश्वर माउलींसारखी थोर विभूती असून आणि ब्राह्मण असून ते जातपात मानत नव्हते. तरीही या वैष्णवांच्या मेळ्यात तो अजूनही संकोचत असे. आता तर नामदेवानं अभंग गायला सांगितल्यावर तर तो फारच संकोचला. ज्ञानेश्वरांनी त्याचा संकोच जाणला. ते म्हणाले, "सेनाजी, आपण सांगा तरी विठ्ठलाबद्दल काय लिहिलंय ते!" मग मात्र सेनाचा नाइलाज झाला. संकोचत तो उभा राहिला. एकदा सगळ्यांना नमस्कार केला आणि त्याने आपला अभंग गायला.

विटेवरी उभा नीट कटावरी कर ।
वाट पाहे निरंतर भक्ताची गे माये ॥
श्रीमुकुट रत्नाचा ढाळ देती कुंडलाचा ।
तुरा खोविला मोत्याचा तो गे माये ॥
कंठी शोभे एकावळी, तोडर गर्जे भूमंडळी ।
भक्तजनाची माउली तो गे माये ॥
सोनसळा पीतांबर ब्रीद वागवी मनोहर ।
सेना वंदि निरंतर तो गे माये ॥

विठ्ठलाचं वर्णन करणारा सुंदर अभंग सेनानं गायला आणि सगळ्यांनी टाळ्या वाजवून त्याचं कौतुक केलं. त्यानंतर सावता माळी, रांका कुंभार, गोरा कुंभार, रोहिदास चांभार, परिसा भागवत अशा अनेकांनी आपण रचलेले, विठ्ठलाचं वर्णन करणारे अभंग गायले. ज्ञानेश्वर हे सगळं बघत होते. ऐकत होते. त्यांच्या डोळ्यांतून पाण्याची धार वाहत होती. आपण पुनर्स्थापित केलेल्या या भागवत धर्माला आलेलं हे गोमटं रूप, हा भागवत धर्म भविष्यात सर्वसमावेशक ठरणार आहे याचीच जणू ग्वाही देत होतं. ज्ञानेश्वरांना नामदेवाचं फार कौतुक वाटलं. या सर्व जाती-धर्माच्या लोकांना एकत्र करून त्यांची पावलं विठ्ठलभक्तीकडे वळवून, अभंग रचण्याइतकी

त्यांची बुद्धी विकसित करणं हे नामदेवाचं कौशल्य होतं. त्याचं संघटनकौशल्य, त्याची जनमानसावर असलेली पकड, लोकांना समजावून देण्याची आणि समजून घेण्याची त्याची हातोटी– पंढरपुरात वैष्णवांची मांदियाळी जमणं हा नामदेवाच्या या गुणांचाच परिपाक होता. नामदेव विठ्ठलाचा इतका लाडका का, या प्रश्नाचं उत्तरच जणू ज्ञानेश्वरांना गवसलं होतं. या अभंग गायनाची सांगता झाली होती आणि सगळ्यांनी नामदेवाला गराडा घातला होता. आपला अभंग कसा होता हे नामदेवाच्या तोंडून ऐकण्याची प्रत्येकाला उत्सुकता होती. नामदेवाची ही लोकप्रियता भागवत धर्माचा मानदंड ठरणार होती. ज्ञानेश्वरांनी समाधानानं आपले डोळे मिटले.

नामदेवानं घातलेलं ते मावंदं आणि तीर्थाटनाचे त्याने सांगितलेले अनुभव यांची चर्चा नंतर कितीतरी दिवस चालली होती. नामदेवाचा संसारही आता मोठा झाला होता. चारही मुलं आता हाताखाली आली होती. लेकही घरात, अंगणात बागडत होती. नामदेवाचं नाव पंचक्रोशीतही चांगलं नावारूपाला आलं होतं; त्यामुळे आता निदान भाजी-भाकरीची तरी भ्रांत नव्हती. राजाई आता आपल्या संसारात समाधानी होती. आपल्या लेकाची चहूकडे पसरलेली कीर्ती, घरोघरी त्याचं घेतलं जात असलेलं नाव, पंढरपूर आणि परिसरात त्याला मिळत असलेला सन्मान, सुखेनैव चाललेली गृहस्थी, हे सगळं बघून गोणाई आणि दामाशेटींनी चार-सहा महिन्यांच्या अंतरानं समाधानानं या जगाचा निरोप घेतला. काही काळ नामदेवाला चुकल्यासारखं झालं. आई-वडिलांच्या आठवणीनं तो घायाळ झाला, व्याकूळ झाला; पण विठ्ठलानं त्याला सावरलं आणि नामदेव पुन्हा आपल्या कामात बुडून गेला. आपलं कीर्तनाचं आणि भागवत धर्म प्रसाराचं काम त्यानं पुन्हा सुरू केलं. मावंदं झाल्यावर काही दिवसांनी ज्ञानेश्वर आपल्या भावंडांना घेऊन आळंदीला परत गेले. जाताना त्यांनी नामदेवाला पुन्हा एकदा त्याच्या महत्कार्याची आठवण करून दिली. ज्ञानेश्वरांचा निरोप घेताना नामदेवाला मात्र भरून आलं. आपल्याला मार्ग दाखवणारा, आपल्यावर जिवापाड प्रेम करणारा, आपल्या हृदयाच्या अगदी जवळ असलेला, साक्षात ज्ञानसूर्य असलेला आणि वयानं आपल्यापेक्षा लहान असूनही आपल्या मोठ्या भावासारखा असलेला आपला सखा ज्ञानेश्वर, ज्ञानेश्वर माउली पंढरपुरातून आळंदीला जायला निघाले आणि नामदेवाला खूप भरून आलं. ज्ञानेश्वर आळंदीला गेले आणि इथे नामदेवाला करमेना.

त्याला आपले गुरू विसोबा खेचरांची आठवण झाली. तसंही ज्ञानेश्वरांची त्याला सतत आठवण येत होतीच. त्यानं ठरवलं, औंढ्या नागनाथाला जायचं. तिथे जाऊन काही दिवस गुरूंच्या सहवासात राहायचं, त्यांच्याकडून आणखी काही ज्ञान शिकायचं, म्हणजे आपल्याला बरं वाटेल, असं त्याच्या मनानं घेतलं. आता घरी सगळं सुरळीत होतं; त्यामुळे विठ्ठलाला सांगून आणि राजाईचा निरोप घेऊन तो बाहेर

पडला. आता त्याला गुरूंच्या भेटीची ओढ लागली होती. वाटेत ठिकठिकाणी मुक्काम करत, ज्या ठिकाणी मुक्काम केला, त्या ठिकाणी कीर्तन करत नामदेवाचा प्रवास चालला होता. त्याच्या कीर्तनाने मंत्रमुग्ध झालेले गावकरी त्याला रात्री जेवू घालत. एखाद्या मंदिरातच तो रात्रीचा मुक्काम करत असे. अवीट माधुरी असलेलं कीर्तन हे नामदेवाचं बलस्थान तर होतंच; पण भागवत धर्माच्या प्रसारासाठी आणि प्रचारासाठीचं ते शक्तिस्थानही होतं. विठ्ठलभक्तीचा तो मानदंड होताच होता; पण विठ्ठलभक्तांचा तो मापदंडही होता. नामदेवाचं कीर्तन म्हणजे नामदेवाच्या आयुष्यातला कीर्तीस्तंभ होता आणि वाट चुकलेल्या समाजाला विठ्ठलभक्तीच्या आणि भागवत धर्माच्या मार्गावर आणणारा तो दीपस्तंभही होता आणि या सर्वांचा परिपाक म्हणजे नामदेवाच्या कीर्तीचा आलेख सतत आणि सतत चढताच होता. एका गावाहून दुसऱ्या गावाला जातानासुद्धा तो चालतच जात असे; पण वाटेत कुणी घोडेस्वार भेटलाच किंवा कुणी बैलगाडीवान भेटला, तर नामदेवाला सोबत चलण्याची विनंती करून ते त्याला घेऊन जात. कधी कधी तर तो ज्या गावातून निघणार असे, त्याच गावातून कुणाचीतरी बैलगाडी पुढच्या गावाला जायची असे. मग नामदेवालाही त्या गाडीतून पुढच्या गावापर्यंत सोडण्याची व्यवस्था होई. अशा पद्धतीनं प्रवास करत नामदेव अंबेजोगाईला पोहोचला. तिथे देवीचं दर्शन घेऊन त्यानं मंदिरातच मुक्काम केला. तिथे पहिल्या दिवशीचं त्याचं कीर्तन ऐकून तिथल्या पुजाऱ्यानं त्याला आणखी चार दिवस तिथेच मुक्काम करून, रोज रात्री कीर्तन करण्याची विनंती केली. त्याप्रमाणे नामदेवानं तिथे मुक्काम केला. आपल्या अवीट माधुर्यानं भरलेल्या कीर्तनानं सगळ्यांची मनं जिंकली. गावचे पाटील, सरपंच तर त्याच्यावर इतके खूश झाले की, त्याला तिथेच राहण्याचा आग्रह करू लागले; पण नामदेवाला औंढ्या-नागनाथाची ओढ लागली होती. त्यानं त्या दोघांची समजूत काढली आणि जाण्याची परवानगी मिळवली. सरपंचांची लेक बाळंतीण उठून सासरी परभणीला जायची होती. सरपंचांनी नामदेवाला तिच्यासोबत जाण्याची विनंती केली. सरपंचांचा धाकटा मुलगा साधारण बारा-तेरा वर्षांचा, तोही तिच्यासोबत जाणार होता. सारवट गाडी तयार केली. सरपंचांनी बाळासह लेकीची पाठवणी केली. गावाच्या वेशीपर्यंत सरपंच आणि घरची इतर मंडळी गाडीसोबत चालत होती. नामदेवही त्यांच्यासोबत चालत होता. वेस संपल्यावर इतर मंडळी परतली. नामदेव तसाच गाडीसोबत चालत राहिला. चालता चालता तो अभंग गात होता. बैलांच्या गळ्यातल्या घुंगराचा खुळ्ळ खुळ्ळ नाद जणू त्याला साथ देत होता. छान प्रवास चालला होता. आईच्या मांडीवर ते तान्हुलंही शांत निजलं होतं. बघता बघता मध्यान्ह झाली. एका गर्द सावलीत गाडीवानानं गाडी थांबवली. तसा यापुढचा रस्ता एकाकी होता. बैलही दमले होते, बैलांना गाडीच्या 'जू'मधून सोडवून गाडीवानानं त्यांना चारा-पाणी दिलं.

तोवर सरपंचाच्या लेकीनं सोबत आणलेली शिदोरी सोडली. सगळ्यांना भाकरी, झुणका, ठेचा असं दिलं. सगळ्यांनी खाऊन घेतलं. पाणी प्यायले. बैलांचीही विश्रांती झाली होती. गाडीवानानं कासरा धरून बैलांना गाडीजवळ आणलं. अचानक त्याच्या हातातल्या कासऱ्याला झटका बसला. दोन बैलांपैकी एक बैल खाली बसला आणि झटक्यात आडवा झाला. त्याला काय झालं हे बघण्यासाठी गाडीवान त्याच्या जवळ गेला, तोच बैलानं तडफडून प्राण सोडला. ते बघून गाडीवानानं हंबरडा फोडला. पुत्रवत् प्रेम केलेला, चांगला धष्टपुष्ट, उमदा बैल असा अचानक मेलेला बघून त्याला मोठाच धक्का बसला. त्याचं आर्थिक नुकसान तर झालं होतंच, शिवाय सरपंचांच्या लेकीला सासरी पोहोचवण्याचं कामही आता पूर्ण होणार नव्हतं. तिच्यासोबत तान्हुलं होतं. अंगाखांद्यावर दागदागिने होते. सोबत आहेर-माहेर होता आणि आता हे मध्येच असं झालं होतं. धड पुढेही जाता येत नव्हतं आणि मागंही जाता येत नव्हतं. सभोवतालचा प्रदेश तसा निमर्नुष्य होता. दिवसाढवळ्या इथून बाहेर पडून पुढे जाणं इष्ट होतं. न पेक्षा अंधार पडल्यास चोराचिलटांची भीती होती. अशी अतिशय अवघड परिस्थिती निर्माण झाली होती. एकतर लाडका बैल मेला होता आणि अशी सगळी अवघड परिस्थिती झाली होती. गाडीवान आकांत करत होता. त्या पोरीलाही काही सुचत नव्हतं. तिचा भाऊही गोंधळून गेला होता. ती दोघंजण नामदेवाकडे आशेनं बघत होती. गाडीवान त्या मेलेल्या बैलाच्या अंगावर पडून रडत होता. नामदेवही गोंधळून गेला. काहीतरी हालचाल करायला हवी होती. इथे असाच वेळ गेला, तर दिवस मावळणार होता. चोराचिलटांपासून धोका होता. बैलाला तसंच टाकून चालत निघावं म्हटलं, तरी या टापूतून बाहेर पडायला रात्र होणार होती. शिवाय त्या पोरीबरोबर तिचं तान्हुलं होतं आणि सामानही भरपूर होतं. ते सोबत नेणंही अशक्य होतं. नामदेवालाही काय करावं ते सुचेना. कुणाला मदतीसाठी हाका माराव्यात, तर रस्ता निर्मनुष्य होता. आता यातून फक्त विठ्ठलच वाचवू शकत होता. नामदेवानं विठ्ठलाचा धावा सुरू केला. "विठ्ठला, धाव आता.

किती देवा तुला यावे काकुलती । काय या संचिती लिहिले असे ॥
केली काहो सांडी माझी ऋषीकेशी । आम्ही कोणापाशी तोंड वासूं ॥
ब्रीदाचा तोडर गर्जे त्रिभुवनी । तूचि एक धनी त्रैलोक्याचा ॥
समूळ घेतला पृथ्वीचा भार । माझाचि जोजार काय तुला ॥
नको पाहू अंत पांडुरंगे आई । नामा विठोपायी मिठी घाली ॥

नामदेव विठ्ठलाचा धावा करत होता. त्याला हाका मारत होता. विठ्ठलाला हाका मारता मारता नामदेव त्या मेलेल्या बैलाजवळ गेला. तिथे जाऊन, त्याच्या जवळ बसला आणि विठ्ठलाचा धावा करत करत तो त्या बैलाच्या अंगावरून हात फिरवत

होता आणि अचानक...

अचानक त्या बैलानं दुगाण्या झाडल्या. शेपटी उचलून आपटली आणि दोन-तीनदा मान उचलून, जोरजोरात हंबरून त्यानं जणू आपला प्राण परत आल्याचं सांगितलं आणि तो धडपडत उठून उभा राहिला. उभा राहिल्यावर त्यानं पुढच्या खुरानं जमीन उकरली आणि नंतर तो शांत उभा राहिला. या सगळ्या प्रकारानं स्तिमित झालेला तो गाडीवान जेव्हा भानावर आला, तेव्हा तो आनंदानं नाचायला लागला. नाचता नाचता त्यानं बैलाच्या गळ्याला मिठी मारली. त्याच्या वशिंडाचे मुके घेतले. त्याच्या अंगावरून, पाठीवरून, कपाळावरून हात फिरवला. त्या गाडीवानाच्या डोळ्यांतून आताही घळघळा अश्रू वाहत होते; पण मघाचे अश्रू आणि आत्ताचे अश्रू यात जमीन-अस्मानाचं अंतर होतं. मघाचे अश्रू दुःखाचे होते; तर आत्ताचे आनंदाचे! गाडीवानाचं ते प्रेम नामदेवही कौतुकानं बघत होता. बैलावर मनसोक्त माया करून झाली आणि गाडीवानाला भान आलं. आपल्यासोबत असणाऱ्या या सत्पुरुषानं आपला मेलेला बैल जिवंत केला, हे त्याच्या लक्षात आलं आणि त्यानं नामदेवाच्या पायांवर लोळण घेतली. नामदेवाच्या पावलांवर आपलं डोकं टेकवत तो म्हणाला, “म्हाराज, तुमी धन्य हाईसा. नव्हं नव्हं! तुम्ही साक्षात देव हाईसा. माझ्या कातड्याचं जोडं करून तुमच्या पायी घातलं तरी ह्ये ऋण फिटणार न्हाई. तुमचं माझ्यावर लयी लयी उपकार झालं.” बोलताना त्याचा स्वर गदगदला होता. नामदेवानं त्याला खांद्याला धरून उभं केलं आणि म्हणाला, “भाऊ, अरे मी काहीच केलं नाही. मी फक्त ‘आम्हाला या संकटातून सोडव’ अशी विठ्ठलाला विनवणी केली. ही माउली आणि तिचं हे तान्हुलं यांना संकटातून वाचवण्यासाठी विठ्ठलानं तुझा बैल पुन्हा जिवंत केलाय, तेव्हा आता चल लवकर. आता गाडी जुंप. आपण या निर्मनुष्य टापूतून लवकर बाहेर पडू. चल!” गाडीवानानं डोळे पुसले. एकदा आकाशाकडे पाहून आणि एकदा नामदेवाला नमस्कार केला. बैलांना गाडीला जुंपलं आणि दुडक्या चालीनं बैल धावायला लागले. या वेळी मात्र नामदेव गाडीवानाशेजारी बसला.

बघता बघता परभणी आलं. नामदेव खाली उतरला. त्यानं गाडीवानाचा आणि त्या बाळाच्या आईचा निरोप घेतला आणि त्यानं औंढ्या नागनाथाची वाट धरली. रात्र झाली, तेव्हा तो औंढ्या नागनाथाला पोहोचला. त्यानं थेट ते शिवमंदिर गाठलं. चौकशी करता असं कळलं की, त्याचे गुरू विसोबा खेचर तीर्थाटनाला गेले आहेत. नामदेवाला थोडी निराशा वाटली; पण आता आपण गुरूगृही आलोच आहोत, तर इथे दोन-तीन दिवस मुक्काम करावा आणि मग परत फिरावं, असा विचार करून त्यानं त्या शंकराच्या देवळाच्या प्रांगणात पथारी पसरली. सरपंचाच्या घरातून बांधून दिलेली शिदोरी सोडून त्यातली दोन कोर भाकरी, मेथीची भाजी असं त्यानं खाऊन

घेतलं आणि पथारीवर अंग टाकलं. वर निरभ्र आकाश होतं. खाली जणू चांदण्यांचा सडा पडला होता. त्या चांदण्या निरखत असताना आपल्याला कधी झोप लागली ते त्याला कळलंच नाही. दुसऱ्या दिवशी पक्ष्यांच्या किलबिलाटानं त्याला पहाटेच जाग आली. नामदेव उठला. आन्हिकं आवरून मंदिराच्या पाठीमागे असलेल्या विहिरीवर त्यानं अंघोळ केली. सभामंडपात जाऊन पिंडीचं दर्शन घेतलं आणि इथे-तिथे पडलेल्या झाडाच्या फांद्या घेऊन त्यानं देवळाचं पटांगण लख्ख झाडून घेतलं. विहिरीतलं पाणी शेंदून त्यानं मंदिरात सगळीकडे सडा घातला. एवढं होईपर्यंत उजाडलं होतं. मंदिराचे पुजारीबुवा आले. त्यांनी गर्भागाराचं दार उघडलं. मंदिर स्वच्छ लोटलेलं आणि सडाही घातलेला बघून त्यांना नवल वाटलं. समोरच्या माणसाला त्यांनी ''कोण बाबा तू?'' असं विचारलं. त्या माणसानं आपलं नाव 'नामदेव' असं सांगितलं आणि पुजारीबुवांच्या डोक्यात लख्ख प्रकाश पडला. ''नामदेव! पंढरपुरातला नामदेव? विठ्ठलाचा सखा, विठ्ठलभक्त असा ज्याचा लौकिक आहे तो नामदेव?'' पुजारीबुवांना आनंद झाला. विसोबाकाकांच्या तोंडून त्यांनी नामदेवाबद्दल ऐकलं होतं. त्यांनी नामदेवाला नमस्कार केला. नामदेव संकोचला आणि म्हणाला, ''पुजारीकाका, अहो हे काय करताय? मी तुमच्यापेक्षा सर्वच बाबतीत लहान आहे. तुम्ही मला कशाला नमस्कार करता आहात?'' पुजारीकाका हसले आणि प्रेमानं म्हणाले, ''नामदेवा, मी तुला नाही, तुझ्या हृदयातल्या विठ्ठलाला नमस्कार केला आहे. तो तेवढा त्याला पोहोचला म्हणजे झालं!'' पुजारीकाकांचं बोलणं ऐकून नामदेव संकोचला. त्यानं पुजारीकाकांना वाकून नमस्कार केला.

आता हळूहळू मंदिरात गर्दी होऊ लागली. लोक दर्शनाला येऊ लागले. पुजारीकाकांच्या प्रेमळपणाचा नामदेवाला पुनःपुन्हा प्रत्यय येत होता. दर्शनाला येणाऱ्या प्रत्येकाला ते नामदेवाची ओळख सांगत होते आणि ती सांगत असताना आवर्जून 'विठ्ठलाचा सखा' हेही सांगत होते; त्यामुळे नामदेवही अंतर्यामी समाधान पावत होता. तो दिवस तसाच गेला. दुसऱ्या दिवशी दुपारनंतर नामदेवाच्या मनात आलं, 'आपण आपल्या गुरूंच्या निवासस्थानी आपली सेवा सादर करावी.' आपला हा विचार त्यानं पुजारीकाकांना बोलून दाखवला. त्यांनीही आनंदानं होकार भरला आणि त्याच दिवशी दुपार उलटून गेल्यावर सायंकाळच्या सुमाराला मंदिराच्या प्रांगणात नामदेवानं कीर्तन करायचं, असं नक्की झालं. घरोघरी निरोप गेले. लोकांनाही आनंद झाला. त्यांच्या कानावरही नामदेवाच्या कीर्तनाची कीर्ती पोहोचली होतीच. लोकांना, विशेषतः तिथे राहणाऱ्या स्थानिक लोकांना ती पर्वणीच वाटली. घरातली कामं भराभर आवरून, दुपारची जेवणं आटोपून उतरत्या संध्याकाळी शिवमंदिराच्या त्या प्रांगणात जाण्याची प्रत्येकालाच ओढ लागली; पण जशी

हाताची पाची बोटं सारखी नसतात, तशी त्या गावातही काही माणसं परंपरेचं जोखड मानणारी होतीच. नामदेवासारख्या शिंपी जातीच्या माणसानं पंढरपुरातून येऊन इथे कीर्तन करावं, इथल्या स्थानिक लोकांनी त्याबद्दल उत्सुकता दाखवून ते ऐकायला जाण्याची आतुरता दाखवावी आणि ते कीर्तनही समाजातल्या चौथ्या वर्णातल्या माणसानं शिवमंदिराच्या प्रांगणात करावं आणि तेही कीर्तन प्रवचनाची आपली मिरासदारी असताना, ही गोष्ट त्या लोकांना फारच खटकायला लागली. आणि शिवमंदिराच्या प्रांगणात नामदेवाचं कीर्तन होऊ द्यायचं नाही, तो करायला लागला तर ते उधळून लावायचं, असं त्यांनी ठरवलं. इकडे नामदेव कीर्तनाच्या तयारीत असताना, काही लोक त्याचं कीर्तन उधळून लावण्याच्या तयारीत होते.

बघता बघता दुपार उलटली. सूर्य कलला. लोक शिवमंदिराच्या प्रांगणात जमायला लागले. नामदेवही इथे कीर्तन करायला उत्सुक होताच; कारण हे त्याच्या गुरूंचं स्थान होतं. त्यानं टाळ गळ्यात अडकवले. वीणाही गळ्यात अडकवली. चिपळ्या घेतल्या आणि तो ओवरीतून सभामंडपात दाखल झाला. सभामंडपासमोर मंदिराचं विस्तीर्ण प्रांगण होतं. तो सभामंडपाच्या वरच्या पायरीवर उभा राहिला. समोर शे-दीडशे लोक होते. प्रत्येकाच्या चेहऱ्यावर नामदेवाचं कीर्तन ऐकण्याची उत्सुकता होती. नामदेवानं एकदा शिवलिंगाला तिथूनच जमिनीवर मस्तक टेकवून वंदन केलं. त्यानंतर तो जिथे उभा होता, त्या जागेलाही नारदपीठ समजून डोकं टेकवून वंदन केलं. नंतर तो लोकांना सामोरा झाला. अत्यंत आदरानं, विनम्रतेनं त्यानं समोर जमलेल्या लोकांना नमस्कार केला. क्षणभर डोळे मिटले. नजरेसमोर विठुरायाची मूर्ती उभी राहिली. क्षणभर डोळे उघडून त्यानं पुन्हा मिटले आणि नजरेसमोर पद्मासन घालून बसलेली ज्ञानेश्वरांची मूर्ती उभी राहिली. त्या दोघांना मनोमन वंदन करून, त्यानं विठ्ठलाचा गजर सुरू केला. "विठ्ठल विठ्ठल विठ्ठल विठ्ठल." सोबत चिपळ्या वाजत होत्या. लोकांनीही टाळ्यांचा ठेका धरला आणि शिवमंदिराचं ते प्रांगण टाळ्यांच्या निनादानं भरून गेलं. आज नामदेवानं महाशिवरात्रीचं आख्यान लावायचं ठरवलं होतं. विठ्ठलाचा तो गजर गगनाला भिडला आणि नामदेवानं हात उंचावून लोकांना थांबवलं. क्षणार्धात तिथे शांतता पसरली. नामदेवानं बोलायला सुरुवात केली– "लोक हो, औंढ्या नागनाथाच्या अस्तित्वानं पवित्र असलेल्या या शिवमंदिरात उभा राहून पंढरपूरचा हा विठ्ठलभक्त आणि गुरू विसोबांचा शिष्य नामदेव तुम्हाला वंदन करतो. आज मी तुम्हाला महाशिवरात्रीचं आख्यान ऐकवणार आहे..." "थांब नाम्या! एक अक्षरही बोलू नकोस!" लोकांत सगळी नीरव शांतता असताना, नामदेवाचे शब्द ऐकायला सगळे उत्सुक असताना, अचानक संतापलेला एक आवाज ऐकू आला. आपलं बोलणं थांबवून नामदेवानं तिकडे पाहिलं. समोर ब्रह्मवृंद उभा होता. नामदेवाने हात जोडले आणि म्हणाला,

“भूदेव! माझं काही चुकलं आहे का? आपण कशासाठी मला कीर्तन थांबवायला सांगत आहात?” नामदेवाच्या शब्दांत कमालीची विनम्रता होती; पण या विनम्रतेचं उत्तरही त्यांनी अपशब्दानं दिलं. “पातक्या, थांब! बंद कर हे तुझं कीर्तन-पुराण! अरे, शिंपी ना तू? मग कीर्तन करण्याची तुझी लायकी तरी आहे का? तुला रे कोणी अधिकार दिला हे आख्यान आणि कीर्तन करण्याचा? आणि तो-तो तुझा भागवत का काय धर्म? रिकामटेकडेपणाचा उद्योग, दुसरं काय? आणि हे बघ नाम्या, तुला तुझं हे कीर्तन, हा ढोंगीपणा काय करायचाय ना, तो तिकडे पंढरपूरला जाऊन करायचा, इथे आमच्या गावात नाही. चल, बंद कर ते कीर्तन! चल, बाहेर हो मंदिराच्या! आत्ताच्या आत्ता! उचल तुझं चंबुगबाळं आणि चालता हो!” त्या सगळ्यांनी मिळून नामदेवावर असा शाब्दिक हल्ला चढवला. त्यांचा रुद्रावतार बघून लोकही गडबडीनं मुकाट उठले आणि मंदिराच्या प्रांगणाबाहेर पडले. नामदेवाच्या डोळ्यांत अश्रू उभे राहिले. गालावरून घळघळा ओघळू लागले. दुःखी मनानं त्यानं मागे वळून गाभाऱ्याकडे नजर टाकली. पाणीभरल्या डोळ्यांनी शिवलिंगाकडे पाहिलं. एकदा मान झुकवून नमस्कार केला आणि विषण्ण मनानं सभामंडपाच्या पायऱ्या उतरून तो मंदिराच्या प्रांगणातून बाहेर आला. मंदिराच्या बाहेर अजून लोक थांबले होते. नामदेवानं त्यांच्यावरून नजर फिरवली. सगळ्यांच्या डोळ्यांत आर्जव होतं, अपेक्षा होती, उत्सुकता होती, आतुरता होती, विनवणी होती आणि ती विनवणी मान्य होईल असा विश्वासही होता. ते बघून तर नामदेवाला आणखी भडभडून आलं. धोतराच्या सोग्यानं त्यानं डोळे पुसले. खिन्न मनानं त्यानं जमलेल्या सगळ्यांना नमस्कार केला आणि तो जायला वळला. आठ-दहा पावलं चालला असेल तोच त्या गर्दीतून एक आवाज आला. “नामदेवम्हाराज, देवाचं काम असं अर्धवट सोडून जाऊ नका. अहो, देवळात कीर्तन करू दिलं न्हाई म्हणून काय झालं? देवळाच्या पाठीमागे मोप रिकामी जागा हाय. तिथे कीर्तन करा. पिंपळाची सात-आठ झाडं हाईत ततं! त्यांची सावलीही पडतीया तिथं! आपण समदी तिथंच जाऊ. नामदेवम्हाराज तितंच कीर्तन करतील. त्यांनी मघा सांगितलंय, ते महाशिवरात्रीचं आख्यान सांगणार आहेत. आता आठ-दहा दिसांवर महाशिवरात्र आलीये. आपल्याला इथे आख्यान ऐकायला मिळतंय ही आपली पुण्याई हाय! तवा आपन मंदिराच्या पाठीमागं जाऊ. तिथे म्हाराजांनी कीर्तन करावं, असा आमचा आग्रह हाय.” तो बोलणारा माणूस पुढे आला. त्यानं नामदेवापुढे हात जोडले. नामदेवानं बघितलं, तो माणूस म्हणजे गावचा पाटील होता. माळकरी होता तो. त्याच्या हात जोडण्यातलं आर्जव आणि नजरेतली अजिजी बघून नामदेव थांबला आणि म्हणाला, “पाटीलबाबा, तुम्ही सगळे कीर्तन ऐकायला मंदिराच्या मागच्या बाजूला येणार असलात, तर मी कीर्तन करीन.” सगळ्यांनी हात उंचावून होकार भरला आणि नामदेवासह सगळी

मंदिराच्या पाठीमागच्या आवाराकडे निघाली. जाता जाता नामदेवानं तिथूनच गाभाऱ्याकडे नजर टाकली. 'तूही येतोयस ना?' असा प्रश्न शंकराला मनोमन केला आणि झपाट्यानं तोही मंदिराच्या पाठीमागच्या आवाराकडे निघाला.

मंदिराच्या पाठीमागच्या बाजूला खरोखरच रिकामी जागा होती आणि पाटीलबाबा म्हणाले त्याप्रमाणे पिंपळाच्या सात-आठ झाडांची सावलीही तिथे पडली होती. सगळ्या लोकांनी भराभर पुढे जाऊन जागा पकडल्या. नामदेव मंदिराच्या पाठीमागच्या भिंतीजवळ मंदिराकडे पाठ करून उभा राहून कीर्तन करेल, असं लोकांनी गृहीतच धरलं होतं. सगळ्या लोकांच्या पाठोपाठ नामदेवही तिथे आला. सगळे लोक जागा धरून बसले. नामदेव मंदिराकडे पाठ करून उभा राहिला. क्षणभर त्यानं डोळे मिटले. नजरेसमोर विठुराया आला. त्याच्या सावळ्या चेहऱ्यावर मिस्कील हास्य होतं. नामदेवानं जाणलं की, ही सगळी त्याचीच खेळी आहे. त्यानं पाठीमागे वळून मंदिराच्या पार्श्वद्वाराला नमस्कार केला. "तू येतोयस ना इकडे?" असं एकदा मनोमन विचारलं आणि त्यानं चिपळ्यांचा ठेका धरला. विठ्ठलाचा गजर सुरू केला. लोकांनीही टाळ्या वाजवून त्याला साथ दिली. नामदेवानं डोळे मिटले. एकवार ज्ञानेश्वरांचं स्मरण केलं आणि शिवआख्यानाला सुरुवात केली.

शिव ऐसा शब्द कल्याणदायक । जाणति भाविक साधुजन ।।
तारक हे नाम भोळ्या भाविकांसि । नेणते जाणत्यांसि लाभ एक ।।
उपमन्यू बाळक दूध मागो गेला । क्षीराब्धि दिधला उचितासी ।।
दुष्ट दुराचारी पतित तारिले । नाही अव्हेरिले दीनानाथे ।।
नामा म्हणे शिव विष्णू एकरूप । ताराया अमूप अवतार ।।

नामदेवानं शिव-विष्णूचं एकरूप दाखवलं आणि महाशिवरात्रीच्या आख्यानाला सुरुवात केली. महाशिवरात्रीची कथा तो रंगवून सांगत होता. लोक रंगून ऐकत होते. नामदेवानं भिल्ल आणि हरिणीची कथा सांगितली. हरिश्चंद्राची कथा सांगितली. कथा सांगताना, कीर्तन करताना नामदेव अगदी रंगून गेला होता, तर त्या कथा ऐकताना, हरिणीनं आणि तिच्या पिल्लानं भिल्लाला केलेली विनवणी ऐकताना लोकांच्या डोळ्यांत पाणी उभं राहिलं. अंधार पडायला लागला तशी नामदेवानं कीर्तन आवरतं घेतलं. निरुपण करून त्यानं शेवटचा अभंग सांगितला.

भेदवादी जन वदतसे भिन्न । नव्हे ते लक्षण भजनाचे ।
विश्वी विश्वंभर कोंदलासे एक । भेदाचे कौतुक कैसे सांगा ।।
ब्रह्मी नाही ठाव एकपणाचाही । तेथे दुजे काहीं सामावते ।

आदि मध्य अंती खेळुनिया खेळ । उरले ते निखळ अविनाश ।।
हेमीं जैसे केले तैसे होती नग । तरी ते अव्यंग सोनेपणी ।
केली जैसी भक्ती शैव का वैष्णव । पाहता तो देव नाही दूजा ।।
शिव-विष्णु दोघे एकचि अवतार । वेदांनी निर्धार हाचि केला ।
नामा म्हणे येथे दुजा नको भाव । विष्णु तोचि शिव शिव-विष्णू ।।

असा संदेश देऊन त्यानं गजर सुरू केला. सोबत चिपळ्या वाजत होत्या. लोक भारावून टाळ्या वाजवत होते. जोरजोरात विठ्ठलाचा गजर करत होते. नामदेवानं समजावून सांगितलेलं शिव-विष्णूचं ऐक्य, अद्वैत लोकांना पटलं होतं, समजलं होतं आणि त्यांना ते मान्यही झालं होतं. चिपळ्यांची गती वाढली, तशी विठ्ठलनामाचा गजरही वाढला. समोरच बसलेल्या एकाकडे नामदेवानं टाळ दिले, तशी चिपळ्यांच्या ठेक्याला टाळांचीही साथ मिळाली. लोकांमध्ये अभूतपूर्व उत्साह संचारला. 'विठ्ठल विठ्ठल'चा गजर जणू आकाशाला भिडला. त्या गजराचा ध्वनी अवघ्या परिसरात घुमू लागला. त्या ध्वनीची कंपनं अवघ्या वातावरणात भरून राहिली. त्या स्पंदनांची गती एवढी तीव्र होती, एवढी तीव्र होती की, त्यातून निर्माण झालेली ऊर्जा भोवतालचा थरकाप उडवत होती. त्या ध्वनिस्पंदनाच्या कंपनांमध्ये एवढी शक्ती होती की, वारा नसताना झाडं थरथरायला लागली. आसपासच्या घरांच्या छपरावरची कौलं हलायला लागली. विठ्ठलाच्या त्या दुमदुमणाऱ्या गजरानं धरणीकंप होताना जशी स्थिती होते, तशी स्थिती निर्माण केली. लोकांचेही डोळे मिटलेले होते. त्यांच्याही कानात फक्त आणि फक्त विठ्ठलनामच गर्जत होतं. तिथे जमलेल्या सगळ्या लोकांची जणू विठ्ठलनाम समाधी लागली होती. अगदी नामदेवाचीसुद्धा आणि अचानक...

अचानक 'खाऽऽऽऽड् - खाऽऽऽऽड्' असा जोरदार आवाज झाला. तो आवाज एवढा मोठा होता की, विठ्ठलाच्या दुमदुमणाऱ्या गजरावर मात करून तो आवाज लोकांच्या कानांपर्यंत जाऊन पोहोचला आणि लोक खाड्कन भानावर आले. क्षणार्धात विठ्ठलाचा नामगजर थांबला आणि त्या ठिकाणी निःस्तब्ध शांतता पसरली. लोक घाबरून इकडे-तिकडे बघायला लागले आणि कुणाचंतरी लक्ष गेलं, "अरेऽऽ! चमत्कारऽऽ चमत्कार!" असं तो ओरडायला लागला. लोकांनी तिकडे पाहिलं आणि सगळ्यांचे डोळे विस्फारले गेले. त्या शिवमंदिराच्या पाठीमागच्या बाजूचा गेली कित्येक दशकं बंद असलेला, मजबूत कडी-कोयंडा असलेला भक्कम लाकडी दरवाजा खड्खड् असा मोठा आवाज करत उघडला होता. तो दरवाजा थेट गर्भागाराच्याच पाठीमागचा असल्यानं आणि चांगला दोन वाव रुंद असल्यानं, तो दरवाजा उघडल्यावर समोरच महादेवाची पिंडी लोकांच्या नजरेला पडली. नामदेवाला मंदिराच्या सभामंडपात उभं राहून कीर्तन करण्यास मनाई करणारा ब्रह्मवृंद गाभाऱ्यातच

उभा होता. त्यांची नामदेवाबद्दलच चर्चा चालली होती. त्याला सभामंडपात उभं राहून कीर्तन करण्यास मनाई केली ते योग्य की अयोग्य, अशी चर्चा चाललेली असतानाच मंदिराच्या गर्भगृहाचा मागच्या बाजूचा तो भक्कम दरवाजा खाड्‌कन उघडला. बाहेरच्या लोकांना आनंदाचं उधाण आलं; पण गर्भागारातली मंडळी मात्र स्तिमित झाली, दिङ्‌मूढ झाली. हा नामदेवाच्या कीर्तनाचा चमत्कार होता की विठ्ठलनामाच्या गजराचा महिमा, नामदेवाच्या भक्तीचा साक्षात्कार होता की विठ्ठलनाम गजरातून उमटलेल्या ध्वनिकंपनांचा परिणाम हे कोडं त्यांना उलगडेना. आपण जे केलंय ते चुकीचं होतं याचा धडधडीत पुरावा त्यांना मिळाला होता. ज्या नामदेवाला आपण मंदिराच्या प्रांगणात कीर्तन करायला बंदी केली, त्याच नामदेवाचं कीर्तन ऐकण्यासाठी देवानंच दरवाजा उघडला होता. घडलं होतं ते अघटित तर होतंच, न भूतो न भविष्यति होतं; अतर्क्य होतं. मंदिराच्या पाठीमागच्या भागात मात्र लोकांच्या आनंदाला, उत्साहाला उधाण आलं होतं. लोकांनी नामदेवाला उचलून खांद्यावर घेतलं होतं आणि लोक त्याच्याभोवती बेभान होऊन नाचत होते. नाचता नाचता ते 'हर हर महादेव' म्हणत होते, 'विठ्ठल विठ्ठल' म्हणत होते; त्याचबरोबर 'नामदेवमहाराज की जय' असंही म्हणत होते. लोकांच्या आनंदाला पारावार राहिला नव्हता. गेली कित्येक दशकं न उघडलेला, यवनी आक्रमणापासून धोका निर्माण झालाच तर मंदिरातील मूर्ती आणि सोन्या-चांदीचं सामान पाठीमागच्या दारानं नेता यावं या दृष्टीनं बांधलेला तो भक्कम दरवाजा, नामदेवाचं कीर्तन ऐकण्यासाठी साक्षात महादेवानंच उघडला, अशी लोकांची धारणा झाली. नामदेवाचं कीर्तन ऐकण्यासाठी साक्षात महादेव पुढचं द्वार, महाद्वार सोडून पाठीमागच्या दारानं आला, या श्रद्धेनं लोक आनंदानं नाचत होते. नाचता नाचता एकमेकांना सांगत होते, 'नामदेव महाराजांनी साक्षात देव फिरवला. नामदेव महाराजांचं कीर्तन ऐकण्यासाठी देवानं तोंड फिरवलं' अशा अनेक शब्दांतून लोकांची श्रद्धा प्रतीत होत होती आणि लोकांच्या या श्रद्धेच्या, भक्तीच्या हिंदोळ्यावर आपली विठ्ठलभक्ती घेऊन नामदेव झुलत होता. स्वतः डोळस भक्ती करणारा आणि इतरांनाही डोळस भक्ती शिकवणारा विठ्ठलाचा सखा नामदेव आज, आत्ता, या क्षणी लोकांच्या मनात श्रद्धेचं, विभूतीचं स्थान पटकावून बसला होता. अर्थात, बाकी काही असलं तरी त्या ठिकाणी होत असलेला शैव आणि वैष्णव यांच्यातला संघर्ष मात्र या घटनेनं कायमचा मिटला गेला. शिव हाच विष्णू आहे, विष्णू हाच शिव आहे; हरिहराचं हे अद्वैत आहे हे लोकांना पटलं होतं. कीर्तनाच्या माध्यमातून लोकांमध्ये जागृती निर्माण करण्याचं, लोकांची विचारधारा बदलण्याचं काम करणारा नामदेव हा आद्य कीर्तनकार ठरावा, असं जणू विधीचंच विधान होतं आणि त्याप्रमाणेच तर घडत होतं.

पंढरपूरपासून दूर असलेल्या औंढ्या नागनाथाच्या परिसरातही नामदेवाची कीर्ती

पसरत गेली. आणि नामदेवाच्या कीर्तीसोबतच नामदेवाबरोबर जोडलं गेलेलं विठ्ठलाचं नावही! तोही जाता-जाता आणि येता-येता आपल्या दैवताचा, विठुरायाचाच महिमा गात असे.

विटेवरी उभा दीनांचा कैवारी । भेटाया उभारी दोन्ही बाह्या ॥
गुण-दोष त्यांचे न पाहेचि डोळा । भेटे वेळोवेळां केशिराज ॥
ऐसा दयावंत घेत समाचार । लहान आणि थोर सांभाळितो ॥
सर्वांलागी देतो समान दरुशन । उभा तो आपण समपायी ॥
नामा म्हणे तया संतांची आवडी । भेटावया कडाडी उभा असे ॥

असं विठ्ठलाचं वर्णन सांगत असे. किंवा जर लोकांनी पंढरपुराबद्दल काही प्रश्न विचारले तर

सुखालागी करिसी तळमळ । तरी तू पंढरीसी जाय एक वेळ ।
मग तू अवघाची सुखरूप होसी । जन्मोजन्मीचे दुःख विसरसी ॥
चंद्रभागेसी करिता स्नान । तुझे दोष पळती रानोरान ॥
लोटांगण घालोनी महाद्वारी । कान धरोनी नाच गरुडापरी ॥
नामा म्हणे उपमा काय द्यावी । माझ्या विठोबाची इडापीडा घ्यावी ॥

असा सुंदर अभंग रचून नामदेव विचारणाऱ्याच्या प्रश्नाचं उत्तर देत असे. अशी विठुरायाची महती, पंढरपूरचा महिमा गाताना या सगळ्यांसोबत नामदेवाची स्वतःची कीर्तीही वाढत होती, पसरत होती. पंढरपूरच्या पंचक्रोशीत विठ्ठलाचा सखा असणारा नामदेव आता अवघ्या महाराष्ट्रामध्ये नामदेव महाराज म्हणून ओळखला जाऊ लागला; पण या ओळखीचं, या बिरुदावलीचं नामदेवाला काही विशेष वाटत नव्हतं. विठ्ठलानं सांगितलेल्या आणि ज्ञानेश्वर माउलीनं आखून दिलेल्या मार्गावरून चालत राहणं हेच आपलं परम उद्दिष्ट आहे, अशी त्याची भावना होती. विठ्ठलभक्तीची मिरास आणि भागवत धर्माचा भगवा ध्वज खांद्यावर मिरवत नामदेव ठिकठिकाणी जात होता आणि

विठ्ठल आमुचे सुखाचे जीवन । विठ्ठल स्मरण प्रेमपान्हा ॥
विठ्ठलचि ध्यावों विठ्ठलचि गावो । विठ्ठलचि पाहो सर्वभूती ॥
विठ्ठलापरतें न दिसे सर्वथा । कल्प येता-जाता गर्भवास ॥
नामा म्हणे चित्ती आहे सुखरूप । संकल्प-विकल्प मावळती ॥

असं विठ्ठलनाम गात होता. हे असं सगळं करत नामदेव पंढरपूरला परतीच्या रस्त्याला लागला होता. आता गेल्यावर विठ्ठलाची भेट होईल, या आनंदातच त्याचं

मार्गक्रमण चाललं होतं. पंढरपूरला जाता जाता वाटेत वाट वाकडी करून त्यानं आळंदीला जायचं ठरवलं. आळंदीला जाऊन ज्ञानेश्वर माउलींची भेट होईल, त्यांना यात्रेचा सगळा इतिवृत्तान्त सांगता येईल, या आनंदातच त्यानं आळंदीची वाट धरली; पण तिथे एक दुष्ट आणि दुःखद बातमी त्याची प्रतीक्षा करत होती, हे कुठे त्याला माहीत होतं?

नामदेवाला यात्रेचं मावंदं घालायला सांगण्याचा विठ्ठलाचा हेतू मात्र सर्वार्थानं साध्य झाला. ज्ञानेश्वरांसमोर एकतर नामदेवाच्या भक्तिप्रसाराचा दृष्टांत सिद्ध झाला. दुसरं म्हणजे नामदेवाचं संघटनकौशल्यही ज्ञानेश्वरांसमोर सिद्ध झालं आणि आपण योजलेल्या संकल्पाला सिद्धतेपर्यंत नेण्यासाठी नामदेवासारखा दुसरा उत्तराधिकारी नाही, याची ग्वाही ज्ञानेश्वरांना मिळाली. सर्वधर्मसमभाव, एकेश्वरता आणि भागवत धर्म या त्रयींच्या प्रचारासाठी नामदेवाशिवाय दुसरी योग्य व्यक्ती नाही, असा ज्ञानेश्वर माउलींना विश्वास देण्यासाठी ते मावंदं छान उपयोगी पडलं. सगळ्या जातींचे लोक विठ्ठलाचे भक्त तर बनलेत; पण त्या भक्तीची मिरास म्हणून ते उत्कट अभंगरचनाही करतात ही गोष्ट जेव्हा ज्ञानेश्वरांच्या लक्षात आली, तेव्हा तेही आनंदानं भारावले आणि अत्यंत समाधानानं सगळ्यांचा निरोप घेऊन ते आळंदीला गेले. यानंतर नामदेव गुरूंच्या भेटीला गेला, तेव्हाही विठ्ठलाच्या मनात आशंका निर्माण झाली होती; पण तरीही अजून सगळा समाज आपल्या पाठीशी, आपल्यासोबत नाही हे नामदेवालाही समजायला हवं होतंच. ज्ञानेश्वरांनी सांगितलेलं भागवत धर्म प्रचाराचं कार्य हे सोपं नसून ते असिधारा व्रत आहे, ते त्याच्या लक्षात येणं गरजेचं होतं; कारण त्याशिवाय त्याच्या प्रयत्नाला आणखी धार येणार नव्हती. औंढ्या नागनाथाच्या मंदिरात त्याला होणारा विरोधही त्याच्या मार्गात येणाऱ्या संकटांची एक झलक होती. नामदेवानं हे समजणं भाग होतं. अर्थात, कोणतंही संकट आलं तरी विठ्ठल त्याला त्यातून तारून नेणार होताच; पण नामदेवाला स्वतःलाही स्वतःचं रक्षण करता येणं गरजेचं होतं. औंढ्या नागनाथाच्या प्रवासात त्या लेकुरवाळ्या पोरीकडे बघून विठ्ठल लगेचच धावून गेला होता. मेलेला बैल त्यानं जिवंत केला होता; पण तो हे नामदेवाच्या भक्तीपोटी करत असला, तरी भविष्यात काही गोष्टी नामदेवाला स्वतःलाच हाताळाव्या लागणार होत्या आणि याची कल्पना नामदेवाला देणं गरजेचं होतं. नाहीतरी ज्ञानेश्वरानं नामदेवाला हटयोग शिकवला होताच. तो चांगला आत्मसात करून नामदेवानं स्वयंसिद्ध व्हावं, असं विठ्ठलाला वाटत होतं. नामदेव परत आला की, त्याला हे सांगायचं, असं विठ्ठलानं ठरवलं. तो निश्चय त्याच्या सावळ्या चेहऱ्यावर उमटला.

खरंतर लौकिकार्थानं आपल्या नवऱ्याचा चेहरा दगडी आहे, तरीसुद्धा त्या चेहऱ्यावरचे भाव असे क्षणाक्षणाला कसे बदलतात, असा प्रश्न रुक्मिणीला पडला

होता. तो सतत भक्तांच्या मदतीला धावून जातो, हेही तिला माहीत होतं. काही काही वेळा म्हणण्यापेक्षा बहुधा प्रत्येक वेळेला तो आपल्या भक्तांची संकटं आपल्यावर ओढून घेतो, हेही ती जाणून होती; पण याचमुळे तो आपल्या भक्तांना परावलंबी बनवतो आहे, प्रयत्न करण्यापासून रोखतो आहे, असं तिचं मत होतं. एका परीनं ते बरोबरही होतं. विठ्ठलालाही ते पटत होतं; पण त्याचा नाईलाज होता. त्याचं मन इतकं दयार्द्र होतं की, कुणी भक्तानं काकुळतीला येऊन धावा केला की, याला राहवायचं नाही. तो लगेच धावून जायचा; पण आता नामदेवाच्या बाबतीत तरी त्याला रुक्मिणीचं मत पटायला लागलं होतं. नामदेवाच्या हातून लोकोत्तर कार्य घडायचं असेल तर त्यानं स्वयंभू होणं, स्वावलंबी होणं, स्वसमर्थ होणं गरजेचं होतं. आता नामदेव आला की, त्याला ते सांगायचं, असं त्यानं ठरवलं होतं. अर्थात, हा विचार त्यानं आपल्या मनातच ठेवला. रुक्मिणीला सांगितला असता, तर तिनं आणखी दहा शब्द ऐकवले असते. या विचारानं नामदेवाची प्रतीक्षा करत विठ्ठल गप्प राहिला.

२१

सात-आठ महिन्यांनी नामदेव आळंदीला पोहोचला तर आळंदीत सगळीकडे उदास वातावरण होतं. गावाचे दैनंदिन व्यवहार सुरू होते; पण त्यात उत्साह नव्हता. जणू सगळ्या आळंदीलाच एक दुःखाची झालर लागली होती. नामदेवाला समजेना हे असं काय झालंय? नक्की काय प्रकार घडलाय? त्यानं वाटेत भेटलेल्या एक-दोन गावकऱ्यांना विचारलं; पण नामदेवाकडे पाणीभरल्या नजरेनं बघण्यापलीकडे त्यांनी काही उत्तरच दिलं नाही. मग मात्र नामदेवानं कुणाला विचारलंच नाही. त्यानं तडक ज्ञानेश्वरांचं घर गाठलं. घरासमोरही बरीच गर्दी होती. प्रत्येकाचा चेहरा दुःखी होता. काही अघटित घडलंय म्हणावं तर घरासमोरच्या अंगणात निवृत्ती, ज्ञानेश्वर, सोपान, मुक्ता चौघंही भावंडं सुखरूप दिसत होती. लोक चौघांच्या, विशेषतः ज्ञानेश्वरांच्या पाया पडत होते आणि तिथून बाजूला होताना मात्र डोळे पुसत बाजूला होत होते. नामदेवाला समजेना नक्की हे काय चाललंय? लोकांची गर्दी हटवत तो तरातरा पुढे गेला. ज्ञानेश्वरांभोवती लोकांचा गराडा होता. सोपान-मुक्ता दोघंजण केविलवाणे चेहरे करून, रडवेले होऊन बसले होते. नामदेव तडक त्या दोघांच्या जवळ गेला. पंधरा-सोळा वर्षांची मुक्ता, अठरा-एकोणीस वर्षांचा सोपान – दोघांच्या चेहऱ्याकडे बघवत नव्हतं. नामदेव दोघांसमोर जाऊन उभा राहिला. नामदेवाला समोर बघितल्यावर सोपान उठून उभा राहिला आणि नामदेवाच्या गळ्यात पडला. मुक्ताही उभी राहिली आणि नामदेवाच्या खांद्यावर डोकं टेकवून रडू लागली. सोपानही हुंदके द्यायला लागला. नामदेवाला कारण माहीत नव्हतं; पण तो मुक्ताच्या डोक्यावर आणि सोपानाच्या पाठीवरून हात फिरवत राहिला. दुःखाचा आवेग ओसरल्यावर सोपान नामदेवाच्या मिठीतून बाजूला झाला. नामदेवानं त्याच्या खांद्यावर हात ठेवून विचारलं, "सोपानकाका, काय झालंय? सगळी अशी दुःखी का आहेत? काय घडलंय? सगळ्यांच्या चेहऱ्यावरच नव्हे, तर सगळ्या वातावरणावरच एक दुःखाची छाया आहे. सोपानकाका, सांगाल का मला काय झालंय ते?"

नामदेवाच्या आवाजात ओलावा होता. त्याच्या त्या आवाजानं पुन्हा गहिवरून आलेल्या सोपानानं हुंदका आवरला आणि कसाबसा प्रयत्न करून त्यानं सांगितलं, "नामदेवा, दादा... ज्ञानादादा संजीवन समाधी घेणार आहे." सोपानानं सांगितलं आणि पुन्हा त्याला हुंदका फुटला. सोपानाचं बोलणं ऐकलं आणि अंगावर वीज कोसळल्यासारखं नामदेवाला झालं. आपण जे ऐकलं तेच सोपानदेवांनी सांगितलंय ना, अशी आशंका त्याला वाटली. न राहवून तीव्र स्वरात त्यानं विचारलं, "कायऽऽ?" आणि सोपानानं सांगितलेलं नामदेवानं नीट ऐकलं नसावं या विचारानं हुंदका आवरत मुक्ताईनं पुन्हा सांगितलं. "होय नामदेवा, सोपानदादा सांगतोय ते बरोबर आहे. ज्ञानादादा संजीवन समाधी घेणार आहे. त्यानंच तसं सांगितलंय आणि जाहीरही केलंय." मुक्ताचं हे बोलणं ऐकून आता मात्र नामदेव जवळपास कोसळलाच. खाली पडणार तोच दगडी गराड्याचा[१८] आधार घेऊन त्यानं स्वतःला सावरलं. "ज्ञानेश्वर माउली संजीवन समाधी घेणार आहेत? संजीवन समाधी? आत्ता या कोवळ्या वयात? हटयोगावर प्रभुत्व असलं म्हणून काय झालं? हे काय समाधी घेण्याचं वय आहे का? आणि समोर एवढा उज्ज्वल भविष्यकाळ आणि इतकं मोठं समाजकल्याणाचं काम उभं करायचं असताना, असं मध्येच संजीवन समाधी घेऊन इतिकर्तव्यतेच्या समाधानात जगाचा निरोप घ्यायचा? हा अधिकार माउलीला कुणी दिला? अजून अथांग आयुष्य पडलंय. आत्ता कुठे वीस-बावीस वय आहे. अजून सगळं आयुष्य पुढे पडलंय. अजून काहीच मार्गी लागलेलं नाही आणि यांनी विठ्ठलाला तरी विचारलं का? त्याची परवानगी घेतली आहे का? आणि घेतली असली, तर त्यानं तरी कशी अनुमती दिली? मला हे जाऊन विठ्ठलाला विचारायला पाहिजे." नामदेव थोडं स्वतःशी, थोडं सोपानाशी असं बोलत होता; पण त्याच्याही बोलण्यात एकतानता नव्हती, सुसंगती नव्हती. असंबद्ध असं काहीतरी तो बोलत होता आणि आपण काय बोलतोय हे त्याचं त्यालाच उमजत नव्हतं. आपल्या ऐकण्यात आणि बोलण्यात विसंगती येते आहे, हेही त्याच्या लक्षात येत नव्हतं; पण एवढं मात्र त्याला नक्की कळत होतं की, आपल्या डोळ्यांतून घळाघळा पाणी वाहायला लागलंय, आपल्या गळ्यात हुंदका दाटून आलाय, आपला श्वास अडखळतोय, आपल्याला गुदमरल्यासारखं होतंय आणि आपल्याला काहीच बोलता येत नाहीये हे उमजलं आणि नामदेव मट्‌कन खाली बसला. गुडघ्यात मान घालून तो सोपानाच्या पायाशी बसून राहिला.

मध्यान्ह झाली. जेवणाची वेळ झाली तशी हळूहळू लोक पांगले. ज्ञानेश्वरांच्या भोवतालची गर्दी कमी होऊ लागली. सोपानाजवळ बसून अधूनमधून मान वर करून

---

१८. गराडा : कुंपणासाठी एकावर एक रचलेले दगड

नामदेव ज्ञानेश्वरांकडे बघत होता. ज्ञानेश्वरांचा चेहरा शांत होता. त्यावर नेहमीसारखंच प्रसन्न हास्य होतं. त्या हास्यातून प्रत्येकावर स्नेहाचा वर्षाव होत होता. ज्ञानेश्वर एका चौथऱ्यावर पद्मासन घालून बसले होते. शेजारी एका मोठ्या पसरट भांड्यात साखरफुटाणे ठेवले होते. जो कोणी येईल त्याच्या हातावर चार-चार साखरफुटाणे ज्ञानेश्वर ठेवत होते आणि सांगत होते, "श्रीकृष्णाचा प्रसाद आहे, घ्या." एकेक करत सगळेजण प्रसाद घेऊन गेले. आता ज्ञानेश्वरांभोवती एक-दोघंजणच होते. ते बघून नामदेव उठला, ज्ञानेश्वरांजवळ गेला आणि तेवढ्यात त्यांनी उठून उभं राहण्यासाठी पद्मासन काढून पाय खाली सोडले आणि त्याच वेळी नामदेवानं त्यांच्या पायाशी लोळण घेतली आणि त्यांची पावलं धरून त्यावर आपलं मस्तक टेकवून तो ढसढसा रडायला लागला. क्षणभर ज्ञानेश्वरही बावचळले. हा अचानक पायावर कोण कोसळला, हे अर्धा क्षण त्यांना उमगलंच नाही आणि जेव्हा समजलं की, हा नामदेव आहे, त्यांनी खाली वाकून नामदेवाचे खांदे धरून त्याला समोर उभं केलं. एक क्षण, एकच क्षण दोघांची नजरानजर झाली आणि पुढच्याच क्षणी ज्ञानेश्वरांनी नामदेवाला मिठीत घेतलं. खरं तर त्या दोघांना भेटून आठ-दहा महिनेच झाले असतील; पण आपण युगानुयुगे भेटलोच नाही, अशी ओढ दोघांनी एकमेकांना मारलेल्या मिठीत होती. ज्ञानेश्वरांच्या मिठीत नामदेव स्फुंदत होता, मुसमुसत होता आणि त्याच्या पाठीवर थोपटून ज्ञानेश्वर त्याला सांत्वना देत होते. दुःखाचा आवेग ओसरला आणि नामदेव ज्ञानेश्वरांच्या मिठीतून बाजूला झाला, त्यांच्यासमोर उभा राहिला आणि अतिशय कारुण्यानं त्यानं ज्ञानेश्वरांना विचारलं, "का? माउली का? तुम्ही हा निर्णय का घेतलात? अवघ्या महाराष्ट्राला दुःखात लोटून जाण्याचा अधिकार तुम्हाला कुणी दिला माउली? सांगा ना कुणी दिला?" "तुझ्या विठ्ठलानं!" ज्ञानेश्वरांनी उत्तर दिलं आणि डोळ्यांतून वाहणारं पाणी पुसायचं भानही नामदेवाला राहिलं नाही. नामदेवाचे पाण्यानं भरलेले डोळे विस्फारले गेले. ज्ञानेश्वरांनी दिलेलं उत्तर ऐकून नामदेव गोंधळला. आपण ऐकलं तेच ज्ञानेश्वर बोलले की आपण काही चुकीचं ऐकलं हे त्याला उमजेना. "माउली, माफी करा; पण तुम्ही 'विठ्ठलानं' असंच म्हणालात का? की मी काही चुकीचं ऐकलं?" नामदेवानं ओल्या आवाजात विचारलं, "नाही नामदेवा, तू योग्य तेच ऐकलंस! मी तेच बोललो, जे तू ऐकलंस!" ज्ञानेश्वरांनी नामदेवाची शंका दूर केली. आता ज्ञानेश्वरांना काय सांगावं असा प्रश्न नामदेवाला पडला. "माउली, पण तुम्ही विठ्ठलाला विचारलंतच का, की मी समाधी घेऊ का म्हणून? तुमचं सान्निध्य लाभणार म्हणून तो आनंदानं हो असंच म्हणाला असेल; पण माउली, आत्ता आम्हाला, समाजाला तुमची गरज आहे. आत्ता कुठे तुमचं सांगणं, तुमची तत्त्वं, तुमचं म्हणणं लोकांना पटायला लागलंय. आत्ता कुठे तुमच्या-आमच्या सर्वांच्या मनात असलेला नवसमाज निर्माण व्हायला लागलाय

आणि अशा वेळी, ज्या वेळी तुमचं इथे असणं अत्यंत गरजेचं आहे, अशा वेळीच तुम्ही समाधी घेण्याची भाषा बोलताय? माउली, वादळात सापडलेल्या नौकेला किनाऱ्याला आणून सोडायचं ठरवून आता किनारा समोर दिसत असतानाच नौकेतून उतरून निघाला आहात. माउली, क्षमा करा मला; पण तुमचा हा निर्णय बदला. त्याचा पुनर्विचार करा. तुमच्या या निर्णयानं अवघा महाराष्ट्र पोरका होईल. भागवत धर्म अनाथ होईल. वारकरी सैरभैर होतील.'' नामदेव अंतःकरण पिळवटून बोलत होता. तो बोलत असताना सोपान, मुक्ताही डोळे पुसत तिथे येऊन बसले. तेही हुंदके देत होते; पण ज्ञानेश्वर शांत होते. नामदेव बोलायचा थांबला. ज्ञानेश्वरांनी एकदा स्थिर नजरेनं नामदेवाकडे बघितलं. शेजारच्या भांड्यात हात घातला. त्यातले साखरफुटाणे घेतले आणि ते नामदेवासमोर धरून म्हणाले, ''घे नामदेवा! साखरफुटाणे घे!'' नामदेवाचा चेहरा विदीर्ण झाला. 'आपल्या काळीज कुरतडून बोलण्यावर ज्ञानेश्वरांची ही प्रतिक्रिया?' ज्ञानेश्वरांनी त्याचा चेहरा वाचला. क्षणभर डोळे मिटले. डोळे उघडून त्यांनी नामदेवाचा हात हातात घेतला आणि म्हणाले, ''नामदेवा, तुझी भावना, तुझे विचार मला समजताहेत; पण नामदेवा, या विषयावर माझी आणि विठ्ठलाची चर्चा झाली आहे. आता निवृत्तीदादाही श्रीकृष्णाशी चर्चा करत बसला आहे. नामदेवा, ज्या कार्यासाठी आपला जन्म झाला होता, ते कार्य संपल्यावरचं जगणं, म्हणजे फोलपटाचं जगणं आहे रे! हा साखरफुटाणा बघ. याच्या आत फुटाणा असतो. तो द्विदल असतो. आत्मा आणि परमात्मा. त्यांचं अद्वैत करून त्यावर हा साखरेचा म्हणजे भक्तीचा मुलामा चढवला की, तो साधा फुटाणा साखरफुटाणा बनतो. गोड होतो तो आणि ही परमार्थाची गोडी मग भक्तीचं आवरण घेऊन मनात रुंजी घालते, जशी साखरफुटाण्याची चव जिभेवर रुंजी घालते; पण नामदेवा, एकदा का आत्मा आणि परमात्मा यांचं अद्वैत झालं की, आत्म्याचं काम संपतं. तो परमात्म्यात विलीन होतो. तो स्वतःच परमात्मा बनतो. या इहलोकीचं काम संपलं की, आत्म्यानं इहलोकी राहायचं नसतं रे! त्यानं परमात्म्यात विलीन व्हायचं असतं. माझ्याही आत्म्याचं काम संपलंय रे! तो परमात्म्यात विलीन व्हायला आतुर झालाय. म्हणूनच मी समाधी घ्यायची ठरवलीय. नामदेवा, अरे नौका जेव्हा वादळात सापडली होती, तेव्हा तिला मी वादळातून बाहेर काढली. आता दृष्टिक्षेपात किनारा आहे आणि मला विश्वास आहे नामदेवा की, आता तुम्ही सगळे मिळून त्या नौकेला किनाऱ्यापर्यंत आणू शकाल आणि महाराष्ट्र पोरका होईलच कसा? अरे, तुम्ही सगळे आहातच की त्याचं पालकत्व घ्यायला! आणि नामदेवा, कधी कधी हा पोरकेपणाच मनामध्ये स्फुलिंग चेतवतो. याचं उदाहरण तुझ्यासमोरच आहे. नामदेवा, भागवत धर्म पुंडलिक गेला तेव्हाही अनाथ झाला नव्हता आणि आताही होणार नाही. अरे, हा धर्म स्वतःच जर मातृ-पितृस्थानी आहे, तर तो अनाथ होईलच

कसा? नामदेवा, मी तुझीच प्रतीक्षा करत होतो. अरे, आता भागवत धर्माची सगळी धुरा मी तुझ्या खांद्यावर देतो आहे. नामदेवा, तुझा नारदमुनींसारखा सर्वत्र संचार असतो. भागवत धर्माची पताका खांद्यावर घेऊन तू सर्वत्र संपर्कात राहा. नामदेवा, आता तूच भागवत धर्माची आशा आणि आधार आहेस आणि तुझ्यासारखा परमार्थाचा श्रेष्ठ साधक असताना मला थांबण्याची गरज नाही. आणि मी समाधी घेतोय म्हणजे परमात्म्याशी एकरूप होतोय फक्त आणि परमात्मा तर सर्वत्र आहेच ना? हे तर तू जाणतोसच.

एक तत्त्व एकाकार सर्व देशी । एक तो नेमेसी सकल जनीं ।।
ऐसें ब्रह्म पहा आहे सर्व एक । नलगे विवेक करणें काहीं ।।
मिथ्या हे डंबर माया मथितार्थ । हरि हाचि स्वार्थ वेगीं करी ।।
नामा म्हणे समर्थ बोलिता तो वेद । नाहीं भेदाभेद ब्रह्मपणी ।।

असं तूच तर सांगतोस ना? नामदेवा, माझ्या विरहाचं तुझं दुःख मी जाणतो; पण या दुःखावर मात करून भागवत धर्मावर लक्ष केंद्रित कर. हा धर्म महाराष्ट्रापुरता नव्हे, तर संपूर्ण भारतभर पोहोचव. माझ्या परीनं मी माझं कार्य पूर्ण केलंय; पण तुझ्या मते ते जर अपूर्ण असेल, तर नामदेवा, ते तू पूर्ण कर आणि तू ते करशील असा मला विश्वास आहे!'' नामदेवाचा हात आपल्या हृदयाशी धरून ज्ञानेश्वर काही क्षण बोलायचे थांबले. ज्ञानेश्वरांच्या छातीवर नामदेवाचे हात होते. आपल्या हातातून एक विलक्षण ऊर्जा आपल्या संपूर्ण देहात भिनते आहे, असं नामदेवाला वाटलं. ज्ञानेश्वरांच्या हृदयातून निघालेला ऊर्जेचा स्रोत आपल्या हातात शिरून आपल्या हृदयापर्यंत पोहोचतो आहे, असं त्याला जाणवलं. आपल्यातली आंतरिक, आध्यात्मिक, आत्मिक आणि पारमार्थिक ऊर्जा अशी नामदेवाला देऊन ज्ञानेश्वरांनी नामदेवाचे हात सोडले. त्याच्या खांद्यावर थोपटलं आणि पुन्हा ते त्या चौथऱ्यावर जाऊन बसले. कुणीतरी पुन्हा भेटायला आलं होतं.

ज्ञानेश्वरांच्या बोलण्यानं नामदेव बराचसा शांत झाला. स्थिर नजरेनं तो चौथऱ्यावर बसलेल्या ज्ञानेश्वरांकडे बघत होता. ज्ञानेश्वरांची मुद्रा अत्यंत प्रसन्न होती. शांत चित्तानं ते आलेल्या माणसांशी बोलत होते. त्याला साखरफुटाणे देत होते. आपल्याबद्दल बोलताना ज्ञानेश्वर माउली काय म्हणाली होती, हे नामदेवाला आठवलं. माउली म्हणाली होती,

ज्ञानदेव म्हणे भला भक्तराज । कळले गौप्यगुज सर्व तुझे ।
धीर आणि चतुर सर्वस्वे उदार । साजे तुज अधिकार प्रेमभक्ती ।
धन्य तू संसारी भक्त भावशीळ । साधिलें तुवा केवळ प्रेमसुख ।
देऊनी आलिंगन नामा धरियेला करी । वंदियेले शिरी चरणराज ।

नामदेव या आठवणींमध्ये दंग झाला तोच "दादानं तुमचीही समजूत काढली ना? तुम्हालाही आपलं म्हणणं पटवून दिलं ना?" पाठीमागून सोपानाचा आवाज आला. नामदेवानं मागे वळून बघितलं. सोपानाच्या डोळ्यांत अश्रू होते; पण चेहऱ्यावर हास्य होतं. त्याच्यासोबत मुक्ता होती, तिची अवस्थाही त्यापेक्षा वेगळी नव्हती. नामदेव काही बोलला नाही. बोलूच शकला नाही. त्यानं सोपानाच्या खांद्यावर थोपटलं. मुक्ताच्या मस्तकावर हात ठेवला आणि आपल्या डोळ्यांतलं पाणी आवरत तो बाजूला जाऊन उभा राहिला. 'आपण पंढरपूरला जाऊन विठ्ठलाला याचं कारण विचारलं पाहिजे की, त्यानं माउलीला समाधी घेण्याची अनुमती का दिली?' असा विचार त्याच्या मनात येऊ लागला. तो सगळा दिवस तसाच गेला. ज्ञानेश्वर माउली समाधी घेणार, ही बातमी जसजशी पसरत होती तसतशी लोकांची वर्दळ वाढत होती; त्यामुळे त्यानंतर दिवसभरात नामदेवाची ज्ञानेश्वरांशी भेट झालीच नाही. रात्र झाली तशी वर्दळ कमी झाली. सगळीकडे शांतता पसरली. ज्ञानेश्वरांनी मुक्ताला हाक मारली आणि ते म्हणाले, "मुक्ता, जेवायला वाढतेस? अगं, मला समाधिस्थ व्हायला अजून महिनाभराचा अवधी आहे. तोपर्यंत मी रोज जेवणार आहे बरं का! आणि हो, उपाशीपोटी तर मी मुळीच समाधी घेणार नाही हं!" ज्ञानेश्वरांच्या या बोलण्यावर मुक्तानं रागानं मानेला झटका दिला आणि पानं वाढायला घेतली. "मुक्ते, आज विठ्ठलसखा नामदेवाच्या पंगतीचा लाभ आपल्याला होणार आहे हं! आणि त्याचं पान माझ्या शेजारी मांड हो!" नामदेवाच्या हाताला धरून त्याला आपल्या शेजारी बसवून घेत ज्ञानेश्वर म्हणाले. नामदेवाच्या चेहऱ्यावरचा रुसवा त्यांनी ओळखला होता. एकंदर सगळ्या वातावरणातच रुसवा होता. आपल्या बोलण्यानं ज्ञानेश्वरांनी ते वातावरण हलकं करायचा प्रयत्न केला.

जेवणं झाली. सगळेजण अंगणात बसले होते. नामदेवानं विचारलं, "माउली, उद्या पंढरपूरला जाईन म्हणतो. आपण सांगितलेलं विठ्ठलाला विचारावं असं वाटतंय!" नामदेवाचं बोलणं ऐकून ज्ञानेश्वर हसले आणि म्हणाले, "नामदेवा, जरूर विचार आणि हो, विठ्ठलाला माझा एक निरोप सांग. त्याला सांग, मी कार्तिक वद्य तृतीयेला समाधी घेणार आहे. त्या वेळी त्यानं इथे आळंदीला यायला हवं! माझा एवढा निरोप त्याला सांगशील ना?" ज्ञानेश्वरांचं बोलणं ऐकून नामदेवानं मूकपणे मान डोलवली. त्याच्या हे लक्षात आलं की, ज्ञानेश्वरांनी त्यांच्या समाधीचा दिवसही नक्की केला आहे. मध्यरात्रीपर्यंत सगळेजण बोलत बसले होते. नंतर सर्वजण निजले; पण नामदेव जागाच होता. सर्वत्र निजानीज झाली आणि नामदेवाला ज्ञानेश्वरांची हाक ऐकू आली, "नामदेवा, ऊठ! मला तुला काही सांगायचं आहे." ज्ञानेश्वर कुजबुजत्या स्वरात म्हणाले. नामदेव उठला. त्याच्या हाताला धरून ज्ञानेश्वर त्याला घेऊन घराच्या पाठीमागच्या अंगणात आले. दोघे शेवग्याच्या

झाडाखाली चौथऱ्यावर बसले. ज्ञानेश्वर म्हणाले, "नामदेवा ऐक! शांत चित्ताने ऐक! मी तुला माझा उत्तराधिकारी म्हणून नेमतो आहे. यापुढे भक्तीची ध्वजा खांद्यावर घेऊन तू भागवत धर्माचा प्रसार करायचा आहेस." असं बोलून ज्ञानेश्वर उठून उभे राहिले. नामदेवही उठायला लागला तर ते त्याला म्हणाले, "थांब नामदेवा! तू तिथेच बस!" असं म्हणत ज्ञानेश्वर त्याच्या समोर उभे राहिले आणि आपला उजवा हात त्यांनी नामदेवाच्या मस्तकावर ठेवला. तो स्पर्श...!! त्या स्पर्शानं नामदेवाच्या शरीरावर रोमांच उभे राहिले. आपल्या शरीरात मोरपिसाची थरथर, बासरीची स्वरस्पंदनं आणि विजेचा लोळ हे सगळं एकाच वेळी वाहतंय, असं त्याला वाटलं. ज्ञानेश्वरांनी मस्तकावर हात ठेवल्यावर त्यानं डोळे मिटले होते. ही जाणीव झाल्यावर त्यानं खाड्कन डोळे उघडले. क्षणभर... क्षणभर त्याची नजर खाली वळली. आणि कौपीन घातलेले ज्ञानेश्वर पितांबर नेसून, पायाचा तिढा घालून कसे काय उभे राहिले, असा प्रश्न त्याला पडला. त्यानं पुन्हा डोळे मिटून पुन्हा उघडले. आता समोर पुन्हा ज्ञानेश्वर दिसत होते. नामदेव गहिवरला. उठून त्यानं ज्ञानेश्वरांच्या पावलांवर मस्तक टेकवलं. नामदेवाच्या डोळ्यांतले अश्रू ज्ञानेश्वरांच्या पावलांवर पडले. ज्ञानेश्वरांनी नामदेवाला खांद्याला धरून उठवलं आणि त्याला मिठीत घेतलं. चंद्र शेवग्याच्या पानांआडून डोकावत ही भेट बघत होता. जणू जिवा-शिवाचीच भेट होती ती.

दुसऱ्या दिवशी ज्ञानेश्वरांचा निरोप घेऊन नामदेव निघाला. आता त्याला त्वरेनं पंढरपूर गाठायचं होतं; त्यामुळे मिळेल त्या वाहनानं, घोडेस्वार भेटला तर त्याच्या मागे बसून, बैलगाडी भेटली तर त्यात बसून, असं करत त्यानं ते अडीचशे मैलांचं अंतर तीन-चार दिवसांत कापलं आणि पाचव्या दिवशी तो पंढरपुरात दाखल झाला. आल्या आल्या घरी येऊन अंघोळ करून त्यानं तडक मंदिर गाठलं. मंदिरात बरीच मंडळी भेटली; पण त्यांच्याशी बोलण्यात वेळ न घालवता त्यानं थेट गर्भागार गाठलं आणि तो विठ्ठलासमोर जाऊन उभा राहिला. नामदेवाला समोर बघून विठ्ठलाचा चेहरा प्रसन्न झाला; पण आपल्याला बघून नामदेवाचा चेहरा प्रसन्न झाला नाही, हे विठ्ठलाच्या लक्षात आलं आणि त्याचं कारणसुद्धा! नामदेवाच्या भक्तीचा औंढ्या नागनाथाच्या मंदिरातला साक्षात्कार विठ्ठलाच्या कानावर आलाच होता. त्याला त्याबद्दलही नामदेवाशी बोलायचं होतं; पण नामदेवाचा उदास चेहरा बघून तो काहीच बोलला नाही. कटीवर हात ठेवून तो विटेवर शांत उभा राहिला. नामदेवाच्या बोलण्याची वाट बघत. नामदेवानं काही क्षण चुळबुळ केली. त्याला वाटलं, विठ्ठल काहीतरी विचारेल; पण विठ्ठल काहीच बोलला नाही. तसं त्यानं ठरवलं, आपणच बोलायचं. विठ्ठलाला थेटच विचारायच की, त्यानं असं का केलं? त्यानं मनाशी शब्दांची जुळवाजुळव केली. खरंतर अवीट माधुर्य असलेलं कीर्तन

करणाऱ्या आणि अत्यंत उच्च प्रतीची अभंगरचना करणाऱ्या नामदेवाला शब्दांची जुळवाजुळव करावी लागली यातूनच सिद्ध होत होतं की, त्याच्या मनात किती कल्लोळ माजलाय! आपल्या मनात उद्भवलेले प्रश्न विचारणं त्याला किती अवघड जात होतं ते. क्षणभर थांबून त्यानं थेट विषयालाच हात घातला. "तू ज्ञानेश्वर माउलीला समाधी घेण्याचा विचार सुचवलास? का? तुला माहीत नाही का समाजाला, महाराष्ट्राला त्यांची गरज आहे ते? त्यांनी समाधी घेतली, तर महाराष्ट्र पोरका होईल हे तुझ्या लक्षात आलं नाही का? तुला माहीत नसेल, तुझ्या लक्षात आलं नसेल, असं होणंच शक्य नाही. तू सर्वज्ञ आहेस. हे सगळं तू जाणत असणार. मग तू असं का केलंस? निदान त्यांना समाधी घेण्याच्या विचारापासून परावृत्त तरी करायचंस. तेवढं तरी तू नक्की करू शकला असतास ना? मग का केलं नाहीस?" नामदेवाच्या प्रत्येक शब्दात वेदना होती, खंत होती, दुःख होतं; व्यथा होती ज्ञानेश्वर दुरावणार याची. खंत होती ती विठ्ठलाच्या वागण्याची, दुःख होतं ज्ञानेश्वरांच्या वियोगाचं, व्यथा होती महाराष्ट्र पोरका होणार याची. विठ्ठलाला प्रश्न विचारता विचारता नामदेवाच्या डोळ्यांतून अश्रू ओघळायला लागले. "सांग ना विठ्ठला, का केलं नाहीस?" "अरे नामदेवा, ज्ञानेश्वरांचा निव्वळ देह इथे वावरत राहिला असता. निष्प्राण, अचेतन कलेवर असल्यासारखा! मग असे ज्ञानेश्वर तुला चालले असते का? तुझ्या महाराष्ट्राला चालले असते का?" विठ्ठलानं प्रश्न विचारणाऱ्या नामदेवाला उत्तर दिलं. नामदेवानं मान खाली घातली. ज्ञानेश्वरांनी समाधी घेण्याचं ठरवण्याचं कारण त्याला सांगितलं होतं; पण समाधी घेतली नाही तर काय होईल हे एवढ्या स्पष्टपणे सांगितलं नव्हतं. विठ्ठलानं ते सांगितलं आणि नामदेव निरुत्तर झाला. नेहमी उत्साहानं सळसळणारे प्रसन्न ज्ञानेश्वर बघायची सवय झालेल्या डोळ्यांनी असे निष्प्राण ज्ञानेश्वर बघणं खरोखरच अशक्य होतं, असह्य होतं, अतर्क्य होतं. ज्ञानेश्वरांनी समाधी घेण्याचा घेतलेला निर्णय किती योग्य होता, हे आता नामदेवाला पटलं आणि ज्ञानेश्वरांचा समाधी सोहळाही युगायुगात एकदाच होतो असा झाला पाहिजे, असं त्यानं मनाशी ठरवलं आणि त्याप्रमाणे तो कामाला लागला.

कार्तिक वद्य त्रयोदशीला आळंदीत इंद्रायणीच्या काठावर लोकांचा जणू महासागर उसळला होता. ज्ञानेश्वरांना मानणारे तर होतेच; पण ज्यांनी ज्ञानेश्वरांचं नुसतं नाव ऐकलेलं होतं, तेही आले होते. ज्ञानेश्वरांसारखा ज्ञानसूर्य संजीवन समाधी घेणार ही शतकातून एखादीच घडणारी घटना. त्या घटनेचे साक्षीदार होण्यासाठी जो तो धडपडत होता. महाराष्ट्रातूनच नव्हे, तर महाराष्ट्राबाहेरूनही लोक आले होते. त्या दिवशी दुपारी ज्ञानेश्वरांनी सर्वांसोबत सहभोजन केले. नामदेव हुरहुरत्या मनानं आणि पाणीभरल्या डोळ्यानं वावरत होता. सोपान, मुक्ता हुंदका आवरत ज्ञानेश्वरांच्या

मागे-पुढे करीत होती. निवृत्तीनाथ गंभीर चेहऱ्यानं ज्ञानेश्वरांसोबत होते. नामदेवाची चारही मुलं नारा, विठा, म्हादा आणि गोदा गेले चार दिवस इथेच होते. त्या परिसराची स्वच्छता, साफसफाई करण्यात ते मग्न होते. निवृत्तीनाथांनी दाखवलेलं ज्ञानेश्वरांचं समाधी विवरही त्यांनीच मन लावून स्वच्छ केलं. ज्ञानेश्वरांची बसण्याची जागा नीटनेटकी करून, गोमयानं स्वच्छ सारवून, त्यावर पाकळ्यांची पखरण करून, त्यावर मृगाजीन अंथरून ठेवलं. जेवण झाल्यावर ज्ञानेश्वरांनी संकीर्तन केलं. त्याही वेळी त्यांनी अद्वैतावर भाष्य केलं. ज्ञानेश्वर शांत चित्तानं, प्रसन्न मनानं बोलत होते आणि त्यांना बोलताना डोळ्यांत साठवून, डोळ्यांत भरणारं पाणी पुनःपुन्हा पुसून लोक त्यांचं बोलणं ऐकत होते. संकीर्तन संपलं आणि नारदपीठावरून खाली उतरून ज्ञानेश्वरांनी निवृत्तीनाथांच्या चरणावर डोकं ठेवलं. त्यांचा आशीर्वाद घेतला. निवृत्तीनाथांनी उठवून त्यांना उराशी कवटाळलं. त्यानंतर ज्ञानेश्वरांनी सोपान आणि मुक्ताला जवळ घेतलं. दोघंही त्यांना बिलगून हुंदके देत होते. मुक्ता तर ज्ञानेश्वरांना सोडेचना. ज्ञानेश्वरांनी नामदेवाकडे विनवणीचा कटाक्ष टाकला. नामदेव पुढे झाला, त्यानं मोठ्या मुश्किलीनं मुक्ताला ज्ञानेश्वरांपासून बाजूला केलं खरं! पण पुढच्या क्षणी तो स्वतः ज्ञानेश्वरांच्या पायावर कोसळला. ज्ञानेश्वरांनी त्याला उठवून उभं केलं. नामदेव हुंदके देत होता. नामदेवानं आपले हात जोडले होते. ज्ञानेश्वरांनी त्याचे जोडलेले हात हातात घेतले. ते आपल्या मस्तकाला लावले. पुढच्या क्षणी नामदेव ज्ञानेश्वरांच्या मिठीत होता. त्याला हुंदका आवरत नव्हता. त्याच्या पाठीवरून हात फिरवून ज्ञानेश्वर त्याचं सांत्वन करत होते. एका क्षणी ज्ञानेश्वरांनी नामदेवाला सांगितलं, "नामदेवा, आवर स्वतःला. आता या सगळ्यांना तूच धीर द्यायचा आहेस; कारण कुणाला माहीत नाही ती गोष्ट मी तुला सांगतो आहे. माझ्यानंतर एक महिन्याने सोपान सासवडला, चार महिन्यांनी मुक्ता एदलाबाद इथे आणि त्यानंतर एक महिन्याने निवृत्तीदादा त्र्यंबकेश्वर इथे समाधिस्थ होणार आहेत. म्हणून नामदेवा, आता या भक्त आणि संत परिवाराला तुझाच आधार आहे, तेव्हा स्वतःला सावर आणि मला धीरानं निरोप दे." बोलता बोलता ज्ञानेश्वरांचा खोल गुहेतून यावा तसा आवाज नामदेवाला ऐकायला यायला लागला. त्यानं चमकून ज्ञानेश्वरांकडे पाहिलं. प्रसन्नचित्तानं ज्ञानेश्वर म्हणाले, "नामदेवा, बघ! विठ्ठल मला न्यायला आला आहे." नामदेवानं वळून पाहिलं. खरोखरच समाधिस्थानापासून पन्नास पावलांच्या अंतरावर विठ्ठल उभा होता. त्याच्या डोळ्यांत प्रतीक्षा होती. ज्ञानेश्वरांकडे अश्रूभरल्या नजरेनं एक कटाक्ष टाकून त्यांचं प्रसन्न, देखणं, निरागस; पण तेजस्वी रूप डोळ्यांत भरून घेऊन नामदेव बाजूला झाला. निवृत्तीनाथ पुढे झाले. त्यांनी ज्ञानेश्वरांचा एक हात धरला. दुसरा हात विठ्ठलानं धरला आणि दोघाजणांनी ज्ञानेश्वरांना हाताला धरून समाधी विवरात नेलं. लोक धाय मोकलून रडत होते; पण त्याबरोबर फुलांचा

वर्षावही करत होते. विवरात उतरण्यापूर्वी ज्ञानेश्वरांनी एकदा मागे वळून पाहिलं. मान झुकवून सगळ्यांना वंदन केलं. मगच त्यांनी विवरात प्रवेश केला. नामदेव ज्ञानेश्वरी घेऊन त्यांच्या पाठोपाठ विवरात उतरला. ज्ञानेश्वर वीरासन घालून मृगाजिनावर बसले होते. निवृत्तीनाथ आणि विठ्ठल दोन्ही बाजूला उभे होते. नामदेवानं ज्ञानेश्वरी ज्ञानेश्वरांसमोर ठेवली. ती बघून ज्ञानेश्वरांच्या चेहऱ्यावर समाधान पसरलं. ओठांतून बाहेर पडणारा हुंदका आतल्या आत दाबून नामदेवानं ज्ञानेश्वरांना पुन्हा एकदा नमस्कार केला आणि तो झपाट्यानं विवराबाहेर आला. पाठोपाठ निवृत्तीनाथही बाहेर आले. ज्ञानेश्वरांना आपल्यात सामावून घेण्यासाठी विठ्ठल विवरातच थांबला. निवृत्तीनाथांनी गंभीर चेहऱ्यानं बाजूला ठेवलेली शिळा विवराच्या तोंडावर सरकवून बसवली. त्यांच्या डोळ्यांतून वाहणाऱ्या अश्रूंनी ती शिळा जणू अभिषिक्त झाली. सोपान, मुक्ता धावत येऊन नामदेवाला बिलगले. दोघेही हुंदके देत होते आणि स्वतःचा हुंदका आवरत नामदेव त्या दोघांना शांत करत होता. ज्ञानेश्वरांचं समाधिस्थ होणं ही गोष्ट नामदेवासाठी अनंत प्रकारच्या भावनांची आंदोलनं निर्माण करणारी ठरली. त्यांच्या वियोगाचं दुःख, त्यांना आपण अडवू शकलो नाही ही खंत, त्यांना थांबवता न आल्याची वेदना, इतर तिघा भावंडांच्या समाधीच्या बातमीनं बसलेला धक्का, ज्ञानेश्वर आता सोबत नाहीत ही व्यथा, संत परिवार आणि भक्त परिवार यांना एकत्र बांधून ठेवण्याची आपल्या शिरावर पडलेली जबाबदारी, भागवत धर्माचा प्रचार आणि प्रसार करण्याची ज्ञानेश्वरांनी अंगावर टाकलेली आणि आपण आनंदानं स्वीकारलेली कामगिरी पार पाडण्याची जबाबदारी, शत-कोटी अभंग रचण्याची केलेली प्रतिज्ञा, भक्त म्हणून विठ्ठलाच्या प्रति कर्तव्य, संसारातला गृहस्थधर्म... नामदेवाच्या मनात भावनांचा नुसता कल्लोळ माजला होता आणि डोक्यात विचारांचा गोंधळ. या सगळ्यांवर कडी करणारं आणि आत्यंतिक कटू असलं तरी स्वीकारावं लागणारं एकमेव सत्य होतं, ते म्हणजे ज्ञानेश्वर समाधिस्थ झाले होते. ज्ञानसूर्य मावळला होता आणि हे सत्य स्वीकारणं, अगदी ते चक्षुर्वैसत्य असलं तरी ते स्वीकारणं नामदेवाला जड जात होतं, त्याच्या मनाला कठीण जात होतं, हेही कटू असलं तरी सत्यच होतं. ज्ञानेश्वर माउलीच्या समाधीनंतर विठ्ठल नामदेवाला म्हणाला होता,

भगवंत म्हणे नामयासी । हे यथार्थ तू बोलसी ।
परि क्षणक्षणां गुण आठवती मानसी । या ज्ञानदेवाचे ।
भक्त ज्ञानी आणि वैरागी । ज्ञानदेवा ऐसा चहुयुगी ।
ना शको न देखो याची लागी । खंती वाटे बघून ।

पाणीभरल्या डोळ्यांनी नामदेव तेच आठवत राहिला.

नामदेवाचं ते वर्ष फारच धामधुमीचं गेलं. ज्ञानेश्वरांनी त्यांच्या समाधीच्या दिवशी सूतोवाच केल्याप्रमाणे त्यांच्या समाधीनंतर बरोबर एक महिन्याने सोपानदेवांनी सासवड इथे समाधी घेतली. चोखोबा, सावता यांना मदतीला घेऊन नामदेवानंच सगळी पूर्वतयारी केली. सोपानदेवांच्या समाधीनंतर, पाठोपाठ धाकट्या दोन भावांचा विरह सोसावा लागल्यानं निवृत्तीनाथ अस्वस्थ होते. नामदेव, त्यांच्या आणि मुक्ताईबरोबर तीर्थाटनाला गेला. वाटेत एदलाबाद इथे तापी-पूर्णेच्या संगमात मुक्ता गुप्त झाली. आता तर निवृत्तीनाथ अगदीच दुःखी झाले. मुक्ता त्यांची फारच लाडकी होती. तिच्या गुप्त होण्यानं ते अगदीच सैरभैर झाले. नामदेव सतत त्यांच्यासोबत होता. एदलाबाद येथून पुढे जाऊन बरोबर एक महिन्याने त्र्यंबकेश्वर इथे निवृत्तीनाथांनी समाधी घेतली. त्या वेळीही नामदेवच त्यांच्यासोबत होता. ज्ञानेश्वरांच्या समाधीपासून सुरू झालेला हा दुःखाचा सोहळा; निवृत्तीनाथांच्या समाधीनं त्याचा शेवट झाला. या चारही भावंडांचा वियोग सहन करणं नामदेवालाही अवघड गेलं. निवृत्तीनाथांच्या समाधीनंतर तो पंढरपूरला परतला, ते विमनस्क स्थितीत आणि नामदेवाला या स्थितीतून बाहेर काढण्याचं सामर्थ्य फक्त दोघांत होतं, एक विठ्ठल आणि दुसरी जनी; पण या चारही भावंडांनी इहलोकीचा घेतलेला निरोप बघून विठ्ठलही उदास होता; कारण त्याला या इहलोकीच राहायचं होतं. राहता राहिली जनी. खरंतर ती नामदेवाची बालसखी होती! पण, आता स्वतःला नामदेवाची दासी म्हणवून घेणारी, त्याच नाममुद्रेनं रसाळ अभंग लिहिणारी, नामदेवाच्या घरातली सगळी कामं करणारी आणि विठ्ठलावर भक्तीचा, प्रेमाचा विलक्षण अधिकार असणारी जनी, तिनं नामदेवाची मनःस्थिती ओळखली आणि या मनःस्थितीतून नामदेवाला बाहेर काढण्यासाठी तिनं कंबर कसली. ती नामदेवाला म्हणाली, "नामया, तू पक्का स्वार्थी आहेस बघ!" तिच्या या बोलण्याचा नामदेवाला अर्थ कळेना. त्यानं दुःखी स्वरात विचारलं, "का गं जने, असं का म्हणतेस? मी काय केलं?" नामदेवाच्या या प्रश्नावर जनीनं दिलेलं उत्तर अवघ्या महाराष्ट्राला उपकृत करणारं होतं. जनी त्याला म्हणाली, "नामया, ज्ञानेश्वर माउलींच्या समाधी सोहळ्याला तू उपस्थित होतास. तो पुण्यपावन सोहळा तू याचि डोळा अनुभवलास! पाहिलास! नामया, पुराण काळातील ध्रुव, हरिश्चंद्र यांची आख्यानं, चरित्रं तू लिहिलीस. मग माउलीचा समाधी सोहळा, जो तू अनुभवलास, तो लिही ना! अरे, अवघा महाराष्ट्र शतकानुशतके तुझा ऋणी राहील. ते लिहायचं सोडून तू स्वतःच दुःख करत बसला आहेस. खरंतर त्या चौघांच्याही समाधीच्या वेळी तूच त्यांच्यासोबत होतास. असा शेवटपर्यंत सर्वांच्या सोबत असणारा तूच आहेस आणि या चौघांच्या समाधीचा सोहळा तूच एकटा शब्दबद्ध करू शकतोस. हेही कार्य लोकोत्तरच आहे, नामया आणि ते तू केलंच पाहिजेस. हे करायचं सोडून एकट्यानंच समाधीचे ते सोहळे अनुभवून, तू नुसतंच

दुःख करत बसला आहेस, म्हणून तुला स्वार्थी म्हटलं मी. नामया, हे दुःख आता बाजूला सार. असं एकटं एकटं दुःख करत बसण्यासाठी तुझा जन्म झालेला नाही. नामया, ऊठ आणि लिहायला घे!'' जनीनं त्या क्षणी नामदेवाला जे ऐकवलं, त्यासाठी अवघा महाराष्ट्र जनीचा ऋणी राहील आणि जनीचे हे खडे बोल ऐकून नामदेवही झपाट्यानं उठला आणि लिहायला बसला. महाराष्ट्राला एका ज्ञानसूर्याच्या समाधी सोहळ्याचा जणू प्रत्यक्ष अनुभव घेता आला.

त्यानंतर नामदेवानं बराच काळ लेखन केलं. जवळपास वर्ष-दीड वर्ष तो पंढरपुरापासून लांब, घरापासून दूर होता. दामाशेटी, गोणाई आता थकले होते. त्यानंतर जवळपास दोन वर्षं नामदेव पंढरपुरात राहिला. या काळात त्या चार भावंडांच्या समाधी सोहळ्याच्या लेखनाबरोबरच त्यानं इतरही विपुल लिखाण केलं. या दरम्यान दोन चांगल्या आणि दोन वाईट घटना नामदेवाच्या आयुष्यात घडल्या. त्याची लेक लिंबाई आणि पाठोपाठ त्याची चारही मुलं यांचे विवाह झाले. आणि याच काळात गोणाईनं आहेवपणी आणि तिच्या पाठोपाठ दामाशेटींनी या जगाचा निरोप घेतला. चार लेक, चार सुना यांनी नामदेवाचं घर भरलं. संसाराच्या जबाबदारीतून नामदेव बराचसा मुक्त झाला आणि त्यानं आता आपल्या विहित कार्याला स्वतःला वाहून घ्यायचं ठरवलं. या काळात त्याच्या हातून लिखाणही पुष्कळ झालं. ज्ञानेश्वर आणि त्यांच्या भावंडांचा समाधी सोहळा तर त्यानं लिहिलाच, पण त्याचबरोबर श्रीकृष्ण चरित्र, सुदामा चरित्र, राग जन्म, हनुमान जन्म अशा चरित्रांबरोबर, गुढी पाडवा, तुळशी विवाह, दसरा, दिवाळी हे सण आणि ध्रुव, शुक, श्रीयाळ, उपमन्यू, परशुराम, नृसिंह यांची चरित्रे, तसेच पिंगळा, कूट अभंग, असे अनेक प्रकारचे लिखाण त्याने केले. याच दरम्यान कीर्तनं करून त्यानं पंढरपूर आणि त्याच्या आसपासचा परिसर पिंजून काढला. आपल्या कीर्तनांतून तो भागवत धर्माचा प्रसार तर करतच असे; पण त्यातही जातिभेद नष्ट व्हावा यासाठी तो विशेष झटत असे. इतक्या प्रकारचं लिखाण झालं. संसाराच्याही बहुतेक जबाबदाऱ्यांतून तो मुक्त झाला. अर्थात, या जबाबदाऱ्या पार पाडण्यासाठी त्याचा सहयोग फार थोडा होता; पण दामाशेटी-गोणाईसारखे आई-वडील, राजाईसारखी पत्नी आणि विठ्ठल स्वतः यामुळे नामदेवाचा संसार नेटकेपणानं पार पडला; त्यामुळेच नामदेवाचं आता पंढरपुरात मन लागेना. भागवत धर्माची ही पताका घेऊन महाराष्ट्राबाहेर जावं आणि तीर्थक्षेत्रांना पुन्हा एकदा भेटी द्याव्यात, असं त्याला वाटू लागलं. याच दरम्यान एक घटना घडली.

झालं असं की, पंढरपुरातला फकीरचंद नावाचा एक सावकार आपली श्रीमंती दर्शवण्यासाठी आणि आपल्या फकीरचंद या नावाचा टेंभा मिरवण्यासाठी सतत दानधर्म करीत असे. दानधर्म करून झाला की, कोणाला किती दिलं, कोणाला काय

दिलं याचा गावभर बोभाटा करीत असे. आणि वर सांगत असे, "माझं नाव काय बाबा? फकीरचंद असते ना? मी फकीर मानूस! हे पैसा-अडका ठेवून मी काय करते? म्हणून मी वाटून टाकते सगळे. आता मी पैसे देतो म्हणून तर पंढरपुरातले गरीब लोक जेवतात." असा टेंभा तो मिरवत असे. लोकांना त्याचा राग येई; पण तो खूप श्रीमंत होता म्हणून लोक त्याला काही बोलत नसत. 'आपल्याकडे पुष्कळ लोक मदत मागायला येतात; पण नामदेव कधी आलेला नाही. तो आला किंवा आपण त्याला काही दानधर्म केला, तर आपलं नाव आणखी मोठं होईल आणि मोठा दानशूर म्हणून लोक आपल्याला ओळखायला लागतील,' अशा विचारानं तो सारखा नामदेवाच्या मागे लागला की, मला तुम्हाला काहीतरी द्यायचं आहे. तुम्ही माझ्याकडे या; पण प्रत्येक वेळी नामदेव त्याला नकार देत असे. नामदेवानं त्याला सांगितलं, "सावकार, तुम्ही खूप मोठे सावकार आहात; पण तुमच्यापेक्षा माझा विठू मोठा सावकार आहे. तुम्ही खूप दानशूर आहात; पण तुमच्यापेक्षा माझा विठू दानशूर आहे आणि तो माझ्यापाठी आहे; त्यामुळे मला इतर कुणाची गरज नाही. मग मी तुमच्याकडे दान घ्यायला कशाला येऊ?" ते ऐकून सावकार निरुत्तर झाला; पण त्यानं आपला हेका सोडला नाही. तो कुणा ना कुणाकडून तरी नामदेवाला निरोप पाठवत असे. नामदेवानं आपल्याकडे येऊन मदत मागावी, यासाठी तो सतत प्रयत्न करी. असं बरेच दिवस चाललं होतं. एके दिवशी कंटाळून नामदेवानं त्याला होकार दिला. नामदेवानं त्याला निरोप पाठवला, "ठीक आहे सावकार, मी येतो तुमच्याकडून दान घ्यायला; पण माझी एक अट आहे. मी केवळ एका तुळशीच्या पानाच्या वजनाएवढं दान घेईन." सावकार आनंदानं कबूल झाला. तुळशीपत्राच्या वजनाएवढं दान! म्हणजे नामदेवाला काहीच द्यावं लागणार नव्हतं; पण टेंभा मात्र मिरवता येणार होता. मोठेपणा सांगता येणार होता. त्यासाठी त्यानं आधीच सगळ्या पंढरपूरभर ही बातमी पसरवली आणि मोठा सोहळा करून आपण नामदेवाला दान देणार आहोत, असं सगळ्यांना सांगितलंसुद्धा! दिवस, वार ठरवला. विठ्ठल मंदिरासमोर नामदेवाचं घर होतं; त्यामुळे विठ्ठल मंदिरासमोरच्या प्रांगणातच हा सोहळा करायचं त्यानं ठरवलं. आपला मोठेपणा दिसावा म्हणून त्यानं सगळ्या गावाला आमंत्रण दिलं. हा सोहळा बघण्यासाठी अवघं गाव जमलं.

त्या प्रांगणात एक मोठा चौथरा तयार केला. त्या चौथऱ्यावर एक लाकडी खांब उभा करून त्याला आडवा बांबू बांधून त्याला तराजू अडकवला. फकीरचंद सावकार छान कपडे घालून, सण असल्यासारखा नटून आला. त्याच्या चेहऱ्यावर आनंद तर होताच; पण त्यासोबत अहंकारही होता. 'शेवटी नामदेव दान घ्यायला तयार झालाच की नाही?' असा भाव त्याच्या चेहऱ्यावर होता. नामदेव विठ्ठल मंदिरातच होता. सगळी तयारी झाल्यावर सावकाराचा गडी नामदेवाला बोलवायला आला.

नामदेव उठला. त्यानं विठ्ठलाच्या गळ्यातल्या तुळशीदलाच्या हारातलं एक तुळशीचं पान घेतलं आणि तो बाहेर आला. नामदेव आलेला बघितल्यावर सावकार मानभावीपणानं त्याला सामोरा गेला. नामदेवाचा हात धरून त्याला त्या चौथऱ्यावर घेऊन आला. तागडीची पूजा केली. विठ्ठलमूर्तीच्या दिशेनं नमस्कार करून नामदेवानं आपल्या हातातलं तुळशीचं पान तराजूच्या एका पारड्यात टाकलं. त्या धक्क्यानं ते पारडं खाली गेलं. सावकारानं एक मोती दुसऱ्या पारड्यात टाकला; पण पारडं हललं नाही. मग सावकारानं मूठभर मोती टाकले, पारडं हललं नाही. मग सावकारानं मूठभर मोहरा टाकल्या, पारडं हललं नाही. आता सावकारानं त्यात एकेक दागिना टाकायला सुरुवात केली; पण पारडं काही हललं नाही. बघता बघता सावकाराची सगळी संपत्ती त्या पारड्यात पडली; पण तुळशीपत्र ठेवलेलं ते पारडं तसूभरही हललं नाही. आता सावकाराकडची सगळी संपत्ती सोने-चांदी, हिरे, मोती, रत्ने, त्याच्या जमीन-जुमल्याच्या खतावण्या, कोठारातलं धान्य, सगळं काही त्या पारड्यात पडलं; पण तुळशीदलाचं पारडं तसूभरही वर आलं नाही. सावकाराचा चेहरा पडला. त्याचा सगळा अहंकार गळून पडला. आपण आयुष्यभर मिळवलेल्या या अफाट संपत्तीची किंमत एका तुळशीदलाएवढीसुद्धा नाही, हे त्याच्या लक्षात आलं. नामदेवाला कधीच काही कमी का पडलं नाही, हे त्याला उमगलं आणि भविष्यातही काही कमी का पडणार नाही, हेही उमजलं. त्यानं तिथल्या तिथे नामदेवाचे पाय धरले. त्याच्या पायांवर मस्तक टेकवलं आणि हात जोडून म्हणाला, "नामदेवा, मी चुकलो! मी माझ्या पैशाच्या धुंदीत होतो. आपण दानधर्म करतो म्हणजे आपण लोकांवर उपकार करतो आहोत आणि असं करून आपण खूप पुण्य जमा केलं आहे; त्यामुळेच आपण श्रेष्ठ आहोत, असं मला वाटत होतं; पण तू माझे डोळे उघडलेस. माझ्या सगळ्या संपत्तीचं आणि माझ्या पुण्याईचं मूल्य एका तुळशीदलाएवढंसुद्धा नाही हे मला समजलं. नामदेवा, तू तर धन्य आहेसच आणि तुझा विठुराया त्यापेक्षाही धन्य आहे. तुझी भक्ती, तुझा विठ्ठलावरचा विश्वास याला या दुनियेत तरी तोड नाही! पण नामदेवा, मला सांग, आता मी काय करू? या पारड्यात घातलेली संपत्ती मी पुन्हा परत घेऊ शकत नाही आणि वजनाचं मोजमाप पूर्णही झालेलं नाही; त्यामुळे मी ती वाटूनही टाकू शकत नाही. आता तू याचा काहीतरी निर्णय कर." सावकारानं अगदी काकुळतीला येऊन हे सांगितलं. त्याची परिस्थिती फार अवघड झाली होती. नामदेवानं एकदा त्या दुसऱ्या पारड्याकडे पाहिलं. एका पारड्यात सावकाराची अफाट संपत्ती होती आणि दुसऱ्या पारड्यात ते एक तुळशीदल होतं. नामदेव त्या चौथऱ्यावरून खाली आला. विठ्ठल मंदिरात एक छोटंसं तुळशी वृंदावन होतं, तिथे गेला. तिथून त्यानं तुळशीचं एक पान तोडलं. तो पुन्हा चौथऱ्यावर चढला. विठ्ठलमूर्तीच्या दिशेकडे तोंड करून त्यानं

नमस्कार केला आणि ते तोडून आणलेलं तुळशीचं पान त्यानं त्या संपत्तीनं भरलेल्या तागडीत ठेवलं आणि काय आश्चर्य? दुसऱ्या क्षणाला ती तागडी खाड्कन खाली गेली. सावकाराच्या डोळ्यांतून घळघळा अश्रू वाहायला लागले. तेथे जमलेल्या लोकांनी टाळ्यांचा कडकडाट केला.

नामदेव म्हणाला, "सावकार, एका तुळशीदलाएवढंच दान मी घेईन, अशी माझी अट होती. त्याप्रमाणे मी करतो. तुमच्या या संपत्तीवर ठेवलेलं हे दुसरं तुळशीदल तुमच्याकडून दान म्हणून मी घेतो आहे." असं सांगून नामदेवानं ते तुळशीदल उचललं, कपाळाला लावलं आणि तो तिथून बाजूला झाला. मंदिराच्या प्रांगणातल्या तुळशीवृंदावनाला नमस्कार करून त्यानं अभंग गायला–

तुळसी वंदावी माउली । अरे हे संतांची साऊली ।
तुळसीपासी वनमाळी । सदा राहत असे ॥
तुळसीदल भूमीवरी पडिले । ते जरी मस्तकी वंदिले ।
कोटी तीर्थस्नान केले । एवढें फळ नामा म्हणे ॥

लोकांच्या टाळ्या अजूनही वाजतच होत्या. सावकारालाही आता पश्चात्ताप झाला होता. त्यानं जमिनीचे कागदपत्र सोडून सगळी संपत्ती जमलेल्या लोकांना दान केली. ते जमिनीचे कागद त्यानं नामदेवाकडे दिले आणि विचारलं, "नामदेवा, याचं दान मी देवाच्या नावे करू इच्छितो." नामदेवानं सावकाराच्या खांद्यावर थोपटलं आणि म्हणाला, "सावकार, या जमिनी तुमच्याकडेच राहू द्या. तुमची मुलंबाळं आहेत. त्यांना काहीतरी राहू दे!" सावकाराने मान डोलवली. नामदेवाला नमस्कार केला आणि म्हणाला, "नामदेवा! तू म्हणशील तसं मी करेन! पण आता हे सगळं मी मुलांच्या स्वाधीन करेन आणि मी विठ्ठलाची सेवा करत राहीन!" असं म्हणून सावकारानं नामदेवाला नमस्कार केला आणि डोळ्यांतलं पाणी पुसत तो घरी परतला. या घटनेनं नामदेव विठ्ठलाचा सखा आहे, हे निर्विवादपणे सिद्ध झालं होतं. नामदेवाच्या भक्तीला आता चारही दिशांचं निमंत्रण होतं.

आळंदीला पोहोचल्यावर ज्ञानेश्वरांच्या संजीवन समाधीची वार्ता नामदेवाला समजली की, तो अपार दुःखी होणार, याची विठ्ठलाला कल्पना होतीच. त्यातच ज्ञानेश्वरांनी 'विठ्ठलाचं' नाव सांगितलं की, तो आपल्याला जाब विचारायला येणार याचाही विठ्ठलाला अंदाज होताच. आपण नामदेवाला काय उत्तर द्यायचं? जेणेकरून त्याचं समाधान होईल, हेही त्यानं ठरवलं होतं आणि त्याप्रमाणे त्याच्या उत्तरानं नामदेवाचं समाधानही झालं! ज्ञानेश्वर आणि त्यांच्या भावंडांच्या समाधीच्या वेळी नामदेव स्वतः हजरही होता; पण त्यांच्या वियोगाच्या दुःखातून तो बाहेरच येईना; विठ्ठलानं कितीही समजूत काढली तरी. जे विठ्ठलाला जमलं नाही, ते काम जनीनं

करून दाखवलं. एवढंच नव्हे, तर मराठी सारस्वतावर युगानुयुगं उपकार होतील असं कामही तिनं नामदेवाला करायला लावलं. ज्ञानेश्वर आणि त्यांच्या भावंडांच्या समाधीचं चक्षुर्वैसत्य वर्णन नामदेवाला लिहायला लावलं. जनी नामदेवाची बालसखी म्हणूनच हे करू धजावली, हे विठ्ठलानं मनोमन कबूल केलं आणि जनीच्या सांगण्यावरूनच नामदेवानं हे लोकोत्तर कार्य केलं, जे युगानुयुगे मराठी सारस्वताला उपकृत ठरेल, हेही विठ्ठलानं कबूल केलं. विशेष असं की, त्यानंतर नामदेवानं खूपच लिखाण केलं. जणू आपली शतकोटी म्हणजे शत प्रकारचे अभंग रचण्याची प्रतिज्ञा तो पूर्ण करणार होता. त्यातच त्या फकीरचंद सावकाराचा प्रसंग घडला आणि नामदेवाची भक्ती, त्याचा विठ्ठलावरचा अधिकार आणि तुळशीदलाचं मूल्य त्या प्रसंगानं अधोरेखित झालं.

तो प्रसंग विठ्ठल रुक्मिणीला सांगायला गेला; पण मुक्ताच्या अंतर्धान पावण्यानं तिला झालेलं दुःख अद्याप कमी झालं नव्हतं. त्यातच तिला तुळशीदलाचंही फार अप्रूप नव्हतं. याचं कारण 'वृंदा' नावाची श्रीकृष्णाची प्रिय भक्त असावी, असा विठ्ठलाचा अंदाज होताच. विठ्ठलाला प्रिय असणाऱ्या भक्तांचा रुक्मिणीला नेहमीच राग येत असे, हे विठ्ठल जाणून होता. तरीही या अवस्थेत, मुलांचं व लेकीचं लग्न झाल्यामुळे संसारपाशातून मुक्त झालेला नामदेव भागवत धर्माच्या प्रचारासाठी, जातिभेदापलीकडचा नवा समाज निर्माण करण्यासाठी तीर्थाटनाला जाण्याचा विचार करत होता, याचं विठ्ठलाला रागाधान वाटत होतं.

२२

दशदिशांचं ते निमंत्रण नामदेवानं स्वीकारायचं ठरवलं. एके दिवशी मंदिरात जाऊन त्यानं विठ्ठलाशी संवाद साधला. आपण तीर्थाटनाला जाणार आहोत असं सांगून तीर्थाटनाला जाण्याचा आपला हेतू सांगितला आणि विठ्ठलाची अनुमती मागितली. खरंतर ज्ञानेश्वरांच्या समाधीनंतर विठ्ठलाला नामदेवाचीच सोबत होती. संवाद साधायला, चर्चा करायला आता तोच तर होता; पण नामदेवाचा हेतू ऐकून विठ्ठलानं त्याला आनंदानं अनुमती दिली. फक्त आपण अधूनमधून एकमेकांना भेटत जाऊ, असा शब्द त्यानं नामदेवाकडून घेतला. विठ्ठलाची अनुमती घेऊन नामदेव घरी परतला. त्यानं राजाईला सगळा वृत्तान्त कथन केला. आता राजाई घरातल्या गोकुळात दंग झाली होती. नाहीतरी पहिल्यापासून नामदेव तिच्या भौतिक संसारात कधी नव्हताच. तिनंही त्याला आनंदानं अनुमती दिली आणि नामदेवानं निघण्याची तयारी केली. त्या दिवशी संध्याकाळी त्यानं कीर्तनाच्या वेळी आपण तीर्थाटनाला जाणार असल्याचं सांगितलं. गावकऱ्यांना थोडं वाईट वाटलं. आता खूप दिवस-महिने-वर्षं नामदेव भेटणार नाही, आपल्याला त्याचं कीर्तन ऐकता येणार नाही, अशी त्यांची भावना होती. दरम्यान, एक गोष्ट घडली. त्या फकीरचंद सावकारानं आपलं एक तट्टू नामदेवाला दिलं आणि म्हणाला, "नामदेवा, तू यावर बसून प्रवास कर. मला बरं वाटेल." जमलेल्या सगळ्या लोकांनीही आग्रह केला, तशी नामदेव तयार झाला. तो म्हणाला, "ठीक आहे. मी जाईन त्यावर बसून; पण पुढे जाताना जिथे मला अडचण होईल तिथे मी त्याला सोडून देईन किंवा कुणालातरी देऊन मी पुढे जाईन." सावकाराने आनंदाने होकार दिला. त्यालाही बरं वाटलं. दोन दिवसांनी नामदेवाचं निघायचं ठरलं. या वेळी तो काशीपर्यंत जाऊन येणार होता. जाण्याचा मार्ग तो ज्ञानेश्वरांसोबत गेला होता, तोच त्यानं नक्की केला आणि दोन दिवसांनी सगळ्यांचा निरोप घेऊन तो निघाला. त्याला निरोप द्यायला सगळं गाव वेशीपर्यंत लोटलं होतं. कितीतरीजणांनी त्याच्या सोबत द्यायला तहानलाडू, भूकलाडू आणले

होते. नामदेवाच्या सुनांनी कौतुकानं ढीगभर खाण्याचे पदार्थ केले होते आणि ते त्यानं सोबत न्यावेत म्हणून त्यांचा प्रेमळ आग्रह चालला होता. असा सगळ्यांचा प्रेमानं निरोप घेऊन नामदेव निघाला. या वेळीही त्यानं तो आणि ज्ञानेश्वर गेले होते, तोच मार्ग निवडला. मोठी गावं, राजधानीची शहरं, राजरस्ते हे सगळं वगळून त्यानं आपला मार्ग आक्रमला होता. बाहेर सगळीकडे विचित्र सामाजिक परिस्थिती होती. देवगिरीच्या यादव वंशाचे, तसेच ओडियारच्या कृष्णदेवरायाचे राज्य उतरणीला लागले होते. यवनी सत्तेने अवघा उत्तर भारत तर काबीज केला होताच; पण त्यांनी हळूहळू दक्षिण भारतातही हात-पाय पसरले होते. मुस्लिमांच्या अनिर्बंध सत्तेखाली जवळपास सगळा भारत चिरडला जात होता. हिंदूंना लुबाडणे, त्यांना गुलाम बनवणे, न पेक्षा त्यांना ठार मारणे ही मुस्लीम सत्ताधीशांची राज्यकारभाराची पद्धत होती. या सत्तेचं वर्चस्व झुगारून देणं हे सामान्य माणसाचं काम नव्हतंच; पण अशा बिघडलेल्या सामाजिक परिस्थितीत आपला धर्म टिकवून, जिवंत राहणं हीसुद्धा फार मोठी बाब होती. हिंदू धर्म, हिंदूंच्या देव-देवता, हिंदू संस्कृती उद्ध्वस्त करणे हा एकमेव मानस या धर्मांध सत्ताधीशांचा होता आणि प्रचंड सामाजिक भान असणाऱ्या नामदेवानं हे ओळखलं नसतं तरच नवल!

म्हणूनच राजरस्ते आणि राजधानीची शहरे सोडून, लहान लहान, छोट्या छोट्या गावांतून नामदेवानं आपला प्रवास चालू ठेवला. नुसता प्रवासच चालू ठेवला असं नाही, तर वाटेत ठिकठिकाणी जिथं जिथं तो मुक्काम करे, त्या त्या ठिकाणी कीर्तन करून विठ्ठल, श्रीकृष्ण, श्रीराम या देव-देवतांच्या कथा-कहाण्या, आख्यानं सांगून लोकांच्या मनात यवनी आक्रमणाची निर्माण झालेली भीती कमी करण्याचा तो प्रयत्न करी. आपल्या हिंदू देव-देवतांचं स्मरण करून हिंदू धर्म आणि हिंदू संस्कृतीचं आपल्या परीनं रक्षण करण्याचा स्वतः प्रयत्न करी आणि लोकांनाही असं करायला उद्युक्त करीत असे. त्याचबरोबर जातिभेद मोडून काढणाऱ्या भागवत धर्माची माहिती लोकांना आपल्या कीर्तनातून प्रभावीपणे सांगून जाती-धर्मभेदाचे उच्चाटन हे आपले ध्येयही साध्य करीत असे. समाजामध्ये असलेले भेद सांगताना

तुम्हा घरी बोचकें लुगडी । आम्हा घरी पोरें उघडी ॥
तुम्हा दुर्ग दारवंटा । आम्हा घरी बारा वाटा ॥
तुम्हा घरी गाई म्हैशी । आम्हा घरी उंदीर घुशी ॥
तुम्हा घरी बटकी दासी । आम्हा घरी आहेत लासी ॥
तुम्हा घरी शेजा बाजा । आम्हा घरी तृण सेजा ॥
तुम्हा घरी सुवर्णमडकी । आम्हा घरी खापरे फुटकी ॥

अशा चपखल अभंगातून सांगत असे. अन्यायी मुस्लीम राजवटीच्या पार्श्वभूमीवर

नामदेवाचं हे जाती-धर्मभेद मोडू पाहणारं भागवत धर्माचं तत्त्वज्ञान, हे सांगत असताना उत्तम अभंगरचना करून, तो गाऊन, नाचून सांगून कीर्तन करणं आणि त्याचबरोबर विठ्ठल, राम-कृष्ण यांच्या उत्कट कथा ऐकवणं. नामदेवाचं असं कीर्तन म्हणजे त्या त्या गावच्या लोकांना पर्वणीच वाटत असे. या अप्रतिम, मधुर कीर्तनाचा बोलबाला नामदेव त्या पुढच्या गावात जाण्याआधीच पोहोचलेला असायचा. म्हणूनच नामदेव महाराज आपल्या गावात कधी येतात, याची लोक वाट पाहत असायचे. नामदेव आपल्या कीर्तनातून उदाहरणं देऊन, लोकांना भक्तिमार्ग दाखवायचा. भक्तिपूर्ण जीवनाचा मूलमंत्र सांगायचा. मग कधी

कांडिताची कोंडा न निघे तांदूळ । शेरा कैसे फळ अमृताचे ।।
कण्हेरीच्या मुळा सुगंध तो नाही । कसाबाची गाई जिणे कैसे ।।
रुई दूध जरी येईल भोजना । लोभियाच्या धना वेच नाही ।।
निर्फळ हे जीणे भक्तिवीण मन । नामा म्हणे जाण न ये कामा ।।

अशा उदाहरणांनी तो भक्तीचा महिमा सांगत असे; तर कधी कधी

देव दगडाचा भक्त हा मावेचा । संदेह दोघांचा फिटे कैसा ।।
ऐसे देव तेही फोडिले तुरकीं । घातले उदकी बोभातीना ।।
ऐसिया देवासि वाहिले टिळे डोळे । भक्त बाळे भाळे नागविले ।।
ऐसी ही दैवते नको दावू देवा । नामा म्हणे केशवा विनवीतसे ।।

असं आपल्या अभंगातून सामाजिक भान दाखवत असे आणि लोकांची मनं जागृत करण्याचा प्रयत्न करीत असे. भागवत धर्म प्रसाराचा, लोकांच्या मनातून जाती-धर्मभेद घालवण्याचा, भक्तिमार्ग तयार करण्याचा नामदेवानं जणू वसाच घेतला होता. नामदेवाचं वय तरुण होतं, असेल पस्तीस-चाळीस वर्षांचा. अंगात उत्साह होता, मनात ध्येय होतं, प्रयत्नांवर विश्वास होता, अंगात बळ होतं, ध्येयपूर्तीची जिद्द होती, त्यासाठी लागणारी चिकाटी होती आणि प्रयत्नांसाठी दाही दिशांचं आमंत्रण होतं; त्यामुळेच पंढरपूरचं दक्षिणद्वार असलेल्या नीरा नरसिंगपुरातून नामदेवानं जी यात्रा सुरू केली, ती सगळा उत्तर व दक्षिण भारत पायाखाली घालून पूर्ण केली.

नीरा नरसिंगपूरहून नाशिक, पंचवटी, भीमाशंकर करून वाटेत गोमतीस्नान करून त्यानं सुरत, अहमदाबादतर्फे थेट द्वारका गाठली. द्वारकेत श्रीकृष्णाजवळ मन मोकळं केलं. त्याला ज्ञानेश्वरांच्या समाधीबद्दलची वार्ता सांगून विठ्ठलाची खुशाली सांगितली. तिथून पुढे जाऊन रेवास्नान करून तो सोमनाथला गेला. तिथे शंकराचं दर्शन घेऊन त्यानं भालकातीर्थ गाठलं. तिथून तो राजस्थानाकडे वळला. तिथे

अर्बुदागिरी पर्वत करून तो पुष्करक्षेत्री आला. पुढे सरस्वती स्नान करून कुरुक्षेत्री जाऊन गीताभूमीचं दर्शन घेतलं. इंद्रप्रस्थ, हस्तिनापूर करून तो हरिद्वारला आला. गंगास्नान करून ऋषीकेश, देवप्रयागला जाऊन पुढे त्यानं हिमालय गाठला. बद्रिनाथाचं दर्शन करून त्यानं गंगोत्री गाठलं. गंगेच्या उगमात स्नान करून मानसरोवराशी आला. तिथून पुन्हा खाली येऊन, गंडकी स्नान करून त्यानं अयोध्या गाठली. श्रीराम जन्मस्थळाचं दर्शन घेऊन नैमिषारण्यातून, मधुपुरी करून तो वृंदावनात गेला. गोवर्धन पर्वताला वंदन करून कालिया डोह पाहून तो जनकनगरीला आला. तिथून माळवा प्रांतातून त्यानं उज्जैनी गाठली. तिथून तो प्रयागक्षेत्री आला. तिथे गंगा-यमुना-सरस्वती (जी गुप्त होती) त्या त्रिवेणी संगमात स्नान करून तो वाराणसीला गेला. तिथे विश्वेश्वराचं दर्शन घेऊन मनकर्णिका घाट बघून तो गयेला आला. गंगासागरात स्नान करून, तो अरुणाचलला आला. तिथून विष्णूकांचीला जाऊन पुढे रामेश्वरला गेला. तिथे महादेवाचं दर्शन घेऊन धनुष्यकोडीमार्गे तो कन्याकुमारीला गेला. त्रिसिंधूत स्नान करून कन्याकुमारी देवीचं दर्शन घेऊन, त्यानं महेंद्र पर्वत गाठला. तिथे काही दिवस मुक्काम करून तो परतीच्या वाटेला लागला. येताना गोकर्ण-महाबळेश्वर करून हरिहरला जाऊन तो कोल्हापूरला आला. देवी अंबाबाईचं दर्शन घेऊन, तो महाबळेश्वरला गेला. तिथून कऱ्हाडला कृष्णा-कोयना संगमावर स्नान केलं आणि जवळपास पाच वर्षांनी नामदेव पंढरपुरात परत आला.

नामदेवाची चारही मुलं, चारी सुना, पत्नी राजाई, बहीण आऊबाई, लेक लिंबाई, जनी या सगळ्यांनी नामदेवाचं अतीव आनंदानं स्वागत केलं. गावकऱ्यांनी जल्लोष केला. या सगळ्यांची भेट घेऊन नामदेव विठ्ठल मंदिरात गेला. त्याला समोर बघून विठ्ठलाला आणि विठ्ठलाला समोर बघून नामदेवाला भरून आलं. दोघांच्याही डोळ्यांतून पाणी वाहत होतं. "आलास नामा! किती दिवस गेलास रे! मी रोज तुझी वाट बघत होतो. जनीला मी रोज विचारत होतो. तुझ्याशिवाय मला करमत नव्हतं बघ!" नामदेवाचा हात धरून विठ्ठलानं आपलं मन मोकळं केलं. नामदेवाच्या डोळ्यांत पाणी भरलं होतं. ते पुनःपुन्हा पुसून तो पुनःपुन्हा विठ्ठलाकडे पाहत होता. ते 'सावळे सुंदर साजिरे रूप' त्याला कितीतरी दिवसांनी म्हणण्यापेक्षा किती वर्षांनी दिसत होतं. विठ्ठलालाही नामदेवाचं प्रेम जाणवलं. तो पुन्हा म्हणाला, "नामा, कशी झाली तीर्थयात्रा? कोणी देव भेटला का तिथे?" विठ्ठलाचा प्रश्न ऐकून नामदेव सावरला आणि म्हणाला,

काय सांगू तुझी करणी नारायणा । वेदपारायणा केशिराजा ॥
पृथ्वीवरी तीर्थे आहेत अपार । परी पंढरीची सर एका नाही ॥
जन्मोजन्मीचियां पातका दरारा । चुके येरझारा एके खेपें ॥

ब्रह्मज्ञानेवीण मोक्ष आहे भूतीं । वाचेसी ते घेती विठ्ठलनाम ।।
बेचाळीसांसहित जातील वैकुंठा । नामा म्हणे भेटा विठ्ठलासी ।।

विठ्ठला, अवघी तीर्थक्षेत्रे हिंडलो; पण तुझ्यासारखं कुणीच भेटलं नाही, ना पंढरपुरासारखं दुसरं ठिकाण दिसलं. तरीही विठोबा मी खूप मोठा अनुभव गाठीशी बांधून आलो आहे. विठ्ठला, बाहेर सगळी अस्थिर परिस्थिती आहे. मुस्लीम राजवट आहे. मुस्लीम राज्यकर्ते हिंदूंवर अनन्वित अत्याचार करत आहेत, तर महाराष्ट्रातला सगळा उच्चवर्णीय ब्राह्मण-मराठा समाज कर्मकांडात गुंतला आहे आणि या सगळ्यात बहुजन समाज नाडला जातोय. विठ्ठला, किती विचारपूर्वक, दूरदृष्टी ठेवून ज्ञानेश्वर माउलीनं या भागवत धर्माची पुनर्स्थापना केली आहे. आज बहुजन समाजाला त्यांचा धर्म नाही, देव नाही, जगण्याला दिशा नाही; आयुष्याला अर्थ नाही. अशा परिस्थितीत राज्यसत्तेकडूनही आणि धर्मसत्तेकडूनही दोन्हीकडून थपडा खाण्याशिवाय त्यांना गत्यंतर नाही. या कठीण परिस्थितीत भागवत धर्मच त्यांचा आधार ठरू शकतो आणि ठरतो आहे. विठोबा, याचसाठी मी भारतभर भ्रमण केलं; पण राजरस्ते सोडून, उच्च समाजाची शहरे सोडून मी फिरलो. मी गरिबांच्या वाड्या-वस्त्यांवर गेलो. लहान लहान मंदिरांत मुक्काम केला. छोट्या छोट्या गावांमध्ये राहिलो. तिथे कीर्तनं केली आणि कीर्तनांतून भागवत धर्म आणि भक्तिमार्ग लोकांना समजावून सांगितला. असा धर्म-जातिभेद न मानणारा, गरीब-श्रीमंत भेद न मानणारा, आपल्याला हाड्तहुडत न करणारा असा धर्म आहे हे जेव्हा त्यांना समजलं, तेव्हा त्यांच्या आनंदाला पारावार राहिला नाही. त्या सगळ्यांनी भागवत धर्म स्वीकारला विठ्ठला! आता त्यांच्या जगण्याला अर्थ मिळेल. त्यांच्या आयुष्याला एक अधिष्ठान मिळेल. विठ्ठला, हे सगळं करताना जरी मी मुस्लीम राज्यसत्तेचा भूभाग वगळला असला तरीसुद्धा त्यातही मला काही विचित्र अनुभव आलेच.''

नामदेव सांगता सांगता क्षणभर थांबला. तोच त्याला हाका ऐकू आल्या. त्यानं मागे वळून बघितलं. चोखोबा, गोरोबा, सावता असे सगळे मंदिराच्या पायरीशी उभे होते आणि नामदेवाला हाका मारत होते. त्यांच्या चेहऱ्यावर प्रचंड आनंद, उत्सुकता आणि कुतूहल होतं. त्या सगळ्यांना बघून नामदेवालाही अतिशय आनंद झाला. ''विठ्ठला, आलो रे!'' असं म्हणत तो लगबगीनं उठला आणि बाहेर आला. त्या तिघांनी नामदेवाला मिठी मारली. नामदेव – त्यांचा सखा, मार्गदर्शक, गुरू – त्यांना जवळपास पाच वर्षांनी भेटत होता. नामदेव नव्हता, तेव्हा हे सगळे सतत एकत्र जमायचे. त्यांच्यासोबत कधी कधी जनीही असायची. मग त्या दिवशी एकमेकांना रचलेल्या अभंगांची देवाण-घेवाण व्हायची; कारण विठ्ठलाच्या भक्तीमुळे आणि नामदेवाच्या सहवासात राहिल्यामुळे हे सगळेजण अभंगरचना करत होते. मग

आपण नवीन काय रचना केलीये, हे एकमेकांना सांगितलं जायचं. त्या दिवशी हमखास नामदेवाचं नाव निघायचं, त्याची आठवण निघायची. तरीही पंढरपुरात नामदेव नाही, ही गोष्ट त्यांना रोज नामदेवाची आठवण करून द्यायची आणि आता पाच वर्षांनी नामदेव पंढरपुरास परतला, हे समजल्यावर एकमेकांना सांगावा धाडून ते सगळे एकत्र जमले आणि नामदेव मंदिरात आहे असं समजल्यावर ते सगळे मंदिरात आले. त्यांना बघून नामदेवालाही अतिशय आनंद झाला आणि त्या सगळ्यांना घेऊन नामदेव घरी आला. तीर्थयात्रेच्या दरम्यान या पाच वर्षांत कुठे कुठे, काय काय घडलं याची त्यांना उत्सुकता होती. त्यांना तो सगळा वृत्तान्त नामदेवाच्या तोंडून ऐकायचा होता आणि विशेष म्हणजे नामदेवालाही त्यांना सगळं सांगण्याची आतुरता होतीच, तेव्हा आता चार-पाच दिवस ही मंडळी इकडेच मुक्कामाला असणार, हे राजाईनं ओळखलंच.

सगळ्यांनी ओसरीवर बैठक जमवली आणि नामदेवानं वृत्तान्त सांगायला सुरुवात केली. आपण कसकसा प्रवास केला, कुठे कुठे मुक्काम केला, कीर्तन कसं आणि कुठे केलं, त्यातून भागवत धर्म लोकांना कसा समजावून सांगितला, हे सगळं नामदेव सांगत होता. मध्येच चोखोबांनी विचारलं, ''देवा, तिथे समदीकडे भाषा येगळी असंल ना? मग तुम्ही त्यानला कसं समदं समजावलं? आपल्या मऱ्हाठी भाषेत की त्यांच्या भाषेत?'' चोखोबाच्या स्वरात उत्सुकता होती. चोखोबांनी प्रश्न विचारला, तो जणू सगळ्यांच्याच मनातला प्रश्न होता. सगळ्यांनीच त्या प्रश्नावर माना डोलवल्या. नामदेवाला हा प्रश्न अपेक्षित होताच. त्याच्या चेहऱ्यावर हास्य उमटलं. त्यानं सांगायला सुरुवात केली– ''चोखोबा, तुम्ही अगदी योग्य प्रश्न विचारलात; पण 'जसा देश तसा वेश, तशी भाषा' त्यामुळे मी त्यांच्याशी त्यांच्या भाषेत संवाद साधला. भारताचा उत्तर भाग हा हिंदी बहुलभाषक आहे; त्यामुळे मी त्यांच्याशी मोडक्यातोडक्या का असेना; पण हिंदीतूनच बोलत होतो. एवढंच नव्हे, तर त्यांना भक्तिसंप्रदायाचं महत्त्व पटवून देताना मी हिंदी भाषेत अभंगही रचले.'' नामदेवाचं हे बोलणं सगळे डोळे विस्फारून ऐकत होते. हे सगळं ऐकून न राहवून गोरोबाकाकांनी विचारलं, ''नामदेवा, खरंच, तू हिंदी भाषेत अभंग रचलेस? आम्हाला त्यातले काही अभंग सांग की!'' या प्रस्तावावरही सगळ्यांनी उत्सुकतेनं माना डोलवल्या. नामदेवानं आत जाऊन आपली पासोडी आणली. त्यात अभंगाचं बाड होतं. ते त्यानं बाहेर काढलं आणि त्यातले काही अभंग वाचायला सुरुवात केली. त्या अभंगांसोबत तो तो अभंग त्याने कधी-कुठे रचला, हेही तो सांगत होता. त्या दरम्यानचा एक प्रसंगही त्यानं सांगितला.

तो उत्तर भारतात असताना मथुरा-वृंदावनच्या परिसरात त्यानं बराच काळ मुक्काम केला होता. जिथे श्रीकृष्ण वावरला, जिथे त्यानं बालक्रीडा केली तो परिसर

त्याला मोहवून गेला. त्याच मुक्कामातला एक प्रसंग नामदेवानं सांगितला. मथुरेच्या मुक्कामात नामदेव रोज श्रीकृष्णाच्या मंदिरात जात असे. तिथे जाऊन सभामंडपात एका खांबाला टेकून तो श्रीकृष्णाचे आख्यान गात असे. ते गात असताना ते ऐकण्यासाठी त्याच्या भोवती मंदिरात आलेले भाविक लोक जमत. नामदेवाचा गळा गोड आणि म्हणण्यातली आर्तता त्या लोकांना ऐकावीशी वाटे. त्याच लोकांमध्ये मथुरा-वृंदावन परिसरात राहणारे ब्राह्मण कुळात जन्मलेले विष्णूस्वामी म्हणून रोज येत असत. एके दिवशी त्यांनी नामदेवाला विचारलं, "आप कहाँसे आये हो?" नामदेवानं सांगितलं. "महाराष्ट्र के पंढरपूरसे!" ते ऐकून विष्णूस्वामी म्हणाले, "अच्छा! वो ही पंढरपूर, जहाँ विठ्ठल नाम का भगवान बहुतही मशहूर है?" विष्णूस्वामींच्या या उत्तरावर नामदेवानं होकारार्थी मान डोलवली; पण विष्णूस्वामींनी लगेच पुढे विचारलं, "तो फिर महाराज, आप भगवान श्रीकृष्ण के गीत क्यों गा रहे हो? आपको तो विठ्ठल भगवान को ही पूजना चाहिए।" विष्णूस्वामींचं हे बोलणं ऐकून नामदेव हसला. म्हणाला, "स्वामी, मैं भगवान श्रीकृष्ण के गीत गाता हूँ। क्यों कि मेरे लिए वही विठ्ठल है और वही श्रीकृष्ण। मुझे तो दोनों एकजैसे दिखते हैं। यही भगवान श्रीकृष्ण है, यही विठ्ठल भी है।" नामदेवाचं हे उत्तर ऐकून विष्णूस्वामी हसू लागले आणि म्हणाले, "आप बावले हो महाराज! इसलिए आपको ऐसा दिखाई देता है।" आता विष्णूस्वामींचं बोलणं ऐकून नामदेव हसला. त्यानं हसतच विचारलं, "स्वामीजी, मैं तो बावला हूँ। आप को भी होना है? तो यहाँ मेरे नजदीक आईये।" नामदेवाचं बोलणं ऐकून विष्णूस्वामी हसू लागले. उत्सुकतेपोटी ते उठून नामदेवाजवळ गेले. नामदेवानं त्यांना हात जोडले. त्यानंतर श्रीकृष्णाच्या गाभाऱ्यातल्या मूर्तीकडे बघून हात जोडले. डोळे मिटले. विठ्ठलाचं स्मरण केलं आणि एक अभंग गायला.

काळा गे दादुला पाहता आकळू। तो झाला गोवळू नंदाचा गे ॥
काळा गे दादुला काळा गे दादुला। पंढरी पहा चला विठ्ठला गे ॥
काळा म्हणूनी पाही गेलो जवळा। सुनीळु सावळा दिसतसे ॥
नामा म्हणे सर्व भक्षितो हा काळू। भक्तांचा कृपाळू श्रीविठ्ठल ॥

नामदेव हा अभंग आळवून आळवून म्हणत होता. विष्णूस्वामी एकदा नामदेवाकडे आणि एकदा श्रीकृष्णाच्या मूर्तीकडे पाहत होते. अचानक... अचानक त्यांचे डोळे विस्फारले गेले आणि तोंडातून उद्‌गार बाहेर पडले, "तोबा तोबा! हे भगवान! ये मैं क्या देख रहा हूँ?" त्यांचे हे उद्‌गार ऐकून नामदेवानं डोळे उघडले आणि गाभाऱ्याकडे पाहिलं, तर श्रीकृष्णाच्या मूर्तीच्या ठिकाणी त्याचा सावळा विठ्ठल उभा होता. फरक फक्त एवढाच होता की, एरवी पंढरपुरात प्रसन्न असलेला विठ्ठलाचा

चेहरा इथे मात्र बदलला होता आणि चेहऱ्यावर होतं खोडकर हसू. 'बघ, आलोच किनई तुझ्या पाठोपाठ!' असा भाव होता त्या चेहऱ्यावर. विष्णूस्वामी मात्र अजूनही डोळे विस्फारून बघत होते. नामदेवानं एकदा त्यांच्या चेहऱ्याकडे नजर टाकली आणि पुन्हा गाभाऱ्याकडे पाहिलं. आता तिथे पुन्हा श्रीकृष्ण दिसत होता. आता मात्र नामदेवाने विष्णूस्वामींकडे पाहिलं. त्यांची जणू भावसमाधी लागली होती. त्यांच्या खांद्याला हलकेच स्पर्श करून नामदेवानं त्यांना जागं केलं. खाड्कन ते जागे झाले. त्यांनी एकदा नामदेवाकडे पाहिलं आणि पुढच्या क्षणी त्यांनी नामदेवाचे पाय धरले. नामदेव क्षणभर गांगरला. त्यानं लगबगीनं त्यांना उठवलं. पाणीभरल्या डोळ्यांनी त्याच्याकडे बघत हात जोडून ते म्हणाले, "महाराज, आप धन्य हो! आपकी भक्ती धन्य है और धन्य है आपका बिस्वास! और उससे भी धन्य है आपका विठ्ठल भगवान!" नामदेवानं त्यांचे जोडलेले हात धरले आणि प्रसन्न चेहऱ्यानं म्हणाला, "स्वामीजी! मैं आपको बोला था। मेरे लिए विठ्ठल भी यही है और कृष्ण भगवान भी। स्वामीजी, मेरा विठ्ठल सभी जगह है।

> इभै बीठलू ऊभै बीठलू, बीठल बिनु संसारु नहीं।
> थान-थनंतरी नामा प्रणवै, पूरि रहिऊ तू सरब मही ॥

आपने भी देखा ना?" नामदेवाचा प्रश्न ऐकून विष्णूस्वामींनी नामदेवाला मिठी मारली. त्यानंतर कित्येक दिवस ते नामदेवासोबत राहिले आणि त्यांनी नामदेवाचं शिष्यत्व पत्करलं. हा प्रसंग नामदेवानं सांगितला; पण त्याची सांगण्याची हातोटी अशी होती की, चोखोबा आणि इतर मंडळींना वाटलं, आपणही जणू त्या प्रसंगात आहोत, त्या प्रसंगाचे साक्षीदार आहोत; हा सगळा प्रसंग आपल्या समोरच घडतोय.

या गप्पा संपेपर्यंत रात्र झाली. 'ताटं केलीत' असा राजाईनं पुकारा केला, तशी सगळी उठली. जेवणं झाली आणि रात्री पुन्हा गप्पांची गैफल बसली. तिथल्या श्रीकृष्णाच्या मंदिराचं नामदेव वर्णन करत होता. मध्येच सावता म्हणाला, "नामदेवा, तिथे उत्तर भारतात सगळीकडे यवनी अंमल हाये ना? मग त्याचा तुम्हाला काई तरास झाला न्हायी का?" सावताचा हा प्रश्न ऐकून नामदेव काही क्षण स्तब्ध झाला. त्यानं डोळे मिटून घेतले आणि घडलेला तो प्रसंग जणू त्याच्या नजरेसमोर पुन्हा उभा राहिला. आता नामदेवाच्या तीर्थयात्रेचा वृत्तान्त ऐकण्यासाठी नामदेवाचं सगळं कुटुंबही तिथे येऊन बसलं. सगळ्यांच्या चेहऱ्यावर उत्सुकता होती. आतुरता होती. नामदेवानं एक खोल श्वास घेतला आणि बोलायला सुरुवात केली. "तुम्ही म्हणता ते बरोबर आहे सावता. उत्तर भारतात सगळीकडे यवनी राज्य आहे. मी राजरस्ते, राजधानीची शहरे टाळून जरी प्रवास केलेला असला, तरीसुद्धा काही वेळा माझा पातशहाच्या माणसांशी आणि एक-दोन वेळा खुद्द पातशहाशी सामना झाला.

आणि त्या वेळी मात्र अटीतटीचा प्रसंग उभा राहिला. त्या वेळी माझा विठुराया माझ्यासोबत नसता, तर माझ्यावर बाका प्रसंग ओढवला असता. माझ्या जिवावर बेतलं असतं.'' नामदेवाच्या स्वरातून त्या प्रसंगाचं गांभीर्य सगळ्यांना समजलं आणि नामदेवानं किती धोक्यातून आणि संकटातून हा प्रवास केला असेल, असा विचार त्या सगळ्यांच्या मनात आला. तो प्रसंगच तसा होता.

प्रयागला नामदेव थांबला होता. तिथे त्यानं काही दिवस मुक्काम केला. तिथल्या त्रिवेणी संगमात स्नान करून विठ्ठलनामाचा जप आणि अभंगरचना करावी असा त्याचा दिनक्रम असे. त्यातच त्याच्या कीर्तनाची कीर्ती तिथेही पोहोचली होतीच. मग एक दिवस त्या त्रिवेणी संगमाच्या घाटावर त्यानं तिथल्या लोकांच्या आग्रहासाठी कीर्तन केलं. त्यांच्यासाठी त्यानं केलेलं ते स्थानिक भाषेतलं कीर्तन ही पर्वणीच ठरली आणि मग नामदेव तिथे जितके दिवस राहिला, तितके दिवस त्यानं रोज कीर्तन करावं अशी तिथल्या लोकांनी इच्छा व्यक्त केली आणि नामदेवालाही त्या त्रिवेणी संगमावर कीर्तन करण्यात आनंद वाटू लागला. मग त्या कीर्तनात कधी

सभै घट रामु बोले, रामा बोलै, राम बिना को बोलै रे ।।

अशी रामभक्ती तो सांगायचा तर कधी

हमारै गोपाल राजा गोपाल राजा । और देव सौ नाही काजा ।।

असा गोपाळकृष्णाचा महिमा आपल्या अभंगात रचून गाऊन सांगायचा. अशा प्रकारे भक्तीचा महिमा सांगत फिरणारा नामदेव त्या यवनी साम्राज्यातसुद्धा नावारूपाला आला होता. तिथेही त्याच्या भक्तिमार्गाचं अनुकरण करणारे अनेक अनुयायी त्याला भेटले आणि पंढरपूरचा नामदेव, नामा, नामया उत्तर-दक्षिण भारतातही जनसामान्यांच्या गळ्यातला ताईत बनला. नामदेवाची ही कीर्ती तिथल्या पातशहाच्या कानावर गेली. एक हिंदू माणूस इथे येऊन लोकांना भक्ती शिकवतो, त्यांच्या देवावर श्रद्धा ठेवायला सांगतो, आपल्या धर्माला सुरुंग लावण्यासाठीच तो हे असं करतोय, असं सांगत पातशहाच्या सरदारांनी त्याचे कान भरले. आधीच क्रूर असलेला तो पातशहा त्याच्या धर्मप्रसाराला आणि धर्मसत्तेला हा असा अडसर ठरतोय हे बघून आणखी संतापला आणि एके दिवशी प्रयाग तीर्थावर नामदेवाचे कीर्तन चालू असताना, पातशहा आपल्या सरदारांसोबत तिथे आला आणि नामदेवांवर व त्याच्या भक्तिमार्गावर चालणाऱ्या अनुयायांवर दहशत बसावी, म्हणून त्यानं कीर्तनासाठी जमलेल्या लोकांमध्ये आपल्या सरदारांकरवी एक मेलेली गाय आणून टाकली. सगळेजण भयभीत झाले. या गायीनंतर आता नामदेवाचा आणि नंतर आपल्यापैकी कोणाचा तरी काळ येणार, अशी भीती तिथे सगळ्यांना वाटायला लागली. सगळ्यांच्या चेहऱ्यावर उमटलेलं ते भय बघून पातशहा खदाखदा हसायला लागला. नामदेव

मात्र शांत उभा होता. त्याचाही पातशहाला राग आला. आपल्या घोड्यावरून तो खाली उतरला. नामदेवाच्या समोर आला. आपल्या पद्धतीप्रमाणे नामदेवानं त्याला नमस्कार केला. त्यानं आपल्याला कुर्निसात केला नाही, याचाही पातशहाला राग आला. रागातच तो म्हणाला, "काफर, तू यहाँ क्या कर रहा है? कौनसे धर्म की बाते बताता है तू? कौनसा धरम सिखाता है? इस दुनिया में मुस्लीम के सिवा और कोई भी धरम नहीं। तुम काफर गाय को पवित्र मानते हो ना? तुम मानते हो, की गाय के पेट में तुम्हारे तेहतीस कोटी भगवान रहते हैं। ये देखो, मैंने गाय को मार दिया है। अब तुम्हारा भगवान क्या करेगा? लगता है, गाय के साथ वो भी मर गया!" असं म्हणत पातशहा खदखदा हसायला लागला. त्याच्या सोबत त्याचे सरदारही त्याला साथ देत हसायला लागले. त्यांच्या त्या हसण्यानं तिथलं सारं वातावरणही भेसूर झालं.

नामदेवानं पाहिलं, पातशहाच्या सैनिकांनी खरोखरच एक गाय मारून तिथे आणून टाकली होती. त्या गाईचं कलेवर ओढून आणताना त्या पाठोपाठ तिचा बछडाही धावत आला होता. गाईच्या कलेवराजवळ जाऊन तिला ढुसण्या देत होता. तिच्या आचळाला लुचत होता आणि मातृत्वाची कमाल अशा की, त्या गायीच्या निष्प्राण कलेवराच्या आचळातून अजूनही दूध येत होतं. ते बघून नामदेवाचे डोळे पाण्याने भरले. "विठ्ठलाऽऽऽ! हे काय बघायचं माझ्या नशिबी आणलंस? अरे, तू स्वतःही विठुमाउली हे गिधान वापरतोरा ना? मग मातृत्वाची शक्ती काय असते हे मी तुला सांगायला नकोय! आणि मातृत्वाची आसही तू जाणतोसच! विठ्ठला,

काय तुज देवा आले थोरपण । दाविसी कृपण उणें पुरे ॥
पुरे आता सांगो नको बा श्रीहरी । गोकुळा भीतरी खेळ मांडी ॥
हलाहल शांत करी तत्क्षण । अमृत जीवन नाम तुझे ॥
तुझे नाम सर्व सदा गोपाळासी । नामा म्हणे यासी काय झाले ॥

विठ्ठलाऽऽ विठ्ठलाऽऽ! अरे, तू अनाथांचा नाथ, दीनांचा दयाळू आहेस ना?

अनाथ अनाथ म्हणती माते । अनाथनाथ म्हणती तू तें ॥
आपुले ब्रीद साच करी । येक वेळा भेट दे गा मुरारी ॥
पतित पतित म्हणती माते । पतितपावन म्हणती तू ते ॥
नामा म्हणे ऐकें सुजाणा । नाइकसि तरी लाज कवणा ॥

अशी विठ्ठलाची आर्त विनवणी करून नामदेव त्याला आळवत होता. ती आळवणी करता करता त्याला जणू त्याच्या कर्तव्याची आठवण करून देत होता. त्याच्या अनाथांचा नाथ असण्याची, दीनांचा दयाळू असण्याची, पतितांचा पावन

असण्याची, दीनांचा नाथ असण्याची आठवण करून देत होता. नामदेवाच्या विनवणीत इतकी आर्तता होती की, विठ्ठल पंढरपुरात अस्वस्थ झाला. नामदेव आपल्या आठ-दहा अनुयायांसह त्या गाईच्या कलेवराजवळ उभा होता. मधूनच तो त्या हंबरणाऱ्या, केविलवाणेपणानं आईला आर्त हाका मारणाऱ्या त्या वासराच्या मस्तकावरून हात फिरवत होता. नामदेवाच्या हस्तस्पर्शातली माया त्याला जाणवली. तो बछडा काहीसा शांत झाला. पातशहा आणि त्याचे सरदार कुत्सित नजरेनं हे सगळं बघत, ऐकत होते आणि खदखदा हसत होते. नामदेवाला आता त्यांचा आणि विठ्ठलाचाही राग यायला लागला आणि त्या गायीची दया यायला लागली. कीव वाटायला लागली. तो त्या गायीजवळ गेला. तिच्या कलेवराजवळ बसला. तिच्या अंगावरून त्यानं प्रेमानं आणि दुःखानं हात फिरवला. करुण आवाजात म्हणाला, ''बाई माझे! ऊठ गं! ऊठ आता! तुझ्या तुझ्या बळावरच ऊठ गं बाई! बघ तरी तुझं हे लेकरू तुला हाका मारतंय गं! ऊठ बाई माझे! ऊठ!'' आर्त स्वरात नामदेव तिला हाका मारत होता. त्यानं तिच्या मस्तकावर किंचित थोपटलं आणि अचानक... अचानक त्या गाईनं डोळे उघडले. आपली मान उचलली आणि समोर आपलं वासरू बघितल्यावर ती दुगाण्या झाडत उभी राहिली. आपल्या चारी पायांवर उभं राहून आपल्या बछड्याकडे बघत ती एकदा जोरात हंबरली आणि धावत तिच्याजवळ येऊन तिच्या आचळांना लुचणाऱ्या आपल्या बछड्याला जिभेनं चाटायला लागली. नामदेवाच्या डोळ्यांतून घळघळा अश्रू वाहायला लागले, तर पातशहा कपाळावर हात मारत मट्कन खाली बसला. ''या खुदा! ये मैं क्या देख रहा हूँ? ये कैसा हुआ? या अल्ला! मेरे परवरदिगार, क्या है तेरी मर्जी?'' असं म्हणत त्यानं आपल्या गालावर फडाफडा थपडा मारून घेतल्या. ते बघून नामदेवासोबत असलेला एकजण म्हणाला, ''नामदेवजी, भगवान की लाठी इसपर गरज पडी।'' नामदेव मात्र भरल्या डोळ्यांनी त्या गाय-वासराकडे पाहत होता. मातृत्वाचा तो आविष्कार बघून सगळीच अचंबित झाली होती. पातशहानं गाय मारून आणून टाकल्यावर तिथे बघ्यांची खूप गर्दी जमली होती. शेकडो डोळ्यांनी हा घडलेला चमत्कार प्रत्यक्ष बघितला होता आणि बघितली होती नामदेवाची भक्ती, त्याचा विश्वास आणि विठ्ठलावरचा त्याचा अधिकार! नामदेवानं त्या गाईच्या पाठीवर थोपटलं. तिची पोळी खाजवली. गाईनं एकदा डोळेभरून नामदेवाकडे पाहिलं. तिच्या त्या नितळ डोळ्यांतूनही अश्रू वाहत होते. अशा अश्रूभरल्या नजरेनं नामदेवाकडे एक कटाक्ष टाकून आपल्या पाठीवर फिरणारा त्याचा हात आपल्या खरखरीत जिभेनं एकदा चाटून, त्याच्याबद्दल अशी कृतज्ञता व्यक्त करून ती गाय झपाट्यानं तिथून निघून गेली. ते वासरूही तिच्या पाठीमागे दुडक्या चालीनं उड्या मारत गेलं. तोंडात माती घातल्यासारखा चेहरा करून पातशहा आपल्या सरदारांसह तिथून निघून गेला. तिथे थांबलेल्या

आणि नामदेवाचं कीर्तन ऐकायला जमलेल्या लोकांनी नामदेवाचा जयजयकार केला आणि नामदेवानं विठ्ठलाचा.

केशिराजा आदि सकळा अनादि । तूचि कृपानिधी नारायणा ॥
अव्यक्ता अक्षरा सर्व अविनाशा । अगा पंढरीशा पांडुरंगा ॥
तूचि ब्रह्मचारी गोपिकांचे घरी । सर्वस्वे उद्धरी सर्व जीवां ॥
लटिके दाविसी गोकुळाभीतरी । नामा म्हणे शिरी भार वाहीं ॥

असा अभंग रचत नामदेवानं विठ्ठलाचे आभार मानले. तर तिथला एकजण म्हणाला, ''नामदेवजी, ये आपने अभी क्या कहा?'' त्यावर नामदेव हसला आणि म्हणाला, ''मैने कहा,

तू अगाध वैकुंठनाथा । तेरे चरनौ मेरा माथा ॥
सरवे भूत नाना पेषूं । जत्र जाऊं तत्र तूही देषूं ॥
जलथल महीथल काष्ट पषाना । आगम निगम सब बेद पुराना ॥
मैं मनीषा जनम निरबंध ज्वाला । नामा का ठाकूर दीन दयाला ॥

ऐसा कहकर मैंने मेरे विठ्ठल को धन्यवाद दिया।'' नामदेवानं आपल्या भावना उलगडून दाखवल्या. अर्ध राहिलेलं कीर्तन पुन्हा पूर्ण केलं आणि कीर्तन संपल्यावर झाल्या प्रसंगाबद्दल चर्चा करत, विठ्ठलाचा आणि नामदेवाचा जयजयकार करत लोक आपापल्या घरी गेले.

नामदेवानं तिथे घडलेला हा प्रसंग असा रंगवून सांगितला की, चोखोबा, गोरोबा, सावता सगळ्यांच्या अंगावर काटा उभा राहिला. या तीर्थयात्रेदरम्यान नामदेवाला किती आणि कोणकोणत्या प्रकारचे त्रास आणि संकटांचा सामना करावा लागला, याचीच ही एक झलक होती. चोखोबा, गोरोबा, सावता या सगळ्या मंडळींनी नामदेवाला शाबासकी तर दिलीच, त्याचबरोबर त्याच्या विजिगीषू वृत्तीला आणि त्याच्या विठ्ठलभक्तीलाही वंदन केलं.

हे सगळं सांगून होईपर्यंत उत्तररात्र झाली होती. सगळ्यांनी तिथंच पथाऱ्या पसरल्या आणि त्यावर अंग टाकलं; पण तिथे प्रत्येकाच्या नजरेसमोर ती मेलेली गाय आणि तिचं हंबरणारं वासरू येत होतं. बऱ्याच वेळानं सगळ्यांना झोप लागली.

दुसऱ्या दिवशी सकाळी उठून आन्हिकं आवरून सगळी मंडळी विठ्ठल मंदिरात गेली. विठ्ठल मंदिरामध्ये आज खूपच गर्दी झालेली दिसत होती. गोरोबांनी गुरवाला कारण विचारलं, तर 'आज नामदेव मंदिरात कीर्तन करणार आहे, म्हणून लोकांनी गर्दी केली आहे,' असं त्यानं सांगितलं. गोरोबांनी नामदेवाकडे पाहिलं. नामदेवानं होकारार्थी मान डोलवली. तो म्हणाला, ''गोरोबा, विठ्ठलाचा तसा आदेश आहे, मी

आज कीर्तन करावं आणि माझ्या तीर्थयात्रेसंबंधी काही सांगावं.'' सावतानी आनंदानं मान डोलवली आणि म्हणाला, ''वा नामदेवा! हे फारच चांगलं झालं. आता समद्या पंढरपूरला तीर्थयात्रेबद्दल समजंल!'' नामदेवाचाही चेहरा प्रसन्न झाला. 'नाहीतरी पंढरपूरच्या पलीकडे न गेलेल्यांना बाहेर असलेली सामाजिक परिस्थिती, तिथलं धार्मिक वातावरण याबद्दल काहीच माहिती नव्हती. त्यांना ती माहिती करून देणं आणि या पार्श्वभूमीवर भक्तिसंप्रदाय, नाथसंप्रदाय आणि उत्तर भारतातल्या कृष्णसंप्रदायाची माहिती सांगणं, ही पर्वणी यातून साधली जाणार होती. भक्तिसंप्रदायातली भावनिकता, नाथसंप्रदायाची तात्त्विकता आणि कृष्णसंप्रदायातील प्रेमभावना या सर्वांचा सुरेख मेळ साधत नामदेव आज कीर्तन करणार होता. विठ्ठलाचा भक्त म्हणून तो भक्तीचा महिमा सांगणार होता. विसोबा खेचरांचा शिष्य आणि ज्ञानेश्वर माउलीचा अनुयायी म्हणून तो नाथसंप्रदायाची तत्त्वं सांगणार होता आणि कृष्णसंप्रदायातील प्रेमभावना आणि ज्ञानसाधनाही तो उलगडून दाखवणार होता. नामदेवाचं आजचं कीर्तन ऐकायला जमलेले लोक जेवढे उत्सुक होते, त्यांच्यापेक्षा नामदेव जास्त उत्सुक होता. त्याच्या दृष्टीनं आजचं कीर्तन हे त्याच्या तीर्थयात्रेचा जणू आढावा होता.

विठ्ठल मंदिरासमोरच्या प्रांगणात लोक जमले. आज पंढरपूर आणि आसपासच्या पंचक्रोशीतून मिळेल त्या साधनानं लोक आले होते. विशेष म्हणजे नामदेवाला आज विठ्ठलानंही सांगितलं होतं की, मी स्वतः कीर्तन ऐकायला येणार आहे. त्याच्या या सांगण्यानं अर्थातच नामदेवाला आनंद झाला. उतरती संध्याकाळ आणि नामदेव कीर्तनाला उभा राहिला. विठ्ठलनामाचा गजर झाला आणि नामदेवानं कीर्तनाला सुरुवात केली. ''मायबाप हो! मी गेली पाच वर्षं तीर्थयात्रा करत हिंडतो आहे; पण या पंढरपुरासारखं तीर्थक्षेत्र आणि विठुरायासारखा देव मला कुठेच भेटला नाही. हे पंढरपूर, माझं पंढरपूर, तुमचं पंढरपूर, विठ्ठलाचं पंढरपूर हे सर्व तीर्थांचं मूळ आहे. आपली ही चंद्रभागा सर्व नद्यांचं मूळ आहे.

काशी हे पंढरी । प्रयाग नीरा नरसिंगपुरी ।।
पिंड ठेवा पुष्पावती संगमपदावरी । पूर्वज होती चतुर्भुज ।।
सकळ तीर्थासह वाराणसी । माध्यानकाळी येती पंढरीसी ।।
ओवाळिती विठोबासी । विश्वनाथ म्हणोनिया ।।

म्हणून तुम्हाला सांगतो. आपलं पंढरपूर या जगात एकमेव आहे.

ऐंसे सकळ तीर्थांचे माहेर । तीर्थ नाही यापरते थोर ।।
विष्णुदास नामयाचा दातार । पुंडलिकासहित असे ।।

मायबाप होऽ! मी उत्तर भारतात गेलो असता तिथे यवनी राज्य, त्यामुळे

माझ्यावर काही जिवावरचे प्रसंग गुदरले. त्यातलाच एक प्रसंग मी इथे तुम्हाला सांगणार आहे; कारण या प्रसंगातून मी बाहेर पडलो, ते फक्त विठ्ठलावरचा विश्वास आणि ज्ञानेश्वर माउलींची शिकवण यामुळेच!'' असं बोलून नामदेव तो प्रसंग सांगू लागला. झालं होतं असं–

अयोध्येत रामजन्म स्थानाचं दर्शन घेऊन, तो त्या मंदिराबाहेरच्या प्रांगणात एका झाडाखाली बसला होता. नामदेवाच्या कीर्तनाची कीर्ती सगळीकडे पसरली होती; त्यामुळे तो जिथे जाईल तिथे त्याच्याभोवती लोक जमत असत. या वेळी विष्णूस्वामीही त्यांच्यासोबत होतेच. नामदेवाला बघून लोक जमले, तशी नामदेवानं श्रीरामनामाचा महिमा गायला सुरुवात केली.

रामनाम बिन और नहीं दूजा । कृष्णदेव की करी पूजा ।।
राम ही माई राम ही बाप । राम बिना कुणा ठाई पाप ।।
संपत्ती विपत्ती राम ही होई । राम बिना कुण तारी हे मोही ।।
भणत नामा अमृत सार । सुमरी सुमरी उतरे पार ।।

नामदेवानं असा श्रीरामनामाचा महिमा सांगायला सुरुवात केली आणि ते ऐकायला लोकांनी गर्दी केली. पातशहाचे शिपाई घोड्यावरून फिरून, गस्त घालत होते. नामदेवाच्या भोवती जमलेली गर्दी बघून ते तिथे आले आणि गर्दी हुसकावून लावू लागले; पण नामदेवाच्या कीर्तनाची गोडी इतकी सुमधुर होती आणि राममंदिराच्या प्रांगणात रामाचं भजन ही पर्वणी लोक सोडायला तयार नव्हते. ते तिथून जाईचनात. उलट त्या शिपायांनाच ते तिथून जायला सांगायला लागले. त्यातल्या एका शिपायानं जाऊन ही घटना पातशहाला सांगितली. 'आता या काफर फकिराला हत्तीच्या पायाखाली तुडवून, चारचौघांसमोरच ठार मारावं,' असा विचार करून पातशहा आपल्या हत्तीवर बसून तिथे आला. खाली उतरून त्यानं नामदेवाला ताकीद दिली. ''ए काफर, ये तेरा रामनाम बंद कर । वरना यही तुम्हारा अंत हो जायेगा । ये मेरा हाथी बहुत ही गुसैल है । अगर इसे मैं इशारा करू तो ये तुम्हारा सिर अपने पैरोंतले कुचल डालेगा । तब तुम्हें राम भी नहीं बचा पाएगा ।'' बादशहानं दिलेली धमकी ऐकून नामदेव पुढे आला आणि म्हणाला, ''महाराज, मुझे मारने के लिए क्यों न सही, आपने राम का नाम तो लिया ।'' ते ऐकून पातशहा आणखी चिडला आणि त्यानं माहुताला आज्ञा केली, ''मार दो उसे!'' तशी माहुताने हत्तीच्या गंडस्थळावर अंकुश टोचला आणि त्या वेदनेनं संतापलेला तो हत्ती पिसाळून चीऽऽचीऽऽ करत पुढे आला. नामदेवाच्या आसपासचे लोक सैरावैरा पळत सुटले. नामदेव मात्र एकटा तेथे उभा राहिला. हत्ती त्याच्या समोर येऊन चीऽऽचीऽऽ करत सोंड उंचावून उभा राहिला. क्षणभर नामदेव गांगरला; पण दुसऱ्या क्षणाला त्यानं

विठ्ठलाचा धावा केला. तो धावा करत असतानाच त्याला ज्ञानेश्वर माउलींच्या शब्दांची आठवण झाली. त्याला नाथपंथाची दीक्षा देताना, हटयोग शिकवताना ज्ञानेश्वर माउली म्हणाले होते, “नामदेवा, समोर असलेल्या वस्तूवर, व्यक्तीवर आपला प्रभाव ठेवायचा असेल, तर आपली सगळी ऊर्जा आपल्या डोळ्यांत एकवटायची आणि नजर तीव्र करून तेजस्वी दृष्टीनं त्या वस्तूवर किंवा व्यक्तीवर किंवा सजीवावर ती नजर केंद्रित करायची. मग त्यावर आपल्या मनःशक्तीचा प्रभाव पडतो आणि त्याच्या हालचालीला खीळ बसते.” ज्ञानेश्वर माउलींचे हे शब्द आठवले आणि नामदेवाने डोळे मिटले, मन पूर्ण एकाग्र केलं, आपल्या शरीरातली सगळी ऊर्जा डोळ्यांत केंद्रित केली आणि त्यानं डोळे उघडून त्या उन्मत्त हत्तीच्या नजरेला नजर दिली. नामदेवाच्या डोळ्यांत आता जणू सहस्रसूर्यांचं तेज एकवटलं होतं. हत्तीच्या नजरेशी त्याची नजर भिडताच, नामदेवाच्या नजरेतल्या तेजानं हत्ती नामोहरम झाला. त्यानं सोंड खाली घेतली आणि गंडस्थळावर माहुताच्या अंकुशाची बोचणी असतानाही तो मागे सरकला. पाच-सहा पावलं मागे सरकून त्यानं आपला मोहरा वळवला आणि समोर रिकाम्या पडलेल्या रस्त्यावरून तो पळत सुटला. ‘आपला पिसाळलेला, क्रुद्ध झालेला हत्ती नामदेवाच्या एका नजरेनं शांत झाला, हे कसं घडलं?’ याचं पातशहाला कोडं पडलं. “या खुदा! ये कौन काफर है, जो हाथी को भी परास्त कर सकता है? लगता है ये कोई काली जादू करनेवाला है । हे परवरदिगार मुझे बचा लो।” असं म्हणत पातशहा घोड्यावरून तिथून निघून गेला. नामदेवानं त्याचा ‘काली जादू’ हा शब्द ऐकला आणि तो हसला. ‘खरंच! काळी जादू होती! त्या काळ्या विठ्ठलाची काळी जादू!’ पांगलेले लोक पुन्हा नामदेवाभोवती गोळा झाले आणि त्यांनी नामदेवाचा जयजयकार केला. नामदेव मात्र प्रसन्न चेहऱ्यानं अभंग गात होता.

जे जे घडेल ते ते घडो । देह राहो अथवा पडो ।।
परि मी न सोडी सर्वथा । तुझे पाय पंढरीनाथा ।।
क्लेश होत नाना परी । मुखी राम कृष्ण हरी ।।
नामा म्हणे केशवाते । जे जे घडेल या देहाते ।।
जय जय राम कृष्ण हरीऽ ! जय जय राम कृष्ण हरीऽऽ !
विठ्ठलऽ विठ्ठलऽ विठ्ठलऽ विठ्ठल!!!

नामदेवानं हा प्रसंग सांगितला आणि कीर्तन ऐकायला आलेल्या सगळ्या लोकांच्या अंगावर काटा उभा राहिला. यानंतर आपण रचलेले काही हिंदी अभंग गाऊन नामदेवानं कीर्तन संपवलं. विशेष म्हणजे नामदेवाला सांगितल्याप्रमाणे विठ्ठलही एका गुराख्याच्या वेशात कीर्तन ऐकायला अगदी समोर येऊन बसला

होता. त्यानं सगळं रूप बदललं होतं; पण कपाळावरचं गंध तसंच होतं. नामदेवानं त्यावरूनच त्याला ओळखलं. नामदेवाचं त्या दिवशीचं कीर्तन उत्तरोत्तर रंगतच गेलं.

अयोध्येच्या त्या राममंदिरात त्या विष्णूस्वामींशी नामदेवानं केलेली प्रश्नोत्तरे ही आपल्या विश्वासावरच केली आहेत, हे विठ्ठलाच्या लक्षात आलं. तसंही नामदेव यवनी राज्यात गेल्यापासून विठ्ठलाची त्याच्यावर नजर होतीच. त्यातच नामदेव एक उदात्त हेतू मनात ठेवून तीर्थाटनाला गेला होता. जाती-धर्मभेदापलीकडचा नवसमाज निर्माण करणारा भागवत धर्म त्याला भारतभर प्रस्थापित करायचा होता. ज्ञानेश्वरांची हीच तर इच्छा होती आणि म्हणूनच 'हे विश्वचि माझे घर' ही संकल्पना त्यांनी मांडली होती. त्या संकल्पनेचं मूळ म्हणजे भागवत धर्म होता. महाराष्ट्राबाहेरही त्याचा प्रसार होण्यासाठी नामदेवाचं त्या त्या प्रदेशात लोकप्रिय होणं गरजेचं होतं. त्यासाठी असे काही प्रसंग घडले, तरी त्याला सामोरं जायला हवं होतं, म्हणून तर विष्णूस्वामींना श्रीकृष्णाच्या जागी आपणही दिसू अशी योजना विठ्ठलानं केली. पातशहानं नामदेवाच्या कीर्तनात गाय मारून आणून टाकली आणि विठ्ठलाला स्वतःलाही आत्यंतिक क्लेश झाले. आपल्या बासरीच्या स्वरापाठोपाठ आपल्याभोवती जमा होणाऱ्या गायींविषयी त्याला अतिशय प्रेम तर होतंच, म्हणून तर 'गोपाल' असं नामाभिधान तो अभिमानानं मिरवायचा. त्यातच गायीला मारून, त्या वासराला पोरकं करून त्या दुष्ट पादशहानं गायीच्या मातृत्वाला आणि विठ्ठलाच्या गोपाल निधानाला जणू आव्हान दिलं होतं. म्हणूनच प्रत्यक्ष तिथे जाऊन, नामदेवाच्या उत्कट विनवणीला प्रतिसाद देत विठ्ठलानं ती गाय जिवंत केली. यामुळे एक झालं की, नामदेवाचा मोठेपणा, त्याचं सामर्थ्य लोकांसमोर आलं आणि भागवत धर्माच्या प्रसाराचा त्याचा मार्ग काहीसा सोपा झाला. 'हे विश्वचि माझे घर' हा ज्ञानेश्वरांचा संकल्प सिद्धीस नेण्यासाठी नामदेव जीव धोक्यात घालून प्रयत्न करत होता. आपण यात त्याच्यासोबत राहायचं, वेळ पडली तर त्याला मदत करायची, असा संकल्प विठ्ठलानं केला आणि या आपल्या संकल्पाला रुक्मिणीचाही दुजोरा आहे, हे बघून तो अति प्रसन्न झाला.

२३

नामदेवानं तो हत्तीचा प्रसंग रंगवून सांगितला आणि विठ्ठलनामाचा गजर केला, तसा लोकांनीही आनंदानं आणि उत्स्फूर्तपणे त्या गजरात आपला आवाज मिसळला. विठ्ठलाच्या गजरासोबत ते नामदेवाचाही जयजयकार करत होते. त्यांच्या डोळ्यांसमोर लहानाचा मोठा झालेला त्यांचा नामा उत्तर-दक्षिण भारतावर आपल्या भक्तीची, ज्ञानाची आणि कीर्तनाची मोहोर उमटवून आला होता. जणू उत्तर-दक्षिण भारतावर दिग्विजय मिळवून आला होता. पंढरपूरचा नामदेव आता अर्ध्या-पाऊण भारताचा नामदेव बनला होता. त्यानंतर नामदेवाचा हा परिपाठ कायम राहिला. पंढरपुरात रोज कीर्तन करून, त्या कीर्तनात तो आपल्या तीर्थयात्रेचाही वृत्तान्त सांगत असे. त्यानं सांगितलेल्या या सगळ्या अनुभवांवरून लोकांच्या एक लक्षात आलं की, नामदेवाच्या भक्तीचा परीघही आता विस्तृत झाला आहे. त्याच्या अनुभवाचा परीघही आता व्यापक झाला आहे. त्याच्या कीर्तनाचा परीघही विस्तारला आहे आणि त्याची अभंगरचनाही आता मराठी भाषेच्या सीमा ओलांडून हिंदी, राजस्थानी, मारवाडी, गुजराती, पंजाबी अशा भाषांतून होते आहे. नामदेवानं कीर्तनातून भक्तीचा प्रसार केला. 'राम-कृष्ण-हरी' हा महामंत्र कीर्तनाच्या माध्यमातून लोकांच्या मनावर बिंबवून त्यानं लोकांची हिंदू धर्मावरची श्रद्धा वाढवली आणि एक प्रकारे यवनी आक्रमणापासून वाचवून लोकांच्या मनातलं हिंदू धर्माचं अधिष्ठान कायम राखलं. हे करत असताना विशेषतः उत्तर भारतात त्याला अनेक संकटांना तोंड द्यावं लागलं; कारण यवनी राज्य तोपर्यंत सर्वदूर पसरलेलं असलं, तरी उत्तर भारतात त्याचा प्रभाव जास्त होता; कारण दस्तुरखुद्द सुलतान उत्तर भारतात जातीनं राज्यकारभार करत होता. त्यातच 'राम-कृष्ण-हरी' या मंत्राच्या साहाय्यानं लोकांच्या मनात सगुण भक्ती जागृत करत असतानाच 'नाम मंत्र' जपण्याचे अधिष्ठानही लोकांच्या मनात निर्माण करून नामदेव त्यांना निर्गुण भक्तीचीही उपासना शिकवत होता. नामदेव लोकांना जसा 'राम कृष्ण हरी' या त्रिमूर्तीचा मंत्र जपण्यास सांगत होता, तसंच त्यानं स्वतःचं व्यक्तिमत्त्वही

या त्रिधारेशी निगडित ठेवलं होतं. भक्तिपरंपरा पुढे नेणारा तो श्रेष्ठ विठ्ठलभक्त होता, तर ज्ञानपरंपरेनं लोकांना जागृत करू पाहणारा तो नाथपंथी होता आणि स्वतःचं अस्तित्व अबाधित ठेवून संकटांवर मात करणारा तो योगमार्गी तत्त्ववेत्ताही होता. कुत्र्याच्या मागे तुपाची वाटी घेऊन धावणारा किंवा हट्ट करून देवाला जेवू घालणारा भाबडा नामदेव आता तसा भाबडा राहिला नव्हता. अनेक बऱ्या-वाईट अनुभवांतून तावूनसुलाखून निघालेला, भक्तीच्या कसोटीवर योगाची आव्हानं जिंकणारा, अर्धा-पाऊण भारत पायाखाली घालून आपलं स्वतःचं एक वेगळं अस्तित्व, एक वेगळी चिरंतन ओळख निर्माण करणारा आणि ठिकठिकाणी लोकांच्या मनात भागवत धर्माचं अधिष्ठान निर्माण करून वारकरी म्हणून ठाम निर्धारानं प्रत्येक ठिकाणी जाणारा तो एक प्रतिभासंपन्न, अनुभवसंपन्न, ज्ञानी आणि सत्शील विठ्ठलभक्त असा संत नामदेव होता. म्हणून,

आला वैष्णवांचा मेळ । पळाला हो कळिकाळ ॥
आले आले हरिदास । कळिकाळावर घाला कास ॥
कल्मषा पडियेला धाक । तो हि देऊ न शके हाक ॥
पैल नामा केशवाचा । सवें मेळु वैष्णवांचा ॥
भक्त केशवाचे आले । दूत यमाचे पळाले ॥
भक्त हरीचे चालले । हाती हरिनामाचे भाले ॥

असा अभिमान तो मांडत असे किंवा कधी कधी

आले आले रे हरीचे डिंगर । वीर वारीकर पंढरीचे ॥
ज्याची चरणधुळी उधळे गगनपंथे । ब्रह्मादिकां तेथे जाली दाटी ॥

अशी विठ्ठलभक्तांच्या अस्तित्वाला एक वीरत्वाची, शौर्याची किनार लावत असे. विठ्ठलाचा भक्त हा भोळाभाबडा तर आहेच; पण वेळ पडली तर तो कळिकाळालाही घाबरत नाही. उलट कळिकाळच त्याला घाबरतो, असा अभिमान तो बाळगायचा.

काळ देहासि आला खाऊ । आम्ही आनंदे नाचू गाऊ ॥
कोणे वेळे काय गाणे । हें तों भगवंता मी नेणे ॥
टाळ मृदंग दक्षिणेकडे । माझे गाणे पश्चिमेकडे ॥
नामा म्हणे बा केशवा । जन्मोजन्मी द्यावी सेवा ॥

असं म्हणत आपलं सर्वव्यापकत्व सिद्ध करायचा. असा सर्वथा, सदैव, सर्वतोपरी परिपूर्ण झालेला नामदेव अत्यंत निर्भीडपणे एकदा नाही, दोनदा नाही तर तीन वेळा उत्तर भारताची यात्रा करून आला आणि त्या प्रत्येक यात्रेनं त्याचं

अनुभवविश्व संपन्न केलं, समृद्ध केलं. हरतऱ्हेच्या अनुभवांनी नामदेव समृद्ध तर झालाच; पण बऱ्या-वाईट, अतिवाईट अनुभवांना सामोरं जायलाही तो सिद्ध झाला. त्यातलाच एक त्याला आलेला अनुभव. हा प्रसंग म्हणजे एका दृष्टीनं त्याला मिळालेलं पारितोषिकच होतं. एका दृष्टीनं त्याच्या भक्तीला, त्याच्या ज्ञानाला, त्याच्या प्रतिभेला, त्याच्या सर्वत्र संचाराला, त्याला मिळालेल्या लोकप्रियतेला पातशहानं केलेला सलामच होता. एका यवनी सुलतानानं एका हिंदू कार्यकर्त्याला, त्याच्या कार्याला, त्याच्या श्रद्धेला केलेला तो कुर्निसात होता; पण दुसरी बाजू मात्र प्राणावर बेतणारी ठरली असती. झालं होतं असं–

नामदेव जेव्हा पुन्हा उत्तर भारतात गेला, तेव्हा तिथले लोक त्याची जणू वाटच पाहत होते. जुलूम-जबरदस्तीला भक्तीनं आणि श्रद्धेनं तोंड द्यायला आणि त्याचबरोबर ती सहन करायला शिकवणारा हा नामदेव त्यांना भावला होता. हिंदी अभंगरचनेतून रामकृष्णाची भक्ती करणारा आणि भक्ती शिकवणारा हा भगवद्भक्त त्यांना आवडला होता. नामदेवाचं कीर्तन ऐकणं ही मराठी माणसांसारखीच त्या अमराठी माणसांनाही पर्वणी वाटत होती. नामदेवाची भक्ती, त्याची देवावर असणारी श्रद्धा, विश्वास आणि समाजातील धर्मभेद, जातिभेद मिटवण्यासाठीची तळमळ आणि याच तळमळीतून केलेला भागवत धर्माचा प्रचार आणि आचरण हे सगळे लोभस गुण नामदेवाच्या व्यक्तिमत्त्वात होते; त्यामुळेच त्या अमराठी प्रदेशात, यवनी साम्राज्यात नामदेवाची लोकप्रियता वाढली नसती, तरच नवल! त्यातच ती आपण मारलेली गाय या काफरानं पुन्हा जिवंत केली आणि आपला पिसाळलेला हत्ती एका नजरेत शांत केला, या दोन प्रसंगांमुळे हा नामदेव काफर कुणीतरी बडा अवलिया आहे, अशी प्रत्यक्ष पातशहाचीसुद्धा खात्री पटली होती; त्यामुळे नामदेव जेव्हा तिसऱ्यांदा उत्तर भारतात गेला, तेव्हा मुस्लीम धर्मप्रसाराचा एक भाग म्हणून हिंदूंची मने जिंकावीत या विचारानं पातशहानं नामदेवाचा गुणगौरव करायचं ठरवलं आणि त्याच्या गुप्तचरांनी नामदेव इकडे आल्याची माहिती त्याला दिल्यावर त्यानं एक दिवस नामदेवाला बोलावणं धाडलं. नामदेव जिथे थांबला होता, त्या ठिकाणी पातशहाचा सरदार त्याला भेटायला आला; पण नामदेवाने त्याला 'मला पातशहांकडे काहीच मागायचं नाहीये, तेव्हा त्यांचा बहुमोल वेळ त्यांनी या फकिरासाठी वाया घालवू नये,' असं सांगून त्याला परत पाठवलं. त्या सरदारानं हा निरोप जसाच्या तसा पातशहाला जाऊन सांगितला. सुरुवातीला 'आपला आदेश पाळला नाही, म्हणून पातशहाला राग आला; पण अवलिये फकीर असेच असतात' हे तो जाणून होता; त्यामुळे त्याने नामदेवासाठी एक सोन्या-चांदीने मढवलेली, फुलापानांनी सजवलेली, मखमली गाद्यागिरद्यांची सेज (पलंग) आपल्या एका सरदाराकरवी भेट म्हणून पाठवली आणि पातशहा स्वतः वेष पालटून त्या सरदारापाठोपाठ गेला.

नामदेव जिथे राहिला होता, ती एक पडकी धर्मशाळा होती. पाठीमागून नदी वाहत होती. खरंतर नामदेव तिथे फक्त रात्रीच्याच मुक्कामाला, पाठ टेकायला जात असे. बाकी दिवसभर तो आसपासच्या लहानसहान गावांमध्ये कीर्तन करायला जाई. दिवसभर तो बाहेरच असे. आपल्या कीर्तन-भजनांतून सामान्यांना देवभक्ती सांगणे आणि भागवत धर्माचा प्रसार करताना जातिभेदाचे, धर्मभेदाचे संस्कार पुसण्याचा प्रयत्न करणे, ही त्याची दैनंदिन दिनचर्या होती.

त्या दिवशी सकाळी सकाळी पातशहाचा तो सरदार चार सेवकांच्या खांद्यावर दिलेली ती सोन्या-चांदीची सेज घेऊन नामदेवाच्या राहण्याच्या ठिकाणी आला. त्यानं नामदेवाला हाक मारली. बाहेर पडण्याच्या तयारीत असलेला नामदेव बाहेर आला. समोर सरदाराला बघून त्याला नमस्कार करून नामदेवानं विचारलं, ''जी सरदारभाऊ, इकडे काय काम काढलंत?''

ते ऐकून सरदार म्हणाला, ''नामदेवजी, ये सोने-चांदी की सेज हुजूर बादशहा सलामत ने आपको नजर की है । आप इसका स्वीकार करें । हमारे बादशहा हुजूर फकिरों को हमेशा सन्मानित करते हैं । ये उनका बढप्पन है । आप इसे रख लीजिए।''

नामदेवानं सरदाराचं सगळं बोलणं ऐकलं आणि म्हणाला, ''सरदारजी, मैं ठहरा फकीर, साधू । मुझे ऐसा पलंग किस काम का? मेरे लिए ये जमीन ही बिछाना है। माफ कीजिए, मैं पातशहा हुजूर की ये भेंट स्वीकार नहीं कर सकता ।''

नामदेवानं असं सांगितल्यावर सरदार अचंबित झाला; पण आपण हा पलंग परत घेऊन गेलो तर बादशहा आपल्याला शिक्षा फर्मावेल, या भीतीनं तो म्हणाला, ''नामदेवजी, ये पलंग आपतक पहुँचाना मेरा काम था । सो मैंने कर दिया । अब इसका क्या करना है, ये आपकी मर्जी ।'' असं म्हणत सरदारानं त्या सेवकांसह तिथून काढता पाय घेतला.

'आता या पलंगाचं करायचं काय?' नामदेवानं क्षणभर विचार केला आणि तो पलंग उचलून त्यानं धर्मशाळेच्या पाठीमागून वाहणाऱ्या नदीत विसर्जित केला. एका बाजूला वेश बदलून उभा राहिलेला पातशहा हे सगळं बघत होता. नामदेवानं आपण दिलेला पलंग पाण्यात टाकून दिला, हे बघून पातशहा संतापला. लपलेल्या जागेतून तो पुढे आला आणि नामदेवासमोर उभं राहून संतापानं म्हणाला, ''फकीर की औलाद, ये तुमने क्या किया? इतनी कीमती सेज तुमने पानी में फेंक दी? तुम नहीं चाहते तो मुझे वापस कर देते । वो सोने-चांदी से बनी सेज जिसमें हिरेमोती जड़े थे । मेरा कितना नुकसान किया तुमने । चल, अब मुझे वो सेज वापस कर । वरना मैं तुम्हे बंदी बनाऊँगा ।'' बादशहा तिथे उभा राहून किंचाळत होता. ते ऐकून लोक जमले. हा किंचाळणारा माणूस खुद्द बादशहा आहे, हे समजल्यावर सगळे

सरदार-दरकदारही धावत आले. या फकिरावर बादशहा संतापले आहेत हे बघून, 'आता या फकिराची काही धडगत नाही' असा अंदाज त्यांनी बांधला. आता पुढे काय होतंय ते बघायला हीऽ गर्दी जमली.

नामदेवानं बादशहाकडे पाहिलं. तो संतापानं नुसता थरथरत होता. बादशहाचा संताप बघून त्याच्या सरदारांनीही आपापल्या तलवारी बाहेर काढल्या. कोणत्याही क्षणी बादशहा त्या फकिराचं मुंडकं उडवण्याचा हुकूम देईल म्हणून ते तयारीत होते. नामदेव पुढे झाला आणि बादशहाला म्हणाला, ''बादशहा हुजूर, मैंने वो सेज नदी में बहा दी । अगर आप उसे वापस चाहते हैं, तो मैं नदी को बिनती करके देखता हूँ । शायद वो वापस कर दे!'' नामदेवाचं बोलणं ऐकून जमलेले लोक खदखदा हसू लागले. हा फकीर नक्की वेडा आहे, अशी त्यांची खात्री झाली; तर बादशहा फारच संतापला; पण नामदेव तिथे थांबलाच नाही. तो झपाट्यानं धर्मशाळेच्या पाठीमागे गेला. नदीच्या काठावर उभा राहिला आणि हात जोडून म्हणाला, ''हे जीवनदायिनी माते, तो सोन्या-चांदीचा पलंग माझ्या काय कामाचा, म्हणून मी तो तुझ्यामध्ये विसर्जित केला. हे माते, तुलाही त्याचा काही उपयोग नाही; पण बादशहाला त्याचा उपयोग आहे असं वाटतंय, तेव्हा तो पलंग तू मला जसाच्या तसा परत दे, म्हणजे मी तो बादशहाला जसाच्या तसा परत देईन. हे माते, तुझ्या पुत्राची ही विनंती तू ऐकशील असं मला वाटतंय!'' नामदेव हात जोडून नदीला सांगत होता आणि लोक हा फकीर वेडा आहे या नजरेनं त्याच्याकडे बघत होते. तर बादशहा याला कसं मारावं याचा विचार करत होता. नामदेवाची नजर मात्र नदीच्या पात्रात खिळलेली होती. अचानक... अचानक नदीच्या पाण्यात मोठमोठ्या लाटा निर्माण झाल्या. पाणी उसळून वर यायला लागलं. जणू ते एखादी वस्तू बाहेर फेकू इच्छित होतं. आणि बघता बघता त्या पाण्यावर तो पलंग तरंगायला लागला. नंतर हळूहळू तो काठाशी आला आणि काठावर कडेला येऊन थांबला. जमलेल्या लोकांनी टाळ्या वाजवल्या. बादशहासुद्धा डोळे विस्फारून बघायला लागला. नामदेव त्या अर्ध्याकच्च्या घाटाच्या पायऱ्या उतरून खाली आला. काठाशी तरंगत असलेला तो पलंग त्यानं उचलला आणि समोर आणून ठेवला आणि बादशहाला म्हणाला, ''हुजूर, ये रहा आपका पलंग! आपने जैसे दिया था, वैसाही वापस कर रहा हूँ ।'' बादशहा पुढे झाला. त्यानं पलंगावरून हात फिरवला. आत्ता नुकताच पाण्यातून काढलेला तो पलंग अगदी कोरडा होता. पाण्याचा एखादा थेंबही त्यावर नव्हता. तो पलंग, त्यावरच्या रेशमी गाद्यागिरद्या सगळं अगदी ठणठणीत कोरडं होतं. ते बघून बादशहा दिङ्मूढ झाला. खरोखरच हा फकीर कोणीतरी मोठा आहे, याची त्याला पुन्हा एकदा खात्री पटली. आपल्या सरदारांना तो पलंग आणायला सांगून बादशहा तिथून झपाट्यानं निघून गेला. बादशहा गेल्यावर लोकांनी नामदेवाचा

जयजयकार केला; पण नामदेवाचं तिकडे लक्ष नव्हतं. मघाशी तो पलंग पाण्यावर तरंगत असताना त्यावर कर कटीवर ठेवून उभा असलेला आणि मिस्कीलपणे हसणारा विठ्ठल कुठे गेला, हे तो शोधत होता.

विठ्ठल मंदिरात एका गोणपाटावर पडलेल्या नामदेवाला हा प्रसंग आठवला आणि तो उठून बसला. गर्भागारासमोर जाऊन विठ्ठलाला म्हणाला, "विठ्ठला, तो पलंग तुला हवा होता काय?" त्यावर विठ्ठल क्षणभर हसला आणि म्हणाला, "नामदेवा, अरे माझ्या भक्तांच्या हृदयात माझ्यासाठी ज्या जागा आहेत ना, त्या जागा सोन्या-चांदीच्या पलंगापेक्षाही मौल्यवान आहेत." विठ्ठलाचं हे उत्तर ऐकून नामदेव अतिशय प्रसन्न झाला; पण तरीही आपल्या डोळ्यांत पाणी का आलं असा त्याला प्रश्न पडला.

त्यानंतर बराच काळ नामदेव पंढरपुरात राहिला. त्याचीही आता पन्नाशी उलटली होती. त्याच्या विठ्ठलभक्तीचा आणि त्याच्या कीर्तनाचा बोलबाला अवघ्या महाराष्ट्रभर तर पसरला होताच; पण उत्तर आणि दक्षिण भारतातच नव्हे, तर वायव्य प्रांतातही अशा पद्धतीच्या कीर्तनाची आणि संकीर्तनाची रीत नव्हती; त्यामुळे नामदेवाचं भक्तिरसानं पूर्ण, भावोत्कटतेनं भरलेलं आणि नादमधुरता असलेलं कीर्तन लोकांना ऐकावंसं वाटत असे. त्या प्रांतातल्या लोकांसाठी कीर्तनकला हा लोकसंपर्काचा, लोकशिक्षणाचा आणि लोककलेचा नवीन प्रकार होता; त्यामुळेच महाराष्ट्राबाहेरही लोकांना तो भावला आणि यावरच लक्ष केंद्रित करून आद्य कीर्तनकार अशी उपाधी मिळवत नामदेवानं लोकांमध्ये भागवत धर्माची आणि भक्तिधर्माची पताका लोकप्रिय केली. यवनी आक्रमणं, बाटवून, अत्याचार करून केलेलं धर्मांतर आणि त्यामुळे होणारे अत्याचार या पार्श्वभूमीवर नामदेवाचा प्रेम आणि भक्तीनं भरलेला, जातिधर्माच्या पलीकडे जाऊन लोकांना माणूस म्हणून सन्मान देणारा भागवत धर्म लोकांना आवडला, पटला, रुचला आणि म्हणूनच लोकांनी तो स्वीकारलासुद्धा! ज्ञानेश्वर माउलींच्या द्रष्टेपणाला मनोमन वंदन करून त्यांचे 'हे विश्वचि माझे घर'चे तत्त्वज्ञान साऱ्या भारतभर रुजवण्याचा नामदेवाचा संकल्प, त्याच्या या प्रयत्नांमुळे नामदेवाला दिगंत कीर्ती देऊन गेला आणि पंढरपूरचा नामदेव उत्तर भारतात नामदेवजी आणि दक्षिण भारतात नामदेवा म्हणून प्रसिद्ध झाला. आता कोणत्याही प्रांतात भ्रमण करायला नामदेवाला प्रतिबंध नव्हता. त्याच्या संकल्पपूर्ततेला आता केवळ आकाशाचीच मर्यादा होती. नामदेव बरेच दिवस पंढरपुरात होता. त्या दरम्यान त्याचं लिखाणही जोरात सुरू होतं. त्यात कधी

नाम तेचि रूप रूप तेचिं नाम । नामरूप भिन्न नाही नाही ॥
देव आकारला नामारूपा आला । म्हणोनि स्थापिला नामवेदी ॥

नामापरता मंत्र नाही हो आणिक । सांगती ते मूर्ख ज्ञानहीन ॥
नामा म्हणे नाम केशव केवळ । जाणती प्रेमळ भक्त भले ॥

असा नामाचा महिमा असायचा, तर कधी

काहे रे मन भूला फिरई । चेति न राम चरन चित्त धरही ॥
नरहरि नरहरि जपि रे जीयरा । अवधि काल दिन आवै नीयरा ॥
पुत्र कलित्र धन चित बिसासा । छाडि मना रे झूठी आसा ॥
तू जिनी जानै ग्रेही ग्रेहा । बिनसत बार कछू नहीं देहा ॥
कहत नामदेव झूठी देही । तौ सांची जे राम सनेही ॥

असा मिश्र हिंदी भाषेतून राममहिमा असे.

नामदेवानं हा भक्तिमार्गाचा आणि भागवत धर्माचा प्रसार करण्याचं व्रत अंगीकारलं आणि प्रांत, भाषा यांचेही भेद त्यानं मिटवले. राजस्थानी, मारवाडी, पंजाबी, गुजराती आणि उत्तरभाषी हिंदी या भाषा तर त्यानं मोडक्यातोडक्या का होईना अवगत केल्याच; पण त्यानं त्या त्या प्रांतातल्या लोकांना आपलंसं करण्यासाठी तिथले देवही आपलेसे केले. महाराष्ट्रातला निस्सीम विठ्ठलभक्त असलेला नामदेव राम-कृष्ण-शिव या दैवतांनाही आपलं म्हणू लागला. आपल्या भजन-कीर्तनांतून आणि अभंगांतून त्यांचाही महिमा गायला लागला. 'राम-कृष्ण-हरी' हा त्यानं सांगितलेला षडाक्षरी महामंत्रसुद्धा त्याच्या याच भावनेचं प्रतीक होता आणि ज्ञानेश्वर माउलींचा 'हे विश्वचि माझे घर' हा संकल्प, आपल्या भ्रमंतीतून, कीर्तन-भजनांतून आणि त्या त्या प्रांतातल्या लोकधारेत सामावून जाऊन नामदेव पूर्णत्वाला नेत होता. प्रसंगी तिथे आपले अनुयायी निर्माण करून, प्रसंगी आपल्या जिवावरचा धोका पत्करून, प्रसंगी तिथल्या मंदिराच्या परिसराला आपलंसं करून, नामदेव 'वसुधैव कुटुम्बकम्'ची संकल्पना भागवत धर्माच्या माध्यमातून तडीस नेत होता, पूर्णत्वास नेत होता.

बराच काळ पंढरपुरात वास्तव्य केल्यानंतर नामदेव पुन्हा तीर्थयात्रेला जाण्यासाठी सिद्ध झाला. नामदेवाच्या या भ्रमंतीची आता त्याच्या कुटुंबीयांनाही सवय झाली होती. तरीही त्यानं जायचं ठरवल्यावर राजाई काळजीनं म्हणाली, "धनी, तुम्ही जातासा ते तिकडंच! कुठे राहता, काय खाता, काय करता ते घरातल्या कुणालाबी समजत न्हायी. अधूनमधून तुमचा सांगावा येतोया, पन तुमच्या जिवाची काळजी वाटत राहते." राजाईचा आवाज कापत होता. नामदेवाला राजाईबद्दल प्रेम दाटून आलं. तिचा हात हातात घेऊन, तो म्हणाला, "राजाई, अगं असलं काहीबाही मनातही आणू नको. मी जिथे जाईन तिथे सुखरूप राहीन. अगं, माझा विठ्ठल आहे

की माझ्यासोबत. तो माझ्या जीविताची काळजी घेईलच आणि राजाई, एकतर मला बाहेर काहीही होणार नाही; कारण माझा जन्म आणि मृत्यू दोन्ही पंढरपुरातच आहे, हे त्या विठ्ठलाला माहीत आहे; त्यामुळे तो मला काहीही होऊ देणार नाही आणि तुझ्या-माझ्या दुर्दैवानं, आपली अशी ताटातूट व्हायची असंच नियतीनं ठरवलेलं असेल, तर विठ्ठल तुला येऊन सांगेल; पण राजाई तुला एक सांगतो, तू होतीस म्हणून माझा संसार झाला, झाला कसला, तूच तो केलास. त्यासाठी राजाई, हा नामदेवच नव्हे, तर अवघा महाराष्ट्र तुझा ऋणी राहील. तू एकहाती या नामदेवाचा संसार ओढलास, म्हणून हा नामदेव इतकी निरामय विठ्ठलभक्ती आणि निखळ अभंगरचना करू शकला. तू होतीस म्हणून हा नामदेव, ज्ञानेश्वर माउलींचं भागवत धर्माचं स्वप्न साकारू शकला, प्रत्यक्षात आणू शकला. राजाई याचसाठी, याचसाठी अवघा महाराष्ट्र तुझा ऋणी राहील. तुझ्या कपाळीचं कुंकू बलवत्तर आहे, म्हणून तर हा नामदेव भारतभर भ्रमंती करू शकला; पण राजाई, आता मला पुन्हा एकदा गेलं पाहिजे. या वेळी मी वायव्य भारतात जाणार आहे. मागच्या दोन्ही वेळा मी वायव्य प्रांतात गेलो होतो. तिथली सामाजिक परिस्थिती फारच वाईट आहे, राजाई आणि दोन्ही वेळा तिथे गंभीर युद्धजन्य परिस्थिती होती, म्हणून मी तिथे फार मुक्काम केला नाही; पण आता बहुधा परिस्थिती ठीक असावी. म्हणून मी तिथे जास्त मुक्काम करणार आहे. तरीही मी अधूनमधून परत येईन. निदान वारीला तरी येईनच येईन आणि त्याचबरोबर गाठी खुशालीही कळवत जाईन!'' नामदेवानं राजाईशी असा प्रेमाचा, जिव्हाळ्याचा संवाद साधला, तिला आश्वस्त केलं आणि तो तीर्थाटनाच्या तयारीला लागला.

जाण्यापूर्वी विठ्ठलाचा निरोप घेऊन, चोखोबा आदी संत, मित्रपरिवाराचा निरोप घेऊन तो बाहेर पडला. या वेळी त्यानं उत्तर भारतात जाण्याचं टाळलं; कारण दोन-तीन वेळा तो तिथे जाऊन आला होता आणि आता तिथे त्याचा एक परिवार, त्याच्यावर श्रद्धा आणि विश्वास असणाऱ्या अनुयायांचा परिवार तयार झाला होता. आणि ते अनुयायी आता भक्तिमार्गाचा अवलंब करीत, एका परीनं भागवत धर्माचाच प्रसार करत होते. आता त्यांची मानसिकता स्वधर्माबद्दल, आपल्या संस्कृतीबद्दल आणि आपल्या देवांबद्दल अभिमान वाटेल, अशी तयार झाली होती. त्याचबरोबर नामदेव नावाचा कुणी फकीर पातशहाला 'तोबा तोबा' करायला लावतो, त्याच फकिरानं हा भक्तिसमुदाय तयार केलाय, या विचारानं पातशहाचे सैनिकही या भक्तिसमुदायाची छळवणूक करण्यापूर्वी दहा वेळा विचार करीत. उत्तर भारतात नामदेवानं केलेल्या या भक्तिसंप्रदायाच्या प्रसारामुळे जनसामान्यांच्या मनाला एक नीडरतेचं, भयविरहित असं अधिष्ठान प्राप्त झालं होतं आणि कितीही यवनी आक्रमणं झाली, कितीही यवनी सुलतान-पातशहा आले, तरी भक्तीचं हे अधिष्ठान

डळमळीत होणार नव्हतं, इतकं ते मजबूत आणि ठाम होतं. लोकांच्या मनात ईश्वरावरचा विश्वास चिरंतन राहावा आणि धर्म-जातविरहित असा भागवत धर्म सर्वांनी आपलासा करून, एका नव्या विचाराच्या समाजाची निर्मिती व्हावी, जो समाज धर्माधिष्ठित किंवा जातिनिहाय नसून मानवतेवरच अधिष्ठित असावा, अशा एका नवसमाजाच्या निर्मितीचं जे स्वप्न ज्ञानेश्वर माउलीनं पाहिलं होतं, त्याच स्वप्नाचं साकार रूप नामदेवानं प्रत्यक्षात आणलं होतं. त्याच्या दृष्टीनं हा भक्तिमार्गाचा प्रसार असला, तरी आपण एक वेगळा आणि युगायुगांवर ठसा उमटविणारा इतिहास रचतो आहोत, या वास्तवतेपासून नामदेव स्वतः अनभिज्ञ होता. त्याच्या मनातला हा नवसमाज आता उत्तर भारतात निर्माण होऊ लागला होता; त्यामुळेच या वेळी त्यानं उत्तर भारतात जाण्याचा विचार बदलला. नेहमीप्रमाणे तो अहमदाबादमार्गे द्वारकेत आला. तिथे विष्णूस्वामींची भेट घेऊन राजस्थानातून त्यानं पंजाब प्रांताचा मार्ग धरला. राजस्थानातही त्यानं बराच काळ मुक्काम केला. राजस्थानातल्या त्या दीर्घ मुक्कामात नामदेवाच्या लक्षात आली तिथली पाण्याची दुर्भिक्षता. मग नामदेवानं एक नवीन प्रकार सुरू केला. तो राजस्थानात जयपूर, बिकानेर, अजमेर, भीलवाडा, सवाई माधोपूर, टोंक, बूँदी, कोटा, पाली, नागौर, जोधपूर, गंगानगर, चितौड, उदयपूर, सिरोही, झालावाड, चुरू, सीकर, झुंझु अशा सर्वच ठिकाणी राहिला. एकतर यातल्या बहुतांश भागांत पाण्याचं दुर्भिक्ष होतं. त्यात बरीचशी जमीन मुरबाड, वाळवंटी, दुष्काळी आणि या जिल्ह्यातल्या बहुतेक गावांतील लोक शिक्षणापासून वंचित, यवनी जुलमी सत्तेखाली नाडलेले लोक. अशा सर्व परिस्थितीत देवाची भक्ती, देवावर श्रद्धा, देवावर विश्वास या सगळ्या भावना, कल्पना, संकेत हे सगळं पालापाचोळ्यासारखं उडून गेलेलं, वाळवंटात पडलेला पाण्याचा थेंब करपून जावा, तसं करपून गेलेलं. काही मोठ्या शहरांत मंदिरांच्या भिंती उभ्या होत्या; पण तिथेही उच्चवर्णीय आणि श्रीमंतांनाच प्रवेश होता. अशा सगळ्या, सगळ्या प्रतिकूल परिस्थितीत माणसांना जगण्यासाठी ऊर्जा मिळावी, आयुष्याच्या खडतर रस्त्यावरून वाटचाल करण्यासाठी त्यांच्या मनाला भक्कम आधार मिळावा, अशी कोणतीच आशा नव्हती किंवा मनातल्या या अंधाराला छेद देणारा एखादा प्रकाशकिरणही नव्हता आणि अशा पार्श्वभूमीवर आपल्या भक्तिमार्गाचा डांगोरा पिटत, खांद्यावर भागवत धर्माची पताका घेऊन, ज्ञानेश्वरांचे, एकेश्वराचे तत्त्वज्ञान घेऊन, राम-कृष्ण-हरीचा मंत्र जपत, मानवतेचा प्रकाश घेऊन नामदेव तिथे भक्तिसूर्यासारखा गेला.

तिथल्या लहान लहान गावांत जाऊन मुक्काम करून, राजस्थानी भाषेतून अभंग रचून, आपल्या कीर्तनातून त्यानं भक्तीचा डांगोरा पिटायला सुरुवात केली. विशेष म्हणजे कीर्तनाला लोक आले की, तो विचारायचा, "ईश्वर का गुणगान

करना है। स्नान करके आये हो क्या?'' त्याच्या या प्रश्नावर लोक म्हणायचे, ''कैसे नहाये महाराज? पानीही नही है।'' मग नामदेव म्हणायचा, ''चलो, फिर कुँआ बनाये।'' नामदेवाच्या या आवाहनाला प्रतिसाद देत त्या गावातल्या लोकांचे शंभर हात विहीर खोदायला लागायचे. विहीर खोदता खोदता नामदेवासोबत 'राम-कृष्ण-हरी'चा मंत्र जपायचे. या एकजुटीचा प्रभाव असो किंवा त्या मंत्रजपाचा परिणाम; काहीही असो. त्या विहिरीला पाणी लागायचे आणि साहजिकच या लोकांच्या मनातली नामदेवाची जागा आणखी पक्की व्हायची. मग नामदेव आपल्या कीर्तनातून लोकांना भक्तिमार्ग सांगायचा.

> अब न बिसारूं राम संभारूं । जौ रे बिसारूं तौ सब हारूं ।। टेक ।।
> तन मन हरि परि छिन छिन वारूं । घडी महूरति पल नहीं टारूं ।।
> सुमिरन स्वासा भरिभरि पीऊं । रंक राम गुड खाई रे जीऊं ।।
> आरौ मांडि राम रटि लैहूं । जौ रे बिसारौ तौ रोई दैहूं ।।
> नामदेव कहै ओर आस न करिहूं । राम नाम धन लाग्यौ मरि हूं ।।

नामदेवाचा हा भक्तिमार्ग मग त्या भाबड्या पण मनानं कमकुवत असलेल्या लोकांना जगण्यासाठी बळ देऊन जायचा. आपलाही कोणीतरी तारणहार आहे, आपल्यावर कृपा करणारा कोणीतरी देव आहे, ही भावना त्यांच्या निर्जीव झालेल्या मनाला जगण्याचं सामर्थ्य देऊन जायची. राजस्थानमधल्या वास्तव्यात नामदेवानं जवळपास राजस्थानचा सगळा भाग पायाखाली घातला आणि चंद्रभागेच्या वाळवंटात वाळूच्या कणांकणांवर जशी विठ्ठलाची मुद्रा उमटलेली आहे, तशीच राजस्थानातल्या त्या वालुकामय प्रदेशात वाळूच्या प्रत्येक कणावर राम-कृष्ण-हरी या जपाची मुद्रा उमटली. तिथे राहणाऱ्या आणि नाडलेल्या प्रत्येक माणसाच्या मनावर नामदेवाचं भक्तिमार्गाचं तत्वज्ञान अधिष्ठित झालं. यवनी साम्राज्याच्या दंडगशाहीच्या विरोधात, अगदी तीव्रतेनं नसलं तरी मानसिक सामर्थ्यानं दुसरं एक आध्यात्मिक लोकशाहीचं साम्राज्य नामदेवाच्या भक्तिमार्गानं निर्माण झालं, हे खरं. आणि या साम्राज्याला जशा स्थल-भाषेच्या सीमा नव्हत्या, तशा त्या कालाच्याही मर्यादा असणार नव्हत्या, हे निश्चित; पण विशेष म्हणजे या सगळ्या आध्यात्मिक भक्तिओघात नामदेवासोबत विठ्ठल होता आणि वेळोवेळी नामदेवाला तिथे राजस्थानातही याचे दाखले मिळत होते. नामदेव व्यक्तित्वानं तिथे राजस्थानामध्ये भक्तीच्या बागा फुलवत होता, तर आत्मतत्त्वानं तो विठ्ठलाच्या भक्तीतच होता, याचा दाखला देणारा एक प्रसंगही तिथे घडला.

गंगानगर गावात तेव्हा नामदेव मुक्कामाला होता. त्या ठिकाणी शिंपी समाज फार मोठ्या प्रमाणात आहे. त्या यवनी आक्रमणाच्या काळात, त्या भागात मुस्लीम

सैन्याची आक्रमणे सतत सुरू होती. गंगानगर हे जिल्ह्याचे गाव असून, तिथे शिंपी आणि सोनार समाजाची बहुतेक वस्ती होती; त्यामुळे त्या गावात कपड्याचा आणि सोन्या-चांदीचा व्यापार चालत असे. या आक्रमणाच्या काळात आपण आपल्या जातीबांधवांमध्ये राहणं अधिक श्रेयस्कर आणि सुरक्षित, असा विचार करून नामदेव तिथेच मुक्कामाला होता. तिथल्या शिंपी समाजालासुद्धा, आपल्याच समाजातला एकजण एवढ्या लांब येऊन भक्तिमार्ग सांगतो, त्या भक्तीतूनच समाजमनाला धैर्य प्राप्त करून देतो, याचं फार कौतुक होतं आणि म्हणूनच त्यांना नामदेवाचं अगत्यही फार होतं. तिथल्याच एका घरात नामदेव बराच काळ मुक्कामाला होता. गावाच्या एका बाजूला एक लहानसं राममंदिर होतं. त्या मंदिरासमोरच्या रिकाम्या जागेत नामदेव रोज कीर्तन करायचा. कीर्तनाला सगळं गाव यायचं. नामदेवाचं कीर्तन ऐकायचं आणि त्याच्या कीर्तनाचे गोडवे गात घरी जायचं, असा गावकऱ्यांचा रिवाज होता. त्या गावात एके दिवशी गावातल्या एका धनवानाच्या घरी कसलासा कार्यक्रम होता. त्या कार्यक्रमाला गावातली ज्येष्ठ-श्रेष्ठ मंडळी जमा झाली होती. त्या धनवानाने नामदेवाची ओळख करून देताना 'श्रेष्ठ भक्त' अशी करून दिली. त्या धनवानाकडे आलेल्या पाहुण्यांपैकी एकजण थोडा चिकित्सक होता. तो नामदेवाला म्हणाला, "महाराज, तुम्ही तर मराठी मुलखातले विठ्ठलभक्त. विठ्ठलाशी तुमची सलगी आहे असे ऐकतो. मग ही घ्या एक काठी. ही बोराची आहे. भोवताली वाळवंट आहे. आपण ही काठी वाळूत रोवा आणि तुमच्या विठ्ठलाला सांगा त्याचं झाड करायला. तुम्ही तुमच्या आणि तुमच्या विठ्ठलाच्या महाराष्ट्रातल्या कथा इथे येऊन सांगता; पण ते सगळं आमच्या दृष्टिआड आहे. तुमचा विठ्ठल इथे येतो असंही तुम्ही म्हणता. मग आम्हालाही एकदा समजू दे ना!" त्या पाहुण्यानं अशी मागणी केली आणि विशेष म्हणजे सगळ्यांनी त्याला दुजोरा दिला. नामदेव समजला. विठ्ठल आपल्याला भेटण्यासाठी येऊ पाहतोय. त्यानं त्या माणसाच्या हातातली काठी घेतली आणि बाहेर पाठीमागच्या अंगणात रोवली. आतून बारडीतून पाणी आणून त्या काठीला घातलं. त्या काठीच्या भोवताली आळं करून त्यातून पाणी वाहून जाणार नाही, अशी व्यवस्था केली आणि बाजूला उभं राहून विठ्ठलाची आराधना सुरू केली.

गरुड मंडल आव । पृथ्वीपति गरुड मंडल आव ।।
तू पृथ्वीपती जागृत केला । मैं गाऊ गुन राग रचेला ।।
नामदेव कहे बालक तोरा । भक्तिदान दे साहेब मोरा ।।
तुम्हारी क्रिपा बिना न पाइये हो । राम न पाईये ।।
भाव कलतपर भगति लता फल । सो फल रसाल कै बेसी देवा ।।

नामौ भणै केसवै तू देसी तर लहाइणै । ये उपाये तुझे भाणिजै ॥

अशा मिश्र भाषेत नामदेव विठ्ठलाला आळवू लागला. त्याचा खडा आवाज, त्यातली व्याकुळता, आर्त शब्द आणि त्यातून पाझरणारा भक्तिरस. बघता बघता नामदेवाभोवती ही गर्दी जमली. नामदेव त्या रोवलेल्या काठीजवळ हात जोडून, डोळे मिटून उभा होता. सगळ्यांचं लक्ष नामदेवाकडे होतं. बघता बघता नामदेवाच्या त्या स्वरांनी जणू सगळ्यांची भावसमाधी लागली. सगळ्यांनी डोळे मिटले. सगळ्यांच्या कानात नामदेवाचे शब्द घुमत होते. नामदेवानं विठ्ठलाचा गजर केला आणि अभंग म्हणण्याचं थांबवलं. त्याचे शब्द थांबले, सगळे सावध झाले आणि नामदेवानं रोवलेल्या त्या काठीकडे डोळे विस्फारून बघू लागले. त्या काठीला हिरवी-तांबडी पानं फुटली होती. त्या पानांमधून बारीक काटे होते आणि त्या काट्यांच्या मधून बोराची फळं डोकावत होती. हिरवी, पिवळी, सोनेरी बोरं! एका वाळलेल्या काठीत पुन्हा चैतन्य भरलं होतं. विठ्ठलाचा गजर करताना नामदेवाला कानात पुटपुटले गेलेले शब्द ऐकायला आले होते. “नामया, मी आलोय!” तत्क्षणी नामदेवानं ओळखलं विठ्ठल आलाय. त्यानं गजर थांबवला. डोळे उघडले. त्यानं पाहिलं, कमरेवरचा एक हात काढून विठ्ठलानं त्या काठीवर ठेवला होता आणि त्या काठीला भराभर फांद्या, पानं, काटे आणि फळं लगडली होती. तिथे जमलेल्या सुमारे पन्नासभर लोकांनी हे पाहिलं आणि जो तो नामदेवाच्या पायावर डोकं टेकायला धडपडू लागला. संकोची स्वभावाचा नामदेव आता या लोकांना कसं आवरायचं या चिंतेत पडला, तर विठ्ठल मात्र दूरवर नामदेवाची ही फजिती बघत उभा राहिला.

या प्रसंगानंतर तिथल्या लोकांनी नामदेवाला बराच काळ तिथे ठेवून घेतलं. तिथल्या लोकांना भक्तिमार्गाचं महत्त्व सांगून श्रीरामाची, श्रीकृष्णाची सगुणपूजा आणि निर्गुणभक्ती यांचं महत्त्व नामदेवानं सांगितलं. आपण विठ्ठलभक्त असून, राम हे एकतत्त्व आपण मानतो आणि विठ्ठलाची सगुणरूपात भक्ती करताना श्रीरामाची निर्गुण भक्ती आपण करतो. श्रीकृष्णाचं साकार रूप आणि त्याचं निराकार रूप या दोन्हींचा समन्वय साधून ज्ञानेश्वर माउलीनं सांगितलेलं एकेश्वर तत्त्व आपण मानतो, असं तो अभिमानानं सांगायचा आणि लोकांनाही शिकवायचा. यवनी आक्रमणातही या भक्तिमार्गानं लोकांचं मनोधैर्य वाढवण्याचं आणि आपली संस्कृती जपण्याचं काम नामदेव भारतभर करत होता.

मग कधी तो मराठी भाषेतल्या अभंगात

एकचि क्षरले एकचि देखिले । ब्रह्म हे संचले हरिनामे ॥
एक एकाकार सर्वही आकार । राम हा साकार सर्वांघटी ॥
असोनि निराळा सुमनाचा वास । तैसा ऋषिकेश जिवां सकळां ॥

नामा म्हणे सुमन कळिकाळे एक । तेचिं निजसुख घेई जना ।।

असे सांगत असे, तर कधी

राम बोले राम बोले राम बिना को बोले रे भाई ।
एकल मींटी कुंजर चींटी भाजन रे बहु नाना ।
थावर जंगम कीट पतंगा सब घटि राम समाना ।
ऐकल चित्ता राहिले निता छूटें सब आसा ।
प्रणवत नामा भये निहकामा तुम ठाकूर मैं दासा ।

असं हिंदी-मारवाडी भाषेत सांगत होता. विठ्ठलाच्या सगुण रूपाबरोबरच निर्गुण परब्रह्माच्या भक्तीसाठी राम हे नाव, हे दैवत म्हणून स्वीकारून, त्या नामाला, निर्गुण परब्रह्माला उत्तर वायव्य भारतातल्या लोकांच्या मनात भक्तीचं अधिष्ठान प्राप्त करून देत होता आणि त्या यवनी आक्रमणाच्या आणि यवनी धर्मांध सत्तेच्या काळात भक्तिनिष्ठेवर आधारित आपली हिंदू संस्कृती जपण्याचं काम करत होता. आपण करत असलेलं हे कार्य उद्या इतिहासाच्या छाताडावर पाय रोवून उभं राहणार आहे, या सत्यतेपासून अनभिज्ञ असलेला नामदेव या भक्तिपरंपरेला संस्कृतीरक्षणाची जणू ढाल बनवत होता.

तिथून त्या गावकऱ्यांचा निरोप घेऊन नामदेव निघाला, तो वाटेत ठिकठिकाणी मुक्काम करत आपल्या अभिजात अभंगांतून भक्तिरसाची प्रेरणा देत, भजन-कीर्तनांतून देवभक्तीचे मनोबल देत, 'राम-कृष्ण-हरी'चा जप सांगत गावोगाव फिरत गेला. वाटेत एके ठिकाणी त्या वाळवंटातही काटेरी झाडाझुडपांचे जंगल होते. त्या झुडपांची हात-दोन हात सावली पडली होती. नामदेव तिथे त्या सावलीला बसला. तिथून येणारा-जाणारा वाटसरू त्याची विचारपूस करत होता. त्याला पाणी, दूध विचारत होता. एका वाटसरूनं विचारलं, "की देस भायो? पानी होवै? यहाँ के नदी का पानी बहुत मीठा है। पिवोगे?" नामदेवानं होकारार्थी मान हलवली. त्या माणसानं आपल्या खांद्यावरची पखाल नामदेवाला दिली आणि 'जे श्री रामजी' म्हणत तो तिथून निघून गेला. नामदेवानं पाण्याचा घोट घेतला. खरंच, पाणी गोड होतं, अगदी चंद्रभागेसारखं. 'चंद्रभागा!' नामदेवाला चंद्रभागेची आठवण झाली. तिचं वाळवंट आठवलं, विठ्ठल आठवला आणि पाठोपाठ त्याला आठवला डुंगरपूर जिल्ह्यातल्या असपूर तालुक्यातल्या गमरी गावचा तो प्रसंग.

राजस्थानात प्रवेश केल्यावर डुंगरपूर जिल्ह्यातून तो असपूर या तहसिलाच्या ठिकाणी आला. यवनी सत्तेमुळे नामदेव सहसा जिल्ह्याची, तालुक्याची ठिकाणं टाळत असे. असपूर तालुक्यातून पायी चालत तो निघाला होता. भोवताली वाळवंट

होतं. माथ्यावर सूर्य तळपत होता. नामदेवाला दूरवर एका पडक्या घराचं खोपट दिसलं. चालून थकलेला, तहानेनं व्याकूळ झालेला नामदेव कसाबसा त्या खोपटाजवळ पोहोचला. खोपटं पडकं असलं तरी छत शाबूत होतं; त्यामुळे सावली होती. नामदेवानं त्या सावलीत स्वतःला झोकून दिलं आणि त्या ओबडधोबड जमिनीवर तो काही वेळ पडून राहिला. जरा दम घेतल्यावर त्याला बरं वाटलं. आता पाणी हवं होतं. ओठावरून जीभ फिरवावी तर जीभ सुकली होती. आवंढा गिळावा, तर घसा सुकला होता. नामदेवानं विठ्ठलाचा धावा करायला सुरुवात केली.

अगे तू माउली संताची साऊली । आठविता घाली प्रेमपान्हा ।
प्रेमपान्हा पाजी अगे माझे आई । विठाई गे मायी वोरसोनी ।।
येतो काकुळती प्रेमपान्ह्यासाठी । उभा तो धुर्जटी मागे-पुढे ।।
नामा म्हणे जीवे करीन लिंबलोण । ओंवाळीन चरण विटेसहित ।।

नामदेव विठ्ठलाचा धावा करीत होता. अचानक कुठूनसा आवाज आला, ''चंद्रभागेचं पाणी पाहिजे आहे का?'' नामदेव चमकला. 'चंद्रभागेचं पाणी... चंद्रभागेचं पाणी...? कुठे आहे, इथे कसं असेल? आणि कोण बोललं?' नामदेवाला अनंत प्रश्न पडले आणि त्यानं पुन्हा आवाहन केलं.

गरुडावरी हरी बैसोनिया यावें । आम्हासि रक्षावें दीनबंधू ।।
अच्युता केशवा मुकुंदा मुरारी । येई लवकरी नारायणा ।।

नामदेवानं आळवणी केली. डोळे मिटले आणि अचानक त्याला नाऽभि-नाऽभि असा आवाज ऐकू आला. त्यानं डोळे उघडून समोर बघितलं तर समोर

ऐकोनिया धावा धावला अनंत । उभा गरुडासहित मागे-पुढे ।।
वैजयंती माळ किरीट कुंडले । नामयाने केले लिंबलोण ।।

असा गरुडावर स्वार होऊन, विठ्ठल आला. त्याच्या चेहऱ्यावर प्रसन्न हास्य होतं. नामदेव आ वासून बघत राहिला. विठ्ठलानं हाताची ओंजळ करून, पाण्याची धार नामदेवाच्या मुखात सोडली. त्याने ओंजळीतून सोडलेल्या पाण्याच्या धारेला चंद्रभागेच्या पाण्याची चव होती. नामदेवाची तहान भागली; पण विठ्ठलाच्या ओंजळीतून पाण्याची धार पडतच होती. ते पाणी वाहत त्या खोपटाच्या मागे जाऊन साठलं. बघता बघता तिथे छोटंसं तळं निर्माण झालं आणि त्या गमरी गावातले लोक हर्षभरानं तिथे जमा झाले. कळश्या, घागरी भरून भरून ते पाणी नेऊ लागले. हा खोपटात बसलेला बाबा कोणीतरी मोठा साधूपुरुष आहे, अशी त्यांची श्रद्धा बसली. तेच खोपटं त्यांनी नामदेवाला दुरुस्त करून दिलं. तिथे त्याच्या राहण्याची, खाण्या-पिण्याची सगळी व्यवस्था केली. लोकांची त्याच्यावरची श्रद्धा आणखी दृढ

झाली. नामदेवानं तिथे भजन-कीर्तन सुरू केलं.

माधौजी माया मिलन न देई । जन जीवै तो करै सनेही ॥
माया जलधर मोर मन मछी । नीर बिना क्यौं जीवै हो पियासी ॥
जे मोडौं तो मूल बिनासा । बोझ पड्या नहीं आवै सांसा ॥
भणत नामदेव दीन दयाला । निरधारन के तुम आधारा ॥

आणि ते अवघं गमरी गाव नामदेवाचं आणि पर्यायानं विठ्ठलाचं आणि श्रीरामाचं भक्त बनलं. आपल्या भक्तिमार्गावरून चालणाऱ्या नामदेवानं त्या संपूर्ण परिसरात जणू एक भक्तीचं आंदोलन सुरू केलं. नामदेव त्या लोकांच्या प्रेमाखातर बराच काळ तिथे राहिला आणि विठ्ठल तिथे येऊन आपल्याला भेटून गेला, म्हणून त्या गमरी गावात नामदेवाच्या पुढाकारानं एक लहानसं विठ्ठल मंदिर उभं राहिलं. लोकांनी त्याचं नाव विठ्ठलजी महाराज मंदिर असं ठेवलं. विठ्ठलाची लहानशी सुबक मूर्ती आणून तिथे बसवली. नामदेवाचा आनंद गगनात मावेना. आपला विठुराया खरंच सतत आपल्यासोबत आहे, या विश्वासानं गावकऱ्यांचा निरोप घेऊन नामदेव तिथून निघाला. वाटेत उदयपूरजवळ नाथद्वारा, जोधपूरजवळ खिंबसरा, बिकानेरजवळ बेरीयाणवाडा इथे मुक्काम आणि भजन-कीर्तन करत, तिथेही भक्तिसंप्रदायाची आणि हिंदू संस्कृतीची पताका रोवत नामदेव गंगानगरला आला. इथे मात्र तो बराच काळ राहिला. गंगानगरला विठ्ठलाच्या सगुण रूपाचं आणि श्रीरामाच्या निर्गुण रूपाचं भक्तिसाम्राज्य लोकांच्या मनात स्थापन करून तिथेही हिंदू संस्कृतीचं, भक्तीचं साम्राज्य अधिष्ठित करून नामदेव पुढच्या भारत भ्रमणाच्या तयारीला लागला. आता त्याला वायव्य भारतात जायचं होतं. दोन वेळा तो तिथे जाऊनही आला होता आणि यवनी आक्रमणानं त्रस्त झालेल्या तिथल्या सामान्य जनांसाठी आपण नक्की काहीतरी करायचं, असा विचार त्यानं त्याच वेळी मनाशी पक्का केला होता. आता ती वेळ आली होती. भक्तीचं आंदोलन उभं करून संस्कृतीची प्रतिष्ठा आणि अध्यात्माचं अधिष्ठान कायम राखायला नामदेव सिद्ध झाला होता आणि निघाला होता पाच नद्यांच्या प्रदेशात - पंजाबात!

जसजसा नामदेव समाजाभिमुख होत होता, तसतसा विठ्ठलही अधिकाधिक आनंदी होत होता; कारण ज्या कार्यासाठी नामदेवाचा जन्म झाला होता, त्या कार्यातच त्यानं जणू स्वतःला झोकून दिलं होतं. उत्तर भारत तर त्यानं जवळजवळ सगळाच पायाखाली घातला होताच. नामदेवाच्या भक्तीचं सामर्थ्य एवढं होतं की, नामदेवाच्या भक्तिपरिवारात सामील झालेल्या कुठल्याही भक्ताला हात लावायला पातशहाचे सैनिकही धजावत नसत; कारण पातशहालाही या अवलियानं 'तोबा तोबा' करायला लावलेलं त्यांनी पाहिलं होतं आणि याच गोष्टीचा विठ्ठलाला अपार आनंद झाला होता; कारण नामदेवानं उभं केलेलं हे भक्तीचं आंदोलन आता भक्तीचं

साम्राज्य होऊ पाहत होतं आणि त्या साम्राज्यात नांदणार होती जातपातविरहित आध्यात्मिक लोकशाही! विठ्ठलाला हेच तर हवं होतं. जनसामान्यांच्या भक्तीनं शक्तीचं रूप धारण केलं की काय घडू शकतं, याचे एकामागोमाग एक दाखले नामदेव देत होता आणि बेलगाम यवनी सत्तेला त्यामुळे सौम्य का होईना; पण हादरे बसत होते. चुटकीसरशी हिंदू संस्कृती संपवायला निघालेल्या यवनी सत्तेला कळून चुकलं होतं की, या भक्तीचं सामर्थ्य इतकं मोठं आहे की, धर्मांतराचं आपलं काम इतक्या सहजी होणार नाही. विठ्ठल अतिप्रसन्न होता. कलियुगातही जनसामान्यांचा देव म्हणून तो पंढरपुरात येऊन राहिला होता, त्यामागे भक्तीचं साम्राज्य टिकवायचं, हाच तर त्याचा उद्देश होता आणि नामदेव तर अत्यंत व्यापक अर्थानं विठ्ठलाचा हा उद्देश सफल करत होता. ज्ञानेश्वर या भक्तिसाम्राज्याचा पाया घालून गेले असले, तरी त्यावर भक्तिमंदिर चढवण्याचं काम सातत्यानं गेली सहा दशकं नामदेव करत होता. यापुढेही करणार होता. पौर्णिमेच्या चंद्राप्रमाणे तेजस्वी; पण ते तेजही शीतल असा हा नामदेव जणू भक्तिचंद्रच होता. आता तर तो वायव्येकडेही निघाला होता, वायव्य दिशा जिंकायला; त्यामुळे विठ्ठलही अतिप्रसन्न होता.

२४

नामदेव राजस्थानातून बाहेर पडला. गंगानगरमधून बाहेर पडताना जणू ते अवघं गाव त्याला निरोप देण्यासाठी वेशीपर्यंत आलं होतं. त्या सगळ्यांचा प्रेमानं निरोप घेऊन नामदेवानं प्रस्थान केलं. वाटेतली मोठी शहरं सोडून तो लहान लहान गावांतून प्रवास करत, आडवाटेच्या मंदिरांमध्ये मुक्काम करत मुलतानला पोहोचला. त्या दरम्यान पंजाब प्रांत जणू यवनी आक्रमणाच्या केंद्रस्थानी होता. हिंदू देवांची महती गाणारा हा साधू आपल्या धर्मप्रचारातला अडथळा ठरू शकतो, हे यवनी सुभेदारांच्या, सरदारांच्या लक्षात येण्याआधी नामदेव पुढच्या गावी जायचा. मात्र, वाटेत जिथे जिथे तो मुक्कामाला असे, तिथे तिथे चार लोक जमवून कीर्तन करायचाच करायचा आणि कीर्तनातून राम-कृष्णाचे गोडवे गायचा. सुरुवातीच्या काही दिवसांत त्यानं मोडकीतोडकी का होईना; पण पंजाबी भाषा अवगत करून घेतली आणि पुढे पुढे तो खड्या हिंदी बोलीभाषेत कीर्तन करू लागला. मग त्यात कधी

साहिब संकटवै सेवकु भजै । चिरंकाल न जीवै दोऊ कुल लजै ।
तेरी भगति न छोडऊ भाजै लोगु हसै । चरन-कमल मेरे हिअरे बसै ।
जैसे अपने धनहि प्राना मरतु भांडै । तैसे संत जना रामनामु न छांडै ।
गंगा गइआ गोदावरी संसारके कामा । नाराइणु सुप्रसन्न होई त सेवकु नामा ।

असा देवाच्या भक्तीचा महिमा असायचा, तर कधी–

पतित पावन माधऊ विरदु तेरा ।
धंनि ते वै मुनिजन, धिआइउ हरि प्रभू मेरा ॥
मेरे माथै लागीलै धुरी गोविंद चरणन की ।
सुरनर मुनिजन तिनहू ते दूरि ॥
दीन का दइआलु माधो गरब परिहारी ।
चरण सरन नामा बलि तिहारी ॥

असं श्रीकृष्णाचं वर्णन करून, त्याला शरण जाण्याचा भाव तो सांगायचा. आक्रमणाच्या त्या धामधुमीच्या काळात आणि धर्मांध यवनी धर्म अत्याचाराच्या काळात जातिनिरपेक्ष, धर्मनिरपेक्ष असं केवळ भक्ती करून ईश्वराला प्रसन्न करून घेण्याचा मार्ग सांगणारं नामदेवाचं कीर्तन लोकांच्या मनावर अधिराज्य गाजवायचं आणि हा कोणीतरी संन्यासी यवनी आक्रमणाशी दोन हात करून धारातीर्थी पडण्यापेक्षा भक्ती करून एकात्मतेचा मार्ग दाखवतोय, हे सर्वसामान्य लोकांना भावायचं. नामदेवाचा हा भक्तिमार्ग अशा पद्धतीनं अविरतपणे संस्कृतीरक्षणाचं काम करत होता. काही दिवस मुलतानमध्ये राहिल्यावर नामदेवानं पुढे जायचं ठरवलं. मुलतानला पशुपत्यांचे मठ होते. तिथे काही काळ त्यांच्यासोबत राहून, नामदेव पुढे निघाला. मुलतानला जाण्यापूर्वी तो डेरा गाजिखान इथे मुक्कामाला होता. तिथे त्याची गाठ एका मुस्लीम सरदाराशी पडली. शिखांचं ते धर्मस्थळ यवनी अमलाखाली होतं. शीख धर्मस्थळ समजून नामदेव तिथे मुक्कामाला गेला. तिथे तो सरदार त्याला भेटला. नामदेव महाराष्ट्रातून आला आहे म्हटल्यावर तो नामदेवाशी बोलू लागला. त्याचे कुटुंबीय महाराष्ट्रात होते. बोलता बोलता त्यानं नामदेवाला विचारलं, ‘‘बाबाजी, तू अकेला दरदर भटकता फिर रहा है । और तू काफर भी है । तुझे हम लोगों का डर नहीं लगता?’’ त्यावर नामदेवानं उत्तर दिलं, ‘‘सरदारसाहेब, मैं अकेला कहाँ? मेरा ईश्वर मेरे साथ है । तो मुझे डर किस बात का?’’ यावर तो सरदार हसला आणि म्हणाला, ‘‘बाबाजी, मैंने सुना है, तुम काफर तुम्हारे भगवान के मूर्ती की पूजा करते हो? तो कहाँ है तुम्हारे साथ मूर्ती? हम लोग तुम्हारे मंदिर तोडते हैं । मूर्तियाँ तोडते हैं । अगर तुम्हारी मूर्तियों में तुम्हारा भगवान रहता है, तो वो हमें मूर्ती तोडने से रोकता क्यूँ नही?’’ त्या सरदाराच्या या प्रश्नावर नामदेव हसला आणि म्हणाला, ‘‘सरदारजी, आपको किसने कहा की हमारे भगवान मूर्तियों में रहते हैं? हमारे भगवान तो हमारे मन में रहते हैं । और मन में भगवान को रखे हम किसी भी पत्थर की तरफ देखते हैं, तो उसमें हमें भगवान नजर आतें हैं । आप तो सिर्फ पत्थर तोडते हो । और पत्थर तोडने के लिए मना करने की क्या जरूरत है?’’ नामदेवाचं हे उत्तर ऐकून तो सरदार स्तिमित झाला. तोच नामदेव पुढे म्हणाला, ‘‘आप नमाज पढते हो । आँखें बंद करके पढते हो । दोनों हाथों को जोडकर अल्ला से दुवा माँगते हो । उस वक्त आपके सामने कोई मूर्ती नही होती । लेकिन आपके बंद आँखों में उस महान शक्ती के लिए सम्मान होता है । वही सम्मान हमारे भगवान के लिए हमारे दिल में होता है, मन में होता है । ये दोनों शक्तियाँ एकही है । आप चाहे तो मैं आपको दिखा सकता हूँ ।’’ नामदेवानं असं सांगितल्यावर त्या सरदाराला जरा राग आला. तो ताड्कन म्हणाला, ‘‘तुम दिखा सकते हो? अगर ना दिखा सके तो जान गँवा बैठोगे।’’ नामदेवाचा चेहरा प्रसन्न झाला. त्याला हेच तर हवं होतं. तो उठून

सरदाराशेजारी जाऊन बसला आणि म्हणाला, ''सरदारसाहेब, आप मेरे हाथ पर नजर रखिये।'' सरदारानं मान डोलवली. नामदेवानं आपली ओंजळ उभी धरली, जसे नमाज पढताना मुस्लीम लोक करतात तशी आणि एक हिंदी अभंग गाऊन रामाला आळवले.

> तू सुष सागर नागर दाता । तू मेरे प्रारभ पिता अरु माता ॥
> और न जानूं देवी देवा । अपना राम की करि हूँ सेवा ॥
> नामदेव कहै मोहि तारि गोसाई । व्याध बनचर भील की नाई ॥

सरदाराचं लक्ष नामदेवाच्या हातावर होतं. प्रथम त्याला नामदेवानं गायलेला रामाची आळवणी करणारा अभंग ऐकायला येत होता. नामदेव पुनःपुन्हा आळवून तोच अभंग गात होता. दोन-तीन वेळा तो अभंग ऐकायला आला आणि नंतर मात्र त्या सरदाराला मशिदीतून दिली जाणारी बांग, तिथून केली जाणारी अजान ऐकायला येऊ लागली. सरदार दचकला. त्यानं आपले दोन्ही हात नमाज पठणासाठी जोडले. वर उचलून धरले. दोन्ही पाय पालथे करून तो नमाज अदा करायला बसला. तोच पुन्हा त्याला रामाची आळवणी ऐकायला आली. दचकून त्यानं हात खाली घेतले तर नमाजपठण ऐकायला आलं. असं दोन-चार वेळा झाल्यावर मात्र त्याच्या लक्षात आलं की, हा बाबाजी कोणीतरी मोठा अवलिया आहे. नामदेव मात्र राम-कृष्ण-हरीचा मंत्र जपत बसला होता. सरदारानं नामदेवाला हाक मारली, ''बाबाजी, आप सचमुच महान हो!'' तो म्हणाला. नामदेव हसला आणि म्हणाला, ''सरदारसाहेब, मैं महान नही हूँ। महान तो वह ईश्वर है, जो राम और रहिम दोनों में एक ही रूप में रहता है। अब तो आप मानेंगे ना दोनों शक्तियाँ एकही है। और आप तो सिर्फ पत्थर फोडते हो। भगवान तो हमारे दिल में बसे होते हैं।'' नामदेवाच्या या बोलण्यावर त्या सरदारानं मान डोलवली आणि म्हणाला, ''बाबाजी, सही बात है। अगर यही बात सल्तनत समझेगी, तो धर्म के लिए युद्ध नही होगा। आपने मेरी आँखें खोल दी। मैं आपके लिए कुछ करना चाहता हूँ। अगर आप कही जाना चाहते हो तो मैं आपके जाने का इंतजाम करूँगा।'' सरदार नुसतं बोलून थांबला नाही, तर त्यानं नामदेवाला मुलतान इथे आणून सोडलं.

मुलतानला पशुपत्यांच्या मठात काही दिवस मुक्काम करून नामदेव पुढे ओकारामार्गे अमृतसरला गेला. याआधी तो दोन वेळा या ठिकाणी येऊन गेला होता. इथे त्यानं काही दिवस मुक्काम केला. आपल्या भजन-कीर्तनांतून त्यानं भक्ती आणि संस्कृतीचा मेळ घालून, सगुण भक्ती आणि निर्गुण श्रद्धा यांचा समन्वय साधत आपला पारमार्थिक प्रवास चालूच ठेवला होता. अमृतसर, फरिदकोट, भटिंडा, बर्नाला, धरमकोट, जालंधर, कर्तारपूर अशी गावं करत तो गुरुदासपूरला पोहोचला.

जालंधरला नाथपंथीयांचा मठ होता. जालंधरनाथांच्या त्या मठात त्यानं काही दिवस मुक्काम केला. मठवासीयांनी त्याचं आनंदानं स्वागत केलं. पाहुणचार केला. आदरातिथ्य केलं. साक्षात निवृत्तीनाथ, ज्ञाननाथ, सोपाननाथ आणि मुक्ताबाई यांना प्रत्यक्ष बघितलेला, त्यांच्या सहवासात राहिलेला, ज्ञाननाथांकडून नाथपंथाचा अनुग्रह घेतलेला, त्या तीनही योग्यांच्या समाधीच्या वेळी शेवटपर्यंत त्यांच्यासोबत असलेला, आपल्या कीर्तनातून भक्तिमार्गाचा आणि ज्ञानेश्वरांनी सांगितलेल्या भागवत धर्माचा प्रचार करणारा, त्यासाठी अवघा हिंदुस्थान पायाखाली घालणारा नामदेव हा अध्यात्मयात्री आपल्या इथे मुक्कामाला आला आहे, याचंच त्यांना अप्रूप वाटलं. निवृत्तीनाथ, ज्ञानेश्वर आणि सोपानदेव यांच्याविषयी नामदेवाकडून जाणून घेताना, तिथल्या नाथयोगी परिवाराला अतिशय आनंद वाटला, तर आपल्या या तीनही अतिप्रिय असलेल्या, आपल्यासाठी निरंतर आदराचं स्थान असलेल्या योगी पुरुषांबद्दल बोलताना, सांगताना नामदेवही भारावून गेला. विशेषतः, ज्ञानेश्वर माउलींबद्दल बोलताना तर त्याचं भान हरपलं होतं. दोन-तीन दिवस तो सतत ज्ञानेश्वर माउलींबद्दल बोलत होता, सांगत होता. या पंधरा-वीस दिवसांत जणू नामदेव पुन्हा महाराष्ट्र, महाराष्ट्रातलं पंढरपूर, आळंदी, सासवड, त्र्यंबकेश्वर असं सगळं फिरून आला होता. या सगळ्या आठवणी सांगता सांगता नामदेवाला विठ्ठलाची आणि त्याच्या प्रेमाची खूपच आठवण येऊ लागली. जवळजवळ आठ-दहा रात्री त्याला झोप आली नाही. सतत आणि सतत तो विठ्ठलाचीच आठवण करत होता. एरवी दिवसभर हिंदीत बोलणारा आणि हिंदी अभंग रचणारा नामदेव रात्र झाली की, मात्र विठ्ठलाला हाका मारायचा आणि तेही मराठीत. अभंगातून त्याला आळवायचा तेही मराठीत; मग कधी

विसांवा विठ्ठल सुखाची साऊली । प्रेमपान्हा घाली भक्तांवरी ॥
दाखवी चरण दाखवी चरण । दाखवी चरण नारायणा ॥
विठ्ठल आचार विठ्ठल विचार । दावीं निरंतर पाय आता ॥
नामा म्हणे नित्य बुडालो संसारी । धावोनियां धरी हाती मज ॥

अशी आळवणी असे, तर कधी

येई हो विठ्ठले भक्तजनवत्सले । करुणा कल्लोळे पांडुरंगे ॥
सजलजलदघन पीतांबर परिधान । येई उद्धरणे केशिराजे ॥
नामा म्हणें तू विश्वाची जननी । क्षिराब्धि निवासनी जगदंबे ॥

अशी आर्त हाक असे. बरेच दिवस झाले तरी हाका मारून, विनवणी करून विठ्ठल आला नाही. आत्तापर्यंतच्या या दीर्घ प्रवासात बरेचदा विठ्ठलानं तो सोबत

असल्याचे दाखले नामदेवाला दिले होते; पण या वेळी मात्र तो बरेच दिवस भेटला नव्हता. नामदेव आता अस्वस्थ झाला.

आसनी शयनी आठवी अनुदिनी । नित्य समाधानी रूप तुझे ।।
काम धाम काहीं नलगे माझ्या चित्ती । न देखे विश्रांती तुजविण ।।
तापत्रय ओणवा लागला चहूकडे । न देखे उघडें तुजवीण ।।
तुजवीण ते जिवलग दुजें कोण होईल । ते माझे निवारील उद्वेग हे ।।
कृपेचा सागरु त्रिभुवनी उदारु । न करी अव्हेरु अनाथाचा ।।
नामा म्हणे केशवा आस माझी पुरवी । पाऊलें दाखवी एक वेळा ।।

अशा आर्त शब्दांत तो विठ्ठलाला आळवू लागला आणि एक दिवस विठ्ठलाला यावं लागलं. त्या दिवशी नामदेव दिवसभर अस्वस्थ होता. रात्रीही तो त्याच अस्वस्थतेत निजला. सगळीकडे सामसूम झाली. मध्यरात्र झाली असावी. नामदेवाला झोप अशी लागलीच नव्हती. तो या कुशीवरून त्या कुशीवर होत होता. मनात विठ्ठलाच्या भेटीची आस होती आणि त्या नीरव शांततेत नामदेवाला हाक ऐकू आली. "नामयाऽऽ अरे नामदेवाऽ! मी आलोय!" नामदेव अंथरुणावर उठून बसला. 'ही तर विठ्ठलाची हाक!' नामदेवानं आजूबाजूला पाहिलं, तर विठ्ठल त्याच्या उशालगत उभा होता. तसाच लावण्याचा गाभा, कर कटीवर ठेवून. विठ्ठलाला बघितलं आणि नामदेवाला भरून आलं. त्याच्या डोळ्यांतून घळघळा अश्रू वाहू लागले. "विठ्ठलाऽऽ! विठुरायाऽऽ! आलास तू? अरे, किती वाट बघायला लावलीस? मी असा परमुलखात. कोणाला हाक मारणार? तू भेटला नाहीस म्हणून दोन दिवस नीट जेवलोही नाही. मला थोडा तापही आहे आणि तू तिकडे निवांत आहेस. तुला माझी आठवण येत नाही का रे? तुझी आठवण आली नाही असा माझा एक क्षणही जात नाही आणि तू मात्र...!" "अरे, हो हो! नामया, अरे शांत हो! आता आलोय ना मी? शांत हो!" विठ्ठलानं नामदेवाची समजूत काढली. नामदेव शांत झाला. त्यानंतर कितीतरी वेळ विठ्ठल आणि नामदेव बोलत बसले. त्या बोलण्यातून विठ्ठलानं नामदेवाला एक विचार सांगितला. "नामदेवा, तू अवघा हिंदुस्थान पायाखाली घातला आहेस. अजूनही तुझी भ्रमंती सुरूच आहे; पण नामदेवा, कालचक्र कुणासाठी थांबत नाही तसा 'काळ'ही कुणासाठी थांबत नाही. तू आपला जीव ओतून केलेलं हे काम, लोकांच्या मनात पेटवलेलं भक्तिमार्गाचं हे स्फुलिंग आणि त्यातून जिवंत राहिलेली हिंदू संस्कृती हे काम नामया कालचक्राच्या ओघात पुसलं जाईल आणि त्या वेळी ते पुनरुज्जीवित करायला नामया तू नसशील. नामदेवा, या परमुलखात भागवत धर्माची पताका घेऊन सर्वत्र संचार करत तू भक्तिमार्गाचा दिवा तेवत ठेवलास. नामया, इथल्या लोकांना राम-कृष्ण जेवढे

माहीत नव्हते, तेवढे ते तुझ्या कीर्तनातून त्यांना समजले. इथे एवढ्या लांब माझं नावसुद्धा बऱ्याचजणांना माहीत नव्हतं, ते तुझ्यामुळे समजलं. या तुझ्या सगळ्या कार्याचं अधिष्ठान जरी भक्ती असलं, तरी त्याचं प्रतिष्ठान कुठेतरी व्हायला हवं. म्हणून नामदेवा, या ठिकाणी अनेक वर्षं ते प्रतिष्ठान टिकून राहील, असं काहीतरी कर. ज्यामुळे नामदेव हे नाव शतकानुशतके टिकून राहील आणि जोपर्यंत नामदेव हे नाव टिकून राहील, तोपर्यंत ही भक्तिसंप्रदायाची ज्योत तेवत राहील. भक्तीचं हे अधिष्ठान चिरंतन राहील आणि नामया, जोपर्यंत हे भक्तीचं अधिष्ठान राहील, तोपर्यंत नामदेवा तुझं नाव चिरंतन स्मरलं जाईल. आणि नामदेवा, जोपर्यंत तुझं नाव घेतलं जाईल, त्याचबरोबर माझंही नाव या परमुलखात घेतलं जाईल. यासाठी नामया, तुझ्या या कार्याचं चिरंतन अधिष्ठान उभं राहील, असं काहीतरी केलं पाहिजे.'' विठ्ठलानं एक नवा विचार नामदेवासमोर मांडला आणि नामदेवाला एक नवीन ध्येय मिळालं. एक नवीन उद्दिष्ट मिळालं. पायाला चाकं लावून फिरण्याच्या गतीला एक अधिष्ठान देणं गरजेचं होतं, हा एक नवा विचार मिळाला. आत्तापर्यंत नामदेव करत आलेल्या कार्याला एक सुनिश्चित दिशा मिळाली. त्यानंतरही बराच वेळ विठ्ठल नामदेवाशी बोलत बसला. उजाडलं, लोकांची चाहूल लागली; तसा तिथून तो परतला.

या घटनेनंतर नामदेवाच्या मनाचं विचारचक्र गतीनं फिरू लागलं. खरोखरच विठ्ठल म्हणतो तसं या परिसरात भक्तीचं साम्राज्य आणि भक्तांचं राज्य चिरंतन राहील असं काहीतरी केलं पाहिजे. त्याच्या मनानं घेतलं. आपण एखादं मंदिर बांधण्याची संकल्पना करावी, ती लोकांसमोर मांडावी, असं त्याला वाटू लागलं. राम-कृष्णांची लहानसहान मंदिरं होती. आपण आपल्या विठ्ठलाचं मंदिर बांधावं असं त्याच्या मनानं घेतलं. नाही म्हटलं तरी त्याच्या कीर्तनानं तो त्या लहान-लहान गावांत लोकप्रिय झाला होताच. दोन वेळचं जेवण आणि अंग टाकायला जागा याव्यतिरिक्त तो लोकांकडे काहीच मागत नसे. रात्री तो एखाद्या लहानशा मंदिरासमोरही निजत असे. आत्तापर्यंत सर्वत्र संचार करत असताना नामदेवानं आपला दिनक्रम असा ठेवला होता. तो एखाद्या मंदिराच्या किंवा घराच्या ओसरीत निजत असे. सकाळी उठल्यावर त्या जागेची आणि आसपासच्या परिसराची साफसफाई करी; मग नदी, ओढा, विहीर कुठेतरी अंघोळ करून तो नामजप करीत असे. त्यानंतर तो बराच वेळ लिहीत बसे. नंतर कोणीतरी आणून दिलेलं अन्न खाऊन तो पुन्हा लिहीत बसे. दुपारी काही वेळ वामकुक्षी घेऊन तो गावात फेरफटका मारून येई. संध्याकाळी तो गावातल्या एखाद्या मैदानात कीर्तन करत असे. सुरुवातीला त्याचं कीर्तन ऐकायला आठ-दहा लोक असत; पण एकदा त्याच्या कीर्तनाची गोडी कळली की, त्या गावातलेच नव्हे, तर आसपासच्या पाच-दहा गावांतले लोक

कीर्तन ऐकायला येत असत. याच गोष्टीचा उपयोग करून त्यानं राजस्थानात गमरी इथे एक लहानसं विठ्ठल मंदिर उभारलं होतंच आणि विशेष म्हणजे त्याही वेळी विठ्ठल त्याला भेटायला आला होता. आता ते विठ्ठल मंदिर, विठ्ठलजी महाराज मंदिर या नावानं ओळखलं जात होतं आणि आता ते एक भक्तिक्षेत्र म्हणून नावारूपाला आलं होतं. पंजाबातही भक्तिसंप्रदायाचं असं काहीतरी चिरंतन निर्माण करावं, असा विचार घेऊन नामदेव कर्तारपूरमार्गे गुरुदासपूरला आला. येथे शिखांची अनेक लहान-मोठी मंदिरं (गुरुद्वारा) होती. का कोण जाणे पण नामदेवाला गुरुदासपूर आवडलं. त्यातच त्याला अमृतसर येथील मुक्कामात भेटलेला आणि अल्पावधीतच प्रिय झालेला त्याचा शिष्य बोहरदास येऊन मिळाला. हा बोहरदास अमृतसरजवळच्या भूतविंड या गावातला. त्याची आई 'अलोडी' ही रामभक्त होती. नामदेव रामाची भजनं गातो हे कळल्यावर, ती त्याचं कीर्तन ऐकायला येऊन बसायची. तिचा हा मुलगा. तो खूपच आजारी असायचा. नामदेवाची ईश्वरभक्ती बघून त्या साध्वीनं आपल्या मुलाला नामदेवाच्या पायावर घातलं. नामदेवानं विठ्ठलाचा धावा करून त्या मरणासन्न मुलाचा जीव वाचवला, तेव्हापासून तो नामदेवाचा भक्त बनला. त्यानंतर नामदेव तिथून पंढरपूरला परतला होता. आता तो पुन्हा इकडे आल्याचं बघून बोहरदास त्याला येऊन भेटला आणि नामदेवासोबत राहू लागला. बोहरदास हा आता नामदेवाचा अगदी पट्टशिष्य बनला.

याच गुरुदासपूरमध्ये आणखी एक असा प्रसंग घडला की, नामदेवाच्या भक्तीचा प्रभाव किती परिणाम करून जातो, ते पुन्हा एकदा निर्विवाद सिद्ध झालं. गुरुदासपूरच्या परिसरात राहण्यायोग्य आणि निर्धोक जागा शोधत नामदेवाची भ्रमंती चालू होती. या भ्रमंतीतच नामदेव भटिवाल या गावी गेला. गाव तसं साधारणच होतं आणि लोकवस्ती फारच कमी होती. तिथे एक जीर्णावस्थेतील शिवमंदिर होतं. भिंतींची थोडीफार पडझड झालेली असली तरी छत शाबूत होतं. नामदेवानं ती जागा साफसूफ करून घेतली. एका कोपऱ्यात बसकर अंथरलं आणि तो पाणी मागण्यासाठी बाहेर पडला. गावाचा रस्ता ओबडधोबड होता. रस्त्यावर चिटपाखरू नव्हतं. भर दुपारची वेळ. ऊन मी म्हणत होतं. नामदेवाला तहान लागली होती. कुठे कुणी मनुष्य दिसतो का हे तो शोधत होता. त्याला समोरून एकजण येताना दिसला. नामदेवानं त्याला हाक मारली. त्याचं नाव विचारलं. त्यानं आपलं नाव 'जाल्हण' असल्याचं सांगितलं. नामदेवानं त्याच्याकडे पाणी मागितलं, तर तो हसू लागला आणि म्हणाला, ''इथ्थे पानी ना मिले भाई!'' असं म्हणत त्यानं या गावात पाण्याचं दुर्भिक्ष असल्याचं सांगितलं, म्हणून तर या गावात माणसं फार काळ राहत नव्हती. नामदेवाच्या लक्षात आलं. नामदेवानं तिथल्या वाळलेल्या झाडाची एक काटकी मोडली आणि शिवमंदिराच्या पाठीमागच्या बाजूला रिकाम्या पटांगणात त्यानं त्या

काटकीनं एक वर्तुळ आखलं. त्याच्यासोबत बोहरदास होताच. नामदेवानं त्या वर्तुळात जमीन खणायला सांगितली. नामदेवावर श्रद्धा असणाऱ्या बोहरदासने लगेचच जमीन उकरायला सुरुवात केली. जाल्हण काही क्षण तसाच उभा राहिला; पण बोहरदास खणतोय म्हटल्यावर तोही त्याच्या मदतीला गेला. दोघांनी मिळून चार-पाच हात खड्डा खणला. नामदेव बाजूला हात जोडून उभा होता. त्यानं डोळे मिटले होते. बोहरदास आणि जाल्हण जमीन खणताहेत हे बघून, तिथे गावातले काही लोक जमले. या दुष्काळी जागेत ते पाणी काढणार आहेत हे कळल्यावर लोक हसू लागले. चेष्टा करू लागले. हे सगळं तिथे उभ्या असलेल्या नामदेवाच्या सांगण्यावरून चाललंय हे समजल्यावर, ते नामदेवाची चेष्टा करू लागले. त्याला नावं ठेवायला लागले. लोकांना आशा दाखवून त्यांच्या भावनांशी खेळतोय म्हणून त्याची निंदा करू लागले. हे सगळं पाहत, ऐकत नामदेव शांतपणे उभा होता. मधूनच डोळे मिटून तो विठ्ठलाला मनोमन साद घालत होता. मध्येच रामाची आळवणी करत होता. लोक मात्र हसत होते. कुचेष्टा करत होते. बोहरदास मात्र त्या सर्वांकडे दुर्लक्ष करून मनोभावे माती उकरत होता, तर त्याचं बघून जाल्हणही खणत होता. चार-पाच हात खड्डा खणून झाला. दोघंही दमले. घाम पुसत बाजूला उभे राहिले. नामदेवानं आर्त स्वरात विठ्ठलाला हाक मारली. डोळे मिटले आणि अचानक लोकांचा गलका ऐकू आला, आरडाओरडा ऐकायला आला. नामदेवानं डोळे उघडले आणि बघितलं, तर तो खड्डा पाण्यानं भरायला लागला होता. मधूनच त्यातून कारंज्यासारखी उंच धार उडत होती. हळूहळू खाली पाणी साठायला लागलं होतं. बोहरदास आणि जाल्हण खड्ड्याभोवती नाचत होते आणि निंदा करणारे लोकही त्यात सामील झाले होते. लोकांच्या आनंदाचा पहिला आवेग ओसरला आणि पाणी पिण्यासाठी आणि भरून घेण्यासाठी लोकांनी एकच गर्दी केली. कोणीतरी ओरडलं, "नामदेवजी का कुआँ पानी से भर गया ।" लोकांच्या आनंदाला आकाश ठेंगणं झालं. लोकांनी नामदेवाला उचलून घेतलं. त्याची मिरवणूक काढली. त्याला अपार धन्यवाद दिले. पाण्याच्या दुर्भिक्षामुळे ते गाव सोडून गेलेल्या माणसांना परत येण्याबद्दल निरोप गेले. उंटांच्या गाड्या करून जवळच्याच गावात गेलेली माणसं परत आली. त्या दिवशी गावात सहभोजन केलं. नव्या पाण्याची पूजा करून त्याला नैवेद्य दाखवण्यात आला. त्या दिवशी गावात नामदेवाचं कीर्तन ठेवलं. त्या कीर्तनात नामदेवानं देवाचे आभार मानले. पंजाबी खडी हिंदीत त्यानं अभंग गायला.

मैं बऊरी मेरा रामभतारू । रचि रचि ताकऊ करऊ सिंगारु ।।
भले निंदऊ, भले विंदऊ लो गु ।।
तनु मनु राम पिआरे जोगु ।।

वादुविवादु काहू सिऊ न कीजै ॥ रसना रामु रसाइनु पीजै ॥
अब जीअ जानि ऐसी बनि आई ॥ मिलऊ गुपाल नीसानु बजाई ॥
असतुति निंदा करै नरु कोई ॥ नामे श्रीरंगु भेटले सोइ ॥

रामाचं गुणगान करणारा नामदेव, दुष्काळी भागात विहीर खणून ती पाण्यानं भरणारा नामदेव, आपल्या निरामय भक्तीनं तिथल्या सामान्य लोकांच्या गळ्यातला जणू ताईत बनला. त्या परमुलखात, प्रत्येक ठिकाणी, यवनी आक्रमणाच्या वेढ्यातही याच निरामय भक्तीनं नामदेवाला तारलं, त्याला सुखरूप ठेवलं.

गुरुदासपूरला काही दिवस मुक्काम केल्यावर नामदेव पुढे निघाला. आता त्याच्या सोबत बोहरदास, जाल्हण तर होतेच; पण 'केसो कलाधारी' नावाचा गुरुदासपूरजवळच्या 'तारा' गावातला पंजाबी ब्राह्मणही होता. तो असाध्य रोगाने त्रस्त होता. नामदेवाने दिलेल्या गुरुमंत्र जपाने त्याला बरं वाटलं. एक वेळ अशी होती की, हा 'केसो कलाधारी' पंजाबी ब्राह्मण असल्याने नामदेवाला हडतहुडत करत होता. महाजनांच्या एका सभेतून त्यानं नामदेवाला हाकलून दिलं होतं. त्या वेळी मनानं घायाळ झालेल्या नामदेवानं

उठि रे नामदेव बाहरि जाइ । जहाँ लोग महाजन बैठे आइ ॥
बांभण बणीया उत्तिम लोगा । नहीं रे नामदेव तेरा जोग ॥

असा दुःखी स्वर लावला, तो ऐकून आणि त्याची जाज्वल्य भक्ती बघून परमेश्वर स्वतः त्याला न्यायला आला आणि महाजनांच्या त्या सभेत घेऊन गेला, म्हणून पुन्हा नामदेवानं गायलं,

नामदेव नरहरि दरसन भया । बाह पकडि मिंदर मैं लिया ॥
जैसे मनसा तैसी दसा । नामदेव प्रणवै बीसो बीसा ॥

नामदेवाची ही भक्ती बघून केसो कलाधारी त्याला शरण गेला. नामदेवानं त्याला व्याधीतून मुक्त केले. तोही नामदेवाचा शिष्य बनला आणि गुरुदासपूरहून नामदेवासोबत तोही निघाला.

नामदेव गुरुदासपूरहून निघाला ते बटाला इथे पोहोचला. बटाला हे शहर असल्यासारखं होतं. बटालाचं जोडनाव अचल-बटाला असंही होतं. यातल्या अचल भागात नाथपंथीयांचे मठ होते. नामदेव आपल्या चार शिष्यांसोबत तिथे काही दिवस राहिला. त्यातले तिघं तर गुरुदासपूर इथलेच होते; पण नामदेवाचा चौथा शिष्य त्रिलोचन उत्तर भारतातून आला होता. नामदेव हरिद्वार इथे मुक्कामाला असताना त्याची नामदेवाशी भेट झाली. तोही पदरचना करीत असे. नामदेवानं केलेल्या पदरचना त्याला आवडत. नामदेवाच्या भक्तीचा साक्षात्कार त्याला पदोपदी होत

होता. म्हणूनच त्यानं नामदेवाचं शिष्यत्व पत्करलं आणि त्याचा अनुग्रह घेऊन तो त्याच्यासोबत राहिला. आत्तासुद्धा नामदेव पंजाबात आला आहे हे समजल्यावर, तो अचल-बटाला इथे नामदेवाला भेटायला आला आणि सर्वांसोबत राहू लागला. इथल्याही नाथांच्या मठात निवृत्तीनाथांचा सहवास लाभलेला माणूस म्हणून त्याचं स्वागत झालं. नामदेव काही दिवस तिथे राहिला; पण जास्त दिवस तिथे राहणं धोक्याचं होतं; कारण आत्तापर्यंतच्या नामदेवानं केलेल्या कार्यामुळे हा अवलिया काफर, हिंदूंना एकत्रित करून देवा-धर्माच्या गोष्टी सांगत बसतो, याचा अर्थ तो आपल्याविरुद्ध आणि आपल्या जुलमी धर्मप्रसाराविरुद्ध बगावत करतो, असा काही मुस्लीम सरदारांचा ग्रह झाला होता; त्यामुळे बादशहाचे सरदार नामदेवावर नजर ठेवून होते. यामुळे राजस्थानात गमरी इथे आपण जे केलं, तसं काहीतरी करण्यासाठी एखादी सुरक्षित जागा शोधावी, असं नामदेवाच्या मनात सारखं येऊ लागलं आणि त्यानं तसा शोध घ्यायला सुरुवात केली. अचल-बटाला, गुरुदासपूर, अमृतसर या मोठ्या शहरांच्या आसपासचा सगळा परिसर त्यानं पालथा घातला. शहरापासून फार दूर नसलेलं, तरीही शहरी वातावरणापासून आणि या शहरात वारंवार होणाऱ्या मुस्लीम आक्रमणापासून दूर असलेलं, कुणाचं लक्ष न जाणारं, थोडंसं दुर्लक्षित आणि त्याचमुळे सुरक्षित असं ठिकाण त्याला हवं होतं. तिथे तो सुरक्षितपणे राहू शकला असता, भक्तिसंप्रदायाचं एक अधिष्ठान तिथे निर्माण करू शकला असता. ते ठिकाण सुरक्षित तर हवं होतंच; पण ते अगदी जंगल असूनही चालणार नव्हतं. निदान थोड्याफार प्रमाणात तरी मानवी वस्ती असायला हवी होती. नामदेवानं तो सगळा परिसर जणू पिंजून काढला आणि एके दिवशी असाच चालून चालून थकून तो एका लहानशा झाडाच्या सावलीत डोळे मिटून बसला. त्याच्यासोबत असलेले ते चार-पाचजण इकडेतिकडे हिंडत होते. त्या झाडाखाली बसल्या बसल्या नामदेवाचा डोळा लागला. त्याला झोप लागली, तरी अंतर्मनात विठ्ठलाचा 'राम- कृष्ण -हरी' हा जप चालूच होता. नामदेव बसला होता, तो भाग तसा ओसाडच होता. भोवताली नीरव शांतता होती. ना माणसांचे आवाज येत होते, ना हाकाऱ्यांचे. त्या नीरव शांततेला छेद देत एक आवाज नामदेवाच्या कानावर पडला. "नामया, ऊठ! डोळे उघड! अरे, तू तुझ्या-माझ्यासाठी जागा शोधतोयस ना? मग नीट डोळे उघडून समोर बघ!" त्या आवाजासरशी नामदेव खाड्कन जागा झाला. उठून उभा राहिला. किती वेळ त्याचा डोळा लागला होता कुणास ठाऊक? पण आता सूर्य अस्ताचलावर होता. नामदेवानं हातांचा आडोसा करून, डोळे किलकिले करून समोर पाहिलं. दूरवर एक लहानशी टेकडी दिसत होती. त्या टेकडीच्या मागे सूर्य अस्ताचलास जात होता. त्याची सोनेरी किरणं त्या टेकडीला सुवर्णवर्ख चढवत होती. ती अवघी टेकडी त्या सुवर्णवर्खानं झळाळून निघाली होती. आणि...

आणि... त्या सोनेरी किरणांमध्येच, त्या सुवर्णरेषांना अडवत एक काळी आकृती उभी होती. त्या आकृतीचे हात चक्क कमरेवर होते. त्या सुवर्णवर्खानं त्या काळ्या आकृतीभोवती एक सुवर्णवलय रेखाटलं होतं. नामदेवाचे डोळे विस्फारले. होय! तो तोच होता. कर कटीवर ठेवून सोनेरी किरणांना अडवून उभा राहिला होता. तोच तो सावळा विठ्ठल! नामदेवाच्या सर्वांगावर रोमांच उभे राहिले. डोळे पाण्याने भरले. त्याचा लाडका विठ्ठल, त्याचा सावळा विठ्ठल त्या छोट्याशा टेकडीवर आपले हात कटीवर ठेवून उभा होता. जणू नामदेवाला सांगत होता, 'नामया, मी आलोय. आता या इथेच माझ्या भक्तीचं अधिष्ठान तू निर्माण कर!' नामदेवानं हात जोडले.

> देख देख देख पैल पैल । पैल उभा असे विटेवरी ।।
> खोळ बुंथीचा आकारू झळके पितांबरू । सौभाग्य सुंदरू विठ्ठल देव ।।
> दान दीसा गुरू नामया दातारू । धरावया नागरू केशिराज ।।

नामदेवाच्या मुखातून हा अभंग बाहेर पडला आणि जणू फक्त तो अभंग ऐकण्यासाठीच आल्यासारखा विठ्ठलही अंतर्धान पावला. नामदेव मात्र कितीतरी वेळ तोच अभंग आळवत होता. रात्र झाली. गारठा वाढला, तेव्हा बोहरदासानं नामदेवाच्या अंगावर वाकळ पांघरली. त्या स्पर्शानं नामदेव सावध झाला. बोहरदासाला समोर बघून म्हणाला, ''बोहरदास, मुझे मेरे विठू का संदेसा आया है । सामने कुछ दूरीपर वह जो टीला दिखता है, हम वही अपना भक्तिमंदिर बसाएँगे ।'' नामदेवाचं हे बोलणं ऐकून बोहरदासाने बाकीच्या चौघांना बोलावलं आणि नामदेव काय म्हणाला ते सांगितलं. ते ऐकून केसो म्हणाला, ''वह टीला जो दूर दिखता है, वह तो घुमान गाँव में है ।'' त्याचं बोलणं ऐकून नामदेवानं सांगितलं, ''घुमान? तो कल सुबहही हम घुमान जायेंगे । और उसी टीलेपर अपना मुकाम जमाएँगे ।'' नामदेवाच्या या बोलण्यावर सगळ्यांनीच होकार दिला. त्यांनाच काय; पण नामदेवाला तरी कुठे माहीत होतं की, घुमान हे ठिकाण भक्तिसंप्रदायाचं महत्त्वाचं स्थान बनणार आहे ते!

दुसऱ्या दिवशी सकाळी नामदेव आपल्या पाच शिष्यांसह त्या मातीच्या किल्ल्यावर पोहोचला. त्या टेकडीवर एक लहानसं गाव होतं. असेल पन्नासभर उंबरठ्यांचं. त्या गावाचं नाव होतं घुमान. एका लहानशा टेकडीवर असलेलं, सगळ्याच राज्यकर्त्यांकडून किंचित दुर्लक्षित असलेलं ते गाव होतं. तिथेही पाण्याचं दुर्भिक्ष होतंच; पण नामदेवानं ठिकठिकाणी विहिरी खोदल्या, पाणवठे तयार केले, हे त्या गावातल्या लोकांनी ऐकलं होतं. शिवाय नामदेवाचा भक्तिसंप्रदायही त्यांच्या कानावर आला होता. नामदेवानं पाहिलं, ते गाव अगदी मागास होतं. अगदी गुरुदासपूर किंवा अमृतसर ही दोन्ही शहरवजा गावं पस्तीस-चाळीस मैलांवर

असूनसुद्धा त्या गावातल्या सोयी-सुविधांचा वाराही घुमानला लागला नव्हता. एक गोष्ट मात्र खरी की, घुमान हे छोटंसं गाव त्या टेकडीवर असल्यानं तिथलं वातावरण मात्र शुद्ध आणि स्वच्छ होतं. तिथे क्षणमात्र विठ्ठलाचं दर्शन झालं म्हणून असेल किंवा तिथली हवा स्वच्छ आणि शुद्ध वाटली म्हणून असेल किंवा तिथले लोक खूपच मागास होते, आत्मिक, सामाजिक सुधारणांपासून खूपच दूर होते म्हणून असेल; पण नामदेवाला घुमान हे गाव आवडलं. मनापासून आवडलं. आपल्या भक्तिसंप्रदायाचं अधिष्ठान याच गावात ठेवायचं असं त्यानं मनोमन ठरवलं आणि आपल्या पाच शिष्यांना सोबत घेऊन त्यानं त्या दृष्टीने कामाला सुरुवातही केली. घुमानच्या त्या टेकडीवर एका बाजूला जंगल होतं. तिथे हरीण, ससे, मोर यांच्यासोबतच काही जंगली प्राणीसुद्धा वास्तव्याला होते. नामदेवानं जशी गावातल्या लोकांसाठी पाण्याची व्यवस्था केली, तशीच त्या जंगलातल्या प्राण्यांसाठीही केली. घुमानमध्ये जे लोक वस्तीला होते, त्यात मागासवर्ग जास्त होता. नामदेवाची जातिभेदापलीकडे जाणारी, भक्तीची साक्ष देणारी ही विचारप्रणाली लोकांना रुचली, पटली, आवडली आणि बघता बघता दोन-तीन वर्षांतच घुमान हे भक्तिसंस्कारांचं प्रमुख केंद्र बनलं.

नामदेवानं घुमानमध्ये आपल्या भक्तिपरिवाराचं एक लोकाभिमुख असं स्थान निर्माण केलं. त्यानं भक्तांना मदतीला घेऊन तिथे एक लहानसं मंदिर बांधलं. त्या मंदिराचं वैशिष्ट्य असं होतं की, त्या मंदिरात विठ्ठल-रुक्मिणीची एक छानशी सुबक मूर्ती तर होतीच; पण त्याचबरोबर श्रीराम आणि श्रीकृष्ण यांच्याही मूर्ती होत्या. नामदेव या मंदिराच्या प्रांगणात रोज संध्याकाळी कीर्तन करायचा. मंदिर छोटंसं असलं तरी त्याचं आवार मोठं होतं. आवाराच्या भोवती गर्द सावली देणारे मोठमोठे वृक्ष होते. त्यातले काही वृक्ष आधीपासून होते. काही नामदेवानं लावले. विशेष म्हणजे त्या टेकडीवरही नामदेवानं विहीर खोदून घेतली. त्या विहिरीला अमाप पाणी लागलं. इतकं की, घुमानचीच काय; पण आसपासच्या पंचक्रोशीतल्या गावांचीही तहान भागवली जाऊ लागली. टेकडीच्या एका बाजूला असलेला जंगलाचा परिसर नामदेवानं तसाच ठेवला. संरक्षित केला. हिरवी गर्द झाडी, अधूनमधून दिसणारे ससे, हरीण इत्यादी प्राणी, विठ्ठल-रुक्मिणीचं आणि राम-कृष्णाचं सुबक मंदिर आणि मुख्यतः तिथे असलेलं नामदेवाचं वास्तव्य, या सगळ्यामुळे घुमान हे फक्त भक्तांचंच नव्हे, नामदेवाच्या शिष्य परिवाराचं नव्हे, तर इतर जनसामान्यांचंही आकर्षणाचं केंद्र ठरलं. धर्म-जातीविरहित समाजाची जडणघडण हा नेहमीच नामदेवाच्या कीर्तनाचा मुख्य गाभा असायचा. घुमानसारख्या मागास गावात राहणाऱ्या लोकांना हे जास्तच भावलं. नामदेवाचं कीर्तन त्यांना मानसिक बळ देत असे. त्यात तो कधी

नेणे घातमात नव्हे कळावंत । शास्त्रज्ञ पंडित तोहि नव्हे ।।
रंकाहूनि रंक संतांचा सेवक । मी नामधारक विठोबाचा ।।
नव्हे बहुश्रुत नव्हे ज्ञानशीळ । नव्हे मी वाचाळ तर्कवादी ।।
नामा म्हणे राया विठोबा डिंगर । नामे पैलपार पावविलो ।।

अशी मायबोली मराठीत अभंगरचना करून विठ्ठलाला आळवत असे, तर कधी

अन बोलता चरन न छाडू । मोहि तुम्हारी आंन बाबा बीठला ।।
टगमग टगमग क्यों चोघता । एक बोल बोलौ बोलता ।।
कहिधौं कूतल कहिधौं बली । प्रणवत नामदेव पुरवौ रली ।।

विठ्ठलाविषयीचा हाच भाव तो असा हिंदीतून सांगत असे. कधी कधी आपली धर्म-जातिनिरपेक्षता सांगताना, आपण मराठीत सांगितलेला अभंग त्याला आठवत असे.

*कागाचिये विष्ठे जन्म त्या पिंपळा । अपवाद तयाला बोलू नये ।।
परद्वारिण पती करूनी झाली सती । मागील त्या स्थिती बोलू नये ।।
विळा होता तो परिसासि लागला । मागिलीया मोला बोलू नये ।।
गांवरस होता तो गंगेसि मिळाला । गंगाजळावाचुनि त्याला बोलू नये ।।
श्वानाचिया अस्थि पडिल्या चक्रतीर्थी । चक्रांकिता वाचूनी त्यांसी बोलू नये ।।
तैसी मज परी जाहली गा देवा । नामा म्हणे केशवा विनवीतसे ।।

असा आपण लिहिलेला अभंग आठवत असतानाच तो मग हाच भाव, हीच जातिनिरपेक्षतेची भावना

कां करौ जाती का करौ पाती । राजाराम सेऊं दिन राती ।।
मन मेरी गज जिभ्या मेरी काती । रामरमैं काटौं जम की फासी ।।
अनंत नाम का सीऊं बागा । जा सीजत जम का डर भागा ।।
सीबना सीऊं हौं सीऊं ईब सींऊ । राम बीना हूं कैसे जीऊं ।।
सुरति की सुई प्रेम का धागा । नामा का मन हरि सूं लागा ।।

अशा हिंदी अभंगरचनेतून तर सांगत असेच; पण त्याचबरोबर आपण देवाची अंगी प्रेमाच्या सुई-धाग्यानं शिवतो असंही तो अभिमानानं सांगत असे. भक्तीचं साम्राज्य आणि त्यातली जातिनिरपेक्ष, धर्मनिरपेक्ष लोकशाही हे जणू नामदेवानं उभ्या केलेल्या भक्तीच्या प्रतिष्ठानाचं अधिष्ठान होतं आणि याच अधिष्ठानाच्या पायावर नामदेवानं तिथल्या सामान्य लोकांच्या मनामनांत आपलं एक अनभिषिक्त असं

---

* लाड संपादित नामदेव गाथेतून

स्थान निर्माण केलं. घुमान आणि त्याच्या पंचक्रोशीतला अवघा परिसर नामदेवाच्या भक्तिसामर्थ्यानं न्हाऊन निघाला. भक्तिसाम्राज्याच्या भगव्या झेंड्याखाली जातिनिरपेक्ष, धर्मनिरपेक्ष असं अध्यात्माच्या, अद्वैताच्या लोकशाहीचं एक प्रचंड आंदोलन उभं राहिलं आणि त्याचं समर्थ नेतृत्व नामदेवाकडे होतं आणि तो तितक्याच समर्थपणे ते पेलत होता.

नामदेवाच्या असंही लक्षात आलं की, आपला सखा विठ्ठल हे दैवत असलं तरी इथल्या लोकांपासून तो शेकडो मैल दूर आहे आणि म्हणून त्यानं श्रीरामाचं आणि श्रीकृष्णाचंही अधिष्ठान उभं केलं. एवढंच नव्हे, तर

जपी रामनाम नृलै उरी । जीणो चरण अहिल्या उद्धरी ॥
रामनाम मोरे हिरदै लखी । रामबिना सब फोकट देखी ॥
जे बोलिये तो कहिये राम । अनेक बचन सों नाही काम ॥
नामा भणै मेरे यहीं नाऊ । राम नाऊ की मैं बलि जाऊं ॥

असा राम सर्वत्र भरलेला आहे, सगळ्यांच्या ह्रदयात असलेला राम एकच आहे आणि त्याची भक्ती करून आपलं जीवन सुखी करावं, अशी श्रीरामाची भक्ती त्यानं सर्व जाती-धर्मभेदाच्या पलीकडे जाऊन शिकवली. एवढंच नव्हे, तर संकटातून आपल्याला फक्त परमेश्वरच सोडवतो, ही श्रद्धाही शिकवली.

साहिबु संकट वै सेवकु भजै । चिरंकाल न जीवै दोऊ कुल लजै ॥
तेरि भगति न छोडऊ भाजै लोगु हसै । चरण कमल मेरे हीअरे बसै ॥
जैसे अपने धनहि प्राना मरतु भांडै । तैसे संतजना रामनामु न छांडै ॥
गंगा गइया गोदावरी संसार के कामा । नारायणु सुप्रसंन होईत सेवकु नामा ॥

आणि त्या श्रद्धेबरोबर आपण आपला देव, आपला धर्म आणि आपली संस्कृती यांचा वारसा भक्तीच्या सामर्थ्यानं जपला पाहिजे, जोपासला पाहिजे, अशी एक संजीवक भावना नामदेवानं तिथे सर्वांच्या मनात निर्माण केली. सभोवताली सर्वत्र यवनी साम्राज्य असताना, सतत यवनी आक्रमणाचा धोका असताना, अत्याचाराने आणि जुलूम-जबरदस्ती करून धर्मांतरे होत असताना, या सर्व भयानक परिस्थितीला शांतपणे तोंड देत, स्वतःचा जीव वाचवून, लोकांच्या मनात भक्तीची मशाल पेटती ठेवून हिंदू संस्कृतीचं स्फुलिंग तेवत ठेवण्याचं अत्यंत अवघड; पण प्रचंड महत्त्वाचं कार्य नामदेव तिथे नेटानं करत राहिला. केवळ ढाल-तलवारीच्या साहाय्यानेच किंवा राजकीय डावपेच लढवूनच संस्कृतीचं रक्षण करता येतं असं नाही, तर देवाचं नामस्मरण करून, भक्तीच्या पायवाटेवरून चालून, आत्मिक सामर्थ्य वाढवूनही संस्कृतीचं रक्षण करता येतं, हे नामदेवानं दाखवून दिलं, सिद्ध केलं आणि तेही त्या परमुलखात राहून!

नामदेवाची अभंगवाणी, त्याचं कुशल संघटनकौशल्य, त्याची ईश्वरनिष्ठा, त्याचं भाषा आत्मसात करण्याचं कौशल्य, त्याची ज्ञानलालसा, त्याचा प्रचंड लोकसंपर्क आणि या सर्वांना एकत्रित बांधून ठेवणारं त्याचं भक्तिसामर्थ्य. ज्ञानेश्वर माउलींनंतर भागवत धर्माचा अध्वर्यू म्हणून नामदेवाचं हे कार्य इतिहास घडवणारं ठरलं. एक साधा शिंपी जातीत जन्मलेला, आपल्या जातीचा फारसा अभिमान न बाळगता जातिधर्मनिरपेक्ष समाजरचना करू पाहणारा, गावकुसाबाहेरच नव्हे; तर परमुलखात जाऊन तिथल्या जनसामान्यांच्या मनांवर आपला अमीट ठसा उमटवणारा नामदेव, मराठी सारस्वताच्या दरबारातलं मानाचं स्थान मिळवून संत नामदेव या पदाला पोहोचला. आपल्या पाच शिष्यांना सोबत घेऊन नामदेवानं जणू घुमानचं स्वरूपच पालटून टाकलं. सर्वधर्मसमावेशक असं भक्तीचं एक शक्तिस्थान असं घुमानचं अधिष्ठान झालं. आपण करतो आहोत ते कार्य किती कमालीचं महान आणि महत्त्वाचं आहे, या ज्ञानापासून मात्र हा ज्ञानसंपन्न नामदेव अनभिज्ञ होता. भक्तीची पताका त्रिखंडात फडकवण्यासाठी आपण कटिबद्ध आहोत, एवढंच जाणून असलेला आणि तेवढ्याच कार्यासाठी स्वतःचं चित्त आणि वित्तसुद्धा वाहणारा नामदेव कधी कधी

लोग एक अनंत बानी । मंझा जीवन सारंगपानी ।।
जिहि जिहि रंगै लोकराता । ता रंगि जन न राचिला ।।
जिहि जिहि मारग संसार जाईला । सो पंथ दूरै वंचिला ।।
निरबानै पद कोइ चिन्है । झूठे भरम भलाइला ।।
प्रणवत नामा परम तत रे । सतगुरू निकटि बताइला ।।

अशी देवाजवळ कबुली देत होता, तर कधी कधी

लाधौ तौ लाधौ मैं रामनाम लाधौ । प्रेमै पाटै सुत्रै पोयौ कंठी लै बांधौ ।।
रामनाम ततसार । सुमरि सुमरि जन उतरै पार ।।
राम जननी राम पिता । राम बंधू भौ तारिता ।।
भणत नामदेव हरिगुण गाऊं । बहुरि न जोनी संकुट आऊं ।।

असं देवाला आळवून त्याला तो आपले आई-वडील असल्याचा निर्वाळा मागत होता. काही असो; पण नामदेवामुळे पंजाबात एकाकी असलेलं घुमान हे भक्तीचं आणि भक्तीच्या शक्तीचं केंद्र बनलं होतं हे निश्चित!

नामदेवाच्या प्रत्येक अडचणीच्या वेळी सतत त्याच्या पाठीशी उभं राहून विठ्ठल आपलं भक्तवत्सल हे नामाभिधान तर सार्थ करतच होता; पण आपण नामदेवाला आपला सखा मानलं आहे, तर ते मैत्र आपण निभावलंच पाहिजे अशी भावना

मनाशी बाळगून विठ्ठल त्याच्या मदतीला सतत धावून जात होता. मागच्या भेटीत त्यानं नामदेवाला एक विचार दिला होता आणि तो विचार नामदेवच सार्थकी लावू शकेल असाही त्याला विश्वास होता; पण तरीही त्या यवनी साम्राज्यात विठ्ठलानं सांगितलेलं भक्तीचं प्रतिष्ठान निर्माण करण्यासाठी जेव्हा नामदेवाला योग्य जागा सापडेना, तेव्हा आपणच त्याच्या मदतीला धावून गेलं पाहिजे हे ओळखून विठ्ठलानं टेकडीवर असलेलं; पण काहीसं ओसाड पडलेलं घुमान हे गाव दाखवलं आणि जसा त्या गावाला नामदेवाचा परीसस्पर्श झाला, तसं त्या गावाचं जणू चोख सोन्यात रूपांतर झालं. भक्तीचा मुलामा, श्रद्धेची कलाकुसर, कीर्तनाचं अंतरंग आणि अभंगांचं आवरण असलेली अशी एक सुंदर मूर्तीच जणू घुमानच्या रूपानं तिथे उभी राहिली. या गोष्टीचा सर्वाधिक आनंद विठ्ठलाला झाला; कारण नामदेवाच्या भक्ती अभियानाला घुमानच्या स्वरूपात एक चिरंतन, गोमटं स्वरूप प्राप्त झालं होतं. आता शतकानुशतके हे प्रतिष्ठान चिरंतन राहणार होतं. केवळ नामदेवाचंच नव्हे, तर भक्तीचंही ते चिरंतन स्मारक ठरणार होतं; पण आता नामदेवाला पंढरपूरला यावं लागणार होतं. आणखी एक पुण्यकर्म तिथे त्याची वाट बघत होतं. नामदेव प्रत्यक्ष येणार या गोष्टीचा आनंद, तर आपला एक सच्चा भक्त अनंतात विलीन होणार या गोष्टीचं दुःख, अशा संमिश्र भावना घेऊन विठ्ठल उभा होता.

२५

घुमान आणि त्याच्या आसपासचा परिसर नामदेवाच्या भक्तिप्रवाहाने भरून गेला, भारून गेला. नामदेवाचं नाव सर्वमुखी झालं. एक असा कोणीतरी आहे जो आपल्याला भक्तिमार्ग सांगतो, त्यातून आत्मिक समाधान तर देतोच; पण आत्मिक सामर्थ्यही देतो, या भावनेनं लोक नामदेवाकडे आदरानं पाहायला लागले. बरं, यात विशेष असं होतं की, तो यवनी सत्तेविरुद्ध प्रत्यक्ष असं काहीच करत नव्हता किंवा ते करत असलेल्या अन्यायी धर्मप्रसाराला प्रत्यक्ष किंवा उघड विरोधही करत नव्हता. उलट कधी कधी ज्ञानेश्वर माउलींचं एकेश्वरतत्त्व कीर्तनातून सांगताना किंवा 'वसुधैव कुटुम्बकम्'ची संकल्पना मांडताना तो लोकांना जशी शिवाची आराधना करता, तशीच अल्लाचीही प्रार्थना करा, असं सांगत असे; त्यामुळेच यवनी आक्रमकांना नामदेवाला हात लावण्याची हिंमत होत नसे. दुसरं असं की, त्याच्या स्वतःच्या हृदयात त्याचा विठ्ठल असला; तरी श्रीराम, श्रीकृष्ण आणि शिवाची उपासनाही तो तितक्याच तल्लीनतेनं करीत असे. याचा परिपाक असा झाला की, नामदेव त्या परमुलखातही सगळ्यांनाच आपला वाटत होता. जवळचा वाटत होता आणि त्या परमुलखात जिथे आपलं कुणीच नव्हतं, अगदी विठ्ठलही नव्हता; त्या ठिकाणी नामदेवाला आणि त्याच्या भक्ती अधिष्ठानाला अमाप यश मिळालं. आपण वारकरी आहोत म्हणून आपण विठ्ठलभक्त आहोत, आपण भक्तीच्या राज्याची संकल्पना करतो आहोत, म्हणून आपण रामाची भक्ती करतो आहोत, आपण भक्ती हीच संस्कृती मांडतो आहोत, म्हणून आपण श्रीकृष्णाला पूजतो आहोत आणि आपले परात्पर गुरू ज्ञानेश्वरनाथ आणि आपले गुरू विसोबा यांनी आपल्याला नाथपंथाची दीक्षा दिली आहे, म्हणून आपण शिवाचीही आराधना करतो, असं तो आपल्या कीर्तनांतून सांगत असे. घुमानच्या त्या मंदिराच्या शेजारी त्यानं एक लहानसं शंकराचं मंदिरही बांधलं. तिथे शंकराची पिंड आणि नंदी बसवला. या देवतांच्या दर्शनासाठी आणि नामदेवाला भेटण्यासाठी तिथे गर्दी व्हायला लागली.

भागवत धर्माची पताका भक्तीच्या गंगोत्रीसोबत वायव्य भारतामध्ये अशी प्रवाहित होत होती. ओसंडून वाहत होती.

त्या दिवशी बोहरदासनं नामदेवाला एक प्रश्न विचारला आणि नामदेवाच्या मनाचा सगळा तळ ढवळून निघाला. बोहरदासनं विचारलं, "बाबाजी, आपके इस भक्तिमार्ग का मूल स्रोत क्या है? इतनी उच्चतम भक्ती आपने कहाँसे सीखी? और कैसे?" बोहरदासनं हा प्रश्न विचारला आणि नामदेवासमोर विठुराया उभा राहिला. ती चंद्रभागा, ते चंद्रभागेचं वाळवंट, ते पंढरपूर, ते विठ्ठल मंदिर सगळं सगळं त्याला आठवलं आणि आपलं भक्तीचं मूळ पीठ, आपला विठुराया या लोकांना दाखवून आणला पाहिजे, असं त्याच्या मनानं घेतलं. बोहरदासला सगळी सविस्तर माहिती सांगून त्यानं विचारलं, "बोहरदास, हम सब एक बार पंढरपूर हो के आयेंगे । आप लोग मेरे साथ चलोगे क्या?" नामदेवानं असं विचारलं आणि त्याच्या अशा विचारण्याचीच जणू वाट बघत असल्यासारखा सगळ्यांनी आनंदानं होकार भरला आणि नामदेवानं ठरवलं, एकदा पंढरपूरला जाऊन यायचं. घरच्या मंडळींना भेटूनही खूप दिवस म्हणण्यापेक्षा काही वर्षं लोटली होती. नामदेवाला आता पंढरपूरची ओढ लागली. घुमानमध्ये नामदेवाचा लध्धा नावाचा एक शिष्य राहत असे. हा लध्धा घुमानजवळच्याच सखोवाल गावचा. तो खत्री जमातीतला होता. घुमान इथल्या नामदेवाच्या मठातल्या सर्व मंदिरांतील दिव्यांच्या तेलाची व्यवस्था तो बघत असे. एकदा तो दिव्यात तेल घालायला निघाला आणि भांड्यातील तेल संपलं होतं. तो तेल आणायला परत फिरला, तर नामदेवानं सांगितलं, "जा, भांड्यात तेल आहे!" लध्धा तसाच परत फिरला आणि नामदेवाचा आदेश शिरसावंद्य मानून दिव्यात तेल घालण्याचा आविर्भाव करू लागला आणि नवल असं की, भांड्यात तेल नसताना दिव्यात तेल भरलं जात होतं, तेव्हापासून लध्धा नामदेवाचा निस्सीम भक्त झाला. आता नामदेवानं आपले पाच शिष्य त्रिलोचन, बोहरदास, केसो कलाधारी, जाल्हण आणि विष्णूस्वामी यांना सोबत नेण्याचं ठरवलं. घुमानच्या सगळ्या मठाची शिवाय घुमानला राहण्यायोग्य बनण्यापूर्वी नामदेव तापियाना इथे राहत होता, त्या मठाची व्यवस्था लध्धाकडे सोपवून नामदेव त्या पाचजणांसह पंढरपूरला जाण्यासाठी घुमानमधून बाहेर पडला. ठिकठिकाणी मुक्काम करत, मुक्कामाच्या ठिकाणी कीर्तन करून गावकऱ्यांची मनं जिंकत त्यांचा प्रवास चालू होता; पण आता जातानाचा प्रवास त्यातल्या त्यात सोपा होता. नामदेवाचं नाव सर्वमुखी झालं होतं. पंजाब, राजस्थान, गुजरात या राज्यांत ठिकठिकाणी नामदेवानं जिथे जिथे मुक्काम केला होता, जिथे जिथे राहून त्यानं भक्तिमार्गाचा आणि धर्म-जातिनिरपेक्ष भागवत धर्माचा प्रसार केला होता, त्या-त्या ठिकाणी नामदेव मठी स्थापन झाल्या होत्या आणि त्या ठिकाणी भक्तीची सरिता निर्वेधपणे वाहत होती.

असा ठिकठिकाणी मुक्काम करून, त्या त्या ठिकाणी आपली भक्तिसंप्रदायाची उमटलेली मुद्रा पुन्हा ठसठशीत करत त्यांचा प्रवास चालला होता. कधी बैलगाडी, कधी घोडा, कधी घोडागाडी, कधी उंटाची सवारी तर खूपदा चालत, असा त्यांचा प्रवास चालला होता. संपूर्ण प्रवासभर नामदेव आणि त्याचे पाच शिष्य यांचा अखंड संवाद चालू होता. भगवद्गीता, ज्ञानेश्वरी, अमृतानुभव आणि सोपानदेव, चोखोबा, गोरोबा, जनाबाई इत्यादींच्या अभंगगाथा या सगळ्यांची ओळख नामदेव त्यांना करून देत होता आणि ज्यांचं नाव निघेल त्यांच्या कथा सांगत होता. यातूनच तर त्या पाचजणांना नामदेवाची भक्तिपरंपरा आणि ज्ञानाचा वारसा, नामदेवाची गुरूपरंपरा आणि भक्तीचा वारसा यांचं आकलन होत होतं आणि आपल्याला एका युगप्रवर्तक भक्ताचा सहवास लाभतो आहे, आपण किती भाग्यवान आहोत, असं त्यांना वाटत होतं. संवादातून सुसंवादाकडे, सुसंवादातून ज्ञानसाधनेकडे आणि ज्ञानसाधनेतून ज्ञानार्जनाकडे असा त्यांचा प्रवास चालला होता.

बघता बघता प्रवास संपला आणि एके दिवशी सूर्य मावळण्याच्या वेळी संध्याकाळी ते पंढरपुरात पोहोचले. पंढरपूर जवळ आल्यावर वाटेत भेटलेल्या एका स्वाराबरोबर नामदेवानं आपण पंढरपुरात येत असल्याचा निरोप पाठवला आणि नामदेव पंढरपुरात येतो आहे ही बातमी वाऱ्यासारखी पंढरपुरात तर पसरलीच; पण पंचक्रोशीतही पसरली. परिणामी, नामदेव जेव्हा पंढरपूरच्या वेशीत आला, तेव्हा अवघं पंढरपूर त्याच्या स्वागतासाठी तिथे जमा झालं होतं. लोकांनी सहा पालख्या आणल्या होत्या. त्यात हे पाच शिष्य आणि नामदेव यांना बसवलं आणि ढोल-ताशे, नगाऱ्यांच्या आवाजात त्यांचं स्वागत केलं. टाळ-मृदंगासह दिंडी काढून सगळ्यांना मिरवत मिरवत गावात आणलं. ते उत्स्फूर्त स्वागत बघून हे पाचजण तर विस्मयचकितच झाले. आणि नामदेव! जवळजवळ तीन-चार वर्षांनी तो पंढरपूरला परत आला होता. समोर जनसागर उफाळला होता, तर नामदेवाच्या डोळ्यांत अश्रूंचा सागर! पंढरपूर आणि पंचक्रोशीतला प्रत्येकजण पुढे यायची धडपड करत होता. कुणाला नामदेवाला डोळे भरून बघायचं होतं, तर कुणाला त्याच्या पायावर डोकं ठेवायचं होतं, कुणाला त्याच्या चेहऱ्यावरून हात फिरवायचा होता, तर कुणाला त्याला मिठी मारायची होती. कुणा आजीबाईला त्याची अलाबला घ्यायची होती, तर कुणाला त्याला ओवाळायचं होतं. कुणी त्याची दृष्ट काढण्यासाठी मीठ-मोहरी घेऊन आलं होतं, तर कुणी त्याच्या पायावर घालण्यासाठी दूध-पाणी आणलं होतं. या स्वागतानं नामदेव तर भारावून गेलाच; पण आपले गावकरी आपल्यावर इतकं प्रेम करतात की, मध्ये चार वर्षं उलटून गेली, त्या दरम्यान आपण एकदाच येऊन गेलो, तरीही हे लोक आपल्याला विसरले नाहीत, हे बघून त्याचा ऊर भरून आला. तोच कुणीतरी धावत येऊन, मध्ये असलेल्या माणसांना

बाजूला सारून नामदेवाला येऊन मिठी मारली. नामदेवानं बघितलं ते गोरोबा होते. मग मात्र त्यांच्या मिठीत शिरून, नामदेवानं आपल्या डोळ्यांतल्या अश्रूंना मुक्त वाट करून दिली. त्यांना मुक्तपणे वाहू दिलं. कितीतरी वेळ नामदेव गोरोबांच्या मिठीत स्फुंदत होता आणि गोरोबा त्याच्या पाठीवरून वडीलकीच्या नात्यानं हात फिरवत त्याला शांतवत होते. नामदेवाच्या आनंदाश्रूंचा पहिला आवेग ओसरला. नामदेव शांत झाला. आपले डोळे पुसून त्यानं समोर पाहिलं. त्याचं लक्ष जाण्याची वाट बघत समोर चोखोबा उभा होता. नामदेवाचं त्याच्याकडे लक्ष जाताच त्यानं नामदेवाला जोहार घातला आणि त्याच्या पायावर डोकं ठेवण्यासाठी तो वाकला. नामदेवानं त्याला वरच्यावर उठवलं आणि मिठीत घेतलं. धन्यतेनं, कृतार्थतेच्या भावनेनं चोखोबा नामदेवाच्या मिठीत बद्ध झाला.

नामदेवाचं असं स्वागत करून, त्याला डोळे भरून बघून लोक पांगले, तेसुद्धा नामदेवानं उद्या रात्री कीर्तन करण्याचं आश्वासन दिल्यावरच! नामदेवानं गोरोबा, चोखोबांना आपल्यासोबत आलेल्या आपल्या शिष्यांची ओळख करून दिली. मग सगळेजण नामदेवाच्या घरी आले. घरी येताना वाटेत दिसणाऱ्या विठ्ठल मंदिराकडे पाहून नामदेवाचे डोळे पुन्हा भरून आले. "देवा, शुचिर्भूत होऊन येतो तुला भेटायला. कधी एकदा तुला बघतो, तुझ्याशी बोलतो, तुझ्या चरणांना मिठी घालतो असं मला झालंय; पण फार धुळीच्या प्रवासातून आलोय. तुझं पीतांबर मळेल रे! म्हणून आधी स्वच्छ होतो आणि येतो!" भरल्या डोळ्यांनी आणि भारतल्या मनानं नामदेवानं मनोमन देवाला निरोप दिला आणि तो सर्वांसोबत घराकडे वळला. नामदेवाचं सगळं कुटुंब त्याच्या स्वागताला सामोरं आलं होतं. राजाईनं त्याच्या पायावर पाणी घालून त्याला निरांजनानं ओवाळलं; पण त्या निरांजनातल्या ज्योतीपेक्षा तिच्या नजरेतल्या ज्योतींनी ओवाळून केलेलं नामदेवाचं स्वागत, आतापर्यंत झालेल्या सगळ्या स्वागतांवर मात करून गेलं. नामदेव सगळ्यांना घेऊन आत येणार तोच आवाज आला, "नामया, तिथंच थांब!" नामदेवाची पावलं थबकली. नामदेवानं ओळखलं, तो आवाज जनीचा होता. डोईवरचा पदर सावरत जनी पुढे आली. तिनं नामदेवावरनं भाकरतुकडा ओवाळून टाकला. त्याच्या डोळ्यांना पाणी लावलं. त्या पाण्याच्या गार स्पर्शापेक्षा जनीच्या बोटांच्या शीतल स्पर्शानं नामदेवाचे डोळे थंडावले. "हं! ये आता आत! सगळ्या मुलखात भक्तीची पताका लावून आलास ना! कुणाची नजर लागायला नको. आता आत ये!" असं म्हणत, डोळे पुसत जनी आत गेली. नामदेवाच्या चेहऱ्यावर हास्य उमटलं. कितीतरी दिवसांनी त्याला असं कुणीतरी मायेनं, प्रेमानं दटावत होतं. भक्तीची गंगा सगळीकडे पोहोचवण्याच्या कार्यात स्वतःला वाहून घेताना आपण काय काय गमावलं, याची जाणीव होऊन नामदेवाच्या उरात एक बारीकशी कळ उठली.

सगळी आत आली. नामदेवाची चारही मुलं, चारही सुना एकेक करून पाया पडून गेल्या. नामदेवानं सगळ्यांची ओळख करून दिली. एवढं होईपर्यंत रात्र झाली होती. भाकरीचा, मिरचीच्या ठेच्याचा, मेथीच्या भाजीचा खमंग वास घरभर दरवळत होता आणि आपल्या सर्वांगाचं नाक करून नामदेव ते सगळे वास नाकातच नव्हे; तर शरीराच्या सगळ्या रंध्रारंध्रांत, मनात, हृदयात भरून घेत होता. 'ताटं केलीत' असा आतून निरोप आला आणि स्नान करून, शुचिर्भूत होऊन सगळी मंडळी जेवायला बसली. अस्सल मराठी वाणाचं ते स्वादिष्ट, खमंग जेवण नामदेवासोबत आलेले पाचहीजण मनसोक्त जेवले. नामदेवानं भाकरीचा पहिला घास मोडला. तोंडाजवळ नेला आणि त्याचा हात तिथंच थबकला. त्या भाकरीच्या घासाकडे बघून त्याच्या डोळ्यांतून घळघळा अश्रू वाहायला लागले. भाकरीवर लोणी घालण्यासाठी आलेल्या जनीला नामदेवाचे अश्रू दिसले. तिलाही गहिवरून आलं. ती म्हणाली, "नामया, या घासातच तुझा विठ्ठल आहे आणि तुझी भक्तीसुद्धा! जेव नामया; आता आनंदानं आणि पोटभर जेव." नामदेवानं भिजल्या डोळ्यांनी जनीकडे पाहिलं. तिचेही डोळे अश्रूंनी भरले होते. मात्र, तिच्या डोळ्यांत नामदेवाला जेवण सुरू करण्याचीही विनंती होती. काही न बोलता नामदेवानं जेवायला सुरुवात केली. कितीतरी दिवस, महिने, वर्षं लोटली होती, असं स्वादिष्ट, चवीचं अन्न मिळून. आता मात्र नामदेव शांत चित्तानं, चवीनं जेवत होता. सोबत बसलेल्या बोहरदास, केसो कलाधारी, त्रिलोचन, विष्णूस्वामी, जाल्हण या पाचजणांना, तसेच गोरोबा, चोखोबालाही आग्रह करत होता. छान गोष्टी करत जेवणं झाली. चालून थकलेले ते पाचजण, नामदेवाच्या मुलानं - नारायणानं पथारी पसरून दिल्यावर लगेच झोपी गेले; पण नामदेवाला विठ्ठलाला भेटायला, बघायला जायचं होतं. गोरोबा, चोखोबाही घरी गेले आणि राजाईला सांगून नामदेव बाहेर पडला, तो थेट मंदिरात आला. शेजारती झाली होती. लोक गेले होते. गुरवही गेला होता. मंदिरात कुणीच नव्हतं. नामदेव झपझप पावलं टाकत मंदिरात गेला. गेला तो थेट गर्भागारासमोर जाऊन उभा राहिला. गर्भागारात दोन मोठ्या समया तेवत होत्या. त्यांच्या ज्योतींच्या त्या मंद अशा सुवर्णप्रकाशानं गर्भागार उजळून निघालं होतं. तो सोनेरी प्रकाश जणू विठ्ठलाच्या मूर्तीवरही लिंपला होता. नामदेव मूर्तीसमोर जाऊन उभा राहिला. समोरच त्याचा सावळा विठ्ठल तसाच कर कटीवर ठेवून विटेवर उभा होता. नामदेवाला समोर बघितल्यावर विठ्ठलाच्या सावळ्या चेहऱ्यावर अपार आनंद पसरला. इतका की, त्याच्या चेहऱ्यावरील त्या आनंदासमोर तो सोनेरी प्रकाशही काळवंडला. "नामा आलाऽस? आलास नामा? अरे, मी कधीची तुझी वाट बघत होतो. कधी एकदा तुला भेटतो आणि तुझं कौतुक करतो असं झालं होतं मला!" विठ्ठलाचा स्वर आनंदानं काठोकाठ भरला होता. नामदेव मात्र अविचल उभा होता. स्थिर, एकटक

नजरेनं विठ्ठलाकडे बघत. डोळ्यांतून घळघळा अश्रू वाहत होते; पण डोळ्यांची पापणी लवत नव्हती. जणू विठ्ठलाचं ते रुपडं नामदेव आपल्या नजरेत, आपल्या अंतःकरणात, आपल्या मनात, आपल्या चित्तात, आपल्या अंतरात्म्यात साठवून घेत होता. एक क्षण, एकच क्षण नामदेवानं पापणीची उघडझाप केली आणि पुन्हा विठ्ठलमूर्तीकडे नजर टाकली. तोच तेवढ्या निमिषार्धात त्याच्या नजरेसमोर, त्या गाभाऱ्यात कर कटीवर ठेवून विटेवर उभ्या असलेल्या विठ्ठलाच्या जागी त्याला कोदंडधारी श्रीरामाची मूर्ती दिसली. ते बघितलं आणि नामदेव चमकला. "विठुराया, विठ्ठलाऽऽ! कुठे गेलास? आणि हे काय? हे काय विठ्ठला?" हैराण होत नामदेवानं प्रश्न केला. त्या श्रीरामाच्या मूर्तीच्या चेहऱ्यावर हास्य पसरलं. दुसऱ्या क्षणाला तिथे हसऱ्या चेहऱ्यानं उभा असलेला सावळा विठ्ठल दिसू लागला. नामदेव रुसव्यानं म्हणाला, "विठ्ठला! हे रे काय? मी तुला बघायला आलोय रे!" नामदेवाच्या या बोलण्यावर विठ्ठल प्रसन्नपणे हसला आणि म्हणाला, "नामा, अरे इतके दिवस तू श्रीरामाच्या भजनातून लोकांना आपलंसं करत होतास. म्हणून म्हटलं आता ते रूप तुला अतिपरिचयाचं झालं असेल, तर त्या रूपात तुझं स्वागत करावं!" विठ्ठलाचं बोलणं ऐकून रुसलेल्या नामदेवानं गर्भागारात धाव घेतली आणि विठ्ठलमूर्तीच्या चरणांवर स्वतःला झोकून दिलं. कितीतरी वेळ उलटून गेला. उत्तररात्र संपत आली; पण नामदेव विठ्ठलमूर्तीच्या चरणाला मिठी मारून तसाच स्फुंदत बसला होता. आणि विठ्ठल आपला कटीवर ठेवलेला हात काढून नामदेवाच्या पाठीवरून फिरवत होता. विठ्ठलाच्या पाठीमागे उभी असलेली रुक्मिणी भरल्या डोळ्यांनी हे दृश्य बघत होती. तिची चाहूल ना विठ्ठलाला लागली, ना नामदेवाला!

बऱ्याच दिवसांनी एकमेकांसमोर बसून असं पोटभर हितगूज केल्यानंतर दोघांनाही बरं वाटलं. मध्ये दोन-तीन वेळा विठ्ठल या ना त्या रूपात, त्या परमुलखात जाऊन नामदेवाला भेटून आला होता; पण अशी पोटभर आणि मनभर भेट झालेली नव्हती. ती झाल्यावर आता दोघांनाही खूप बरं वाटलं. उत्तररात्र संपून गेल्यावर कधीतरी नामदेव घरी परतला. घरात सगळी निजली होती. दाराच्या आवाजानं ओसरीवरच निजलेली जनी जागी झाली. नामदेव आलेला बघून तिनं विचारलं, "नामया, झाल्या का पोटभर गप्पागोष्टी? झालं का हितगूज?" नामदेवानं हसून होकारार्थी मान हलवली. जनीनं वापरलेल्या 'हितगूज' या शब्दाचं त्याला हसू आलं. खरंच तर होतं तिचं! या दोन-चार वर्षांत घडलेल्या सगळ्या घटना नामदेवानं विठ्ठलाजवळ मोकळ्या मनानं सविस्तर सांगितल्या होत्या. ते हितगूजच तर होतं! याच विचारात नामदेवाला झोप लागली.

तरीही त्याला पहाटेच जाग आली. लगबगीनं तो उठला. बाकीच्यांनाही उठवलं. काकड आरतीला जायचं होतं. सोबत आलेल्या शिष्यांना काकड आरती

दाखवायची होती. नामदेव त्या सगळ्यांना घेऊन मंदिरात आला. मंदिरात काकड आरतीची तयारी चालली होती. गर्भागारात गुरव काकडे पेटवत होता. नामदेव आलेला बघून त्यानं नामदेवाला आत हाक मारली. विठ्ठलाचा चेहरा उजळला. गुरवाच्या ते लक्षात आलं; पण आपण समयीच्या वाती मोठ्या केल्या, त्यामुळे जास्त प्रकाश पसरून विठ्ठलाचा चेहरा उजळला असं त्याला वाटलं. नामदेव आत आला. गुरवानं काकड आरतीचं ताट त्याच्या हातात दिलं. नामदेवानं क्षणभर डोळे मिटले आणि तोंडातून शब्द उमटले–

युगे अठ्ठावीस विटेवरी उभा । वामांगी रखुमाई दिसे दिव्य शोभा ॥
पुंडलिकाचे भेटी परब्रह्म आले गा । चरणी वाहे भीमा उद्धरी जगा ॥
जयदेव जयदेव जय पांडुरंगा । रखुमाई वल्लभा राहीच्या वल्लभा
पावे जिवलगा जयदेव जयदेव ॥

गुरवानं टाळांचा ठेका धरला होता... आणि नामदेव विठ्ठलाची आरती गात होता. आरतीचे शब्द, टाळांचा ठेका आणि टाळ्यांचा ताल या तिन्हीमुळे वातावरण असं भारलं गेलं की, कमरेवरचे हात काढून विटेवरून खाली उतरून आपणही नाचावं असं क्षणभर विठ्ठलाला वाटलं. तो कौतुक सोहळा बघून परमुलखातून आलेल्या त्या पाचजणांच्या डोळ्यांचं मात्र पारणं फिटलं. त्यानंतर सगळी घरी परतली. न्याहरी करून पुन्हा सगळी बाहेर पडली. नामदेवानं अवघं पंढरपूर त्या शिष्यांना फिरून दाखवलं. चंद्रभागेचं वाळवंट दाखवताना नामदेवाचा ऊर भरून आला. त्याच्या जीवनाची जी दिशा ठरली होती तिचा उगम, त्याची सुरुवात ज्ञानेश्वर माउलींनी इथूनच तर केली होती. इथंच तर त्यांनी नामदेवाच्या खांद्यावर भागवत धर्माची पताका दिली होती आणि आता तोच ध्वज खांद्यावर घेऊन नामदेवानं जवळजवळ आख्खा हिंदुस्थान पायाखाली घातला होता.

त्या दिवशी रात्री नामदेवानं विठ्ठल मंदिराच्या प्रांगणात कीर्तन केलं. नामदेवाचं कीर्तन ऐकायला लोकांचे कान आसुसले होते. आज इतक्या वर्षांनी त्यांना पर्वणी लाभली होती. नामदेवाचं कीर्तन ऐकायला पंढरपूरच नव्हे, तर पंचक्रोशीतली माणसं जमली होती. कीर्तनातच नामदेवानं आपण उत्तर आणि वायव्य भारतात कसं कसं काम केलं, विठ्ठलानं आपल्याकडून ते कसं करून घेतलं, ते सांगितलं. सोबत आलेल्या पाच शिष्यांची ओळख करून दिली आणि ज्ञानेश्वर माउलीनं सांगितलेल्या भक्तिमार्गावर आपण कशी वाटचाल करत आहोत, हे सांगितलं आणि

द्वारावती भुवना गेलो । शंखचक्र घेऊनि आलो ॥
वाटे प्रपंचे धरियेलो । रामनामें सोडविलो ॥

शंखचक्र भरूनी केंणें । द्वारावती केले पेणें ।।
नामा म्हणे लाभ झाला । फुकासाठी हरी जोडला ।।

असं सांगत,

भावे तुझे चरण धरिले विठ्ठला । आता तू पांगिला करू नको ।।
न लगे मज काही ऋद्धी-सिद्धी पाहीं । मुक्तिसुख तेंहि नलगे मज ।।
नामा म्हणे मज जन्म दे अनंता । भक्ति विरहिता जीणें नको ।।

असा अभंग गाऊन नामदेवाने कीर्तन संपवले. मन आणि कान, हृदय आणि अंतःकरण, बुद्धी आणि भावना या सगळ्यांची तृप्ती करून घेऊन लोक मध्यरात्री आपापल्या घरी परतले.

पुढे आणखी आठ-पंधरा दिवस राहून सोबतच्या शिष्यांना आळंदी, सासवड, त्र्यंबकेश्वर दाखवून नामदेव आपल्या कार्याकडे परत फिरला. राजाईचा निरोप घेताना त्यानं तिला सांगितलं, ''माझ्या लेकरांची माय तू. माझ्यासारख्या भटक्याच्या संसाराचं गोकुळ बनवलंस. तू होतीस, म्हणून हा नामदेव विठ्ठलाची निरामय भक्ती करू शकला. राजाई, आता मला कळलं की, रुक्मिणीमाता विठ्ठलाच्या मागे का उभी असते ते!'' नामदेवाचं बोलणं ऐकून राजाईला भरून आलं, तर नामदेवाचेही डोळे पाणावले. वेशीपर्यंत सोडायला चोखोबा आला होता. नामदेवानं मिठी मारून त्याचा निरोप घेतला. हात जोडून चोखोबा म्हणाला, ''नामदेप म्हाराज, तुमचा शिष्य असून, मी तुम्हाला काईतरी द्यायचं सोडून मीच तुमच्याकडे एक मागणं मागतो, तेवढं दान माझ्या पदरात घाला. या चोखोबाचा जीव या कुडीतून जेव्हा निघून जाईल, तेव्हा या देहाला मूठमाती तुमच्या हातानं मिळू दे! एवढे उपकार करा! म्हाराज, हा चोखोबा मेल्यासारखाच जगत होता. त्याच्या त्या निर्जीव कुडीत तुम्ही विठ्ठलभक्तीच्या रूपात प्राण भरलेत; आता ते प्राण जेव्हा निघून जातील, तेव्हा या कुडीला महाद्वारातल्या पायरीजवळ तुम्ही तुमच्या हातानं मूठमाती द्या. एवढं माझं मागणं मान्य करा.'' चोखोबा गदगदलेल्या स्वरात हात जोडून म्हणत होता. नामदेवाचेही डोळे भरून आले. त्यानं चोखोबाचे हात धरले आणि म्हणाला, ''चोखोबा, आत्मा कधी मुक्त होईल, हे कोणालाच सांगता येणार नाही; पण तुमचं मागणं पूर्ण करण्याचा मी अवश्य प्रयत्न करीन.'' नामदेवाचं बोलणं ऐकून चोखोबानं त्याचे धरलेले हात एकदा आपल्या कपाळाला लावले, एकदा दोन्ही डोळ्यांना लावले. नंतर त्यानं नामदेवाला जोहार घातला. नामदेवानं भरल्या डोळ्यांनी सर्वांचा निरोप घेतला आणि एकदा मागे वळून विठ्ठल मंदिराकडे डोळे भरून बघून त्यानं आपल्या कर्मक्षेत्राची वाट धरली.

तीन महिन्यांनी नामदेव आपल्या शिष्यांसमवेत घुमानला पोहोचला. आता वाट

परिचयाची झाली होती. वाटेतली मुक्कामाची ठिकाणं परिचयाची झाली होती. तिथली माणसं परिचयाची झाली होती. अवघड वाट, अवघड रस्ता, अवघड काम आता त्यातल्या त्यात सोपं झालं होतं. कार्यही वाढलं होतं आणि कार्यक्षेत्रही! नामदेवाच्या अस्तित्वानं घुमानला एक वेगळंच महत्त्व प्राप्त झालं होतं. घुमान हे वायव्य भारतातलं जणू भक्तिपीठ बनलं होतं, बनत होतं. नामदेवाच्या भक्तीची, श्रेष्ठतेची, धर्म-जातिनिरपेक्ष तत्त्वनिष्ठेची कीर्ती, शक्ती आणि व्याप्ती वाढतच होती आणि नामदेवाची जबाबदारीही! कारण, त्या भक्तिपीठाचा नामदेव हा जणू कुलपती होता. कधी कधी विठुरायाची आठवण आली की, नामदेव

विठोबाच्या गावा जाईन धावोनि । घालीन लोळणी चरणांवरी ॥
शिणभाग दवडिला म्हणेल । जीविंचे पुसेल जडभारी ॥
हरुषे लोळत जाईन महाद्वारां । भेटाया सामोरा येईल मज ॥
उचलोनी वोसंगे घेईल आदरें । मुख पीतांबरे पुसील माझे ॥
धरोनि बाहुवटी उठवील हस्तकी । ठेवीत मस्तकी अभयकर ॥
राही रखुमाई माता सत्यभामा । कडे घेऊनि नामा बुझाविला ॥

अशी स्वप्नं बघायचा आणि अभंग रचायचा, तर कधी

माइ न होती, बापु न होता, करमु न होती काइआ ॥
हम नहीं होते, तुम नहीं होते, कवनु कहां ते आइआ ॥१॥
राम कोई न किस ही केरा । जैसे तरवर पंखि बसेना ॥
चंदु न होता, सुरू न होता, पानी पवनु मिलाइआ ॥
सासत्र न होता, बेदु न होता, करमु कहां ते आइआ ॥२॥
खेचर भूचर तुलसी-माला, गुरुपरसादी पाइआ ॥
नामा प्रणवै परमततु है सतिगुर होई लखाइआ ॥३॥

असा श्रीरामाला शरण जाऊन आपलं मन रमवायचा. घुमानची कीर्ती दूरदूरपर्यंत पसरली. त्याचसोबत नामदेवाचीही! आणि ही कीर्ती ऐकून दूरदूरवरून लोक येऊ लागले. नामदेवाची भेट घेण्यासाठी ताटकळत बसू लागले. तसेच, घुमानच्या त्या मठाकडे मदतीचा ओघही वाढला. त्या पैशांचा सद्वापर करून नामदेवानं ठिकठिकाणी मठ बांधले. विहिरी खणल्या. ठिकठिकाणी लोकांच्या, यात्रेकरूंच्या, वाटसरूंच्या राहण्याची-पाण्याची व्यवस्था केली. संत नामदेव, भक्त नामदेव, संघटक नामदेव, संस्कृतिरक्षक नामदेव आणि आता समाजसुधारक, समाजसेवक नामदेव. नामदेवाच्या एकाच आयुष्याला अनंत कंगोरे होते आणि त्या प्रत्येक कंगोऱ्याला तो आपल्या कर्तृत्वानं, कार्यकुशलतेनं न्याय देत होता. अशीच तीन-चार वर्षं गेली. एक दिवस

पहाटे नामदेव झोपेतून दचकून जागा झाला. त्याला विठ्ठलाची हाक ऐकू आली. विठ्ठल, त्याचा विठ्ठल त्याला हाक मारत होता. ''नामा, नामया, लवकर इथे ये. इथे तुझी गरज आहे. लवकर ये!'' नामदेव खडबडून उठला. बोहरदासाला कल्पना दिली आणि तो पंढरपूरला जायला निघाला. तिथे असं काहीतरी घडलं होतं, काहीतरी अघटित घडलं होतं, म्हणूनच विठ्ठलानं नामदेवाला हाक मारली होती. बोहरदासाने लगेचच नामदेवाच्या जाण्याची व्यवस्था केली. पंचक्रोशीत जाता यावं म्हणून घुमानच्या मठात दोन घोडे ठेवले होते. नामदेवाच्या मुखवाणीवर प्रसन्न होऊन गुरुदासपूरमधल्या एका भक्तानं ते दिले होते. बोहरदासाने घोडा तयार केला आणि भल्या पहाटे नामदेव निघाला.

अर्धा प्रवास घोड्यावरून करून त्यानं तो घोडा रतनपूर इथे सोडला. पंजाबमधील घुमानहून तो राजस्थानातल्या राजस्थान-गुजरात सीमेवरील अबूरोड गावापर्यंत आला. तिथे एका नाथपंथीयाने एक शिवमंदिर बांधलं होतं. त्याला सांगून नामदेवानं तो घोडा तिथेच ठेवला. तिथून तो गोधरा, सुरत या मार्गानं महाराष्ट्रात आला आणि त्यानं थेट विठ्ठल मंदिर गाठलं. नामदेव पंढरपुरात आला, तेव्हा बरीच रात्र झाली होती. शेजारती झाली होती. लोक घरी जाऊन निजले होते. सभामंडपात पथारी टाकून गुरवसुद्धा झोपला होता. नामदेवाने तडक गर्भागार गाठले. विठ्ठलमूर्तीच्या चेहऱ्याकडे नजर जाताच तो चरकला. मूर्तीच्या चेहऱ्यावर प्रचंड दुःख होतं. ''विठ्ठला, काय झालं? तुझ्या चेहऱ्यावर दुःख का?'' नामदेवानं विचारलं. ''नामा, आपला चोखोबा...!'' नामदेवाच्या काळजात धस्स झालं. ''काय झालं चोखोबाला? कुठे आहे तो?'' त्याच्या आवाजात आशंका होती. ''नामा, आपला चोखोबा आपल्याला सोडून गेला. तो... तो म्हणण्यापेक्षा त्याच्या अस्थी मंगळवेढ्यात आहेत. त्या घेऊन ये!'' विठ्ठलाचं बोलणं ऐकून नामदेवाच्या डोळ्यांतून पाणी वाहू लागलं! त्याला निरोप घेतानाचे चोखोबाचे शब्द आठवले– 'या कुडीला तुमच्या हातानं मूठमाती द्या.' मंगळवेढ्याला बुरुजाची भिंत बांधताना ती भिंत कोसळून त्याखाली चोखोबासह नव्वद मजूर गाडले गेले होते. बादशहाच्या सैनिकांनी त्या सगळ्यांच्या अस्थी एकत्र गोळा करून त्याचा ढीग करून ठेवला होता. ''विठ्ठला, त्या अस्थींच्या ढिगातून चोखोबाच्या अस्थी मी कशा शोधू?'' नामदेवानं प्रश्न केला. ''नामा, ज्या अस्थींतून 'विठ्ठल विठ्ठल' असा नाद ऐकू येईल, त्या अस्थी चोखोबाच्या आणि हे तुलाच शोधायचे आहे.'' विठ्ठलाचे बोलणे ऐकून नामदेवाला त्याचे गांभीर्य समजले. पहाट होतच आली होती. चोखोबाच्या घरी जाऊन त्यानं बंका – चोखोबाचा जावई आणि कर्ममेळा – चोखोबाचा मुलगा यांना बरोबर घेतले आणि तो मंगळवेढ्याला गेला. तिथल्या अस्थींच्या ढिगातून त्यानं 'विठ्ठल विठ्ठल' नाद येणाऱ्या अस्थी शोधल्या. त्या घेऊन तो परत पंढरपूरला आला आणि विठ्ठल

मंदिराच्या महाद्वाराच्या पायरीजवळ त्यानं चोखोबाच्या अस्थींना धरणीच्या पोटात ठेवून त्याची समाधी बांधली. चोखोबाचे शब्द नामदेवाला आठवत होते, "तुम्ही मला मूठमाती द्या! एवढे उपकार करा!" नामदेवाच्या डोळ्यांतून दोन अश्रू ओघळून त्या समाधीवर पडले. गर्भागारातून हे सगळं बघणाऱ्या विठ्ठलाच्या मनात आलं, 'आता चोखोबाचा आत्मा शांत झाला असेल!'

चोखोबाची समाधी पूर्ण झाली आणि एक दिवस घरी राहून नामदेव पुन्हा घुमानला परतला. त्या परिसरातील काही सुधारणांची कामं अर्धवट राहिली होती, ती आता पूर्ण करायला हवी होती. नामदेव तिथे असल्याशिवाय ती पूर्ण होणार नव्हती. नामदेवही आता थोडा थकला होता. सत्तरीला आला होता. हा लांबचा प्रवास त्याला अलीकडे झेपत नव्हता. म्हणूनच चोखोबाची समाधी बांधून झाल्यावर विठ्ठलाचा निरोप घेताना त्यानं विठ्ठलाकडून वचन घेतलं होतं की, दर महिन्यातल्या एकादशीला तो नामदेवाला भेटायला येईल. विठ्ठल तसा येत होता. दोघांच्या रात्रभर गुजगोष्टी चालायच्या. तेवढ्या भेटीनंही नामदेवाला हुरूप यायचा. तो नव्यानं पुन्हा कामाला लागायचा. हिंदी, पंजाबी, राजस्थानी, खडी बोली, मराठी भाषेत अभंगरचना करायचा आणि हे सगळं स्वतःला विसरून करायचा. नामदेव असा तिथल्या मातीशीही एकरूप झाला होता.

त्या दिवशी नामदेव बाहेरून चालत मठाकडे येत होता. संध्याकाळ होत आली होती. उन्हं तिरपी झाली होती. झाडांच्या, घरांच्या लांब सावल्या पडल्या होत्या. नामदेवाच्या पाठीमागं सूर्य होता. उंच, शिडशिडीत असलेल्या नामदेवाची लांब सावली त्याच्यासमोर पायाच्या पुढे पडली होती. चालता चालता नामदेवाचं लक्ष त्या सावलीकडे गेलं. त्याला एक क्षीण हाक ऐकू आली. "नामऽऽया! मी जाते रेऽऽ!" नामदेव थबकला. 'जनीचा आवाज? जनी हाका मारते आहे? आणि 'जाते रे' म्हणजे कुठे निघालीय ही जनी? नामदेवानं आसपास पाहिलं. रस्त्यावर फारसं कुणीच नव्हतं. एखादाच माणूस दिसत होता. अचानक नामदेवाचं लक्ष समोर गेलं आणि तो चमकला. त्याच्या पायात पडलेली लांबलचक सावली नाहीशी झाली होती. नामदेवानं इकडे-तिकडे पाहिलं. स्वतःभोवती गोल फिरून पाहिलं; पण सावली कुठेच नव्हती. बाजूनं जाणाऱ्या माणसाची सावली त्याच्यासमोर पायात पडली होती; पण नामदेवाची सावलीच नव्हती. नामदेवाची सावली! जनीच्या 'नामया जाते रेऽ!' या आर्त हाकेचा अर्थ नामदेवाच्या लक्षात आला. त्याची जनी गेली होती. नामदेवाच्या डोळ्यांतून अश्रूंच्या धारा लागल्या. त्याच दिवशी रात्री विठ्ठल त्याला भेटायला आला. विठ्ठल मंदिरासमोरच्या तुळशी वृंदावनाजवळ जनी गुप्त झाली, असं त्यानं नामदेवाला सांगितलं; पण त्यासोबत विठ्ठल हेही म्हणाला की, जनी माझ्याजवळ आहे. त्याचा चेहरा प्रसन्न होता. नामदेवही मग निश्चिंत

झाला; पण तरीही आता पंढरपुरात जनी नाही, चोखोबा नाही, ही खंत त्याच्या मनाला लागून राहिली ती राहिलीच. ती खंत तशीच उरात ठेवून नामदेवानं आपलं काम पुढे चालूच ठेवलं. घुमानच्या मठात आता शीख संप्रदायी भक्तांचाही राबता वाढला. महाराष्ट्र, गुजरात, राजस्थान, पंजाब, उत्तर प्रदेश, कर्नाटकापासून पार कन्याकुमारीपर्यंतचा हिंदुस्थान नामदेवाच्या कीर्तीनं भारला, भारावला होता. ज्ञानेश्वर माउलींची 'हे विश्वचि माझे घर'ची संकल्पना नामदेवानं अशी प्रत्यक्षात म्हणजे अक्षरशः प्रत्यक्षात उतरवली होती. भक्तियुगाचा उद्गाता ठरला होता तो. भक्तिधर्माचा प्रवर्तक म्हणवला जात होता. नामदेव असा सगळीकडे व्यापून राहिला होता; पण आपण अर्धाअधिक भारत व्यापलाय या माहितीपासून अनभिज्ञ असलेला नामदेव स्वतः मात्र आपलं विहित कार्य करण्यात दंग होता.

> न फिटे हे ओझे मायेचा गुंडाळा । एका तू गोपाळा शरण जाई ।।
> तुटेल बिरडे सुटेल हा मोह । केशवची भाव असो देणे ।।
> कईंचे हे क्लेश उदासीन वायां । भजन यादवराया हेंचि सत्य ।।
> नामा म्हणे सुफळ भजनचि करी । सर्वांभूती हरि भजन भावो ।।

अशी नामदेवाची मानसिकता झाली होती. आणि याच भावनेनं त्याचं सतत काम चालू होतं.

नामदेवानं जे मनात योजलं होतं, ते सगळं पूर्ण केलं. प्रवास करणाऱ्या वाटसरूंची ठिकठिकाणी सोय झाली. त्यांना वाटेत मुक्काम करता येऊ लागला. तहानेला पाण्याची व्यवस्था झाली. कसलाही बोभाटा, कसलाही गाजावाजा न करता नामदेवानं केलेलं ठिकठिकाणचं हे काम लोकांना एक आत्मिक बळ देऊन गेलं. मनात असेल तर आपलं ब्रीद राखून, सरकारी मदत न घेता काम करता येतं, हे लोकांच्याही लक्षात आलं आणि हे सामर्थ्य भक्तीचं आणि जाती-धर्मनिरपेक्ष समाजव्यवस्थेचं आहे, हेही सर्वांना समजलं. नामदेवानं न बोलता ते करून दाखवलं. भक्तीतून एकात्मता आणि आत्मबल साधता येतं हे लोकांच्या मनात रुजलं. यातूनच धर्म आणि संस्कृतीचं रक्षण होतं हेही लोकांना उमजलं. नामदेवाच्या भक्तीअधिष्ठित कार्याचं हे फार मोठं यश होतं. समाजसेवकाचा कुठलाही अभिनिवेश न बाळगता, कुठल्याही घोषणा अथवा शब्दांचे बंबाळ न करता, ईश्वराची भक्ती करता करता समाजाचं ऐक्य साधता येतं, हेच नामदेवानं दाखवून दिलं होतं. जुलमी यवनी सत्तेला त्यानं कुठेही प्रत्यक्ष विरोध केला नाही. प्रसंगी पातशहाशी सामना झाला, प्रसंगी जिवावर बेतलं; पण आपलं ईश्वरभक्तीचं, भक्तिपरंपरेचं ब्रीद नामदेवानं सोडलं नाही. त्याची भक्तिनिष्ठा इतकी प्रखर होती की, यवनी सत्तेलाही त्याचा नाद सोडावा लागला. विशेष गोष्ट अशी की, वरून निरुपद्रवी, निष्क्रिय

वाटणारा हा भक्तिमार्ग जनसामान्यांना किती आत्मिक सामर्थ्य देतो आहे, याची यवनी आक्रमकांना गंधवार्तासुद्धा नव्हती. हेच तर नामदेवाच्या भक्तिअधिष्ठानाचं वैशिष्ट्य होतं आणि त्याचं हे भक्तिअधिष्ठानसुद्धा डोळस होतं. शुद्ध होतं. त्यानं सांगितलेली श्रद्धा अंधश्रद्धा नव्हती.

देव दाखवी असा नाही गुरू । जेथे जाय तेथे दगड शेंदुरु ॥
देव दगडाचा बोलेल कैंचा । कोणे काळी त्यास फुटेल वाचा ॥
देव देव करिता शिणलें माझें मन । जेथे जाय तेथे पूजा पाषाण ॥
नामा तोचि देव हृदयी पाहे । नाम केशवाचे न सोडी पाय ॥

अशी डोळस श्रद्धा, अशी डोळस निरामय भक्ती नामदेवानं स्वतःही केली आणि इतरांनाही शिकवली.

असा बराच काळ लोटला. चार-पाच वर्षं तरी सहज गेली. आता नामदेवही थकला. आता त्याला आपल्या गावाची ओढ लागली. आपल्या मुलखात, महाराष्ट्रात पंढरपूरला जावं असं त्याला वाटू लागलं. पंढरपूरला जावं, विठ्ठल मंदिरात जावं, तिथंच बसून विठ्ठलाशी गुजगोष्टी कराव्यात, आपल्या मुला-नातवंडांत जावं, राजाईशी मनातलं बोलावं, जे जिवंत आहेत त्या सवंगड्यांना भेटावं, बोलावं असं त्याला सारखं वाटू लागलं. येता-जाता तो विठ्ठलाला आळवू लागला. भेटायला आलेल्या लोकांनाही 'मी आता पंढरपूरला जाऊन येईन म्हणतो' असं सांगायला लागला.

जीवप्राणें एक विठ्ठलची व्हावा । ऐसिया मी भावा रातलिया ॥
आवडे पंढरी आवडे चंद्रभागा । येती यमुना-गंगा प्रतिदिनी ॥
आवडे पद्मतीर्थ आवडे गरुडपार । राऊळी माहेर पांडुरंग ॥
नामा म्हणे अहो विठाई रुक्माई । आणिकांपाशी नाही चित्त माझे ॥

असं त्याला सगळं पंढरपूर आठवायला लागलं. एक दिवस त्यानं बोहरदास, त्रिलोचन अशा सगळ्यांना एकत्र बोलावलं आणि आपला मानस सांगितला. सुरुवातीला त्या सगळ्यांनीच विरोध केला. नामदेवानं तिथून जाऊ नये असा हट्ट केला; पण नामदेव ऐकेना. त्यांना नामदेवाच्या प्रकृतीची चिंता वाटत होतीच. प्रवासही लांबचा होता; पण नामदेवाचा त्याच्या विठ्ठलावर विश्वास होता. तो आपल्याला सुखरूपपणे त्याच्या पायापर्यंत नेईल, याची त्याला खात्री होती. शिवाय एके दिवशी रात्री नामदेवानं विठ्ठलाजवळ

वतन आमुची मिरासी पंढरी । विठोबाचे घरी नांदणूक ॥
सेवा तेथे करू नित्य महाद्वारी । नामाची उजरी जागवू तेथे ॥
साधूसंता शरण जाऊ मनोभावे । प्रसाद स्वभावे देती मज ॥

असं सांगून

नामा म्हणे आम्ही पायरीचे चिरे । संत पाय हिरे वरी देती ।।

असं मागणं मागितलं होतं आणि विठ्ठलानं ते पूर्ण करण्याचं वचनही दिलं होतं. त्या वचनावर विश्वासून तर नामदेवानं जाण्याचं ठरवलं होतं आणि त्याप्रमाणे तो तयारीलाही लागला. कदाचित आपण पुन्हा इकडे परतू शकलो नाही, तर आपण सुरू केलेला हा भक्तियाग विझता कामा नये, अशी व्यवस्था करूनच त्याला निघायला पाहिजे होतं. घुमानच्या त्या भक्तिप्रतिष्ठानकडे आता मदतीचा ओघही वाढला होता, त्याची सगळी नीट व्यवस्था लावायला हवी होती. ते सगळं करण्यात पंधरा दिवस गेले आणि तिथल्या सगळ्यांचा निरोप घेऊन नामदेव निघाला. त्याला निरोप देताना सगळ्यांचे डोळे पाणावले. बोहरदास, कल्हण, त्रिलोचन, लध्धा, विष्णूस्वामी सगळेजण तर रडायलाच लागले. नामदेवानंच त्यांची समजूत घातली. सगळ्यांना हृदयाशी धरून त्यांचा निरोप घेतला आणि त्यानं प्रस्थान केलं. वयाची ऐंशी गाठलेल्या नामदेवासाठी हा प्रवास फारच लांबचा होता; पण आपला विठ्ठल आपल्याला सुखरूप घेऊन जाणार, या विश्वासावर नामदेवानं तो प्रवास पार केला. वाटेत ठिकठिकाणी त्यानंच निर्माण केलेल्या भक्तिमंदिरांत त्यानं मुक्काम केला. तिथलीही पुढची व्यवस्था लावली आणि जवळजवळ चार-पाच महिन्यांनी तो पंढरपूरला पोहोचला. तो पंढरपूरला पोहोचला, तेव्हा आषाढ लागला होता. भर पावसात पंढरपूरला लोकांनी त्याला अलगद पालखीतून घरापर्यंत नेलं. नामदेवाची चारही मुलं, सुना सगळ्यांनी त्याची गळाभेट घेतली. राजाईनं डोळ्यांच्या निरांजनांनी त्याला ओवाळलं. अश्रूंच्या अक्षतांचं प्रोक्षण केलं. नामदेव प्रवास करून प्रचंड थकला होता; पण घरच्या माणसांना भेटल्यावर मात्र त्याचा शीण काहीसा कमी झाला. राजाईनं आणि चौघी सुनांनी त्याला गरग अन्न वाढलं. ते गरम, ताजं, स्वादिष्ट जेवण घेतल्यावर त्याचा शिणवटा आणखी कमी झाला. दोन दिवस विश्रांती घेतल्यावर नामदेवाला नीट चालता येऊ लागलं आणि लगेचच रात्री तो मंदिरात विठ्ठलाला भेटायला गेला.

नामदेव आल्याचं बघून विठ्ठलाच्या चेहऱ्यावर आनंद पसरला. ''आलास नामदेवा?'' त्यानं मायेनं विचारलं. विठ्ठलाच्या स्वरातली माया बघून नामदेवाला रडू कोसळलं. याच – याच मायेच्या स्वागतासाठी तो आसुसला होता. भरून आलेला पहिला आवेग ओसरला. नामदेवानं आपले डोळे पुसले आणि गर्भागाराच्या दाराला टेकून विठ्ठलाकडे बघत बसला. मन भरून, डोळे भरून विठ्ठलाला बघेपर्यंत नामदेव गप्प होता आणि विठ्ठलही! विठ्ठलाची मूर्ती नजरेत साठवल्यावर नामदेवाचं समाधान झालं. तो बोलायच्या मनःस्थितीत आल्यावर विठ्ठलानं विचारलं, ''कसा आहेस

नामदेवा? वायव्य प्रांतातली काय खबर?'' नामदेवाच्या चेहऱ्यावर समाधान पसरलं. ''मी बरा आहे विठ्ठला. वायव्य प्रांतातही सगळं व्यवस्थित आहे. मी तिकडची सगळी व्यवस्था नीट लावून आलो आहे. विठुराया, मी पुन्हा एवढ्या लांब परतून जाईन, असं मला वाटत नाही. म्हणून तिकडची सगळी निरवानिरव करून आलो आहे.'' नामदेवाचं हे बोलणं ऐकून विठ्ठल थोडा अस्वस्थ झाला आणि म्हणाला, ''नामदेवा, मला नीट सांग बरं सगळं!'' नामदेवालाही ते ऐकून बरं वाटलं. त्याला हे सगळं कोणालातरी सांगायचं होतंच आणि आता तर विठ्ठल ते ऐकायला उत्सुक होता. नामदेवानं बोलायला सुरुवात केली. ''विठ्ठला, मी इकडे यायचं ठरवलं, तेव्हा माझे तिथले अनुयायी मला जाऊ नका म्हणत होते. माझ्या प्रकृतीची चिंता त्यांना वाटत होती; पण विठ्ठला, मला तुझ्या पायाजवळ यायचं होतं. मी तिथे पलंगावर निजत असे. येण्याच्या दिवशी मी सकाळी उठलो. पलंगावरचा पलंगपोस सुरकुतलेला होता. माझ्या निजलेल्या शरीराची आकृती त्यावर उमटली होती. माझा अनुयायी त्रिलोचन ते नीट करू लागला; पण मी त्याला थांबवलं. त्याला सांगितलं, ''थांब त्रिलोचन, त्या सुरकुत्या नीट करू नकोस. मी इथे असल्याची आणि मी जिवंत असण्याची ती साक्ष आहे. आणि त्याला असं सांगून मी तिथून निघालो. आता आठ दिवसांवर आषाढी एकादशी आहे. त्या दिवशी मी कीर्तन करणार आहे. विठ्ठला, ते कदाचित माझ्या आयुष्यातलं शेवटचं कीर्तन असेल. विठ्ठला, मी आता विश्रांती घेईन म्हणतो. चिरविश्रांती. मी तुला सांगितल्याप्रमाणे मला तुझ्या मंदिराच्या पहिल्या पायरीवरच चिरविश्रांती हवी आहे. म्हणजे तुझं दर्शन घेण्यासाठी आलेल्या आणि तुझं दर्शन घेऊन आलेल्या वैष्णवांचे पाय मला लागतील. त्यांच्या पावलांचा स्पर्श मला निरंतर होत राहील. त्यांच्या पावलांची धूळ मला चिरंतन स्पर्श करत राहील. विठ्ठला, मला आता एवढंच तुझ्याकडे मागायचं आहे. मला बाकी काही नको. तुझी सेवा करून, तुझं नाम जपून, तुझी भक्ती करून मी कृतार्थ झालो आहे विठुराया. मी कृतार्थ आहे!'' नामदेवाला पुढे बोलवेना. त्याच्या डोळ्यांतून अश्रू ओघळू लागले, तर गर्भागारात विटेवर उभा राहिलेला विठ्ठलही गहिवरला.

नामदेव घरी परतला, तेव्हा मध्यरात्र उलटून गेली होती. श्रांत, क्लांत होऊन नामदेव निजला. आता त्याला हलकं हलकं वाटत होतं. दुसऱ्या दिवशी तो उशिराच उठला. त्याला भेटायला लोक येऊन थांबले होते. आता आषाढी आठ दिवसांवर होती. गावात जोरात तयारी सुरू होती. या वर्षीच्या आषाढीला एक वेगळं महत्त्व, वेगळं अधिष्ठान लाभलं होतं; कारण या आषाढीला संत नामदेव पंढरपुरात होते; त्यामुळे लोकांचा उत्साह दुणावला होता. विठ्ठल मंदिर आणि नामदेवाचे घर या दोन्हीला जोडून भव्य मंडप घातला होता. विठ्ठलाला नवा पोशाख शिवण्याचं काम चालू होतं. भेटायला आलेल्या लोकांनी ते सांगितल्यावर नामदेव एकदम म्हणाला,

"मंडळी, या वर्षी विठ्ठलाची अंगी मी शिवणार!" ते सगळे आश्चर्यानं बघायला लागले. नामदेवाचं वय आणि त्याचा उत्साह यांचं प्रमाण व्यस्त होतं; पण त्याचा उत्साह बघून त्यांनी होकार दिला आणि जरतारी रेशमी कापड आणून नामदेवाकडे सोपवलं. नामदेवाचा उत्साह दुणावला. तो जेवण करून लगेचच अंगी शिवायला बसला. ते रेशमी कापड एकरंगी मोतिया रंगाचं होतं. नामदेवाचे चार दिवस त्यात गेले. अधूनमधून लोकही भेटायला येत होते. ऐंशी वर्षांच्या नामदेवाचा उत्साह अठरा वर्षांच्या तरुणासारखा झाला होता. त्यानं अंगी शिवून पूर्ण केली. ती त्या मंडळींकडे सोपवली आणि ते लोक अचंबित झाले. इतकी देखणी, सुबक अंगी आजपर्यंत विठ्ठलाला कुणी शिवली नव्हती. नामदेवानं जणू आपलं सगळं कसब पणाला लावलं होतं. नामदेव तर प्रचंड आनंदात होता.

आषाढीच्या दिवशी नामदेव सगळ्या कार्यक्रमांमध्ये सहभागी झाला. त्या रात्री त्यानं कीर्तन केलं. त्या कीर्तनातही त्यानं पंढरपूरचं, विठ्ठलाचं वर्णन करणारे अभंग गायले.

आता होणार ते होवो पंढरीनाथा । न सोडी सर्वथा चरण तुझे ।।
हृदयी तुझे ध्यान वाचे जपे नाम । हाचि नित्यनेम सर्व माझा ।।
आम्ही तुझी देवा धरियेली कास । न करी उदास पांडुरंगा ।।
नामा म्हणे देवा भक्त जनवत्सला । क्षण जीवावेगळा न करी मज ।।

असं विठ्ठलाला आळवून, नामदेवानं जमलेल्या शेकडो लोकांसमोर आपली इच्छा बोलून दाखवली.

महाद्वारी सुख असे या सुखाचे । लागती संतांचे चरणरज ।।
म्हणोनिया स्थळ पाहिले निवांत । झाले चित्त तेथे समाधान ।।
सकळ वैष्णवांसहित बोळवण करा । तुम्ही हो दातारा मजलागी ।।
देव म्हणे नामया राहे पक्षभरी । पुरतील अंतरी कोड तुझे ।।

असे सांगत त्यानं समोर बसलेल्या विशाल जनसमुदायाचा निरोप घेतला. नामदेवाच्या कीर्तनातला भाव लोकांच्या हृदयाला स्पर्शून गेला. तिथे जमलेल्या शेकडो लोकांच्या डोळ्यांत पाणी उभं राहिलं. कीर्तन संपल्यावर नारदपीठावर गुडघ्यावर बसून नामदेवानं जमिनीवर मस्तक टेकवलं, तेव्हा तर बऱ्याचजणांना हुंदका आवरेना. डोळ्यांतलं न थांबणारं पाणी पुसतच लोक आपापल्या घरी गेले. नामदेव घरी आला. निजायला गेला. राजाई त्याचे पाय चेपत बसली. गहिवरल्या आवाजात तिनं विचारलं, "धनी, अशी निरवानिरवीची भाषा कशापायी?" नामदेवाला तिचं दुःख समजलं. तो उठून बसला. तिचे हात हातात घेऊन म्हणाला, "राजाई,

मला माफ कर. मी विठ्ठलाची भक्ती करत बसलो आणि हा सगळा संसार तू एकटीनं सांभाळलास; पण आता माझं मन लागत नाही. राजाई, चोखोबा गेला, गोरोबाकाका गेले, जनी गेली, आता मलाही गेलं पाहिजे. माझं मन या भौतिक संसारात कधी नव्हतंच. राजाई, ईश्वरभक्ती आणि भक्तीसाठी केलेली यात्रा एवढंच माझं जीवन होतं आणि मी त्यातच ते व्यतीत केलं. राजाई, तसा विचार केला तर मी तुझा अपराधी आहे गं! मला माफ कर!'' नामदेवाचा गहिवरला स्वर आणि त्याचं हे बोलणं ऐकून राजाईचे डोळे पाण्यानं भरले. नंतर कितीतरी वेळ जगावेगळा नवरा असणारा नामदेव आपल्या पत्नीचे– राजाईचे हात हातात घेऊन बसला होता. राजाई मनोमन त्याला साथ निभावण्याचं वचन देत होती आणि या वचनाची ग्वाही नामदेवाला राजाईच्या स्पर्शातून मिळत होती.

आषाढ शुद्ध एकादशीपासून सुरू झालेला विठुरायाचा तो उत्सव आषाढ वद्य एकादशीपर्यंत चालला. काया-वाचा-मने नामदेव या उत्सवात सामील झाला. आषाढ वद्य एकादशी झाली. यात्रा परतायला लागली. यात्रेकरू परतू लागले. जाता जाता नामदेवाला भेटायला येत होते. नामदेव मंदिराच्या पायरीवर बसला होता. परतणारा प्रत्येक यात्रेकरू नामदेवाच्या पावलांवर डोकं टेकत होता; पण तिथून मागे फिरल्यावर मात्र पुढच्या एकादशीला नामदेव आपल्याला भेटेल की नाही या आशंकेनं प्रत्येकाचे डोळे भरून येत होते. आषाढ वद्य त्रयोदशीचा दिवस. नामदेव विठ्ठलाचं दर्शन घेऊन मंदिराच्या बाहेर पायरीवर येऊन बसला. लोक येत-जात होते. नामदेवाला काय वाटलं कुणास ठाऊक? त्यानं एकदा मागं फिरून विठ्ठलाकडे पाहिलं. विठ्ठलाची पूजा सुरू होती. पंचामृतानं स्नान घालून झालं होतं. गरम पाण्याचंही स्नान घालून झालं होतं. आता शुभ्र वस्त्रानं पुसून त्याच्या माथ्यावर चंदन टिळा लावण्याचं काम चाललं होतं. विठ्ठलाकडे डोळे भरून बघून नामदेवानं हात जोडले आणि तो मागे फिरला. मंदिराच्या पायऱ्या उतरून तो सर्वांत खालच्या पायरीवर येऊन बसला. तेवढ्या श्रमानंही त्याला धाप लागली. तो पायरीवर विसावला. तोंडात अखंड विठ्ठलनामाचा जप सुरू होता. नामदेवानं चहूकडे नजर टाकली. क्षणभर – क्षणभर आपल्या घरावर त्याची नजर स्थिरावली. पुढचे काही क्षण तो विठ्ठल मंदिरासमोर असलेल्या तुळशी वृंदावनाकडे पाहत राहिला. तिथेच त्याच्या जनीनं चिरविश्रांती घेतली होती. नामदेवाचे डोळे पाण्यानं भरले. तो पुन्हा विठ्ठलाला सामोरा झाला. विठ्ठलाला धोतर नेसवण्याचं काम सुरू होतं. नामदेवानं तिथूनच त्या दिगंबर रूपाला हात जोडले. तेच हात आपल्या डोळ्यांवरून, चेहऱ्यावरून फिरवले आणि तिथूनच एकटक तो विठ्ठलाकडे बघत राहिला. पूजा संपली. आरती झाली. नामदेव विठ्ठलाच्या मूर्तीकडेच पाहत बसला होता. लोक पांगले. आता मंदिरात विठ्ठल आणि मंदिराच्या पायरीवर नामदेव अशी दोघंच उरली.

कितीतरी वेळ गेला. संध्याकाळ उलटली. पाऊस थांबला होता. आकाश बऱ्यापैकी निरभ्र होतं. श्रावणाची चाहूल लागली होतीच. मंद वारा वाहत होता. आकाशात पुसटशी चंद्राची कोर दिसत होती. तीही आकाश बऱ्यापैकी निरभ्र होतं म्हणून. आकाशातली चंद्राची ती पुसट दिसणारी कोर अचानकपणे तेजस्वी दिसायला लागली, विजेची शलाकाच जणू! लोक सायंआरतीला मंदिरात जमायला लागले होते. विठ्ठलाच्या चेहऱ्याकडे एकटक बघत नामदेव अजूनही पायरीवरच बसला होता. अचानक त्याला विठ्ठलाच्या नजरेत आमंत्रण दिसलं. विठ्ठलानं कमरेवरचे हात काढले होते आणि समोर पसरले होते. नामदेवाला जणू तो कवेत येण्यासाठी बोलावत होता. डोळ्यांतलं आमंत्रण, हातातून निमंत्रण. नामदेवाचे म्लान झालेले डोळे लकाकले. ''आलोऽ आलो रे विठुराया! आलोऽ!'' असं पुटपुटत नामदेवानं डोकं पायरीवर टेकवलं. नामदेवानं डोकं पायरीवर टेकवलं... तत्क्षणी... तत्क्षणी त्याचा श्वास थांबला.

नामदेवाचा श्वास थांबला आणि अचानक आकाशात ढग गोळा झाले. ढग गोळा झाले आणि त्यांनी ती चकाकणारी, लखलखीत चंद्राची कोर झाकोळून टाकली. ढगांनाही समजलं असावं, भक्तिचंद्र अस्तंगत झालाय. भक्तिचंद्र अस्तंगत झालाय, तर मग आकाशात तरी चंद्राचं काय काम? नामदेवाचा श्वास थांबला, तत्क्षणी वारा वाहायचा थांबला. चंद्रभागेचं वाहतं पाणी स्तब्ध झालं, सुन्न झालं. चंद्रभागेच्या वाळवंटातला कणन्‌कण थिजून गेला. नामदेवाचा श्वास थांबला, तत्क्षणी घुमानच्या मठातल्या पलंगावरच्या पलंगपोसाच्या सुरकुत्या नाहीशा झाल्या. त्यावर उमटलेली नामदेवाच्या देहाची रेखाकृती नाहीशी झाली आणि 'नामदेव तिथे निजला आहे' या श्रद्धेनं त्या पलंगाजवळ उभं राहून चवरी ढाळणाऱ्या त्रिलोचननं टाहो फोडला. नामदेवाचा श्वास थांबला, तत्क्षणी विठ्ठल मंदिराच्या कळसावर दिमाखात फडफडणारी भक्तीची भगवी ध्वजपताका निःस्तब्ध झाली. फडकायची थांबली. हा भक्तिचंद्र मावळला तशी ती भक्तिपताकाही निष्प्राण झाली. नामदेवाचा श्वास थांबला आणि विठ्ठलाला घातलेल्या आणि नामदेवानंच शिवलेल्या मोतिया रंगाच्या अंगीवर हृदयाच्या ठिकाणी 'नामदेव' ही अक्षरं उमटली आणि गुरवाचे डोळे विस्फारले. नामदेवाचा श्वास थांबला आणि ज्ञानसूर्याच्या समाधीविवरात कुठूनशी एक वाऱ्याची झुळूक शिरली आणि तिथे असलेल्या ज्ञानेश्वरीची पानं फडफडवून निघून गेली. जणू भक्तिचंद्र मावळला, ही वार्ता ज्ञानसूर्याच्या कानावर घालायला ती आली होती. नामदेवाचा श्वास थांबला, तत्क्षणी विठ्ठल मंदिरातल्या घंटा वाजायच्या थांबल्या; कारण आता त्यांना कधीच भक्तिचंद्राचं दर्शन होणार नव्हतं. भक्तिचंद्र कायमचा मावळला होता.

प्रतिपदेपासून पौर्णिमेपर्यंत आणि कृष्ण प्रतिपदेपासून अमावास्येपर्यंत उगवणाऱ्या

आणि मावळणाऱ्या चंद्राच्या अनंत कला असतात. नामदेवाच्या व्यक्तिमत्त्वालाही अनंत कंगोरे होते आणि विशेष म्हणजे ते ठळक होते. तो चरित्रकार होता, आख्यानकार होता, कीर्तनकार होता, अभंगरचनाकार होता, कवी होता, प्रचारक होता, प्रसारक होता, भक्तियात्री होता, कुशल संघटक होता, उत्तम वक्ता होता, नेता होता, स्फूर्तिदाता होता, समाजसुधारक होता, वर्णनकार होता, धर्म-जातिनिरपेक्ष समाजाचा एक प्रकारे संस्थापक होता. हिंदी, राजस्थानी, पंजाबी भाषेतील अभंगरचनाकार होता. वैष्णव होता, रामभक्तही होता आणि नाथपंथीही होता. या सर्व आद्य प्रवर्तकतेबरोबरच तो महान संत होता. चंद्र प्रत्येक दिवशी आपल्या कलेनं वेगळा दिसतो, प्रकाशमान दिसतो. नामदेवही आपल्या अभिजात आणि अंगभूत अशा प्रत्येक गुणांनी प्रकाशमान होता; पण आता हा भक्तिचंद्र मावळला होता. आता ते अंधारलेलं अवकाश भक्तिचंद्राच्या प्रकाशानं कधीच उजळणार नव्हतं. विठ्ठल मंदिराच्या शेवटच्या पायरीवर आपलं अवघं तेज मिटून घेऊन 'भक्तिचंद्र' विसावला होता. तिथेच त्यानं चिरविश्रांती घेतली होती. भक्तीची ध्वजा अंगाखांद्यावर घेऊन आपण या क्षितिजापासून त्या क्षितिजापर्यंतचा केलेला प्रवास थांबवून तो 'भक्तिचंद्र' विठ्ठल मंदिराच्या शेवटच्या पायरीवर अस्तंगत झाला होता. ज्या पायरीवरून वैष्णव विठ्ठल दर्शनासाठी जाणार होते आणि ज्या पायरीवरून ते विठ्ठलाचं दर्शन घेऊन परतणार होते, त्या वैष्णवांच्या पावलांचा स्पर्श आपल्याला होईल, त्या वैष्णवांची पायधूळ आपल्याला लागेल या अपेक्षेनं, या इच्छेनं तो तिथेच पायरीवर विसावला होता. आजही तो भक्तिचंद्र तिथेच विसावलेला आहे, वैष्णवांच्या चरणस्पर्शाच्या इच्छेनं! अनंत तपं लोटली, तरी तो भक्तिचंद्र वैष्णवांच्या चरणस्पर्शाच्या प्रतीक्षेत तिथेच विसावलेला आहे. तो... तो नामदेव भक्तिचंद्र म्हणून झळाळला, आपल्या अनंत आणि असीम कार्यानं त्यानं अवघं अवकाश व्यापलं आणि भक्तिचंद्रासारखा तो मावळला. विठ्ठलाच्या चरणी विलीन होत असतानाच ज्ञानसूर्याकडे झेपावला, हा भक्तिचंद्र – नामदेव!

◆